हाच माझा मार्ग...

सचिन पिळगांवकर

मेहता
पब्लिशिंग
हाऊस

HACH MAZA MARG... by SACHIN PILGAONKAR

हाच माझा मार्ग... (आत्मकथन)

सचिन पिळगांवकर
ए-९,
जुहू अपार्टमेंट्स
जुहू तारा रोड
सांताक्रूझ (प.)
मुंबई - ४०००४९
sushriyaarts@gmail.com

शब्दांकन : अभिजित पेंढारकर
मुखपृष्ठ व मांडणी
मेहता पब्लिशिंग हाऊस, स्टुडिओ
संस्थापक : सुनील अनिल मेहता
प्रकाशक :
मेहता पब्लिशिंग हाऊस प्रा. लि.,
१९४१, सदाशिव पेठ,
माडीवाले कॉलनी, पुणे–४११०३०

प्रथम आवृत्ती
सप्टेंबर, २०१३
द्वितीय आवृत्ती
मार्च, २०१४
तृतीय आवृत्ती
जानेवारी, २०१७
सुधारित चौथी आवृत्ती
सप्टेंबर, २०२५

किंमत : १०९९/-

P Book ISBN 9788184984613
E Book ISBN 9789386342089

मुद्रक : श्री मुद्रा

E Books Available on :
amazonkindle
Get it on Apple Books
Google Play Books

◆ या पुस्तकातील लेखकाची मते, घटना, वर्णने ही त्या लेखकाची असून त्याच्याशी प्रकाशक सहमत असतीलच असे नाही.

हे पुस्तक मला कुणाला अर्पण करायचं आहे,
हे थोडंसं रहस्य ठेवू या. पुस्तकाच्या 'क्लायमॅक्स'मध्येच ते उलगडेल.
आणि 'क्लायमॅक्स' चांगल्या प्रकारे समजण्यासाठी 'चित्रपट' पाहायला लागतोच....!

...पुस्तकाच्या शेवटी भेटू!

मेरे सचिनभैया

मेरा मानना है, के सिर्फ नाम ही इन्सान को शख़्सियत नहीं देता, इन्सान भी नाम को एक रुतबा, एक चरित्र देता है। मेरे मानसपटल पे जब 'सचिन' नाम आता है, तो उस नाम से जुडे भिन्न भिन्न प्रकार के भाव चमकते सितारों की तरह चौंधिया जाते हैं। इन विभिन्न तरह के भावों को जिन्होंने मेरे जीवन की स्लेट पे अपने श्रेष्ठ आचरण की चॉक से अंकित किया है, आज मैं उन्ही सचिनजी पर थोडा प्रकाश डालता हूँ।

मेरी पहली स्मृती सचिनजी की 'अखियों के झरोकों से' की है। बहोत छोटा था मैं, तो फिल्म समझ में नही आयी, पर हिरो की मासूमियत दिल को तब भी छू गई थी। (मैं क्या जानता था, के ये शख़्स मेरी जिंदगी पर परोक्ष नहीं, प्रत्यक्ष रूप से इतना प्रभाव डालनेवाले हैं?) इसके बाद जब मैंने दिल्ली में रंगमंच पर अपने पिता और माँ के साथ गाना शुरू किया, तब कभी कभी शोज में गेस्ट स्टार सचिनजी से मुलाकात हो जाती थी। मुझे वो बडे खूबसूरत लगते थे और में हैरान होता था के ये पहले अभिनेता हैं, जो इतना अच्छा गाते भी हैं। उनका व्यवहार पहलेसे ही बडा स्नेहशील था, हालांकि उन्हें पूरा अधिकार था, मित्रवत ना दिखाने का, क्यूंकि वो एक स्टार थे और हम साधारण कलाकार. मेरे पास उनके साथ तब की एक तस्वीर भी है।

जिस घटना ने सचिनजी और मेरी नियती निर्धारित करनी थी, वो हुई २० जुलाई १९८८, सिरी फोर्ट ऑडिटोरियम, दिल्ली में. यादगार-ए-रफी सोसायटी की गायकी पर प्रतियोगिता थी और मेरी आयु उसी दिन १५ की हुई थी. मेरी आवाज नई नई खुली थी। सचिनजी जज थे और जब उन्होंने मेरा गीत सुना, तो उन्हे बहोत पसंद आया। तब उन्हें बताया गया के ये वही सोनू है, अगमजी का बेटा. मुझे प्रथम पुरस्कार देते समय उन्होंने पापा को कहा के ये थोडा बडा हो जाए, तो इसे मेरे पास लाना। वो बात हमने एक गांठ की तरह हमारे दिलों में बांध ली।

१९९१ में ज्यों कि मैं १८ का हुआ, मैंने और मेरे परिवार ने ठान लिया के अब मुंबई कूच किया जाए। सितंबर के महीने मे मैं और पापा ट्रेन से मुंबई आए, हॉटेल मानसरोवर, बांद्रा में कमरा लिया, सामान रखा और सीधे सचिनजी के दफ्तर पहूँच गए। हम बिना अपॉइंटमेंट के आए, बावजूद इसके, वो बडे ही प्रेम से हमें मिले। उन्होंने मेरे कुछ डेमो गीत सुने, जो मैं सुनाने के लिये लाया था। यूं कह लीजिये, कि मुंबई आना सही निर्णय है, ऐसा आश्वासन देनेवाले पहले शख़्स सचिनजी ही थे। उन्हें पसंद आया तो हमें लगा के अब शायद कुछ हो सकता है। इतना ही नहीं, झट से उन्होंने भी वादा कर दिया, कि उनकी आनेवाली फिल्मों में वो मुझे अवश्य अवसर देंगे। हम फूले ना समाए!

यहाँ से सचिनजी से 'सचिनभैया' का सफर शुरू हुवा। मैं प्राय: उन्हें फोन करता, या मिलने चला जाता। एक इन्सान के नाते वो क्या हैं, ये मैं उन दिनों समझा। मुझे याद है, अपनी कार में बिठाकर वो स्वयं हमें लक्ष्मीकांतजी के सिटिंग रूम में लेकर गए, ताकि वो मुझे 'प्रेम दीवाने' में एक गाना गवा सके, परंतु लक्ष्मीकांतजी को शायद इतना पसंद नहीं आया हूँगा, तो बात नहीं बनी। फिर एक बार वो स्वयं हमें आनंद-मिलिंद जी के सिटिंग रूम लेकर गए, वहाँ भी मेरी बात की, परंतु मेरा समय नहीं आया था शायद, तो इन्होंने मुझे तब तक

नहीं गवाया, जबतक सचिनजी ने स्वयं 'आजमाईश' में मुझे सारे गाने गवाने का अवसर नहीं दिया। जी हाँ, हिरो के सारे गीत पहली बार मैंने सचिनजी की वजह से 'आजमाईश' में गाए थे। (कई सालों बाद जब मैं प्रसिद्ध होना शुरू हो गया था, मुझे एक बात मेरे पिताजी ने कही, 'जिंदगी में कितना भी बडा हो जाना, सचिनजी का एहसान कभी मत भूलना।') मैं आज भी उसी बात को पकड के चल रहा हूँ।

जीवन में सर्वप्रथम विदेशदर्शन कराने का श्रेय भी सचिनजी को ही जाता है। १९९३ में मैं उनके साथ बहारीन गया था, एक कॉन्सर्ट के लिये। उस कॉन्सर्ट का व्हिडिओ फूटेज यू ट्यूब में हैं, जिसे मैंने हाल ही में देखा और मैं दंग रह गया। मेरा परिचय देने के लिये वो स्वयं स्टेजपर आए जबकी वहाँ औपचारिक उद्घोषक थे। और आश्चर्य की बात है कि उन्होंने वहाँ पर मेरा जो बखान किया, मेरे बारे में जो दावे किये और गुणगान किया, वह तर्क संगत नहीं लगता। कोई कैसे एक छोटे से लडके के बारे में इतनी बडी बडी बातें सोच सकता है? और सोच भी सकता है तो घोषित कौन करता है? सामान्यत: लोग बडी कंजूसी से किसी की प्रशंसा करते हैं, विशेषत: जब वो आयु, महत्त्व व अनुभव में कम हो। सुनते हुए मेरी आँखें नम हो गई थी, और उनका सम्मान मेरी आँखो में जो पहले से ही ऊँचा था, वो और भी ऊँचा हो गया। बहोत विशाल हृदय होना चाहिये, ऐसे आचरण के लिये।

ये तो हो गई काम की बात। आइये, मैं सचिनभैया के व्यावहारिक पक्ष को प्रकाशमान करता हूँ। बहुमुखी प्रतिभा के धनी हैं मेरे सचिनभैया। अद्भुत अभिनेता और अद्भुत निर्देशक होने के साथ साथ क्या बढिया गाते हैं। और तौ और, कौनसा कलाकार इनसब के होने के बाद एक नृत्य पर आधारित शो को जीतने का गौरव, जज्बा और हुनर रखता है, वह भी जब की वो १८-२० साल कि आयु का नही रहें।

भैया शेर-ओ-शायरी में भी निपुण हैं। पहले उन्हें दूसरों के शेर पढने का शौक था, अब वो स्वयं भी लिखते हैं। शायद, जल्दि ही उसका भी कौई दीवान प्रकाशित हो। उनकी स्पष्ट भाषा, लहेजा, तलफ्फूज और शब्दों का चुनाव उनके 'मराठीभाषी' होने का विरोधाभास करता है। एक और चीज, जिसका मैं कायल हूँ, वो हे उनकी हाजिर जवाबी। बडा आनंद आता है, जब कोई उनसे मूँह जोरी करता है और वो टपाक से उसे उसकी जगह दिखा देते हैं। फिर मेरी तरफ देखकर अपनी खूबसूरत मुस्कान बिखेर देते हैं। मैंने सदा उन्हें सतर्क देखा है, कभी भी सुस्त, आलसी या लापरवाह नहीं। इतने सालों में मुझे याद ही नहीं, कि कोई एक पल जब उन्होने मुझे मेरे छोटे या जरुरतमंद होने की वजह से दुर्व्यवहार किया हो, या झिडक दिया हो। एक बार भी नहीं!

उनके परिवार, विशेषत: उनकी माँ के प्रति उनकी प्रतिबद्धता व सम्मान देखकर उनके निर्मल हृदय का अनुमान होता है। मुझे याद है, प्रारंभ के दिनों में जब मैं उनसे मिलने उनके घर जाता था, तो वो मुझे एक परिवार का सा एहसास कराते थे। उनके साथ घंटों रातों को बैठता था, उनकी बातें सुनता था, बहोत सीखता उनकी संगती में जीवन और कार्य के विषय में। उन्हीं दिनों एक बार उनसे मैंने पूछा, 'ओह, आपकी मम्मी आपके साथ रहती है?' तो उनका जवाब आया, 'नहीं, मैं उनके साथ रहता हूँ।'

मेरे विचार में अब इसके आगे मुझे कुछ लिखने की आवश्यकता नहीं है। आगे उनका जीवन, उनके विचार आप स्वयं पढलीजिये। धन्यवाद भैया, मुझे अपनी जिंदगी का हिस्सा बनाने के लिये।

– सोनू निगम

दुसऱ्या आवृत्तीच्या निमित्ताने

प्रिय मित्रहो,

'हाच माझा मार्ग'मधून माझ्या आयुष्याचा स्क्रीनप्ले तुम्ही वाचलात, तो तुम्हाला आवडला, हे तुमच्या प्रतिक्रियांवरून कळलंच आहे. माझा मित्रपरिवार मोठा आहेच, पण माझ्या या आत्मकथनपर पुस्तकामुळे तो आणखी वाढला आहे. त्यामुळे सगळ्यात आधी, या पुस्तकाचे मन:पूर्वक आभार.

पुस्तकाच्या प्रकाशनाच्या निमित्ताने मुंबईच्या भाईदास हॉलमध्ये ५ सप्टेंबर, २०१३ रोजी झालेल्या 'सुवर्ण सचिन' या सोहळ्यासाठी 'झी मराठी'च्या टीमबरोबरच मेहता पब्लिशिंग हाऊसचे सगळे कर्मचारी आणि माझ्या मित्रपरिवारानं जी मेहनत घेतली, त्याला तोड नाही. हा सोहळा आमच्या लग्नाएवढाच प्रेमाचा आणि जिव्हाळ्याचा झाल्याची भावना माझी आणि सुप्रियाची होती.

या पुस्तकाच्या प्रकाशनाचा सोहळा भव्य व्हावा, असं मला वाटणं साहजिक होतं. पण त्यासाठी माझ्या जवळच्या लोकांचा उत्साह माझ्यापेक्षा कितीतरी पटीनं जास्त होता. त्यांच्यामुळेच हा सोहळा घडू शकला. मराठी-हिंदी चित्रपटसृष्टीतल्या ४६ नामवंत कलाकारांनी या सोहळ्यात परफॉर्मन्स करण्यासाठी वेळ दिला, मेहनत घेतली, उत्साह दाखवला. दीपाली विचारेनं या संपूर्ण सोहळ्याचं उत्तम नृत्यदिग्दर्शन केलं. 'माइन्ड शेअर'चे देवेंद्र देशपांडे यांनी या सोहळ्यासाठी 'ब्रूक बॉंड रेडलेबल'ची स्पॉन्सरशिप मिळवून दिली, तीसुद्धा अतिशय कमी वेळात. पुस्तकाच्या प्रकाशनासाठी वेळ देणारे सचिन तेंडुलकर आणि त्यांच्याशी माझी भेट घडवून देणारा माझा मित्र विनय येडेकर, या सगळ्यांचे मनापासून आभार!

माझ्या पुस्तकाचं प्रकाशन एका मराठी व्यक्तीच्या हस्ते व्हावं, असं मला वाटत होतं. मोठं कर्तृत्व असलेली व्यक्ती असावी, असा विचार केला होता. त्या वेळी सचिन तेंडुलकरचंच नाव डोक्यात आलं. सचिनचा मी खूप मोठा फॅन आहे. फक्त एक क्रिकेटपटू म्हणून नव्हे, तर माणूस म्हणूनही तो महान आहे. माझ्या कुटुंबातले सगळेही त्याला खूप मानतात. विनय येडेकरनं माझ्यासाठी सचिनची वेळ घेतली आणि मी त्याला भेटायला गेलो. पुस्तकाच्या प्रकाशनासाठी येण्याची विनंती केली. कुठलेही आढेवेढे न घेता, कुठलाही व्यावसायिक विचार मनात न आणता त्यानं एका मिनिटात त्यासाठी होकार देऊन टाकला. माझ्यासाठी हा आश्चर्याचा आणि आनंदाचा धक्का होता. त्याला सप्टेंबरमध्ये परदेशात जायचं असल्यामुळे प्रकाशन सोहळ्याची तारीख ठरवण्यासाठी आठ दिवसांची मुदत त्यानं मागितली. ५ सप्टेंबर, २०१३ ही तारीख देणं शक्य असल्याचं त्यानं लवकरच कळवलं. 'झी मराठी' वाहिनी या सोहळ्याचं संपूर्ण आयोजन करणार होती. मी त्यांच्या अधिकाऱ्यांना तसं कळवून टाकलं. आता प्रश्न होता सभागृह

मिळण्याचा. कार्यक्रमाचं खूपच आयत्यावेळी ठरल्यामुळे चांगला हॉल मिळण्यासाठी आटापिटा करावा लागणार होता. परंतु या बाबतीतही मी सुदैवी ठरलो. सांताक्रूझच्या भाईदास हॉलचे व्यवस्थापक विनय परब यांना भेटून ठरलेल्या दिवशी हॉल देण्याची विनंती त्यांना केली. वर्षभर कायम मागणी असलेला हा हॉल. त्यातून आम्हाला मुख्य कार्यक्रमाचा दिवस आणि त्याच्या तयारीसाठी आधीचा दिवस, असे दोन दिवस हा हॉल लागणार होता. परब साहेबांनी माझ्यावरच्या प्रेमापोटी मला हा हॉल उपलब्ध करून दिला. त्यासाठी त्यांना काय अ‍ॅडजस्टमेंट करावी लागली, याची कुठलीही जाणीव मला करून न देता!

'झी मराठी'नं हा सोहळा स्वत: आयोजित करून स्वत:च त्याची सगळी जबाबदारी सांभाळली. असे सोहळे दुसऱ्यांनी आपल्यासाठी केले, तर त्याचा आनंद जास्त असतो. सगळ्याच कलाकारांनी उत्तम सहकार्य केलं. बप्पी लाहिरीला निमंत्रण दिल्यानंतर 'मैं दो गाने गाऊँगा,' असं त्यानं स्वत:च प्रेमानं सांगितलं. कार्यक्रमात दाखवण्यासाठी माझ्याविषयी 'बाइट्स' घेण्यासाठीचं नियोजन सुप्रियानं केलं. तिनंच चित्रपटसृष्टीतल्या ओळखीच्या मंडळींना फोन करून त्यांचे बाइट्स घेतले. जया बच्चनजी दिल्लीला होत्या, त्यांचाही 'बाइट' मिळाला. अमिताभ बच्चनसाहेब कार्यक्रमाला यावेत, अशी माझी इच्छा असणं साहजिक होतं, पण त्यासाठी त्यांना त्रास द्यावा, असं मला वाटत नव्हतं. त्यामुळे त्यांचाही 'बाइट' घेण्यासाठी मी प्रयत्न करत होतो. पण त्यांच्याशी संपर्क होऊ शकत नव्हता. ते बिझी असल्याचं त्यांच्या सेक्रेटरीनं सांगितलं. अगदी आदल्या दिवशीपर्यंत मी प्रयत्न करत होतो, पण त्यांची वेळ मिळाली नाही, ती नाहीच! माणूस असल्यामुळे स्वाभाविकपणे मी थोडासा नाराज झालो. आमचा अनेक वर्षांचा स्नेह आणि आमचे संबंध लक्षात घेऊन त्यांचा या सोहळ्यात प्रत्यक्ष-अप्रत्यक्ष तरी सहभाग असावा, असं वाटत होतं. ते शक्य होणार नाही, असंच वाटत होतं.

५ सप्टेंबरची संध्याकाळ उजाडली. 'सुवर्ण सचिन' कार्यक्रमासाठी सचिन तेंडुलकर अगदी वेळेत समारंभाच्या ठिकाणी आला. तो सपत्नीक आल्यामुळे त्याचा आनंद जास्त होता. अतिशय घरगुती आणि प्रेमाचा असा सोहळा सुरू होता. सोहळ्याचं निवेदन करणाऱ्या पुष्कर श्रोत्रीनं रात्री पावणेदहा वाजता अचानक जाहीर केलं, ''आता तुमच्यासमोर येत आहेत, चित्रपटसृष्टीचे शहेनशाह अमिताभ बच्चन! ''...आणि खरंच पुढच्याच क्षणाला बच्चनसाहेब विंगेतून स्टेजवर येऊन उभे ठाकले! मी चाट पडलो! अर्थात फक्त माझ्यासाठी आणि प्रेक्षकांसाठीच हा धक्का होता. सुप्रियाचं आणि बच्चनसाहेबांचं आधीच 'साटंलोटं' झालं होतं. त्यामुळे तिला या सगळ्या गोष्टींची कल्पना होती. बच्चनसाहेबांनी मला आणि पुस्तकाला भरभरून आशीर्वाद दिले आणि प्रेक्षागृहात माझ्याशेजारी येऊन बसले. मला हळूच म्हणाले, ''मी बाइट का देत नव्हतो, ते कळलं आता?'' एवढं भरभरून प्रेम करणारी माणसं आसपास असल्यानंतर आणखी काय हवं?

सोहळा छान झाला, पण तो प्रसारित व्हायला मात्र काही कारणांनी उशीर झाला. पुस्तकं बाजारात विक्रीला आली होती, पण हे पुस्तक प्रकाशित झाल्याचं अनेक लोकांना माहीत नव्हतं. २४ नोव्हेंबर, २०१३ला 'झी मराठी'वरून हा सोहळा प्रसारित झाल्यानंतर माझं पुस्तक खऱ्या अर्थानं लोकांपर्यंत पोहोचलं. आणि ३ जानेवारी, २०१४ला सुनील मेहता यांचा मला फोन आला. पुस्तकाची पहिली आवृत्ती संपल्याची आनंदाची बातमी त्यांनी मला सांगितली. अवघ्या सव्वा महिन्याच्या कमी वेळेत पहिली आवृत्ती संपणं, हा माझ्यासाठी आनंदाचा आणि आश्चर्याचा धक्का होता. प्रकाशकांसाठीही हे अनपेक्षित होतं. लोकांचं माझ्यावरचं किती प्रेम आहे, याची मला या निमित्तानं पुन्हा जाणीव झाली. आनंद वाटला. माझ्या आयुष्याचा प्रवास जाणून घेण्यातली त्यांची उत्सुकताही जाणवली. पुस्तकाबद्दल लोकांकडून उत्तम प्रतिक्रिया मिळाल्या. पुस्तकाची भाषा आवडल्याचं अनेकांनी आवर्जून सांगितलं.

'क्लिष्ट शब्दांत मांडलेल्या पुस्तकांपेक्षा तुमचं आत्मकथन जास्त सहज-सोपं, रोजच्या बोलीभाषेतलं आणि अगदी जवळचं वाटलं,' असं अनेकांनी मला कळवलं. आमचा सचिन आमच्याशी गप्पा मारतोय किंवा आमच्या समोर बसूनच आम्हाला त्याच्या आयुष्याची कहाणी सांगतोय, असं वाटल्याचंही काही जणांनी सांगितलं. 'तुमच्या आयुष्यातल्या प्रसंगांमध्ये आम्ही स्वत: उपस्थित असल्यासारखं वाटलं,' अशी प्रतिक्रिया काही वाचकांनी दिली.

हे पुस्तक सोप्या आणि माझ्या नेहमीच्या बोलण्याच्या भाषेत सादर व्हावं, असा माझा आग्रह होताच, पण ते त्याच पद्धतीनं सादर झालं, त्याचं श्रेय पुस्तकाचं शब्दांकन करणारे अभिजित पेंढारकर यांनाही जातं. 'मेहता पब्लिशिंग'नं हे पुस्तक देखण्या स्वरूपात बाजारात आणलं. पुस्तकाची रचना, त्याचा फॉन्ट साइज, त्याचा फील, हे सगळंच आकर्षक होतं. पुस्तकाचा आकार 'आय पॅड'च्या एवढाच असल्यामुळे तरुणांनाही ते हाताळण्यासाठी योग्य वाटलं. 'सचिन पिळगांवकरांचं पुस्तक त्यांच्यासारखंच असावं', असं मेहता सतत म्हणत होते. त्यांनी ते करून दाखवलं! ही माझ्या आयुष्याची कहाणी असली किंवा चाहत्यांचं प्रेम असलं, तरी या सगळ्यांचा हातभार लागल्याशिवाय या पुस्तकाला हे यश मिळालं नसतं, असं मला वाटतं.

काश मेरे शॉक़[१] को मेरी उल्फ़त[२] भाई होती।
तो मैं ख़ुदा होता, सारी मेरीं ख़ुदाई होती।
मानता एहसाँ[३] न मैं दुनिया में किसी का,
गर मेरी लाश मेरे कंधोंने उठाई होती।
(१.शॉक़ : हौस २. उल्फ़त: प्रेम, स्नेह ३. एहसाँ : उपकार)

थोडक्यात या जगाचा निरोप घेतानाही आपल्याला चार माणसांची गरज लागते. मग आयुष्यात एकट्यानं काय साध्य करता येणार आहे? आपले कुटुंबीय, आपल्या जवळची माणसं, आपले मित्र, सहकारी या सगळ्यांच्याच प्रेमाची, मदतीची आपल्याला कायमच गरज असते आणि मला ती मिळाली. या पुस्तकाच्या निमित्तानं माझे चाहते आणि हितिंचतक आणखी वाढलेत. त्या सगळ्यांचेच आभार.

तुमचा,
सचिन पिळगांवकर

आनंद त्रिगुणित

प्रिय मित्रहो,

पुस्तकाची तिसरी आवृत्ती आता बाजारात येतेय, हे समजल्यावर माझा आनंद त्रिगुणित झाला. चित्रपटाचं प्रदर्शन, त्याचे थिएटरवरचे आठवडे, त्याचं कलेक्शन, या गोष्टींचा अनुभव असला, तरी पुस्तक आणि त्याच्या आवृत्त्या यांचा अनुभव पहिल्यांदाच घेतोय. लोकांनी पुस्तकाचं चांगलं स्वागत केलं, त्यांना ते आवडलं, याचं खूपच समाधान वाटलं. लोकांच्या प्रेमाची पावती आत्तापर्यंत फक्त चित्रपटाच्या, टीव्ही शोजच्या यशातून मिळत होती, आता ती पुस्तकाच्या खपाच्या रूपातून मिळतेय, हा एक वेगळा अनुभव.

पुस्तक वाचणाऱ्यांनी त्याचा आनंद घेतला, अनेकांनी पुस्तक आवडल्याचं आवर्जून कळवलं. अर्थात, सगळ्यांनाच ते आवडलं असलं पाहिजे, असा माझा आग्रह नाही. पुस्तकाच्या माध्यमातून अनेक लोकांपर्यंत पोहोचता आलं. आत्तापर्यंत लोकांनी मला फक्त छोट्या, मोठ्या पडद्यावरच बघितलं होतं. या पुस्तकाच्या माध्यमातून माझ्या खाजगी आयुष्यातल्याही छोट्या-मोठ्या गोष्टी लोकांना समजल्या. अनोळखी माणसंसुद्धा माझा हात पकडून, माझ्या डोळ्यांत डोळे घालून बोलायला लागली. एका वेगळ्या सचिनशी त्यांची ओळख झाली.

या पुस्तकाच्या माध्यमातून लोकांचं माझ्यावरचं प्रेम, जिव्हाळा वाढल्याचं मला जाणवलं. लोक आवर्जून भेटून, फोन करून त्यांच्या भावना व्यक्त करू लागले. एका समारंभानंतर मी बाहेर पडत असताना एक मध्यमवयीन बाई माझ्याकडे आल्या. त्यांचं कुटुंबही त्यांच्याबरोबर होतं. माझा हात हातात घेऊन मला म्हणाल्या, ''तुमचं पुस्तक मी पाच-सहा वेळा वाचलं. खूप आवडलं. तुमच्याशी मनसोक्त गप्पा मारण्यासाठी मला एकदा तुम्हाला भेटायचंय.'' हा जिव्हाळा, ही आपुलकी फक्त पुस्तकामुळेच मला मिळू शकली. एक माणूस म्हणून माणसांशी कनेक्ट होता आलं. पुस्तक लिहिण्यामागचा उद्देश तोच होता. म्हणूनच मी पुस्तक लिहिताना काही गोष्टी हातच्या राखून ठेवल्या नाहीत. त्या मोकळेपणानं लिहिताना मला काही चुकीचं वाटलं नाही.

पुणे, मुंबईसारख्या मोठ्या शहरातल्या प्रमुख लायब्ररींमध्ये सर्वाधिक मागणी असलेली आणि वेटिंग लिस्ट असलेली जी दहा पुस्तकं आहेत, त्यात 'हाच माझा मार्ग'चं नाव असतं, हे समजल्यावर त्याचा आनंदच वेगळा असतो.

पुस्तकाच्या या यशाचं सगळं श्रेय मी वाचकांनाच देईन. तिसऱ्या आवृत्तीच्या निमित्तानं आणखी नव्या लोकांशी जोडलं जाता येईल, याचंही समाधान आहेच.

– सचिन पिळगांवकर

चौथ्या आवृत्तीच्या निमित्ताने

'हाच माझा मार्ग' या पुस्तकाची चौथी आवृत्ती आता प्रकाशित होत आहे, ही अत्यंत आनंदाची गोष्ट आहे. वाचकांना हे पुस्तक आवडलं आहे, त्यांचे आशीर्वाद पाठीशी आहेत, याचीच ही पावती आहे. आशीर्वाद हा फक्त मोठ्यांनी लहानांना द्यावा, असं काही नसतं. माझ्या लहानपणापासून मला जसे मोठ्यांचे आशीर्वाद मिळाले, तसेच पुढील काळात माझ्यापेक्षा लहान असलेल्यांनीही मला आशीर्वाद दिले आहेत. माझ्यावर मनापासून प्रेम करणाऱ्या या सर्व वाचकांचा, चाहत्यांचा मी ऋणी आहे.

या पुस्तकाच्या निर्मितीच्या वेळी 'मेहता पब्लिशिंग हाऊस'चे श्री. सुनील मेहता यांचं मोलाचं सहकार्य लाभलं. त्यांच्या देखरेखीखाली पहिल्या तीनही आवृत्त्या प्रकाशित झाल्या. या चौथ्या आवृत्तीच्या वेळी मात्र ते आपल्यात नाहीत. त्यांना मी खूपच मिस करतो. अर्थात, त्यांच्या शुभेच्छा आणि सद्भावना कायमच आपल्यासोबत असतील, याबद्दल मला खात्री आहे. त्यांचे सुपुत्र अखिल मेहता यांच्या देखरेखीखाली ही चौथी आवृत्ती प्रकाशित होते आहे, त्यांनाही मनःपूर्वक शुभेच्छा आणि आशीर्वाद.

ता. क. : २०२४ या वर्षात माझा 'नवरा माझा नवसाचा-२' हा चित्रपट प्रदर्शित होऊन प्रचंड गाजला. हा चित्रपट मी न बनवता गणपतीपुळ्याच्या गणपतीबाप्पानेच माझ्याकडून तयार करून घेतला आहे, अशी माझी नितांत श्रद्धा आहे. चित्रपटाच्या निर्मितीदरम्यान वेळोवेळी मला त्याची प्रचिती आली आहे. या सगळ्या अनुभवांबद्दल एक छोटं पुस्तकही लिहिण्याचा माझा मानस आहे. हा चित्रपट खरंच गणपतीबाप्पानेच माझ्याकडून तयार करून घेतला, मी केवळ निमित्त होतो, हे त्यातून लोकांना कळेल. या चित्रपटाच्या भव्य-दिव्य यशाचं श्रेय हे प्रेक्षकांच्या आधी गणपतीबाप्पालाच जातं.

गणपतीबाप्पा मोरया!

तुमचा,
सचिन पिळगांवकर

प्रिय मित्रहो

स.न.वि.वि.

गेली साठ वर्षं मी सादर केलेलं काम तुम्ही पाहिलंय किंवा ऐकलंय. मी लिहिलेलं काही आज प्रथमच तुम्ही वाचणार आहात. हा माझ्या आयुष्याचा स्क्रीनप्ले आहे, पण ज्याचा लेखक मी नाही, तर परमपिता परमेश्वर आहे. त्यानं लिहिलेले सीन्स मी जसेजसे अनुभवले, तसतसे तुमच्यासमोर मांडण्याचा प्रयत्न केला आहे. परंतु, माझ्यामधल्या एडिटरने काही सीन्स एडिट केले आहेत. त्यामुळे कदाचित याला आत्मचरित्र म्हणता येणार नाही. आपण त्याला आत्मकथन म्हणू शकतो. हे एडिटिंग करण्यामागे निश्चित काही कारणं आहेत.

पहिलं कारण म्हणजे, निष्कारण कुणाला दुखावण्याचा माझा उद्देश नाही. दुसरं म्हणजे, माझ्याशी कधी ना कधी संबंध आलेल्या अनेकांची आयुष्यं सध्या सुरळीत सुरू आहेत. जुन्या जखमांवरच्या खपल्या काढून त्यांच्या आयुष्याची घडी विस्कटण्याची माझी इच्छा नाही. तिसरं महत्त्वाचं म्हणजे, खऱ्याचं खोटं करून लिहिणं, ही माझी प्रवृत्ती नाही.

स्क्रीनप्ले इंटरेस्टिंग व्हावा म्हणून मी काही सीन्स पुढे मागेही केले आहेत. तुम्ही त्याला फ्लॅश बॅकही म्हणू शकता. खरंतर हा संपूर्ण स्क्रीनप्लेच एक फ्लॅश बॅक आहे.

हे अनुभव मांडण्याकरिता समोर बसून मला बोलतं करणारी जी मंडळी आहेत, त्यांत पहिलं नाव मी घेईन, पराग कुलकर्णी यांचं. त्याचबरोबर राहुल ढेकणे. या सर्व अनुभवांची रचना आणि मांडणी ठरविण्याकरिता मंदार जोशी यांनी मला मदत केली त्याबद्दल मी त्यांचाही ऋणी आहे.

माझे मित्र रवींद्र मंकणी यांनी माझी ओळख प्रकाशक सुनील मेहता यांच्याशी करून दिली. त्यांनी अतिशय खुल्या दिलानं हे पुस्तक प्रकाशित करण्याची इच्छा व्यक्त केली. त्यांच्यामुळेच माझा अभिजित पेंढारकर यांच्याशी परिचय झाला आणि त्यांनी या पुस्तकाचं शब्दांकन केलं. त्या सर्वांचे आभार!

वैयक्तिक आणि व्यावसायिक आयुष्यातले माझे सल्लागार असलेले माझे सासरे श्री. अरुण सबनीस, एकेकाळचा माझा साहाय्यक आणि आताचा मित्र अजित भुरे, बालमैत्रीण आणि आता माझी मानलेली बहीण निवेदिता सराफ, या सर्वांचाही मी शतश: आभारी आहे.

आत्तापर्यंत तुम्ही जसं माझ्या चित्रपटांवर, माझ्यावर प्रेम केलंत; मला आपलंसं मानलंत, तसंच याही प्रयत्नाला आपलंसं करावं, अशी नम्र प्रार्थना! तर सुरुवात करू या?

स्टार्ट साउंड...
कॅमेरा...
ॲक्शन...!!

■ *अनुक्रम* ■

सीन १ : माझी नाट्यमय 'एन्ट्री' १
सीन २ : पहिलं दान देवाला ४
सीन ३ : 'राजा'श्रय ११
सीन ४ : चाचाजी की गोद में २१
सीन ५ : 'गुरु'पौर्णिमा २२
सीन ६ : रंगभूमीवरची नांदी २५
सीन ७ : माझी 'टारझन'गिरी २८
सीन ८ : कशासाठी पोटासाठी... २९
सीन ९ : सेन्स ऑफ ह्यूमर ३२
सीन १० : मला 'आपा' मिळाली! ३६
सीन ११ : 'देऽऽव'दर्शन ४१
सीन १२ : 'त्रिप्ती' आणि 'ढेकर'! ४४
सीन १३ : माझा प्रौढ साक्षरता वर्ग ४६
सीन १४ : मलई मारके! ५३
सीन १५ : केल्याने होत आहे रे... ५७
सीन १६ : शोले! ५९
सीन १७ : ...आणि 'गब्बर' मिळाला! ६२
सीन १८ : दर्द-ए-उर्दू ६६
सीन १९ : 'गीत गाता चल' ७१
सीन २० : 'अ‍ॅन अफेअर टू...' ७५
सीन २१ : बच गया साला... ७९
सीन २२ : हरिभाईंनी खूप काही दिलं ८०
सीन २३ : खूबसूरत मोड़ ८७
सीन २४ : टू अँड ओन्ली : रफी-किशोर! ८९
सीन २५ : 'बडे अच्छे लगते हैं...' ९५
सीन २६ : ...तुझा महिमा कसा! ९९
सीन २७ : अँग्री यंग मॅन १०३
सीन २८ : आहे पॉप्युलर तरी...! १०९
सीन २९ : माझं सर्वस्व गेलं ११२
सीन ३० : 'नवरी मिळे नवऱ्याला' ११७
सीन ३१ : नवरी मिळाली नवऱ्याला १२०
सीन ३२ : 'तेरे बिना जिंदगी भी लेकिन...' १२७
सीन ३३ : ...आणि मला कंठ फुटला! १३१
सीन ३४ : 'अशोक'पर्व १३४
सीन ३५ : जंगल में मंगल १४१
सीन ३६ : 'अशी ही बनवाबनवी' १४४
सीन ३७ : काकाजींचा 'आशीर्वाद' १५४
सीन ३८ : किट्टू आयुष्यात आली... १५७
सीन ३९ : आमच्या लाडक्या बाहुलीचा जन्म १६३
सीन ४० : आई गं! १६५
सीन ४१ : माधुरीचा साधेपणा आणि प्रा.लि.जग्गू! १७०
सीन ४२ : करंडा न लाभलेलं 'कुंकू' १७४
सीन ४३ : 'सोनू' स्टार झाला! १७७
सीन ४४ : त्रिप्ती १८०
सीन ४५ : काही गोड, काही कडू! १८४
सीन ४६ : 'तू-तू-मैं-मैं' १८८
सीन ४७ : 'व्हिजन'ला लागली 'टेलि'लेन्स १९३
सीन ४८ : अपने हुए पराए १९९
सीन ४९ : क्रिएटिव्ह गर्ल! २०१
सीन ५० : आमचे दोन सुपुत्र २०८
सीन ५१ : नग आणि नमुने २११
सीन ५२ : जिव्हाळ्याची नाती २१४
सीन ५३ : २८ लाखांचा पेग २१८
सीन ५४ : मोठ्यांचं मोठेपण २२२
सीन ५५ : नवस पूर्ण झाला! २३०
सीन ५६ : २००५: मला सर्वार्थानं नाचवणारं वर्ष! २४०
सीन ५७ : 'सुपर'हिट! २५३
सीन ५८ : बालबाल बच गये २५६
सीन ५९ : नावात काय नाही? २५८
सीन ६० : ये दोस्ती! २६२
सीन ६१ : एकापेक्षा एक २६७
सीन ६२ : नाच गं घुमा २७५
सीन ६३ : माझे जीवनगाणे २७६
सीन ६४ : 'स्टार या रॉकस्टार' २८०
सीन ६५ : 'आयडियाची कल्पना' २८२
सीन ६६ : 'आटा ज्यादा; मेहमान कम' २८५
सीन ६७ : प्रत्येक दिवस आवडीचा २८८
सीन ६८ : एकुलती एक २९३
सीन ६९ : कट्यार... २९६
सीन ७० : स्थळ ३०५
सीन ७१ : 'ट्रोल' धाड ३०८
सीन ७२ : 'रणांगण' आणि अन्य काही ३१०
सीन ७३ : 'सुटली रे सुटली...' ३१३
सीन ७४ : दात दाखवून अवलक्षण ३१५
सीन ७५ : 'नवरा माझा नवसाचा-२' ३१८
सीन ७६ : सवाल जवाब ३२१
सीन ७७ : कृतज्ञ ३३१

सीन
१

माझी नाट्यमय 'एन्ट्री'

'एक पाय नाचव रे गोविंदा, घागरीच्या छंदा,
एक पाय नाचव रे मुरारी, वाजू दे घागरी....'
हे बोल माझ्या कानांवर अजून पडायचे होते, कारण तोपर्यंत माझा जन्म व्हायचा होता.

माझ्या जन्माची कहाणी जाणून घेण्याआधी आपण माझ्या वडिलांपासूनच सुरुवात करू या. माझ्या आयुष्यातला 'बाप'माणूस; शरद पिळगांवकर म्हणजेच माझे पप्पा.

गोव्यातलं डिचोलीच्या शेजारचं पिळगांव हे एक छोटंसं गाव. आम्ही मूळचे पिळगांवचे. आमचं मूळ आडनाव 'राजाध्यक्ष'. पिळगांवचे राहणारे असल्याने आम्ही 'पिळगांवकर' झालो.

माझे आजोबा म्हणजे विनायक पिळगांवकर हे आर्किटेक्ट होते. माझ्या वडिलांच्या आईच्या आईला म्हणजे माझ्या पणजीला आम्ही 'मोठी आई' म्हणायचो. दादर भागातल्या टायकलवाडीत 'गंगा निवास' या इमारतीत एका 'वन रूम-किचन' फ्लॅटमध्ये मोठी आई राहायची. माझे पप्पा हे तीन भावंडांमध्ये सर्वांत धाकटे. सगळ्यात मोठी कुमुदआत्या, तिच्यानंतर विजयकाका आणि सगळ्यात धाकटे माझे पप्पा म्हणजे शरद पिळगांवकर.

पप्पा सहा वर्षांचे असतानाच त्यांच्या वडिलांचं अपघाती निधन झालं. त्यानंतर मोठ्या आईनं आणि तिच्या यजमानांनी (माझे पणजोबा) आपल्या एकुलत्या एक मुलीला म्हणजे माझ्या आजीला आणि तिच्या तीनही मुलांना (कुमुद, विजय, शरद) आपल्या घरी आणलं. तेव्हापासून 'गंगा निवास'मधलं ते घर या सगळ्यांचं निवासस्थान झालं. इथेच ही भावंडं लहानाची मोठी झाली. माझ्या आजीचा धाकटा भाऊ (पप्पांचा मामा) रमेश संझगिरी हा या भावंडांच्या बरोबर त्याच घरात राहायचा. तो आजीपेक्षा वीस वर्षांनी लहान होता. आम्ही त्यांना 'मामाजी' म्हणायचो. माझ्या पणजोबांच्या निधनानंतर मामाजी 'फाइन आर्ट्स' झालेले होते. उच्च शिक्षणासाठी परदेशी गेलेले आमच्या घराण्यातील ते पहिलेच. त्यानंतर 'टाइम्स ऑफ इंडिया'मध्ये 'चीफ आर्ट्स डिरेक्टर'सारख्या उच्च पदावर त्यांनी काम केले. सगळ्या नातेवाइकांमध्ये माझ्या पप्पांचं मामाजींशी सगळ्यात जास्त पटायचं.

माझी आत्या ज्या ठिकाणी नोकरी करायची, त्या 'वेस्टर्न इंडिया ऑटोमोबाइल असोसिएशन (WIAA)' या संस्थेत पप्पांना नोकरी मिळाली. नोकरीसाठी पप्पा रोज लोकल ट्रेननं चर्चगेटला जायचे. त्या वेळी पप्पांबरोबर त्यांचे दोन सहप्रवासी मित्र असायचे; त्यातले एक होते, महेंद्र कपूर. ते दक्षिण मुंबईत नोकरी करायचे. आणि दुसरे होते, वसंत ठाकरे म्हणजेच बाळासाहेब ठाकरे. रोज जाताना या तिघांच्या गप्पागोष्टी चालायच्या.

पहिल्यापासूनच पप्पांना गाणं गाण्याची आवड. कल्याणजी-आनंदजी त्या वेळी ऑर्केस्ट्रा चालवायचे; लक्ष्मीकांत-प्यारेलाल हेही त्या ऑर्केस्ट्रात साथीला असायचे. कुठून-कुठून ओळख काढून माझे पप्पा आनंदजीभाईंना भेटले. गाणं गाण्याच्या हौशीविषयी त्यांना सांगितलं. त्या काळी तलत मेहमूद अतिशय लोकप्रिय होते. पप्पा त्यांची गाणी गायचे. कल्याणजी-आनंदजी यांनी पप्पांना ऑर्केस्ट्रात गायची संधी दिली.

पप्पा हे हरहुन्नरी व्यक्तिमत्त्व होते. गाण्याव्यतिरिक्त पप्पांना क्रिकेटची प्रचंड आवड होती. विजय मांजरेकर हे पप्पांचे जिवलग मित्र. शिवाजी पार्क जिमखाना घरापासून जवळच होता. सुटीच्या दिवशी जिमखान्यावर जाऊन क्रिकेट खेळणं, हा पप्पांचा नित्यक्रम. त्या काळात शिवाजी पार्क जिमखाना संघाने विजय मांजरेकरांना संघातून वगळलं होतं. त्यामुळे त्या वर्तुळातील अनेकांची मनं दुखावली गेली होती. त्याचा निषेध म्हणून पप्पांसह काही खेळाडूंनी विजय मांजरेकरांना कॅप्टन करून एक नवा संघ स्थापन केला. त्याचं नाव 'हॅपी गो लकी!' शिवाजी पार्क जिमखाना संघाविरुद्ध ते खेळले आणि जिंकले!

त्या वेळी क्रिकेट, ऑर्केस्ट्रात गायन आणि पोटासाठी नोकरी, अशी पप्पांची तिहेरी कामगिरी सुरू होती. ऑर्केस्ट्रात त्या वेळी किशोरी आरस नावाची मुलगीही पप्पांबरोबर 'डुएट' गायची. पप्पा तिच्या प्रेमात पडले. त्या काळी मुला-मुलींनी थेट एकमेकांशी बोलण्याएवढं मोकळं वातावरण नव्हतं. पप्पांनी किशोरीशी ओळख करून देण्याची गळ आनंदजीभाईंना घातली. 'किशोरी खूप कडक स्वभावाची मुलगी आहे. तू तिच्या फंदात पडू नकोस,' असं आनंदजीभाईंनी पप्पांना समजावलं. पण, तिच्याशी लग्न करायची इच्छा असल्याचं सांगितल्यावर आनंदजीभाईंचा विश्वास बसला आणि त्यांनी दोघांची ओळख करून दिली. किशोरीशी ओळख झाल्यानंतर पप्पांनी तिला थेट लग्नाची मागणी घातली. किशोरीला कदाचित त्यांचा रोखठोक स्वभाव आणि प्रामाणिकपणा आवडला असावा. तिने पप्पांना तिच्या वडिलांची भेट घ्यायला सांगितलं.

किशोरीचे वडील शांताराम आरस हे मुंबई महापालिकेत डेप्युटी कमिशनर या हुद्द्यावर होते. पप्पा मात्र एक सर्वसामान्य कर्मचारी! शांताराम आरस खरंतर मोठ्या घराण्यात जन्मलेले. अत्यंत हट्टी माणूस. तरुणपणात त्यांनी 'विठा' नावाच्या मुलीचं नाक आवडलं म्हणून घरदारच नव्हे; तर सगळ्या संपत्तीवर पाणी सोडून तिच्याशी लग्न केलं होतं.

मुंबई महापालिकेच्या डेप्युटी कमिशनरच्या मुलीला लग्नाची मागणी घालण्यासाठी पप्पा त्यांना भेटणार होते. अवघ्या १४४ रुपये पगाराच्या (...आणि प्रामाणिकपणाच्या) शिदोरीवर! शांताराम आरस यांनाही क्रिकेटची आवड. शिवाजी पार्क जिमखान्यातच त्या दोघांची पहिली भेट झाली. शरद पिळगांवकर भेटायला येणार, हे किशोरीनं तिच्या वडिलांना आधीच सांगून ठेवलं होतं. 'आपल्या मुलीला मागणी घालणारा कोण हा उपटसुंभ!'

अशा आविर्भावातच ते माझ्या पप्पांना भेटले.

वरपरीक्षेला सुरुवात झाली....

''तू काय करतोस?''

''डब्ल्यूआयएएमध्ये नोकरी!''

''आमच्याकडे एक जागा आहे. येणार कामाला?''

''हो! काही असेल तर नक्की सांगा.''

''साफसफाई करणाऱ्या एका कर्मचाऱ्याची जागा रिकामी होतेय. त्या जागी येणार?'' शांताराम आरस यांनी मुद्दाम खोडी काढली. सगळे हसायला लागले. पप्पांचा तो सरळ-सरळ अपमान होता. पण शरद पिळगांवकर ही काय चीज आहे, हे अजून शांतारामबुवांना कळायचं होतं.

पप्पा ताबडतोब म्हणाले, ''का? तुम्ही नोकरी सोडताय वाटतं?''

शांताराम आरस प्रचंड संतापले आणि तिथून निघून गेले. घरी गेल्यावर त्यांनी किशोरीला झाडझाड झाडलं. तिनं पप्पांना काय घडलं, ते विचारलं. पप्पांनी जे काही घडलं; ते स्पष्टपणे सांगितलं. मग किशोरी तिच्या वडिलांवरच रागावली. कारण तोपर्यंत ती माझ्या पप्पांच्या प्रेमात पडली होती. तिनं त्यांना बजावलं, ''तुम्ही त्याचा असा अपमान करणार असाल, तर आम्ही तुम्हाला न विचारता लग्न करून मोकळे होऊ.''

पप्पांनी घरी लग्नाचा विषय काढला, तेव्हा पगार वाढेपर्यंत तो विचार एक वर्ष पुढे ढकलावा, असं कुटुंबीयांचं मत पडलं. तो १९५५चा काळ होता. त्या काळी एखाद्या मुलीशी लग्न ठरवून एक वर्ष थांबणं, आरस परिवाराला मान्य नव्हतं. शांताराम आरस यांनी पप्पांना तसं सांगितल्यावर पप्पांनी १९५५ सालीच किशोरीशी रजिस्टर पद्धतीनं लग्न केलं. अर्थात, पिळगांवकर कुटुंबीयांना न कळवता. शांताराम आरस यांचं समाधान झालं. लग्न झालेलं हे जोडपं तब्बल एक वर्ष वेगवेगळं राहिलं. त्यानंतर ठरल्याप्रमाणे १९५६ साली पप्पांचं किशोरीशी रीतसर वैदिक पद्धतीनं लग्न झालं. किशोरी आरसचं नाव बदलून ती सौ. सुनीला पिळगांवकर झाली आणि पप्पांच्या घरी नांदायला आली. पप्पांच्या आधी आत्या आणि मामाजींचंही लग्न झालं होतं. लग्नानंतर पहिल्याच वर्षी माझ्या आईला दिवस गेले. त्याच वेळेला माझी आत्याही गरोदर होती. मामाजींच्या बायकोलाही मूल होणार होतं.

पप्पांच्या पगारात वाढ होऊन तो १६० रुपयांपर्यंत गेला असावा. एवढ्याशा पगारात मुलाचा वाढीव खर्च झेपणार नाही, त्यामुळे हे मूल होऊ देऊ नये, असं विशेषत: माझ्या आत्याचं म्हणणं होतं. तिनं ते मोठी आई आणि आजीच्या गळी उतरवलं. माझ्या आईला हा निर्णय सांगण्यात आला. आई आणि पप्पा अक्षरश: हादरून गेले होते. पण त्यांच्यापुढे दुसरा पर्याय नव्हता. त्या वेळी माझ्या एका आजीनं (आईची आई) दुसऱ्या आजीला (वडिलांची आई) समजावलं – 'पहिलं मूल आहे, ते होऊ द्या. बघू या तरी, नशिबात काय आहे ते!' आजीला ते मनापासून पटलं असावं. ती माझ्या आईच्या पाठीशी खंबीरपणे उभी राहिली आणि सगळ्यांची मनं तिनं वळवली. अशा प्रकारे नाट्यमयपद्धतीनं १७ ऑगस्ट, १९५७ रोजी कृष्ण जन्माष्टमीच्या दिवशी मी या जगात आलो!

उत्कंठावर्धक आणि नाट्यमय पटकथा लिहिण्याची प्रेरणा मला अभिमन्यूसारखी पोटातच मिळाली असावी!

■

सीन
२

पहिलं दान देवाला

आई सांगते की, माझ्या जन्माची बातमी कळल्यानंतर पप्पा मला बघायला हॉस्पिटलकडे टॅक्सीने निघाले, तेव्हा त्यांना अर्ध्या तासाचं अंतर कापायला दोन तास लागले होते. जन्माष्टमी असल्यामुळे रस्त्यावर सगळे 'गोविंदा आला रेऽऽ आलाऽऽ' म्हणत बेभान होऊन नाचत-गात होते. पप्पांना वाटलं की, जणू माझ्या जन्माचा आनंदच साजरा केला जातोय. नशीब माझं, पप्पांनी माझं नाव 'गोविंदा' नाही ठेवलं ते!

अर्थात, माझ्यासाठी 'सचिन' हेच नाव पप्पांच्या डोक्यात होतं. कारण ते सचिन देव बर्मन यांचे मोठे चाहते होते. 'सचिन' हे मूळ नाव बंगाली. महाराष्ट्राचा मी बहुधा पहिलाच 'सचिन'! माझ्या मामानं माझं नाव 'शिरीष' ठेवलं. आजोबांचं (पपांचे वडील) नाव 'विनायक' असल्यामुळे आजी आणि आत्यानं माझ्यासाठी ते नाव ठेवलं. 'शिरीष' हे नाव पाळण्यात राहिलं, 'विनायक' हे नाव पत्रिकेत राहिलं आणि 'सचिन' हेच नाव सगळ्यांच्या तोंडी रुळलं!

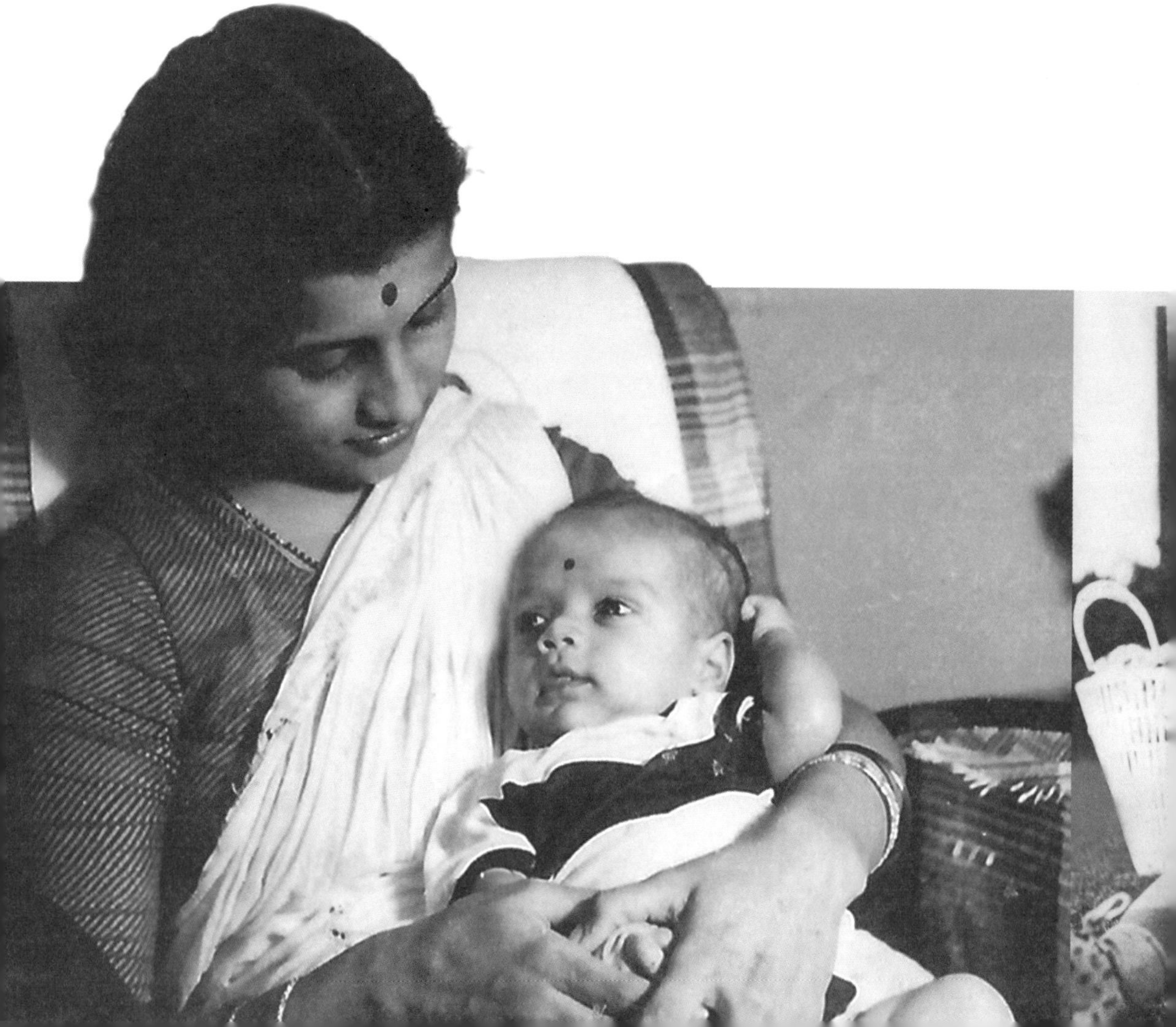

माझं बारसं झालं, ते माझ्या आईच्या मामांच्या घरी. त्यांना सगळे ‘दादामामा’ म्हणत. दादामामा हे सद्‌गुरू वामनराव पै (अप्पामामा) यांचे मोठे भाऊ. माझं आजोळ आंग्रेवाडीत. माझ्या बारशाच्या वेळी घरी गणपती होते, त्यामुळे माझं बारसं दादामामांच्या घरी करायचं ठरलं. आई मला घेऊन त्यांच्याकडे गेली आणि बारसं झालं. त्यानंतर काही दिवस आई दादामामांकडेच राहिली होती. तिथे मी रात्रभर रडत असे. रात्रीच्या जागरणांमुळे आई थकून गेली होती. माझं रडणं थांबेचना. त्या वेळी माझ्या आजीनं आईला सांगितलं, ‘त्याला स्वत:च्या घरी जायचंय. तू त्याला ‘गंगा निवास’मध्ये घेऊन जा!’ आई मला ‘गंगा निवास’मध्ये घेऊन आली आणि आश्चर्य म्हणजे, माझं ते रडणं थांबलं.

आईच्या म्हणण्यानुसार, त्यानंतर लहानपणी मी कधीही अकांडतांडव केलं नाही, मुलं जसं करतात; तसं अति रडलो किंवा अति हसलो नाही. माझ्या सगळ्या भावना संयमित असत. मुलांबरोबर खेळायला गेल्यानंतर स्वत: बॅटिंग, बोलिंग मागून घेणं, त्यासाठी हट्ट-भांडणं करणं, यातलं काहीही मी केलं नाही. मी शांत असायचो. त्यामुळे काळजीपोटी आईनं मला लहानपणी बाहेर खेळायलाही कमी वेळा पाठवलं. पप्पा त्यासाठी आईला रागवायचेदेखील. ‘तू त्याला घरकोंबडा करून ठेवणार,’ असं ते म्हणायचे.

आता मी जेव्हा त्या गोष्टींचा विचार करतो, तेव्हा वाटतं की, लहानपणापासूनच मी ‘होम लव्हर’ आहे. मी कितीही कामात असलो, तरी घराची ओढ कायम असते. घरी राहायला, कुटुंबीयांबरोबर वेळ घालवायला मला आवडतं. कुटुंबीयांना आनंदी ठेवण्यात, त्यांच्याशी ‘शेअरिंग’ करण्यात मजा येते.

माझ्या जन्माच्या सात महिने आधी म्हणजे १४ जानेवारीला आत्याचा मुलगा जन्माला आला होता. त्याचं नाव, बिपीन वर्टी. माझ्या मामाजींनाही माझ्या जन्माच्याच दिवशी मुलगा झाला. माझा जन्म पहाटेचा, तर तो सकाळी दहाच्या दरम्यान जन्माला आला. हा माझ्या पप्पांचा मामेभाऊ म्हणजे माझा काका, शैलेश संझगिरी माझ्यापेक्षा चार तासांनी लहान. माझ्या आयुष्यातल्या या दोन महत्त्वाच्या व्यक्तींचा आणि माझा जन्म एकाच वर्षी झाला. आम्ही एकाच वयाचे असल्यानं दंगामस्ती, प्रेम, मारामाऱ्या सगळं एकत्र केलं. आमच्यात बिपीन हा प्रचंड

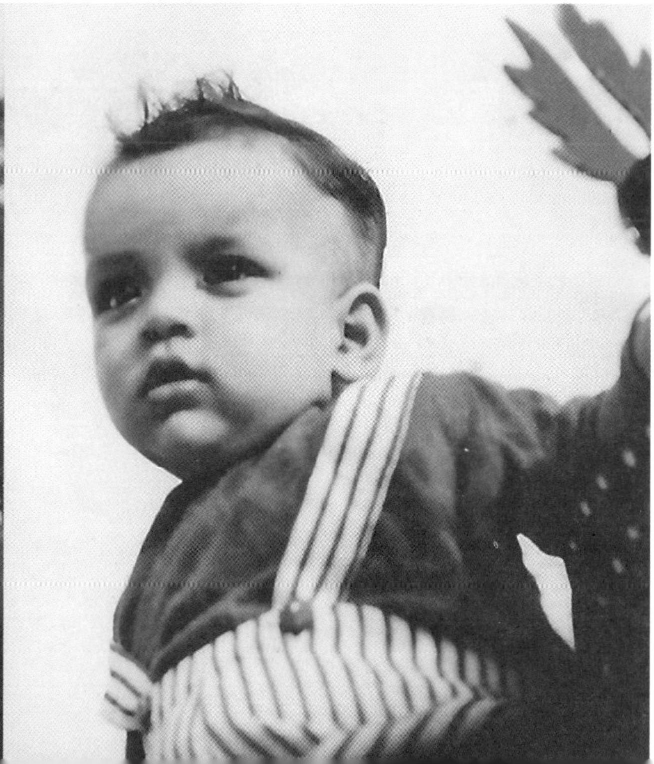

मस्तीखोर आणि दांडगट. कुठे नाक फोडून घे, कुठे हात मोडून घे, असं त्याचं सतत चालू असायचं. कुणाचा विश्वास बसणार नाही, पण मी लहानपणी स्वभावाने अतिशय गरीब होतो. आईची इच्छा असायची की, माझ्या खोड्यांबद्दल कुणीतरी तिच्याकडे तक्रार घेऊन यावं; पण ते 'भाग्य' तिला कधीच लाभलं नाही. एका मारामारीत शैलूचं नख माझ्या नाकाला जोरात लागलं होतं. मोठी जखम झाली होती. मेकअप करत असताना तो व्रण पाहून मला अजूनही हसू येतं. शैलूला कॉम्प्लिमेंट्स म्हणून मी 'नालायक' असं मनातल्या मनात म्हणतो.

असं म्हणतात, की मी लहानपणी खूप गोंडस दिसायचो, त्यामुळे माझे भरपूर लाड व्हायचे. सगळे जण मला फिरवायला न्यायचे. आजीनं माझे भरपूर लाड केले; पण मोठ्या आईचा मात्र शैलू जास्त लाडका होता. आईनं तर मला डोक्यावरच बसवून ठेवलं होतं. पहिल्या दोन वर्षांपर्यंत ती मला दररोज एक नवीन ड्रेस शिवायची. तिची ही हौस बघून आजीनं तिला शिलाई मशीन आणून दिलं होतं.

मी एक वर्षाचा झाल्यावर आई मला शिवाजी पार्कमध्ये बाबागाडीतून फिरायला घेऊन जायची. तिनं मला बाबागाडीत सरळ बसवलं, तरीही मी दांडीला धरून आईच्या दिशेने तोंड करून उभा राहायचो. आईकडे बघत राहायचो. मी सात वर्षांचा झाल्यावर आई बाबागाडीतली ही गंमत कुणालातरी सांगत होती. ते ऐकून मी आईला म्हटलं, ''आई, अगं मला वाटायचं की, तू मला सोडून जाशील. म्हणून मी उलटा उभा राहून तुझ्याकडे पाहत बसायचो.''

आई म्हणाली, ''तुला काय ठाऊक? तू तर त्या वेळी जेमतेम वर्षाचा होतास.''

मी म्हटलं, ''अगं मला अजूनही सगळं स्पष्ट आठवतंय.''

मला जन्मत:च अफाट स्मरणशक्ती असावी. अक्षरश: अजूनही मला तो प्रसंग आणि बाबागाडीच्या वेळचा आईचा चेहरा आठवतो. (अर्थात, या 'अतीव स्मरणशक्ती'मुळे कटू गोष्टीही विसरायच्या म्हटल्या, तरी विसरल्या जात नाहीत आणि त्याचा त्रास होत राहतो, हा सर्वांत मोठा तोटा. ज्यांची स्मरणशक्ती चांगली नसते, असे लोक फार सुखी असतात. कारण अनेक गोष्टी त्यांच्या लक्षातच राहत नाहीत. 'मेरा जमीर साफ है।' म्हणणाऱ्यांच्या स्मरणशक्तीविषयीच मला शंका असते. कारण त्यांना अनेक कटू गोष्टी लक्षातच नसतात, तर त्यांचं मन स्वच्छ नसायला काय जातंय? आणि आमच्यासारख्या लोकांची गोची ही होते की, 'We can forgive, but can't forget'.)

पप्पांना नाटकांची खूप आवड होती. मला मांडीवर बसवून, वर्तमानपत्रांमधल्या दुसऱ्या पानावरच्या मनोरंजनाच्या जाहिराती ते वाचायचे, ते मला अजूनही आठवतं. त्यात 'सुवर्णतुला' आणि 'मंदारमाला' या नाटकांच्या जाहिराती प्रामुख्याने असायच्या. त्या दोन्ही वाचून मला असं वाटायचं की, या नाटकांचा परस्पर काहीतरी संबंध आहे आणि हा काहीतरी 'देवाणघेवाणी'चा मामला आहे – 'सुवर्ण 'तुला' आणि मंदार 'मला'!' अर्थात, नंतर माझा हा गैरसमज दूर झाला. संगीत नाटकांची मला आवड होती. 'सौभद्र', 'प्रीतिसंगम', 'कट्यार काळजात घुसली' अशी अनेक संगीत नाटकं मी त्या काळात बघितल्याचं आठवतं. संगीत नाटकातले कलाकार नाट्यपदं गाताना ती पुढे येऊन का गातात, हे मला बराच काळ पडलेलं कोडं होतं. त्याचा उलगडा मोठेपणी झाला. त्याकाळी माइक समोरच्या बाजूला टांगलेले असत आणि साथ करणारे वादकही समोरच्या पिटात बसलेले असत. वादकांच्या सुरात सूर मिसळणं, त्या गायक कलाकारासाठी जास्त महत्त्वाचं असे.

आयुष्यात अनेकदा असे योगायोग घडतात की, त्यातून आपल्या जगण्याला वेगळीच कलाटणी मिळते. माझ्या जन्माच्या वेळी तसा एक अनुभव आलाच होता. माझ्या पहिल्या चित्रपटाच्या बाबतीतही असंच काहीसं घडलं.

माझी पणजी, आजी, काका, आई, वडील आणि मी, अशा सहा जणांसाठी 'गंगा निवास'मधला आमचा फ्लॅट तसा लहानच होता. त्याच काळात माझ्या आत्याचे यजमान मधुकर वर्टी यांच्या नोकरीत काहीतरी अडचण आली. त्यांना काही काळासाठी निलंबित करण्यात आलं होतं. आमदार निवासात ते नोकरीला होते आणि तिथेच त्यांची राहण्याची व्यवस्था होती. नोकरी गेल्याने त्यांच्या राहण्याचा प्रश्न निर्माण झाला. त्यांच्याकडे दुसरा पर्याय नव्हता. आत्या, भावजी आणि माझा आत्तेभाऊ बिपीन आता 'गंगा निवास'मधील आमच्या त्या घरी राहायला येणार होते. आमचा तो फ्लॅट 'वन रूम-किचन'च्या मानाने मोठा, म्हणजे ५५० चौ. फूट असला, तरी एवढ्या माणसांना नक्कीच पुरणार नव्हता. मुलगी आणि जावई यांना आसरा देणं आवश्यक होतं. त्यामुळे माझ्या पप्पांना त्यांच्या कुटुंबीयांची राहण्याची दुसरी तात्पुरती सोय बघण्यास सांगण्यात आलं. मग पप्पा, आई आणि मी काही काळासाठी रानडे रोडवरच्या 'राम निवास' लॉजमध्ये राहायला गेलो. त्या लॉजमध्ये चित्रपट क्षेत्रातील अनेक मंडळी राहायला होती. रमेश देव (रमेशकाका) यांच्याशी माझी पहिली भेट तिथेच झाली. तेव्हा मी साडेतीन वर्षांचा होतो. त्या काळातले स्टार सूर्यकांत (मांडरे) हेसुद्धा मुंबईत असताना तिथेच राहायला असायचे. अतिशय देखणे नट आणि माणूस म्हणूनही ग्रेट. पप्पांचा या क्षेत्रातील मंडळींशी तिथेच सर्वप्रथम परिचय झाला.

या लॉजवरच सूर्यकांतकाकांनी एके दिवशी मला पाहिलं. 'हा मुलगा कोण, कुठला? स्मार्ट वाटतोय. चित्रपटांत काम करेल का?' अशी चौकशी त्यांनी केली. मग त्यांनी पप्पांना माझे फोटो काढून घ्यायला सांगितलं. मी दोन वर्षांचा असल्यापासून (आणि अजूनही) शम्मी कपूर यांचा प्रचंड मोठा चाहता. त्यांच्या 'याऽऽहू... चाहे कोई मुझे जंगली कहे...'नं मला वेड लावलं होतं. मी त्या गाण्यावर नाचायचो. आई माझ्यासाठी तसे कपडेही शिवायची. नाचायचं मला अतिशय वेड. कोणासमोर नाचून दाखवायचं असेल, तर 'सचिन, ना...' असं म्हणून 'च' म्हणायच्या आधीच मी नाचणं सुरू केलेलं असायचं.

सूर्यकांतकाकांच्या सूचनेवरून पप्पांनी माझे फोटो काढून घ्यायचं ठरवलं. मग आमच्याकडे एक फोटोग्राफर आला. त्यानं माझे भरपूर फोटो काढले. कधी स्टुलावर बसून, कधी उभं राहून, असे आठ-दहा फोटो झाल्यावर मी त्या फोटोग्राफरला म्हटलं, ''काका, तुम्ही माझे असे फोटो का काढताय? चांगले नाही येणार. ते फोटो काढल्यासारखे फोटो येतील.''

तो माझ्याकडे बघतच राहिला.

''मग कसे फोटो काढायचेत तुला?''

''मी सांगतो, तसे काढा.''

मग मी त्याला त्या वयात जे सुचत होतं, ते सांगितलं. आणि काही सूचनाही दिल्या.

''काका, फ्लॅश वापरू नका. फ्लॅश डोळ्यांवर उडाल्यानंतर डोळे असे-असे होतात.'' मी त्याला डोळ्यांची उघडझाप करून दाखवली.

''मग लाइटचं काय?''

''मी हा डावीकडचा दरवाजा उघडतो, म्हणजे बाहेरचा उजेड आत येईल. मी खाली बसून त्या उजेडाकडे बघून हसतो. त्या वेळी तुम्ही क्लिक करा.'' आता मला कळतंय की, ते खऱ्या अर्थानं माझं पहिलं 'दिग्दर्शन!' त्या अँगलने त्याने काढलेला फोटो अजूनही माझ्या संग्रहात आहे. पप्पाही त्या वेळी तिथे होते. ते माझ्याकडे बघून फक्त हसले.

अशा प्रकारे माझं पहिलं 'फोटोसेशन' (आणि दिग्दर्शनही!) झाल्यानंतर ते फोटो वडिलांनी काही निर्मात्यांकडे पाठवून दिले. त्यानंतर कोल्हापूरच्या एका कंपनीच्या 'सूनबाई' या चित्रपटामधील भूमिकेसाठी माझी निवड झाली. शाहू मोडक हे हिरो आणि उषा किरण या हिरॉइन. तर माधवराव शिंदे हे दिग्दर्शक!

१९६१ सालची ही गोष्ट. कोल्हापूरच्या जयप्रभा स्टुडिओमध्ये शूटिंग होणार होतं. पप्पा मला तिकडे घेऊन गेले. ते दृश्य अजूनही माझ्या डोळ्यांसमोर आहे. शूटिंगसाठी मला नाइट ड्रेस घालण्यात आला. मला कळेना की, एवढ्या सकाळी मला नाइट ड्रेस का घालताहेत? चित्रपटांबाबतच्या माझ्या मनातल्या प्रश्नावलींची ती सुरुवात होती. या माझ्या कुतूहलाचा आणि अजाणतेपणातून आलेल्या अज्ञानाचा शेवट वेगळ्या प्रकारे होणार होता.

चार वाजेपर्यंत मला बाहेरच बसवून ठेवण्यात आलं होतं. मी पार कंटाळून गेलो होतो. अखेर मला आत बोलावण्यात आलं. सेटवर गेल्यानंतर एका वेगळ्याच दुनियेत प्रवेश केल्यासारखं मला वाटायला लागलं. सगळीकडे अंधार... त्यात मोठमोठे लाइट्स लावलेले... एका बाजूला खोलीचा अर्धवट भाग तयार केलेला... गाडीवर काहीतरी ढकलाढकली सुरू आहे... काही लोक ते लाइट्स उचलून ठेवताहेत, फिरवताहेत, लावताहेत, विझवताहेत... माझ्यासाठी ही अक्षरश: 'अलिबाबाची गुहा' होती. जिकडे बघेन तिकडे चमत्कारच चमत्कार दिसत होते. मी बावरून गेलो. मनातल्या मनात म्हणालो – 'तिळा तिळा दार उघड!'

''हां, तो मुलगा आला का रे? चला, आणा त्याला इकडे!'' दिग्दर्शकांनी रांगड्या कोल्हापुरी शैलीत सूचना केली.

''चल रे, इकडे उभा राहा. आता हे बघ, मी किनई 'ॲक्शन' म्हणून ओरडलो की, तिकडे ते उभारलेत ना, त्यांना 'पप्पा' अशी हाक मारून त्यांच्याकडे धावत जायचं. मग ते तुला उचलून घेतील. कळलं?'' असं त्यांनी बजावलं. मला हे कळेना की, माझे पप्पा शेजारीच उभे असताना, ज्या माणसाला मी ओळखत नाही, कधी बघितलेलं नाही, त्याला मी 'पप्पा' कसं आणि का म्हणायचं? माझ्या डोक्यात अचानक अनेक प्रश्नांची चक्रं सुरू झाली. मी थोडासा बावरलो. पण त्यांना काही सांगितलं नाही.

''चल रे, 'रिहर्सल' करू या. ॲक्शन!!'' ते ओरडले.

मी पळालोच नाही. केविलवाण्या चेहऱ्यानं पप्पांकडे बघितलं. माझ्या मनातला गोंधळ पप्पांना समजला असावा. ते म्हणाले, ''ते सांगताहेत तसं कर.''

''ए, तिकडे काय बघतो? मी सांगतो ते कर. ॲक्शन!'' पुन्हा माझ्या दिशेनं दिग्दर्शकांची सूचना आली. मी नाइलाजानं पळत गेलो, पण त्यांनी (शाहूकाकांनी) मला उचललं, तेव्हा मला खूप अवघडल्यासारखं झालं आणि मी भोकाड पसरलं.

''अरे कशाला रडतोय हा? ए, त्याचे डोळे पुसा चला. पुन्हा करू या. आवरा लवकर...!!'' सेटवर आरडाओरडा सुरू झाला.

शाहूकाकांना माझी दया आली असावी.

''अहो, लहान मूल आहे ते. तुम्ही असं उभं करून सांगितल्यावर लगेच करेल का? त्याच्याशी मैत्री करायला हवी. थोडं त्याच्या कलानं घ्यायला हवं.'' त्यांनी मध्यस्थी केली. मग त्यांनी सेटवर सूचना केली, ''तुम्ही थोडा वेळ दुसरं काहीतरी काम उरकून घ्या, मी त्याला खेळवतो. त्याच्याशी मैत्री करतो. हा शॉट आपण नंतर घेऊ.''

माझं रडणं काही थांबत नव्हतं. पंधरा-वीस मिनिटांनंतर, माझ्या रडण्याचा बहर ओसरल्यानंतर ते माझ्याशी खेळायला आले.

जयप्रभा स्टुडिओच्या बाहेर एक मोठं अंगण आहे. तिथे एक मारुतीचं देऊळ आहे. त्याच्या आवतीभोवती आम्ही खेळायला लागलो. पकडापकडी खेळलो, बरेच खेळ खेळलो. जवळपास दोन तास ते माझ्याशी खेळत होते. त्यांनी पांढरा कुर्ता-पायजमा घातला होता. खोटी मिशी चिकटवली होती. त्यांचं ते रूप अजूनही माझ्या डोळ्यांसमोर येतं. त्या वेळी शाहू मोडक हे फार नावाजलेले कलाकार होते. तरीही त्यांच्या लोकप्रियतेची सगळी झूल उतरवून ते माझ्या वयाचे होऊन माझ्याशी खेळत होते. बराच वेळ खेळल्यानंतर आम्ही पुन्हा सेटवर गेलो.

''चला, आता शूट करू या.'' त्यांनी सूचना केली. ''करशील ना तू?'' त्यांनी मला विचारलं. मी मान डोलवली; पण आत गेल्यानंतर पुन्हा ती भीती, ते दडपण माझ्या मनावर आलं. पुन्हा डोक्यात ते चक्र सुरू झालं. मी बावरलो आणि 'ॲक्शन' म्हटल्यावर पुन्हा भोकाड पसरलं.

''अरे कुठल्या मुलाला घेऊन आलाय तुम्ही? घेऊन जा याला परत. पिक्चरबिक्चरमध्ये काम करण्यासाठी हा काही कामाचा नाहीये. आपण दुसऱ्या कुठल्यातरी मुलाला घेऊन शूटिंग करू.''

...सगळ्यांचं माझ्याबद्दल एकमत झालं.

चित्रपटसृष्टीतल्या पदार्पणातच मी नापास झालो होतो. पहिल्याच पावलाला ठेच लागली होती. 'रिजेक्टेड' असा शिक्का माथ्यावर घेऊन मी पप्पांसह मुंबईला परत आलो. त्यानंतर दुसऱ्या कुठल्यातरी मुलाची (बहुधा डेझी इराणी) तिथे वर्णी लागली आणि तो चित्रपट पूर्ण झाला. पप्पानांही खूप वाईट वाटलं. मलाही वाईट वाटलं. ''लहान आहे तो. त्याला जमत नसेल, तर कशाला हा आटापिटा?'' अशी आईची स्वाभाविक प्रतिक्रिया होती. मी खूप शिकावं, अशी आईची इच्छा असल्यामुळे चित्रपटसृष्टी माझ्यासाठी नाही, असं मला वाटू लागलं.

■

सीन ३

‘राजा’श्रय

बालसुलभ दंगामस्ती फार केली नसली, तरी माझ्या बालसुलभ हट्टांनी मात्र आई-पप्पा कधीकधी जेरीला यायचे.

‘राम निवास’मध्ये राहत असतानाची गोष्ट. एकदा ‘आज चांदणे उन्हात हसले तुझ्यामुळे…’ हे गाणं रेडिओवर लागलं होतं. त्या गाण्यात ‘तुझ्यामुळे’ हा शब्द एवढ्या वेळा आहे की, तो ऐकून मला एकाएकी ‘मुळा’ खायची हुक्की आली. मी त्यासाठी एवढा हट्ट केला की, पप्पांना बिरबलाच्या ‘बालहट्टा’चीच आठवण झाली असेल. पप्पांना कळेना की, मला अचानक मुळा का खावासा वाटतोय? आईनं त्यांना सांगितलं की, ‘तुझ्यामुळे’ हे गाणं त्याला कारणीभूत आहे. पप्पांनी नाइलाजानं बाहेर जाऊन मुळा आणला, आईनं मला कापून दिला, तेव्हा कुठे मी गप्प बसलो!

लग्न झाल्यानंतर पहिली काही वर्षं आई, पप्पांना ‘ए शरद’ असंच म्हणायची. मी बोलायला लागल्यावर मीसुद्धा त्यांना तसंच म्हणू लागलो. तेव्हापासून आईनं त्यांना ‘अहो-जाहो’ करायला सुरुवात केली.

लहान मुलांना घरातली आणि शेजारची माणसंही प्रेमानं आणि लाडानं ‘अरे चोरा,’ ‘अरे गुलामा,’ ‘अरे लबाडा,’ असं म्हणतात. मलाही असं म्हटलं जायचं; त्याचा मला प्रचंड राग यायचा. मी काहीच केलेलं नसताना मला चोर, लबाड का म्हटलं जातं, हे मला कळत नव्हतं.

आत्या आणि भावोजींना राहायला नवीन घर मिळाल्यानंतर आम्ही ‘राम निवास’मधून पुन्हा टायकलवाडीतल्या ‘गंगा निवास’मध्ये मुक्काम हलवला. माझ्या पप्पांचे मित्र धोटेकाका यांचं शिवाजी पार्कला एक घर होतं. त्या घरात सुधीर फडके उर्फ बाबूजी भाड्याने राहत होते. धोटेकाका लांब राहत असल्याने बाबूजींकडून महिन्याचं भाडं घेण्याची जबाबदारी त्यांनी पप्पांवर सोपवली होती. भाडं घेण्याच्या निमित्तानं पप्पांचा बाबूजींशी परिचय झाला होता. एके दिवशी पप्पा भाडं घ्यायला गेले असताना त्यांना या घराच्या बाहेर पालकांची भलीमोठी रांग दिसली. सगळे पालक सोबत त्यांच्या छोट्या मुलांना घेऊन आले होते. वर गेल्यावर पप्पांना कळलं की, हे सगळे बाबूजींच्याच घरी आलेत. बाबूजींना विचारल्यावर त्यांनी सांगितलं की, ते एका मराठी चित्रपटाची निर्मिती करत आहेत. राजाभाऊ परांजपे त्या चित्रपटाचे दिग्दर्शक आहेत आणि त्यासाठी एका लहान मुलाची गरज आहे. त्यासाठीच मुलांची निवड सुरू आहे. (‘ऑडिशन’ हा शब्द त्या वेळी प्रचलित नव्हता.)

पप्पा हसले.

बाबूजींनी विचारलं, ‘‘का हसताय?’’

‘‘माझा मुलगाही साडेचार वर्षांचा आहे. त्याला आणू का?’’ पप्पांची हौस दांडगी होती.

‘‘घेऊन या,’’ बाबूजी म्हणाले. ‘‘राजाभाऊ पण मुंबईत आलेच आहेत. आत्तापर्यंत दोनशे मुलं बघून झाली आहेत. तुमच्या मुलालाही आणा. बघू या.’’

खरं म्हणजे राजाभाऊंच्या चित्रपटाच्या शूटिंगमध्ये मी अगदी लहान असताना सहभागी झालो होतो. तेसुद्धा त्यांनी किंवा मी, दोघांनीही आधी न ठरवता! त्यालासुद्धा कारणीभूत धोटेकाकाच होते!

मी एक वर्षापेक्षा लहान होतो, तेव्हा धोटेकाकांच्या गाडीतून त्यांच्या कुटुंबाबरोबर आम्ही सगळे कुठेतरी फिरायला गेलो होतो. ज्या पर्यटनस्थळी गेले होतो, तिथे राजाभाऊ परांजपे यांच्या 'जगाच्या पाठीवर' चित्रपटाचं शूटिंग सुरू होतं. धोटेकाकांची लांबलचक काळी 'ऑस्टिन' गाडी होती. राजाभाऊंना ती गाडी आवडली. त्यांना चित्रपटासाठी अशाच गाडीचा शॉट हवा होता. साक्षात राजाभाऊ परांजपेंनी विचारणा केल्यावर त्यांना नाही म्हणण्याचा प्रश्नच नव्हता. धोटेकाकांनी होकार दिला आणि आमच्या गाडीचा एक शॉट घेण्यात आला. त्या गाडीत मीसुद्धा होतो, पण आईच्या मांडीवर. अर्थात, हा किस्सा मला आईनं नंतर सांगितला. 'जगाच्या पाठीवर'मध्ये ते दृश्य अजूनही आहे.

...आणि आता राजाभाऊंच्या चित्रपटात काम करण्यासाठी त्यांना भेटण्याचा योग येणार होता. पप्पा उत्साहाने घरी आले. त्यांनी तसं आईला सांगितलं.

''अजिबात न्यायचं नाही. गेल्या वेळचा अनुभव विसरलात वाटतं?'' आईनं ठणकावलं. पप्पांनाही ते पटलं असावं. मग ते गप्प बसले. पण मला हे कळल्यावर स्वस्थ बसवेना. मी पप्पांकडे गेलो आणि म्हटलं, ''आपण जाऊ या. या वेळी मी बरोबर काम करेन.''

कोल्हापूरच्या शूटिंगच्या पहिल्या अनुभवाला एव्हाना वर्ष होऊन गेलं होतं. माझी भीड थोडीशी चेपली होती. आता हातात आलेली नवी संधी मला सोडायची नव्हती. मग आईने फारसा विरोध केला नाही. दुसऱ्या दिवशी सकाळी आम्ही बाबूजींच्या दारात जाऊन ठेपलो. रांगेत उभं न राहता, मला थेट एन्ट्री मिळाली. बाबूजींनी मला निरखून पाहिलं.

''काय नाव बाळ तुझं?''

''सचिन शरद पिळगांवकर!''

''काय करतोस तू?''

''मी नाचतो!!''

''बरं. मग मला नाच करून दाखव.'' बाबूजी म्हणाले.

''माझ्याकडे 'रेकॉर्ड' आहे. तुमच्याकडे 'रेकॉर्ड प्लेअर' आहे का?'' मी बाबूजींना विचारलं. पप्पांनी माझ्यावर डोळे वटारले.

ज्या काळात 'रेकॉर्ड'चा समानार्थी शब्द 'सुधीर फडके' असा होता, त्या काळात मी हा प्रश्न त्यांना विचारत होतो. पण ते कोण आहेत, हे कळण्याचं माझं वय नव्हतं. मग मी रेकॉर्ड दिली. बाबूजींनी ती लावली. 'याऽऽहू' सुरू झाल्यावर माझा नाचही सुरू झाला. त्यांना गंमत वाटली. राजाभाऊ तोपर्यंत आले नव्हते.

''राजाभाऊ येताहेत. आपण त्यांच्याशी तुमची भेट करून देऊ. त्यांनी एक मुलगा निवडलाय, पण तो साडेसहा-सात वर्षांचा आहे. आम्हाला खरंतर कमी वयाचा हवा होता, पण तो मिळत नव्हता, त्यामुळे त्यांनी हा 'सिलेक्ट' केला,'' अशी माहितीही बाबूजींनी पुरवली. एव्हाना राजाभाऊंची गाडी बाबूजींच्या घरापर्यंत येऊन पोहोचली. बाबूजींनी त्यांना मला बघण्यासाठी वर यायला सांगितलं. पण राजाभाऊंना त्यांच्या निवडीबद्दल खात्री होती.

''वर येण्याची काही गरज नाही. मी सिलेक्ट केलेला मुलगाच योग्य आहे. आता आणखी मुलं मला बघायची नाहीत.'' त्यांनी स्पष्ट केलं.

''अहो, दोन मिनिटांसाठी तरी वर येऊन जा!'' बाबूजींनी आग्रह केला.

''काही गरज नाही हो. त्या मुलाला घरी पाठवून द्या. मी त्याला बघणार नाही. मी थकलोय आता.'' राजाभाऊ ऐकायला तयार नव्हते. हा 'सुसंवाद' वरच्या मजल्यावरून खाली असा सुरू होता. मला कळत नव्हतं की, हा माणूस मला भेटायला एवढा नाखूश का आहे? बाबूजींना मात्र माझ्याबद्दल खूप आत्मविश्वास असावा. तेसुद्धा हटायला तयार नव्हते.

''राजाभाऊ, तुम्ही निवडलेल्या मुलालाच घेऊ या. पण माझ्यासाठी दोन मिनिटं वर तरी याल?''

शेवटी राजाभाऊ नाइलाजानं वर आले. 'ठीक आहे, दोन मिनिटांसाठीच येतो. पण निवडलेल्या मुलामध्ये बदल होणार नाही,' असं त्यांनी वर येतानाही बजावलं. वर आल्यावर त्यांनी मला पाहिलं. मी नमस्कार केला.

''काय नाव तुझं?''

''सचिन शरद पिळगांवकर!''

''काय करतोस तू?''

''मी नाचतो!!'' माझी टेप सुरूच होती.

मग पुन्हा 'याऽऽहू'ची रेकॉर्ड लागली आणि त्याच्यावर माझा डान्स झाला. मग त्यांनी मला आणखी काही गोष्टी करून दाखवायला सांगितल्या. मी देव आनंदची नक्कल केली. शम्मी अंकलचा डान्स करून झालाच होता. रमेशकाकांनी (देव) एका चित्रपटात दारू पिण्याचा एक सीन केला होता. मी तो चित्रपट पाहिला होता. मी ती नक्कल करून दाखवली.

''अजून एखाद्या गाण्यावर डान्स कर!''

मी आणखी एक डान्स करून दाखवला. त्या वेळच्या गाण्यांमध्ये आवाज हळूहळू मंद होत जाण्याचा प्रकार म्हणजे 'फेड आउट' असायचा. त्या गाण्यातही तो तसा होता. मी त्या गाण्यावर डान्स करताना हळूहळू मागे जाऊन एका पडद्याच्या आड गेलो. राजाभाऊंच्या चाणाक्ष नजरेनं माझी ही लकब बरोबर हेरली. त्यांना लक्षात आलं की, या मुलाची समज दांडगी आहे. गाण्यातल्या 'फेड आउट'मध्ये त्यानं स्वत:लाही हळूहळू 'डिझॉल्व्ह' केलं आहे.

राजाभाऊ दोन मिनिटांसाठी वर आले होते, ते दोन तास थांबले. निर्णय झाला. चित्रपटात ह्याच मुलाला घ्यायचं. चेंबूरच्या 'आशा स्टुडिओ'मध्ये मुहूर्त करायचा. चित्रपटाचं नाव होतं – 'हा माझा मार्ग एकला.'

राजाभाऊंनी माझ्याकडून एवढं काही करून घेतलं, त्यामुळे पप्पांनी उत्सुकतेपोटी विचारलं, ''चित्रपटातली भूमिका अशीच आहे का?''

राजाभाऊ म्हणाले, ''नाही. याच्या पूर्ण विरुद्ध भूमिका आहे. पण तो हे करू शकतो, त्याअर्थी तेही करू शकेल, हे माझ्या लक्षात आलंय.''

मुहूर्ताचा शॉट सचिननं द्यायचा, हेसुद्धा त्यांनी ठरवून टाकलं. मुहूर्ताची तारीख ठरली. राजाभाऊंच्या परीक्षेत मी पास झालो होतो, तरी नशिबाला माझी आणखी परीक्षा घ्यायची असावी. कारण मुहूर्ताच्या दिवशीच्या पहाटेच मला थंडी वाजून साडेतीन-चारपर्यंत ताप भरला. अशा अवस्थेत मला शूटिंगला नेणं शक्यच नव्हतं. पप्पांनी तसं सेटवर कळवलं. राजाभाऊ मात्र माझ्यासाठीच आग्रही होते. 'तुम्ही त्याला घेऊन या. एकच शॉट आहे. तो झाल्यावर लगेच तुम्हाला मोकळं करू. पण त्याच्यावरच मुहूर्त करायचा आहे,' असा निरोप त्यांनी पाठवला. मग आई आणि पप्पा मला शालीत गुंडाळून टॅक्सीतून आशा स्टुडिओमध्ये घेऊन गेले. मेकअपमन निवृत्ती दळवी

यांनी मला मेकअप सुरू केला. मी थंडीने कुडकुडत होतो. त्यांचा मेकअप चेहऱ्यावर चढू लागला, तसतसा माझा ताप उतरत गेला. मेकअप पूर्ण होईपर्यंत माझ्या अंगातला ताप खडखडीत उतरला होता. मी मुहूर्ताच्या शॉटसाठी तयार झालो. कॅमेरा सुरू झाला. देवाच्या तसबिरीसमोर मला हात जोडून बसायचं होतं.

पडद्यावरचा माझा पहिला 'डायलॉग' होता – 'शुभंकरोति कल्याणम्। आरोग्यम् धनसंपदा। शत्रुबुद्धि विनाशाय। दीपज्योति नमोस्तुते।'

माझ्या चित्रपटातील कारकिर्दीत जे काही शुभ घडलं, त्याची ती नांदी असावी.

काही दिवसांनंतर चित्रपटाचं पहिलं शेड्यूल लागलं. कोल्हापूरला शूटिंग होतं. शूटिंग स्थळ होतं – जयप्रभा स्टुडिओ!

...एक वर्तुळ पूर्ण झालं होतं.

त्या ठिकाणी गेल्यानंतर माझ्या पहिल्या अनुभवाच्या आठवणी जाग्या झाल्या. शूटिंग 'जयप्रभा'मध्येच असलं, तरी स्टेज वेगळं होतं. चित्रपटातली माझी भूमिका सावत्र आईकडून छळ होणाऱ्या एका मुलाची होती. एका भणंग माणसाकडे हा मुलगा जातो आणि ह्या मुलाच्या माध्यमातून त्याचं नशीब उजळतं, अशी त्या चित्रपटाची कथा होती. ह्या मुलाची भूमिका मला मिळाली होती. चार्ली चॅप्लिनच्या 'द किड'वरून प्रेरित होऊन राजाभाऊंनी या चित्रपटाचं लिखाण केलं होतं.

या चित्रपटात जीवनकलाबाई म्हणजे 'जीवनताई' ह्या माझ्या सावत्र आई होत्या. (पडद्यावर मला छळणाऱ्या जीवनताई प्रत्यक्ष जीवनात मात्र अतिशय प्रेमळ. त्यांनी माझे सेटवर अतिशय लाड केले. त्यांच्या या प्रेमळपणामुळेच मी त्यांच्यासोबत अगदी सहजपणे काम करू शकलो.) राजा बापट हे वडिलांची भूमिका करत होते. शेजारणीची मुलगी होती, नयन भडभडे. अभिनेत्री मंदाकिनी भडभडे यांची मुलगी, म्हणजेच आजची प्रसिद्ध अभिनेत्री रीमा. जीवनताईंबरोबरच माझा पहिला शॉट होता. माझी सावत्र आई मला पकडून दरडावून विचारते, ''दहा रुपये कुठे गेले? तू चोरलेस?''

राजाभाऊंनी मला सांगितलं होतं की, सावत्र आईच्या डोळ्यांत बघायचं. जीवनताईंनी मला दरडावल्यानंतर मी त्यांच्या डोळ्यांत बघितलं आणि माझे डोळे भरून आले. 'जयप्रभा'मधला माझा शूटिंगचा पहिला अनुभव आणि त्या वेळी मी पसरलेलं भोकाड हे दृश्य माझ्या डोळ्यांसमोर नाचायला लागलं. पण मी मनाचा हिय्या केला. आता रडलो, तर आपल्याला स्टुडिओतून पुन्हा बाहेर काढतील आणि मुंबईला पाठवून देतील, असं मला जाणवलं. त्यामुळे माझ्या डोळ्यांतले अश्रू मी तसेच रोखून धरले. त्यामुळे तो सीन अधिक जिवंत झाला. मी राजाभाऊंचा अभिनय आठवला. ते तोंडाचा चंबू करून रडायचे. मी ते आठवून तशाच पद्धतीनं रडू लागलो. चित्रपटात माझ्या वयाला ते अगदी शोभून दिसलं.

तीन दिवस घरातले काही सीन्स झाले. मला शूटिंगबद्दल थोडीशी आपुलकी वाटायला लागली होती, तरीही थोडासा परकेपणा मनात होताच. मी अजूनही थोडासा बुजलेला होतो. माझ्यातल्या त्या नैसर्गिक अवघडलेपणाला नेमकेपणानं टिपण्यासाठीच पहिल्या शेड्यूलमध्ये घरातले सावत्र आईच्या दडपणाखाली राहणाऱ्या मुलाचे ते सीन्स राजाभाऊंनी चित्रित केले असावेत.

माझं स्वत:चं शूटिंग नसेल, तरी मी सेटवर काय चाललंय ते जाणून घेण्याचा प्रयत्न करायचो. इतरांची कामाची पद्धत समजून घ्यायचो. सगळं समजून घेण्याची मला खूप उत्सुकता होती. राजाभाऊंचे मुख्य साहाय्यक दिग्दर्शक होते, दत्ता मायाळू! म्हणजेच नंतर मोठे दिग्दर्शक म्हणून नावारूपाला आलेले – राजदत्त. अशोक ताटे नावाचेही एक साहाय्यक दिग्दर्शक होते. त्यांच्याबरोबरही खूप छान गट्टी जमली होती.

मध्यंतरीच्या काळात पुण्यात 'प्रभात' स्टुडिओमध्ये काही दिवस शूटिंग झालं. नंतर या स्टुडिओची जागा सरकारच्या ताब्यात जाऊन तिथे 'फिल्म अॅन्ड टेलिव्हिजन इन्स्टिट्यूट ऑफ इंडिया' ही प्रसिद्ध संस्था उभी राहिली. त्याच्याआधी 'प्रभात' स्टुडिओमध्ये अभिनय केलेला आणि अजूनही सक्रिय असलेला बहुधा मी एकमेव कलाकार असेन.

तिसऱ्या शेड्यूलसाठी कोल्हापूरला आई आणि पप्पा दोघंही माझ्यासोबत आले होते. मी राजाभाऊंच्या घरी पहिल्यांदा जातो, तेव्हाचे सीन्स चित्रित होणार होते. मी राजाभाऊंच्या मागे-मागे जातो, ते त्यांच्या घराच्या बाहेर कॉटवर झोपतात, त्या कॉटखाली मी झोपतो, असं दृश्य होतं. मी झोपताना जांभई द्यायची होती. जांभई आलेली नसताना ती कशी द्यायची, हा माझ्यापुढे प्रश्न होता. मी राजाभाऊंना विचारलं. त्यांनी खोटी जांभई कशी द्यायची, हे शिकवलं. मग मी त्यांना तसं करून दाखवलं. तो शॉट ओके झाला.

लगेच दुसरा शॉट होता, सकाळचा. राजाभाऊ उठतात, खाट आत घेऊन जातात, त्या वेळी त्या खाटेखाली मी झोपलेला असतो. कॅमेरा शेवटी माझ्यावर स्थिरावतो, असं दृश्य होतं. राजाभाऊंनी मला सूचना दिल्या, ''कॅमेऱ्याकडे पाठ करून खाली डोळे मिटून झोप.''

रिहर्सल सुरू झाली. मी कॅमेऱ्याकडे पाठ न करता तोंड करून झोपलो आणि डोळेही उघडे ठेवले.

''अरे, असं काय करतोस? कॅमेऱ्याकडे पाठ करायची. डोळे मिटायचे.'' राजाभाऊ ओरडले.

'''टेक'च्या वेळी करतो ना!'' मी उत्तर दिलं.

राजाभाऊ परांजपे आणि राजदत्त यांच्यासह

राजाभाऊ त्यावर काहीच बोलू शकले नाहीत. कारण मी त्यांची सूचना डावलत नव्हतो, पण प्रत्यक्ष शूटिंगच्या वेळी ती अमलात आणणार होतो. मला फक्त तो शॉट कसा घेताहेत, काय तयारी सुरू आहे, ते बघण्याची उत्सुकता होती. तो शॉट चित्रित झाला, ओके झाला. नंतर कॅमेरामन दत्ता गोर्ले यांना राजाभाऊंनी दुसरा एक शॉट कसा घ्यायचा, याच्या सूचना दिल्या आणि मंडळी दुसरीकडे रवाना झाली. राजाभाऊ त्यांच्या खुर्चीत विसावले. मी त्यांच्याजवळ गेलो आणि त्यांना म्हटलं, ''आत्ता तुम्ही जो शॉट घेतलात, तो पडद्यावर बघायला खूप चांगला वाटेल, ना?''

त्यांनी माझ्याकडे आश्चर्यानं वळून पाहिलं.

''म्हणजे?''

''म्हणजे बघा ना, आधी मी दिसत नाही. नंतर तुम्ही उठता आणि कॉट उचलता, तेव्हा असा कॅमेरा माझ्यावर जातो आणि मी खाली झोपलोय हे दिसतं, ते पडद्यावर बघायला खूप छान दिसेल ना?'' मी विचारलं.

राजाभाऊंनी काही क्षण माझ्याकडे रोखून पाहिलं. मग म्हणाले, ''चल, बाहेर जा खेळायला. पळ!''

मी खेळायला बाहेर पळालो.

शूटिंगदरम्यान मला दुपारी तासभर झोपवलं जायचं. त्या दिवशी दुपारी मी पडलो होतो, तेव्हा राजाभाऊ

गुरू, मार्गदर्शक राजाभाऊ परांजपे यांचं बोट धरून चालताना...

आमच्या खोलीत आले. ते पप्पांना म्हणाले, ''तुमच्या मुलानं आज मला एक प्रश्न विचारला, तो ऐकून मी गार झालो. मला आतून कुठेतरी असं प्रकर्षानं वाटतंय की, हा मुलगा एके दिवशी खूप मोठा दिग्दर्शक होईल.''

मी गादीवर पडल्या-पडल्या हे ऐकत होतो. मला झोप लागली नव्हती. त्यांच्या त्या वाक्याचा माझ्या मनावर मोठा सकारात्मक परिणाम झाला. मी व्यक्त केलेल्या माझ्या मनातल्या गोष्टीबद्दल मला मोठी दाद मिळाली होती. एवढ्या मोठ्या माणसाकडून झालेलं हे कौतुक माझ्यासाठी मोलाचं होतं. चित्रपटांमधली विविध अंगं पारखून घेण्याच्या माझ्या प्रयत्नांना त्यामुळे आणखी हुरूप आला. मग मी शॉट रेडी व्हायच्या आधीच प्रत्येक सीनचे संवाद तोंडपाठ करू लागलो. माझ्या पप्पांचीही मदत त्यासाठी कधी घेतली नाही. राजाभाऊही त्यांना दटावायचे, ''तुम्ही त्याला काही मदत करू नका. त्याचं तो करेल.''

राजाभाऊ आणि माझा संवादांचा सराव चालायचा. ते कधी-कधी डायलॉग विसरायचे. मग मी त्यांना म्हणायचो, ''राजाभाऊ, डायलॉग पाठ करा!''

''हां, तू शिकव आता मला!'' ते गमतीनं म्हणायचे.

राजाभाऊंनी कुठल्याच कलाकाराच्या बाबतीत वयाचं बंधन कधी पाळलं नाही. आमचीसुद्धा अशीच मैत्री होती.

या चित्रपटातल्या एका प्रसंगानं माझ्या आयुष्याला कलाटणी दिली तो प्रसंग असा होता : राजाभाऊ त्यांच्या घरात येतात, बघतात तर त्यांची दारूची बाटली रिकामी असते. ते पिऊन तर्रर्रऽऽ असतात. मला विचारतात की, बाटली कुणी संपवली? त्यावर मी म्हणतो की, मी ती बाटली संपवली. ते सरबत मी प्यायलो. तो सीन चित्रित होणार होता. साडेचार वर्षांचा मुलगा

कोणताही अनुभव नसताना हा सीन कसा देणार? राजाभाऊंनी माझ्याकडून तो सीन करवून घेतला. त्या दृश्यानं मला आयुष्यात भरपूर काही दिलं. माझ्या आजवरच्या कारकिर्दीतला तो सर्वोत्तम अभिनय. त्याचं शंभर टक्के श्रेय राजाभाऊंना जातं. त्यात माझा काहीच वाटा नव्हता.

'हा माझा मार्ग एकला' सुरू असतानाच राजाभाऊंनी बिलि वाइल्डरच्या 'सेव्हन इयर इच' या चित्रपटावरून 'बायको माहेरी जाते' या चित्रपटाची तयारी सुरू केली होती. राजाभाऊंना त्यांचे आवडते कलाकार राजा गोसावी हे त्या चित्रपटात हवे होते, पण ते अनंत माने यांच्या एका चित्रपटाच्या चित्रीकरणात गुंतले होते. 'बायको माहेरी जाते'साठी तारखा देणं शक्य नसल्याचं राजा गोसावी यांनी कळवल्यामुळे राजाभाऊ थोडेसे दुखावले गेले. त्यांनी राजा गोसावींच्या जागी शरद तळवलकर यांना घेतलं. रेखाताई या त्यांच्या पत्नी झाल्या होत्या. या जोडप्याचा लहान मुलगा म्हणजे मी. त्या चित्रपटात त्यांनी माझ्याकडून 'याऽऽहू चाहे कोई मुझे जंगली कहे...'वर नाच करून घेतला. दोन्ही चित्रपट एकाच वेळी सुरू होते, पण 'बायको माहेरी जाते' आधी प्रदर्शित झाला. माझ्यावर सर्वाधिक प्रेम करणारी माझी आजी मात्र माझं पडद्यावरचं आगमन पाहू शकली नाही. अर्थात, 'हा माझा मार्ग एकला' हाच मी माझा पहिला चित्रपट मानतो.

याच दरम्यान खामगावला मराठी चित्रपटसृष्टीनं एका मोठ्या समारंभाचं आयोजन केलं होतं. त्यावेळचे महाराष्ट्राचे मुख्यमंत्री, विदर्भातील नेते श्री. मारोतराव कन्नमवार यांना प्रमुख पाहुणे म्हणून निमंत्रण देण्यात आलं होतं. सोळा हजार लोक त्यासाठी उपस्थित होते. त्या कार्यक्रमात मी 'याऽऽहू चाहे कोई मुझे जंगली कहे...'वर नृत्य केलं. माझ्या आयुष्यातील हा पहिला 'इव्हेंट'. (त्या वेळी अशा समारंभांना 'इव्हेंट' म्हणण्याची पद्धत नव्हती, ही गोष्ट वेगळी!)

खामगावच्या 'इव्हेंट'च्या वेळी

ग. दि. माडगूळकर उर्फ अण्णा यांनीही ‘हा माझा मार्ग एकला’ पाहिला आणि रवींद्र नाट्यमंदिरात माझ्या सत्कारासाठी एक समारंभ आयोजित केला. एवढं कौतुक त्या वेळी मोठ्यांना लहानांबद्दल होतं. असे कौतुक करणारे असल्यावर लहानांना आपण ‘मोठं’ व्हावं, असं वाटणं साहजिक होतं. ज्यांचा हात धरावा असे हात होते, ज्यांच्या पाया पडावे असे पाय होते. आता ते शोधूनही सापडत नाहीत!

‘गंगा निवास’मधून बाहेर पडल्यानंतर जवळच एका इमारतीत तिसऱ्या मजल्यावर गदिमा राहायचे. शाळा संपल्यावर मी घरी यायचो, हातपाय-तोंड धुऊन सरळ अण्णांकडे जायचो.

‘‘अण्णा, मी आलो!’’ अशी हाळी दिली की, अण्णा जवळ बोलावून घ्यायचे. डब्यातला एक लाडू खायला द्यायचे. मग मी त्यांच्या मांडीवर जाऊन बसायचो.

अण्णांचे साहाय्यक मधुकर पाठक उर्फ बाबा तिथे असायचे. अण्णा त्यांना सांगायचे आणि बाबाकाका लिहून घ्यायचे. चार-पाच वाक्यं सांगून झाल्यावर अण्णा सांगायचे – ‘कट टू.’ मग पुन्हा काही वाक्यं झाल्यावर ते म्हणायचे – ‘कट टू.’

तीन-चार दिवस मी हे ऐकल्यानंतर अण्णांना विचारलं, ‘‘अण्णा, तुम्ही हे सारखं तेच-तेच ‘कट टू’ काय लिहिता?’’

त्यावर बाबाकाका रागावले. त्यांनी मला गप्प राहायला सांगितलं.

अण्णा म्हणाले, ‘‘तो काहीतरी विचारतोय मला. त्याला समजावून सांगितलं पाहिजे.’’ मग त्यांनी ‘पटकथा’ म्हणजे काय, ते मला समजावून सांगितलं. सिनेमात वेगवेगळे सीन असतात; ते कसे असतात, मग प्रत्येक सीन संपल्यानंतर दिग्दर्शकाला कळण्यासाठी ‘कट टू’ लिहिलं जातं, हे सगळं त्यांनी मला तपशीलवार सांगितलं. माझ्या आयुष्यातला पटकथेचा पहिला धडा मी गिरवला, तो साक्षात गदिमा नावाच्या महान व्यक्तिमत्त्वाकडून! त्यांच्या मांडीवर बसून!

माझ्या आयुष्यातली पहिली मुलाखत मी पाच वर्षांचा असताना ‘रसरंग’ मासिकात छापून आली. वसंत भालेकर या ज्येष्ठ पत्रकारांनी माझी मुलाखत घेतली होती. ‘रसरंग’तर्फे मला पुरस्कारही देण्यातही आला होता. अर्थात, कलाकार म्हणून माझ्या जडणघडणीची ही फक्त सुरुवात होती.

‘हा माझा मार्ग एकला’नंतर अवघ्या महाराष्ट्रानं मला दत्तक घेतलं. मी प्रत्येकाच्या घरातला लाडका मुलगा झालो.

■

सीन
४

चाचाजी की गोद में

‘हा माझा मार्ग एकला’ १९६३मध्ये प्रदर्शित झाला. ‘मॅजेस्टिक सिनेमा’मध्ये त्याचा ‘प्रिमिअर’ झाला. त्यासाठी आईनं मला पांढरी शर्ट-पँट शिवली होती. प्रेक्षकांना हा चित्रपट प्रचंड आवडलाच; पण राष्ट्रीय पुरस्कारासाठीही त्याची निवड झाली. मलाही ‘उत्कृष्ट बालकलाकाराचा राष्ट्रीय पुरस्कार’ मिळाला. राज्य पुरस्कार त्याआधीच जाहीर झाला होता.

मी चित्रपटांत काम करण्याला घरातल्या इतर मंडळींकडून फारसा पाठिंबा नव्हता. चित्रपटांत काम करणं म्हणजे वाया जाणं, असा समज त्या काळी होता. बालकलाकारांना भविष्य नसतं, असंही बोललं जात होतं. त्यात काही प्रमाणात तथ्यही होतं. कारण अगदी हाताच्या बोटांवर मोजण्यासारखे बालकलाकार नंतरही चित्रपटसृष्टीत स्थिरावलेले आढळतात.

राष्ट्रीय पुरस्कार मिळाल्यानंतर मात्र माझं खूप कौतुक झालं. दादामामा आणि अप्पामामांना तर मला कुठे ठेवू आणि कुठे नको, असं झालं होतं. ‘पोरानं नाव काढलं,’ अशीच भावना कुटुंबीयांमध्ये होती; पण मी जन्मत:च शांत. त्यामुळे ‘राष्ट्रीय पुरस्कार’ मिळाल्याचं कळल्यावरसुद्धा मी फक्त स्मितहास्य केलं होतं. अर्थात, एवढी संयमित प्रतिक्रिया देणं म्हणजे ‘ओव्हरकॉन्फिडन्स’ असं मानलं जातं. परंतु तो असण्याएवढाही मी मोठा नव्हतो. मुळातच मी बुजरा होतो म्हणून असेल किंवा अन्य काही कारण असेल; पण मी अतिशय सौम्य प्रतिक्रिया दिली होती, एवढं खरं. आणि ती माझी नैसर्गिक प्रतिक्रिया होती.

राष्ट्रीय पुरस्कार वितरणाचा समारंभ दिल्लीमध्ये होणार होता. राष्ट्रपती डॉ. सर्वपल्ली राधाकृष्णन यांच्या हस्ते पुरस्कार दिला जाणार होता. आईनं दादरच्या सटवाजीराव टेलर्स यांच्याकडून माझ्यासाठी खास शेरवानी शिवून घेतली होती. आई-पप्पांसह मी त्या समारंभाला गेलो. व्यासपीठावर त्या वेळचे पंतप्रधान पंडित जवाहरलाल नेहरूही होते. माझं नाव जाहीर झाल्यावर मी पुरस्कार घेण्यासाठी स्टेजवर गेलो, तेव्हा माझी ती इवलीशी मूर्ती पाहून सगळेच अवाक झाले. बालकलाकारासाठीचा हा पुरस्कार असला, तरी मी एवढा लहान असेन, याची कुणालाच कल्पना नव्हती. शेरवानी, मोजडी घातलेलं माझं ते रुपडं बघून अनेकांना कौतुक वाटलं होतं.

डॉ. राधाकृष्णन यांच्या हस्ते मी पुरस्कार स्वीकारला. पंडितजी शेजारीच बसले होते. त्यांनी कौतुकानं माझ्याकडे पाहिलं. मी परत जात असताना त्यांनी मला हाक मारली, ‘सुनो, इधर आओ।’

मी त्यांच्या जवळ गेलो. त्यांनी ‘प्रोटोकॉल’ तोडून मला त्यांच्या मांडीवर बसवलं. त्यांच्या जाकिटाला लावलेलं गुलाबाचं फूल काढून माझ्या शेरवानीला लावलं. ‘बहोत बड़े बनोगे, जाओ!’ अशी शाबासकी दिली. मी खाली आलो आणि पाहिलं, तर आईच्या डोळ्यांत पाणी तरळलं होतं. ‘हा माझा मार्ग एकला’चं शूटिंग सुरू होण्याच्यावेळी आईनं मला फक्त त्याच एका चित्रपटात काम करण्याची परवानगी दिली होती. त्या पुरस्कार सोहळ्यानंतर ती म्हणाली, ‘‘आता मी याला नाही थांबवणार. हा एवढं काही करू शकेल, अशी कल्पनाच नव्हती मला.’’ त्या एका क्षणानंतर तिचं मत बदललं आणि मी खऱ्या अर्थानं तेव्हापासून चित्रपटसृष्टीचा झालो.

■

सीन ५

'गुरु'पौर्णिमा

टायकलवाडीत आमच्या घराच्या समोरच 'सिटीलाइट सिनेमा' होता. मी सात वर्षांचा असताना तिथे गुरू दत्त यांचा 'कागज के फूल' लागला होता. आईकडून तिकिटाचे पैसे घेऊन मी तीनचा शो बघायला गेलो. मी चित्रपटात एवढा गुंग झालो की, मध्यंतरातही काही खायला-प्यायला बाहेर पडलो नाही. चित्रपट सहा वाजता संपला आणि मी थिएटरमधून बाहेर पडून पुन्हा तिकीटखिडकीकडे वळलो. सहाच्या शोचं तिकीट काढलं आणि तोही शो मन लावून पाहिला. अतिशय भारावून गेलो होतो. नऊ वाजता चित्रपट संपला आणि मी घरी जाण्यासाठी निघालो, तेव्हा माझ्या डोक्यात प्रकाश पडला की, घरची सगळी मंडळी वाट बघत असतील. मी सहापर्यंत परत येणं अपेक्षित होतं. आमचं घर तळमजल्यावर होतं. घरापाशी पोहोचलो, तर पप्पा घराच्या बाहेरच माझी वाट बघत उभे होते. ते चिडलेले होते.

''कुठे गेला होतास?''

''पिक्चरला.''

''कितीच्या 'शो'ला गेला होतास?''

''तीनच्या.''

''मग? आत्ता किती वाजलेत?''

''मी सलग दोन शो बघितले. ही बघा तिकिटं.''

मी खिशातून सिनेमाची तिकिटं काढून दाखवली. त्यांचा विश्वास बसला असावा.

''कुठला पिक्चर होता?'' पप्पांनी विचारलं.

''कागज के फूल!''

''पुन्हा बघणार?'' पप्पांचा प्रतिप्रश्न!

मला काही कळेना. आता या प्रश्नाचं उत्तर 'हो' द्यायचं की 'नाही', ते सुचत नव्हतं.

''नऊचा शो पुन्हा बघणार का?'' त्यांनी पुन्हा विचारलं. मी अर्थातच होकार दिला.

''किशोरी, आम्ही दोघं पिक्चर बघायला निघालोय. आल्यावर जेवू.'' त्यांनी आईला सांगितलं आणि मी पप्पांसोबत तो चित्रपट सलग तिसऱ्यांदा पाहिला. गुरू दत्त आणि त्यांनी साकारलेल्या एका दिग्दर्शकाच्या 'ट्रॅजेडी'त मी सलग नऊ तास रममाण झालो होतो. बारा वाजता घरी परत येताना पप्पांनी विचारलं, ''हा सिनेमा तुला सलग तीनदा बघावासा का वाटला?''

मी म्हटलं, ''मला त्याचं डायरेक्शन आवडलं. मी ठरवलंय की, मीसुद्धा मोठा झाल्यावर डायरेक्टर होणार.''

पप्पा माझ्याकडे बघून हसले. ते म्हणाले, ''अरे, पण ही एका दिग्दर्शकाची ट्रॅजेडी आहे. तुला हा चित्रपट बघून स्वत: दिग्दर्शक व्हावंसं का वाटतंय?''

''नाही पप्पा. ही त्या सिनेमात दाखवलेल्या दिग्दर्शकाची (व्यक्तिरेखेची) ट्रॅजेडी आहे. सिनेमाच्या दिग्दर्शकाची ट्रॅजेडी नाहीये.'' मी उत्तर दिलं. पप्पांना पटलं. दिग्दर्शक बनायचा किडा; तेव्हा पहिल्यांदा डोक्यात शिरला.

मी नऊ वर्षांचा असताना 'गुरू दत्त फिल्म्स'मधून मला फोन आला. मला ऑफिसमध्ये बोलावण्यात आलं होतं. सात वर्षांचा असताना गुरू दत्त यांच्या 'कागज के फूल'नं मला वेडं केलं होतं. त्यानंतर दोनच वर्षांत मला या थोर माणसाशी समोरासमोर बोलण्याची संधी मिळाली होती, तीसुद्धा त्यांच्या निमंत्रणावरून....!

पप्पाही माझ्यासोबत आले. आम्ही गुरू दत्त फिल्म्सच्या ऑफिसात पोहोचलो. नमस्कार केला.

''बरेच दिवसांपासून 'ऑलिव्हर ट्विस्ट'वरून एक चित्रपट बनवण्याचा मी विचार करतोय. त्यासाठी एक 'सॉफ्ट लुकिंग' मुलगा हवाय. त्याच्या चेहऱ्यावर ते तेज आणि श्रीमंतीही दिसायला हवी,'' त्यांनी सांगितलं. माझे चित्रपट बघितल्याचंही ते म्हणाले. मला खूप समाधान वाटलं.

''मला फक्त एकच शंका आहे –'' त्यांच्या या वाक्यानं माझ्या काळजात धस्सऽऽ झालं. त्यांचं पुढचं बोलणं ऐकण्यासाठी मी प्राण कानांत आणले. म्हटलं, आता काय सांगताहेत, कुणास ठाऊक!

''काय झालं?'' मी काळजीच्या स्वरात विचारलं.

''तुझं वय काय?''

''नऊ!''

त्यांच्या चेहऱ्यावर किंचित दु:खाची किनार दिसली.

''माझा 'ऑलिव्हर' अकरा वर्षांचा आहे.'' त्यांच्या बोलण्यातून ते नाराज झाल्याचं दिसत होतं.

''मग तुम्ही दुसऱ्या कुणाला घेणार?'' माझ्या डोळ्यांत पाणी तरळलं.

त्यांनी माझ्या डोळ्यांत पाहिलं. दोन सेकंद स्तब्ध झाले आणि तिसऱ्या सेकंदाला त्यांनी उत्तर दिलं, ''नाही. मी तुझ्यासाठी थांबेन!''

माझ्या तोंडून शब्द फुटत नव्हते. माझ्यासाठी तो सर्वोच्च सन्मान होता. 'प्यासा', 'कागज के फूल', 'साहब, बीवी और गुलाम' करणारे निर्माते-अभिनेते-दिग्दर्शक गुरू दत्त माझ्यासाठी त्यांची चित्रपटनिर्मिती दोन वर्षं पुढे ढकलणार होते! आम्ही तिथून घरी आलो. मला स्वर्ग दोन बोटं उरला होता. चित्रपट होईल न होईल, ही गोष्ट नंतरची होती, पण माझ्यासाठी आदर्श असलेल्या या व्यक्तिमत्त्वानं मला दोन वर्षं थांबण्याचं आश्वासन दिलं होतं!

त्यानंतर गुरू दत्त यांनी 'बहारें फिर भी आएंगी' हा चित्रपट सुरू केला. त्यात ते स्वत: कामही करत होते. त्या चित्रपटाचं अर्ध शूटिंग झालं असतानाच गुरू दत्त यांचं निधन झालं. त्यानंतर त्यांच्या जागी धर्मेंद्र यांना घेऊन रि-शूटिंग करून तो चित्रपट पूर्ण करण्यात आला.

बरोबर दोन वर्षांनी (मी अकरा वर्षांचा झाल्यानंतर!) मला 'गुरू दत्त फिल्म्स'मधून पुन्हा फोन आला. मी आणि पप्पा पुन्हा गेलो. गुरू दत्त यांचे धाकटे बंधू आत्माराम यांच्याशी भेट झाली. त्यांनी एक तयार स्क्रिप्ट समोर ठेवलं. त्याच्यावर 'ऑलिव्हर' असं लिहिलं होतं. हाताने लिहिलेलं स्क्रिप्ट होतं. ते उघडल्यावर आत नोंद होती, 'टू बी मेड विथ सचिन, व्हेन इलेव्हन.' आत्मारामजी म्हणाले, ''गुरूची इच्छा होती तुझ्यासोबत काम करायची. मला ती पूर्ण करायची आहे. माझ्याबरोबर काम करशील?''

'चंदा और बिजली' चा मुहूर्त

मला भरून आलं. मी तातडीने होकार दिला. त्याचबरोबर एक अटही घातली. मानधन म्हणून एकही पैसा न घेण्याची. काही गोष्टी अमूल्य असतात. त्यांची किंमत करता येत नाही. ही गोष्टही तशीच एक होती. आयुष्यात मी कधीही पैशांच्या मागे धावलो नाही. जास्त पैसे मिळवण्याला माझा विरोध आहे, असं अजिबात नाही. पण पैशांच्या मागे धावून स्वत:ला विसरणं किंवा हरवणं, ही माझी प्रवृत्ती नाही. 'I like to be myself.' हक्काचं तेवढं मिळवावं, पण त्यासाठी आपली पातळी घसरू देऊ नये, असं माझं तत्त्व आहे.

आत्मारामजी यांनी दिग्दर्शित केलेल्या या चित्रपटाचं नाव होतं, 'चंदा और बिजली'. ऑलिव्हरच्या नावाचं 'चंदा' असं रूपांतर करण्यात आलं. माझ्याबरोबर त्या चित्रपटात संजीवकुमार (हरिभाई) असणार होते. 'बिजली'च्या भूमिकेसाठी आशा पारेख यांना विचारण्यात आलं होतं. परंतु त्यांनी हरिभाईंबरोबर काम करण्यास नकार दिला, त्यामुळे त्यांच्या जागी पद्मिनी यांना घेण्यात आलं. (काही वर्षांनंतर परिस्थिती बदलली आणि आशाजींना हरिभाईंबरोबर चित्रपट करावे लागले, ही गोष्ट वेगळी!) हरिभाई आणि माझ्यावर 'चंदा और बिजली'चा मुहूर्ताचा शॉट चित्रित झाला. आशा पारेख आणि धर्मेंद्र मुहूर्ताचा क्लॅप द्यायला आले होते.

या चित्रपटादरम्यान हरिभाईंना लोक विचारायचे, 'चंदा और बिजली'मध्ये 'चंदा' सचिन करतोय आणि 'बिजली' पद्मिनी आहे, मग तुम्ही कुणाचं काम करताय?' हरिभाई सांगायचे, 'तो मधला 'और' आहे ना, तो मी आहे!' हरिभाईंची विनोदबुद्धी अशी अफलातून होती.

■

सीन
६

रंगभूमीवरची नांदी

मधुसूदन कालेलकर हे व्यावसायिक नाटकाची नस अतिशय उत्तमरीत्या सापडलेले प्रख्यात नाटककार. माझ्या पप्पांनी त्यांना एका प्रख्यात खून खटल्यावर एक नाटक लिहिण्यास सुचवलं होतं. कालेलकरांनी ते नाटक लिहून पूर्ण केलं. नाटकाचं नाव होतं, 'अपराध मीच केला.' १९६४मध्ये ते रंगमंचावर आलं. कॅप्टन अशोक वर्टी, त्यांची पत्नी आणि त्यांचा लाडका मुलगा अशा तिघांचं हे नाटक होतं. त्यात लहान मुलाची – संजूबाळची भूमिका मी केली होती. माझ्या आयुष्यातील ते पहिलं नाटक. आत्माराम भेंडेंनी त्याचं दिग्दर्शन केलं होतं. अरुण सरनाईक, कामिनी कदम, राजा नेने, वसंत ठेंगडी, शरद तळवलकर, राजन जावळे, लता थत्ते, पद्माकर आठवले, अशी तगडी 'स्टारकास्ट' त्यात होती.

या नाटकाचे सुमारे २५-३० प्रयोग झाल्यानंतर शरदकाका (शरद तळवलकर) यांच्याबरोबरच्या एका प्रवेशात मला 'इम्प्रोवायझेशन' सुचले. त्या इम्प्रोवायझेशनला सलग एक मिनिटभर टाळ्या वाजवून प्रेक्षकांनी दाद दिली. शरदकाकांनीही त्याला कधी हरकत घेतली नाही. या अनुभवातून मी आयुष्यभरासाठी ही खूणगाठ बांधली की, समोरच्या व्यक्तीच्या गुणांची प्रशंसा करण्याचा दिलदारपणा मनात असेल, तरच आपण सशक्त कलाकार बनू शकतो.

त्या नाटकाचे अडीचशे प्रयोग झाले. कामिनी कदम यांनी नंतर हे नाटक सोडलं आणि त्यांच्या जागी पद्मा चव्हाण आल्या. नंतर माझंही वय वाढलं. त्या भूमिकेत मी शोभणार नव्हतो. त्यामुळे नंतर मी ते नाटक सोडलं.

या नाटकाच्या दौऱ्यांमध्ये अरुणकाकांशी (अरुण सरनाईक) खूप चांगले संबंध निर्माण झाले होते. अरुणकाका हे संगीताचे शौकीन. ते गाणंही छान म्हणायचे. मी त्यांना गाणं म्हणून दाखवायचा आग्रह करायचो आणि आमची मैफल रंगायची. अनेक विषयांवर गप्पाही होत असत. त्यांचा आवाज दमदार होता आणि अभिनयासाठी ते त्याचा छान वापर करायचे. आम्ही एकत्र काम केल्याची ती एकमेव संधी ठरली. त्यानंतर आम्हाला कधी एकत्र येण्याचा योग आला नाही.

'अपराध मीच केला'बाबत आणखी एक सोनेरी आठवण आहे. या नाटकाच्या एका प्रयोगाला आचार्य अत्रे आले होते. मी त्यांना अजिबात ओळखत नव्हतो. ते कुणीतरी मोठे असामी आहेत, एवढं कळत होतं; पण त्यांचं कर्तृत्व माहीत नव्हतं. पहिला अंक झाल्यावर ते खूप खूश झाले, मेकअप रूममध्ये भेटायला आले. त्याच वेळी काही छायाचित्रकार तिथे होते. अत्रेंना पाहून ते त्यांचा फोटो काढण्यासाठी सरसावले. पडदा पडलेला असल्यामुळे सेटवरच फोटो काढण्यासाठी अत्रे बसले. मी तिथेच होतो. कमांडरची हॅट, अंगात गंजी, हाफ पँट अशा वेषात मी सेटवर बागडत होतो. ते फोटो काढताना मी त्यांच्या मागून पळत होतो. एका फोटोग्राफरनं मला हटकलं. रागावून बाजूला होण्यासाठी सांगितलं. अत्र्यांनी ते ऐकलं. त्यांना त्याचं तशा शब्दांत ओरडणं आवडलं नाही. 'ए, त्याला ओरडू नकोस. कलाकार आहे तो,' अशा शब्दांत त्यांनी त्या फोटोग्राफरला दटावलं. मग अत्र्यांनी मला जवळ बोलावलं. माझ्याबरोबर एक फोटो काढण्याची त्या फोटोग्राफरला सूचना केली. आज तो फोटो माझ्यासाठी अमूल्य आहे.

‘अपराध मीच केला’नंतर मी ‘नाट्यसंपदा’नं निर्मिती केलेल्या ‘म्हैस येता माझ्या घरा’ या फार्समध्ये काम केलं. वसंत सबनीस एका मराठी वृत्तपत्रात एक सदर लिहायचे. त्यावरून प्रभाकरपंत पणशीकर यांनी त्यांना हा ‘फार्स’ लिहिण्याची कल्पना सुचवली होती. त्या नाटकात त्यावेळचे प्रख्यात कलाकार शंकर घाणेकर यांच्याबरोबर काम करण्याचं भाग्य मला मिळालं. नंदकुमार रावते यांनी दिग्दर्शन केलं होतं. ते नाटक छान बसलं होतं; पण प्रेक्षकांना ते फारसं रुचलं नसावं. पाच प्रयोगांनंतर ते नाटक बंद करायचा निर्णय निर्मात्यांनी घेतला. नव्या कलाकारांना घेऊन त्याचे नव्यानं प्रयोग करण्याचाही प्रयत्न झाला; पण त्याचा प्रयोग रंगमंचावर सादर होऊ शकला नाही.

सन १९७१-७२च्या काळात ‘टू चेस द क्रुकेड शॅडो’ या इंग्रजी चित्रपटाच्या संकल्पनेवरून एखादं नाटक लिहिण्याची कल्पना पप्पांनी कालेलकरकाकांना सुचवली. त्यांनी त्यावरून ‘शिकार’ हे नाटक लिहिलं आणि त्यांच्याच ‘नाट्यवैभव’ संस्थेनं त्याची निर्मिती केली. दिग्दर्शक होते, मधुकर तोरडमल. उषा किरण यांच्याबरोबर काम करण्याची संधी मला प्रथमच मिळाली. राजा नेने, लता थत्ते, पद्माकर आठवलेही त्यात होते. वसंत इंगळे हे फारसे प्रसिद्ध नसलेले, पण अतिशय उत्तम आणि चांगल्या स्वभावाचे कलाकार. त्यात पहिल्या अंकाच्या शेवटी माझी दणकेबाज ‘एन्ट्री’ होती. प्रत्येक प्रयोगाला तिथे टाळ्या पडायच्या.

बबनकाकासुद्धा (बबन प्रभू) त्या नाटकात असणार होते; पण त्यांचं त्या वेळी काहीतरी बिनसलं होतं. त्यांना नाटक पाठच होईना. रंगीत तालमीच्या वेळीही ते पाठांतर करून आले नव्हते, त्यामुळे कालेलकरकाकांनी त्यांच्या जागी शशिकांत निकते यांना घेतलं. त्यांनी तीन दिवसांत तयारी करून भूमिका उत्तमरीत्या साकारली.

दहा हजार वर्षांत एकदाच जन्माला येणाऱ्या व्यक्तिमत्त्वाबरोबर...

बबनकाकांबरोबर काम करण्याची संधी हुकली, ती हुकलीच! 'शिकार'चे आम्ही सुमारे ७०-७५ प्रयोग केले.

नाट्यसृष्टीत असल्यामुळे भारती वर्माशी (आचरेकर) अर्थात, दीदीशी माझी ओळख झाली होती. तिच्यामुळे अरुणाताई, वंदनाताई आणि राणी या तिच्या तीनही बहिणींशी आणि नंतर अमर वर्मा-माणिक वर्मा या त्यांच्या आई-वडिलांशी माझी ओळख झाली. त्यांना मुलगा नव्हता, त्यामुळे त्यांनी मलाच मुलगा मानलं होतं. मी त्यांना मम्मी-पप्पा असंच म्हणायचो. त्या काळात चारही मुलीच असताना त्यांच्याबद्दलचा अभिमान बाळगणारा बाप मी आयुष्यात प्रथमच पाहिला होता. माझे पप्पा हयात असताना दुसऱ्या कुणाला मी पप्पा म्हटलं असेल, तर ते होते; अमर वर्मा!

मम्मी महान गायिका होत्या. त्यांच्या चारही मुलींना गाण्याची अतिशय आवड होती. ही देणगी अर्थातच त्यांना त्यांच्या आईकडूनच मिळाली होती. चारही बहिणी दिसायला खूप वेगळ्या होत्या. वाळकेश्वरच्या हैदराबाद इस्टेटमध्ये ते राहायचे. मी त्या भागात जायचो, तेव्हा त्यांच्याकडे दोन-तीन दिवस राहायलाच असायचो. मग मम्मी मला डाळीत साजूक तूप घालून खाऊ घालायच्या. त्यामुळे माझं वजन छानपैकी वाढायचं.

चारही बहिणींमध्ये राणी माझ्या वयाची. त्यामुळे तिच्याशी माझी खूप जास्त मैत्री झाली. मम्मी एकदा आजारी होत्या. बरेच दिवस त्या अंथरुणात होत्या. त्या वेळी पप्पांनी त्यांची जी काही सेवा केली, त्याला तोड नाही. मम्मींच्या तब्येतीबद्दल बऱ्याच जणांना काळजी होती. माझ्या आईनंही त्यांच्यासाठी सिद्धिविनायकाला साकडं घातलं होतं. त्या काळातलं पप्पा-मम्मी यांचं प्रेम पाहून, मला लग्न या संस्थेचा भरीवपणा आणि त्यातली खोली लक्षात आली. लग्नाचं नातं निर्माण होतं, तेव्हा दोन व्यक्तींमधलं प्रेम शारीरिक भावनेपलीकडे जाऊन खूप वेगळ्या पातळीवर पोहोचतं, हे मला त्या दोघांकडे बघून जाणवलं होतं.

आज मम्मी-पप्पा दोघंही नाहीत; पण चारही बहिणींशी जुळलेले आमचे स्नेहाचे बंध अतूट आहेत.

■

सीन ७

माझी 'टारझन'गिरी

दोन मराठी चित्रपटांत काम केल्यानंतर मला इतर चित्रपटांच्याही ऑफर्सही येऊ लागल्या होत्या. १९६४ साली मला पहिला हिंदी चित्रपट मिळाला. 'झिम्बो का बेटा.' होमी वाडियांनी या स्टंट चित्रपटाची निर्मिती केली होती. झिम्बोचं काम आझाद यांनी केलं होतं. त्यांना सापडलेला मुलगा मी होतो. टारझनसारखे कपडे (वल्कलं), कमरेला खंजीर, असा माझा वेष होता. झाडांवर उड्या मारायच्या, वेली पकडून टारझनसारखं ओरडत जायचं, असं काम होतं. तो चित्रपट बघताना मला आजही मजा येते.

हिंदी चित्रपटांत काम करायला लागल्यानंतर मला 'मास्टर सचिन' असं नाव पडलं. 'ब्रह्मचारी'पासून ते पडलं असावं. ज्या माणसाला पडद्यावर पाहून माझे पाय पहिल्यांदा थिरकले होते, त्या शम्मीअंकलसोबत मला कधी काम करायला मिळेल, अशी कल्पना मी स्वप्नातही केली नव्हती. त्यांच्याबरोबर फक्त कामासाठीच नाही, तर वैयक्तिक जीवनातही त्यांच्या अगदी जवळ जाण्याची संधी मला मिळाली. त्यांच्या निधनापर्यंत मी त्यांच्या जवळ होतो. शम्मीअंकलनी माझे लाडही खूप केले. 'ब्रह्मचारी' चित्रपटातले आम्ही सगळे बालकलाकार सेटवर अनेकदा खेळायचो, त्यात 'शूटिंग-शूटिंग' असाही खेळ असायचा. त्या वेळी सगळी मुलं मला बोलावून घ्यायची आणि मी त्यांचा 'दिग्दर्शक' व्हायचो. मोठं झाल्यानंतर मला जी मोठी खेळी करायची होती, त्यासाठीची ती बहुधा 'नेट प्रॅक्टिस' होती.

'ब्रह्मचारी'मुळे हिंदी चित्रपटसृष्टीला खऱ्या अर्थाने एक 'स्टार' बालकलाकार मिळाला होता – ज्युनिअर मेहमूद. १९६६-६७च्या काळात त्याचं एका चित्रपटासाठीचं मानधन लाखाच्या घरात होतं. आमच्यासारख्या बालकलाकारांना एवढं मानधन कधीच मिळालं नाही. तो स्टार असल्यामुळे त्याच्याबरोबर काम करताना एक प्रकारचं दडपण मनावर असायचं. तो मनाने खूप चांगला आणि प्रेमळ. आमच्याबरोबर काम करणारा आणखी एक बालकलाकार शाहीद, मी आणि ज्युनिअर मेहमूद यांची खूप चांगली मैत्री. शाहीद नंतर सी.ए. झाला आणि आता तो परदेशात चांगल्या नोकरीत आहे.

हिरोचं लहानपणही मी काही चित्रपटांत साकारलं. शम्मी कपूर (जाने अंजाने), धर्मेंद्र (रेशम की डोरी), जॉय मुखर्जी (दिल और मोहब्बत), जितेंद्र (हिम्मत), दिलीपकुमार (दास्तान), फिरोझ खान (मेला), देव आनंद (दुनिया) हे त्यांपैकी काही. परंतु, बहुतेक चित्रपटांत मी मध्यवर्ती भूमिकाच केल्या. चित्रपटातील बालकलाकार हा अनेकदा तोंडी लावण्यापुरताच असतो. घरातला एखादा मुलगा, कुणाचातरी भाऊ, हिरोच्या लहानपणची भूमिका अशा भूमिकांत अगदी मोजके प्रसंग बालकलाकारांच्या वाट्याला येतात. मी याबाबतीत अधिक सुदैवी होतो.

■

एकेकाळचा बालकलाकार साथी शाहीद यांच्याबरोबर

सीन
८

कशासाठी पोटासाठी...

त्या काळात पप्पांनी नोकरी सोडून एका मित्राबरोबर प्रिंटिंग प्रेसचा व्यवसाय सुरू केला होता. दुर्दैवानं त्या प्रेसला आग लागली आणि पप्पांचं मोठं आर्थिक नुकसान झालं. विम्याचे हप्ते वेळेवर भरले गेले नव्हते, त्यामुळे नुकसानभरपाईही मिळाली नाही. (माझ्या 'आत्मविश्वास' या चित्रपटाच्या पटकथेत मी या प्रसंगाचा वापर केला आहे.) प्रेस जळल्यानंतर पप्पा सुमारे सहा वर्षं घरी होते. त्या वेळी मला घराची आर्थिक जबाबदारी उचलणं भाग होतं. त्यामुळे मी फक्त सहावीपर्यंत शिक्षण घेऊ शकलो. सातवीची परीक्षा उत्तीर्ण होऊ शकलो नाही. त्यानंतर चित्रपटांच्या शूटिंगमध्ये गुंतलो आणि शाळा सुटली, ती कायमचीच.

मी येईल ते चित्रपट स्वीकारत होतो. मराठी असो वा हिंदी. मला काम आणि पैसे मिळणं महत्त्वाचं होतं. काम नसलं की, रात्रीच्या जेवणाचीही काही वेळा भ्रांत असे. मग मी गणपती किंवा उत्सवांमध्ये रेकॉर्ड डान्स करायचो. एका नाचाचे मला पंचवीस रुपये मिळायचे. लोकही प्रतिसाद द्यायचे. अर्थात, मी आवड म्हणून नव्हे, तर फक्त गरजेपोटी नाचत होतो. पण मी त्यात कमीपणा मानून घेतला नाही. कुठलंही काम छोटं नसतं, हे मला त्या अनुभवातून शिकायला मिळालं. आपण जे काम हाती घेतो, त्या क्षणाला सर्वांत मोठं काम तेच असतं, ही वृत्ती माझ्यामध्ये त्या अनुभवामुळे निर्माण झाली. माझ्या आईला आणि मलाही दरवाजावर कुणी देणेकरी आलेला अजिबात आवडायचा नाही. कधी-कधी असे प्रसंग यायचे आणि मला त्याचा प्रचंड त्रास व्हायचा. पण परिस्थितीपुढे इलाज नव्हता. देवाला आमची आणखी परीक्षा पाहायची होती.

स्वतःच्या पायावर...

'डाकघर' मधील एका दृश्यात

मी बालकलाकार म्हणून लोकप्रिय झालो होतो, त्या काळात एका चाहत्यानं माझ्या नावाची 'नेमप्लेट' करून पोस्टानं घरी पाठवून दिली होती. मी घरी नव्हतो. माझ्या काकांनी ती ताब्यात घेतली आणि उत्साहानं दारावर लावून टाकली. मी घरी आल्यावर पाहिलं, तेव्हा मला आश्चर्य वाटलं. आईला विचारल्यावर तिनं सगळी हकिकत सांगितली. मी आईला सुचवलं की, ती नेमप्लेट आपण लावायला नको. आईला आश्चर्य वाटलं. एवढ्या प्रेमानं दिलेली 'नेमप्लेट' का लावायची नाही? असा तिचा प्रश्न होता. पप्पांना आर्थिक स्थैर्य नसताना मी माझ्या नावाची प्लेट घरावर लावली, तर पप्पा नकळत दुखावले जातील, असं मला वाटलं. त्यानंतर मी ती नेमप्लेट कधीच लावली नाही.

जूल वेलानी यांनी रवींद्रनाथ टागोरांच्या 'पोस्ट ऑफिस' या लघुकथेवर आधारित 'डाकघर' हा हिंदी लघुपट केला. सत्यदेव दुबेंनी त्याचं लेखन केलं होतं. कलादिग्दर्शक एम. एस. सथ्यू, कॅमेरामन राजेंद्र मलोनी अशी तगडी टीम होती. 'चिल्ड्रन्स फिल्म सोसायटी ऑफ इंडिया'साठी तयार झालेल्या या चित्रपटात रक्ताचा कर्करोग झालेल्या एका मुलाची कहाणी होती. बलराज साहनींबरोबर काम करण्याची सुवर्णसंधी मला त्यात मिळाली. ही कथा गावातल्या मुलावरच आधारित होती. हा मुलगा कर्करोगरुग्ण असल्याने इतर मुलांशी खेळू शकत नाही. त्याची करुण कहाणी चित्रपटातून मांडली होती. माझा तो पंचविसावा चित्रपट होता. ए. के. हंगल आणि सत्येन कप्पू यांना यामधून प्रथमच रुपेरी पडद्यावर झळकण्याची संधी मिळाली होती. सत्येन कप्पू माझे काका झाले होते, तर

हंगलसाहेब हे गावातले वैद्य होते. ते माझ्या हाताची नाडी पकडून तपासतात, असं एक दृश्य होतं. हंगलसाहेबांनी माझा हात हातात घेतला तेव्हा मी त्यांना सांगितलं, ''काका, असं नाही, असं पकडा.'' त्यांनी चुकीच्या ठिकाणी नस पकडण्याची ॲक्शन केली होती.

'हो का?' असं म्हणून त्यांनीही माझी सूचना लगेच अमलात आणली. हंगलसाहेब ही गोष्ट अनेक वर्षं लोकांना कौतुकानं सांगत असत.

माझे आजोबा शांताराम आरस हे तोपर्यंत नोकरीतून निवृत्त झाले होते. ते शूटिंगसाठी माझ्यासोबत यायचे. बलराज साहनींबरोबर ते इंग्रजीतून संवाद साधायचे. मला इंग्रजीचा गंधही नव्हता. 'थँक यू', 'गुड मॉर्निंग' आणि 'गुड नाइट' याव्यतिरिक्त एकही इंग्रजी शब्द मला येत नव्हता. त्या दोघांचे संवाद मी निमूटपणे ऐकत बसायचो.

चित्रपटात माझ्या मृत्यूचं दृश्य होतं. ते मी ज्या पद्धतीनं दिलं, ते पाहून बलराजजींनी माझ्या आजोबांना सांगितलं, ''ये कोई साधारण लडका नहीं है। कोई अतृप्त आत्मा ने जनम लिया है।'' एवढ्या कमी वेळात एवढ्या अनेक गोष्टी मी कशा काय शिकू शकतो, याचं त्यांना आश्चर्य वाटत होतं. अर्थात, हे उद्गार त्यांनी माझ्यावरच्या अपार कौतुकापोटी काढले होते, याचीही मला जाणीव आहे. त्यांचं व्यक्तिमत्त्व, त्यांचा आवाज, उच्चाराची शैली, हे सगळंच अफाट होतं. त्यांच्याबरोबर काम करण्याची संधी म्हणजे आयुष्यातली अमूल्य गोष्ट होती. ते एक 'अंडरॲक्टिंग' या प्रकारातलं विद्यापीठच होतं.

राजाभाऊ परांजपे यांनी माझ्याबद्दल एकदा कौतुकास्पद उद्गार काढले होते. 'हा सचिन असा आहे की, याच्या एका खिशात राज कपूर आहे, तर दुसऱ्या खिशात दिलीपकुमार,' असं ते म्हणाले होते. लहानपणी मला असं बरंच कौतुक ऐकायला मिळायचं, पण ते माझ्या कधी डोक्यात गेलं नाही. हा माणूस आपल्याबद्दल चांगलं बोलतोय, त्या अर्थी आपल्यावर अधिक जबाबदारी आहे, अशी भावना माझ्या मनात त्या वेळीही होती. अर्थात, आता हा शब्दांतून व्यक्त होणारा विचार त्या वेळी माझ्या डोक्यात आला नसेल, पण आशय मात्र तोच होता.

आयुष्यात आलेल्या बऱ्या-वाईट अनुभवांतून जो काही शिकत नाही, तो माणूसच नव्हे. माझ्या सहवासात आलेल्या माणसांकडून आणि आयुष्यात आलेल्या अनुभवांतून मी बरंच काही शिकलो. फक्त त्यांतूनच नव्हे, तर आयुष्यात ज्यांना कधीच भेटलो नाही, अशा माणसांच्या अनुभवांतूनही खूप शिकलो. अनिल अंबानी यांच्याबाबत ऐकलेला एक किस्सा इथे सांगावासा वाटतो.

अनिल अंबानींच्या वडिलांनी – धीरूभाईंनी – त्यांच्यावर उद्योगाशी संबंधित एक जबाबदारी टाकली होती. एका परदेशी उद्योजकाशी सौदा करायचा होता. त्या वेळी अनिल अंबानी खूप लठ्ठ होते. त्या परदेशी माणसाला अनिल अंबानी भेटले, तेव्हा त्यांनी अंबानींशी व्यापार करायला नकार दिला. अनिल यांनी कारण विचारल्यावर तो माणूस म्हणाला, 'जो माणूस स्वत:ची तब्येत सांभाळू शकत नाही, तो माझा व्यवसाय काय सांभाळणार?' त्या घटनेपासून अनिल अंबानी यांनी धडा घेतला आणि तेव्हापासून व्यायामाचं एवढं मनावर घेतलं की, त्यांची शरीरयष्टी आज उत्तम आहे.

माझ्या दृष्टीनं हा खरा यशस्वी माणूस. तो कुणी किरकोळ माणूस नव्हता, तर उद्योगसम्राट धीरूभाई अंबानींचा मुलगा होता! 'तू माझ्याशी 'बिझनेस' करत नाहीस, तर गेलास उडत! मला काही फरक पडत नाही,' असं त्या परदेशी उद्योजकाला तो सांगू शकला असता; पण त्यानं तसं केलं नाही. त्या अनुभवातून त्यानं धडा घेतला आणि स्वत:मध्ये बदल घडवण्यासाठी त्याचा उपयोग केला. अशी माणसं माझ्यासाठी कायमच आदर्श राहिली आहेत.

■

सीन
९

सेन्स ऑफ ह्यूमर

सन १९६४मध्ये होमी वाडिया यांच्या 'बसंत पिक्चर्स'च्या दोन चित्रपटांचे मुहूर्त एका दिवशी झाले. त्यातला पहिला होता 'झिम्बो का बेटा'. मी त्यात प्रमुख भूमिका करत होतो. त्याचा सकाळी दहा वाजता मुहूर्त झाला. दुसरा होता 'निशान'. त्याचा मुहूर्त साडेअकरा वाजता झाला. त्याचे हिरो होते, हरिहर जरीवाला उर्फ संजीवकुमार उर्फ हरिभाई. 'मॅन विथ द आयर्न मास्क' असा एक जुना इंग्रजी चित्रपट (कॉस्च्यूम ड्रामा) होता. त्यावर आधारित 'निशान' हा चित्रपट बनवण्यात आला होता. हरिभाईंचा त्यात डबल रोल होता. हरिभाईंनी त्याआधी अनेक गुजरा, हिंदी, पारसी नाटकांत बरीच कामं केली होती. चंद्रवदन भट यांच्या संस्थेतून ते नाटक करायचे. 'इप्टा'मध्येही काही वर्षं होते, परंतु हिंदी चित्रपटात हिरो होण्याची संधी त्यांना प्रथमच मिळत होती. नंतर आमची मैत्री झाल्यावर 'मैं इंडस्ट्री में आपसे देढघंटा सिनिअर हूँ।' असं बोलून मी त्यांना अनेकदा छळलं होतं.

विनोदबुद्धी ही देणगी मला पप्पांकडून मिळाली. पप्पांची विनोदबुद्धी अफलातून होती. ते नऊ वर्षांचे असताना आत्याची एंक बहीण एकदा तिला भेटायला आली होती. ती चांगलीच 'सुदृढबालक' गटातली होती. आपण जाड आहोत, हे बायकांना मान्य होणं शक्यच नसतं! ती माझ्या आत्याला म्हणत होती, ''तू काहीही म्हण कुमुद, पण आपण बायका मुळातच बारीक!'' पप्पांनी ते ऐकलं आणि म्हणाले, ''हो; पण खोडात जाड्या!''

पटकन एखादा 'पंच' टाकून हास्यकल्लोळ उडवण्यात पप्पांचा हात कुणीच धरू शकत नसे. कोल्हापूरचे त्यांचे एक ओळखीचे गृहस्थ पुण्याला राहायला आले होते. त्या वेळी नुकताच टीव्ही आला होता. त्यांनी टीव्ही विकत घेतला आणि पप्पांना फोन केला. ''नवीन टीव्ही घेतलाय. खूप छान आहे. पण तो 'अर्जेंटिना' कुठे लावू, कळत नाहीये.'' त्यांनी सांगितलं.

''ब्राझीलला लावा!'' पप्पांनी तातडीनं सांगितलं. त्या भल्या माणसानंही 'हो का? बरं!' असं म्हणून फोन ठेवून दिला.

मुंबईच्या 'भारतमाता' चित्रपटगृहाचे व्यवस्थापक विनायकराव सरस्वते हे पप्पांचे मित्र. त्यांनी चित्रपटाची निर्मिती करण्याचा प्रयत्न केला, पण तो फसला. त्यामुळे ते अस्वस्थ झाले होते. एकदा पप्पा त्यांना भेटायला गेले होते.

''शरद, काही नाही राहिलं आयुष्यात. माझी शेवटची इच्छा आहे की, माझ्या चितेला अग्नी तू दे.'' हताश होऊन विनूकाकांनी हे उद्गार काढले होते.

''नको... नको. तिथेसुद्धा तुम्ही माझ्याकडे बोरोलिन मागाल!'' पप्पांनी तातडीनं उत्तर दिलं आणि विनूकाका त्यांचा सगळा ताणतणाव विसरून जोरजोरात हसायला लागले.

एकदा माझ्या आई-वडिलांचं जोरदार भांडण झालं होतं. घरी आल्यानंतरही भांडण सुरू होतं. आईनं घरी आल्यावर रागारागानं कपाट उघडलं आणि पप्पांची लुंगी काढून त्यांच्याकडे फेकली.

''बदला लुंगी!'' ती फणकाऱ्याने म्हणाली.

वडील शांतपणे म्हणाले, ''मराठीत म्हणतेयंस की हिंदीत?''

माझ्यासमोर घडलेला हा विनोद आता अनेक जण आपापल्या नावानं खपवतात, ही गोष्ट वेगळी!

पप्पांच्या एका चित्रपटाचं कोल्हापूरमध्ये शूटिंग सुरू होतं. हिरॉइन धावत घरात येते आणि काळजीनं 'काय झालं अण्णांना' असं विचारते, असं एक दृश्य होतं. ती हिरॉइन धावत आली आणि म्हणाली, ''काय झालं अण्णांणा?''

''अगं, 'अण्णांणा' नाही; 'अण्णांना'!'' तिला सूचना देण्यात आली.

''हो का? बरं!'' असं म्हणून ती पुन्हा तो शॉट देण्यासाठी सज्ज झाली. धावत आली आणि म्हणाली, ''काय झालं अन्नांना?''

''अगं, 'अन्नांना' नाही; अण्णांना!!'' पुन्हा एकदा तिला समजावण्याचा प्रयत्न झाला.

''हो का? बरं!!''

पुन्हा शॉट घेण्यात आला. ती धावत आली आणि म्हणाली, ''काय झालं अण्णांणा?''

शेवटी सगळ्या युनिटनं हात टेकले आणि तो डायलॉग बदलून 'काय झालं त्यांना?' असा केल्यावर तो ओके झाला.

याच हिरॉइनची नातेवाईक असलेली एक तरुण मुलगी नेहमी तिच्याबरोबर असायची. तिथे 'साउंड रेकॉर्डिस्टचा असिस्टंट' असलेल्या एका तरुणाबरोबर तिची मैत्री झाली. दोघं तरुणच असल्यामुळे एकत्र जेवणं, गप्पा मारणं, फिरणं सुरू झालं. सेटवर सगळ्यांच्या ते लक्षात आलं होतं, पण सगळ्यांनी दुर्लक्ष केलं.

चित्रपटाच्या शूटिंगच्या दुसऱ्या शेड्यूलमध्ये तिची मैत्री कॅमेरा विभागातील असिस्टंट असलेल्या एका तरुणाशी झाली. आधीच्या मित्राबरोबर ती बोलतच नव्हती. तिला आता 'प्रकाश' पडणाऱ्यांची कंपनी जास्त आवडायला लागली होती. तिचा आधीचा मित्र खट्टू झाला. त्यानं पप्पांकडे त्याच्या मनातलं दु:ख सांगितलं. ''तो लाइट्सची व्यवस्था पाहणारा मुलगा आता तिला जास्त आवडायला लागलाय. ती माझ्याकडे बघतच नाही,'' अशी त्याची तक्रार होती. पप्पांनी शांतपणे ऐकून घेतलं. मग त्याला समजावण्याच्या सुरात म्हणाले, ''अरे, तुला माहिती नाही का? लाइट ट्रॅव्हल्स फास्टर दॅन साउंड!'' भौतिकशास्त्रातला हा नियम प्रत्यक्ष आयुष्यातही लागू झाला होता! त्या बिचाऱ्या मुलाला पप्पांच्या बोलण्याचा अर्थ कळला नाही, ही गोष्ट वेगळी!

एकदा 'बिहारी' नावाचा माणूस हरिभाईंना चित्रपटाच्या कथा ऐकवायला आला होता. त्यानं एक कथा ऐकवली, ती हरिभाईंना काही आवडली नाही. पण तरीही तो हटेना. पुढच्या कथाही ऐकवायला लागला. त्याला घराबाहेर कसं काढावं, या विचारात हरिभाई होते. त्याच वेळी पप्पा हरिभाईंना भेटायला गेले होते. हरिभाईंनी पप्पांना ही समस्या सांगितली. पप्पा म्हणाले, ''तो हटत नाहीये, त्या अर्थी त्याचं नाव 'बिहारी' नाही, 'अटल'बिहारी

असलं पाहिजे!''

इंग्रजीत आपण ज्याला 'ह्यूमर' किंवा मराठीत 'विनोद' म्हणतो, त्याचा अर्थ काय? 'ह्यूमर' म्हणजे 'जोक' नव्हे. ती एक 'वृत्ती' आहे. ती स्वभावातच असावी लागते. जशा 'राग', 'लोभ', 'मोह', 'मत्सर' या वृत्ती आहेत, तशीच एक वृत्ती म्हणजे 'ह्यूमर'. ती उपजतच असावी लागते.

घरात विनोदाचे असे संस्कार पप्पांकडून घडत होते, त्याच वेळी विनोदाचं बाहेरच्या जगातलं प्रशिक्षणही सुरू होतं.

बबन प्रभू (बबनकाका) आणि आत्माराम भेंडे (बापू) हे विनोदाच्या बाबतीत माझे आदर्श. त्यांचा 'झोपी गेलेला जागा झाला' हा मी आयुष्यात पाहिलेला पहिला फार्स. मी त्या दोघांचा प्रचंऽऽऽऽड मोठा चाहता. 'झोपी गेलेला...' मी पस्तीस वेळा पाहिलं. (सुनील बर्वेच्या टीमनं ते नुकतंच नव्यानं सादर केलं, तेव्हा छत्तिसाव्या वेळेला!) 'दिनूच्या सासूबाई राधाबाई'च्या मी अडतीस वाऱ्या केल्या होत्या. बबनकाका आणि आत्माराम भेंडे यांची नाटकं पाहून 'प्रेक्षक' काय असतो, हे मला आयुष्यात पहिल्यांदा उमजलं. 'चांगला प्रेक्षक असणं', हे कोणत्याही कलाकृतीसाठी किती महत्त्वाचं असतं, हे माझ्या लक्षात आलं. असेही प्रेक्षक असतात की, ज्यांना फक्त वाईटच गोष्टी दिसतात. ते खरे प्रेक्षक नव्हेत. ज्याला प्रतिसाद देता येतो, तो खरा प्रेक्षक. 'झोपी गेलेला...', 'दिनूच्या सासूबाई...' यांच्याबरोबरच 'वाऱ्यावरची वरात', 'बटाट्याची चाळ' आणि 'विच्छा माझी पुरी करा', या कलाकृतींना माझ्यातला प्रेक्षक घडवण्याचं श्रेय जातं. मी आज प्रथम दर्जाचा प्रेक्षक आहे, हे मी अभिमानानं आणि खात्रीनं सांगू शकतो. माझ्यापेक्षा चांगले अभिनेते, दिग्दर्शक, गायक आणि नर्तक भरपूर मिळतील, पण माझ्यासारखा 'चांगला प्रेक्षक' मिळणं कठीण आहे.

'विच्छा माझी पुरी करा' पाहून मी दादा कोंडके या व्यक्तिमत्त्वाच्या प्रेमातच पडलो होतो. मी त्यांचा प्रचंड मोठा चाहता. त्यांचं 'विच्छा...' तर मी बावीस वेळा पाहिलं असेल. दादा आमच्या दादरच्या घरी कधी-कधी येऊन मला भेटूनही जायचे. दादांनी निर्मिती केलेल्या 'सोंगाड्या' या पहिल्या चित्रपटाच्या पहिल्या प्रिंटची ट्रायल मी पाहिली होती. त्यांचे 'राम राम गंगाराम', 'पांडू हवालदार'ही मला खूप आवडले. त्यानंतर त्यांची विनोदाची शैली बदलत गेली. ती मला मानवणारी नव्हती. बबन प्रभू, आत्माराम भेंडे, पु. ल. देशपांडे, राजाभाऊ परांजपे, राजाभाऊंनी दाखवलेले चार्ली चॅप्लिनचे काही चित्रपट यांच्यामुळे माझ्यावर विनोदाचे संस्कार झाले. दादांच्या नंतरच्या चित्रपटातील 'विनोद' हा त्या संस्कारांत कुठेच बसणारा नव्हता. अर्थात, दादांच्या सर्वच चित्रपटांना महाराष्ट्रानं डोक्यावर घेतलं. त्यामुळे मला दादांबद्दल आदर आहे.

हरिभाई आणि मी एकाच दिवशी हिंदी चित्रपटसृष्टीतल्या कारकिर्दीला सुरुवात केली असली, तरी त्या दिवसानंतर चार वर्षं आमची भेटच झाली नाही. १९६८मध्ये आम्ही दोघं 'चंदा और बिजली' या चित्रपटात एकत्र आलो.

त्यातल्या एका गाण्याचं शूटिंग जुहूच्या बागेत होणार होतं. त्यासाठी ज्युनिअर मेहमूद आणि पद्मिनीजी यांच्याबरोबर माझी नृत्याची तालीम सुरू होती. प्रख्यात नृत्यदिग्दर्शक पी. एल. राज आम्हाला स्टेप्स शिकवत होते. त्यांनी मला दिलेली एक स्टेप मला दोन-चारदा तालीम करूनही आली नाही.

''ए, ही स्टेप बदलू या. ह्याला जमत नाहीये!'' त्यांनी वैतागून फर्मान सोडलं.

''मास्टरजी, मला जमत नाही, हे कबूल. पण येणारच नाही, असं का समजताय तुम्ही? मला जमणारच नाही

म्हणून मी म्हटलंय का?'' मी त्यांना विचारलं. ते अवाक झाले.

''मला प्लीज परत शिकवा. मी शिकेन.'' मी आत्मविश्वासानं सांगितलं. अर्थात मी हे आगाऊपणाने नव्हे, तर मनापासून बोलत होतो. तुम्हाला हवं तर बदला; पण आधी मला संधी तर द्या, एवढंच माझं म्हणणं होतं. आणखी दोनदा प्रयत्न केल्यावर ती स्टेप मला जमली. कुठलीही गोष्ट अशी सहजासहजी सोडून द्यायची नाही, हेही तत्त्व मी तेव्हापासूनच पाळत आलो. जमत नसेल, तर पुन्हा प्रयत्न करायचे. कुठलंही काम आलंच पाहिजे. येत नाही म्हणजे काय! चुकायचं, पुन्हा प्रयत्न करायचे. प्रयत्न केले तर यश मिळणारच!

'चंदा और बिजली' गाजला आणि यशस्वी झाला.

'टॉम सॉयर' या इंग्रजी कथेवरून प्रेरित होऊन 'बचपन' या चित्रपटाची निर्मिती करण्यात आली होती. टॉम सॉयरची व्यक्तिरेखा मी करत होतो. बालकलाकार असूनही मला पुन्हा एकदा मध्यवर्ती भूमिका मिळाली होती. हरिभाई आणि तनुजा (तनुअंटी) या चित्रपटात हिरो-हिरॉइनच्या भूमिकेत होते. तनुअंटीशी तेव्हा पहिल्यांदा ओळख झाली. तेव्हापासूनच ती मला 'डार्लिंग' म्हणायला लागली आणि मीसुद्धा तिला तेच म्हणतो. तिचा माझ्यावर एवढा विश्वास की, 'दो चोर' या चित्रपटातील काही भागात ती मुलगा म्हणून वावरते, असं कथानक होतं. त्या भागासाठी 'डबिंग'मध्ये माझा आवाज वापरावा, असा आग्रह तिनं धरला. मला ती स्टुडिओत घेऊन गेली आणि मी तिच्यासाठी डबिंग केलं. अर्थात मी माझ्या आवाजात डबिंग केलं, पण तिच्या स्टाइलनं! सगळ्यांनी माझ्या कामाची स्तुती केली, तेव्हा तिलाही आनंद झाला. (नंतर अनेक वर्षांनी, एका चाहत्यानं मला गाठून 'दो चोर'मध्ये तनुजासाठी वापरलेला आवाज माझा आहे का, असं विचारलं होतं! त्याच्या या सूक्ष्म निरीक्षणानं मी थक्क झालो!)

'बचपन'मध्ये हरिभाईंबरोबर काम करण्याचा अनुभव आनंददायी होता. ते मला लाडानं 'चचिन' म्हणायचे. चित्रपटात मला त्यांना 'काशीचाचा' अशी हाक मारायची होती. मला त्या वयात ते म्हणताना अडखळायला व्हायचं. 'काशीचाचाऽऽ काशीचाचाऽऽ म्हणून दाखव,' असं सांगून हरिभाई मला नेहमी छळायचे. उच्चारताना अवघड जाणाऱ्या अशा शब्दांचा उच्चार नेमका कसा करायचा, हे त्यांनी मला त्या वेळी शिकवलं. शब्द चावून मग कसे बोलायचे, त्याचं तंत्र शिकवलं. मी खूप सराव केला आणि त्याचा मला फायदा झाला. 'बचपन' हा चित्रपटही चालला. त्यातलं 'आया रे खिलौनेवाला खेल खिलौने लेके आया रे...' हे गाणं खूप गाजलं. साक्षात महंमद रफी गात असताना रेकॉर्डिंगला उपस्थित राहण्याची संधी मला त्या वेळी मिळाली होती.

मी आता चित्रपटसृष्टीत चांगलाच रमलो होतो. आयुष्यात आई-वडील, बहीण, आत्या, मावशा आणि लग्नानंतर पत्नी, मुलगी यांचं प्रेम मिळालं, पण त्यांच्यापलीकडे जाऊन विचार केला, तर कॅमेरा, लाइट्स, ट्रॉली हेच माझे जवळचे नातेवाईक. त्यांनीच मला वाढवलं, माझ्यावर संस्कार केले. मीसुद्धा आयुष्यातला अमूल्य असा काळ त्यांच्यासोबत घालवला. या उपकरणांचा नेमका उपयोग काय, त्यांचा वापर कसा करतात, हे माहीत व्हायच्या आधीपासूनच माझं त्यांच्याशी अतूट असं नातं निर्माण झालं. इतरांसाठी या गोष्टी निर्जीव असल्या, तरी माझ्यासाठी त्या सजीव आहेत आणि नेहमीच राहतील.

■

सीन
१०

मला 'आपा' मिळाली!

मी नऊ वर्षांचा होतो, त्या वेळी एके दिवशी सकाळी ११ वाजता टायकलवाडीतल्या 'गंगा निवास'मधल्या आमच्या घराची बेल वाजली. पप्पांनी दार उघडलं. बंगाली पद्धतीचं धोतर, कुर्ता अशा वेषात सहा फूट दोन इंच उंचीचा एक माणूस दारात उभा होता.

''मास्टर सचिन यहीं रहता है क्या?'' त्यांनी भारदस्त आवाजात चौकशी केली.

''हो. आपण?'' पप्पांनी विचारलं.

''मी हेमंतकुमार!''

प्रख्यात गायक व संगीतकार असलेले हेमंतदा पप्पांना अर्थातच माहीत होते, पण त्या काळी प्रसारमाध्यमं आजच्या एवढ्या प्रमाणात नसल्यानं, पडद्यामागच्या कलाकारांचे चेहरे एवढे परिचयाचे नसत. काहीही कल्पना नसताना अचानक हेमंतदा आमच्या दारात येऊन उभे राहिल्यानं पप्पांची गडबड उडाली.

''हेमंतदा! आइये, आइये...'' करत त्यांनी त्यांचं आदरातिथ्य केलं. मला हाक मारली. मी बाहेर आलो. पप्पांनी त्यांच्याशी माझी ओळख करून दिली. मी नमस्कार केला. ते माझ्याकडे एका चित्रपटाचा प्रस्ताव घेऊन आले होते. त्यांची स्वत:ची निर्मिती होती. हृषिकेश मुखर्जी दिग्दर्शन करणार होते. चित्रपटाचं नाव होतं 'मंझली दीदी.' मीनाकुमारी यांच्या मुलाच्या भूमिकेसाठी ते माझा विचार करत होते. त्यासाठी त्यांना माझी हृषिदांशी भेट करून द्यायची होती. मी त्यांना भेटायला गेलो. त्यांच्याशी ओळख झाली. मग त्यांनी त्यांच्या साहाय्यकाला मला चित्रपटाची गोष्ट ऐकवायला सांगितलं. मी आणि पप्पा गोष्ट ऐकायला बसलो. ती ऐकताना मला असं जाणवलं की, हिरॉइनच्या मुलाच्या भूमिकेपेक्षाही कथेतली 'किशन' या अनाथ मुलाची भूमिका खऱ्या अर्थानं महत्त्वाची आहे. ती भूमिका करायला मिळावी, असा मोह मला झाला.

अर्थात, माझी निवड मीनाकुमारी यांच्या मुलाच्या भूमिकेसाठी झाली होती. हृषिकेश मुखर्जींसमोर मी काही बोलण्याचा प्रश्नच नव्हता. तरीही मी विचारून पाहिलं की, किशनची भूमिका कोण करणार आहे? हृषिदांनी सांगितलं की, त्या भूमिकेसाठी मुलाचा शोध अद्याप सुरू आहे. माझ्या मनात आशेची धुगधुगी निर्माण झाली. परंतु नंतर लगेच शूटिंगला सुरुवात झाली. बेबी सारिका ही माझ्या धाकट्या बहिणीची भूमिका करत होती. ती माझ्यापेक्षा दोन-तीन वर्षांनी लहान. मी त्या चित्रपटात श्रीमंत घराण्यातील मुलगा होतो, त्यामुळे मला सिल्कचं धोतर, सोनेरी बटणं असलेला सिल्कचा कुर्ता असा वेष होता. दोन दिवसांचं शूटिंगही पार पडलं. माझ्या मनातली उरलीसुरली आशाही मावळली. म्हटलं, आता किशनची भूमिका आपल्या हातून गेली! किशनच्या भूमिकेसाठी आणखी दोन-तीन मुलांची परीक्षा झाली; पण त्यांना नाकारण्यात आलं. या काळात मी पप्पांनाही माझ्या मनातली इच्छा बोलून दाखवली होती. पण त्यांनाही कुठल्या 'चमत्कारा'ची अपेक्षा नव्हती. त्यांनी मला समजावलं. तरीही माझं मन मानायला तयार नव्हतं. किशनच्या व्यक्तिरेखेनं माझ्या मनावर गारूड केलं होतं.

एके दिवशी किशनच्या भूमिकेसाठी एका मुलाची निवड झाल्याची बातमी आली. त्याच्या शूटिंगचा दिवसही उजाडला. मीनाकुमारी यांच्याबरोबर त्याचा पहिला शॉट सुरू होणार होता. मी ते शूटिंग बघूच शकत नव्हतो. आपल्या आवडत्या मुलीचं दुसऱ्याशी लग्न होताना पाहण्याएवढा भयंकर प्रसंग होता तो! मी बाहेर खेळायला

जाण्यासाठी हृषिदांची परवानगी घ्यायला गेलो. त्यांनी नकार दिला. शूटिंगच्या ठिकाणीच बसण्याचा आदेश दिला. मी नाइलाजानं तो शॉट बघत बसलो. शॉट पूर्ण झाला.

'''कट इट.'' हृषिदांनी सूचना केली. मग माझ्याकडे आले आणि म्हणाले, ''सच्चूबाबा, वो कपडे पहनो. तुम ये शॉट करके दिखाओ. मैं देखना चाहता हूँ।''

मी अवाक् झालो. कानांवर विश्वासच बसेना. गोंधळून विचारलं, ''जी हृषिदा?''

''अरे, ह्या मुलाला मेकअप रूममध्ये घेऊन जा, त्याचे कपडे तू घाल आणि लवकर ये. तू हा सीन कसा करतोयस ते मला बघायचंय.''

मेकअप रूममध्ये जाण्याएवढाही धीर मला नव्हता. मी सेटच्या मागेच त्याला घेऊन गेलो, भराभर त्याला कपडे काढायला लावले. त्याला काय वाटेल, याचा विचारही तेव्हा डोक्यात नव्हता! ते कपडे घालून लगेच सेटवर आलो.

''सच्चूबाबा, रेडी? एक रिहर्सल?'' हृषिदांनी विचारलं.

''नहीं हृषिदा; टेक करेंगे!'' मी सांगून टाकलं. हृषिकेश मुखर्जी आणि मीनाकुमारी या दोन दिग्गजांसमोर तेव्हा या साडेतीन फुटी देहात कुठून एवढं बळ आलं होतं, कुणास ठाऊक! अर्थात, हा माझा आगाऊपणा नव्हे, तर आत्मविश्वास होता. प्रत्यक्ष वेषभूषा करून कॅमेऱ्यासमोर उभं राहण्याआधीच ती व्यक्तिरेखा माझ्या अंगात भिनली होती.

मीनाकुमारी यांच्या घरी अनाथ किशन पहिल्यांदा येतो, असं दृश्य होतं. 'ॲक्शन' म्हटल्यावर मी आत आलो. पहिला पाय घरात ठेवला, काही क्षण थांबलो, इकडे-तिकडे बघितलं.

त्यानंतर 'अरे किशन, वहाँ क्यूँ खडा है? यहाँ आ ना!' असा मीनाकुमारी यांचा डायलॉग होता. तो झाल्यावर मी दुसरा पाय घरात ठेवला आणि त्यांच्याजवळ आलो.

''कट!'' हृषिदांचा आवाज घुमला. ''ये रोल सच्चूबाबाही करेगा!'' त्यांनी जाहीर करून टाकलं.

मीनाकुमारी वळल्या आणि त्या हृषिदांना म्हणाल्या, ''दादा, मैंने बोला था ना आपको?''

किशनची भूमिका मला मिळाली आणि माझी आधीची भूमिका त्या मुलाकडे गेली. आयुष्यात पहिल्यांदा हृषिदांनी 'रि-शूटिंग' केलं. हृषिदांची दिग्दर्शक म्हणून जी जडणघडण होती, त्यात रि-शूटिंग, कलाकारांची अदलाबदल, अशा गोष्टींना थारा नव्हता; पण त्यांनी केवळ माझ्यासाठी त्यांच्या तत्त्वांना मुरड घातली होती.

'मंझली दीदी'च्या शूटिंगसाठी आम्ही कोलकत्याला गेलो होतो. माझ्यासोबत आई आली होती. हेमंतदांच्या प्रॉडक्शन मॅनेजरनं आमची राहण्याची व्यवस्था एका हॉटेलमध्ये केली होती. हृषिदांना हे कळलं, तेव्हा ते हॉटेलवर आले आणि आम्हाला त्यांच्या घरी राहायला घेऊन गेले. त्यांची मुलगी आणि माझी आई एकाच वयाच्या. त्यामुळे हृषिदा माझ्या आईला त्यांची मुलगीच मानत.

सेटवर कुणी उशिरा आलं, तर हृषिदा खूप भडकायचे. एकदा माझं दुसरीकडचं शूटिंग उरकून हृषिदांच्या सेटवर

पोहोचायला मला उशीर झाला. आईसुद्धा सोबत होती. जयवंत पाठारे हे कॅमेरामन होते. ते म्हणाले, 'आता हृषिदा काय करतील, काही सांगता येत नाही.' आम्ही घाबरून गेलो होतो. पण हृषिदा आईला फक्त एवढंच म्हणाले, ''सुनीला, आधी सांगायचं तरी होतंस!''

सगळ्या युनिटला धक्काच बसला. आईचं आणि हृषिदांचं नातंच असं जिव्हाळ्याचं होतं.

मुंबईतील शूटिंगच्या काळात आम्हाला 'मोहन स्टुडिओ'त एक मेकअप रूम दिली होती. एकदा लंच टाइममध्ये त्या खोलीत काही कर्मचारी जेवायला बसले होते. त्यामुळे मी आणि आई जेवण्यासाठी जिन्यात बसलो. तिथून जाताना हृषिदांनी आम्हाला पाहिलं आणि तिथे बसायचं कारण विचारलं. खोलीत कुणीतरी बसलं आहे, असं सांगितल्यावर ते रागारागाने आमच्या खोलीत गेले. 'ही खोली तुम्हाला दिलेय? तुमच्या खोलीत जाऊन जेवण करा,' असं त्यांना सांगून त्यांनी आम्हाला खोली रिकामी करून दिली.

शूटिंगच्या काळात मीनाकुमारी यांच्याशी माझी ओळख वाढली होती. आता मी त्यांना 'मीनाआपा' म्हणायला लागलो होतो. त्यांना माझ्यातली एक उणीव लक्षात आली. माझी हिंदीची उच्चारशैली मराठी पद्धतीची होती. त्यांनी मला माझी मातृभाषा विचारली. मी 'मराठी' म्हणून सांगितलं. हिंदी बोलण्याची वेळ कधी येते,

'मंझली दीदी'चा किशन

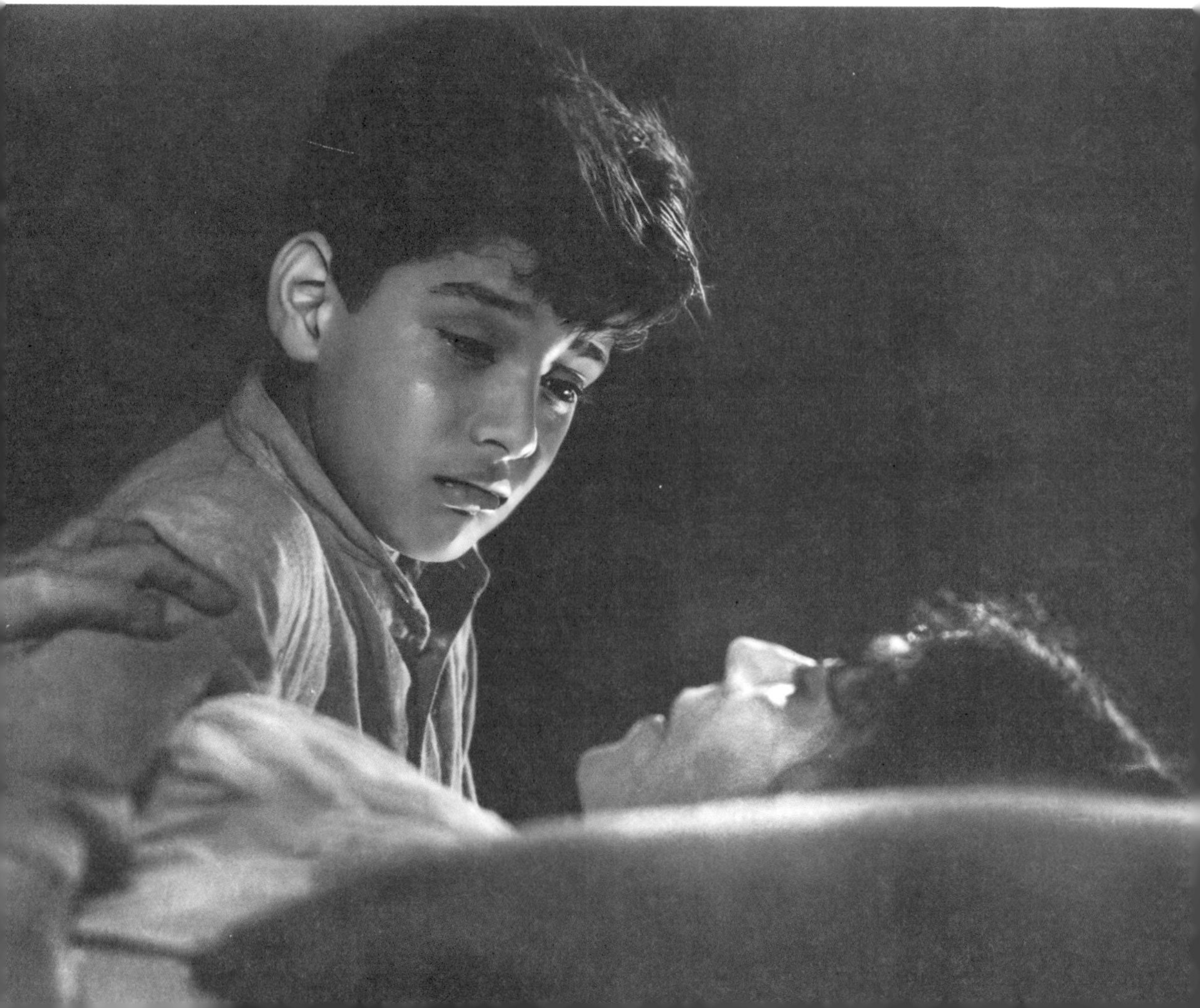

असं विचारलं. मी म्हटलं, ''फक्त शूटिंगच्या वेळी!'' मग त्या काय ते समजल्या. त्या माझ्या आई-वडिलांशी बोलल्या.

''मी तुमच्या घरी गाडी पाठवते. आठवड्यातून चार दिवस तुम्ही तुमच्या मुलाला माझ्याकडे पाठवा,'' असं त्यांनी सुचवलं. त्या जुहूच्या 'जानकी कुटीर'मध्ये राहत होत्या. आम्ही टायकलवाडीत. त्यांची मोठी गाडी फक्त माझ्यासाठी टायकलवाडीत यायची. आठवड्यातून चारदा प्रत्येकी दोन तास मी त्यांच्याकडे जायचो. त्यातला पहिला तासभर त्या माझ्याबरोबर टेबल टेनिस खेळायच्या. पुढचा एक तास त्या मला उर्दू कसं बोलायचं, याचे धडे द्यायच्या. मला टेबल टेनिस खेळायला मजा यायची, पण उर्दू शिकायला जाम कंटाळा यायचा. मी त्यांना ते सांगून पाहिलं. त्यावर त्या एवढंच म्हणाल्या, ''बेटा, ये एक ऐसी चीज है, जिसे पाने के बाद एक दिन तुम याद करोगे, के तुम्हारी एक 'आपा' थी, जो तुम्हें कुछ दे गई।''

त्या अतिशय गांभीर्याने सांगत होत्या. ते गांभीर्य मी जाणलं आणि स्वीकारलं. नंतर नंतर तर आमचं टेबल टेनिस खेळणंही बंद झालं. दोन तास आमची उर्दूची शिकवणीच चालायची.

''तुला उर्दू लिहायला-वाचायला आलं नाही तरी चालेल. पण तुझी उच्चारशैली सर्वोत्तम झाली पाहिजे. तुझं बोलणं ऐकल्यावर 'उच्चार' कशाला म्हणतात, हे चित्रपटसृष्टीतल्या प्रत्येकाला कळलं पाहिजे!'' असं त्या सांगायच्या. त्यांनी मला त्या दृष्टीनं तयार केलं. त्यांनी मला खऱ्या अर्थानं उर्दूची गोडी लावली. मीनाआपांची आठवण झाली नाही, असा माझा एकही दिवस जात नाही. उर्दूचे मोठमोठे जाणकार आज जेव्हा माझ्या उर्दूविषयीच्या ज्ञानाची प्रशंसा करतात, तेव्हा तो मीनाआपांचा सन्मान असतो. उर्दू भाषेला एक वेगळंच सौंदर्य आहे. या सौंदर्याच्या जो प्रेमात पडतो, तो कधीच त्यातून बाहेर पडू शकत नाही. उर्दूवर खूप टीका-टिप्पणीही झाली आहे, पण 'उर्दू' ही मूळ भाषा हिंदुस्थानची. पाकिस्तानच्या निर्मितीच्या आधीच ती हिंदुस्थानात रुजली होती. मीनाआपांमुळे मला उर्दूची जी गोडी लागली, तिचा प्रसाद मला अजूनही कुठल्या ना कुठल्या स्वरूपात मिळतो.

मीनाआपा वैयक्तिक आयुष्यात खूप एकाकी होत्या. आयुष्यात कधी-कधी चुकीची माणसं भेटल्यामुळे आयुष्याला वेगळंच वळण लागतं. मीनाआपांचा बऱ्याच जणांनी स्वार्थासाठी फायदा करून घेतला. अर्थात, 'नो बडी कॅन हर्ट यू, विदाउट युवर कन्सेन्ट' हेही तितकंच खरं. मीनाआपा अतिशय संवेदनशील प्रवृत्तीच्या होत्या. त्यांच्या अदाकारीतही ती संवेदनशीलता दिसून यायची. लोकांवर पटकन विश्वास ठेवण्याचा स्वभाव आणि त्यामुळे कुणाकडून फसवले गेल्यावर येणारं नैराश्य त्यांच्याही नशिबी आलं. अर्थात, अशा वेळी कुणीही मदतीला येत नाही. स्वतःचं दुःख, नैराश्य स्वतःलाच भोगावं लागतं.

आमच्या क्षेत्रात तर जोपर्यंत 'स्टारडम' आहे, प्रसिद्धीचं वलय आहे, तोपर्यंत लोक आपल्यासाठी पायघड्या घालतात. 'स्टारडम', प्रसिद्धी निघून गेल्यानंतर इतर लोकांना आपल्यासाठी द्यायला वेळ नसतो. अशा वेळी येणारा एकाकीपणा भरून काढण्यासाठी वेगवेगळे मार्ग आपलेसे केले जातात. मीनाआपांनी स्वतःला नशेत बुडवून टाकलं. साहजिकच त्याचा आरोग्यावर परिणाम झाला.

चित्रपटसृष्टी कायमच 'पुरुषप्रधान संस्कृती' जोपासत राहिली आहे. हिरॉइनच्या नावावर चित्रपट विकला जात नसे आणि अजूनही जात नाही. कितीही मोठी 'स्टार' हिरॉइन म्हणून घेतली आणि इतर कलाकार नवीन घेतले, तर चित्रपटाला चांगली किंमत मिळत नाही. मात्र, एकच 'स्टार' हिरो असताना हिरॉइन नवीन घेतली, तर तो चित्रपट सहज उचलला जातो. चांगलं-वाईट कसंही असलं, तरी हेच सत्य आहे. मीनाकुमारी मात्र याला अपवाद

होता. त्यांच्या नावाचा मोठा दबदबा होता. सगळे स्टार्स एका बाजूला आणि मीनाकुमारी दुसऱ्या बाजूला असं केलं, तरी त्यांचंच पारडं जड झालं असतं. राजश्री प्रॉडक्शन्सनं चित्रपट निर्मितीत उतरायचं ठरवलं, तेव्हा त्यांनी सर्वप्रथम मीनाआपांना घेऊन 'आरती'ची निर्मिती केली. त्याला मोठं यश मिळालं. असा सर्वोच्च लोकप्रियतेचा काळ मीनाआपांनी अनुभवला होता. त्यामुळे तो संपल्यानंतर त्यांच्या आयुष्यात एकाकीपण आलं, तेव्हा त्या जास्त खचल्या. याच काळात त्यांच्याकडून चांगली कामंही झाली. त्यातली एक म्हणजे 'शेरोशायरी'. त्यांनी काही चांगले शेर लिहिले, गजला लिहिल्या. त्यातल्या काही गजला एक-दोन गीतकारांनी स्वत:च्या नावावर खपवल्या. अर्थात, त्यासाठीही मीनाकुमारी यांनीच मोठ्या मनानं परवानगी दिली होती. पडत्या काळात लोक त्यांना भेटायला यायचं टाळू लागले, तेव्हा त्यांना खूप वाईट वाटायचं. त्या आजारी पडल्याने त्यांचा चेहराही कोमेजला होता. असा चेहरा लोकांसमोर आणण्याचं त्या टाळू लागल्या. मीसुद्धा अधूनमधून त्यांना भेटायला जायचो; पण त्या कुणालाच भेटण्यासाठी फारशा उत्सुक नसायच्या. त्यांची तब्येत खूपच बिघडली, तेव्हा त्यांना रुग्णालयात दाखल करण्यात आलं. तिथून उपचार घेऊन त्या घरी परतल्या होत्या.

मी एकदा 'शिकार' नाटकाचा प्रयोग करत होतो. त्या नाटकात शेवटच्या प्रवेशात सुमारे दहा मिनिटं मला काहीही संवाद नव्हता. रंगमंचावर एका कोपऱ्यात मी उभा असे. हा प्रवेश सुरू असताना विंगेत कुणीतरी बोललेलं, मला ऐकू आलं – 'अरे, तुला कळलं का? मीनाकुमारी वारली!' मी जागच्या जागी गार झालो. दहा मिनिटांनंतर मला संवाद बोलायचे होते. मला कळत नव्हतं की, पुढचे संवाद मी कसे बोलणार? त्या वेळी मीनाआपांची शिकवणच माझ्या मदतीला धावून आली. त्या नेहमी म्हणायच्या, 'द शो मस्ट गो ऑन...' मी माझे संवाद पूर्ण केले. पडदा पडला आणि मी विंगेत धावलो. पप्पा तिथे उभे होते. आम्ही तातडीने मीनाआपांच्या कार्टर रोडच्या घरी गेलो. त्यांचं अंत्यदर्शन घेतलं.

पडद्यावरच्या 'ट्रॅजेडी क्वीन'च्या आयुष्याचा शेवट असाच शोकात्म झाला.

■

सीन
११

‘देऽऽव’दर्शन

विजय आनंद उर्फ ‘गोल्डी’ यांचाही मी मोठा चाहता होतो. उत्कृष्ट दिग्दर्शनाचं उदाहरण मानल्या गेलेल्या त्यांच्या ‘ज्वेल थीफ’मध्ये मला काम करण्याची संधी मिळाली होती.

अतिशय देखणा, काळाच्याही पुढे असलेला आणि कायम नवीन विचार डोक्यात असलेला हा माणूस. ‘गाइड’मध्ये उत्तरार्धात सलग दोन गाणी घेण्याचा अनोखा प्रयोग त्यांनी केला होता. दोन गाण्यांच्यामध्ये एकही दृश्य न घेण्याचा असा प्रयोग करायला धाडस लागतं. गोल्डी यांना त्यात यश मिळालं.

‘ज्वेल थीफ’चं बरंचसं शूटिंग सिक्कीमची राजधानी गँगटोकमध्ये झालं. ईशान्य भारतात मी पहिल्यांदा जात होतो. डोळ्याचं पारणं फेडणारा निसर्ग एवढ्या बारीक डोळ्यांनी तिथली स्थानिक मंडळी कसा पाहू शकतात, याचं मला आश्चर्य वाटलं. एवढ्या छान वातावरणात गोल्डीजींच्या मार्गदर्शनाखाली ‘शूटिंग’ म्हणजे मेजवानी होती. आम्ही खूप धमाल केली. रात्री शेकोट्या लावून गाण्यांच्या मैफली आणि पार्ट्याही रंगत. ‘ज्वेल थीफ’चं नृत्यदिग्दर्शन सोहनलाल करत होते. सरोज खान या त्यांच्या पट्टशिष्या. तेव्हापासून आमची ओळख झाली.

गँगटोकच्या आउटडोअर शूटिंगनंतर चित्रपटाचा काही भाग मुंबईत ‘मेहबूब स्टुडिओ’मध्ये सेट लावून चित्रित झाला, तेव्हाही कामाचा खूप आनंद मिळाला. देवसाहेब, वैजयंतीमाला यांच्याबरोबर मी काम करत होतो. आम्हाला एका ठिकाणी कोंडून ठेवल्याचं दृश्य होतं. लाकडी फळ्यांच्या भिंतीला मी धडक द्यायची होती. मी शूटिंगच्यावेळी त्या फळ्यांना एवढ्या जोरात धडक दिली की, त्यातली एक फळी तुटून खाली पडली. त्या क्षणी माझ्या अंगात एक वेगळीच एनर्जी संचारली होती. सेटवरही अचानक एनर्जी निर्माण झाली. गोल्डी अंकल ओरडले, ‘कट इट!’ आम्ही रिलॅक्स झालो. गोल्डी अंकलना विचारलं, ‘‘तुम्ही शॉट कट करायला का सांगितलंत? मी त्या सगळ्या फळ्या तोडून टाकल्या असत्या!’’

‘‘म्हणून तर मी शॉट कट केला. माझ्या सिनेमाचा ‘हिरो’ देव आनंद आहे!’’ त्यांनी खुलासा केला आणि सेटवर एकच हशा उसळला. अर्थात, कुठल्याही दृश्यात कलाकारानं एवढी ऊर्जा लावल्यावर दिग्दर्शकाला आनंदच होतो. गोल्डी अंकलनीही माझं कौतुक केलं. ‘ज्वेल थीफ’मध्ये ते दृश्य पाहताना आजूनही ते वातावरण माझ्या डोळ्यासमोर उभं राहतं.

त्याच चित्रपटाच्या क्लायमॅक्समध्ये आम्ही एका भुयारातून बाहेर जातो, असं दृश्य होतं. ते प्रभावी होण्यासाठी गोल्डी अंकलना त्या भुयारातही आमचे ‘क्लोज अप्स’ घ्यावेसे वाटत होते. त्यांनी एका ठरावीक उंचीवर हे भुयार तयार करून घेतलं, त्याला खालून एक मोठी फट ठेवली. त्या फटीच्या दोन्ही बाजूंना दोन हात आणि गुडघे ठेवून आम्हाला रांगत जायचं होतं. त्या फटीतून ट्रॉलीच्या साह्यानं कॅमेऱ्यानं आमचे ‘क्लोज अप्स’ टिपले. अशाच प्रकारे काही एका बाजूने, काही समोरून उघडी असलेली भुयारं तयार करून घेऊन त्यांनी ते दृश्य प्रभावी केलं. चित्रपटासाठी एवढा वेगळ्या प्रकारचा विचार करणाऱ्या मंडळींबरोबर काम करण्याची आणि त्यांच्या या प्रयोगाचा एक भाग बनण्याची संधी मला मिळाली, हे माझं भाग्यच!

‘ज्वेल थीफ’मध्ये गोल्डी अंकलबरोबर काम केल्यानंतर मी त्यांच्या कामाच्या प्रेमात पडलो होतो. त्यांचे

सगळे चित्रपट पाहिले. 'गाइड' त्याच्या आधीच प्रदर्शित झाला होता; पण मी तो 'ज्वेल थीफ'नंतर पाहिला. 'तेरे मेरे सपने' बनवणारा दिग्दर्शकच 'जॉनी मेरा नाम'सारखा चित्रपट बनवतो, ही पण कमाल होती. 'तीसरी मंझिल' हा तर संकलन, दिग्दर्शन, पटकथा, संवाद या बाबतीतला आदर्शच. 'तेरे घरके सामने'मध्येही दारूच्या ग्लासमध्ये नूतन दिसतात, त्या दृश्यात गोल्डी अंकलचं कौशल्य दिसलं. त्यानंतर 'राजपूत' आणि 'राम बलराम'मध्ये त्यांच्यातला 'गोल्डी' कुठे हरवला होता, कुणास ठाऊक.

देवसाहेबांबरोबर काम करणं, हाही एक विलक्षण अनुभव होता. देवसाहेब म्हणजे अतिशय देखणा, स्वत:च्या प्रेमात असलेला माणूस. माणसानं असंच असावं. त्यांची स्वतंत्र 'स्टाइल' होती. पिस्तूल उचलतानाही ते त्यांच्या त्या स्टाइलनेच उचलायचे. त्यांच्याशी जास्त ओळख झाली; ती 'प्रेमपुजारी'च्या वेळी. नवकेतन फिल्म्सची ती निर्मिती होती. हा चित्रपट म्हणजे देवसाहेबांनी स्वत: अधिकृतपणे दिग्दर्शन केलेला पहिला चित्रपट. त्याआधी त्यांनी 'हम दोनो'चं दिग्दर्शन केलं होतं, पण स्वत:चं नाव न लावता. या चित्रपटाच्या आउटडोअर शूटिंगच्या वेळी एकदा मी गॉगल घालून गेलो होतो. देवसाहेबांनी मला जवळ बोलावून घेतलं.

''सचिन, रिमूव्ह युवर ग्लेअर्स. नेव्हर टू वेअर ग्लेअर्स.'' त्यांनी सांगितलं.

साक्षात देवसाहेब समोर होते, त्यामुळे त्यांचा मान राखण्यासाठी मी गॉगल काढला. त्यानंतर असं सांगण्याचं कारण त्यांना विचारलं. ते म्हणाले, ''खूप ऊन आहे म्हणून तू गॉगल घातला आहेस, हे ठीक आहे. पण तुझ्या डोळ्यांना त्या गॉगलची सवय होणार. शूटिंगच्या वेळी तू रिफ्लेक्टरच्या समोर उभं राहणार. तुझ्या डोळ्यांवर प्रकाश येणार. अशा वेळी काय होईल तुझ्या डोळ्यांचं? कलाकारानं कधीही गॉगलची सवय करून घेऊ नये.'' हे अर्थातच त्यांनी त्यांच्या 'स्टाइल'मध्ये सांगितलं.

मला ते पटलं. मी उत्तम श्रोता असल्यानं दुसऱ्याचं म्हणणं मी कान उघडे ठेवून ऐकतो. ते पटलं; तर ते अमलात आणतो. देवसाहेबांचं म्हणणं मला तंतोतंत पटलं होतं. त्या दिवसापासून आजपर्यंत मी कधीही गॉगल वापरला नाही!

आपली कुणी नक्कल केलेली देवसाहेबांना आवडत नसे. 'नक्कल करणं म्हणजे चेष्टा', असं त्यांना वाटायचं. कौटुंबिक कार्यक्रमांपासूनही ते कित्येक कोस दूर होते. त्यांना 'सेलिब्रेशन' हा प्रकारही आवडत नसे. कोणताही चित्रपट चालला म्हणून त्यांनी कधी पार्टी दिली नाही. 'कामयाबी का जश्न मत मनाओ, नाकामयाबी का सोग भी मत करो। जिंदगी चलती रहनी चाहिए।' हे त्यांचं आवडतं वाक्य होतं. याच तत्त्वाला अनुसरून ते आयुष्यभर कायम पुढे जात राहिले. 'हरे रामा हरे कृष्णा' या चित्रपटाच्या यशानंतर त्यांचे इतर चित्रपट फारसे चालले नाहीत, पण लोकांचं त्यांच्यावरचं प्रेम कधीही कमी झालं नाही.

स्वत:वर प्रेम एवढं की, हा माणूस सकाळी उठल्यावर आरशात बघून, 'देव, आय लव्ह यू!' असं म्हणूनच दिवसाची सुरुवात करत असावा.

वहिदा रेहमान यांच्याबरोबर काम करण्याची ही माझी पहिली आणि शेवटची वेळ. त्या प्रेमळ आणि गोड असल्या, तरी मुलांबरोबर फार मिसळायच्या नाहीत. मीनाकुमारी, तनुजा, राजश्री यांच्याबरोबर काम करताना माझी जी मैत्री झाली होती, ती वहिदाजींबरोबर कधी नाही होऊ शकली. त्यांचं एक वैशिष्ट्य म्हणजे, त्या अतिशय छोटा (हँडी) आरसा वापरायच्या. तोपर्यंत मी ज्या हिरॉइन पाहिल्या होत्या, त्या मोठा आरसाच वापरायच्या. बरेच दिवस वहिदाजींच्या या सवयीचं निरीक्षण केल्यानंतर मी न राहवून एके दिवशी त्यांना त्याचं कारण विचारलं. त्या म्हणाल्या, ''मी मुद्दामच असा छोटा आरसा वापरते. त्यामुळे मला आरशात जी गोष्ट बघायची आहे, तेवढीच

दिसते. उदा. मला ओठ पाहून लिपस्टिक लावायची असेल, तर फक्त ओठ दिसतात. काजळ नीट करायचं असेल, तर फक्त डोळा दिसतो.'' मला अर्जुनाची पोपटाच्या डोळ्याची गोष्ट आठवली! एकेका कलाकाराची वैशिष्ट्यं असतात, ती अशी! मी टीपकागदासारखं ते टिपत गेलो.

मी तेरा वर्षांचा असताना देवसाहेबांच्याच 'गॅम्बलर'मध्ये कामाची संधी मला मिळाली. मेहबूब स्टुडिओत लावलेल्या सेटवर शूटिंग होतं. (या चित्रपटाची एक गंमत म्हणजे, त्यात जाहिदा यांनी केलेल्या भूमिकेचं नाव 'इंद्राजी' असं होतं. इंदिरा गांधी यांच्याशी साधर्म्य असलेलं नाव असल्यामुळे सेन्सॉरनं त्याला हरकत घेतली. त्यामुळे ते नाव बदलून 'चंद्राजी' करण्यात आलं आणि सर्व डबिंग पुन्हा करावं लागलं.) 'गॅम्बलर'च्या शूटिंगच्या वेळची एक गमतीदार गोष्ट. देवसाहेब मला दृश्य समजावून सांगत होते.

''सचिन, तू इथे बसलेला आहेस. 'देव' तिकडून येतो. तो तुझ्याकडे बघतो आणि नर्व्हस होतो. तुला कळत नाही, 'देव' तुझी नजर का टाळतोय? तू त्याच्या जवळ जाऊन त्याला मिठी मारतोस. तेवढ्यात पाठीमागून कुणीतरी येतो आणि तुला गोळी मारतो. तू 'देव'च्या खांद्यावर डोकं ठेवून मरतोस.''

देवसाहेबांनी सीन समजावून सांगितल्यानंतर मी निरागसपणे विचारलं, ''देव'च्या भूमिकेत कोण आहे?''

त्यांनी एक सेकंद माझ्याकडे पाहिलं. मग एकदम उसळून म्हणाले, ''आय ॲम देऽऽऽव!!''

मी एकदम बावचळलो. पटकन सावरून घेतलं.

हा माणूस स्वत:ला 'देव' असं संबोधून मला सीन समजावून सांगत होता! आणि मला वाटत होतं की, 'देव' ही कुणीतरी व्यक्तिरेखा असावी आणि ती करणारा कुणी दुसरा कलाकार असावा! देवसाहेबांनी स्वत:वर प्रेम केलं ते असं!

'मॅटिनी आयडल' हे बिरूद हिंदी चित्रपटसृष्टीत 'देव आनंद'साहेबांना सर्वप्रथम मिळालं. 'मॅटिनी आयडल' म्हणजे स्त्रियांना जो आदर्श वाटतो, तो. 'मॅटिनी' या शब्दाचा अर्थ 'स्त्रिया'. पूर्वी फक्त ३, ६ व ९ असे शोज असायचे. '१२चा शो' हा पहिल्यांदा स्त्रियांसाठीच सुरू झाला. त्याला 'मॅटिनी शो' म्हटलं जाऊ लागलं. नंतर हा खेळ सर्वांसाठी खुला झाला, परंतु त्याचं नाव तेच राहिलं. म्हणून आजही सिंगल स्क्रीन चित्रपटगृहांत तीनचा शो हा त्या दिवसातला फर्स्ट शो धरला जातो.

देवसाहेबांच्या बाबतीतली आणखी एक आठवण अविस्मरणीय आहे. 'प्रेम पुजारी'च्या शूटिंगसाठी आम्ही सगळे शिर्डीमध्ये होतो. त्याच दिवशी देवसाहेब चित्रपटातल्या एका गाण्याचं रेकॉर्डिंग करून आले होते. 'गाना बहोत बढिया हुवा है।' असं पालुपद त्यांनी लावलं हो तं. आम्ही सगळ्यांनी त्यांना आग्रह केला, ''देवसाहेब, कुठलं गाणं? म्हणून दाखवा ना!''

बराच आग्रह झाल्यानंतर देवसाहेबांनी आम्हाला 'फूलों के रंग से...' हे संपूर्ण गाणं स्वत: म्हणून दाखवलं. देव आनंद हा कुणासाठी गाणं वगैरे म्हणणारा माणूस नाही; पण त्या रात्री आम्ही सगळे त्यांच्याभोवती गोल करून त्यांच्या कारकिर्दीतलं एक अजरामर गाणं लोकांनी ऐकण्याच्या आधीच ऐकत होतो!

■

सीन
१२

'त्रिप्ती' आणि 'ढेकर'!

'बसंत पिक्चर्स'ने 'झिम्बो का बेटा'नंतर 'स्वयंवर झाले सीतेचे' हा मराठी चित्रपट निर्माण केला होता. त्यात मी छोट्या रामाची भूमिका केली होती. त्यानंतर त्याच कंपनीच्या हिंदी 'श्रीकृष्णलीला'मध्ये श्रीकृष्णाची भूमिका करण्याची संधी मला मिळाली. या चित्रपटात अनेक 'ट्रिक सीन्स' होते. 'ट्रिक सीन' करण्यासाठी नागाच्या फण्यावर बासरी पकडून कृष्णाच्या पोझमध्ये तासन्तास उभं राहावं लागायचं. समोरून कॅमेरा असताना मला उभं राहण्यासाठी लाकडाच्या स्टँडचा आधार असायचा, त्यामुळे मला उभं राहण्यात फार अडचण नव्हती. पण फण्याच्या मागून शॉट घ्यायचा असेल, त्या वेळी स्टँड वापरता येत नसे. त्यामुळे एका पायावर तोल सावरत, त्या अवस्थेत उभं राहणं म्हणजे दिव्य असायचं. सुमारे बारा फुटांवर कोणत्याही आधाराशिवाय उभं राहताना आपण तोल जाऊन पडलो तर काय, ही धाकधूक असायची. त्या वेळी हल्लीसारखे सुरक्षिततेचे उपाय नव्हते. त्यामुळे शॉट सुरू असतानाच 'यातून लवकर बाहेर काढ,' अशी प्रार्थना मी स्वत: कृष्णाच्या भूमिकेत असतानाही देवाकडे करत असे. अर्थात, ते माझं काम होतं, त्यामुळे ते टाळणं शक्यच नव्हतं.

हा चित्रपट रौप्यमहोत्सवी ठरला. त्यानं मला देशभर श्रीकृष्णाच्या प्रतिमेत लोकप्रिय केलं. कृष्णाचं आणि माझं नातं अनोखं आहे. माझा जन्म कृष्णाष्टमीचा. त्यातून 'कृष्ण' हा असा एकच देव, ज्याच्या एका हातात बासरी आणि दुसऱ्या हातात सुदर्शन चक्र आहे. ('अ वॉरियर अॅन्ड अ म्युझिशियन, अॅट अ टाइम!') माझ्या मते माणसातही देवाचा अंश असतोच. त्यामुळे माणसानं एकाच वेळी अनेक गोष्टी करण्याचा प्रयत्न करावा, असं माझं मत आहे.

'ट्रिक सीन्स' करताना मला कुतूहल होतं की, ते नेमके कसे केले जातात? त्याचं तंत्र काय? मग मी वेळ मिळेल तेव्हा त्यांच्या 'लाइव्ह ट्रिक' विभागात जाऊन रोज दोन-तीन तास बसून शिकायचो. मी तीन वर्षांत ती 'ट्रिक फोटोग्राफी' शिकलो. त्या काळी आम्ही 'मिचेल' नावाच्या भारदस्त कॅमेऱ्याचा वापर करायचो. ट्रिक सीन्स करण्यासाठी काळे कागद कापणं, योग्य ठिकाणी जोडणं, हे सगळं मी करायचो. होमी वाडिया हे त्यातले तज्ज्ञ. त्यांनी मला ते शिकायला, करायला परवानगी दिली, यासाठी मी त्यांचा आभारी आहे.

मी 'हिरो' झाल्यानंतर होमीशेठचा मला फोन आला. त्यांना माझ्याबरोबर एक चित्रपट करायचा होता. मी 'ए' ग्रेडच्या चित्रपटांत कामं करत होतो. स्टंटपटात काम करून मला काही फायदा होणार नव्हता. तरीही त्यांच्या माझ्या ऋणानुबंधांसाठी मी त्यांच्या 'अॅडव्हेंचर्स ऑफ अल्लादिन'मध्ये काम केलं.

त्या चित्रपटासाठीही 'लाइव्ह ट्रिक फोटोग्राफी' तंत्र वापरण्यात आलं होतं.

आज या तंत्राच्या कितीतरी पटीनं प्रगत तंत्रज्ञान वापरात आहे. त्यामुळे त्या तंत्राचा काहीच उपयोग नाही. तरीही

‘ग्राफिक्स’ करताना नेमकं काय आणि कुठे पाहिजे, हे मी माझ्या तंत्रज्ञांना सांगू शकतो, ते त्या वेळी घेतलेल्या शिक्षणामुळे.

माझ्या कारकिर्दीत मी तीनदा कृष्ण साकारला. ‘श्रीकृष्णलीला’, ‘श्रीकृष्ण शरणं मम’ आणि राजश्री प्रॉडक्शन्सचा ‘गोपालकृष्ण.’ ‘श्रीकृष्णलीला’मध्ये राधा होती, हीना कौसर. ‘श्रीकृष्ण शरणं मम’मध्ये राधा नव्हती, तर रुक्मिणीची व्यक्तिरेखा होती, ती रजनी शर्मानं केली होती. ‘गोपालकृष्ण’मध्ये झरीना वहाबनं ही भूमिका केली होती.

नोकरी किंवा व्यवसाय नसतानाच्या काळात पप्पांना पटकथा लिहिण्याचा छंद लागला होता. आईनं त्यांना एक कथा सुचवली, त्यावरून त्यांनी पटकथा तयार केली होती. ते स्क्रिप्ट ऐकवण्यासाठी त्यांनी अनेक निर्मात्यांचे उंबरे झिजवले होते. व्ही. शांताराम (अण्णा) यांनाही भेटण्याचा प्रयत्न केला होता.

त्याच काळात राम ददलानी या एका बांधकाम व्यावसायिकाशी पप्पांची ओळख झाली आणि त्यांच्या मदतीनं पप्पांनी ‘अपराध’ची निर्मिती केली. राजदत्त यांनी चित्रपटाचं दिग्दर्शन केलं होतं. १९६९मध्ये प्रदर्शित झालेल्या या चित्रपटानं मराठी चित्रपटांच्या इतिहासात राज्य सरकारचे ११ पुरस्कार मिळवण्याचा विक्रम केला. सर्वोत्कृष्ट चित्रपटाचा पुरस्कारही ‘अपराध’ने पटकावला. त्या वेळी हा पुरस्कार ११ हजार रुपयांचा होता. ते पैसे हातात आल्यावर पप्पांनी ‘जुहू अपार्टमेंट्स’मध्ये एक फ्लॅट बुक केला. (आज याच ठिकाणी ‘सुश्रिया आर्ट्स’ या माझ्या निर्मिती संस्थेचं ऑफिस आहे.) जुहू अपार्टमेंट्स उभारली जात असताना त्या ठिकाणी अक्षरश: जंगल होतं. ७५० स्क्वेअर फूट कार्पेट एरिया असलेला हा फ्लॅट त्या वेळी २६ हजार रुपयांना विकत मिळाला होता. ११ हजार रुपये पप्पांनी भरल्यानंतर उरलेल्या १५ हजार रुपयांची जुळवाजुळव करताना आम्हाला नाकी नऊ आले होते. ती धावपळ मला आजही आठवते. विलंब शुल्क आणि कर वगैरे धरून तो फ्लॅट आम्हाला २९ हजारांना पडला होता.

त्याच वेळी माझी आई गरोदर होती. माझ्या जन्मानंतरही ती एक-दोनदा गरोदर राहिली होती; पण दुर्दैवाने तिला मूल होऊ शकलं नव्हतं. या वेळेला तिला एक गोंडस मुलगी झाली आणि मला तेरा वर्षांनंतर भावंड मिळालं. मला बहीण झाली. मला अतिशय आनंद झाला. तिच्या जन्माच्या वेळी मी असुरक्षिततेच्या भावनेनं थोडासा अस्वस्थ झालो होतो. माझ्यावरचं आई-वडिलांचं प्रेम कमी होईल की काय, अशी भीती वाटत होती. मी त्यांच्यापाशी ती बोलूनही दाखवली. पण त्यांनी मला जवळ घेऊन समजावलं. मग मी काहीच कुरकुर केली नाही.

बहिणीचा जन्म झाला, तेव्हा माझी स्वर्गवासी आजी (वडिलांची आई) आईच्या स्वप्नात आली आणि तिनं नातीसाठी ‘तृप्ती’ हे नाव सुचवलं. माझ्या वडिलांची विनोदबुद्धी कुठल्याही प्रसंगात जिवंत असे. आईनं हा स्वप्नाचा किस्सा त्यांना सांगितल्यावर ते म्हणाले, ‘‘या मुलीचं नाव ‘तृप्ती’ ठेवायचं का? बरं! मग याच्यानंतर मुलगा झाला, तर त्याचं नाव ‘ढेकर’ ठेवू या!’’

अर्थात, पप्पांनी तिचं नाव ‘तृप्ती’ न ठेवता ‘त्रिप्ती’ (Tripti) असं ठेवलं.

■

सीन
१३

माझा प्रौढ साक्षरता वर्ग

लहानपणी इंग्रजी येत नसल्यानं न्यूनगंड तर होताच, पण अनेकदा पंचाईतही व्हायची. बालकलाकार म्हणून मी 'किंग्ज ब्रदर्स'च्या 'माया' या इंग्रजी भाषेतील टेलिफिल्ममध्ये काम केलं होतं. त्याच्या शूटिंगसाठी मी आईबरोबर काश्मीरला गेलो होतो. या टेलिफिल्मचं युनिट हॉलिवूडचं असल्यामुळे दिग्दर्शकांपासून सगळेच इंग्रजीत बोलणारे होते. दिलेले संवाद पाठ करून इंग्रजीत जसेच्या तसे बोलायचे, एवढंच काम मला येत होतं. तिथे फक्त साजिद ('मदर इंडिया'मधला बालकलाकार) हा एकमेव सहकलाकार माझ्याशी हिंदीतून बोलायचा.

काश्मीरमधल्या या शूटिंगच्या काळातला एक अनुभव अजूनही माझ्या उरात धडकी भरवतो. शूटिंग दरम्यान मला कुत्रा चावला. माझ्या दंडाचा त्यानं मस्तपैकी चावा काढला होता. त्या वेळी पोटात चौदा इंजेक्शन्स घ्यावी लागली होती. माझ्या जखमेवर मीठ चोळण्यासाठी की काय कोण जाणे, पण याच टेलिफिल्ममध्ये मला कुत्रा चावण्याचं एक दृश्यही होतं! मी ते द्यायला साफ नकार दिला. त्या दृश्याचं शूटिंग व्हायच्या आधीच दुसऱ्याच कुठल्यातरी कुत्र्यानं माझ्याबरोबर तेच दृश्य पहिल्याच शॉटमध्ये ओके केलं होतं! खोटं-खोटं का होईना, परत कुत्रा चावून घ्यायची हौस मला अजिबातच नव्हती. परंतु कुणीही माझं ऐकलं नाही. प्रत्यक्ष चावलेल्या कुत्र्याच्या जखमेच्या वेदना सहन करत मी तो शॉट दिला.

चौदा इंजेक्शन्स घ्यावी लागली, तरी त्या कोवळ्या वयात मी अजिबात रडलो नाही. मी रडलो कसा नाही, याचं आईला आश्चर्य वाटत होतं. तिनं मला नंतर कधीतरी विचारलं तेव्हा मी म्हणालो, ''आई, तुझ्या डोळ्यांत पाणी होतं. मी रडलो असतो, तर तुला अश्रू आवरले नसते. म्हणून मी तो सगळा त्रास निमूटपणे सहन केला.''

१९७०मध्ये मी 'बिरबल माय ब्रदर' असा आणखी एक इंग्रजी चित्रपट केला होता. फतेहपूर सिक्रीमध्ये गाइड म्हणून काम करत असलेल्या एका मुलाची ती कहाणी होती. मला इंग्रजीचा एक शब्दही बोलता येत नसताना मी सगळे संवाद इंग्रजीतून बोललो होतो. राजा ठाकूर त्याचे दिग्दर्शक होते. त्या वेळीही इंग्रजी न येण्याचा खूप त्रास झाला होता.

दादर इंग्लिश हायस्कूलमध्ये मी शिकायला होतो. मी शाळेत जायच्या आधीच माझा 'हा माझा मार्ग एकला' प्रदर्शित झाला होता. त्यामुळे शाळेतले शिक्षक, कर्मचारी यांचा मी लाडका होतो. आमचे मुख्याध्यापक आणि त्या शाळेचे प्रमुख म्हणजे, श्री. जयकर. त्यांची मुलगीही माझ्याबरोबर शाळेत होती. काही मुलांशी खूप छान मैत्री झाली, काही जणांनी मात्र कायमच अंतर ठेवलं. मी शिक्षकांचा लाडका असल्यामुळे त्यांच्या मनात कदाचित अढी असावी.

मी सिनेमात काम करतो, म्हणून काही शिक्षकांनी मला स्नेहसंमेलनांत अजिबात संधी दिली नाही. काही कलाकारांच्या अभिनयाची सुरुवात शाळेतल्या स्नेहसंमेलनापासून होते. मी थेट चित्रपटातून अभिनयाला सुरुवात केली, पण शाळेत जाऊनही स्नेहसंमेलनात कधी आपली कला दाखवू शकलो नाही. इतर मुलं काय करतात, ते पाहण्यासाठी मी स्नेहसंमेलनाला आवर्जून हजेरी लावायचो.

मी तिसरीत असतानाची गोष्ट. एका मुलानं मला विचारलं, ''तू शूटिंग नसताना कधी शाळा बुडवत नाहीस?''

मी म्हटलं, ''नाही. मला आवडतं शाळेत यायला.''

तो म्हणाला, ''अरे, टीचरला सांगायचं, पोट दुखतंय म्हणून. टीचर घरी सोडते.''

मी खूप प्रभावित झालो. मला वाटलं, ही आयडिया बरी आहे. मी दुसऱ्या दिवशी टीचरना तसं सांगितलं. त्यांनी मला घरी जायला सांगितलं. मी दादर स्टेशनला आलो आणि लोकल पकडून माटुंग्याला आलो, तिथून घरी जायला निघालो. वाटेत जाताना सारखं माझं मन मला खायला लागलं. आपण खोटं बोलून शाळा बुडवली, याबद्दल वाईट वाटत होतं. दिवसभर मी अस्वस्थ होतो. रात्रीसुद्धा मला नीट झोप लागली नाही. दुसऱ्या दिवशी सकाळी मी आधी त्या टीचरकडे गेलो आणि खरं सांगून टाकलं. त्या चुकीबद्दल माफीही मागितली. टीचरनी मला जवळ घेतलं. त्या म्हणाल्या, ''तू खूप मोठा होणार आहेस. तुला स्वत:ची चूक कळली, त्याबद्दल तू माफीसुद्धा मागितलीस, ही खूप मोठी गोष्ट आहे. आयुष्यात फार मोठं होण्याची ही लक्षणं आहेत.'' अशा अनेकांच्या आशीर्वादांमुळेच मी पुढची वाटचाल करू शकलो.

चित्रपटांतल्या माझ्या कामांमुळे शाळा केव्हाच सुटली होती. त्याच वेळी आमच्या शाळेचे मुख्याध्यापक श्री. जयकर यांनी माझ्याशी संपर्क साधून मला किमान मॅट्रिक परीक्षा पूर्ण करण्याची गळ घातली. मी एकपाठी असल्याने त्यांचा आवडता विद्यार्थी होतो. आपल्या विद्यार्थ्याचं भलं व्हावं, अशी प्रत्येक शिक्षकाची अपेक्षा असते. तशीच त्यांचीही माझ्याबद्दल होती. शेवटी त्यांच्या आग्रहाखातर मी त्या परीक्षेसाठी तयारी केली आणि मॅट्रिकला बसलो. काठावर पास झालो. किंवा त्यांनी मला बळं-बळं पास केलं असावं बहुधा!

ती परीक्षा झाल्यानंतर मला असं जाणवायला लागलं की, आपल्या शिक्षकांना आपल्याबद्दल एवढा कळवळा वाटतोय; पण आपण स्वत:साठी काय करतोय? इंग्रजी शिकण्यासाठी आपण काय प्रयत्न केला? पंधरा वर्षांचा झालो, तरी माझं इंग्रजीचं ज्ञान 'थँक यू', 'गुड मॉर्निंग', 'गुड नाइट'च्या पुढे सरकलं नव्हतं. पप्पांचे एक मित्र वसंत ठेंगडी यांची मुलगी तारका (ताराताई) हिला मी माझी इंग्रजी शिकण्याची इच्छा सांगितली. तिनं माझ्यासाठी हीरा नावाची एक सिंधी मुलगी शोधून दिली. मी तिला 'हीरा मिस' म्हणायचो. दोन वर्षं तिनं मला घरी येऊन इंग्रजी शिकवलं. इंग्रजी शिकत असलो, तरी पहिलं वर्षभर माझी इंग्रजी बोलण्याची भीड मात्र चेपत नव्हती.

सांताक्रूझला जुहू अपार्टमेंट्समध्ये राहायला आल्यानंतर मला काही नवीन मित्र मिळाले होते. सुभाष पाल, भद्रेश दोशी हे त्यांपैकीच. भद्रेशमुळे सलीम रोगनवाला, अनिल कोठारी, प्रदीप बारोट, नरेश कपाडिया यांच्याशी मैत्री झाली. सलीम हा इंग्रजी बोलण्याच्या बाबतीत एक्स्पर्ट होता. माझी इंग्रजीची अडचण त्यानं ओळखली. त्यानं मला स्पष्टपणे सांगितलं की, तो माझ्याशी फक्त इंग्रजीत बोलणार. मी गडबडून गेलो. पण तो माझ्या मानगुटीवरच बसला. एकीकडे इंग्रजी शिकवणी आणि सलीमचा इंग्रजी बोलण्याचा हट्ट, यामुळे मी तीन वर्षांत व्यवस्थित इंग्रजी बोलायला शिकलो. त्यानंतर मी स्वत:च शिकून माझ्या इंग्रजीच्या ज्ञानात भर टाकत गेलो. अजूनही हे शिक्षण सुरू आहे. रोज नवीन शब्द शिकणं, ते टिपून ठेवणं आणि आत्मसात करणं, ही प्रक्रिया अजूनही माझ्या आवडीची आहे. मी रोज 'मिड-डे'ची इंग्रजी शब्दकोडी सोडवतो, त्यामुळे माझी व्होकॅब्युलरी वाढते.

सलीमनं मला त्याच्याकडचं भरपूर ज्ञान दिलं. माझ्यातला आत्मविश्वास वाढवला, मला नवीन उमेद दिली. आयुष्यात आपल्याला साथ करणारी, आपले गुण ओळखून उभारी देणारी माणसं खूप महत्त्वाची असतात.

खूशबू को महकने का बड़ा शौक़ है मगर,
मुमकीन नहीं हवाओं से रिश्ता किये बग़ैर।

वयाच्या सातव्या वर्षीच मी दिग्दर्शक होण्याचा निश्चय केला होता. आता त्या दृष्टीनं पावलं टाकायला सुरुवात करायला हवी होती. मी तेरा वर्षांचा झालो, तेव्हा दिग्दर्शक होण्याच्या दृष्टीनं अभ्यास आणि प्रशिक्षण सुरू करावं, असं वाटू लागलं. हृषिकेश मुखर्जींचा माझ्यावर जीव होता. त्यांच्यासारखा दुसरा गुरू भेटलाच नसता. म्हणून त्यांना भेटायला गेलो. त्यांना माझी इच्छा सांगितली.

''हृषिदा, तुम्हाला असिस्ट करायची इच्छा आहे.''

''तू काय करणार 'असिस्ट' करून?''

''काय म्हणजे? मला दिग्दर्शक बनायचंय!''

''मग बन की! कोण नको म्हणतंय? पण तू 'असिस्टंट' बनून काय करणार? शूटिंग, कॅमेरा, साउंड, डायलॉग, स्टार्ट साउंड-ॲक्शन-कट-ओके यातलं काहीच तुझ्यासाठी नवीन नाही. तू नवीन काय शिकणार?''

''मग मी काय करू?'' मी निरागसपणे विचारलं, ''म्हणजे तुम्ही मला शिकवणार नाही का?''

''कोण म्हणालं मी तुला शिकवणार नाही म्हणून? तू एक काम कर. माझ्याबरोबर 'एडिटिंग' शिकायला ये. तुला ते नव्यानं शिकायला मिळेल. उद्यापासून ये.'' हृषिदांनी सुचवलं.

त्याच्या आधी राजा ठाकूर यांच्याकडूनही मी संकलनाचे धडे गिरवले होते. त्यांच्या माझ्या वयात मोठं अंतर असलं, तरी आमच्यात मैत्रीचं नातं होतं. त्यांनी मला अनेक गोष्टी शिकवल्या होत्या. हृषिदांकडे मी दोन वर्षं संकलन शिकलो. त्या काळात अभिनय पूर्णपणे बाजूला पडला होता. मी ना धड लहान, ना धड मोठा, अशा वयाचा होतो. तरीही 'शिकार'चे प्रयोग सुरू होते. अंतिमतः 'दिग्दर्शक' बनणं हे माझं स्वप्न होतं. त्यामुळे मी संकलनाचं जेवढं ज्ञान आत्मसात करता येईल, तेवढं केलं.

हृषिदांशी संबंधित त्याच्या आधीची एक आठवणही गमतीदार आहे. 'मंझली दीदी' चित्रपट सुरू असताना त्यांनी मला बंगालमधील एक कहाणी ऐकवली होती. मला गोष्ट खूपच आवडली. मी त्यांना तसं सांगितलंही. कालांतराने चित्रपट तयार झाला, हृषिदांच्या निमंत्रणावरून मी त्याच्या ट्रायलसाठी गेलो. मला तो चित्रपट अजिबातच आवडला नाही.

हृषिदांनी विचारलं, ''सच्चूबाबा, कैसा लगा पिक्चर?''

मी म्हटलं, ''ठीक आहे, पण तुम्ही मला जी गोष्ट ऐकवली होती ना, ती खूप मस्त होती. तेवढा चित्रपट चांगला नाही झालेला.''

हृषिदांना ते पटलं असावं. ''हां. हां. मैंने अपनी 'स्टाइल' से बनाया है।'' असं ते म्हणाले. चित्रपट प्रदर्शित झाला आणि फ्लॉपही झाला.

हृषिदांची दोन वर्षांची संकलनाची शिकवणी पूर्ण झाली. त्याच वेळी 'आनंद' तयार होत होता. त्याचं शूटिंग पूर्ण झालं आणि निगेटिव्ह कटिंगसाठी चित्रपट आला होता. हृषिदांनी जाहीर केलं की, सच्चूबाबा निगेटिव्ह कटिंग करणार! त्या वेळी मी कर्मचारी संघटनेचा सदस्य नव्हतो, त्यामुळे दिवसाऐवजी रात्री मी 'निगेटिव्ह कटिंग' केलं

होतं. मी घाबरत-घाबरत काम पूर्ण केलं. त्यात चार चुका निघाल्या. हृषिदांपाशी ते कबूल केलं. ते मला म्हणाले, ''उलट बरं आहे. मी पहिल्यांदा केलं, तेव्हा बारा चुका निघाल्या होत्या. तू माझ्यापेक्षा दोन पावलं पुढे आहेस!''

अशी मोठ्या मनाची माणसं मला माझ्या जडणघडणीच्या काळात भेटली. आपल्याजवळ असलेलं ज्ञान, अनुभव ही मंडळी दुसऱ्याला भरभरून द्यायची. त्यात कधी कंजूषपणा केला नाही. चांगल्या गोष्टी स्वत:पाशीच राखून ठेवण्याएवढे कोत्या मनाचे ते नव्हते. त्यामुळेच चित्रपटसृष्टीला नव्या पिढीतले प्रतिभावान कलाकार, दिग्दर्शक, तंत्रज्ञ मिळाले. आनंद ही अशी एकच गोष्ट आहे, जी तुम्ही स्वत:जवळ नसतानाही दुसऱ्याला देऊ शकता. आणि दुसऱ्याला देऊनही ती कमी न होता, उलट वाढत जाते. हल्ली मात्र कुणी कुणाला शिकवण्यासाठी वेळच देत नाही. मुळात देण्यासारखं आपल्यापाशी काही आहे की नाही, इथपासूनच अनेकांची सुरुवात असते आणि त्याचा हिशेब करण्यातच त्यांचं आयुष्य जातं.

संकलनाचे धडे गिरवत असतानाच्या काळात सांताक्रूझला मित्रांना भेटायला जाताना, मी २३१ नंबरच्या बसनं जायचो. (हीच बस अजूनही सुरू आहे.) त्या वेळी तिचं तिकीट १५ पैसे होतं. त्या वेळी हातात फारशा भूमिकाही नव्हत्या. परिस्थिती फारशी चांगली नसल्यानं घरात नोकर-चाकर नव्हते. अशा वेळी मी घरात आईला मदत करायचो. सांताक्रूझहून येताना भाजी आणायचो. नुसतं बसून खाणं माझ्या प्रवृत्तीत नव्हतं. कधी-कधी सांताक्रूझहून येताना मी बस टाळून चालत यायचो. त्या वेळी वाचणारे बसचे १५ पैसेही माझ्यासाठी महत्त्वाचे होते. त्या १५ पैशांची किंमत मला त्या वेळीही कळत होती आणि आत्ताही कळते. त्यामुळेच मी पैसे खर्च करतो, उधळत नाही. चित्रपट करतानाही मी हेच तत्त्व वापरतो. दिग्दर्शक झाल्यानंतरही पहिले चार चित्रपट झाल्यानंतर पाचव्या चित्रपटासाठी निर्मात्याकडे 'क्रेन' मागण्याचं धाडस मी केलं. त्याआधी 'गंमत जंमत'मध्ये 'अश्विनी ये ना...' गाणं करताना एक शॉट क्रेनच्या साह्यानं घ्यायचं माझ्या मनात होतं, पण त्या वेळीही लाकडाच्या उंच स्टुलाचा (घोडा) वापर करून तो शॉट घेतला होता. 'माझा पती करोडपती' या चित्रपटाच्यावेळी मी पहिल्यांदा क्रेन वापरली, कारण तोपर्यंत दिग्दर्शक म्हणून मी काहीतरी सिद्ध करून दाखवलं होतं.

दिग्दर्शक असीत सेन हे मुशीर-रियाझ (एम.आर.) फिल्म्ससाठी 'सफर' या चित्रपटाचं दिग्दर्शन करत होते. राजेश खन्ना, शर्मिला टागोर, फिरोझ खान, अशोककुमार असे कलाकार त्यात होते. (महेश कोठारेही बालकलाकार म्हणून त्यात काम करत होता; पण आमचं एकत्र काम नव्हतं. तो योग अगदी अलीकडे जुळून आला!) त्या चित्रपटाची सुरुवात 'फ्लॅशबॅक'ने होते. 'शस्त्रक्रियेच्या वेळी एका बाईचा मृत्यू होतो आणि त्याचा आरोप एका डॉक्टरवर (शर्मिला टागोर) येतो. त्या बाईचा मुलगा हॉस्पिटलमध्ये येऊन तिच्यासमोर संताप व्यक्त करतो...' असं ते दृश्य होतं. त्या दृश्यासाठी एखादा कसलेला कलाकारच हवा, असा असीत सेन यांचा आग्रह होता. माझं नाव त्यांच्या डोळ्यांसमोर आलं, पण चित्रपटातल्या फक्त एका दृश्यासाठी मी तयार होईन की नाही, अशी शंका निर्मात्यांना होती. असीतदांनी मात्र माझ्यासाठी हट्ट धरला होता. असीत सेन किंवा निर्माते मुशीर-रियाझ यांच्याशी माझी ओळख नव्हती. त्या वेळी नटराज स्टुडिओत गुरू दत्त फिल्म्सच्या 'चंदा और बिजली'च्या शूटिंगमध्ये मी गुंतलो होतो. आमचे प्रॉडक्शन मॅनेजर गुरुस्वामी यांच्याशी रियाझभाईंनी संपर्क साधला आणि त्यांच्या माध्यमातून ते माझ्याकडे आले. महालक्ष्मी येथील 'फेमस स्टुडिओ'त 'सफर'चा सेट लागला होता. तिथे एका दृश्यासाठी यावं, असा त्यांचा आग्रह होता. मला 'चंदा और बिजली'च्या शूटिंगमधून वेळ काढणं शक्य नव्हतं. दिग्दर्शक आत्मारामजी यांना मी अडचण सांगितली. त्यांनी परिस्थिती समजून घेऊन मला दुसऱ्या दिवशी लंच ब्रेकमध्ये एक

तासासाठी सवलत देण्याचं कबूल केलं.

दुसऱ्या दिवशी दुपारी एक वाजता लंच ब्रेक जाहीर झाला आणि मी आईबरोबर टॅक्सीत बसून 'फेमस स्टुडिओ'कडे निघालो. तिथे पोहोचायलाच आम्हाला पाऊण तास लागला. आत घुसलो. थेट सेटवर गेलो. दृश्य समजावून घेतलं. संवाद ताब्यात घेतले, एक रिहर्सल केली. दार उघडून मी येतो, असं दृश्य तीन शॉट्समध्ये होणार होतं. पहिला शॉट ओके झाला. तिथले वरिष्ठ डॉक्टर (दादामुनी) माझ्या समोर येतात आणि मी त्यांना न जुमानता त्या महिला डॉक्टरपाशी जातो, असा दुसरा शॉट होता. आम्ही रिहर्सल केली. दादामुनींशी माझी आधीपासूनच ओळख होती. 'दिल और मुहब्बत' या चित्रपटात आम्ही एकत्र काम केलं होतं. तेव्हापासूनच ते माझी नेहमी मस्करी करायचे. 'सफर'च्या सेटवर 'टेक' करायच्या आधी दादामुनी माझी अशीच मस्करी करायला लागले. 'मेरे कू भूक लगी, तेरे कू मारूँगा, शाम कू घर कू आऊँगा।' असं बोबड्या बोलातलं गाणं ते मुद्दाम म्हणायला लागले. (आम्ही भेटलो की, ते नेहमी अशीच थट्टा करायचे.) मी दादामुनींना लटक्या रागानं दटावलं. त्यांनी असीतदांकडे माझी तक्रार केली. अशा सगळ्या थट्टामस्करीत अखेर तो शॉट झाला. मग माझा 'क्लोज अप' झाला, 'मिड शॉट' पूर्ण झाला. हे सगळं आवरून निघेपर्यंत सव्वा-तास गेला. मी तातडीनं टॅक्सीत बसून पुन्हा 'नटराज'मध्ये आलो. तोपर्यंत लंच ब्रेक आटोपून पुढच्या शॉटची तयारी झाली होती आणि सगळे माझी वाट पाहत थांबले होते.

हरिभाई, पद्मिनीजी हे सगळे मोठे कलाकार माझी वाट बघत होते. मला खूप अपराधी वाटलं. मी कपडे बदलून लगेच शूटिंगसाठी रुजू झालो. नंतर हरिभाईंनी स्वत:च मला समजावलं. ''सचिन, वाईट वाटून घेऊ नकोस. एका दिग्दर्शकानं तुझ्यासाठी आग्रह धरून तुला बोलावून घेतलं होतं. कोणत्याही कलाकारासाठी हा मोठा सन्मान आहे.''

'दिल और मुहब्बत'मध्ये दादामुनींसोबत

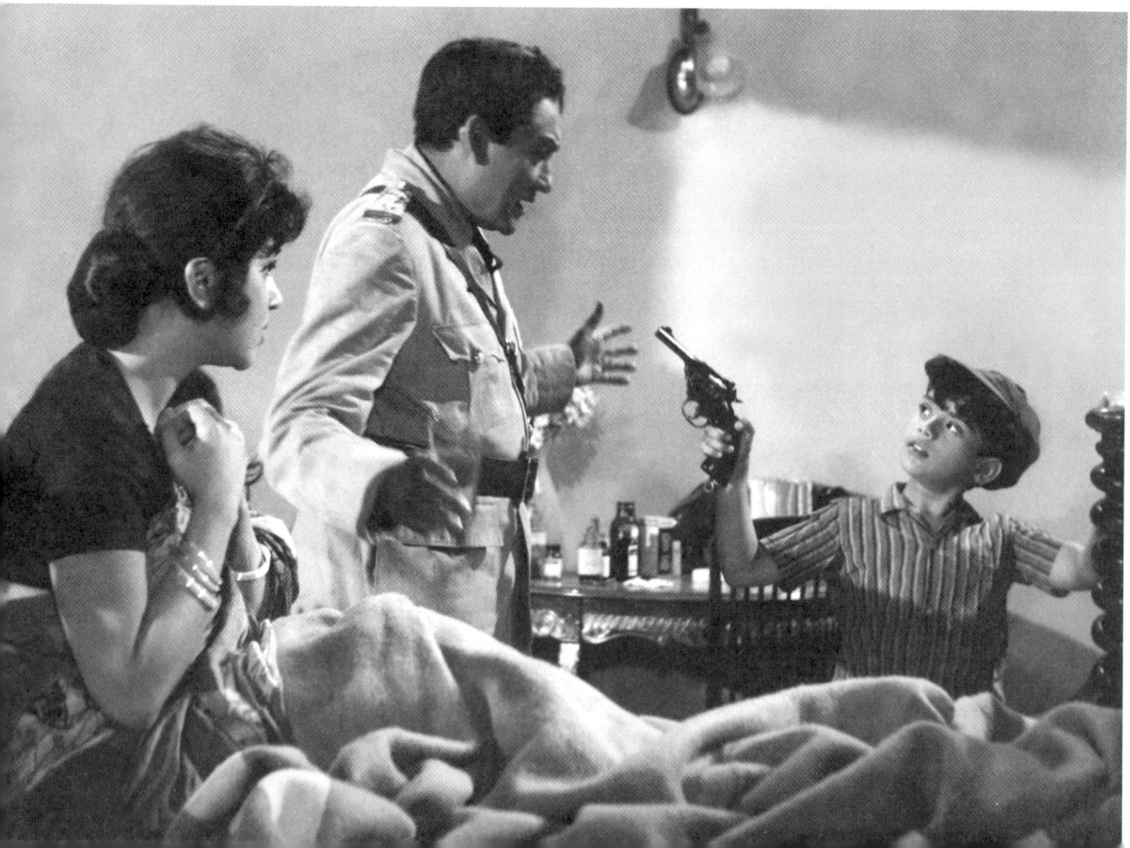

मुशीर-रियाझ यांच्यासाठी ‘सफर’मध्ये केलेल्या त्या एका दृश्यामुळे त्यांनी मला नंतर ‘बैराग’मध्ये युसूफभाईंच्या (दिलीपकुमार) व्यक्तिरेखेचं लहानपण साकारण्याची संधी दिली. दिग्दर्शक, असीत सेन हेच होते. युसूफभाईंची त्यात तिहेरी भूमिका होती. आपल्या लहानपणातली भूमिका कोण करतंय, हे युसूफभाईंना बघायचं होतं. ते या बाबतीत अतिशय काटेकोर. असीत सेन यांचे साहाय्यक नरेश मल्होत्रा मला युसूफभाईंच्या घरी घेऊन गेले. प्रशस्त बंगल्याच्या टेरेसवर ते बसले होते. मानेला काहीतरी त्रास होत असल्याने त्यांनी ‘कॉलर’ लावली होती. समोर फळांच्या काही प्लेट्स ठेवल्या होत्या.

‘‘अच्छा, तू सचिन का?’’ धीरगंभीर आवाजात त्यांनी विचारलं.

‘‘हो.’’

‘‘बऱ्याच ‘हिरों’चं लहानपण तू साकारलं असणार?’’

‘‘नाही. ‘हिरों’चं लहानपण फार नाही केलेलं.’’

‘‘पण तू सिनेमा तर बरेच केलेस ना?’’

‘‘हो, पण मी बरेचदा मध्यवर्ती भूमिकाच केली आहे.’’

बहुधा त्यांना हे उत्तर अपेक्षित नसावं. त्यांनी एकदा माझ्याकडे रोखून पाहिलं.

‘‘आंधळ्याची भूमिका केलीयंस का कधी?’’

‘‘नाही.’’

‘‘मग ह्या सिनेमात तुला करावी लागणार आहे.’’

‘‘हो.’’

‘‘कशी करशील?’’

मला त्यांचा हा प्रश्न खटकला. कुठल्याही कलाकाराला समोर बसवून ‘हे करून दाखव,’ अशी परीक्षा घेणं मला पटत नाही. वर्कशॉपमध्ये ‘हे कर, ते कर...’ असं करून घेणं वेगळं. असं समोरासमोर तडकाफडकी अभिनय करून दाखव सांगणं म्हणजे त्या कलाकारावर अविश्वास दाखवणं, असं मला वाटतं. तरीही युसूफभाई सांगत होते, म्हटलं हा सूर्य आणि हा जयद्रथ करूनच टाकू!

त्यांनी मग मला इकडचे-तिकडचे प्रश्न विचारले. मी एक अंध व्यक्ती असल्याच्या आविर्भावात त्याची उत्तरं दिली.

‘‘मला सफरचंदांची प्लेट दे.’’ त्यांनी सांगितलं.

मी समोरची द्राक्षांची प्लेट उचलून त्यांच्या हातात दिली.

‘‘अरे, ही द्राक्षं आहेत. मी सफरचंद मागितलं होतं.’’ ते म्हणाले.

‘‘माफ करा. मला दिसत नाही.’’ मी सांगितलं.

नरेश मल्होत्रांकडे बघून युसूफभाई म्हणाले, ‘‘नरेश, ह्याला ‘ओके’ करा.’’

त्यांनतर ‘बैराग’चं शूटिंग सुरू झालं. माझं शूटिंग असायचं, तेव्हा युसूफभाई सेटवर बसून मी कसे ‘सीन्स’ करतोय, ते बघायचे. शूटिंगदरम्यान त्यांचा असीत सेन यांच्याशी काहीतरी वाद झाला आणि चित्रपटाचं दिग्दर्शन युसूफभाईंनी स्वत:कडे घेतलं.

‘‘सचिन, आपण तुझ्या या शॉटमध्ये दुसऱ्या कलाकाराचं – तो तुझं ऐकतोय, असं एक ‘इन्सर्शन’ (शॉट) घेऊ या. नाहीतर शॉट ‘होल्ड’ होणार नाही,’’ एका दृश्यादरम्यान युसूफभाईंनी मला सांगितलं. मी फक्त हसलो.

‘‘हसलास का?’’

''काही नाही, असंच.''

''पण हसायला काय झालं?''

''तुम्ही म्हणालात ना की, शॉट 'होल्ड' होणार नाही, म्हणजेच, रेंगाळेल... म्हणून...'' माझ्या या उत्तरावर ते काहीच बोलले नाहीत. शॉट चित्रित झाला. त्यांनी माझ्याकडे बघून स्मितहास्य केलं आणि म्हणाले, ''इन्सर्शन घेण्याची गरज नाही. शॉट 'होल्ड' होतोय.''

दिग्दर्शक हा जर स्वत:च अभिनेता असेल, तर त्याचं समाधान करणं, नेहमीच अवघड असतं. कलाकारानं केलेलं काम चांगलं वाटलं, तर दिग्दर्शक लगेच त्याला होकार देतो; पण दिग्दर्शक स्वत: अभिनेता असेल, तर कलाकाराची कसोटी लागते. मला अशी आव्हानं स्वीकारायला आवडतात. समोर दिग्दर्शकाच्या भूमिकेत 'दिलीपकुमार' असेल, तर अधिकच! अशा अभिनेता-दिग्दर्शकांचा मी नेहमीच आवडता कलाकार होतो.

११ डिसेंबर, २०१२ला युसूफभाईंच्या नव्वदाव्या वाढदिवशी मी त्यांना भेटायला गेलो आणि त्यांना शुभेच्छा दिल्या. आता वयामुळे त्यांना माणसं ओळखू येत नाहीत, परंतु मी समोर आल्यावर ते माझ्याकडे रोखून बघत राहिले. सायराजींनी त्यांच्या कानात सांगितलं, ''सचिन है. 'बैराग' में इसने आपके साथ काम किया था.''

युसूफभाईंच्या डोळ्यात एक वेगळीच चमक दिसली. त्यांचे डोळे पाणावले. त्यांनी मला जवळ ओढून माझे गाल हातात घेऊन थोपटलं आणि मला कडक सॅल्यूट केला. माझी पारख तर त्यांनी खूप वर्षांपूर्वीच केली होती, पण या वयातही त्यांनी मला ओळखल्यामुळे माझेही डोळे पाणावले.

■

सीन
१४

मलई मारके!

मध्यप्रदेशातल्या 'हर्दा' या गावी असलेल्या आमच्या नातेवाइकांकडे मी लहानपणी आईबरोबर गेलो होतो. तिथे दूध-दुभतं भरपूर प्रमाणात होतं. तिथं घुसळाच्या साहाय्याने लोणी काढलं जायचं. मी एका शेजाऱ्यांकडे गेलो असताना ते लोणी पाहून त्या काकूंना म्हणालो, ''तुम्ही मला लोणी दिलं, तर माझी आई तुम्हाला ओरडणार नाही.'' काकूंनी काय ओळखायचं ते ओळखलं आणि मला लोणी दिलं. तेव्हापासून मला लोणी खायची चटकच लागली आहे.

लोण्याची ती चव माझ्या जिभेवर रेंगाळत असावी. कारण टायकलवाडीतही मला तशीच एक सवय लागली. मी रोज सकाळी उठल्यावर आईकडून एक रुपया घेत असे. एक मोठा वाडगा घेऊन चालत मेन रोडवर येऊन तिथल्या दुग्धालयातून आठ आण्याची वाडगाभर मलई घेत असे. त्याच्याच शेजारच्या बेकरीतून एक मोठा पाव विकत आणत असे. घरी आल्यावर त्या मलईत चार चमचे साखर घालून ती फेटायची आणि त्याबरोबर पावाचा आस्वाद घ्यायचा, असा माझा नित्यक्रम होता. सलग चार वर्षं हा उपक्रम सुरू होता. माझा अतिशय आवडीचा असा हा आहार होता. (तसाही मी प्रचंड खवय्या आहे. घरातल्या सगळ्यांनाच खायला खूप म्हणजे खूप आवडतं. अर्थात, मी सगळं खात असलो, तरी आडवा हात मारून खाण्याऐवजी ते चवीनं खायला मला जास्त आवडतं. असो!) या चार वर्षांच्या रोजच्या मलईपावानं माझ्या शरीरावरही मूठभर काय, ढीगभर 'मलई' चढली होती.

माझ्या शरीराचं नव्हे, तर चित्रपटांतलं माझं 'वजन' वाढावं, अशी पप्पांची आधीपासूनच इच्छा होती. त्यामुळे त्यांनी माझं वाढलेलं वजन फारच मनावर घेतलं. माझी 'चरबी' उतरवण्यासाठी त्यांनी एक 'फिजिकल ट्रेनर' नेमला. अमर अधिकारी त्याचं नाव. तोही २२ वर्षांचा मुलगाच होता. त्यानं माझ्यासाठी वजनं उचलण्यासारखे अवघड व्यायाम देण्याऐवजी माझी मनगटं, दंड बळकट होण्यासाठीचे व्यायाम शिकवले. त्यात वर्तमानपत्राची मोठी गुंडाळी करून ती चुरून बारीक करण्याचा व्यायामही होता. त्यानं माझे फोरआर्म्स चांगलेच बळकट झाले. टायकलवाडीत असतानाही मी व्यायामशाळेत जाऊन उंची वाढवण्यासाठीचे व्यायाम करायचो. लहान असताना इतर मुलांमध्ये मी उंच होतो, पण मोठा झाल्यानंतर माझी उंची फार वाढली नाही. कमी उंचीचं हे 'वरदान' आजोळच्या माणसांकडून मिळालेलं! अर्थात, माझी हाडं जास्त बळकट असण्याची ही देणगी मात्र आईकडूनच मिळाली! पप्पांनी घरी एक प्रशिक्षक बोलावून मला आठवड्यातून तीनदा तलवारबाजीही शिकवली. त्याचाही माझ्या शरीरयष्टीच्या बळकटीसाठी फायदा झाला. आठवड्यातले दोन दिवस मी घोडेस्वारी करायचो.

आधी मी एका वेळेला बारा-तेरा पोळ्या खात होतो. पप्पांनी ती संख्या एकदम तीन पोळ्यांवर आणली. मी सोसायटीत बॅडमिंटन खेळायला सुरुवात केली, सायकलिंग करत होतो. क्रिकेट खेळत होतो. रात्री झोपताना मी देवाकडे प्रार्थना करायचो, 'मी मोठा झाल्यावर मला खूप खाता येईल, अशी व्यवस्था कर. आत्ता मला आई-वडील मनासारखं खाऊ देत नाहीयेत.' अर्थात, ते वेडं वय होतं. त्यामुळे काही कळत नव्हतं; पण पप्पांनी त्या काळात माझ्यावर बंधनं घातली नसती, तर कलाकार म्हणून मी यश मिळवू शकलो नसतो, असं आत्ता वाटतं.

पप्पांनी १९७२ साली 'अजब तुझे सरकार' या चित्रपटाची निर्मिती केली होती. बालगुन्हेगारी या विषयावरचा

तो चित्रपट राजा ठाकूर यांनी दिग्दर्शित केला होता. मी पुन्हा एकदा मध्यवर्ती भूमिकेत होतो. सुलोचनादीदी, धुमाळ, काशीनाथ घाणेकर, सुरेखा असे मोठमोठे कलाकार त्यात होते. त्या भूमिकेसाठी मला पुन्हा 'राष्ट्रीय पुरस्कार' मिळाला.

'हा माझा मार्ग एकला'साठी मला राष्ट्रीय पुरस्कारानंतर राज्य सरकारचा विशेष पुरस्कारही मिळाला होता. तो व्ही. शांताराम यांच्या हस्ते देण्यात आला होता. माझ्या आयुष्यातला महाराष्ट्रातला हा 'पहिला पुरस्कार.' त्या भूमिकेचं शिवधनुष्य राजाभाऊ परांजपेंनी मला पेलायला लावलं; पण ती बाहुली काही मला पेलली नाही. ती घेण्यासाठी मला कुणाचीतरी मदत घ्यावी लागली होती. त्यानंतर वयाच्या पंधराव्या वर्षी 'अजब तुझे सरकार'साठीही मला राज्य सरकारचा पुरस्कार मिळाला. हा पुरस्कार बालकलाकार म्हणून नव्हे, तर मुख्य कलाकार म्हणून मिळाला होता. मी वयाने लहान असलो, तरी चित्रपटात माझी प्रमुख भूमिका होती, त्यामुळे मला 'उत्कृष्ट अभिनेता' पुरस्कार मिळाला पाहिजे, अशी भूमिका त्या वेळच्या परीक्षक बाळ कुरतडकर यांनी घेतली होती. हा पुरस्कार मला शिवाजी गणेशन यांच्या हस्ते देण्यात आला.

राष्ट्रीय चित्रपट पुरस्कार सोहळा कोलकत्याला होणार होता. हरिभाईही त्या सोहळ्याला आले होते. माझ्याशेजारी दक्षिणेचे सुपरस्टार एम. जी. रामचंद्रन बसले होते. त्यांना उत्कृष्ट अभिनेत्याचा पुरस्कार होता. त्यांच्याजवळच्या बुकलेटवर त्यांनी माझी स्वाक्षरी घेतली. मीसुद्धा त्यांची घेतली. सत्यजीत रे हेसुद्धा पहिल्याच रांगेत बसले होते. मला त्यांचीही सही घ्यायची होती. मी त्यांच्याजवळ गेलो, तर त्यांनी मला अतिशय उद्धटपणे झटकून टाकलं. मला त्यांचा खूप राग आला. मोठी माणसे नेहमी दयाळू असतात आणि असावीत, असं मला वाटतं. सत्यजीत रे हे खूप मोठे दिग्दर्शक, मोठे कलावंत. पण ते मोठे माणूस नाही असू शकत. यशस्वी होणं सोपं असतं, पण मोठा

व्ही. शांताराम यांच्या हस्ते पुरस्कार घेताना

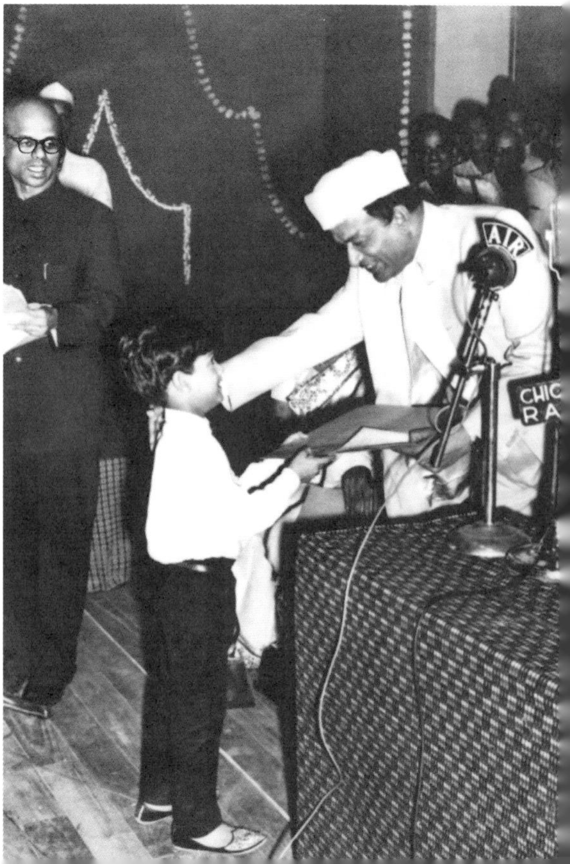

माणूस होणं अवघड. त्या अनुभवातून मी असं ठरवलं की, आपण आयुष्यात कधीही कुणाला स्वाक्षरी नाकारायची नाही. आणि फोटोसाठी चाहत्यांना कायम हसतमुख चेहऱ्यानंच सामोरं जायचं. आपल्यासाठी तो फोटो कदाचित महत्त्वाचा नसेल, पण त्यांच्यासाठी तो आयुष्यातला अनमोल ठेवा असू शकतो.

पप्पांनी 'अजब तुझे सरकार'ची निर्मिती केली, त्या वेळी माझ्याबरोबर एका बालगुन्हेगाराच्या भूमिकेत ज्युनिअर मेहमूदला घ्यावं, असं त्यांच्या मनात होतं. तो माझा मित्र असल्यानं मी त्याला त्याबाबत विचारलं; पण मराठी चित्रपटासाठी बारा ते पंधरा दिवस वेळ देणं शक्य नसल्याचं त्यानं सांगितलं. तो त्या काळात खरंच खूप बिझी होता. एक दिवस द्यायची तयारी त्यानं दाखवली. त्यासाठी पप्पांनी एक गाणं डिझाइन केलं आणि एक दिवसाच्या शूटिंगसाठी ज्यु. मेहमूद आला. त्यानंतर 'गीत गाता चल'मध्येही आम्ही एकत्र होतो. 'अखियों के झरोकों से'मध्येही त्याला घेण्यासाठी मी राजबाबूंकडे आग्रह केला.

त्यानंतर बऱ्याच काळानंतर सन २००६मध्ये तो माझ्याकडे आला. तो आर्थिक अडचणीत होता. त्यानं केलेला एक हिंदी चित्रपट डब्यात राहिला होता. त्या वेळी त्याला मराठी चित्रपट करायचा होता. मला त्यात काम करण्यासाठी त्यानं विनंती केली. माझीही खूप कामं चालू होती, त्यामुळे मी त्याला एक दिवस देतो, असं सांगू शकलो असतो. परंतु त्याच्या उपकारांची जाण ठेवून मी त्याच्यासाठी तीस दिवस दिले. तेसुद्धा कोणताही मोबदला न घेता. मित्रासाठी एवढं तरी करायलाच हवं होतं! 'अदलाबदली' हा चित्रपट त्यानं बनवला. त्यात माझ्यासोबत अशोक सराफही होता. त्यानं आमचा अजून चांगला उपयोग करून घेतला असता, तर बरं झालं असतं, असं मला वाटतं.

शिवाजी गणेशन यांच्या हस्ते मिळालेला पुरस्कार

‘अजब तुझे सरकार’मध्ये निळू फुले यांच्याबरोबर कामाची प्रथमच संधी मिळाली. त्यांची त्यात खलनायकाची भूमिका होती. मुंबईत शूटिंग असताना निळूभाऊ जुहू अपार्टमेंट्समधल्या आमच्या घरीच राहायचे. त्यांना इंग्रजी पुस्तकं वाचायची खूप आवड होती, त्यामुळे मी त्यांच्यासाठी लायब्ररीतून वेगवेगळी पुस्तकं घेऊन यायचो.

नंतरच्या काळात ‘माझा पती करोडपती’मध्ये त्यांनी माझ्या दिग्दर्शनाखाली काम केलं. त्यात निळूभाऊंनी प्रथमच इंग्रजी भाषेचा वापर केला. तोपर्यंत त्यांना मिळालेल्या सर्वच भूमिका ग्रामीण ढंगाच्या असल्यामुळे त्यांना इंग्रजी बोलण्याची संधीच कधी मिळाली नव्हती. ‘करोडपती’मध्ये ती मिळाल्याने ते खूश झाले होते. त्यांनी माझ्यापाशी तसं बोलूनही दाखवलं. त्यानंतर माझ्या आग्रहाखातर त्यांनी ‘तू-तू-मैं-मैं’च्या एका एपिसोडमध्येही काम केलं आणि त्यात धमाल केली होती. निळूभाऊ आपल्यातून गेले, परंतु त्यांची उणीव कायमच जाणवत राहील.

■

सीन
१५

केल्याने होत आहे रे...

मुंबईत दूरदर्शन सुरू झालं, तेव्हाची गोष्ट. साधारण १९७२ साल असावं. श्रीधर फडके आणि उदय चित्रे यांनी एकत्रितपणे काही गाणी तयार केली होती. राणी वर्मासह अन्य काही कलाकार ती गाणी गाणार होते. तो कार्यक्रम 'मुंबई दूरदर्शन'साठी चित्रित होणार होता. त्याचं 'अँकरिंग' करण्याची संधी मला मिळाली होती. त्या वेळी टीव्हीचं माध्यम माझ्यासाठी नवीन होतंच, पण मराठीपासूनही मी थोडासा दूर गेलो होतो. हिंदी चित्रपटांतच प्रामुख्यानं काम करत होतो, त्यामुळे हिंदी वातावरणात राहायची सवय झाली होती. उर्दूची नशा चढली होती. त्यामुळे सफाईदार मराठी बोलण्याची थोडीशी पंचाईत झाली होती. त्या कार्यक्रमात 'अँकरिंग' करताना मी अडखळलो. एकदा-दोनदा प्रयत्न करूनही मला जमेना, तेव्हा दूरदर्शन केंद्राचे प्रमुख केशव केळकर यांनी मला थांबवायला सांगितलं. मग त्यांनी अँकरिंग वगळून नुसती गाणी चित्रित करण्याचा निर्णय घेतला.

काम न जमल्याने मला मिळालेला आयुष्यातला हा दुसरा नकार होता. मी कसाबसा घरी आलो. त्याच दिवशी मी मनाशी निश्चय केला की, मी टीव्ही क्षेत्रात काहीतरी करून दाखवणार. आणि करेन ते असंतसं नाही, तर या क्षेत्राला हलवून टाकेन! कधी ते माहीत नाही, पण करणार हे नक्की. आयुष्यात मिळालेल्या नकारांचा मी कायमच इंधन म्हणून वापर करून घेतला.

दूरदर्शनकडून मिळालेल्या नकारामुळे त्या वेळी मी करत असलेल्या 'शिकार' या नाटकाच्या सुरुवातीच्या प्रयोगांच्या वेळी माझा आत्मविश्वास डळमळीत झाला होता. कधी-कधी मी संवाद घेताना अडखळायचो. पहिल्या चार-पाच प्रयोगांत मला स्वत:लाच ते जाणवलं. आपण क्षमतेत कमी नाही; पण आत्मविश्वास कमी पडतोय, हे माझ्या लक्षात आलं. मी स्वत:मध्ये सुधारणा केली. जोरदार गृहपाठ केला आणि नंतर पुण्याच्या प्रयोगात मला तो आत्मविश्वास परत मिळाला. सुदैवानं या नाटकाचे दिग्दर्शक मधुकर तोरडमल उर्फ मामा, ज्यांच्याकडून मला आधी खूप काही शिकायला मिळालं होतं, ते या प्रयोगाला उपस्थित होते. प्रयोगानंतर त्यांनी आत येऊन मला उभारी दिली आणि माझं कौतुक केलं. 'तुला जमेल, हे मी आधीच सांगितलं होतं,' असं ते म्हणाले. मला खूप बरं वाटलं.

योगायोग म्हणजे, त्यानंतर मामांनीही एका चित्रपटात माझ्या दिग्दर्शनाखाली काम केलं. त्या वेळी ते फक्त कलाकाराच्या भूमिकेत होते. मी जसं सांगितलं, तसं त्यांनी काम केलं. त्यांना माझ्या कामाची आणि सेटवर वावरण्याची पद्धतही आवडली. मी सेटवर सगळ्यांशी मिळून-मिसळून वागतो, गप्पागोष्टी करतो आणि हसत-खेळत त्यांच्याकडून सहजपणे काम काढून घेतो, हे एका चांगल्या दिग्दर्शकाचं वैशिष्ट्य असल्याचं ते म्हणाले. आपल्यालाही हे तंत्र कधी अवगत झालं नाही, असंही त्यांनी माझ्याजवळ कबूल केलं. तोरडमलांसारख्या व्यक्तीनं माझ्या कार्यशैलीचं कौतुक करणं, ही माझ्यासाठी खूप मोठी गोष्ट होती!

'शिकार' करत असतानाच दोन मोठ्या हिंदी चित्रपटांची संधी माझी वाट पाहत होती. त्या संधीनं माझ्या करिअरला वेगळीच दिशा दिली. त्यामुळे नंतरच्या काळात इच्छा असूनही मला नाटकासाठी वेळ काढता आला नाही. अर्थात, नाटक करण्याच्या बाबतीत माझं योगदान फार नसलं, तरी प्रेक्षक म्हणून मी नाटकावर अजूनही प्रेम करतो. नवीन आलेलं चांगलं नाटक स्वत: तिकीट काढून पाहणं, हा माझा आवडीचा भाग आहे.

■

सीन
१६

शोले!

'सिप्पी फिल्म्स'च्या 'ब्रह्मचारी' या चित्रपटात मी काम केलं होतं. 'ब्रह्मचारी'साठी जी. पी. सिप्पी यांचे चिरंजीव रमेश सिप्पी हे प्रॉडक्शन सुपरवायझर होते. 'ब्रह्मचारी'मध्ये मी ज्या मुलाची भूमिका केली, त्याला शम्मीअंकलच्या अनाथालयातून दत्तक घेतलं जातं आणि शम्मीअंकल त्याला परत त्यांच्याकडे घेऊन येतात, असा कथाभाग होता. त्यामुळे माझ्या व्यक्तिरेखेला प्रेक्षकांची सहानुभूती मिळत असे. मी चित्रपटात असलो की, प्रेक्षकांची सहानुभूती माझ्याकडे जाते, असा एक समज चित्रपटसृष्टीत होता.

सिप्पी फिल्म्सच्या ऑफिसमधून १९७३मध्ये मला 'शोले'साठी बोलावणं आलं. 'ब्रह्मचारी'सारखीच प्रेक्षकांची सहानुभूती मिळविणारी भूमिका असल्याने माझ्या नावाचा विचार आधी झाला असावा. सिप्पी फिल्म्सच्या खारमधील ऑफिसमध्ये मी पोहोचलो, तेव्हा तिथे दिग्दर्शक रमेश सिप्पी यांच्यासह लेखक सलीम-जावेदसुद्धा होते. मला पाहताक्षणीच मी भूमिकेसाठी योग्य असल्याचं त्यांचं मत झालं. त्यामुळे माझी लगेच निवड करण्यात आली. चित्रपट भव्यदिव्य असणार, हे माहीत होतं; पण चित्रपटसृष्टीच्या इतिहासातलं सुवर्णपान बनणाऱ्या एका प्रकल्पात आपण सहभागी होत आहोत, याची तेव्हा अजिबात कल्पना नव्हती.

शूटिंगसाठी आम्ही बंगलोरला (आता बंगळुरू) गेलो. बंगलोर-म्हैसूर रस्त्यावर सुमारे एक तासाच्या अंतरावरील 'रामनगरम' या गावात 'शोले'चा सेट लागला होता. या गावाच्या आसपास मोठमोठे दगड असल्यानं 'शोले'च्या वातावरणाला ते साजेसं होतं. गावाचा सेट अगदी हुबेहूब होता. झोपड्यांच्या भिंतीही पक्क्या होत्या, कारण प्रत्येक झोपडीच्या आत सुसज्ज एसी मेकअप रूम होती. आतमध्ये स्वच्छतागृहाचीही सोय होती. झोपड्यांच्या या अंतर्गत रचनेची बाहेरून अजिबात कल्पना येत नव्हती.

रमेश सिप्पीसाहेबांनी 'शोले'मध्ये 'इंटिरिअर'ला फाटा दिला होता. ठाकूरच्या घराच्या आतली दृश्यं वगळली, तर इतर कुणाच्याच घराचा आतला भाग कधी दिसत नाही. गब्बरचा अड्डाही आतून दिसत नाही. कोर्टाचा एक सीनही बाहेरच्या बाजूला घडतो. 'मौसी'बरोबरचं अमितजींचं विनोदी दृश्य व्हरांड्यात, तर जयाजींच्या माहेरचा प्रसंगही अंगणात घडतो. 'मेहबूबा' हे गाणंसुद्धा कुठल्याही तंबूच्या आत नाही, तर बाहेर मोकळ्यावर चित्रित झालं आहे. 'शोले'मधल्या या सूक्ष्म, पण वेगळ्या गोष्टीची नोंद फारशी कुणी घेतली नाही.

चित्रपटाचं शूटिंग खेळीमेळीत होत होतं, पण सेटवर एक वेगळ्या प्रकारची ऊर्जा असायची. ती जाणवत होती. त्या पहिल्या शेड्यूलमध्ये माझं चार दिवसांचं काम होतं. मी मुंबईला परत आलो. पुढच्या शेड्यूलसाठी मी एकटाच गेलो होतो. त्या वेळी माझं तीन दिवसांचं काम होतं. रमेशजींची काम करण्याची पद्धत मला खूप आवडली होती. त्यांच्याकडून खूप काही शिकावंसं वाटलं, पण सांगणार कसं?

तिथे प्रॉडक्शन सांभाळणारी प्रेम आणि राजन ही दोन माणसं होती. मी त्यांच्याकडे आणखी काही दिवस राहण्याची परवानगी मागितली. त्यांनी विरोध केला, पण मी, एकदा रमेशजींना विचारून तर पाहा, असं सुचवलं. रमेशजींना सांगितल्यावर त्यांनी लगेच परवानगी दिली. मला आनंद झाला. मी रोज कलाकारांबरोबर सेटवर येत असे आणि रमेशजी ज्या ठिकाणी बसत, तिथे त्यांच्या मागे जमिनीवर बसून त्यांच्या कामाची पद्धत बघत असे.

चार-पाच दिवस ते काम बघून मी मुंबईला परत आलो. तिसऱ्या शेड्यूलमध्येही माझं चार-पाच दिवस काम होतं. काम संपल्यानंतर रमेशजी म्हणाले, ''तुझं काम पूर्ण झालंय, पण तुला थांबायचं असेल, तर थांबू शकतोस.'' मी अर्थातच तिथे थांबलो. पुन्हा त्यांच्या मागे बसून त्यांचं काम अभ्यासणं सुरू झालं. त्यांनाही ते लक्षात आलं होतं. त्यांनी एकदा बोलावून मला सांगितलं, ''तुला काही शंका असतील, तर विचारत जा.'' मी पडत्या फळाची आज्ञा मानून त्यांना माझ्या मनातल्या शंका विचारायला लागलो.

चौथ्या शेड्यूलमध्ये शूटिंगसाठी दोन वेगळी युनिट्स करायचा निर्णय झाला होता. दुसऱ्या युनिटचे दिग्दर्शक म्हणून महंमद अली यांच्यावर जबाबदारी सोपवण्यात आली होती. ते हुशार असले, तरी आधीपासून ते या चित्रपटात रमेशजींच्या एवढे गुंतलेले नव्हते. त्यामुळे रमेश सिप्पी यांचं प्रतिनिधित्व करू शकतील, अशी व्यक्ती दुसऱ्या युनिटसाठी हवी होती. म्हणून मग सिनेमाशी आणखी जवळीक असलेल्या माणसांचा शोध घ्यायला सुरुवात झाली. मी आणि अमजद खान 'शोले'च्या सेटवर अक्षरश: पडीकच असायचो. त्यामुळे आम्हाला दोघांना दुसऱ्या युनिटमध्ये रमेशजींचं प्रतिनिधित्व करणार का, असं विचारण्यात आलं. आम्ही नाही म्हणणं शक्यच नव्हतं. त्यामुळे तेव्हापासून आमच्या स्वत:च्या शूटिंगव्यतिरिक्त अन्य सर्व शेड्यूलमध्ये आम्ही प्रॉडक्शनमधले अधिकृत प्रतिनिधी म्हणून उपस्थित राहायला लागलो.

रामनगरममधील त्या सेटवर खालच्या बाजूला गाव, वर ठाकूरची हवेली आणि हवेलीच्या मागे गब्बरचा अड्डा, अशी रचना होती. त्यामुळे युनिटमधल्या लोकांना येणं-जाणंही सोयीचं होत होतं. तिथे एवढं ओबडधोबड होतं की, ट्रॉली लावण्यासाठी लेव्हलही करता येत नव्हती. त्यामुळे मुंबईतल्या क्रॉफर्ड मार्केटमधून 'लेव्हल बॉटल्स' आणायचं फर्मान निघालं. द्वारकानाथ द्विवेचा यांचे साहाय्यक अन्वरभाई यांनी हे काम मला दिलं. मुंबईला परत येऊन मी त्या बॉटल्स क्रॉफर्ड मार्केटमधून शोधून आणल्या. त्यानंतर शूटिंगचं काम सुरळीत झालं. दगडावर उभं आहोत, हे दाखवण्यासाठी त्याच्या मागे मोठे प्लॅटफॉर्म उभे करण्यात आले होते. 'जब तक है जान...'मध्ये हेमाजी दगडावर उभं राहून नाचतात असं दिसतं, पण प्रत्यक्षात त्या दगडामागच्या लाकडी प्लॅटफॉर्मवर उभ्या आहेत.

वीरूला बांधून ठेवलेलं आहे आणि 'अरे ओ सांभा, उठा तो जरा बंदूक और लगा निसाना इस कुत्ते पर...' असा आदेश गब्बर देतो, या दृश्याचं शूटिंग सुरू होतं. धरमजींनी या वाक्याला आक्षेप घेतला. 'ये नया आर्टिस्ट मुझे 'कुत्ता' कैसे बोल सकता है।' असं त्यांचं म्हणणं होतं.

'नवा आर्टिस्ट बोलत नाहीये, तो गब्बर बोलतोय!' असं त्यांना सांगण्याचा प्रयत्न झाला. तरीही ते ऐकायला तयार नव्हते. प्रेक्षकांना आवडणार नाही, असा त्यांचा पवित्रा होता. ते आपला हट्ट सोडायला तयार नव्हते. सुमारे दोन तास शूटिंग थांबलं. धरमजींचं मन वळवण्याचा प्रयत्न झाला, पण काही मार्ग निघेना. शेवटी धरमजींनीच एक उपाय सुचवला.

''हा मला 'कुत्ता' म्हणणार असेल, तर मीसुद्धा त्याला 'कुत्ता' म्हणणार!''

''ठीक आहे. म्हणा!'' रमेशजींनी मान्य केलं. त्यामुळे 'बसंती, तुम नहीं नाचना...' असा मूळ डायलॉग होता, तो बदलून धरमजींनी 'बसंती, इन कुत्तों के सामने मत नाचना...' असा डायलॉग म्हटला. चित्रपट प्रदर्शित झाल्यानंतर 'लगा निसाना इस कुत्ते पे...' याच्यापेक्षाही 'इन कुत्तों के सामने मत नाचना...' हा डायलॉग प्रचंड लोकप्रिय झाला.

दुसऱ्या युनिटचं काम जोशात सुरू होतं. वीरू-जयला ठाकूर पकडून नेत असतानाचा रेल्वेवर दरोडेखोरांनी

केलेल्या हल्ल्याचा 'सिक्वेन्स' ही आमची पहिली 'असाइनमेंट' होती. पनवेलच्या परिसरातील रेल्वे ट्रॅकवर हे शूटिंग झालं. यातला मुख्य कलाकारांचा भाग स्वत: रमेशजी शूट करणार होते. बाकीचे 'पासिंग शॉट्स', दरोडेखोरांची घोडदौड, ते गोळी लागून घोड्यावरून पडणं आणि शेवटी रुळांवर ठेवलेला लाकडी ओंडक्यांचा अडथळा फोडून रेल्वे बाहेर पडते, तो शॉट अशी सगळी दृश्यं आम्ही चित्रित केली. अर्थात, आमच्या मागदर्शनासाठी स्वत: महंमद अली आमच्यासोबत होते. 'फाइट मास्टर' अझीमभाई होते. या शूटिंगदरम्यान खूप मजा आली.

त्या काळी शूटिंग झाल्यानंतर फिल्म 'डेव्हलप' होईपर्यंत तो पाहता येण्याची सोय नव्हती. आता 'व्हिडिओ असिस्ट'ची सोय असते, त्यामुळे शॉट कसा झालाय, हे लगेचच पाहता येतं. 'शोले' हा '३५ एमएम' निगेटिव्हवर बनला होता. '७० एमएम' चित्रपट करण्यासाठी ३५ एमएम निगेटिव्हवर शूट करून वर आणि खाली थोडी जागा ठेवून, 'ब्लो-अप' करून मग '७० एमएम' पॉझिटिव्ह तयार करावी लागते.

आम्ही चित्रित केलेला तो भाग रमेशजींनी बघितला, तेव्हा त्यांना तो खूप आवडला. त्या पासिंग शॉट्सच्या आधारेच त्यांना ट्रेनमधला मुख्य भाग चित्रित करायचा होता. त्यामुळे हा प्रसंग खूप मसालेदार करता येईल, असं त्यांना वाटलं. आमच्या कामाची पोचपावती मिळाल्याने आम्हाला समाधान वाटलं.

श्री. एम.एस. शिंदे हे चित्रपटाचे संकलक होते. दरोड्याच्या दृश्याच्या अखेरच्या टप्प्यात समोरच्या रुळांवर लाकडी ओंडक्यांचा अडथळा दिसतो, त्या वेळी इंजीनमध्ये भरपूर कोळसे घालून ते जोरात पळवलं पाहिजे, असं वीरूच्या लक्षात येतं. तो त्या इंजिनात जास्तीत जास्त कोळसे घालतो, असं दृश्य होतं. पण ते तेवढं वेगवान वाटत नसल्याचं संकलक शिंदे यांच्या लक्षात आलं. त्यामुळे त्याला वेग कसा द्यावा, यावर चर्चा झाली. त्या वेळी आम्ही सुचवलं की, घोड्यांवरून दरोडेखोर पडल्यानंतरचे उरलेले काही भाग या दृश्यात वापरावेत. रमेशजींचे मुख्य साहाय्यक ठक्कर म्हणाले, ''छे, छे! दरोडेखोर मेलेत, आता घोड्यांचे शॉट काय घालायचे?'' रमेशजी त्यांना म्हणाले, ''ते काय म्हणताहेत, ते ऐकून तरी घ्या. आपण करून बघायला काय हरकत आहे?''

शिंदे साहेबांनी ते शॉट वापरले आणि ते पाहिल्यावर त्या दृश्याला वेग मिळतोय, हे रमेशजींना जाणवलं. रमेशजींनी आमचं कौतुक केलं.

युनिटमधल्या प्रत्येकाला बोलायची संधी देणारा आणि त्याचं म्हणणं ऐकून घेणारा असा 'कॅप्टन' चित्रपटाला हवा असतो. सगळेच जण चित्रपटाच्या भल्यासाठीच सांगत असतात. त्यातलं चांगलं आणि वाईट ठरवायचं काम या कॅप्टनचं असतं; पण बोलायची संधी द्यायलाच हवी. रमेशजींच्या नेतृत्वगुणांचा माझ्यावर खूपच प्रभाव आहे.

■

सीन
१७

...आणि 'गब्बर' मिळाला!

अमिताभ बच्चन या व्यक्तिमत्त्वाशी माझी पहिली भेट झाली, ती मुंबईच्या विमानतळावर. 'शोले'च्या शूटिंगसाठी मला बंगलोरला जायचं होतं. पप्पाही सोबत होते. पहाटेची फ्लाइट होती. आम्ही विमानतळावर पोहोचलो, तेव्हा तिथे अमिताभ बच्चन उभे होते. सहापेक्षा जास्त फुटाची उंची, अंगात जॅकेट, डोळ्याला गॉगल. एवढ्या पहाटे यांनी गॉगल का लावला असावा, असा मला प्रश्न पडला. म्हटलं, असते एकेकाची स्टाइल. मी पुढे जाऊन त्यांना 'हॅलो' केलं. तेही मला प्रतिसादादाखल 'हॅलो' म्हणाले. त्यावरून मला कळलं की, त्यांनी माझा एकही चित्रपट पाहिलेला नाही. माझ्याबद्दल यांना काहीच माहीत नाही, असंही जाणवलं. मी म्हटलं, नसेल माहिती. त्यात काय एवढं!

शूटिंग सुरू झालं, तेव्हा पहिलंच दृश्य होतं, गब्बर मला मारून घोड्यावरून मृतदेह पाठवून देतो, ते. 'लाँग शॉट'मध्ये माझा डुप्लिकेट वापरण्यात आला होता. घोडा जवळ येतो आणि माझा मृतदेह पाठवल्याचं समजतं, त्या शॉटमध्ये मी होतो. अमितजी आणि धरमजी येऊन मला खाली उतरवतात, असा सीन होता. अमितजींनी मला सांगितलं, ''आम्ही तुला उचलू, तेव्हा शरीर कडक कर. म्हणजे आम्हाला उचलायला सोपं जाईल. शरीर सैल सोडलं, तर उचलायला जड जातं.''

मला ही गोष्ट पहिल्यांदाच समजली. या माणसानं योग्य शारीरिक प्रशिक्षण घेतलं असावं, असं जाणवलं.

मला उतरवल्यानंतर सगळे जमतात, बोलतात, असा मोठा सीन शूट होत होता. काही शॉट्समध्ये मी आणि अमितजी दोघंच होतो. त्या शॉटच्या रिहर्सलदरम्यान मला अमितजींशी बोलायची संधी मिळाली. 'अजब तुझे सरकार'साठी मला राष्ट्रीय पुरस्कार मिळाला, त्या वेळी अमितजींच्या मातोश्री तेजी बच्चन या राष्ट्रीय पुरस्कार निवड समितीमध्ये कार्यरत होत्या. त्यांनीच माझी या पुरस्कारासाठी निवड केली होती, असंही मला समजलं होतं. त्या पुरस्कार सोहळ्यात त्यांनी माझ्याशी गप्पा मारल्या होत्या. 'आता मुन्नाही चित्रपटात काम करायला लागलाय,' असा उल्लेख त्यांनी केला होता. 'मुन्ना' हे अमितजींचं टोपणनाव आहे का, अशी खात्री मला करून घ्यायची होती. मी रिहर्सलदरम्यान अमितजींना विचारलं, ''अमितजी, तुमचं टोपणनाव काय आहे?''

त्यांनी माझ्याकडे पाहिलं. धीरगंभीर आवाजात म्हणाले, ''अमिताभ बच्चन!''

मला वाटलं, कदाचित त्यांना मी असा प्रश्न विचारला, हे आवडलं नसावं आणि त्याचं कारणही कळलं नसावं. म्हणून मी दुसऱ्या शॉटच्या दरम्यान त्यांच्यापाशी खुलासा केला. त्यांच्या आईशी झालेला संवाद सांगितला. ''तुमच्या आईनं 'मुन्ना' असा उल्लेख केला होता, म्हणून मी हा प्रश्न विचारला,'' असंही सांगितलं. त्यांचा चेहरा बदलला. आई आपल्याला प्रेमानं 'मुन्ना' म्हणते, असं त्यांनी मला सांगितलं. मला राष्ट्रीय पुरस्कार मिळाला आहे, हे सांगितल्यावर त्यांनी माझी अधिक चौकशी केली.

''तुम्ही चित्रपटसृष्टीत बराच काळ काम करताय?''

''हो. झाली काही वर्षं.''

''किती चित्रपट केले?''

''सुमारे पासष्ट.'' मी सांगितलं. त्यांचा चेहरा एकदम बदलला. त्यांचा विश्वासच बसला नसावा. त्यांचे तोपर्यंत आठ-दहा चित्रपट झाले होते. त्यांचा माझ्याशी बोलण्याचा सूरच बदलला. काही वर्षांचा अनुभव असलेला कलाकार म्हणून ते माझ्याशी व्यवस्थित बोलू लागले.

'शोले'च्या कलाकारांच्या यादीतही सुरुवातीपासूनच बरेच फेरफार झाले होते. सुरुवातीला जयची भूमिका शत्रुघ्न सिन्हा करणार होते. तशी बोलणीही झाली होती. मात्र, काही कारणांनी त्यांच्या जागी अमितजी आले. ठाकूरच्या भूमिकेसाठी आधी प्राण यांचा विचार झाला होता. परंतु प्राण यांनी आधी अशा खूप भूमिका केल्या होत्या, त्यामुळे संजीवकुमार यांचं नाव निश्चित झालं. अमिताभ, जया बच्चन, धर्मेंद्र, हेमामालिनी, संजीवकुमार आणि गब्बरच्या भूमिकेत डॅनी डेन्झोप्पा, असा चित्रपटाचा मुहूर्त झाला. परंतु त्याच वेळी डॅनी फिरोझ खानचा 'धर्मात्मा'ही करत होता. त्या आणि या अशा दोन्ही चित्रपटांच्या तारखा जमत नव्हत्या. 'धर्मात्मा'साठी आधी शब्द दिलेला असल्यानं डॅनीनं 'शोले' सोडायचा निर्णय घेतला. त्यामुळे पुन्हा 'गब्बर' कोण करणार? हा प्रश्न उभा राहिला.

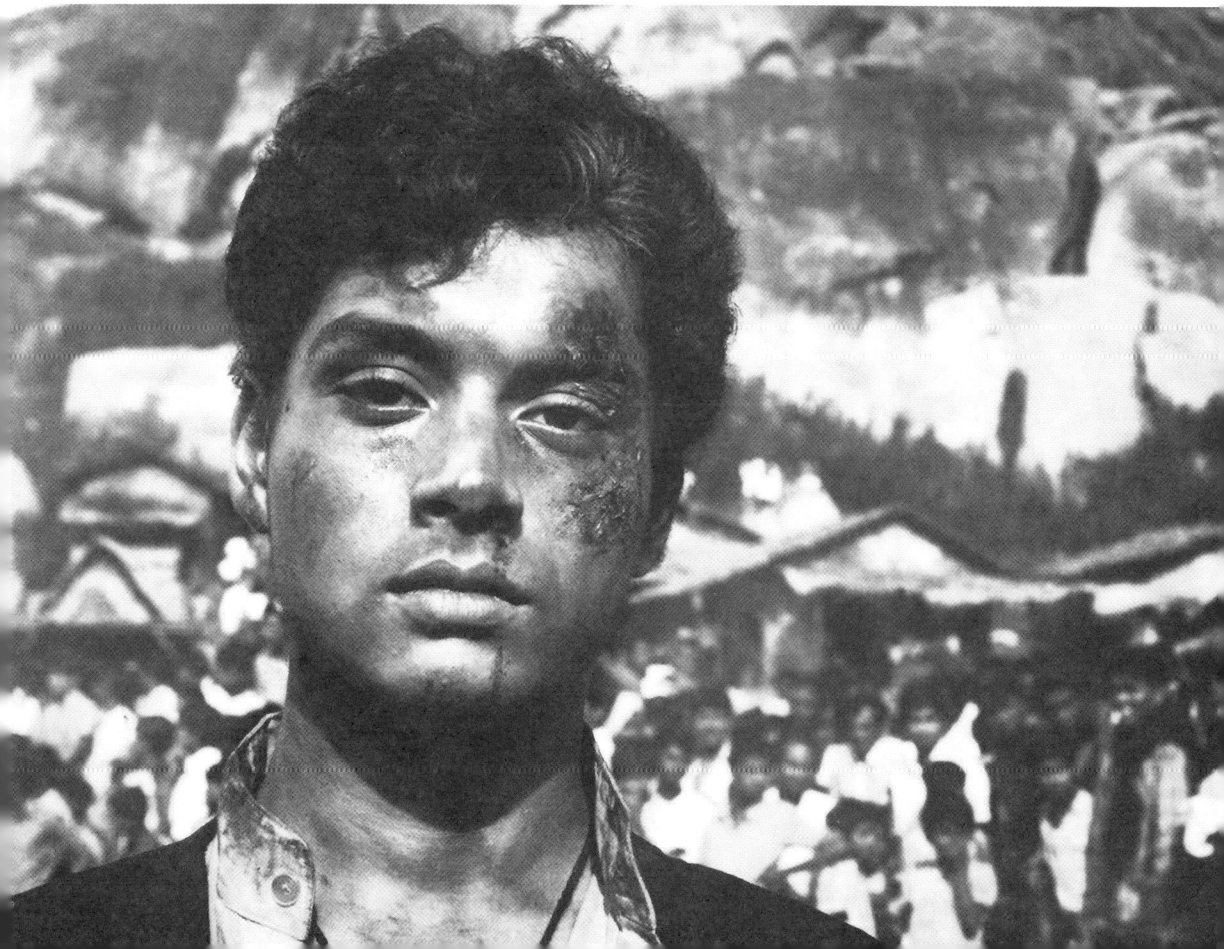

हरिभाईंनी स्वत: गब्बरसिंग साकारण्याची तयारी दाखवली. प्राणसाहेबांना 'ठाकूर' म्हणून घ्यावं, असं सुचवलं; पण ते कुणालाच पटलं नाही. (अर्थात, हरिभाईंनी 'गब्बर' केला असता, तर तो आणखी वेगळा झाला असता.) मग हरिभाईंनी प्रसिद्ध कलाकार जयंत यांचा मुलगा अमजद खान (मंजूभाई) याचं नाव सुचवलं. त्यानं नाटकांत कामं केली होती. कॉलेजच्या स्पर्धांमध्ये दिग्दर्शक, अभिनेता म्हणून अनेक बक्षिसं मिळवली होती. 'लव्ह ॲन्ड गॉड'मध्ये के. आसिफ यांचा साहाय्यक म्हणून त्यानं काम केलं होतं. त्यामुळेच हरिभाईंची त्याच्याशी ओळख होती.

अर्थात, नवीन कलाकार असल्याने कसं काम करेल, कितपत झेपेल, याची काहीच कल्पना नव्हती. त्यामुळे कोर्टात गब्बरला शिक्षा होते आणि तो ठाकूरला 'याद रखूँगा... तुझे याद रखूँगा...' अशी धमकी देतो, त्या दृश्यात अमजदची ट्रायल घ्यायचं ठरलं. त्यामुळे क्रेन वापरून तो शॉट घेण्यात आला. अमजदची चाचणी घेण्यासाठी तो शॉट घेण्यात आला होता. प्रत्यक्ष चित्रपटासाठी शूटिंग नंतर होणार होतं. परंतु प्रत्यक्ष चित्रपटात तोच शॉट ठेवण्यात आला.

कुणालाही स्वप्नवत वाटावं, असा ब्रेक अमजदला मिळाला होता. त्यानं त्या भूमिकेचं सोनं केलं. त्याचं गडगडाटी हसणंही सगळ्यांना आवडलं होतं. धरमजींनी त्यासाठी त्याचं विशेष कौतुक केलं.

बऱ्याच मेहनतीनंतर 'शोले'चं शूटिंग पार पडलं. ट्रायल पाहिल्यानंतर सलीम-जावेद या दोघांचंही मत पडलं की, अमजद खानचा आवाज गब्बरसिंगच्या भूमिकेसाठी खूपच कमकुवत आहे. त्यामुळे कुणाकडूनतरी डबिंग करून घ्यावं, असं त्यांनी सुचवलं. 'चित्रपटासाठी हा मोठा मायनस पॉइंट ठरेल,' असं त्या दोघांनी रमेशजींना सांगितल्यामुळे रमेशजीसुद्धा थोडेसे घाबरले. अमजद खानही अस्वस्थ झाले, कारण एवढ्या मोठ्या भूमिकेसाठी दुसऱ्याचा आवाज घेणं म्हणजे करिअरच संपण्याचा धोका होता.

शूटिंगच्या काळात रमेशजींशी माझी चांगली जवळीक झाली होती. मी त्यांना सुचवून पाहिलं. अमजद खानचं करिअर धोक्यात येईल, हे त्यांनाही पटत होतं, पण चित्रपटाच्या व्यावसायिक गणितांचा विचार आधी करणं, त्यांना भाग होतं. मग मी एक उपाय सुचवला. रमेशजींना म्हटलं, ''मला फक्त तीन दिवस द्या. तुम्ही आत्ता जो आवाज ऐकताय, तो शूटिंगदरम्यान रेकॉर्ड केला गेलेला आवाज आहे. डबिंगमध्ये त्यात खूप सुधारणा होऊ शकते. मी तीन दिवसांनी तुम्हाला काहीतरी ऐकवतो आणि मग तुम्ही निर्णय घ्या.''

त्यांनी माझं म्हणणं ऐकलं.

राजकमल स्टुडिओला डबिंगची व्यवस्था होती. मी रोज पहाटे पाच वाजता मंजूभाईंकडे जायचो. त्यांना फक्त ब्रश करून तयार राहायला सांगितलं होतं. त्यांना घेऊन मी टॅक्सीतून राजकमल स्टुडिओला यायचो. तिथे मंगेश देसाई यांचे साहाय्यक सूद हे 'साउंड रेकॉर्डिस्ट' होते. त्यांनाही विनंती करून लवकर यायला सांगितलं होतं. सकाळच्या वेळेत आवाजाचा 'बेस' चांगला मिळतो. गब्बरच्या एन्ट्रीचा सीन आम्ही डब केला. ट्रेबल पूर्णपणे कमी करून आवाजातला 'बेस' वाढवा, असं सूद यांना मी सांगून ठेवलं.

'कितने आदमी थे?...' मंजूभाईंनी खर्जातला आवाज लावला.

त्यांचंही करिअर पणाला लागलं होतं, त्यामुळे त्यांना या तीन दिवसांत 'डबिंग'साठी सर्वस्व अर्पण करायचं होतं. तेसुद्धा नाटकांत काम केलेले, कसलेले कलाकार. पहिल्या दिवशी सकाळी दोन तास आम्ही डबिंग केलं. त्यानंतर आवाजाची पातळी थोडीशी वरची व्हायला लागल्याचं कळल्यावर तातडीनं ते थांबवलं. दुसऱ्या दिवशी

पुन्हा पहाटे असंच. त्या एका सीनच्या डबिंगसाठी दोन दिवस लागले. तिसऱ्या दिवशी आणखी एक छोटा सीन केला. तो मॅच केला आणि रमेशजींना दाखवला.

''हा फक्त डबिंगचा ट्रॅक आहे. मिक्सिंगमध्ये परिणाम आणखी वाढेल!'' ते म्हणाले.

''हो, नक्कीच.'' मी उत्तर दिलं.

''अमजदच डबिंग करणार!'' त्यांनी निकाल देऊन टाकला आणि अमजद खान नावाचा हिरा चित्रपटसृष्टीला मिळाला.

सगळे तांत्रिक सोपस्कार पूर्ण होऊन चित्रपट प्रदर्शनासाठी तयार झाला, तेव्हाही सलीम-जावेद यांना वाटलं की, यातला असरानी आणि जगदीप यांच्या दृश्यांमुळे चित्रपटाची लांबी अकारण वाढतेय आणि चित्रपट रेंगाळतोय. म्हणून तो भाग काढून टाकण्याची सूचना त्यांनी केली. सलीम-जावेद ही मोठी नावं होती, त्यामुळे त्यांची सूचना ऐकणं भाग होतं. काही वेळा चित्रपट पूर्ण व्हायच्या वेळेला काही गोष्टींबद्दल अकारण घाबरायला होतं. आपल्याच गोष्टी चुकीच्या आहेत, असं वाटायला लागतं, तसंच सलीम-जावेद यांचं झालं असावं. त्यात त्यांचाही दोष आहे, असं म्हणता येणार नाही.

सगळ्या प्रिंट्समधून असरानी-जगदीप यांचा भाग काढून टाकण्यात आला आणि चित्रपट प्रदर्शित झाला. 'मिनर्व्हा'मध्ये चित्रपटाची '७० एमएम' प्रिंट दाखवण्यात येत होती आणि त्यातून तो भाग काढणं तांत्रिकदृष्ट्या शक्य झालं नव्हतं. बाकी सगळीकडे चित्रपटाचा धंदा वाईट चालला होता आणि 'मिनर्व्हा'मध्ये मात्र तो हाउसफुल्लचे बोर्ड झळकवत होता. चार आठवडे हीच परिस्थिती कायम होती. कुठे काय चुकतंय, याचा अंदाजच कुणाला येत नव्हता. शेवटी रमेशजींनी कोणताही भाग न वगळता मूळ चित्रपट सगळीकडे प्रदर्शित करण्याच्या सूचना केल्या. त्यानंतर 'शोले' खऱ्या अर्थानं बॉक्स ऑफिसवर धुमाकूळ घालायला लागला.

काही जणांचा असा आक्षेप आहे की, रमेशजी दुसरा 'शोले' नाही बनवू शकले. मग ते कसले मोठे दिग्दर्शक? मला हा आरोप चुकीचा वाटतो. त्यांनी 'शोले' बनवूनच चित्रपटसृष्टीवर एवढे उपकार केले आहेत की, ते फेडता येणंच शक्य नाही. आणि 'शोले' एकदाच बनत असतो. काही जणांचं त्यावरही म्हणणं असं की, 'शोले'नंतर रमेशजींनी चित्रपटच करायला नको होते. या म्हणण्यालाही काही अर्थ नाही. आपल्याच हातून घडलेली महान कलाकृती पुन्हा करता येत नाही, म्हणून काम बंद करायचं? आपलं करिअर संपवून टाकायचं?

'शोले'च्या आधी रमेशजींचा 'सीता और गीता', 'अंदाज'ही हिट झाले होते. त्यांनी हे चित्रपट 'शोले'च्या नंतर केले असते, तरीही ते 'शोले'च्या तुलनेत छोटेच वाटले असते. 'शोले'नंतर त्यांनी 'शान'चं दिग्दर्शन केलं. परंतु त्याची थेट 'शोले'शी तुलना झाल्यामुळे लोकांच्या अपेक्षा पूर्ण होऊ शकल्या नाहीत. पण 'शान'सुद्धा रमेशजींनी 'शोले' इतक्याच भव्यदिव्य प्रमाणावर बनवला होता.

■

सीन
१८

दर्द-ए-उर्दू

उर्दू भाषेनं मला श्रीमंत बनवलं. मीनाआपांनी मला जी उर्दूची गोडी लावली, ती नंतर मी स्वत: जपली, वाढवली. मी एकटा असताना शेरोशायरी करतो. उर्दू भाषेमध्ये अरबी, फारसी आणि संस्कृत शब्दांचाही वापर करण्यात आला आहे. 'करतूत' (कर्तृत्व), कार (कार्य) हे उर्दूमधले शब्द संस्कृतमधूनच आले आहेत.

हाताशी असलेल्या मोकळ्या वेळेत मी उर्दूचे नवनवीन शब्द शोधणं, त्यांच्याशी खेळणं, त्यांचा उगम शोधून काढणं, असे उद्योग सुरू केले. त्यातून माझी उर्दू अधिकाधिक विकसित होत गेली. 'उर्दू' या शब्दाचा अर्थ 'लष्कर' असा आहे. लष्करासाठी बनविलेली ही सांकेतिक भाषा. लखनौमध्ये अजूनही 'उर्दू बाजार' लागतो, तो लष्करातील व्यक्तींच्या परिवारासाठी असतो.

जुहू अपार्टमेंट्समध्ये राहायला आल्याच्या तिसऱ्या दिवशी मला कळलं की, समोरच्याच बंगल्यात मजरूह सुलतानपुरी राहतात. मजरूहसाहेब म्हणजे उर्दूचे गाढे अभ्यासक आणि मी उर्दूचा निस्सीम भक्त. तरीही एवढ्या मोठ्या माणसाला स्वत:हून जाऊन कसं भेटायचं, अशी धाकधूक मनात होती. पण माझं नशीब जोरावर होतं. राहायला आल्याच्या चौथ्या किंवा पाचव्याच दिवशी दारावरची बेल वाजली. माझ्याच वयाचा एक मुलगा दारात उभा होता.

''मी एरम. सगळे मला 'अमू' म्हणतात. मजरूहसाहेबांचा मुलगा. खाली खेळायला येणार?'' त्यानं विचारलं. मी आनंदानं त्याच्यासोबत खाली गेलो. आम्ही क्रिकेट खेळायचो. बिल्डिंगमागच्या कंपाउंडमध्ये बॅडमिंटनही खेळायचो, सायकलिंग करायचो. अमूबरोबर त्याच्या घरी जायचो. तिथे मजरूहसाहेबांशी ओळख झाली. मला उर्दूबद्दल असलेलं आकर्षण, माहिती यामुळे त्यांना माझं कौतुक वाटायचं. त्यातूनच त्यांच्याशी जवळीक वाढली. एकदा मला 'मुर्गाबी' या शब्दाचा अर्थ कळेना. मी त्यांच्याकडे गेलो. ते म्हणाले, ''मुर्ग म्हणजे पक्षी. आणि आब म्हणजे पाणी. 'मुर्गाबी' म्हणजे 'पानी की चिडिया।''

मजरूहसाहेबांबरोबर छान मैत्री झाली होती. त्यांच्या घरातले सगळे त्यांना 'अब्बा' म्हणायचे. मीसुद्धा 'अब्बा' म्हणायला लागलो. कधी-कधी मी त्यांच्याबरोबर सूर्यमाळ या ठिकाणी शिकारीला जायचो. त्या वेळी ३७५ मॅग्नम, ३१५ मॅग्नम, डबल बोअर गन्स होत्या. मजरूहसाहेब हा रंगेल आणि आयुष्य मनापासून जगणारा माणूस होता.

एकदा ईदनिमित्त अब्बांनी सोसायटीतल्या सगळ्या मुलांना बोलावलं होतं. त्यांच्या स्वत:च्या पाच मुलांसह एकूण सोळा मुलं तिथे आली होती. प्रत्येक मुलाला जवळ बोलावून त्यांनी दहा-दहा रुपये 'ईदी' म्हणून दिले. सगळ्यांची नावं घेऊन झाली; पण माझंच नाव घेतलं नव्हतं. मी जरासा खट्टू झालो आणि जायला निघालो. दरवाज्याजवळ पोहोचल्यानंतर अब्बांनी हाक मारली. मी जवळ गेलो. त्यांनी मला त्यांच्या समोर बसवलं. एक कागद काढला आणि त्याच्यावर काहीतरी लिहायला सुरुवात केली. लिहून झाल्यानंतर तो कागद माझ्या हातात दिला. त्यावर एक गजल लिहिलेली होती. मला म्हणाले, ''ये तुम्हारी ईदी.'' मी अतिशय खूश झालो.

''अब्बा, तुम्ही हे मलाच का दिलंत?''

''कारण बाकी कुणाला ते कळणार नाही.'' त्यांनी खुलासा केला. मला भरून आलं. अनमोल अशी भेट त्यांनी मला किती सहजपणे दिली होती!

त्यांनी मला दिलेली गजल अशी :

माना शब-ए-ग़म[1] सुबह की महरम[2] तो नहीं है।
सूरज से तेरा रंग-ए-हीना[3] कम तो नहीं है।
अब कार गहे दहर[4] में लगता है बहोत दिल
ए यार, कहीं ये भी तेरा ग़म तो नहीं है।
चाहे किसी का हो लहू दामन-ए-गुल[5] पर।
सैयाद[6] ये कल रात की शबनम[7] तो नहीं है।
कुछ जख़्म हीं खाएँ, चलो कुछ गुल ही खिलाएं।
हरचंद[8] बहाराँ[9] का ये मौसम तो नहीं है।
सेहरा[10] में बगूला[11] भी है, मजरूह[12] सबा[13] भी
हमसा कोई आवारा-ए-आलम[14] तो नहीं है।

(**१** : दु:खाची रात्र, **२** : जाणकार, **३** : मेंदीचा रंग, **४** : दुनियेतली कामं, **५** : फुलाची पाकळी, **६** : पारधी / शिकारी, **७** : दव, **८** : जरी, **९** : वसंत ऋतू, **१०**: वाळवंट, **११** : चक्रीवादळ, **१२** : जखमी, **१३** : झुळूक, **१४** : मुलखाचा भटक्या)

एकदा अब्बांकडे जेवायला गेलो असताना त्यांचा धाकटा मुलगा अंदलीब (अंदू) याची दोन-अडीच वर्षांची गोड मुलगी समोर आली. मी म्हटलं, ''अरेच्चा, ही तर अंदू आणि त्याच्या बायकोसारखीच दिसते.''

''हां. दोनों के चेहरों का मिक्स्चर है।'' अब्बा म्हणाले.

''जी अब्बा, दोनों के चेहरों का इम्तिज़ाज है।'' मी असं म्हटल्यावर अब्बा अस्वस्थ झाले. त्यांनी इंग्रजी शब्द वापरला होता आणि मी थेट उर्दू शब्द.

''मियाँ, तुम इतनी अच्छी उर्दू बोल लेते हो। मैं अंग्रेजी लफ़्ज़ इस्तमाल कर रहा हूँ, और तुम उर्दू शब्द

मजरूह साहेबांच्या (अब्बा) मांडीवर!

बोल रहे हो, कहाँ से सीखा ये सब?'' त्यांनी मला कौतुकानं विचारलं.

१९८४मध्ये मला 'आइना-ए-गजल' हे पुस्तक मिळालं. नागपूरचे डॉ. विनय वाईकर आणि डॉ. जरीना सानी या दोघांनी त्याचं लेखन केलं आहे. हे पुस्तक म्हणजे उर्दूचा शब्दकोष आहे. उर्दूमधले शब्द, त्यांचा मराठी, हिंदी आणि इंग्रजीतला अर्थ आणि तो शब्द वापरून तयार झालेला एक शेर, असे तपशील त्यात आहेत. मी दर चार-पाच महिन्यांनी या पुस्तकाच्या प्रती मागवून घेतो. ज्या व्यक्तीला उर्दूविषयी प्रेम आहे आणि नवीन काही शिकण्याची इच्छा आहे, अशा व्यक्तीला मी हे पुस्तक भेट देतो आणि त्याचा अभ्यास करायला सांगतो.

धर्मेंद्र स्वत: शायर आणि उर्दूचे उत्तम अभ्यासक. मोहनकुमार, प्रेम चोप्रा, प्राण हेसुद्धा उत्तम उर्दू जाणणारे. ही सगळी मंडळी पंजाब प्रांतातली. त्यांचं शिक्षणही उर्दूमधून झालं. त्यामुळे या भाषेवर त्यांचं अफाट प्रभुत्व. आजही प्रेम चोप्रा, धर्मेंद्र हे कलाकार त्यांचे संवाद उर्दूमधून लिहून घेतात आणि मग बोलतात. प्रेमनाथ, देव आनंद यांचं उर्दूचं ज्ञानही अफाट होतं. राज कपूर कधी उर्दू शिकले नाहीत. अर्थात, देवसाहेब उर्दू उत्तम जाणत असले, तरी त्यांच्यावर इंग्रजीचा प्रभाव जास्त होता.

जावेद अख्तर हे अतिशय मोठ्या लेखकांपैकी एक. त्यांनी पटकथा-संवादलेखनापासून सुरुवात केली आणि नंतर शायर व गीतकार म्हणून प्रसिद्ध झाले.

'गिन गिन के सिक्के हाथ मेरा खुरदुरा (खडबडीत) हुआ। जाती रही लम्हस (स्पर्श) की नरमी, बुरा हुआ।' हा त्यांचा शेर मला खूप आवडतो. जावेदसाहेबांशी माझी मैत्री उर्दूमुळेच वाढली. एकमेकांच्या शेरोशायरी ऐकण्यासाठी आमच्या अनेक मैफली रंगल्या. मोहनकुमार यांच्या घरी एकदा पार्टी होती. त्या वेळी जावेदसाहेब मोहनकुमारांना म्हणाले, ''कमाल अमरोहींसारख्या व्यक्ती समोर आल्यावर आता आपण काय बोलावं, असा विचार तुमच्यासारख्या दिग्दर्शकाच्या मनात येत असेल, तसंच मलाही सचिन समोर आल्यावर होतं. मी उर्दूमधले चांगले शब्द शोधायला लागतो.'' माझ्यासाठी ही खूप अभिमानास्पद गोष्ट होती.

कादर खान हे अभिनेते म्हणून लोकांना जास्त परिचित असले, तरी ते उत्तम लेखकही आहेत. कधीकाळी ते शिक्षकही होते. कादरभाई हे पप्पांचेही मित्र. शरदचा मुलगा म्हणूनच मला ते ओळखायचे. त्यांना माझ्या उर्दूच्या प्रवासाबद्दल काही माहिती नव्हती. १९८४मध्ये आम्ही चेन्नईत 'आज का दौर'चं शूटिंग करत होतो. जॅकी श्रॉफ, पद्मिनी कोल्हापुरे, राज किरण, शोमा आनंद त्यात होते. के. बापय्या चित्रपटाचे दिग्दर्शक होते. त्यांचं

दिग्दर्शकाच्या भूमिकेतून अब्बांबरोबरच्या गुजगोष्टी

माझ्याबद्दलचं मत तर अफलातून होतं. 'तू आणखी दोन इंच उंच असतास, तर इंडस्ट्रीत दोघं जण 'नंबर वन'च्या पदावर पोहोचले असते,' हे त्यांचं माझ्याबद्दलचं मत.

'आज का दौर'च्या सेटवर एकदा उर्दू भाषेविषयी एक चर्चा सुरू झाली. 'प्रेरणा' (इन्स्पिरेशन) या शब्दाला उर्दूमध्ये काय शब्द आहे, अशी चर्चा सुरू होती. कादरभाईसुद्धा या चित्रपटात काम करत होते आणि लेखकही तेच होते. या चर्चेच्या वेळी ते सेटवर नव्हते. चित्रपटाच्या संवादांबाबत मार्गदर्शनासाठी त्या वेळी तज्ज्ञ सेटवर असायचे. अन्सारी नावाचे उर्दू तज्ज्ञ त्या वेळी सेटवर होते. त्यांना विचारण्यात आलं. त्यांनी 'मुतासिर' असा शब्द सांगितला. मी म्हटलं, ''हा शब्द योग्य नाही. या शब्दाचा अर्थ प्रभाव (इम्प्रेस्ड) असा आहे, 'प्रेरणा' नाही.'' असं मी सांगितलं.

त्यांना माझं म्हणणं पटलं, पण 'इन्स्पिरेशन'ला समानार्थी शब्द उर्दूमध्ये नाहीच, यावर ते ठाम होते. कादर खान यांना विचारायचं ठरलं. कादरभाई आले, ते म्हणाले, ''बहुतेक वेळा 'मुतासिर' हाच शब्द वापरला जातो. कधी-कधी 'परतौ' असा शब्द वापरला जातो.''

''नाही कादरभाई. 'परतौ' हा शब्द 'प्रतिबिंब'शी संबंधित आहे,'' मी सांगितलं. मग त्यांनीही उर्दूमध्ये असा काही समानार्थी शब्द नाहीच, असा निर्णय देऊन टाकला. मग बाकीचे सगळे निघून गेले. कादरभाई तिथेच होते. मी त्यांना म्हणालो, ''कादरभाई, अजून एक शब्द आहे.''

'हा कोण मला शिकवणारा,' अशा आविर्भावात त्यांनी माझ्याकडे बघितलं. 'क्या है?' जरा गुर्मीतच विचारलं.

''तग़ीब'' मी सांगितलं.

''काय?''

''तग़ीब!''

''हॅ! ऐसा कोई लफ़्ज़ उर्दू में नहीं है' तग़ीब बोलता है...!'' असं म्हणून मला झटकून टाकून ते निघून गेले.

मी काहीच बोललो नाही.

दुसऱ्या दिवशी सकाळी ते सेटवर आले, तेव्हा आम्ही मेकअप करून बसलो होतो. ते थेट आमच्याकडे आले.

''बर्ख़ुरदार, बरोबर सांगितलंस तू. 'तग़ीब' हाच शब्द जास्त जवळ जाणारा आहे. आय ॲम सॉरी!'' त्यांनी बहुधा त्या रात्री आणखी कुणा तज्ज्ञाला विचारून या शब्दाबद्दल खात्री करून घेतली होती. त्यांनी सॉरी म्हटल्यामुळे मला अवघडल्यासारखंच झालं जरा!

''कादरभाई, सॉरी म्हणून मला लाजवू नका. मला जे वाटलं ते मी सांगितलं! पण 'प्रेरणा'साठी उर्दूमध्ये आणखी एक शब्द आहे, तो म्हणजे 'तहरीक'!'' मी सांगितलं. ('हरकत' या उर्दू शब्दावरून आलेला हा शब्द.) एव्हाना उभे असलेले कादरभाई खुर्चीत बसले आणि मलाही त्यांनी बसवलं.

''सचिन, काल तू उर्दूमधला शब्द सुचवलास, तेव्हा मला वाटलं, कोण हा लहान तोंडी मोठा घास घेणारा मुलगा? एका मराठी माणसाचा उर्दूशी काय संबंध असणार? पण तू खूप अभ्यास केला आहेस. मला आनंद झाला.''

आणि त्या दिवसापासून कादरभाई माझ्या प्रेमातच पडले. मी कुठेही काही चर्चा करत बसलेलो असेन, तर ते खुर्ची टाकून तिथे ठिय्या द्यायचे आणि माझं बोलणं मन लावून ऐकायचे. स्वत: प्राध्यापक असलेला हा माणूस माझं बोलणं ऐकायला बसत होता! त्यासाठीसुद्धा मोठेपण लागतं. आजही मी जसं मला अडलेले काही शब्द माझ्या ओळखीच्या व्यक्तींना विचारतो, तसंच कादरभाईसुद्धा मला कधी-कधी विचारतात. अशा प्रकारची विचारांची देवाणघेवाण 'हेल्दी' असते; ती नेहमीच आपल्याला समृद्ध करत जाते.

आनंद बक्षी यांच्याबरोबरचा सहवासही असाच सुखद होता. त्यांच्याकडूनही मला खूप प्रेम मिळालं.

आनंद बक्षी हा मूळचा लष्करातला माणूस. काव्य लिहिण्याची हौस. चित्रपटसृष्टीत यायचं होतं. त्यासाठी त्यांनी कुठूनतरी ओळख काढून संगीतकार रोशन यांची भेटीची वेळ घेतली. ज्या दिवशी त्यांना भेटायला जायचं होतं, त्या दिवशी मुंबईत तुफान पाऊस आणि वादळ होतं. बस, रेल्वे बंद पडल्या होत्या. बक्षी साहेब वसई-विरार भागात कुठेतरी राहायला होते. दुपारी चारची भेटायची वेळ होती. रोशनसाहेबांच्या दरवाज्यावरची बेल चार वाजता वाजली. त्यांनी दार उघडलं, तर दारात आनंद बक्षी होते. एवढ्या वादळात, पावसात हा पोहोचलाच कसा, असा प्रश्न रोशनसाहेबांना पडला. ''तुम्हाला भेटायचं होतं, त्यामुळे कसंही करून येणं भाग होतं,'' असं बक्षींनी सांगितलं. त्याच वेळी रोशन साहेबांनी बक्षींना काम द्यायचं नक्की करून टाकलं. 'देवर' चित्रपटातलं 'बहारों नें मेरा चमन लूटकर ख़िज़ाँ को ये इल्ज़ाम क्यूं दे दिया...' हे बक्षीसाहेबांच्या आयुष्यातलं पहिलं गाणं. स्वत: बक्षीसाहेबांनीच एकदा मला हा किस्सा सांगितला होता. एवढ्या संघर्षातून वर आल्यामुळेच त्यांना नंतर यशाची चव चाखायला मिळाली.

माझ्या चित्रपटाच्या एका गाण्याच्या रेकॉर्डिंगसाठी मी, बक्षी साहेब आणि अलका याज्ञिक मेहबूब स्टुडिओमध्ये बसलो होतो. मी बक्षीसाहेबांना म्हटलं, ''बक्षीसाहेब, तुम्ही गाणं लिहिता, रेकॉर्डिंगला येता आणि रेकॉर्डिंग व्हायच्या आधीच निघून जाता.''

''हो, मग? हे लोक पाच-पाच तास गात बसतात. मी एवढा वेळ वाया घालवू की काय?'' त्यांनी विचारलं. बक्षीसाहेब म्हणजे मुलखाचे फटकळ; पण माझ्यावर खूप प्रेम करायचे.

''तुम्ही पाच तास बसावं अशी माझी अपेक्षा नाही, पण तुमचं एखादं गाणं चुकीचं गायलं गेलं तर? लोक तुम्हालाच नावं ठेवणार ना?'' मी मुद्दाम खोडी काढली.

''असं नाही होत सहसा.'' ते अडून होते.

''नाही कसं होत? अलका याज्ञिकनंच तुमचं एक गाणं नुकतंच गायलंय. तिनं गायलंय – 'बादशाह बग़ैर बेग़म किस काम की.' अलका, तू गायलंस की नाही?''

''हो!'' अलकानं निरागसपणे सांगितलं. आपलं काय चुकलंय, हे तिलाही कळलं नव्हतं.

''या ठिकाणी 'बेग़म' नाही, तर 'बेगम' असा उच्चार अपेक्षित आहे. 'बेग़म'चा अर्थ कुठलाही 'गम' नसलेला, असा होतो. आणि 'बेगम' म्हणजे राणी.'' मी खुलासा केला.

''मला वाटलं, ते 'बेग़म' आहे, म्हणून मी गायले.'' अलका सारवासारव करायला लागली.

''बघितलंत बक्षीसाहेब? हे असं असतं. रेकॉर्डिंगला तुम्ही हजर राहायला हवं असं मी म्हणतो, ते यासाठी.'' मी कोपरखळी मारली.

''उर्दू शब्दांच्या बाबतीत असं होतं; कधी-कधी. हिंदी आपली भाषा आहे; पण उर्दू लिहिण्यात जी नशा आहे, ती हिंदीत नाही.'' बक्षीसाहेब विषय दुसरीकडेच नेऊ लागले होते.

''बक्षीसाहब, हिंदी और उर्दू में उतनाही फर्क है, जितना एक बीवी और एक माशूक में होता है।'' मी म्हणालो. बक्षी साहेबांनी माझ्याकडे बघितलं. डोळे बंद केले.

''बर्ख़ुरदार, तुमने बहोत सही और बहोत खूबसूरत बात कही है। यहीं रुको।'' असं म्हणून ते अचानक निघून गेले. मेहबूब स्टुडिओतून कार्टर रोडच्या त्यांच्या घरी जाऊन अर्ध्या तासात परत आले. त्यांच्या हातात एका पिशवीत रेड लेबलची बाटली होती. ''हे घे!'' असं म्हणून त्यांनी ती माझ्या स्वाधीन केली. कधी दुसऱ्याला अर्धा पेगसुद्धा दारू न पाजणारे बक्षीसाहेब मला अख्खी बाटली देण्याएवढे फिदा झाले होते!

■

सीन
१९

'गीत गाता चल'

रामनगरममध्ये 'शोले'चं शूटिंग सुरू असताना अचानक 'राजश्री प्रॉडक्शन्स'चे सर्वेसर्वा ताराचंद बडजात्या (सेठजी) एके दिवशी सेटवर आले. त्यांनी रमेश सिप्पी यांच्यासह सगळ्यांशी भेटीगाठी घेतल्या, सगळ्यांबरोबर फोटो काढून झाले. मी दुसऱ्या बाजूला उभा होतो. 'एक फोटो हिरोबरोबर काढायचाय,' असं ते म्हणत होते. अमितजी, धरमजी, हरिभाई सगळे तर तिथेच होते. मग 'हिरो' कोण, हे कुणालाच कळेना. 'आमच्या हिरोबरोबर एक फोटो काढायचाय,' असं म्हणून ताराचंदजी माझ्याजवळ आले आणि मला फोटोसाठी घेऊन गेले. फोटो काढला. मला या प्रकाराचा त्या वेळी काहीच उलगडा झाला नाही. तो होण्यासाठी आणखी काही काळ जावा लागला....!

सन १९७३च्या अखेरीला अमिताभ बच्चन यांच्या भावाच्या लग्नाच्या रिसेप्शनला मी आणि माझे वडील गेलेलो असताना, तिथे आमची भेट ताराचंद बडजात्या यांचे चिरंजीव राजकुमार बडजात्या, म्हणजे राजबाबू यांच्याशी झाली. त्यांनी माझा 'अजब तुझे सरकार' हा सिनेमा पाहिलेला होता. या रिसेप्शनसाठी खरंतर ते येणार नव्हते; मात्र ताराचंदजींनी त्यांना आग्रहाने या कार्यक्रमासाठी पाठवलं, त्यामुळे ते आले. तिथे त्यांनी मला पाहिलं आणि माझ्याकडे येऊन ते मला म्हणाले, ''माझं नाव राजकुमार बडजात्या आहे. मी ताराचंद बडजात्या यांचा मुलगा. 'दोस्ती' हा चित्रपट आम्ही बनवला होता आणि तो लोकांना आवडला होता. तुमचं मराठी चित्रपटातलं काम आम्ही बघितलं आहे. आम्हाला तुम्हाला घेऊन आत्ताच्या काळातला हिंदी चित्रपट करायचा आहे. तुम्हाला काम करायला आवडेल का?'' मला आनंद झाला, मी अर्थातच होकार दिला. तेव्हा माझं वय जेमतेम सोळा असेल. तेव्हा आम्ही जुहू अपार्टमेन्ट्समध्ये राहत होतो. घरी आल्यावर मी दुसऱ्या दिवशी वडिलांना हे सांगितलं. ते म्हणाले, ''पार्टीमध्ये भेट झाल्यानंतर सौजन्य म्हणून लोक असं बोलतात, ते सगळं पुढे तसं घडतंच, असं नाही. त्यामुळे तू फार गंभीरपणे घेऊ नकोस.'' पप्पा सांगतायंत, तसंच असावं, असं म्हणून मीसुद्धा तो विषय विसरून गेलो. त्या वेळी आमच्याकडे लॅन्डलाइनसुद्धा नव्हता. प्रसिद्ध गीतकार, शायर मजरूह सुलतानपुरी (अब्बा) आमच्या घरासमोरच राहायचे, त्यामुळे आम्ही फोन करायला त्यांच्या घरी जायचो. चार-पाच दिवसांनंतर अब्बांच्या घरून त्यांचा मुलगा आमच्याकडे आला. राजश्री प्रॉडक्शन्समधून राजबाबूंचा माझ्यासाठी फोन आला होता. अब्बांनी तोच निरोप द्यायला मुलाला माझ्याकडे पाठवलं होतं. विशेष म्हणजे, मी कुठलाही पत्ता, कॉन्टॅक्ट नंबर दिला नव्हता. तरीही मी कुठे राहतो, हे शोधून काढून राजबाबूंनी अब्बांकडे फोन करून माझ्यासाठी निरोप दिला. आम्ही अब्बांकडे गेलो. राजबाबूंशी त्यांची आधीपासूनची ओळख. राजबाबू माझ्याबद्दल विचारत होते, असं अब्बांनी सांगितलं, लगेच त्यांना फोनही करायला सांगितला. माझ्या वडिलांनी फोन केला, तर राजबाबू फोनवर म्हणाले, ''आम्हाला सचिनला भेटायचंय. खरंच त्याच्याबरोबर सिनेमा करण्याचा आम्ही विचार करतोय.'' ते चित्रपटाबद्दल खरंच गंभीर आहेत, हे पप्पांच्या लक्षात आलं आणि मग आम्ही राजबाबूंना प्रत्यक्ष भेटायला गेलो.

अशा प्रकारे 'राजश्री'नं मला करारबद्ध केलं आणि 'शोले' बनत असतानाच मला 'हिरो' म्हणून ब्रेक मिळाला. पप्पा आणि मधुसूदन कालेलकर हे एकत्र पटकथालेखन करतात, हेसुद्धा राजबाबूंनी ऐकलं होतं. त्यामुळे राजबाबूंनी त्या दोघांना मला डोळ्यांसमोर ठेवून चित्रपटाचं स्क्रिप्ट लिहिण्यासाठी करारबद्ध केलं.

माझ्याबरोबर काम करण्यासाठी दोन हिरॉइन्स हव्या होत्या, त्यासाठी ऑडिशन्स सुरू होत्या. बेबी सारिका नावाची एक बालकलाकार आता मोठ्या भूमिका करण्याच्या वयाची झाली असेल, असं काहींच्या बोलण्यातून येत होतं.

माझी स्क्रीन टेस्ट घेण्यात आली आणि ती पडद्यावर कशी दिसते, हे पाहण्यासाठी आम्ही अंबर ऑस्कर या थिएटरमध्ये गेलो. त्या वेळी सारिका तिच्या आईबरोबर तिथे आली होती. तिला पाहताक्षणी तीच या भूमिकेसाठी योग्य आहे, असं मला वाटलं. श्रीमंत ठाकूरच्या मुलीची व्यक्तिरेखा होती. तिच्या चेहऱ्यावर ती श्रीमंती दिसत होती. दिसायला सुंदर आणि उंच होती. (ती उंच असल्यानं आमची जोडी कितपत शोभेल, अशी मला शंका होती; परंतु शूटिंगदरम्यान ती काळजी घेण्यात आली.) शेवटी तिची निवड झाली आणि चित्रपट सुरू झाला.

रामजनक सिंह हे उत्तर प्रदेशातील गृहस्थ या चित्रपटाचे निर्मिती व्यवस्थापक होते. त्यांची भाषा थोडी कडक होती. ते मनाने चांगले होते; पण जिभेला तिखट होते. काहीतरी कारणावरून मी थोडा नाराज होतो, म्हणून मी त्यांच्याकडे तक्रार केली, तर ते माझ्यावर ओरडले. मला तो माझा अपमान वाटला आणि मी त्यांना म्हणालो, ''तुमच्याशी मी यापुढे बोलणार नाही.''

मी तेव्हा फक्त १७ वर्षांचा होतो. राजबाबूंच्या कानावर ही गोष्ट गेली. ते त्याच दिवशी संध्याकाळी सेटवर आले. माझ्यापाशी येऊन म्हणाले, ''सचिनजी, चूक कुणाचीही असो. ते तुमच्यापेक्षा वयाने मोठे आहेत, तुम्ही त्यांना फक्त एकदा 'सॉरी' म्हणा, ते आयुष्यभर तुमचा मान राखतील.''

त्या वयात राग, अहंकार असणं स्वाभाविक असतं. राजबाबूंना वाटलं की, मी कदाचित नकार देईन; पण मी त्यांचा सल्ला लगेच स्वीकारला. मी रामजनक सिंह यांच्याकडे जाऊन म्हणालो, ''सॉरी! मी तुमच्याशी अशा भाषेत बोलायला नको होतं; माझं चुकलं.'' ते त्यांच्या जागेवरून उठले आणि मला मिठीच मारली! तेव्हापासून त्यांनी अक्षरश: धाकट्या भावासारखी माझी काळजी घेतली. मला काय हवं-नको याची ते तत्परतेनं काळजी घ्यायचे. 'राजश्री'च्या ज्या चित्रपटांत मी काम करत असेन, त्याचं निर्मिती व्यवस्थापन आपणच बघणार, असं ते जाहीर करून टाकत. 'नदिया के पार'पर्यंतच्या चारही चित्रपटांसाठी आम्ही एकत्र होतो. कधी-कधी शूटिंगच्या तारखांवरून माझे आणि राजबाबूंचे काही मतभेद झाले, तर रामजनक सिंह माझी बाजू घेऊन राजबाबूंशी भांडायचे. राजबाबू म्हणायचे, ''बघा सचिनजी, तुमच्या एका 'सॉरी'नं किती जादू केलीय ती!''

मी त्यांना म्हणायचो, ''तुम्ही त्या वेळी मला वडीलकीचा सल्ला दिलात, तो जास्त महत्त्वाचा होता.''

''मी ढीग सल्ला देईन हो, पण तुम्ही त्या वयात तो मानलात, हे महत्त्वाचं नाही का?'' असा त्यांचा प्रतिप्रश्न असायचा.

हा एक अनुभवसुद्धा मला आयुष्यात खूप अमूल्य शिकवण देऊन गेला.

या चित्रपटाची गाणी खूप छान होती. रवींद्र जैन यांनी अतिशय सुंदर गाणी केली होती. स्वत: गीतकार आणि संगीतकारही तेच. आधीची दोन गाणी त्यांनी तयार केली होती. शीर्षकगीत तयार करताना मी रवींद्र जैन यांच्या सांताक्रूझच्या फ्लॅटमध्ये बसलो होतो. ''दादा, निसर्गावरचं एखादं गाणं करा. चित्रपटाचा 'हिरो' हा एक भटकणारा स्वच्छंदी मुलगा आहे.'' मी सांगितलं. त्यांनी त्यावर एक धून तयार केली. 'गाए चला जा... मन मतवाले...' असं काहीसं ते गाणं होतं. त्यांनी मला ऐकवलं.

''कसं वाटतंय?''

''छान आहे; पण कमर्शिअल नाही वाटत.''

''म्हणजे?''

''कुणी साधू एकतारा घेऊन गातोय, असं वाटतंय. 'हिरो' हा साधू नाहीये. तो एक स्वच्छंदी पक्षी आहे.''

''असं? बरं. आता दुसरं बनवतो. ऐक.'' असं म्हणून त्यांनी पेटीवर लगेच दुसरी धून तयार केली आणि मला थेट मुखडाच गाऊन दाखवला. ''गीत गाता चल ओ साथी गुनगुनाता चल....''

''हे कसं वाटतं?''

''ये हुई ना बात!'' मी अत्यानंदानं म्हणालो. मग त्यांनी ताबडतोब त्या गाण्याची कडवीसुद्धा पूर्ण करून टाकली. हे गाणं राजबाबूंना आणि सर्वांना खूप आवडलं आणि या गाण्यावरूनच चित्रपटाचं शीर्षक ठरलं, 'गीत गाता चल!'

अशा अनेक अजरामर गाण्यांची निर्मिती मी स्वत: अनुभवलीय. बाईचं यशस्वी बाळंतपण करून बाळाचा जन्म झाल्यावर डॉक्टरला एक मोठी जबाबदारी पार पाडल्याचा जो आनंद होतो, तसाच अनुभव अशा कलाकृती समोर घडतात, तेव्हा होतो. हा आनंद शब्दांत वर्णन करताच येत नाही.

राजबाबू हे माझ्या आवडत्या दिग्दर्शकांपैकी एक आहेत. ज्यांच्यासोबत काम करताना खूप काही शिकायला मिळतं, अशा दिग्दर्शकांमध्ये के. विश्वनाथ हेही खूप मोठं नाव. 'सूरसंगम' या चित्रपटातील भूमिकेचा प्रस्ताव घेऊन निर्माते माझ्याकडे आले होते. 'शंकराभरणम्' या तेलगू चित्रपटावरून त्यांना हिंदीत हा चित्रपट करायचा होता. त्यांनी मला भूमिका सांगितली. ''चित्रपटाचं बजेट कमी आहे. त्यामुळे आठ दिवसांच्या कामासाठी आम्ही फक्त ५० हजार रुपये देऊ शकतो. तुमच्यासाठी हे मानधन खूपच कमी आहे; पण आमचाही नाइलाज आहे,'' असं स्पष्टीकरण त्यांनी केलं.

''दिवस वाढवून मानधन कमी करता येणं शक्य आहे का?'' मी विचारलं.

ते गोंधळून गेले.

''तुम्हाला उलटं म्हणायचं होतं का?'' त्यांनी विचारलं.

''नाही. तुम्ही जे ऐकलंत, तेच म्हणायचं होतं मला. के. विश्वनाथ यांच्याबरोबर काम करायला मिळणं, हे माझं भाग्य आहे. मला त्यांच्याकडून बरंच काही शिकायला मिळेल.'' मी खुलासा केला.

आम्ही शूटिंग सुरू केलं. दुसऱ्या दिवसापासूनच के. विश्वनाथ माझ्या प्रेमात पडले. के. विश्वनाथ यांची ख्याती अशी होती की, अगदी कमल हासनपासून प्रत्येक कलाकाराला ते दृश्यात काय पाहिजे, ते स्वत: अभिनय करून दाखवायचे. आम्ही कामाला सुरुवात केली, तेव्हा कामाच्या तिसऱ्या दिवसापासून पुढे कधीही त्यांनी मला अभिनय करून दाखवला नाही. ते फक्त विचारायचे. ''हा सीन कसा करणार?'' मग मी माझ्या डोक्यात काय आहे, ते सांगायचो. ''छान आहे,'' असं म्हणून ते स्वीकारायचे. नंतर पुन्हा माझ्या डोक्यात काहीतरी वेगळा विचार आला, तर मी त्यांना जाऊन विचारायचो. ''विश्वनाथगारू, हा सीन मी अशा प्रकारे करण्याऐवजी तसा केला तर?'' त्यांना पटलं तर म्हणायचे, ''अरे वा. हे जास्तच छान आहे. कर, कर!''

सगळं युनिट आमचा तो सुसंवाद बघत बसायचं. एखाद्या कलाकारानं सुचवलेलं 'इम्प्रोवायझेशन' विश्वनाथगारूंनी स्वीकारलं, असं त्याआधी कधीही घडलं नव्हतं.

'बालिका वधू'चे दिग्दर्शक तरुण मुजुमदार हेसुद्धा माझ्यासाठी असेच आदर्श दिग्दर्शक. फ्रेमिंग कसं असावं, शॉट कसा घ्यावा, हे त्यांच्याकडून शिकावं. मी हाडाचा विद्यार्थी असल्यामुळे ज्या दिग्दर्शकांच्या कामातून नवं काही शिकायला मिळेल, त्यांच्याकडून ते शिकण्याचा मी प्रयत्न करत असे. 'माझा शॉट नसेल, तेव्हाही मला सेटवर थांबायला आवडेल. काही गोष्टी कळल्या नाहीत, तर तुम्हाला शंका विचारेन. तुम्हाला आवडत नसेल, तर नाही विचारणार; परंतु कृपया ही माझी तुमच्या कामात ढवळाढवळ आहे असं समजू नका,' अशी विनंती मी त्यांना

करत असे. माझ्या सुदैवानं, आजपर्यंत एकाही दिग्दर्शकानं मला तशी मनाई केली नाही. जसा आनंद वाटल्यानं कमी होत नाही, तसंच ज्ञानाचंही आहे.

तरुण मुजुमदार यांचाही मी आवडता कलाकार. के. विश्वनाथ, मुजुमदार यांच्या चित्रपटांत माझी भूमिका हमखास असायचीच. दुर्दैवानं त्यांनी हिंदी चित्रपटसृष्टीत फार काळ काम केलं नाही. अन्यथा त्यांच्याबरोबर अधिक कामाचा आनंद मिळाला असता.

'अखियों के झरोकों से' हा सिनेमास्कोप चित्रपट होता. त्या वेळी 'सिनेमास्कोप' हा प्रकार अयशस्वी मानला गेला होता. 'कागज के फूल', 'लीडर' असे काही सिनेमास्कोप चित्रपट त्याआधी झाले होते. अशा वेळी राजश्री प्रॉडक्शन्सनं कॅमेरा आणि लेन्स मागवून 'चितचोर', 'दुल्हन वही जों पिया मन भाए' हे सलग दोन्ही चित्रपट सिनेमास्कोप बनवले. त्यानंतर 'अखियों के झरोकों से'. हे तीनही चित्रपट प्रचंड यशस्वी ठरले. त्यामुळे 'सिनेमास्कोप' चित्रपट चालत नाहीत, हा गैरसमज पुरता नाहीसा झाला आणि त्यानंतर चित्रपटसृष्टीत अशा चित्रपटांची रांगच लागली.

'अखियों के झरोकों से' हा नायिकाप्रधान चित्रपट होता, तरीही त्यातली माझी भूमिका महत्त्वाची होती. आम्हा दोघांच्याही अभिनयाची तारीफ झाली होती. चित्रपट हिट होऊनही त्याचा व्यावसायिक फायदा फक्त रंजिताला झाला, मला झाला नाही. त्याचं कारण मला अजूनही कळलेलं नाही. त्याच काळात माझे 'सत्ते पे सत्ता', 'अवतार' आणि 'नदिया के पार' हे चित्रपट खूप गाजले आणि त्यांचा मला फायदा झाला.

■

सीन २०

‘ॲन अफेअर टू...’

‘गीत गाता चल’चं शूटिंग सुरू झालं, तेव्हा मी १८ वर्षांचा होतो आणि सारिका १५ वर्षांची. एकत्र काम करताना आम्ही कधी एकमेकांच्या प्रेमात पडलो, आम्हाला कळलंच नाही. ते वयच तसं होतं.

‘गीत गाता चल’मध्ये तिनं अप्रतिम काम केलं. माझ्यापेक्षा तिचं काम कितीतरी पटीनं चांगलं होतं, हे मी अगदी प्रांजळपणे सांगू शकतो. ‘गीत गाता चल’ची पहिली जाहिरात ‘स्क्रीन’च्या पहिल्या पानावर आली होती. त्याच्या ‘स्टारकास्ट’मध्ये सारिका-सचिन अशी नावं होती. तिचं नाव आधी दिल्याबद्दल मला खूप त्रास झाला. मी ते नाव बदलायला लावलं. त्यांनीही ते बदललं. आज मला असं वाटतं की, तो माझा बालिश इगो होता. तिचं नाव आधी येण्यानं फरक काहीच पडणार नव्हता, पण हे कळण्याची मॅच्युरिटी तेव्हा माझ्यात नव्हती. सारिका माझ्याच उंचीची होती. त्यामुळे माझा स्वत:च्या उंचीबद्दल असलेला कॉम्प्लेक्स वाढला होता. हाही माझा आणखी एक बालिशपणाच. त्याकाळात मी ‘हाय हील्स’चे शूज वापरू लागलो. ‘गीत गाता चल’पासून ‘अखियों के झरोंकोंसे’पर्यंत मी असेच शूज वापरत होतो. त्या वेळी बेल बॉटम पँटची फॅशन असल्यामुळे माझे हाय हील्स त्यात लपून जात. माझा हा कॉम्प्लेक्स सारिकाच्या लक्षात आल्याने तीसुद्धा पार्टीमध्ये किंवा पडद्यावर एक पाय मुडपून उभी राहत असे. माणसाच्या व्यक्तिमत्त्वाची उंची ही फक्त त्याच्या शारीरिक उंचीवर ठरत नाही, हे मला नंतर जाणवलं आणि माझे ते हाय हील्स अडगळीत टाकून मी ‘सत्ते पे सत्ता’पासून (१९७९) नॉर्मल शूज वापरू लागलो.

‘गीत गाता चल’मधल्या तिच्या कामासाठी लोकांनी तिची खूप स्तुती केली. १९८४पर्यंत माझ्याबरोबर ज्या-ज्या हिरॉइन्सनी काम केलं, त्यांच्यापैकी मला ज्यांच्याबरोबर एक कलाकार म्हणून काम करताना जास्त मजा आली, ती फक्त सारिका होती. आम्ही सुमारे आठ-दहा चित्रपट एकत्र केले. सचिन-सारिका ही जोडी तेव्हा लोकप्रियतेच्या शिखरावर होती. धर्मेंद्र-हेमामालिनी या जोडीशी आमची तुलना केली जात होती.

‘गीत गाता चल’च्या प्रेस शोच्या आधी मी ‘लव्हस्टोरी’ हा इंग्रजी चित्रपट पाहिला होता. अतिशय अप्रतिम चित्रपट होता. तरुण-तरुणीचं प्रेम जमतं, दोघं लग्न करायचा निर्णय घेतात, पण तिला कॅन्सर असल्याचं कळतं आणि लग्नाच्या आधी तिचा मृत्यू होतो, अशी कथा होती.

राजबाबूंबरोबर एकदा मी आणि सारिका गाडीतून जात होतो. मी राजबाबूंजवळ ‘लव्हस्टोरी’चा विषय काढला, ‘‘राजबाबू, आपण अशा ‘सब्जेक्ट’वर सिनेमा बनवू या.’’

‘‘स्टोरी चांगली आहे, पण ती ‘हिरॉइन ओरिएन्टेड फिल्म’ होईल.’’ राजबाबू म्हणाले.

‘‘होऊ दे ना. काम तर सारिकाच करणार आहे ना! मग काय हरकत आहे?’’ मी म्हटलं.

त्यांना माझा मुद्दा पटला.

मग त्या चित्रपटाच्या स्क्रिप्टवर काम सुरू झालं. चित्रपटासाठी नाव ठरलं – ‘अखियों के झरोकों से’. मला

आणि सारिकाला त्यासाठी साइन करण्यात आलं. दरम्यान 'गोपालकृष्ण' या चित्रपटातही आम्ही काम करत होतो. तो आधीच सुरू झाला होता. त्याचं काही दिवसांचं शूटिंग झालं होतं. सारिका त्यात राधाची भूमिका करत होती आणि मी कृष्ण होतो. त्यातल्या एका गाण्याचं शूटिंगही झालं होतं. याच काळात आमचं नातं थोडंसं दुरावल्याचं मला जाणवत होतं; पण कारण मात्र लक्षात येत नव्हतं.

त्याच दरम्यान सारिकाची आई तिला घेऊन 'राजश्री प्रॉडक्शन्स'च्या ऑफिसमध्ये गेली आणि राजबाबूंना भेटून तिनं सांगितलं की, 'सचिनच्या बरोबर आम्हाला काम करायचं नाही. तुम्ही त्याला बदला.'

राजबाबू म्हणाले, ''सचिनजी कुणाची तक्रार घेऊन माझ्याकडे आलेले नाहीयेत. त्यामुळे आम्ही त्यांना काढणार नाही. तुम्हाला काम करायचं नसेल, तर तसं सांगा. आम्ही दुसरी नटी घेऊ.''

''ठीक आहे. मग घ्या दुसरी नटी. आम्हाला नाही करायचं काम.'' त्यांनी जाहीर केलं.

''तुम्हाला 'गोपालकृष्ण'मधून बाहेर पडायचं असेल, तरी माझी हरकत नाही. मी री-शूट करेन.'' राजबाबूंनी तेही स्पष्ट करून टाकलं.

त्यामुळे त्या जरा घाबरल्या. ''आम्हाला सिनेमातून काढायचा तुमचा विचार आहे की काय?''

''तसं नाही, पण तुमची इच्छा नसेल, तर तुम्ही सोडू शकता, माझी काहीच हरकत नाही.'' राजबाबूंनी त्यांना सांगितलं.

माझ्याशी असलेल्या नात्यामुळे सारिकाच्या करिअरवर विपरीत परिणाम होत आहे, असं तिच्या आईचं मत असावं. त्यामुळेच 'अखियों के झरोकों से'चं निमित्त करून आम्हाला वेगळं करण्याचा प्रयत्न सुरू झाला होता. या प्रकरणात मी कुठेही कुणाकडेही मध्यस्थीचा प्रयत्न केला नाही.

त्यानंतर राजबाबूंशी त्यांचे काही कारणांवरून मतभेद झाले आणि 'गोपालकृष्ण'मधूनही सारिका बाहेर पडली.

राजबाबूंच्या डोळ्यांसमोर आता हिरॉइन निवडण्यासाठी दोन पर्याय होते. गायत्री आणि झरीना वहाब. झरीना वहाबशी संपर्क साधण्यात आला. आपण मुसलमान असल्यानं राधाच्या भूमिकेसाठी योग्य आहोत का, अशी तिच्या मनात शंका होती. राजबाबूंनी पुन्हा मला फोन करून माझं मत विचारलं. कलाकार हा कोणत्याही जातीचा, धर्माचा नसतोच. तो फक्त कलाकार असतो. त्यामुळे असा विचारच चुकीचा आहे, असं मी सांगितलं. त्यामुळे झरीना वहाबची राधाच्या भूमिकेसाठी निवड झाली.

'गोपालकृष्ण'चे दिग्दर्शक होते, विजय शर्मा. त्यांचा 'जय संतोषी माँ' हा चित्रपट त्याआधी 'सुपरडुपर हिट' झाला होता. 'राजश्री प्रॉडक्शन्स'नं त्यांना करारबद्ध केल्यानंतर त्यांना स्वर्ग दोन बोटं उरला. त्यांचं वागणं-बोलणं पूर्णपणे बदललं. 'गोपालकृष्ण'चं नशीबच वाईट होतं. तरीही तो चित्रपट सर्वसाधारण पद्धतीने प्रदर्शित झाला आणि ठीकठाक चालला.

'अखियों के झरोकों से'मध्ये रंजिताची निवड करण्यात आली. तो चित्रपट 'गोपालकृष्ण'च्या आधी प्रदर्शित झाला आणि सुपरहिट झाला.

सारिका आणि माझ्यात वरवरचं प्रेम किंवा आकर्षण नव्हतं. आमचं एकमेकांवर खरंखुरं प्रेम होतं. It was an affair to remember. तरीही आमच्यात शारीरिक जवळीक कधीच नव्हती. याचं मूळ कारण हे की, आम्हाला एकमेकांशी लग्न करायचं होतं. आमचं नातं हे एकमेकांबद्दलच्या आदरावर, प्रेमावर उभं होतं, फक्त तारुण्यातील आकर्षणावर नव्हे.

सारिकाचं आडनाव ठाकूर. तिची आई राजपूत होती आणि वडील सावंत. तिचे आई-वडील एकत्र राहत नव्हते. ती लहान असतानाच आई तिला घेऊन बाहेर पडली होती. मी तिला एकदा सांगितलं होतं, ''आई तुला घेऊन घराबाहेर पडली, तेव्हा तू खूप लहान होतीस. त्यामुळे वडिलांविषयी काही ग्रह मनात ठेवू नकोस. तुला जेव्हा त्यांना भेटावंसं वाटेल, तेव्हा मला सांग, मी तुझी त्यांच्याशी भेट करून देण्याचा प्रयत्न करेन.'' खरं म्हणजे हा माणूस काळा की गोरा, तेही मला माहीत नव्हतं; पण तरीही मी तिला हे आश्वासन दिलं होतं.

कमल हासनशी लग्न करून सारिका नंतर चेन्नईत राहायला गेली. आमच्या एकेकाळी असलेल्या नात्याबद्दलही तिनं कमलला पूर्ण कल्पना दिली होती. त्यानंतर १९९१-९२मध्ये ती एकदा मुंबईत आली होती. तिनं मला फोन केला. मी तिला भेटलो. ती म्हणाली, ''तुम्ही मला एकदा सांगितलं होतं की, वडिलांशी भेटायचं असेल तर मला सांग. मला आता त्यांना भेटावंसं वाटतंय.'' वडिलांचंही वय झालं असावं, त्यामुळे नंतर कधी भेट होईल की नाही, अशी तिला शंका वाटत होती.

''प्रयत्न करतो!'' असं मी तिला आश्वासन दिलं; पण त्यांचा पत्ताबित्ता काहीच हातात नव्हतं.

श्री. सावंत हे जे. जे. हॉस्पिटलमध्ये नोकरीला होते, असं तिनं सांगितल्याचं मला आठवत होतं. संजय भालेकर या माझ्या सहकार्याला मी जे. जे. हॉस्पिटलमध्ये चौकशीसाठी पाठवलं. ते कुठल्या विभागात काम करतात, कसे दिसतात, याची ना संजयला कल्पना होती, ना मला! तरीही माझा तो 'हनुमान' द्रोणागिरीवरून संजीवनीचं झाड शोधायला गेला होता. त्या हॉस्पिटलमध्ये ते फोटोग्राफर आहेत, असं त्याला अंधूकसं माहीत होतं. शोधत-शोधत तो योगायोगानं थेट सावंतांकडेच पोहोचला.

''इथे सावंत कोण आहेत माहितेय का?'' त्यानं विचारलं.

''तुम्ही त्यांचे कोण?''

''मी त्यांना ओळखतो.''

''अच्छा? कसं काय ओळखता तुम्ही त्यांना?''

''त्यांनी माझ्या लग्नाचे फोटो काढले होते!'' संजयने बिनधास्त ठोकून दिलं. प्रत्यक्षात श्री. सावंत हे तिथे एक्स-रे विभागात कामाला होते. त्यामुळे संजयची चोरी पकडली गेली. शेवटी त्यानं त्याचं काम सांगितलं आणि श्री. सावंत यांनी त्यांची खरी ओळख सांगितली.

मग त्यांची वेळ घेऊन मी सारिकाशी त्यांची भेट करून दिली. एवढ्या वर्षांनी मुलगी भेटल्यानं त्यांना खूप आनंद झाला. ते तिला घरी घेऊन गेले. अनेक आठवणी निघाल्या. त्यांच्याकडून आल्यावर सारिका मला भेटली. मला वाकून नमस्कार केला. ''फक्त तुमच्यामुळेच मला हा आनंद मिळू शकला. थँक यू!'' एवढंच ती म्हणाली. आमच्यातलं आदराचं नातं, हे असं होतं. तिची इच्छा पूर्ण करू शकल्यामुळे मलाही खूप समाधान वाटलं.

कमलशी माझी खूप आधीपासून ओळख होती. माझ्यापेक्षा तो साधारण चार वर्षांनी मोठा. १९७६मध्ये मद्रासला शूटिंगला गेलो असताना मी त्याला फोन केला. त्या वेळी तो तीन-तीन शिफ्ट्समध्ये काम करायचा. 'पॅक अप' झाल्यानंतर रात्री तो माझ्या हॉटेलवर आला. मग आम्ही दोन तास एकमेकांशी गप्पा मारल्या. त्यानंतर महाराष्ट्र राज्य सरकारच्या चित्रपट पुरस्कार सोहळ्यासाठी तो एकदा आला, त्या वेळीही त्याच्याशी गप्पा झाल्या होत्या.

कमल-सारिकाच्या लग्नानंतर एकदा सारिका गच्चीवरून पडली होती. त्या वेळी तिला मुंबईत लीलावती हॉस्पिटलमध्ये दाखल करण्यात आलं होतं. मला ही बातमी कळल्यावर मी तिला भेटायला गेलो. त्या वेळी

कमलही तिथे होता. मी त्याच्याशी बोललो, त्याच्याकडून 'एन्ट्री पास' घेतला आणि तिला भेटायला गेलो. तिला त्या अवस्थेत बघून म्हणालो, ''तुम इतनी गिरी हुई हो, ये मुझे पता नहीं था।'' तशा अवस्थेतही तिला हसू आलं होतं.

सारिकाच्या आयुष्याचा विचार करता असं वाटतं की, दु:ख आणि त्रास या दोन्ही गोष्टी तिच्या आयुष्यात सुरुवातीपासून होत्या आणि आत्तापर्यंतही आहेत. अर्थात, हे ज्याच्या-त्याच्या नशिबाचे भोगच म्हणायचे. सुरुवातीला ती देवाला मानायची; पण नंतर अजिबात मानेनाशी झाली. मी तिला देव न मानण्याचं कारण विचारलं. ती म्हणाली, ''देवाकडे मी तुम्हाला खूप मागितलं; पण त्यानं नाही दिलं. त्यामुळे देव असूच शकत नाही.''

अजूनही आमच्यातलं मैत्रीचं नातं टिकून आहे. या नात्याला आमच्या मनात एक वेगळं स्थान आहे. आमच्यामुळे कुणाचीही मनं दुखावली जाऊ नयेत, याचीही काळजी आम्ही घेतली आहे.

आमच्या दोघांच्या नात्याबद्दल मी पुस्तकात लिहिणार आहे, याची कल्पना मी सारिकाला दिली. तिची परवानगी असेल, तरच हा मजकूर प्रसिद्ध करण्याची तयारीही दाखवली. त्यावर ती म्हणाली, ''तुम्ही आपल्या नात्याविषयी पुस्तकात अवश्य लिहा. तुम्ही जे लिहाल त्यात काही चूक असणार नाही अशी मला खातरी आहे.'' हा तिनं माझ्यावर दाखवलेला विश्वास होता. त्यावेळी श्रियाही माझ्याबरोबर होती. पहिल्या भेटीत त्या दोघींच्या छान गप्पा रंगल्या.

किसने पाई है भला जिस्म की तल्ख़ी[१] से निजात
चारोनाचार ये ज़हराब सभी पीते है
जाँसिपारी[२] के फ़रेबिंदा[३] फ़सानों पे न जा
कौन मरता है मुहब्बत में, सभी जीते हैं।
(**१** : कटुता, **२** : जीव देणारी व्यक्ती, **३** : फसविणाऱ्या)
(आयुष्यातील कटुपणापासून कोणाची ही सुटका होत नाही. हे विष प्रत्येकाला पचवावंच लागतं. जीव देणाऱ्या व्यक्तींच्या खोट्या कहाण्यांवर विश्वास ठेवू नका. प्रेमात कोणाचंच आयुष्य संपत नाही.)

■

सीन
२१

बच गया साला...

परमेश्वरानं संकटाच्या प्रसंगांत नेहमीच माझी साथ केली आहे. शूटिंगदरम्यानही जिवावरच्या काही प्रसंगांतून मी असाच बचावलो आहे.

'गोपालकृष्ण'मध्ये बरेच 'ट्रिक सीन्स' होते. कंस श्रीकृष्णाला मारायला जातो, तेव्हा प्रत्येक खांबाच्या जागी श्रीकृष्ण दिसायला लागतो, असं दृश्य शूट करायचं होतं. कंसाला माझ्या चेहऱ्याजवळ गदा आणून थांबायचं होतं. त्यानंतर लगेच मी कॅमेरा फ्रेमच्या बाहेर पडायचं होतं. त्यानंतर कंसानं ती गदा खांबावर आदळायची होती. एडिटिंगमध्ये मी निघून जाण्याचा भाग काढून टाकायचा हाता. जेणेकरून श्रीकृष्ण अदृश्य होण्याचा परिणाम साधता येणार होता. ही गदा दोन वेगळ्या तुकड्यांपासून बनलेली असायची. ती धातूची असल्यानं दणकटही होती. पहिल्या दोन खांबांजवळ हे दृश्य झालं. तिसऱ्या खांबाजवळ दृश्य चित्रित करताना गदा मारताना गदेचा पुढचा भाग तुटला आणि वेगाने माझ्या चेहऱ्याच्या दिशेने आला. तो नाकाच्या अगदी जवळ आला असताना सरळ न येता खाली पडला आणि माझा चेहरा वाचला.

सांताक्रूझच्या एका हॉटेलमध्ये 'टेक ऑफ' नावाचा डिस्को होता. बिपीन वर्टीमुळे माझी विठ्ठल कामत आणि त्याच्या भावंडांशी ओळख झाली होती. त्यांच्याबरोबर ८ नोव्हेंबर, १९८० रोजी मी तिथे गेलो होतो. तिथे एक सरदार तरुण होता. तो दारूच्या नशेत होता. त्यानं जरा दादागिरी करण्याचा प्रयत्न केला. आम्हाला धक्काबुक्की केली. मी त्याला समजवायला गेलो, तर त्यानं त्याचा कडा माझ्या कपाळावर मारला. माझं कपाळ पूर्णपणे फाटलं आणि चेहरा रक्तबंबाळ झाला. त्यानंतर आम्ही त्याला भरपूर धुतला. विठ्ठल कामत मला तातडीनं नानावटी रुग्णालयात घेऊन गेला. तिथे डॉ. शहा यांनी माझ्या जखमेवर इतक्या उत्तम प्रकारे टाके घातले की, त्यांची खूण राहिली नाही. विठ्ठल मला म्हणाला, ''ज्या ठिकाणी तुझं रक्त पडलंय, ते हॉटेल तुला विकत घेऊन दाखवेन!''

प्रत्यक्षात काय घडलं, ते मी आई-पप्पांना सांगितलं नव्हतं. डिस्कोथेकमध्ये पडलो, असं सांगून प्रकरण मिटवलं होतं. मात्र तीन-चार दिवसांनी तो तरुण घरी आला, त्या वेळी मी घरी नव्हतो. त्यानं माफी वगैरे मागितली आणि तो गेला. त्यानंतर आई-पप्पांना खरं काय ते सांगावं लागलं. 'गोपालकृष्ण'चा क्लायमॅक्स मी तसाच डोक्याला पट्ट्या बांधून पूर्ण केला.

बऱ्याच वर्षांनंतर विठ्ठलनं ते हॉटेल खरोखरच विकत घेतलं. मला तिथे घेऊन गेला आणि म्हणाला, ''हे हॉटेल आता आपलं आहे. आता बघतोच, तुला इथे कोण काय करतं ते!''

सांताक्रूझ विमानतळाजवळ असलेल्या या हॉटेलचं नाव, आता 'ऑर्किड्स' असं आहे.

■

सीन
२२

हरिभाईंनी खूप काही दिलं

खरंतर, हरिभाईंबरोबर एकाच दिवशी हिंदी चित्रपटांतली वाटचाल सुरू केली होती. त्यांच्याबरोबर कामही केलं होतं, पण आमची मैत्री झाली नव्हती. ती होण्यासाठी एक प्रसंग घडावा लागला.

माझ्या पप्पांचे आणि हरिभाईंचे मित्र विसू राजे यांना 'हा माझा मार्ग एकला' हिंदीत करायचा होता. त्यातील राजाभाऊ परांजपे यांची भूमिका हरिभाईंनी करावी, अशी त्यांची इच्छा होती. त्यांनी हरिभाईंना तो चित्रपट दाखवला. हरिभाई तो पाहून गार झाले. त्यांनी माझा पत्ता विसू राजे यांना विचारला. मला भेटायची इच्छा व्यक्त केली. विसूकाका त्यांना आमच्या घरी घेऊन आले. पप्पा घरीच होते. आगत-स्वागत झालं. मी बाहेर आलो. हरिभाईंना बघून सुखद धक्का बसला.

''तुझा 'हा माझा मार्ग एकला' आत्ताच बघितला. मला तुझी सही हवीय.'' त्यांनी सांगितलं. मला संकोचल्यासारखं झालं. मी जरा कां-कू करू लागलो. ते हटूनच बसले. 'आधी सही दे, नंतर बोलू' म्हणू लागले. मी त्यांच्या 'ऑटोग्राफ बुक'मध्ये स्वाक्षरी दिली.

''साडेचार वर्षांचा असताना, कोणताही अनुभव नसताना तू दारू पिण्याचा सीन कसा केलास?'' त्यांनी मला विचारलं.

''तसं सांगता नाही येणार, हरिभाई. केला असाच!''

''नाही. कसा केलास ते सांग आधी!'' ते हटूनच बसले होते. अर्थात, मी ते दृश्य दिलेलं नव्हतंच. राजाभाऊंनी माझ्याकडून ते दृश्य काढून घेतलं होतं. ''मी आत्तापर्यंत जगातले जे चार-पाच सर्वोत्कृष्ट सीन्स बघितले असतील, त्यातला हा एक सीन आहे.'' हरिभाई म्हणाले. ''तू काय आहेस, ते तुला माहीत नाहीये!'' अशी प्रशंसाही केली. मला संकोचल्यासारखं झालं होतं. ''आपण कोण आहोत, ते माहीत नसलेलं चांगलंच असतं ना हरिभाई!'' असं म्हणून मी वेळ मारून नेली. आमच्याकडे हरिभाई दोन तास गप्पा मारत बसले होते. जाताना ते विसूकाकांना म्हणाले, ''हा चित्रपट हिंदीत नाही होऊ शकत.''

''का? तुम्हाला आवडला नाही का सिनेमा?'' त्यांनी विचारलं.

''आवडला. हिंदीत मी राजाभाऊंची भूमिकाही करू शकेन. पण तुम्ही 'सचिन' कुठून आणणार? अगदीच वाटत असेल, तर काही वर्षं थांबा. सचिनचा मुलगा जन्माला येईल, तेव्हा त्याच्याकडून ही भूमिका करून घेऊ!'' असं सांगून त्यांनी तो विषय संपवून टाकला.

त्या दिवसापासून त्यांनी माझ्याशी नातं जोडलं. तोपर्यंत ते मला फक्त एक बालकलाकार म्हणून ओळखत होते. आता आमची मैत्री झाली आणि ती वाढत गेली. हरिभाई पाली हिल भागात भाड्याच्या घरात राहायचे. खूप मोठं घर होतं आणि त्याला दोन दरवाजे होते. मूळचे गुजराती असल्याने, सिनेमात जम बसला नाही, तर याच घराचा एक भाग दुसऱ्याला भाड्याने द्यायचा, अशा विचारानं त्यांनी अशा प्रकारचं घर घेतलं होतं. अर्थात, तशी वेळ आली नाही. हरिभाईंनी स्वत:चा बंगला बांधण्यासाठीही प्रयत्न केले; पण एक-दोघांनी त्यांना फसवलं आणि

त्यांनी तो नाद सोडून दिला. स्वत:चं घर त्यांच्या नशिबात नव्हतं. तीच गोष्ट लग्नाची. लग्न, संसार आणि घर या गोष्टी त्यांच्यासाठी नव्हत्याच.

हरिभाईंच्या कल्पनेतून आम्ही एक प्रयोग करायचो. मुंबईतल्या नॅशनल लायब्ररीत इंग्रजी चित्रपटांच्या स्क्रिप्ट्स मिळायच्या. त्या घेऊन आम्ही वाचन करायचो. त्यातला एखादा सीन आम्ही निवडायचो. तो सीन आम्ही त्यांच्या घरी बसून एनॅक्ट करायचो. त्याला आम्ही 'अ परफॉर्मन्स विदाउट ऑडियन्स' असं म्हणायचो. तो झाल्यानंतर आम्ही चित्रपट लावून तो सीन चित्रपटात कसा परफॉर्म केला गेला आहे, ते बघायचो. कित्येक वेळा आमचा परफॉर्मन्स सरस झालेला असायचा. काही वेळा आमचं काहीतरी चुकलेलं असायचं. मग ते सुधारण्याचा प्रयत्न आम्ही करत असू. हरिभाईंची ही तालीम खूप काही शिकवणारी होती. तलवारीला धार काढण्यासारखाच तो प्रकार होता.

'गीत गाता चल'मधून मी हिरो म्हणून मोठ्या पडद्यावर चमकलो, तेव्हा त्यांना ट्रायलसाठी बोलावलं होतं. ''सचिन, तू हिरो म्हणून आलास, त्याबद्दल अभिनंदन; पण मला वाटतंय, तू जरा घाई केलीस. तुझं वय कमी आहे. वीस-एकवीस वर्षांचा झाल्यानंतर तू हिरो झाला असतास, तर तुला अधिक चांगल्या भूमिका मिळाल्या असत्या. आता तुला धड ना लहान, ना मोठा असं समजलं जाईल. तुला खूप मर्यादित भूमिका मिळतील. 'स्टारडम' मिळेल; पण ते तुझ्या कितपत उपयोगी पडेल, हे नाही सांगता येत,'' अशा स्पष्ट शब्दांत त्यांनी प्रतिक्रिया दिली होती. त्यांना काय म्हणायचं, ते मला तेव्हा कळलं नाही. 'गीत गाता चल' खूप गाजला आणि मला अनेक चित्रपट मिळाले. 'बालिका वधू'ही मिळाला.

हरिभाईंचं म्हणणं खरं होताना मला नंतर जाणवू लागलं. हिंदी चित्रपट बनवताना जे पहिले पाच हिरो डोळ्यांसमोर यायचे, त्यात माझं नाव नसायचं. हिंदी चित्रपटांच्या हिरोच्या रूढप्रतिमेमध्ये मी बसणारा नव्हतो. त्यामुळे माझ्यासाठी भूमिका लिहावी लागायची, कथा शोधावी लागायची. हरिभाईंना काय सांगायचं असावं, हे हळूहळू मला जाणवू लागलं होतं.

हरिभाई किंचित हलक्या कानाचे होते. कुठल्याही गोष्टीची दुसरी बाजू समजून घेण्याआधीच आपलं मत बनवून मोकळे होत. माझी एक मुलाखत छापून आली होती. तिचं शीर्षकच असं दिलं होतं – 'संजीवकुमार इज नॉट द ओन्ली गुड ॲक्टर अराउंड.' कुणीतरी हरिभाईंकडे चहाडी केली. मी असं बोललोय, हे कळल्यावर ते थोडेसे नाराज झाले. ही मुलाखत माझ्या पाहण्यात आल्यानंतर मीसुद्धा हरिभाईंकडे खुलासा करण्यासाठी त्यांना भेटायला गेलो. त्यांच्यासमोर तो अंक ठेवला.

''हरिभाई, तुम्ही माझी मुलाखत वाचली असेलच. त्यात जे वाक्य छापलंय, ते मी बोललोच नाही, असं म्हणण्यासाठी मी तुमच्याकडे आलोय, असं तुम्हाला कदाचित वाटत असेल. पण मी असं काहीही म्हणणार नाही. जे छापून आलंय, ते माझंच वाक्य आहे. मीच ते बोललोय, कारण मला असा प्रश्न विचारला होता की, 'संजीवकुमार हेच सध्याच्या काळातील एकमेव उत्तम

अभिनेते आहेत, असं तुम्हाला वाटतं का?' मी त्यावर अर्थातच 'नाही' असं उत्तर दिलं.''

माझ्या या खुलाशानंतर हरिभाईंच्या चेहऱ्यावरचे भाव एकदम बदलले. त्यांनी माझ्याकडे आश्चर्याने बघितलं. ''अरेच्चा! सचिन, मलासुद्धा कुणी असा प्रश्न विचारला असता, तर मीसुद्धा हेच उत्तर दिलं असतं! काही लोक एवढे नालायक असतात?''

हरिभाईंच्या घरी मांसाहारी पदार्थांना मनाई होती. त्यामुळे पाली हिलच्या घरी त्यांनी सगळी व्यवस्था केली होती. तिथे आमच्या मैफली व्हायच्या. शत्रुघ्न सिन्हा, रणधीर कपूर आणि त्यांचे अनेक निर्माते, दिग्दर्शक मित्र तिथे जमायचे. रात्र-रात्रभर आमच्या गप्पा रंगायच्या.

हरिभाई आणि जया बच्चन यांचं अगदी भावा-बहिणीचं नातं होतं. त्यामुळे अमितजींबरोबरही हरिभाईंचे चांगले संबंध होते. 'जंजीर' चांगला चालू लागला, तेव्हा मी आणि हरिभाई तो बघायला थिएटरमध्ये गेलो होतो. आम्हाला चित्रपट आवडला. अमिताभ बच्चन हे कलाकार म्हणून आम्हाला खूप आवडायचे. त्यामुळे त्यांचा 'जंजीर' हिट झाला, तेव्हा त्यांना चांगली दिशा मिळाल्याबद्दल आम्हाला दोघांनाही समाधान वाटलं होतं. कारण तोपर्यंत अमितजी हे चित्रपटासाठी कमनशिबी कलाकार मानले जात होते. 'दुनिया का मेला' या चित्रपटातून तर पाच रीळ तयार झाल्यानंतर त्यांना काढून टाकून त्या जागी संजय खानला घेण्यात आलं होतं. त्या चित्रपटात जत्रेच्या एका लाँग शॉटमध्ये अमितजी अजूनही आहेत.

अमितजींनाही खूप अपमान सहन करावा लागला. पण खूप काही सहन केल्याशिवाय आपल्याला आपले रंग दाखवता येत नाहीत! माणसाला हलवल्याशिवाय तो जागा होत नाही, तसंच आहे हे!

'मनचली' हा हरिभाईंचा महत्त्वाचा चित्रपट. त्याची 'ट्रायल' बघून आम्ही बाहेर पडलो आणि मी हरिभाईंच्या अभिनयाची खूप प्रशंसा केली. मला त्यांचा अभिनय अतिशय आवडला होता. 'तुम्ही या चित्रपटात 'हरिभाई' वाटतच नाही. कुणी वेगळेच वाटता. मला ही भूमिका खूप आवडली. अगदी आपल्या जवळची वाटली,' असं मी त्यांना सुमारे तासभर सांगत राहिलो. त्यांनी शांतपणे ऐकून घेतलं. नंतर म्हणाले, ''तुला माझं हे काम आवडेल, याची मला खात्री होती. तुझ्या एक गोष्ट लक्षात आली का? मी आणखी कुणाला सांगितलं नाही, पण तुला सांगतो. ही भूमिका करताना मी तुला 'फॉलो' केलंय.'' मला आश्चर्याचा धक्का बसला. मलासुद्धा ते जाणवलं नव्हतं. कदाचित त्यामुळेच मला ती भूमिका जास्त जवळची वाटली असावी.

आपल्याला फक्त 'कलाकार' मानलं जातं, 'स्टार' म्हणून ओळखलं जात नाही, याची हरिभाईंना मोठी खंत होती. त्यांना 'स्टार' व्हायचं होतं. त्यासाठी ते अस्वस्थ होते. मी त्यांना समजवायचो, 'तुम्ही 'स्टार' बनण्याचा हट्ट धरू नका. ज्या दिवशी तुम्ही 'स्टार' व्हाल, त्या दिवशी तुमच्यातला कलाकार संपेल.' तरीही त्यांनी मानलं नाही. एके दिवशी माझंच म्हणणं खरं ठरलं. 'कोशिश' या चित्रपटापर्यंत हरिभाई अत्युच्च दर्जाचे कलाकार होते. त्यानंतर मात्र ते 'स्टाइल'मध्ये अडकू लागले. 'कोशिश'पर्यंत त्यांच्या संवाद बोलण्याच्या पद्धतीची कोणत्याही मिमिक्री कलाकाराने नक्कल केली नव्हती. ती नंतर होऊ लागली. ज्या-ज्या कलाकारांची नक्कल करता येते, तो 'स्टायलाइज्ड' कलाकार झालेला आहे, असं हमखास समजावं. त्यानं स्वत:ची एक 'स्टाइल' तयार केलेली असते. कुठलीही भूमिका असली, तरी ही 'स्टाइल' घेऊनच तो ती साकारत असतो. तो त्या भूमिकेनुसार बदलत नाही, तर त्या भूमिकेला स्वत:च्या स्टाइलनुसार बदलतो. त्याच वेळी लोकांना त्याची 'नक्कल' करता येते आणि तो स्टार होतो.

मोतीलाल यांचा मी प्रचंड मोठा चाहता. चित्रपटांमध्ये नैसर्गिक अभिनयाची सुरुवात त्यांनी केली. लीला मिश्रा यासुद्धा उपजत अभिनय असलेल्या कलाकार. त्यांच्याबरोबरही अनेक चित्रपटांत काम करण्याची संधी मिळाली. मराठी चित्रपटांतही इंदिरा चिटणीस आणि दादा साळवी हे दोन कलाकार असेच उपजत अभिनय असलेले. त्यांचा 'अभिनय' हा अभिनय कधीच वाटला नाही. हिंदीत जसं सहज अभिनयासाठी मोतीलाल, बलराज साहनी यांचं नाव घेतलं जातं, तसंच मराठीत या दोन कलाकारांना मी मानतो. अमिताभ बच्चन हेसुद्धा माझ्या मते अतिशय सहज अभिनय करणारे अभिनेते आहेत. 'अभिमान', 'आनंद'पर्यंत त्यांनी 'स्टाइल'चा स्वीकार केला नव्हता. 'नमक हराम'पासून त्यांनी अभिनयाला 'स्टाइल'ची जोड दिली.

'स्टार' होण्यासाठीची हरिभाईंची धडपड एके दिवशी फळाला आली. एके दिवशी त्यांचा मला फोन आला.

'सचिन, आय हॅव क्रॉस्ड अ मिलियन!'

बारा लाख रुपये मानधन घेऊन त्यांनी एक चित्रपट स्वीकारला होता. त्या काळी दहा लाख रुपये मानधन घेणं, हीसुद्धा कुठल्याही कलाकारासाठी खूप मोठी गोष्ट होती. हरिभाईंच्या आधी राजेश खन्ना, नंतर आलेले अमिताभ बच्चन यांनीही हा आकडा केव्हाच गाठला होता. हरिभाईंसाठी ही मोठी गोष्ट होती.

तसं पाहायला गेलं तर, हरिभाईंना खूप मर्यादाही होत्या. त्यांना गाणं ऐकायला आवडायचं, पण गाता येत नव्हतं. नाचता येत नव्हतं. हरिभाईंना लोक कंजूष म्हणायचे. परंतु माझ्या मते ते कंजूष नव्हते. त्यांनी मित्रांना भरपूर मदत केली, कुटुंबीयांना सांभाळलं, पाच-पाच गाड्या घेतल्या. ते कंजूष कसे काय असतील?

गुलशन राय यांच्या 'त्रिमूर्ती फिल्म्स'तर्फे 'त्रिशूल' या चित्रपटाची निर्मिती सुरू होती. यश चोप्रा त्याचं दिग्दर्शन करत होते. त्यातल्या एका भूमिकेसाठी मला निमंत्रण आलं होतं. खरंतर छोटी भूमिका होती, पण फक्त एका सीनसाठी मी ती भूमिका स्वीकारली. तो सीन होता, हरिभाईंबरोबर. मला अर्थातच तो सीन करताना खूप

हरिभाईंच्या वाढदिवशी

मजा आली. आम्ही दोघांनी घरी बसून केलेल्या अभिनयाच्या प्रयोगांची आठवण झाली. मी त्या काळी प्रसिद्ध कलाकार होतो. मला शूटिंगदरम्यान खूप चांगली वागणूक मिळाली.

हरिभाईंच्या कंपनीतील एक कर्मचारी (मी) त्यांच्या मुलीवर प्रेम करतो आणि ते त्याला जाब विचारण्यासाठी बोलावतात, असा तो सीन होता. ते खूप रागावलेत, अस्वस्थ झालेत आणि मी शांतपणे, हसत त्यांना उत्तरं देतो, असं दाखवायचं मी ठरवलं होतं. तो सीन करताना हरिभाई थोडे अस्वस्थ होत गेले. अर्थात, सीनमधल्या त्यांच्या मूडला ते पूरकच होतं. सीन संपला आणि हरिभाई त्यांच्या खोलीत जाऊन दार बंद करून बसले. बराच वेळ ते बाहेरच निघेनात. त्यानंतरही एक सीन शूट होणार होता. त्यासाठी सगळे खोळंबले होते. मला काहीच अंदाज येत नव्हता. यश चोप्रा हे अतिशय अनुभवी दिग्दर्शक. त्यांना हरिभाईंची अवस्था पटकन कळली. 'हरिभाईंना आराम करू द्या,' असं त्यांनी सांगितलं. सुमारे तासाभराने हरिभाई बाहेर आले. उरलेला सीन पूर्ण झाला. 'पॅक अप' झाल्यानंतर रात्री मी रोजच्या सवयीप्रमाणे हरिभाईंच्या खोलीत गेलो. त्यांना विचारलं, ''हरिभाई, सगळं ठीक आहे ना? माझ्याबाबतीत काही तक्रार नाही ना तुमची?''

''नाही रे! तुझ्याबद्दल काय तक्रार असणार? पण एक सांगू? या सिनेमाचं स्क्रिप्ट वाचून मला वाटलं होतं की, यातले तीन सीन्स असे आहेत, ज्यात एक कलाकार म्हणून मी छाप पाडू शकेन. त्यातला हा एक सीन होता. पण त्यात तू मला काही करूच दिलं नाहीस. एक कलाकार म्हणून मला त्याचा त्रास होतोय...'' हरिभाईंनी त्यांची व्यथा मांडली.

त्याच वेळी मला एक गोष्ट जाणवली की, कलाकार हा स्वार्थी असतो. आपली कामगिरी चांगली व्हावी आणि लोकांपर्यंत ती चांगल्या प्रकारे पोहोचावी, असं कुठल्याही कलाकाराला वाटण्यात काहीच गैर नाही.

कालांतरानं चित्रपटाचं 'डबिंग' सुरू झालं. त्या सीनचं डबिंगही मी पूर्ण केलं. त्या सीनमधल्या माझ्या कामाची युनिटमधल्या सगळ्यांनी माझ्यापाशी स्तुती केली. त्यानंतर मला असं कळलं की, आमचा तो सीन चित्रपटातून कापून टाकण्याचा निर्णय डबिंगच्या आधीच झाला होता. एवढंच नाही, तर सीनची रचना बदलून अमिताभ बच्चन-संजीवकुमार या दोघांवर तो शूट झाला. त्यामुळे 'त्रिशूल'मध्ये मी फक्त एका गाण्यापुरता आणि काही नगण्य सीन्सपुरता उरलो.

या गोष्टीला कोण जबाबदार आहे, हे मी नाही सांगू शकत. कारण ते मला कधी कळलंही नाही. चित्रपटाची लांबी वाढली म्हणून तो सीन कापण्यात आला, असं मला सांगण्यात आलं. लांबी वाढली होती, तर माझ्याऐवजी तो सीन दुसऱ्या कलाकारांबरोबर का करण्यात आला? हे कुणी ठरवलं? दिग्दर्शकानं, लेखकानं की अन्य कुणी? त्या चित्रपटामुळे माझ्या पोझिशनला प्रचंड धक्का बसला. माझं मोठं नुकसान झालं. तो सीन चित्रपटात असता, तर आजच्यापेक्षा कितीतरी पुढच्या पायरीवर मी असतो, हे नक्की.

हासुद्धा एक प्रकारचा अपमान होता. यशजींवर राग धरणं, ही खूप सोपी गोष्ट होती. पण एक कलाकार फार वाईट प्रकारे दुखावला गेला होता. वस्तुस्थिती काय आहे, हे फक्त यशजींनाच माहीत होतं. सीन कापला गेल्याचं कळल्यानंतर मी यशजींना भेटायला गेलो. माझ्या डोळ्यांत पाणी होतं. त्यांना विनंती केली – ''सर, प्लीज असं करू नका. त्या एका सीनसाठी मी हा चित्रपट केलाय. माझं खूप नुकसान होईल.'' त्यांनी सलीम-जावेदकडे बोट दाखवलं. मी जावेदसाहेबांना भेटायला गेलो. ते म्हणाले, ''सिनेमा चांगला होण्यासाठी कधी-कधी असं करावं लागतं. ट्रायल बघितल्यानंतर आम्हाला त्यात काही त्रुटी असल्याचं जाणवलं. म्हणून आम्ही पुन्हा काही बदल करून चाळीस दिवसांचं रि-शूटिंग केलंय,'' असं त्यांनी सांगितलं. खरं-खोटं मला माहीत नाही; पण माझं मोठं नुकसान झालं होतं, हे नक्की!

पेड़ों के नीचे ख़ून के ताज़ा निशान थे,
शायद के उस चमन के पिंरदे जवान थे।
सूरज निढ़ाल होके बुलंदी से गिर पड़ा
पर्बत के आसपास हजारों मकान थे।
जब दुश्मनों का काल[१] पड़ा मेरे गाँव मे
मुझपर मेरे रफ़ीक़[२] बड़े मेहरबान थे।
फिर जिंदगी की फ़िल्म अधूरी ही रह गई
वो सीन कट गए, जो कहानी की जान थे।
(१ : दुष्काळ, २ : मित्र)

हरिभाईंच्या मनातल्या असुरक्षिततेच्या भावनेमुळे माझ्याऐवजी तो सीन अमितजींबरोबर करण्यात आला किंवा कसं, ते मला माहीत नाही. पण माझ्याबरोबर झालेला सीन जास्त परिणामकारक होता, असं सर्वांचंच मत झालं. हरिभाईंचंसुद्धा! इथे मात्र त्यांनी त्यांचं मोठं मन दाखवलं असावं.

मित्रांबाबतच्या हरिभाईंच्या मोकळ्या स्वभावातून कधी-कधी गमतीही होत असत. सत्पाल नावाचे त्यांचे एक दिग्दर्शक मित्र होते. हरिभाईंनी त्यांना एकदा घरी भेटायला बोलावलं. सत्पालजी रात्री नऊ वाजताच येऊन बसले. हरिभाईंना शूटिंग संपवून यायला साडेअकरा वाजले. आल्यावर त्यांनी त्यांच्या नोकरांना विचारलं, ''सत्पालजींना काही ड्रिंक वगैरे दिलं की नाही?'' नोकरांनी अर्थातच नकार दिला. ''अरे, मी नसलो म्हणून काय झालं? ते घरी आलेत, तर त्यांना ड्रिंक द्यायचं ना!'' हरिभाईंनी सूचना दिली.

नोकरानं तेवढीच आज्ञा शिरसावंद्य मानली.

एके दिवशी सकाळी दहा वाजता हरिभाईंनी एका निर्मात्याला घरी भेटायला बोलावलं होतं. सत्पालजींना दिग्दर्शनाची जबाबदारी देण्यासाठी ते त्या निर्मात्याशी ओळख करून देणार होते. सत्पालजी आणि तो निर्माता येऊन बसले. हरिभाई अंघोळीला गेले होते. गेल्या वेळचा प्रसंग लक्षात ठेवून नोकरानं आज्ञेबरहुकूम सत्पालजींच्या समोर ग्लास आणि व्हिस्की आणून ठेवली... सकाळी दहा वाजता! तो निर्माता तिथून पळून गेला. सकाळपासूनच ग्लास तोंडाला लावणारा दिग्दर्शक केला, तर आपल्या सिनेमाचं काय होणार, याची चिंता त्याला पडली असणार!

हरिभाईंचा वाढदिवस असायचा, ९ जुलैला. एके वर्षी ते मुंबईत नव्हते, पण वाढदिवसाच्या दिवशी घरी मित्रमंडळींना बोलावून पार्टी करायची, हा नेम चुकवायला नको होता. त्यांनी पार्टीची जबाबदारी माझ्यावर टाकली. मी त्यांच्या सगळ्या मित्रांना बोलावलं. पार्टी छान झाली. नंतर हरिभाईंनी घरातल्या माणसांना विचारलं की, त्यांच्या खुर्चीवर कोण बसलं होतं? त्यांनी 'सचिन' असं उत्तर दिल्यावर हरिभाईंना बरं वाटलं. 'माझ्या खुर्चीवर फक्त सचिनच बसू शकतो,' अशी ती भावना होती.

सत्यजीत रे यांनी दिग्दर्शित केलेल्या 'शतरंज के मोहरे' या चित्रपटात हरिभाईंनी नवाब साकारला होता. मला तो 'नवाब' वाटलाच नाही, त्या जागी चित्रपटभर 'संजीवकुमार'च दिसत होते. त्यांच्यासमोर सईद जाफरी यांनी तर धमाल उडवून दिली होती. हरिभाईंना मी हे तोंडावर सांगितलं. त्यांना माझं बोलणं आवडलं नाही. पण प्रतिक्रिया त्यांनी विचारली होती, त्यामुळे प्रामाणिक प्रतिक्रिया देणं, हे माझं कर्तव्य होतं.

'शोले'मधला हरिभाईंचा 'ठाकूर' लोकांना प्रचंड आवडला. गब्बरसिंगनं मुलांची हत्या केल्यानंतर ठाकूर दगडासारखा निश्चल होतो, असा पवित्रा घेऊन हरिभाईंनी ही व्यक्तिरेखा साकारली. रमेश सिप्पींनीसुद्धा त्यांच्या या पवित्र्याला पिंठबा दिला होता. मला मात्र ते पटलं नाही. हरिभाईंनी 'ठाकूर'ला दगडासारखा निश्चल करून टाकल्याने त्या व्यक्तिरेखेतून भावना दाखवताच आल्या नाहीत, असंच माझं मत झालं. एखाद्या व्यक्तीला अतीव दु:ख होणं वेगळं आणि त्याचं हृदय दगडाचं होणं वेगळं. ज्या माणसाचं काळीज दगडाचं झालं आहे, त्याच्या मनात सूडाची भावना तरी कशी असेल? आणि सूडाची भावना हा तर 'शोले'चा आत्मा आहे! अर्थात, हे माझं वैयक्तिक मत होतं आणि इतरांना ते पटावंच, असा माझा आग्रह नव्हता. हरिभाईंनाही ते पटलं नाहीच!

एके दिवशी अचानक हरिभाईंच्या डोक्यात आलं की, आपण आता म्हाताऱ्याच्या भूमिका नाही करायच्या. खरंतर त्या वयात त्यांनी अशा भूमिकांकडे वळायला हवं होतं. परंतु त्याआधी त्यांनी एवढे म्हातारे रंगवलेले होते की, त्यांना आता ते नको झालं होतं. त्यांचा 'पती, पत्नी और वो' हिट झाला आणि तेव्हापासून त्यांनी म्हाताऱ्याची भूमिका अजिबात न स्वीकारण्याचं धोरण स्वीकारलं.

'त्रिशूल' प्रकरणामुळे माझं नुकसान झाल्याची जाणीव यश चोप्रांच्या मनात कुठेतरी खोलवर असावी. त्यानंतर काही दिवसांनी त्यांच्याकडून मला निमंत्रण आलं. त्यांच्याकडे एक कथा होती. त्यावर त्यांच्या बॅनरतर्फे त्यांना चित्रपट करायचा होता. त्यांचे साहाय्यक असलेले दिलीप नाईक त्या चित्रपटाचं दिग्दर्शन करणार होते. ''एक वयस्कर माणूस आणि त्यानं मुलाप्रमाणे सांभाळलेला एक तरुण, यांची कथा आहे. हरिभाई आणि तुला घेऊन हा चित्रपट करावा, असं मनात आहे. 'त्रिशूल'मध्ये तुझ्याबाबतीत जो अन्याय झाला, त्याची थोड्याफार प्रमाणात भरपाई होईल. तू हरिभाईंच्या जवळचा आहेस. त्यांना कथा ऐकव, मग आपण बोलू.'' यशजींनी मला सांगितलं. मी लेखकाला हरिभाईंकडे घेऊन गेलो आणि त्यांना स्क्रिप्ट ऐकवलं. ते ऐकतानाच हरिभाईंच्या लक्षात आलं की, ही एका म्हाताऱ्याची भूमिका आहे. त्यांनी ताबडतोब नकार दिला. जवळच्या व्यक्तीसाठीही ते कधी त्यांचे नियम बदलत नसत.

नंतर मी त्यांना वैयक्तिकरीत्या त्या भूमिकेसाठी विनंतीही केली. ''यश चोप्रांच्या बॅनरमध्ये मला 'हिरो' म्हणून संधी मिळणार आहे. तुम्ही याआधी म्हाताऱ्याच्या भूमिका केल्या आहेत. ही एक भूमिका केलीत, तर माझ्या करिअरसाठी हा सिनेमा खूप फायदेशीर ठरेल,'' असंही मी त्यांना सांगितलं. तरीही त्यांचा नकार कायम राहिला. मी त्यानंतर तो विषय तिथेच बंद केला. मात्र, मला मनातून वाईट वाटलं. त्यांच्या जागी मी असतो, तर एवढ्या जवळच्या व्यक्तीला मी नकार दिला नसता. या प्रकरणानंतर मी हरिभाईंपासून थोडा दुरावलो. विशेष म्हणजे, मला नकार दिल्यानंतर त्यांनी 'जानी दुश्मन' या चित्रपटात म्हाताऱ्याचीच नव्हे, चक्क शत्रुघ्न सिन्हाच्या पित्याची भूमिका केली. त्याबद्दलही मला खूप दु:ख झालं.

■

सीन
२३

खूबसूरत मोड़

साहिर लुधियानवी हे खूप मोठे शायर. यशजींच्या पार्टीत माझी त्यांच्याशी पहिली भेट झाली. ते पार्टीत नेहमी स्वतंत्र बसायचे. त्यांची खुर्ची, टेबल, ग्लास आणि ते. फारसे कुणात मिसळत नसत आणि बोलतही नसत. यशजींच्या पार्टीत मी त्यांना पाहिलं आणि भेटायला गेलो.

''साहिरसाहब, आदाब।''

''आदाब।''

''साहिरसाहब, मेरा नाम सचिन है, और मैं इस फ़िल्म में काम कर रहा हूँ।''

''अच्छा, अच्छा'' असं म्हणून ते पुन्हा त्यांच्या विश्वात रमून गेले. पण मी कुठे गप्प बसणार होतो?

''साहिरसाहब, इस फ़िल्म में आपका एक गाना मुझपर पिक्चराइज हुवा है।'' मी म्हटलं. त्यांनी माझ्याकडे बघून स्मितहास्य केलं.

''क्या गाना लिखा है आपने! गापूची गापूची गम गम... किशिकी किशिकी कम कम...'' आता त्यांच्या चेहऱ्यावरचं हास्य मावळून त्याची जागा रागानं घेतली होती.

''साहिरसाहब, इजाज़त हो, तो कुछ पूछूं?''

''पूछो।''

''साहिरसाहब, आपने एक नज़्म ें लिखा है, 'इक शहंशाह ने बनवाके हसीं ताजमहल, हम ग़रीबों की मुहब्बत का उड़ाया है मजाक़।' कुछ लोग कहते हैं, के ये तन्ज़ (उपरोध) है। आपका क्या कहना हैं?''

''हम भी इसे तन्ज़ ही कहते हैं। तुम क्या कहते हो?''

''मेरे हिसाब से ये शिकवा (तक्रार) है; तन्ज़ नहीं।''

माझ्या मते ह्या ओळी म्हणजे एक 'स्टेटमेंट' होतं. आणि कुठलंही 'स्टेटमेंट' ही तक्रार असू शकते, उपरोध नाही.

''अच्छा? तो तुम्हारी नज़र में तन्ज़ क्या है?'' त्यांनी विचारलं.

''इजाज़त हो, तो अर्ज़ करूँ?''

''हं'' त्यांची परवानगी मिळाली.

''क़तरा-ए-अश्क[1] (अश्रूचा बारीक कण) हमारा न बना मोती भी, शाह[2] (बादशहा) की आँख से टपका, तो बना ताजमहल।'' मी म्हणालो.

त्यांनी नजर वर करून माझ्याकडे पाहिलं. चेहऱ्यावर कुठलेच भाव नव्हते.

''शराब पीते हो बर्ख़ुरदार?''

''जी.''

''यश, एक ग्लास भेजो।'' त्यांनी ऑर्डर सोडली. यशजींनी नोकराकरवी एक ग्लास पाठवला. एक खुर्ची मागवली. मला बसवलं. स्वत: माझ्यासाठी पेग भरला आणि गप्पा मारायला सुरुवात केली.

''लखनौ के रहनेवाले हो?''

''नहीं, साहिरसाहब; मैं तो मुंबई में पला-बड़ा हूँ।'' मी सांगितलं. मग आमच्या छान गप्पा रंगल्या. 'कधीतरी घरी ये!' असं निमंत्रणही त्यांनी दिलं.

मग मी अधूनमधून जुहूच्या त्यांच्या बंगल्यावर कधी-कधी सहज जात असे. त्यांच्या एका असफल प्रेमाची कहाणीही मला सांगितली. 'कभी कभी मेरे दिल में ख़याल आता है...' हे गाणं त्यांनी त्यांच्या प्रेयसीसाठी लिहिलं होतं.

'वो अफसाना जिसे अंजाम तक लाना न हो मुमकिन, उसे इक ख़ूबसूरत मोड़ देकर छोड़ना अच्छा।' हेसुद्धा त्यांना त्याच काळात सुचलेलं असंच एक काव्य.

'लैला मजनू' हे भारतात सर्वांत आधी सादर झालेल्या नाट्यापैकी एक. या विषयावरची कुठलीही कलाकृती असेल, तर त्यात 'कोई पत्थर से ना मारे मेरे दीवाने को...' हे गाणं असणारच. जेम्स बाँडचा चित्रपट जसा 'माय नेम इज बाँड...' या डायलॉगशिवाय किंवा महेश कोठारेचा चित्रपट 'डॅम इट!' शिवाय पूर्ण होऊ शकत नाही, तसंच हे!

एच. एस. रवैल यांनी जेव्हा 'लैला मजनू'ची तयारी सुरू केली, तेव्हा मदन मोहन यांच्यावर संगीताची जबाबदारी सोपवण्यात आली होती. साहिर लुधियानवी हे गाणी लिहिणार होते. 'कोई पत्थर से ना मारे मेरे दीवाने को...' हे मदन मोहन यांना ध्रुवपदात यायला हवं होतं. ही एक ओळ तयार होती, पण दुसरी ओळच त्यांना सुचेना. ती सुचल्याशिवाय ध्रुवपद पूर्णच होत नव्हतं.

साहिरजी जुहूला राहायचे. त्यांनी रात्री गाडी बाहेर काढली आणि रस्त्यावरून गाडीतून अस्वस्थपणे चकरा मारू लागले. जुहू चौपाटीवरच्या पानवाल्याकडे असद भोपाली हे शायर पान खायला आले होते. त्यांचा विडा छान रंगला होता. साहिरसाहेबांना अस्वस्थपणे येरझाऱ्या घालताना त्यांनी पाहिलं. काहीतरी बिघडलंय, हे त्यांनी जाणलं. येताना त्यांनी ती गाडी अडवली आणि साहिरजींना अस्वस्थतेचं कारण विचारलं.

साहिरजी म्हणाले, ''एक गाणं लिहितोय. 'कोई पत्थर से ना मारे मेरे दीवाने को... ' हा 'ऊला' (पहिली ओळ) तयार आहे, पण 'सानी' (दुसरी ओळ) सुचत नाहीये. त्यामुळे अस्वस्थ झालोय.''

असदजी म्हणाले, ''खिशात किती पैसे आहेत तुमच्या? काढा सगळे!''

साहिरजींनी त्यांच्या खिशात जे काही तीन-चारशे रुपये होते, ते काढून दिले. असदजी पुढे काय सांगतात, याकडे उत्सुकतेनं बघायला लागले.

''साहिरजी, तुम्ही ज्याला 'ऊला' समजताय, तीच 'सानी' आहे. 'कोई पत्थर से ना मारे मेरे दीवाने को' ही दुसरी ओळ घ्या. 'हुस्न हाज़िर है मुहब्बत की सज़ा पाने को, कोई पत्थर से ना मारे मेरे दीवाने को।'

'मतला' (पहिला शेर) तयार झाला. पुढे लिहिणं साहिर लुधियानवीसारख्या सिद्धहस्त कवीला अवघड नव्हतं. ते खूश झाले आणि ते गाणंही गाजलं. साहिर साहेबांनी सांगितलेल्या या किश्श्यातून मला हे शिकायला मिळालं की, कुठल्याही चित्रपटाची गोष्ट तयार करताना त्याचा शेवट काय असेल, हे आधी लक्षात आलं पाहिजे. शेवट एकदा ठरला की, गोष्टीतसुद्धा असे काही घटक पेरून ठेवता येतात की, त्यातून अपेक्षित शेवटाकडे परिणामकारकपणे जाता येतं. 'नवरा माझा नवसाचा' हा माझा चित्रपट हे त्यातलंच एक उदाहरण.

■

सीन
२४

टू अँड ओन्ली : रफी-किशोर!

गाण्यांच्या रेकॉर्डिंगसाठी मी अनेकदा जायचो. अगदी लहानपणापासूनच. माझ्या 'बचपन' या चित्रपटातील 'आया रे खिलौनेवाला...' गाण्याचं रेकॉर्डिंग ताडदेवच्या फेमस स्टुडिओत होणार होतं. मला ही बातमी कळली तेव्हा मी थेट त्या स्टुडिओत पोहोचलो. लक्ष्मीकांत-प्यारेलाल यांच्या संगीत दिग्दर्शनाखाली साक्षात महंमद रफी गात होते. माझी आणि रफीसाहेबांची ही पहिली भेट. लक्ष्मीकांतजी त्यांना कडव्यातली एक ओळ शिकवत होते.

'डोली चली बाबुल के घऽऽर से...'

रफीसाहेब गात होते, 'डोली चली बाबुल के घर से होऽऽऽ'

लक्ष्मीजींनी त्यांना टोकलं. पुन्हा त्यांची चाल म्हणून दाखवली. त्यांना 'घ' आणि 'र'मध्ये जागा अपेक्षित होती. रफीसाहेब ती 'हो'ला घेत होते. दोन-तीनदा असंच झालं. रफीसाहेब त्यांच्याच पद्धतीनं म्हणत राहिले. शेवटी त्यांनी तिसऱ्या वेळेला लक्ष्मीजींना अपेक्षित होतं, ते गायलं. मला हे नंतर लक्षात आलं की, रफीसाहेब फक्त त्यात सुधारणा सुचवू पाहत होते. हिंदीत 'घ' आणि 'र'मध्ये ताण दिल्यानंतर 'र'च्या जागी 'ळ' असा उच्चार होतो, (उदाहरणार्थ, 'सौदागर'चं शीर्षक गीत : 'सौदागळऽऽऽ' असं ऐकू येतं!) ते त्यांना टाळायचं असावं.

मजरूहसाहेबांबरोबरही मी अनेकदा रेकॉर्डिंगसाठी जायचो. पंचमदा हे माझ्या आवडीचे संगीतकार. 'रामपूर का लक्ष्मण'च्या रेकॉर्डिंगसाठी एकदा जाण्याचा योग आला. त्या चित्रपटात एक गाणं होतं – 'प्यार का समय कम है जहाँ, लडते है लोग कैसे वहाँ?' ते किशोरकुमारचं युग होतं. त्यामुळे हिरोला किशोरकुमारचा आवाज, हे समीकरण ठरलेलं असायचं. त्याआधी पंचमदांनीच संगीत दिलेल्या 'प्यार का मौसम'मध्ये रफीसाहेबांची चलती असल्यामुळे हिरोच्या भूमिकेत असलेल्या शशी कपूर यांच्यासाठी रफीसाहेबांचा आवाज ('तुम बिन जाऊँ

'बचपन'च्या रेकॉर्डिंगच्या वेळी संगीतकार लक्ष्मीकांत (डावीकडे) यांच्याबरोबर

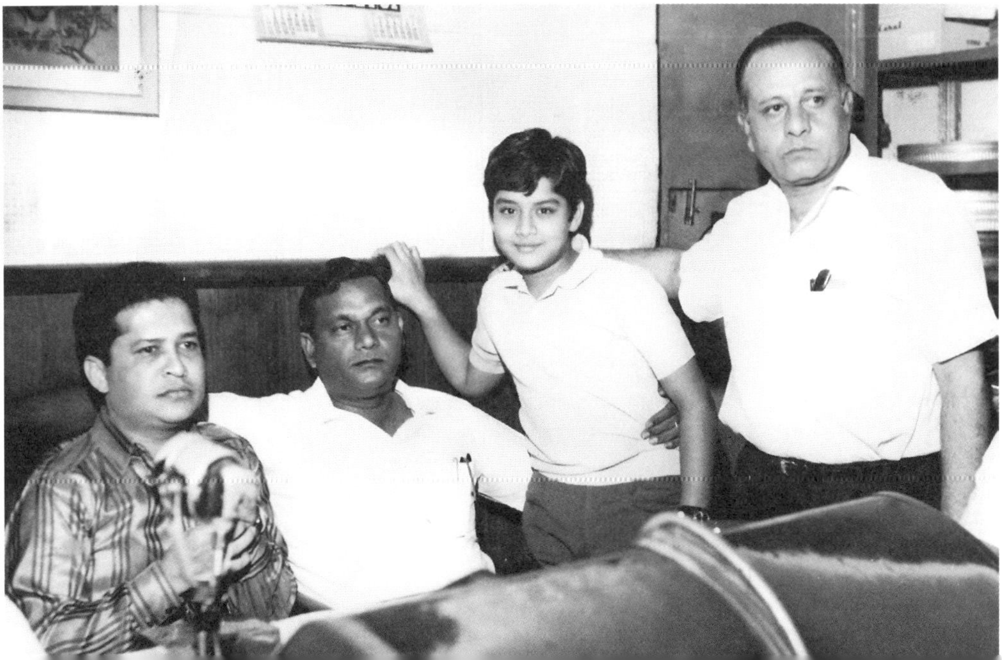

कहाँ...') आणि भारत भूषण या चरित्र अभिनेत्यासाठी किशोरदांचा आवाज वापरण्यात आला होता. किशोरदांचा आवाज हा देव आनंद वगळता हिरोचा आवाज म्हणून कधी गणलाच गेला नव्हता. मात्र, 'किशोरयुग' सुरू झाल्यानंतर हिरोसाठी त्यांच्या आवाजासाठी आग्रह धरला जाऊ लागला. 'रामपूर का लक्ष्मण'मध्येही हिरोसाठी (रणधीर कपूर) किशोरदांचा आवाज आणि व्हिलन असलेल्या शत्रुघ्न सिन्हा यांच्यासाठी रफीसाहेबांचा आवाज वापरण्यात आला होता. 'प्यार का समय कम है जहाँ...'च्या रेकॉर्डिंगसाठी किशोरदा, रफीसाहेब आणि लता मंगेशकर हजर होत्या. रेकॉर्डिंगच्यावेळी चाल पकडणं किशोरदांना नीटसं जमेना. त्या वेळी रफीसाहेबांनी त्यांना मदत केली आणि ते रेकॉर्डिंग पूर्ण झालं.

'यादों की बारात'च्या वेळी याच्या नेमकं उलट उदाहरण घडलं. त्या शीर्षकगीताची चाल रफीसाहेबांच्या डोक्यात घुसत नव्हती. त्या वेळी किशोरदांनी रफीसाहेबांना मदत केली. एवढ्या मोठ्या पातळीवरच्या या दोन व्यक्तिमत्त्वांमधली ही देवाण-घेवाण अशी सहजसुंदर होती.

रफीसाहेब आणि किशोरदा या दोघांचाही माझ्यावर प्रभाव पडला. किशोरदांनीही कधी गाण्याचं शास्त्रीय शिक्षण घेतलं नाही. त्यांच्याकडून आवाजाची 'फेक' (Projection) शिकण्यासारखी होती. अभिनेत्याची 'एक्स्प्रेशन्स' त्यांनी गाण्यातून दिली. एक अभिनेताच हे करू शकतो. गाण्यातला गोडवा, गायकाची 'एक्स्प्रेशन्स', हावभाव आणि आवाजाची गुणवत्ता या बाबतीत रफीसाहेबांचा हात कुणी धरू शकत नाही. रफीसाहेब म्हणजे दैवी चमत्कार होता. त्यांच्यासाठी अख्खं जग वेडं आहे, ते उगाच नाही! किशोरदासुद्धा रफीसाहेबांना खूप मानायचे. कारण किशोरदा हिरोसुद्धा झाले नव्हते, तेव्हापासून रफीसाहेब गात होते. के. एल. सैगलसाहेबांच्या आवाजातला दर्दही मला प्रचंड आवडतो. हा 'दर्द' काही साधासुधा नव्हता, तो काळजाचा ठाव घेणारा होता. रफीसाहेब आणि किशोरदांच्या गायनातला फरक हा की, रफीसाहेब फक्त सांगितलेलं तेवढंच गायचे. किशोरदा मात्र त्यात स्वत:ची भर टाकून गायचे.

कलकत्त्यात (आताचं कोलकाता) एका चित्रपटाचं शूटिंग करत असताना मी वर्तमानपत्रात एक जाहिरात पाहिली. रफी आणि किशोरदा यांचा नेताजी सुभाषचंद्र बोस स्टेडियममध्ये 'एक शो' होणार होता. सत्तरच्या दशकाच्या उत्तरार्धातील ही गोष्ट. त्या वेळी किशोरदा क्रमांक १च्या स्थानावर पोहोचले होते, पण तरीही पश्चिम बंगालच्या चाहत्यांसाठी रफीसाहेब म्हणजे देव होते. मी आमच्या निर्मात्याला गळ घालून कसंबसं त्या शोचं तिकीट मिळवलं. साक्षात रफीसाहेब आणि किशोरदा समोर गात होते आणि समोर बसून ते ऐकण्याचं भाग्य मला मिळालं होतं!

कार्यक्रमाच्या सुरुवातीला किशोरदा दीड तास त्यांची लोकप्रिय आणि क्लासिक गाणी गायले. प्रेक्षकांनी त्यांना भरभरून दाद दिली. सगळं वातावरण 'किशोरमय' झालं होतं. शेवटचं गाणं सादर करणार असल्याचं त्यांनी जाहीर केलं, तेव्हा प्रेक्षकांनी आरडाओरडा सुरू केला. 'तुम्ही आणखी गा,' असा त्यांचा आग्रह होता. किशोरदा म्हणाले, ''आता तुमच्यापुढे जे गायक येणार आहेत, ते मला गुरुस्थानी आहेत. माझे मोठे भाऊ आहेत. त्यांची चार गाणी ऐकल्यानंतर तुम्ही मला विसरून जाल.'' किशोरदांनी गाणं सादर केलं आणि त्यांच्यानंतर महंमद रफी स्टेजवर आले.

'चले आज तुम जहाँ से, हुई जिंदगी पराई, तुम्हें मिल गया ठिकाना, हमें मौत भी न आई।' हे 'अॅडलिब' (गाणं सुरू होण्याआधीच्या ओळी) सादर करून त्यांनी 'ओ दूर के मुसाफिर हमको भी साथ ले...' हे गाणं म्हटलं.

प्रेक्षकांनी सगळं स्टेडियमच डोक्यावर घेतलं. किशोरदा पुन्हा स्टेजवर येऊन म्हणाले, ''चार गाणी झाल्यावर तुम्ही मला विसरून जाल, असं मी म्हटलं होतं. तुम्ही तर पहिल्याच गाण्यात मला विसरून गेलात!''

किशोरदा आणि रफीसाहेबांच्या मोठेपणाबद्दल वेगळं काही सांगायला हवं?

रफीसाहेबांचे त्या वेळी कलकत्त्याला भरपूर शो व्हायचे. कलकत्त्याच्या आसपास होणाऱ्या कार्यक्रमांसाठी संयोजक काही (सो कॉल्ड) स्टार्सनाही श्रोत्यांमध्ये उपस्थित राहण्यासाठी बोलवायचे. मलाही काही वेळा असं निमंत्रण असायचं. रफीसाहेबांना समोरून ऐकायला मिळतंय म्हटल्यावर आम्ही अशा उपस्थितीचे पैसेसुद्धा घेत नव्हतो. अशाच एका शोसाठी मी गेलो होतो. कलकत्त्याहून तीन तासांच्या अंतरावरील एका शहरात कार्यक्रम होता. मी हॉटेलवर उतरलो होतो. रफीसाहेबांबद्दल चौकशी केली. ते याच हॉटेलमध्ये असल्याचं कळलं. दुपारचं जेवण करून मी पुन्हा खोलीकडे निघालो होतो. त्या वेळी एका खोलीतून हार्मोनिअमचे सूर माझ्या कानावर पडले. दरवाजा थोडासा किलकिला होता. मी तो थोडा आणखी ढकलून आत डोकावून पाहिलं. त्या खोलीत कार्पेटवर हार्मोनिअम समोर ठेवून साक्षात रफीसाहेब वही घेऊन रियाझ करत बसले होते. मी एक मिनिट स्तब्ध झालो. तेवढ्यात त्यांचं माझ्याकडे लक्ष गेलं. 'कैसे हो सचिनजी?' त्यांनी विचारलं. रफीसाहेबांकडे माझी नेहमीच एक तक्रार असायची. कधीही भेटल्यानंतर आम्हाला सलाम करण्याची संधी न देता, तेच आधी सलाम करून मोकळे व्हायचे. मी त्यांना नेहमी म्हणायचो, 'रफीसाहब, कभी तो हमें पहले सलाम करने दीजिये!' त्या दिवशीही त्यांनी तसंच केलं. 'सॉरी, आपको डिस्टर्ब किया', असं म्हणून मी बाहेर पडणार होतो, पण त्यांनी त्यांच्या मुलायम आवाजात मला आत बोलावलं.

''रफीसाहेब, जेवण झालं?'' मी विचारलं.

''हो.''

''मग आराम नाही करणार दुपारी? संध्याकाळी शो आहे ना?''

''नाही. रात्री शो असेल, तर दिवसभरात झोपू नये. आवाज जड होतो.'' त्यांनी सांगितलं. माझ्यासाठी ही एक मोलाची शिकवण होती.

''मी जरा आवाज शेकत बसलो होतो.''

''बरं, ठीक आहे. मी निघतो.''

''का? बसा ना!'' रफीसाहेबांनी आग्रह केला. ''गाणं ऐकणार?''

...साक्षात महंमद रफी माझ्यासमोर बसून मला गाणं ऐकणार का, असं विचारत होते. मी मांडी घालून त्यांच्या समोर बसलो. त्यांनी वहीचं एक पान उलटलं आणि पुढचे तीन तास मला एका स्वर्गीय आनंदात न्हाता आलं. लोकांसाठी 'देव' असलेले रफीसाहेब गात होते आणि मी एकटा समोर बसून ऐकत होतो! कुणालाही हेवा वाटावा, असा तो प्रसंग होता.

हिरो म्हणून माझ्या पहिल्याच 'गीत गाता चल'साठीही मला रफीसाहेबांचा आवाज लाभला होता. गाण्याची आवड असूनसुद्धा पार्श्वगायक होण्यासाठी मी धडपडलो नाही, त्यामागचं मुख्य कारण म्हणजे रफीसाहेब आणि किशोरदा. हे दोन दिग्गज चित्रपटसृष्टीवर राज्य करताना माझ्यासारख्या माणसानं पार्श्वगायक होण्याची हिंमत करणंच शक्य नव्हतं.

रफीसाहेबांनी इतरांना जे दिलं; तेवढं कुणी कुणाला देणं, हे आजच्या काळात अशक्य कोटीतलीच गोष्ट आहे. रफीसाहेब पाली हिलचा फ्लॅट सोडून बंगल्यात राहायला गेले, तरी त्यांचा तो फ्लॅट रिकामाच होता. एक प्रख्यात दिग्दर्शक त्याच्या घरातून भांडण करून रात्री बाहेर पडला. त्याची गरोदर असलेली बायकोही सोबत

होती. एक इम्पोर्टेड गाडी आणि खिशात दोनशेपेक्षा कमी रुपये, अशा परिस्थितीत कुठे जाणार, हा प्रश्नच होता. त्यानं थेट रफीसाहेबांचा बंगला गाठला. त्यांना परिस्थितीची कल्पना दिली. नवीन घर मिळेपर्यंत तुमचा पाली हिलचा फ्लॅट भाड्याने द्याल का, अशी विनंती केली. रफीसाहेब आत गेले, फ्लॅटची किल्ली आणली आणि त्या निर्मात्याच्या हातात दिली. मागचा-पुढचा काहीही विचार न करता.

हा दिग्दर्शक नंतर निर्माता म्हणूनही नावारूपाला आला. स्वत:चं घर होईपर्यंत पाली हिलच्या त्या फ्लॅटवर भाडं भरून बराच काळ राहिला. याच निर्मात्याच्या एका चित्रपटाच्या गाण्याचं नंतर रेकॉर्डिंग होतं. लतादीदी, रफीसाहेब आणि किशोरदा त्यासाठी उपस्थित होते. त्या निर्मात्यानं दोन पुष्पगुच्छ आणले होते. त्यातला एक लतादीदींना दिला आणि रफीसाहेब पुढे आले, तरी दुसरा पुष्पगुच्छ किशोरदांना दिला. तो रफीसाहेबांचा उतरणीचा काळ होता आणि लतादीदी व किशोरदा मोठे स्टार होते. या निर्मात्याला रफीसाहेबांनी कोणतीही अपेक्षा न ठेवता केलेली मदत या 'स्टारडम'च्या प्रकाशानं झाकोळून गेली होती. रफीसाहेबांना वाईट वाटलं.

चित्रपटसृष्टीत एवढं मोठं योगदान असलेल्या माणसाला जर अशी वागणूक मिळत असेल, तर इथल्या माणसांकडून का आणि कशासाठी अपेक्षा ठेवायच्या? अपेक्षा ठेवायला हव्यात, त्या फक्त प्रेक्षकांकडून आणि स्वत:कडून!

किशोरदांना 'शराबी'मधील 'मंज़िलें अपनी जगह हैं', या गाण्यासाठी फिल्मफेअर पुरस्कार मिळाला, त्या वेळी पुरस्कार वितरण सोहळ्यात त्यांना गाणं म्हणण्याचा आग्रह करण्यात आला. 'सबसे पहले मैं अपने बडे भाई को श्रद्धांजली अर्पित करना चाहता हूँ', असं म्हणून किशोरदांनी 'मन रे तू काहे ना धीर धरे...' हे गाणं गायलं. आम्हा सगळ्यांच्या डोळ्यांत पाणी आलं.

किशोरदांशी आधी अनेकदा संवाद झाला होता; पण एका मराठी गाण्याचा प्रस्ताव मी त्यांच्याकडे घेऊन गेलो, तेव्हाची आठवण खूप मजेशीर आहे. 'गंमत जंमत'मधील 'अश्विनी ये ना...' हे गाणं गाऊन घेण्यासाठी आम्ही आधी पंचमदांचा विचार केला होता. त्यांच्यापुढे प्रस्ताव ठेवला; पण दुसऱ्याच्या संगीत दिग्दर्शनाखाली गायचं नाही, हा त्यांचा नियम होता. त्याआधी लक्ष्मीकांत-प्यारेलाल यांनाही आपण 'गोरे नहीं हम काले सही...' (देशप्रेमी) या गाण्यासाठी आपण नकार दिला होता, असं त्यांनी मला सांगितलं. त्यानंतर हे गाणं लक्ष्मीजींनी स्वत: गायलं.

मी अरुण पौडवालशी चर्चा केली आणि किशोरदांना विचारायचं ठरवलं. त्यांना भेटायला गेलो. त्यांच्या बंगल्यात गेलो, तर बंगल्यात शिरतानाच इंग्लंडच्या राजा आणि राणीचं एक भलं मोठं पोस्टर लक्ष वेधून घेत होतं. त्या पोस्टरमध्ये राजाच्या चेहऱ्याच्या जागी किशोरदांनी स्वत:चा चेहरा लावला होता आणि राणीच्या चेहऱ्याच्या जागी लताबाईंचा. मी पाहून थक्क झालो. इतक्यात ते आले.

''अरे, सचिन, तू तो आजकल मराठी में बहोत चल पड़ा है!''

''माझ्या सिनेमात तुम्ही एक गाणं गावं, अशी माझी इच्छा आहे.''

''नहीं, नहीं. मैं मराठी-वराठी नहीं गाऊँगा।''

''का किशोरदा? तुम्ही इथे महाराष्ट्रात काम करता, एवढ्या नोटा छापता, मग गायला काय अडचण आहे? मराठी म्हणजे फालतू भाषा वाटते का तुम्हाला?'' मी तक्रार केली.

''नहीं रे। फालतू नहीं। बहोत अच्छी भाषा है। मैंने सुना है बाबूजी को। वो कैसा गाते हैं? 'देहाची तिजोरी....'''

त्यांनी मला बाबूजींच्या आवाजात ते गाणं गाऊन दाखवलं. नक्कल करण्यात किशोरदांचा हात कुणीच धरू शकत नव्हतं.

''और तुम्हारा सुरेश (वाडकर) कैसे गाता है? 'मुझे, तुझे' करके गाता है...'' किशोरदा अजूनही थट्टेच्या मूडमध्येच होते.

''किशोरदा, तुम्ही माझ्यासाठी मराठीत गाणार की नाही, ते सांगा.''

''मी नाही गाणार. तुमच्या मराठीतले दोन शब्द मला उच्चारता येत नाहीत. 'स' आणि 'च'च्या मधला काहीतरी शब्द आहे. 'सच' असा काहीतरी आहे.''

''किशोरदा, असा कुठलाच शब्द नाहीये मराठीत.''

''आहे तर! 'चमचा' हा शब्द कसा म्हणता तुम्ही मराठीत?'' (किशोरदा 'च'चा उच्चार 'चिकू'मधल्या 'च'प्रमाणे करत होते.)

''चमचा!'' मी म्हटलं.

''हां! तोच 'स-च'! मला तो शब्द उच्चारायला जमत नाही.''

''बरं. दुसरा शब्द कुठला?''

''अ-ड'''

''काऽऽय?''

''अ-ड!'' किशोरदा ठाम होते.

''किशोरदा, तुम्ही फेकाफेकी करताय हं. 'अ-ड' असा कुठला शब्द नाहीये मराठीत.''

''आहे, आहे. तो नाही का – 'कमड' 'कमड'''

''किशोरदा, तो 'ळ' आहे.''

''हां. तोच तो. 'अ-ड'!'' किशोरदांनी खुलासा केला.

मी कपाळावर हात मारून घेतला!

''प्रत्येक मराठी गाण्यात हे दोन शब्द असतात. मला नाही जमणार ते उच्चारायला. तू माझ्याकडून हिंदी गाऊन घे. मी गाईन.''

''किशोरदा, एवढाच प्रॉब्लेम आहे ना? बाकी काही नाही ना?''

''छे. बाकी काय असणार?''

''पैसे मराठीच्या हिशेबात मिळतील, हं!'' मी स्पष्ट केलं.

''चालेल. पण त्या दोन शब्दांचं काय करणार?''

''ते शब्द तुमच्या गाण्यात नसतील, ही जबाबदारी माझी. मग तर झालं?''

''तू मला गाणं लिहून आणून दाखव. मग मी ठरवेन.'' त्यांनी अट घातली.

हा हट्टी माणूस असातसा ऐकणार नाही, याची मला खात्री होती. मी शांताराम नांदगावकरांबरोबर बसून किशोरदांच्या तोंडी 'च' आणि 'ळ' ही दोन अक्षरं येणार नाहीत, याची काळजी घेऊन 'अश्विनी ये ना...' हे गाणं लिहून घेतलं आणि किशोरदांना ऐकवलं, तेव्हा कुठे ते तयार झाले. रेकॉर्डिंगची तारीख ठरली, पण किशोरदा प्रत्यक्ष येईपर्यंत मनात धाकधूक होती. कारण हा सर्किट माणूस. कधी टांग मारेल, याचा नेम नाही. पूर्वी एका चित्रपटात भूमिका करण्यासाठी एका निर्मात्याला तारखाच देत नव्हते. तो निर्माता संघटनेकडे गेला आणि संघटनेनं किशोरदांना चार दिवस शूटिंगसाठी देण्याचा आदेश दिला. किशोरदांनी तो पाळला. ठरलेल्या दिवशी ते सेटवर गेले, तेव्हा त्यांनी तुळतुळीत गोटा केलेला होता आणि मिशीसुद्धा सफाचट केली होती. ऊर बडवून घेण्याशिवाय निर्मात्याच्या हातात काही नव्हतं!

त्यामुळेच रेकॉर्डिंगच्या दिवशी किशोरदा येईपर्यंत आमच्या जिवात जीव नव्हता. अखेर ते आले. गाण्याच्या कडव्यात वाक्यानंतर 'पा-पा-पा-पा' असा एक 'ऑफबीट पीस' होता. तो आपल्याला जमणार नाही म्हणून किशोरदा अडून बसले. खरंतर त्यांना जमणार नाही, असं काही असणं शक्यच नव्हतं. पण एकदा त्यांनी मनात घेतलं की, ते डोक्यातून काढायची कुणाची हिंमत नव्हती. मग 'पा-पा-पा-पा' हा पीस अनुराधा पौडवाल यांना देऊन किशोरदांना बीटमधला 'ला-ला-ला-ला' एवढाच पीस म्हणायला दिला. गाण्याचं रेकॉर्डिंग व्यवस्थित झालं. चित्रपट प्रदर्शित झाला आणि ते गाणं अजरामर झालं. रेकॉर्डिंगच्यावेळी आम्ही किशोरदांचे काही शॉट्सही चित्रित केले आणि ते चित्रपटाच्या ट्रेलरमध्ये वापरले. ते बघायला आजही मजा येते. किशोरदा म्हणजे अगदी लहान मूल होते. त्यांचं सारखं खोड्या काढणं, चेष्टामस्करी करणं सुरू असायचं. रेकॉर्डिंगच्यावेळीसुद्धा गाणं बसल्यानंतर ते वादकांची फिरकी घ्यायला बाहेर पडायचे. मग त्यांना पकडून पुन्हा रेकॉर्डिंगच्या ठिकाणी आणावं लागायचं.

'गंमत जंमत'मधलं मी गायलेलं 'चोरीचा मामला...' हे गाणंही खूप गाजलं. किंबहुना, लोकप्रिय गाण्यांच्या यादीत 'अश्विनी ये ना...'पेक्षा ते वरच्या स्थानावर होतं. किशोरदांच्या कानावर ही गोष्ट गेली. त्यांनी मला बोलावून घेतलं.

''तुझं गाणं जास्त चाललं म्हणे!'' त्यांनी सुरुवात केली.

''असं नाहीये किशोरदा. 'अश्विनी ये ना...'सुद्धा 'सुपरडुपर हिट' झालंय. आणि हे गाणं त्याच्यापेक्षा जास्त काळ लक्षात राहील,'' मला जे वाटलं ते मी सांगितलं.

''बरं... बरं. आपण एकत्र गात जाऊ ना! तुझ्या सिनेमात तू स्वत:साठी गा आणि मी अशोक (सराफ)साठी गाईन. पैसे तुला वाटतील तेवढे दे.'' त्यांनी जाहीर करून टाकलं. मला तर आभाळच ठेंगणं झालं होतं. नंतर 'माझा पती करोडपती'मध्येही त्यांनी 'अगं हेमा...' हे गाणं गायलं. या गाण्याच्या वेळीसुद्धा ''तेरे सुरेश जैसा 'तुझ्झी, माझ्झी' गाऊँ क्या?'' अशी त्यांची थट्टामस्करी चालू होती. गाणं त्यांना खूप आवडलं होतं.

''गाण्याच्या शेवटी काहीतरी वेगळा पीस दे ना!'' त्यांनी मला सुचवलं.

''तुमच्या स्टाइलचं 'हे... हे...' गा ना!''

''नाही रे. ते किती दिवस गाणार? वेगळं काहीतरी दे.'' त्यांचं समाधान होत नव्हतं.

''किशोरदा, 'ए तुझी... ए माझी... जोडी... जमली...' असं गाता का शेवटी?'' माझ्या एकदम डोक्यात आलं.

''हां, हां. चालेल. हे छान आहे. मस्त आहे.'' ते खुशीत आले. ''कसं... कसं? पुन्हा दाखव!'' आपण किशोरकुमार आहोत, याचा अजिबात गर्व न बाळगता त्यांनी मला तो पीस पुन्हा म्हणायला लावून समजून घेतला. हे गाणंही खूप गाजलं.

''आता पुढचं गाणं आपण एकत्र गाऊ या!'' असं त्यांनी सुचवलं. मी त्यासाठी तयारीलाही लागलो होतो. 'अशी ही बनवाबनवी'मध्ये मुद्दाम दोन पुरुष गायकांच्या आवाजातलं 'ही दुनिया मायाजाल...' हे गाणं आखलं होतं. किशोरदा आणि मी ते गाणार होतो. अर्थात, केवळ त्यांच्या आग्रहामुळेच मी हे धाडस करणार होतो. नाहीतर एवढ्या मोठ्या गायकाबरोबर गाण्याएवढी माझी पात्रता नाही, याची मला जाणीव होती. पण दुर्दैवानं तो योग आला नाही. किशोरदांचं अकाली निधन झालं आणि त्यांच्यासोबत गाण्याचं स्वप्न तसंच राहून गेलं.

संगीताची चौकट मोडून सुरेल गाणारा हा महान गायक आजही असायला हवा होता.

■

सीन
२५

'बडे अच्छे लगते हैं...'

आर.डी. बर्मन उर्फ 'पंचमदा' म्हणजे काळाच्या पुढचा संगीतकार. हिंदी चित्रपटसंगीतात त्यांनी क्रांती केली. त्यांच्या व्यक्तिमत्त्वाचा आणि प्रतिभेचा माझ्यावर खूप प्रभाव पडला.

शक्ती सामंता एका बंगाली चित्रपटाचा 'बालिका वधू' या नावानं हिंदीत रिमेक करत होते. तरुण मुजुमदार दिग्दर्शन करणार होते. पंचमदांकडे संगीताची जबाबदारी होती. हिरो म्हणून माझ्यावर एक गाणं चित्रित होणार होतं. पंचमदा मला नीटसे ओळखत नव्हते. त्यामुळे गाणं करण्याआधी माझ्याशी ओळख करून घ्यावी, असा त्यांचा आग्रह होता. त्यांनी शक्तिदांना तसं सांगितलं. मी पंचमदांना भेटायला गेलो. त्यांनी माझ्याशी छान गप्पा मारल्या. माझी पार्श्वभूमी समजून घेतली. जवळपास तास-सव्वा तास आम्ही बोलत होतो. पहिल्याच भेटीत ते मला म्हणाले, ''मी तुला कधीच वाईट बोलणार नाही. काळजी करू नकोस.''

मी विचारलं, ''का?''

''तुझं नाव हे माझ्या बापाचं नाव आहे ना!'' त्यांनी हसत खुलासा केला.

खरं म्हणजे पप्पा सचिन देव बर्मन यांचे चाहते असल्यामुळेच त्यांनी माझंही नाव 'सचिन' ठेवलं होतं! मला हा गमतीशीर योगायोग वाटला.

आमच्या गप्पा मारून झाल्यावर त्यांनी खाली फिरायला जायची टूम काढली. माझी 'बॉडी लँग्वेज' त्यांना समजून घ्यायची होती. आम्ही थोडा वेळ चक्कर मारली आणि पुन्हा वर आलो. त्यांनी पेटी काढली. मी समोर बसलो. मी बोलत असताना त्यांची बोटं पेटीवरून फिरायला लागली. काही वेळानं त्यांचे डोळे बंद झाले. मीसुद्धा बोलायचा बंद झालो. जरा वेळानं त्यांनी धून छेडली. 'द... रा रा... रा रा... रा रा... र र र रा... र र र रा... र र र रा... द रा...' यातला शेवटचा सूर जो आहे, तो माझ्या बोलण्यातून नेहमी येतो, असं त्यांचं म्हणणं होतं. त्यांनी तो नेमका पकडून त्यावरून गाणं केलं होतं. मी अवाक् झालो.

...पंचमदांनी बनवलेल्या चालीवर शब्द लिहिले गेले. 'बडे अच्छे लगते हैं...' हे अजरामर गाणं तयार झालं.

पंचमदांनी मला रेकॉर्डिंगलासुद्धा बोलावलं. अमितकुमारनं गायलेलं हे पहिलंच गाणं. त्याच संध्याकाळी 'षण्मुखानंद हॉल'मध्ये एक कार्यक्रम होता. त्याला पंचमदा, धरमजी, मी, अमजद खान असे आम्ही बरेच जण हजर होतो. पंचमदांकडे माइक आला, तेव्हा त्यांनी उत्साहात नुकत्याच रेकॉर्ड केलेल्या गाण्याविषयी सांगायला सुरुवात केली. मला जवळ बोलावून घेतलं; पण त्यांना ते गाणंच आठवेना. एकदमच 'ब्लँक' झाले होते. मग त्यांच्या परवानगीनं मी त्या पहिल्या दोन ओळी गाऊन दाखवल्या. नंतर त्यांना गाणं आठवलं आणि त्यांनी सगळं गाणं सादर केलं. श्रोत्यांच्या टाळ्या 'षण्मुखानंद'मध्ये बराच काळ वाजत राहिल्या. या गाण्यामुळे पंचमदा आणि माझी खूप छान मैत्री झाली. दरवेळी नवीन गाणं केलं की, ते मला सांगायचे. १९७६ ते १९९१ अशी पंधरा वर्षं हा प्रवास सुरू होता. नव्वदच्या दशकात पंचमदांच्या हातात काम नव्हतं. सगळं काही आहे; पण हातात काम नाही, असं ते सांगायचे, तेव्हा काळजात चर्रऽऽ व्हायचं. या इंडस्ट्रीला एवढ्या चांगल्या संगीतकाराची कदर का नाही, असं वाटायचं. ऑडिओ कंपनीसाठी बनलेल्या चित्रपटांसाठी त्यांना संगीत द्यावं लागायचं. त्यांच्या हातून

चांगल्या चाली बनत नव्हत्या, असंही म्हटलं जायचं. पण मग '१९४२ : अ लव्हस्टोरी'चं काय? त्यातली एवढी अप्रतिम गाणी त्यांच्या हातून कशी तयार झाली?

१९८४मध्ये पंचमदांशी भेट झाली, तेव्हा त्यांनी मी दिग्दर्शक झाल्याबद्दल माझं कौतुक केलं. मला म्हणाले, ''दिग्दर्शक झाला आहेस, म्हणून तुला एक गोष्ट सांगतो. माझ्या बाबांनी सांगितलेली गोष्ट आहे. मी आणि जयदेवजी त्यांच्याकडे साहाय्यक होतो. बाबांनी एका गाण्याचा मुखडा मला बनवायला सांगितला. मी तयार केला. 'ओऽओऽऽ सो जा निंदिया की बेला है... ओऽओऽऽ आजा पंछी अकेला है...' हे ते गाणं. दुसऱ्या दिवशी त्यांनी जयदेवला सांगितलं, तू अंतरा तयार कर. त्यांनी 'ओऽओऽऽ कैसी अंधेरी ये रात है... ओऽओऽ धड़कन मेरी तेरे साथ है...' आणि त्यानंतर लगेचच पुन्हा मुखड्याच्या चालीवर आले... 'ओऽओऽ लागा सपनोंका मेला है' तांत्रिकदृष्ट्या ते योग्य होतं. 'चांगलं आहे, पण मध्ये एक 'ब्रिज' हवा, असं ते म्हणाले. मग त्यांनी त्या कडव्याच्या शेवटी 'तनहा है फिरभी दिल... तनहा है...' हा 'ब्रिज' गाऊन दाखवला. त्यानं गाण्याला पूर्णत्व आलं.''

''हा 'ब्रिज' फक्त गाण्यात नाही, तर पटकथालेखनातही असतो. काय 'ॲड' करायचं, हे माहीत असायला हवं.'' पंचमदा मला म्हणाले. हा 'ब्रिज' वापरून एखादी गोष्ट एकदम वरच्या पातळीवर नेऊन ठेवता येते. माझ्या पटकथा लेखनात 'अशी ही बनवाबनवी'मध्ये मी असा 'ब्रिज' वापरला. 'धनंजय माने इथेच राहतात का?' असं लक्ष्या विचारतो, हा सीन हा तो 'ब्रिज'. लिखाणाच्या वेळी माझ्या डोक्यात आलेला हा प्रसंग मी चित्रपटाचे लेखक वसंत सबनीस यांना समजावून सांगण्याचा प्रयत्न करत होतो; पण त्याला लाफ्टर येईल का, अशी शंका त्यांना वाटत होती. मी त्यांना 'ते माझ्यावर सोडा', असं सांगितलं. पडद्यावर पाहताना हा सीन प्रेक्षकांना जेवढा आवडला, तेवढाच सबनीस साहेबांनाही.

पंचमदांबरोबर अशा अनेक गोष्टी 'शेअर' करता आल्या. पंचमदा एकदा कामात किंवा गप्पांमध्ये रमले की, वेळेचं भान राहत नसे. पहाटे चार-पाच वाजतासुद्धा आम्ही जेवायला बसायचो. एकदा त्यांच्या घरी गेलो असताना पहाटे पाचला आम्ही जेवायला बसलो आणि जेवण वाढायला आशाताई आल्या. मी जरासा दचकलो. रात्रीचे कितीही वाजलेले असोत, घरच्या लक्ष्मीनं जेवण वाढायचं, ही त्या कुटुंबाची पद्धत. मला मात्र आशाताईंना पहाटे पाच वाजता त्रास द्यायला नको वाटत होतं. पंचमदांबरोबरच्या मैफलीत शैलेंद्रसिंग, विनोद मेहरा हेसुद्धा असायचे. त्या दोघांच्या घरीसुद्धा कधी-कधी मैफल रंगत असे. पंचमदाही तिथे येत.

अशा प्रतिभावान संगीतकाराचा सहवास काही काळ लाभला, त्यांच्याकडून काही शिकता आलं, याबद्दल मी स्वत:ला भाग्यवान समजतो.

राजकुमार हे एक असंच अवलिया व्यक्तिमत्त्व. कधी काय बोलतील, याचा नेम नाही. एक निर्माता एकदा त्यांना सकाळपासून फोन करत होता. कुणीच उचलेना, तेव्हा शेवटी वैतागून तो संध्याकाळी त्यांना घरी भेटायला गेला. राजकुमार घरीच होते आणि फोनशेजारीच बसले होते. तो बुचकळ्यात पडला.

''राजजी, मी तुम्हाला सकाळपासून फोन करत होतो. तुम्ही घरी नव्हता का?'' त्यानं न राहवून विचारलं.

''छे! मी घरीच होतो.''

''मग फोन का उचलला नाहीत?''

''हा फोन माझ्या सोयीसाठी आहे, तुमच्या नाही!'' असं सांगून राजकुमार यांनी त्याला एका मिनिटात गार केलं होतं.

राजजींचा एकदम राजेशाही थाट असायचा. सकाळी दहा वाजता ते मेकअप वगैरे करून शूटिंगसाठी तयार व्हायचे. दुपारी लंच टाइमनंतर दोन ते चार झोप काढायचे. चारनंतर पुन्हा शूटिंग. त्यांच्या मेकअप रूममध्ये फुलदाणी आणि दोन गुलाब असलेच पाहिजेत, अशी त्यांची सूचना असायची.

राजकुमार यांच्याविषयी बरंच काही ऐकून होतो. एका पार्टीत ते मला भेटले, तेव्हा संजय दत्त आणि कुमार गौरव या माझ्या समकालीन अभिनेत्यांच्या देखत त्यांनी माझं दिलखुलास कौतुक केलं.

''तुम्हारी 'जिद' फिल्म देखी। बहोत उमदा 'परफॉर्मन्स' देते हो। बोलते अच्छा हो, जबान अच्छी है तुम्हारी। हम तुम्हारे साथ काम करना चाहते हैं। 'यू आर द वन, हू डिझर्व्हज द बेस्ट!''' त्यांनी मला सांगितलं. हा अर्थातच माझा सन्मान होता. एकत्र काम करण्याचा योग कधी आला नाही, पण निदान त्यांच्याबरोबर हा क्षण अनुभवता आला, याचा मला आनंद आहे.

राजकुमार यांच्या पसंतीला कुणी माणूस उतरणं, म्हणजे अशक्याहून अशक्य गोष्ट होती. कारण तो माणूसच तसा अवघड होता.

असाच दुसरा अवघड माणूस म्हणजे, प्रेमनाथ. 'जिद'मध्ये आम्ही एकत्र काम केलं. आमचा सीन झाल्यानंतर त्यांनी मला मिठी मारली.

''तू नाटकात काम केलंयंस कधी?'' त्यांनी विचारलं. मी होकार दिला. त्यांना बरं वाटलं. त्यांनीसुद्धा 'पृथ्वी थिएटर्स'पासून कामाला सुरुवात केली होती. अशा अनेक निष्णात कलाकारांबरोबर कामाची संधी मिळाली. सुंदर हे अभिनेतेही असेच. ते गायक बनण्यासाठी चित्रपटसृष्टीत आले होते; पण अंतिमत: विनोदी कलाकार झाले. 'पूरब पश्चिम' या चित्रपटात त्यांनी एक गाणं गायलं. त्यांची विनोदबुद्धी अफलातून होती. त्यांच्या आयुष्यात अनेक अपेक्षित गोष्टी घडल्या नाहीत; पण त्याचं दु:ख त्यांनी चेहऱ्यावर कधीच आणू दिलं नाही. ते स्वत: हसत राहिले आणि लोकांना हसवत राहिले.

ओमप्रकाश यांच्याबरोबरही मला कधी कामाचा योग आला नाही; पण आमची चांगली मैत्री होती. एस्सेल स्टुडिओमध्ये एकाच वेळी अनेक चित्रपटांचं शूटिंग असायचं. ओमजींच्या एका चित्रपटाचं तिथे शूटिंग होतं. माझंही शूटिंग चालू होतं. शम्मी अंकलचंही शूटिंग होतं. आम्ही चार-पाच दिवस शूटिंगसाठी दिवसभर तिथेच असणार होतो. मी तिथे असल्याचं कळल्यावर ओमजी मला भेटायला आले. मग आम्ही दोघं शम्मीअंकलकडे गेलो.

ओमजी म्हणाले, ''आपण सगळे इथेच शूटिंग करतोय, तर उद्या सचिनच्या घरून कोळंबी मागवू.'' मी घरी फोन करून दुसऱ्या दिवसासाठी कोळंबीचं कालवण, तळलेली सुरमई आणि बांगड्याचं किसमूर असं जेवण करायला आईला सांगितलं. दुसऱ्या दिवशी ते सेटवर घेऊन गेलो. माझ्या खोलीत येऊन शम्मीअंकल, ओमजी आणि आमचे अन्य काही सहकारी त्यावर तुटून पडले. दुसऱ्या दिवसासाठी ओमजींनी त्यांच्या घरून 'पाया' मागवला आणि आम्ही ती मेजवानी साजरी केली. अशा प्रकारचं कौटुंबिक वातावरण, मैत्रीची धमाल त्या काळी असायची. आता हे क्षण दुर्मीळ आहेत.

सुंदरअंकल आणि ओमजी एका चित्रपटात एकत्र काम करत होते. ओमजी सेटवर उशिरा यायचे, अशी तक्रार होती. निर्मात्यानं ओमजींना शूटिंगसाठी लवकर आणण्याची जबाबदारी सुंदरअंकलना दिली. सुंदरअंकल सकाळी ओमजींच्या घरी पोहोचले आणि ओमजींना निघण्यासाठी घाई करू लागले. ओमजींनी त्यांना फुटवायचा प्रयत्न केला. 'अंघोळ बाकी आहे, ब्रश करायचा आहे, दाढी करायची आहे,' अशी कारणं द्यायला लागले. सुंदरअंकल

लगेचच म्हणाले, ''ओमजी, तुम्ही अंघोळीला जा, जाताना दात मला काढून द्या. मी ब्रश करून ठेवतो.''

...ओमजींनी सुंदरअंकलना चप्पल फेकून मारली होती!

इफ्तेख़ार, कन्हैयालाल हे अतिशय सहज आणि उपजत अभिनय करणारे कलाकार. इफ्तेख़ारसाहेबांची भाषा फार छान होती. त्यांच्याकडून बरंच काही शिकायला मिळायचं. मनोजकुमार यांच्याबरोबर कामाचा कधी योग आला नाही; पण ते नेहमीच माझ्या कामाबद्दल माझं कौतुक करायचे. अगदी टीव्हीवरच्या कार्यक्रमांचंही. त्यांचंही भाषेवर प्रभुत्व आहे.

एका खूप मोठ्या चित्रपटकर्त्याच्या मुलाची मुलाखत एकदा मी टीव्हीवर पाहिली. त्याला 'हिरो' व्हायचं होतं. दोन-तीन चित्रपटांतून त्यानं तसा प्रयत्नही केला. त्या मुलाखतीत तो म्हणाला, 'क्या है ना, के रोटी कमाने के लिए मुझे काम करने की ज़रूरत नहीं है।' मला त्याची दया आली. मनाशी म्हटलं, 'काश, तुम्हे रोटी कमाने के लिये काम करने की ज़रूरत होती, तो आज तुम कहाँ से कहाँ पहुँच गए होते।'

माझ्या मते, मध्यमवर्गीय मनोवृत्तीच्या माणसाची भूक तर खूप मोठी असते. ही भूक फक्त खाण्याची नसते. ती समाधानाची असते, कामाची असते, परिपूर्णतेची असते, नवनवीन गोष्टी शिकण्याची असते. ही भूक जर आपल्याला असेल, तरच आपण वेगळे प्रयोग करू शकतो.

मेहमूद यांच्याबरोबर मी चित्रपटात कधीही एकत्र काम केलं नाही; पण मी त्यांचा प्रचंड मोठा चाहता. त्यांचा संघर्ष फार मोठा होता. ज्युनिअर आर्टिस्ट म्हणून त्यांनी कामाला सुरुवात केली. पी. एल. संतोषी यांचे ते काही काळ ड्रायव्हर होते. सुरुवातीला त्यांना गंभीर भूमिका मिळू लागल्या; नंतर त्यांच्यावर 'कॉमेडियन' असा शिक्का बसला असला, तरी त्यांनी सुरुवातीच्या काळात हिरोची भूमिकाही केली होती. मेहमूद भाईजान म्हणजे चतुरस्र अभिनेता. कोणत्याही भूमिकेत ते अप्रतिम अभिनय करायचे. 'पडोसन', 'साधू और शैतान', 'दो फूल', 'वरदान', 'दिल तेरा दीवाना', 'परवरीश', अशा अनेक चित्रपटांतील त्यांचा अभिनय पाहून मी खूप गोष्टी आत्मसात केल्या.

या मोठ्या लोकांच्या सहवासांतून अनेक गोष्टी शिकायला मिळाल्या. आयुष्यातले सगळेच दिवस यशाचे असतात असं नाही. काही वेळा अपयश, दु:खही वाट्याला येतं. त्यातून मार्ग कसा काढायचा आणि आनंदी कसं राहायचं, हे शिकलं पाहिजे. आपण जे काम करतो, त्यात स्वत:ला आनंद मिळत असेल, तरच प्रेक्षकांना आपण आनंद देऊ शकतो, हेही तितकंच खरं.

■

सीन २६

...तुझा महिमा कसा!

आयुष्यात पहिल्यांदा दिग्दर्शनाची संधी दिली ती; पप्पांनी. 'नाव मोठं लक्षण खोटं' या चित्रपटाची निर्मिती त्यांनी केली होती. त्यात 'या रावजी बसा भावजी...' ही लावणी होती. अनिल-अरुण यांनी ती संगीतबद्ध केली होती आणि उषा चव्हाण यांच्यावर ती चित्रित झाली. या गाण्याचं नृत्यदिग्दर्शन मी केलं होतं. 'नाव मोठं...'च्या पटकथा लेखनातही मी सहभागी झालो होतो.

सन १९७८मध्ये पप्पांनी 'अष्टविनायक' या चित्रपटाची निर्मिती करण्याचं ठरवलं. त्या वेळी मी हिंदीमध्ये खूपच बिझी असल्यामुळे लेखनात लक्ष घालू शकलो नाही. विक्रम गोखले आणि त्यांच्या पत्नीला मुख्य भूमिकेत घ्यायचा पप्पांचा विचार होता. त्यांनी तसं बोलणंही केलं होतं; पण एके दिवशी विक्रम गोखलेंनी पप्पांसमोर त्यांच्या अटींची भलीमोठी यादी ठेवली. त्या अटी करारात घालण्यास सांगितल्या. त्याच क्षणी पप्पांनी 'हिरो' बदलण्याचा निर्णय घेतला. (त्यानंतर अनेक वर्षांनी 'कुंकू'मधल्या एका भूमिकेसाठी मी विक्रम गोखलेंकडे गेलो, त्यावेळी ते म्हणाले, ''तू म्हणशील तितके दिवस आणि तू देशील तेवढ्या पैशात मी काम करेन. माझ्या कुठल्याही अटी नाहीत. तुझ्या वडिलांबरोबर काम करण्याची माझी इच्छा दुर्दैवाने अपूर्ण राहिली, ती या निमित्ताने पूर्ण करता येईल.'' एका कलाकाराच्या मनाचा हा मोठेपणाच.)

आता 'अष्टविनायक'साठी आयत्या वेळी कुणाला घ्यायचं, हा प्रश्न होता. पप्पांनी मला सांगितल्यावर मी म्हटलं, ''मी करतो ही भूमिका.'' ते म्हणाले, ''अरे, तुला वेळ मिळणारेय का?'' मी म्हटलं, ''जमवतो. फक्त एका अटीवर. अष्टविनायकाच्या गाण्याच्या शूटिंगसाठी मी अष्टविनायकांच्या ठिकाणी येणार. कोल्हापूरला माझे 'क्लोज अप्स' घेऊन नंतर ते अष्टविनायकांच्या गाण्यात जोडायचे नाहीत.'' पप्पांनी होकार दिला. मी त्यांच्या चित्रपटात काम करणं, ही निर्माता म्हणून त्यांच्यासाठी जमेची बाजू होती.

हिरो म्हणून माझं नाव नक्की झाल्यानंतर हिरॉइनचा शोध सुरू झाला. त्या काळच्या मराठीतल्या हिरॉइनची आणि माझी जोडी शोभण्यासारखी नव्हती. पप्पांनी भक्ती बर्वेलाही विचारून बघितलं होतं; पण सचिन आपल्याबरोबर खूप लहान दिसेल, असं तिनं सांगितलं. तोही पर्याय मोडीत निघाला. त्याच वेळी आईनं दूरदर्शनच्या बातम्या वाचणाऱ्या वंदना पंडित या मुलीला पाहिलं. ती पुण्याची होती. तिचं लग्नही ठरलं होतं. त्यामुळे ती चित्रपटात काम करणार नाही, असं सांगण्यात आलं. मग लग्नाआधी चित्रपटाचं शूटिंग पूर्ण करण्याचं आश्वासन पप्पांनी तिच्या वडिलांना दिलं, तेव्हा ती तयार झाली. फक्त एकाच चित्रपटात काम करणार, असाही निश्चय तिनं केला होता. चित्रपटाची कथा ऐकल्यावर ती हसली. त्याचं कारण असं होतं की, ती पूर्णत: नास्तिक होती. मी मात्र आस्तिक आहे. आणि चित्रपटात आमच्या भूमिका आमच्या विचारांच्या परस्परविरोधी होत्या.

'अष्टविनायक' अनेक अर्थांनी वेगळा होता. शांता शेळकेंनी लिहिलेलं 'आली माझ्या घरी ही दिवाळी...' हे गाणं फार छान झालं. वसंतराव देशपांडे यांना पप्पांनी चित्रपटातल्या भूमिकेसाठी विचारलं, तेव्हा त्यांनी आधी नकारच दिला होता. लहानपणी एका चित्रपटात त्यांनी कृष्णाची भूमिका केली होती, पण यापुढे चित्रपटात काम करणार नाही, यावर ते अडून बसले होते. पप्पांनी त्यांचं मन वळवलं आणि त्यांची भूमिका ही चित्रपटासाठी आणखी एक जमेची बाजू ठरली. 'दाटून कंठ येतो' हे त्यांचं या चित्रपटातलं गाणं आजही लोकांच्या डोळ्यांत

पाणी आणतं. कॅसेटच्या जमान्यात माझ्या एका मित्रानं कॅसेटच्या ए आणि बी साइडला हेच गाणं रेकॉर्ड करून घेतलं होतं आणि तो ते कायम ऐकत असे.

'अष्टविनायक'च्या मूळ पटकथेत चित्रपटाचा शेवट वेगळा होता. मी अष्टविनायकाच्या यात्रेनंतर पत्नीला घरी घेऊन येतो, ती तिचा मळवट भरायचा आग्रह करते, मी तो भरतो. त्यानंतर शरद तळवलकर आणि रमेश भाटकर तिथे येऊन खटला जिंकल्याची बातमी सांगतात आणि मग आनंदीआनंद होतो, असा शेवट लिहिलेला होता. हा सीन शूटही झाला होता.

चित्रपटाचं बहुतेकसं शूटिंग पार पडलं होतं. अष्टविनायकांपैकी बऱ्याचशा गणपतींच्या देवळातलं शूटिंगही झालं होतं. त्याच वेळी आम्ही चित्रपटाची ट्रायल बघितली. सगळी मोठी माणसं होती, त्यांनी त्यांची मतं व्यक्त केली. मी लहान असल्याने गप्प राहिलो. मात्र नंतर न राहवून पप्पांना म्हणालो, ''मी एक सुचवू का?'' पप्पांनी परवानगी दिल्यावर मी म्हणालो, ''अष्टविनायकाचं शेवटचं गाणं १६ मिनिटांचं आहे. आणि तोच खरा क्लायमॅक्स आहे. हे गाणं कितीही रंजक पद्धतीनं चित्रित केलं, तरी ते संपल्यानंतर चित्रपटगृहात प्रेक्षक थांबणार नाहीत. त्यामुळे शेवटच्या गणपतीच्या कडव्यातच गजर सुरू असतानाच शरद तळवलकर आणि रमेश भाटकर हे ती आनंदाची बातमी येऊन सांगतात. मला सगळं वैभव परत मिळतं आणि मी गणपतीसमोर आयुष्यात पहिल्यांदाच डोकं टेकतो. गणपतीची मूर्ती दिसते, इथेच चित्रपटाचा शेवट करू या.'' असं मी सुचवलं.

माझं बोलणं संपल्या-संपल्या पप्पांनी टाळ्या वाजवल्या. ''येस! हाच शेवट असेल. आपण री-शूट करू.'' त्यांनी माझ्या कल्पकतेला दाद दिली. 'अष्टविनायक' हा चित्रपट रौप्यमहोत्सवी ठरला. त्या भूमिकेसाठी मला 'फिल्मफेअर' पुरस्कार मिळाला.

‘अष्टविनायका तुझा महिमा कसा...’ या गाण्याची जन्मकथाही अशीच अनोखी आहे. अनिल-अरुण यांनी आधी चाल बांधली होती. त्यावर शब्द लिहिण्यासाठी जगदीश खेबूडकर यांना बोलावलं होतं. हे तिघं आमच्या जुहू अपार्टमेंट्समधील फ्लॅटमध्येच बसून गाणं करत होते. खेबूडकरांनी सांगितलं की, त्यांनी अष्टविनायकाची यात्रा कधीच केलेली नाही. मग पप्पांनी त्यांना अष्टविनायकावरचं पुस्तक दिलं. त्यांनी अर्ध्या तासात ते वाचून काढलं आणि लगेच गाणं लिहायला सुरुवात केली. केवळ माहिती वाचून हे गाणं लिहिलेलं असलं तरी अतिशय जिवंत वाटतं. अनिल-अरुण यांनीसुद्धा गाण्याला अप्रतिम संगीत दिलं. सगळीच गाणी अजरामर झाली.

शांताराम नांदगांवकरांनी पप्पांच्या ‘अष्टविनायक’साठी सर्वप्रथम गीतलेखन केलं. ‘प्रथम तुला वंदितो...’ हे त्यांचं भजन खूप गाजलं. त्यानंतर माझ्या ‘नवरी मिळे नवऱ्याला’पासून अनेक चित्रपटांसाठी मी त्यांच्याकडून गाणी लिहून घेतली. त्यानंतर प्रवीण दवणे यांच्याशी माझी ओळख झाली. मी त्यांच्याकडूनही काही गाणी लिहून घेतली. एका चित्रपटात दोन गाणी नांदगांवकरांची आणि दोन गाणी दवणेंची होती. त्या चित्रपटाच्या ‘ऑडिओ रिलीज’च्या वेळी नांदगांवकर मला म्हणाले, ‘‘सचिन, शक्यतो एका चित्रपटाच्या गाण्यांसाठी गीतकार म्हणून दोघांची नावं आलेली बरी नाही वाटत. एकच नाव असावं.’’

मी म्हटलं, ‘‘ठीक आहे.’’

त्याच्या पुढच्या चित्रपटात मी चारही गाणी दवणेंकडून लिहून घेतली. नांदगांवकरांचा मला फोन आला.

‘‘अरे सचिन, तू माझ्याकडून एकही गाणं लिहून घेतलं नाहीस?’’

‘‘अहो, तुम्हीच तर म्हणालात ना, एकच नाव असावं. मग तुमचं ऐकलं ना मी!’’

‘‘म्हणून तू मलाच काढलंस?’’

‘‘अहो काढलं नाही. पुढच्या चित्रपटाची सगळी गाणी तुम्ही लिहा. त्यात काय एवढं!’’ मी त्यांची समजूत घातली. मी जाणूनबुजून काही केलं नव्हतं. त्या चित्रपटाची गरज म्हणून मी तसं केलं होतं.

‘अष्टविनायक’नंतर दीर्घ काळ मी मराठी चित्रपटांमध्ये पुन्हा कामं केली नाहीत. त्यानंतर पुन्हा हिंदी चित्रपटांत गुंतून गेलो. १९८१मध्ये पप्पांच्या आग्रहाखातर ‘मायबाप’ या चित्रपटाचं दिग्दर्शन करायचं ठरवलं. आत्तेभाऊ बिपीन वर्टी याच्यासह भागीदारीत ‘प्रथमेश फिल्म्स’ या कंपनीतर्फे चित्रपटाची निर्मिती आम्ही करत होतो. दिग्दर्शनाची इच्छा होतीच, पण माझं वय लहान होतं, त्यामुळे हिंदीत दिग्दर्शक म्हणून मला लगेच संधी मिळाली नसती. कलाकार म्हणून माझं फार मोठं नाव हिंदीत नव्हतं. ‘सत्ते पे सत्ता’, ‘अवतार’, ‘नदिया के पार’ हे चित्रपट प्रदर्शित झाले नव्हते. या चित्रपटांनी मला खऱ्या अर्थानं नाव दिलं. त्यातून घरचीच निर्मिती होती, त्यामुळे मी मराठीतून दिग्दर्शनाची कारकिर्द सुरू करायचं ठरवलं. लहानपणचं स्वप्न सत्यात उतरत होतं; पण दिग्दर्शनात उतरल्यानंतर आपल्याला कलाकार म्हणून बाहेरून बोलावणं येणार नाही, अशी भीतीही मनात होती. गोव्याचं ‘मंगेशी’ हे आमचं कुलदैवत. कुलदैवताच्या दर्शनाला आम्ही गेलो की, अभिषेक करतो. ‘मायबाप’ हा दिग्दर्शनाचा पहिलाच प्रयत्न होता, मग वेगळं नाव घ्यायचं तर देवाला ‘अभिषेक’ म्हणून हेच नाव घेऊ या, असं मी ठरवलं. हा चित्रपट अर्ध्याहून अधिक पूर्ण झाल्यानंतर मला असं वाटलं की, टोपणनाव घेतलं, तर लोकांना फसवल्यासारखं होईल. म्हणून मी स्वत:चं नाव चित्रपटाला लावायचं ठरवलं. चित्रपटाच्या जाहिरातींची व्यवस्था बघणारे आर्टिस्ट श्रीकांत धोंगडे यांना सांगून मी चित्रपटाच्या ‘पोस्टर्स डिझाइन्स’मध्ये तसं नाव बदलून घेतलं. परंतु त्याच काळात प्रथमेश फिल्म्सबरोबर माझे वाद झाले होते, त्यामुळे बिपीन वर्टींने टायटल्समध्ये ‘अभिषेक’ हे नाव

बदलायचं नाही, असा निर्णय घेतला आणि ते तसंच राहिलं. चित्रपटाच्या जाहिराती, पोस्टर्सवर 'दिग्दर्शक: सचिन' आणि टायटल्समध्ये 'दिग्दर्शक: अभिषेक' असा अनोखा प्रकार चित्रपटात पाहायला मिळाला! बिपीनच्या या हट्टाचा मला अर्थातच त्रास झाला.

पप्पांबरोबर काम करणाऱ्या काही लोकांनी चित्रपट निर्मितीच्या काळात बिपीन वर्टीचे कान भरले. त्यामुळे पप्पांच्याच हाताखाली तयार झालेला बिपीन पप्पांच्या विरोधात उभा राहिला. तुझ्याबरोबर काम करणं शक्य नाही, असं त्याला स्पष्टपणे सांगून मी भागीदारी तोडली. चित्रपटाच्या दिग्दर्शनासाठी, अभिनयासाठी अजिबात मानधन घेतलं नाही.

बिपीन हा खरंतर चांगला मुलगा. लहानपणापासून आमची चांगली मैत्रीही होती; पण त्याला संगत वाईट लाभली आणि तो बिथरला. 'मायबाप'नं रौप्यमहोत्सवी यश पाहिलं; पण मला त्याचा मोठा फटका बसला. माझा आत्तेभाऊ माझ्यापासून तुटला. एका पाळण्यात आम्ही वाढलो होतो, पण त्याच्या हट्टी स्वभावामुळे आमच्यात कायमचा दुरावा निर्माण झाला.

रहीमचा एक दोहा आठवतो :
रहिमन धागा प्रेम का, मत तोड़ो चटखाए।
टूटे से फिर ना जुड़े, जुड़े गांठ पड़ जाए।

त्यानंतर काही कालावधीनंतर पप्पांनी नव्या हिमतीनं 'सव्वाशेर' या चित्रपटाची निर्मिती केली. त्याचंही दिग्दर्शन मीच केलं; पण त्यात काम केलं नव्हतं. काजल किरण पहिल्यांदाच मराठीत काम करत होती. अशोक सराफ त्यात दुहेरी भूमिकेत होता. अनिल-अरुण यांचं संगीत होतं.

एकाच वेळी उर्दू आणि इंग्रजी शिकत असल्याने मराठी थोडीशी मागे पडली होती. त्यामुळेच मी मराठी चित्रपट करायला लागलो, तेव्हा मला त्याचा थोडा त्रास झाला. त्याआधी मी बालकलाकार म्हणून केलेली काही कामं, मोठा झाल्यानंतर 'अष्टविनायक' आणि 'पारध' हे दोन मराठी चित्रपट, याव्यतिरिक्त मराठी चित्रपटांशी संबंधही आला नव्हता. त्यामुळे 'मायबाप'चं दिग्दर्शन मी करायला घेतलं, तेव्हा मराठी भाषेबाबत खरं सांगायचं; तर माझे वांधे झाले होते. माझ्या जवळच्या लोकांमध्ये चांगली मराठी भाषा जाणणारा म्हणजे अशोक सराफ; पण तो माझ्या पप्पांच्या खूप जवळचा. पप्पा त्याला त्यांचा पहिला मुलगा मानायचे. तोही त्यांना 'पप्पा'च म्हणायचा. त्यामुळे पप्पा असेपर्यंत अशोक आणि माझी मैत्री अशी नव्हती. ते गेल्यानंतर एक जबाबदारीच्या नात्यानं तो माझ्या जास्त जवळ आला आणि त्यानंतर आमची मैत्री झाली.

■

सीन
२७

अँग्री यंग मॅन

'सेव्हन ब्राइड्स फॉर सेव्हन ब्रदर्स' या इंग्रजी चित्रपटावरून प्रेरणा घेऊन 'सत्ते पे सत्ता'ची निर्मिती करण्यात येत होती. सात भावांची ही कथा. मोठ्या भावाच्या (रवी) भूमिकेसाठी अमिताभ बच्चन यांची निवड झाली होती. त्यापाठोपाठ सर्वांत धाकट्या भावाच्या (सनी) भूमिकेसाठी मला घेण्यात आलं. मूळ चित्रपटात ही भूमिका ज्यांनी केली, त्या रस्स टंबलिन या अभिनेत्यासारखा मी हुबेहूब दिसतो, असं दिग्दर्शक राज सिप्पी यांचं म्हणणं होतं. शिवाय मी लहानही दिसत होतो. त्यामुळे माझी निवड पक्की झाली.

त्या चित्रपटासाठी अमितजींच्या तारखांचा काहीतरी घोळ झाला. त्यामुळे त्यांच्याऐवजी शत्रुघ्न सिन्हा यांना घेण्याचं ठरलं. त्यांच्याशी बोलणं झालं, तारखाही निश्चित झाल्या. परंतु परत काही घडामोडी झाल्या आणि अमितजी पुन्हा चित्रपटात आले.

'सत्ते पे सत्ता'चं शूटिंग १९७९मध्ये सुरू झालं. मिथुन चक्रवर्ती आधी एका भावाची भूमिका करणार होता, पण नंतर तो बाहेर पडला. धाकटा भाऊ म्हणून तो शोभला नसता आणि मधल्या कुठल्यातरी भावाच्या भूमिकेत करावंसं विशेष काही नाही, असं त्याला वाटलं असावं.

बारमध्ये आम्हा भावांची मारामारी होते, त्या दृश्यापासून शूटिंगला सुरुवात झाली. अमितजी आणि माझी आधीपासून ओळख होती. पहिलं शेड्यूल व्यवस्थित पार पडलं. अमितजी तेव्हा लोकप्रियतेच्या शिखरावर होते. ते मुळातच अबोल. त्यांची एक सवय म्हणजे ते जेव्हा मैत्री करतात, तेव्हा एवढे खुलतात की, बस्स. जेव्हा त्यांचा मूड नसतो, तेव्हा मात्र हाच तो माणूस का, असंही वाटू शकतं. 'सत्ते पे सत्ता'च्या सेटवर हा अनुभव आम्हाला आला. अमितजी सोडून बाकी सर्व कलाकारांचा मी लीडर होतो. सगळे माझं ऐकायचे.

एका शेड्यूलला अमितजी आमच्याशी चांगलं वागले. त्याच शेड्यूलमध्ये तिसऱ्या दिवशी सकाळी आम्ही त्यांना उत्साहानं 'गुड मॉर्निंग' केलं, तर त्यांनी फक्त प्रतिसादादाखल 'मॉर्निंग' केलं आणि शांत बसले. मला कळेना, नेमकं काय बिघडलंय. मग मी बाकीच्या कलाकारांना सांगितलं की, आपण शांत राहू. त्यांना 'डिस्टर्ब' नको करायला. पुढचे दोन दिवस असेच गेले. आम्ही त्यांच्याशी स्वत:हून बोलायला गेलो नाही. शूटिंग झालं की, आम्ही गप्पा मारत बसायचो. दोन दिवस अमितजींनी ते पाहिलं. शूटिंगच्या चौथ्या दिवशी आम्ही असेच गप्पा मारत बसलो होतो, तर ते स्वत:ची खुर्ची उचलून घेऊन आले आणि आमच्याजवळ येऊन बसले. ते आल्या-आल्या मी सगळ्यांना म्हटलं, 'चला!' मग सगळे आपापल्या खुर्च्या घेऊन उठले आणि आम्ही दुसरीकडे जाऊन बसलो. काहीतरी गडबड आहे, हे त्यांच्या लक्षात आलं.

लंच ब्रेकमध्ये माझ्या खोलीत सगळे जण जेवणासाठी जमले होते. दारावर टकटक झाली.

''येस?'' मी म्हटलं.

''अमिताभ बच्चन!'' बाहेरून आवाज आला.

''यू मे कम इन!''

ते आत आले. ''काय प्रॉब्लेम आहे?'' त्यांनी विचारलं.

''आमचा काहीच प्रॉब्लेम नाही. प्रॉब्लेम तुमचा आहे. तुम्ही कधी फ्रेंडली होता, कधी तुमचा मूड नसतो.

तुमच्याशी कसं वागायचं, तेच कळत नाही. त्यामुळे आम्ही ठरवलं की, तुम्हाला कशाला उगाच डिस्टर्ब करायचं?'' मी सांगितलं.

''तसं नाही... माझ्या डोक्यात काही गोष्टी चालू होत्या.''

''ते आम्हाला कसं कळणार सर? त्यामुळे तुम्हाला डिस्टर्ब न करणंच चांगलं, नाही का?''

''ते विसरून जा. आता पुढे काय? फ्रेंड्स?'' त्यांनी विचारलं.

''ऑलवेज सर. फ्रेंड्स नाही, ब्रदर्स!'' मी सांगितलं. त्या दिवसापासून अमिताभ बच्चन हे इतरांसाठी 'स्टार' होते, पण आमच्यासाठी भावासारखे होते. त्यांनीसुद्धा तो शब्द पाळला. तेव्हापासून मी त्यांना 'भाई' म्हणतो.

त्यानंतर आमचं १५ दिवसांसाठी काश्मीरमध्ये शूटिंग होतं. तिथे अमितजींनी आम्हाला 'चौकडी' हा पत्त्यांचा खेळ शिकवला. त्यांच्या वडिलांनी त्यांना तो शिकवला होता. ते 'ओबेरॉय पॅलेस'मध्ये कुटुंबीयांसह राहायचे. आम्ही 'ब्रॉडवे' या हॉटेलमध्ये राहत होतो. 'पॅक अप'नंतर अमितजी आमच्यासोबत आमच्या हॉटेलवर यायचे. रात्री दीड-दोनपर्यंत धमाल चालायची. ते स्वत: कधी दारू प्यायचे नाहीत. मग कधी-कधी मैफलीत ते आमचे ग्लासही भरून द्यायचे. अर्थात, हा त्यांचा मोठेपणा. थट्टामस्करी स्वीकारायलाही मनाचा मोठेपणा लागतो. तो मोठेपणा त्यांच्यामध्ये होता.

एके दिवशी कॅमेरा 'चोक अप' झाला होता. किमान दोन तास तरी शूटिंग थांबणार होतं. या दोन तासांत करायचं काय? मग आम्ही कुठूनतरी बॅट-बॉल, स्टंप्स पैदा केले. दोन टीम झाल्या. एक कॅप्टन दिग्दर्शक राज सिप्पी आणि दुसरे होते, सिनेमॅटोग्राफर अन्वर सिराज. मी म्हटलं की, खेळायला जे लोक आहेत, त्यांची नावं आधी लिहून काढू, म्हणजे टीम मेंबर्स मागायला सोयीचं होईल. मी एका पाटीवर नावं लिहायला सुरुवात केली. असं कुणी काही लिहीत असेल, तर उगाचच लोक त्याच्याभोवती कोंडाळं करतात. तो काय लिहिणार, हे माहिती असतं, तरी ती एक मानसिकता असते. अमितजीसुद्धा तसेच उभे राहिले होते. पेंटल, शक्ती, कँवलजीत, विकी साहू... अशी नावं मी लिहू लागलो. मग चटकन अमितजींकडे वळून म्हणालो, ''नाव काय?''

''अमिताभ बच्चन!'' ते पटकन बोलून गेले. त्या काळी इंडस्ट्रीत नंबर वन असलेल्या अमितजींना मी नाव विचारलं होतं. लगेचच त्यांना माझी लबाडी लक्षात आली. मी म्हटलं, आता माझं काही खरं नाही. म्हणून मी धावायला लागलो आणि ते माझ्यामागून धावायला लागले. युनिटमधले सगळे लोक हसत होते. मला त्यांच्या तावडीत सापडून घ्यायचं नव्हतं. पण शेवटी त्यांनी मला पकडलं, तेव्हा ते स्वत:सुद्धा हसायला लागले.

पहलगाममध्ये शूटिंग सुरू असताना शूटिंगच्या ठिकाणी जायला पहाटे पाचला निघावं लागायचं. एके रात्री असाच शूटिंगला उशीर झाला होता. मी सकाळी प्रवासानं वैतागलो होतो. अमितजींच्या ते लक्षात आलं. त्यांनी माझी चौकशी केली. मी झोप झाली नसल्याचं सांगितलं.

''माझ्याकडे बघ. मी कसा फ्रेश आहे!'' ते म्हणाले.

''तुम्हाला फ्रेश नसायला काय झालं? तुम्हाला रात्रीची दीड तास झोपसुद्धा पुरते.'' मी त्यांना उत्तर दिलं. तसाच रागावून खुर्चीत बसलेला असताना अमितजींनी हळूच त्यांच्या बॅगेतून कॅमेरा काढला. त्याला टेलिलेन्स होती. त्यांनी लांबूनच माझे रागावलेल्या अवस्थेतले फोटो काढायला सुरुवात केली. त्यावेळचाच एक फोटो त्यांनी मला 'डेव्हलप' करून दिला. जगभरातील लोक ज्या व्यक्तीचा एक फोटो काढण्याची संधी मिळण्यासाठी धडपडत असतात त्या व्यक्तीनं माझे फोटो काढणं, ही माझ्यासाठी खूप मोठी गोष्ट होती. माझ्या मुलीच्या मते मी

अमितजींनी काढलेला माझा फोटो

त्यात खूप देखणा दिसलोय. प्रत्यक्षात मात्र मी त्या वेळी झोप न झाल्यामुळे कावलेलो होतो!

'सत्ते पे सत्ता'मध्ये अमितजी, मी आणि विकी साहू गाडीतून बाजारात जातो, असं दृश्य होतं. जुनी ओपन बॉनेटची ती गाडी होती. काहीतरी वेगळं करायचा किडा माझ्यात असल्यामुळे मी बॉनेटकडे पाठ करून वर बसलो होतो. टेक सुरू झाला आणि अमितजींनी गाडीचा ब्रेक जोरात दाबला. मी बेसावध असल्याने जोरात इंजीनमध्ये पडलो. गाडीच्या इंजिनाचा पितळी फॅन जोरजोरात सुरू होता आणि मी त्याच्या शेजारीच पडणार होतो. तेवढ्यात कशामुळेतरी मी इंजीनच्या बाहेर फेकला गेलो आणि दोन पायांवर उभा राहिलो. केवळ सुदैवानं मी बचावलो होतो.

अमितजी म्हणाले, ''मला तर वाटलं, सचिन पार्ट-१, पार्ट-२, पार्ट-३ असाच बाहेर येणार बहुधा.''

'सत्ते पे सत्ता'साठी पंचमदांनी दिलेलं पार्श्वसंगीत हा एक लँडमार्क होता. त्यानंतर अनेक चित्रपटांत त्या संगीताचा वापर झाला. मीसुद्धा माझ्या अनेक चित्रपटांसाठी त्यातले तुकडे वापरले. 'सत्ते पे सत्ता' प्रत्यक्षात अपेक्षेएवढा यशस्वी ठरला नाही. तो चित्रपट पाहायला जाणाऱ्या प्रेक्षकांना फक्त अमिताभ बच्चनला पाहायचं होतं. परंतु त्यांच्याबरोबर सहा भाऊ आणि त्यांची केमिस्ट्री पाहायला मिळाली. मग ते त्या सात भावांच्या विश्वात रमले. परंतु मध्यंतरानंतर त्यांना पुन्हा त्या सात भावांची केमिस्ट्री न दिसता अमिताभ बच्चन एकटाच 'बाबू'च्या रूपात दिसला. त्यामुळे त्यांचा अपेक्षाभंग झाला असावा, असं मला वाटतं.

अमितजी शक्यतो कुणाला त्यांच्या घरी बोलावत नाहीत. मात्र जेव्हा बोलावतात, तेव्हा अगदी मनापासून. १९८१ची गोष्ट असावी. त्यांनी एक पार्टी आयोजित केली होती आणि त्यांना मला निमंत्रण द्यायचं होतं. त्या वेळी फक्त लँडलाइन फोन होता. त्यांनी माझ्या घरी फोन केला. मी घरी नव्हतो. आईनं फोन घेतला.

''मैं अमिताभ बच्चन बोल रहा हूँ।'' अमितजींनी धीरगंभीर आवाजात सांगितलं. आईनं काही न बोलता फोन ठेवूनच दिला. तिला वाटलं कुणीतरी चेष्टा करतंय. त्यांनी पुन्हा फोन केला आणि पार्टीविषयी सांगितलं. त्या वेळी आईचा विश्वास बसला. आईनं मला निरोप दिला. मी अमितजींना फोन केल्यावर अमितजींनी दुसऱ्या दिवशीच्या पार्टीचं निमंत्रण दिलं. येण्यासाठी खूप आग्रह केला. मला खरंतर मुंबईच्या बाहेर जायचं होतं. ते पुढे ढकलून मी पार्टीला पोहोचलो. दारात दहा-बारा वर्षांचा अभिषेक आणि श्वेता स्वागतासाठी उभे होते. अभिषेक खूप गोड दिसत होता. त्यानं अमितजींचं रूप घेतलंय, असं लोक म्हणत असले, तरी माझ्या मते तो जयाजींसारखा दिसतो. त्या दोघांच्या हातात मोगऱ्याच्या फुलांचे गजरे होते. जयाजींनी दोघांची ओळख करून दिली. मग त्यांनी त्यांच्या शाळेतल्या गमतीजमती सांगितल्या. अभिषेकला शाळेत असताना 'शूर्पणखा' म्हणता यायचं नाही. तो 'सुपरखन्ना' म्हणायचा. जयाजींनी मला हे सांगितलं, तेव्हा मी अभिषेकला म्हटलं, ''अरे बाबा, असं म्हणू नकोस. लोकांनी ऐकलं, तर त्यांना वाटेल, आई-वडिलांनी मुद्दाम शिकवलंय.'' अजूनही मी अभिषेकला त्या गोष्टीवरून चिडवतो.

अमिताभ बच्चनसारखी माणसं क्वचितच जन्माला येतात. चांगली कौटुंबिक पार्श्वभूमी, उत्तम संस्कार, सर्वसामान्य माणसासारखी नोकरी करणं, त्यानंतरचा संघर्ष, चांगला अभिनेता म्हणून 'आनंद'सारखा चित्रपट मिळणं, हे सगळंच त्यांच्या नशिबात होतं. 'अमिताभ बच्चन'सारखं विचित्र नाव. रूढअर्थानं देखणा नसलेला माणूस, पण स्वत:च्या टॅलेंटनं देखणा दिसू शकतो. खूप संघर्ष अनुभवावा लागतो, अपमान सहन करावा लागतो, चित्रपटातून काढून टाकलं जाणं अनुभवावं लागतं, नशिबानं 'जंजीर' मिळतो, नंबर 'वन' बनू शकतो, चित्रपटातून संन्यास घेऊ शकतो, असं एखाद्या माणसाच्या आयुष्यात क्वचितच घडू शकतं.

वेगळं काम करण्यासाठी स्वत:ची 'एबीसीएल' कंपनी काढली, पण ती बंद करावी लागली. त्याच काळात 'केबीसी'सारख्या कार्यक्रमाची संधी आली, पण स्वत:च्या पत्नीसह अनेकांनी टीव्हीवरचा कार्यक्रम करण्यास कडाडून विरोध केला. तो न जुमानता स्वत:च्या मनाचा सल्ला घेऊन त्यांनी छोट्या पडद्यावर आगमन केलं आणि त्यातून त्यांनी पुन्हा फिनिक्ससारखी भरारी घेतली.

अमितजी हे माझ्यासाठी खूप मोठं आदरस्थान आहे.

अमितजींना घेऊन एका चित्रपटाचं दिग्दर्शन करण्याची मला संधी आली होती. त्यासाठी मी त्यांना फोन केला. ते घरी नव्हते, तेव्हा जयाजींनी निरोप घेतला. ''अमितजी पुन्हा फोन करतील.'' त्यांनी मला सांगितलं. आणि स्वत: अमितजींनी मला फोन केला. तो चित्रपट होऊ शकला नाही, ही गोष्ट वेगळी; पण एवढं सौजन्य, साधेपणा त्या माणसाकडे होता आणि आजही आहे.

'कूली'च्या वेळी अमितजींना जीवघेणा अपघात झाला, तेव्हा मी त्यांना एक निरोप पाठवला होता – 'चैण कुली की मैन कुली की चैण.' 'सत्ते पे सत्ता'मध्ये रवी (अमितजी) पडलेला असताना मला पडद्यावर हाच 'डायलॉग' होता. या डायलॉगनंतर रवी उठून उभा राहतो, असं दृश्य होतं. त्यामुळेच मी अमितजींना हा निरोप पाठवला, तेव्हा त्यांनाही माझ्या भावना समजल्या होत्या.

अमितजी ब्रीच कँडी रुग्णालयात अत्यवस्थ होते, तेव्हा मला प्रचंड त्रास झाला. मी कुलदैवत मंगेशीला गेलो आणि देवाला प्रार्थना केली. 'अमितजींना लवकर बरं कर. ते स्वत:च्या पायावर शूटिंगला उभे राहिले, तर मी सोळा वर्षं सोमवारच्या उपासाचं व्रत करेन,' अशी प्रार्थना केली. दीड महिन्यानंतर अमितजी बरे होऊन घरी आले. मी त्यांना भेटायला घरी गेलो होतो. त्या वेळी माझा 'मायबाप' हा दिग्दर्शक म्हणून पहिला चित्रपट प्रदर्शित झाला होता. अमितजींनी सर्वांना कौतुकानं सांगितलं, ''सचिन दिग्दर्शक झाला. कळलं का?''

अमितजी बरे होताहेत, हे लक्षात आल्यावरच मी एक वेळ पूर्णपणे उपास ठेवून सोमवारचं व्रत सुरू केलं. सोळा वर्षं हे उपास करण्याचा शब्द मी दिला होता. प्रत्यक्षात मी बावीस वर्षं उपास केले. अर्थात, मी हे त्यांना कधी सांगितलं नाही.

एका कार्यक्रमात मी आणि अमितजी व्यासपीठावर एकत्र होतो. माझं भाषण त्यांच्या आधी होतं. मी उर्दूमध्ये भाषण केलं. त्यानंतर त्यांचं भाषण होतं. त्यांनी अतिशुद्ध हिंदीमध्ये भाषण केलं. ऐकणाऱ्यांचे कान तृप्त व्हावेत, अशी हिंदी. अमितजी आणि मी आजही आठवड्यातून एकदा तरी संपर्कात असतो. जयाजींबरोबरचं माझं नातं जास्त जिव्हाळ्याचं असलं, तरी संपर्क अमितजींशी जास्त आहे.

नंतरच्या काळात मी 'रिन एक दो तीन' नावाची मालिका प्राइम चॅनेलसाठी केली. मी त्याचं दिग्दर्शन करत होतो. त्यात आम्ही अनेक गाजलेल्या चित्रपटांची विडंबनं सादर करायचो. चिमटे, कोपरखळ्या यांची रेलचेल असायची. आम्ही वैयक्तिक पातळीवर उतरून कुणावर टीका करत नव्हतो. त्याच वेळी 'तू-तू-मैं-मैं'ही सुरू होती, त्यामुळे 'रिन एक दो तीन'चे काही एपिसोड्स मी दिग्दर्शित केले नव्हते. प्रत्येक कलाकारानं पाहताना ते खूप खेळकर पद्धतीनं घेतलं होतं. 'काला पत्थर'ची आम्ही 'निकाला पत्थर' या नावानं 'पॅरेडी' केली होती. त्यात अमितजींच्याबाबतीत काही उल्लेख गैर होते. मी तो एपिसोड दिग्दर्शित केला नव्हता. तो प्रसारित होण्याच्या आधी मी पाहिलाही नव्हता. स्क्रिप्टच्या पातळीवर मी त्यात काही सुधारणा केल्या होत्या, पण दिग्दर्शकाकडून घाईगडबडीत त्या अमलात आणायच्या राहून गेल्या होत्या. तो एपिसोड प्रसारित झाल्यानंतरच मला बघायला मिळाला आणि मला त्याचा प्रचंड त्रास झाला. मी अमितजींच्या जवळचा असल्यामुळे, अमितजीही दुखावले गेले. मी जरी तो एपिसोड दिग्दर्शित केलेला नव्हता, तरी त्यावर दिग्दर्शक म्हणून माझंच नाव येत होतं. त्या काळात अमितजींचं करिअरही फार चांगल्या स्थितीत नव्हतं. त्यामुळे त्यांना ते जास्त लागलं. मला त्याची खंत आहे. नंतर मी अमितजींपर्यंत माझा खुलासा पोहोचविण्याचा प्रयत्न केला; पण तोपर्यंत बराच काळ निघून गेला होता. जयाजींना भेटून मी वस्तुस्थिती सांगितली. मी ते स्वत: केलं नसलं, तरी ते झालं त्याबाबत अंतिमत: जबाबदारी माझीच होती. मी स्वत:ला अमितजींच्या जागी ठेवून पाहिलं. अशा परिस्थितीत मीसुद्धा दुखावलो गेलो असतो, हे मला जाणवलं. तेव्हापासून मी दुसऱ्यावर जबाबदारी सोपविण्याच्या बाबतीत आणखी दक्ष राहू लागलो.

काही पत्रकार अजूनही कधी-कधी आमच्याबद्दल काही-बाही लिहितात. अशा वेळी अमितजींशी थेट बोलतो, जेणेकरून त्यांच्यात आणि माझ्यात काही गैरसमज होऊ नयेत.

बच्चन कुटुंबीयांमध्ये जयाजींशी माझा सगळ्यात घनिष्ठ संबंध. त्यांचं आणि माझं खूपच छान नातं आहे. 'सत्ते पे सत्ता'चा ट्रायल शो झाल्यानंतर त्या बाहेर आल्या, तेव्हा मी समोर उभा होतो. त्या म्हणाल्या, ''सचिन, यू आर द बेस्ट इन धिस फिल्म.'' अमितजी शेजारीच उभे असतानाही त्यांनी माझं अशा शब्दांत कौतुक केलं होतं. मी जे काही केलं, ते त्यांना आवडायचं. मला जे मिळालं, त्यापेक्षा जास्त मिळायला हवं होतं, असं त्या नेहमी

बोलून दाखवतात.

एकदा त्यांना काही कामानिमित्त मला भेटायचं होतं. त्या वेळी मी 'तू-तू-मैं-मैं'च्या शूटिंगमध्ये गुंतलो होतो. सकाळी नऊ ते रात्री दहापर्यंत शूटिंग असल्याने त्यांना भेटायला जाणं दहा दिवस तरी शक्य नव्हतं. त्या वेळी त्या स्वत: मला भेटायला माझ्या सेटवर आल्या. आपण स्वत: कसं भेटायला जायचं, असा इगो त्यांनी बाळगला नाही, याचा मला फार आनंद झाला.

'एबीसीएल'तर्फे 'तेरे मेरे सपने' चित्रपटाची निर्मिती सुरू होती. चित्रपट पूर्ण झाल्यानंतर त्याची ट्रायल पाहून जयाजींना त्यात काहीतरी गडबड आहे असं वाटलं. त्यांनी माझा सल्ला विचारला. मला ज्या गोष्टी खटकल्या होत्या, त्या मी सांगितल्या. एक गाणंही चुकीच्या ठिकाणी आलं होतं, त्याची जागा मी बदलायला सांगितली. त्यांनी त्या सूचना ऐकून तसे काही बदल केले. काही प्रमाणात पुन्हा चित्रीकरणही करण्यात आलं. चित्रपटानं बऱ्यापैकी यश मिळवलं.

'सत्ते पे सत्ता'नंतर अमितजींबरोबर एकत्र काम करण्याचा योग कधी आला नाही. फक्त रामगोपाल वर्मानं लावलेल्या 'आगी'त आम्ही एका सीनसाठी एकत्र आलो होतो.

अमितजी आणि माझं नातं असं आदराचं, खेळीमेळीचं आहे. पडद्यावरची आमची जी 'केमिस्ट्री' आहे, ती प्रेक्षकांना आवडणारी आहे. माझ्या मते, आम्हा दोघांना पडद्यावर एकत्र काम करण्याची आणखी संधी मिळायला हवी होती. मी त्यांच्याएवढा उत्तम कलाकार आहे, असा माझा अजिबात दावा नाही, परंतु आम्ही पडद्यावर एकत्र काम करतो, तेव्हा आमचा अभिनय एकमेकांना 'पूरक' (कॉम्प्लिमेंटरी) असतो.

■

सीन
२८

आहे पॉप्युलर तरी...!

'राजश्री प्रॉडक्शन्स'तर्फे 'गोपालकृष्ण'नंतर आणखी एका चित्रपटासाठी मला निमंत्रण आलं. चंदर बहल त्याचं दिग्दर्शन करणार होते. चित्रपटाचं नाव होतं, 'सुन सजना'. त्यासाठी मला करारबद्ध करण्यात आलं. रंजिता ही माझी हिरॉइन होती. त्यानंतर काही दिवसांनी मला 'राजश्री'मधून फोन आला की, शूटिंगच्या तारखा रद्द झाल्या आहेत. मी शांत राहिलो. नंतर मला कळलं की, मिथुन आणि रंजिताला घेऊन हा चित्रपट सुरू करण्यात आला आहे. मी राजबाबूंना भेटायला गेलो. ते म्हणाले, ''त्या जोडीचा आधीचा एक चित्रपट हिट झाला आहे, त्यामुळे त्यांनाच पुन्हा घ्यावं, असा सगळ्यांचा आग्रह होता. मीसुद्धा काही करू शकलो नाही.'' मी म्हटलं, ''हा विचार माझ्याशी बोलण्याच्या आधी करायला हवा होता ना!'' पण राजबाबू खूप मनापासून बोलत होते, हे जाणवत होतं. कारण माझ्याएवढंच त्यांनाही वाईट वाटल्याचं जाणवत होतं.

त्यानंतर सहा महिन्यांनी राजबाबूंनी पुन्हा निरोप पाठवला. मी भेटायला गेलो. ''सचिनजी, नवीन चित्रपट सुरू करायचा आहे. 'कोहबर की शर्त' या केशव प्रसाद मिश्र यांच्या गाजलेल्या कादंबरीचे हक्क आम्ही घेतले आहेत.'' (लग्नानंतर नवरा-नवरी आणि वऱ्हाडी माणसं एका खोलीत बसून खेळ खेळतात, त्या खोलीला 'कोहबर' म्हटलं जातं.) त्या कथेवरून चित्रपटाचं लिखाण सुरू करण्यात आलं. चित्रपटाचं नाव होतं, 'नदिया के पार.'

सत्येन बोस यांच्याकडे संवादलेखक असलेले गोविंद मुनीस यांच्यावर या चित्रपटाच्या दिग्दर्शनाची जबाबदारी सोपविण्यात आली. चित्रपटाचं लेखनही त्यांनीच केलं होतं. 'नदिया के पार'चं लेखन अप्रतिम होतं. त्यातून दुधात साखर म्हणजे रवींद्र जैन यांनी लिहिलेली आणि संगीतबद्ध केलेली गाणी. उत्तर प्रदेशात ४५ दिवसांचं शूटिंग होणार होतं. त्याच वेळी मी 'मायबाप'चं दिग्दर्शन सुरू केलं होतं. त्याचं एक सत्र पूर्णही झालं होतं. त्यानंतर ४५ दिवसांच्या शूटिंगसाठी आम्ही रेल्वेनं जौनपूरला गेलो. जौनपूरमधल्या पोलीस वसाहतीत एका गेस्ट हाउसमध्ये आमची व्यवस्था केली होती. सरकारी नियम म्हणून तिथे एका माणसाला पाच दिवसांपेक्षा जास्त दिवस राहायला देण्याची परवानगी नव्हती. आम्हाला तर ४५ दिवस राहायचं होतं. मग आम्ही दर पाच दिवसांनी त्या गेस्ट हाउसच्या रजिस्टरमधील नाव बदलायचो. एकदा माझं नाव, एकदा मेकअपमनचं, एकदा आणखी कुणाचं, असं आम्ही करत राहिलो. जौनपूरपासून दीड तासाच्या अंतरावर बिजयपूर या ठिकाणी शूटिंग होतं. गोविंद मुनीस यांना चित्रपटाच्या दिग्दर्शनाचा अनुभव नव्हता. त्यामुळे शूटिंगमध्ये ते गोंधळून जायचे आणि कॅमेरामन त्यांच्यावर कुरघोडी करायचा. माझ्या ही गोष्ट लक्षात आल्यावर मी त्यांच्याशी चर्चा केली. आपला गोंधळ होत असल्याचं त्यांनीही कबूल केलं. मग आम्ही तिथूनच राजबाबूंना फोन केला. त्यांचा सल्ला विचारला. एखादा अनुभवी साहाय्यक दिग्दर्शक मुनीसजींच्या मदतीसाठी पाठविण्याची सूचना केली. परंतु त्या चित्रपटाच्या कथेशी अपरिचित असलेला माणूस मुंबईहून पाठवणं शक्यही नव्हतं. राजबाबूंनी मलाच मदत करण्याची विनंती केली आणि मी मुनीसजींचा प्रमुख साहाय्यक दिग्दर्शक झालो. रोज रात्री बसून आम्ही दुसऱ्या दिवसाच्या शूटिंगची चर्चा करायचो आणि त्यानुसार आखणी करायचो. 'कोहबर'मधली दृश्यं मुंबईच्या स्टुडिओत करू या, असंही मी सुचवलं. त्याचबरोबर दोन छोटे रोमँटिक सीन्स आणि होळीच्या गाण्याचा हिरॉइनचा भाग, असा भाग वगळून इतर शूटिंग आम्ही ४२ दिवसांत पूर्ण केलं. राजबाबूंना ते काम आवडलं.

'नदिया के पार'मध्ये एक रोमँटिक सीन होता, ज्यात हिरो हिरॉइनला भेटायला जातो, पण ती त्याला भेटत नाही. एके दिवशी ती अचानक भेटते, त्या वेळी त्याची अस्वस्थता बघून ती विचारते, ''हम तुम्हारे हैं कौन?'' त्याला उत्तर देता येत नाही, त्यावरून तिला कळतं की, याचं आपल्यावर खूप प्रेम आहे. याच सीनवरून नंतर सूरज बडजात्याला 'हम आपके हैं कौन?' हे शीर्षक सुचलं.

'नदिया के पार' पूर्ण होऊन प्रदर्शित झाला. देशाच्या एक-तृतीयांश भागात सर्वाधिक यशस्वी झालेल्या तीन चित्रपटांपैकी हा एक होता. काही ठिकाणी तर त्यानं 'शोले'चा विक्रमही मोडला. माझ्या कारकिर्दीत 'हिरो' म्हणून हा सर्वाधिक चाललेला चित्रपट. अलाहाबादला या चित्रपटाचं यश साजरं करण्यासाठी मला घेऊन गेले होते, तेव्हा चित्रपटाचा १३५वा आठवडा सुरू होता. मला वाटलं, 'मॅटिनी' शो सुरू असेल; पण तो 'रेग्युलर शो'मध्ये सुरू होता. मला भेटायला तुफान गर्दी झाली होती. त्याच ठिकाणी 'सुन सजना' मॉर्निंग शोमध्ये सुरू होता. राजबाबू माझ्याबरोबर होते. ते म्हणाले, ''तो बघा, 'सुन सजना', एक दिवस चालला नाही. मॉर्निंग शोमध्ये लावायला लागलाय.'' मी हसलो. ''राजबाबू तुमचाच सिनेमा आहे ना तो!'' मी म्हटलं. ''माझा सिनेमा असला म्हणून काय झालं? चांगलं-वाईट यातला फरक मला कळतो ना! तुम्ही या चित्रपटात नाही आहात, हे बरंच झालं,'' असं ते म्हणाले.

'राजश्री'च्या चित्रपटांसाठी मी कधी मानधनासाठी अट घातली नाही. त्यांनी जे पैसे दिले, ते मी स्वीकारले. कारण हिरो म्हणून चित्रपटसृष्टीत कारकिर्द सुरू करण्याची संधी मला 'राजश्री'नं सर्वप्रथम दिली आणि ते उपकार मी कधीही विसरू शकत नाही.

'नदिया के पार'मधली होळी

'नदिया के पार' उत्तर प्रदेशात एवढा लोकप्रिय झाला की, तिथले काही लोक मला आजही महाराष्ट्रातला मानायला तयार नाहीत. त्यांच्यासाठी मी अजूनही 'यूपी'चाच मुलगा आहे. तो चित्रपट करताना मला उत्तर प्रदेशच्या बोलीचा अजिबात गंध नव्हता. परंतु शूटिंगच्या चार दिवस आधी मी त्यांची बोली, त्यांचे हेल, त्यांची वेषभूषा आणि देहबोली यांचा अभ्यास केला आणि तेच सादर केलं.

बद्रीप्रसाद हे त्या चित्रपटाचे नृत्यदिग्दर्शक होते. एकदा त्यांची असिस्टंट आली नव्हती. हिरॉइनच्या गाण्याचं शूटिंग करायचं होतं. ते कसं करावं, असा प्रश्न त्यांना पडला होता. मग मी त्यांना सांगितलं की, तुम्ही मला शिकवा, मी हिरॉइनला करून दाखवतो. त्यांनी मग मला स्टेप्स शिकवल्या आणि मी शूटिंगच्या वेळी त्या हिरॉइनला करून दाखवल्या. आणि जेव्हा माझं स्वत:चं गाणं होतं, तेव्हा त्यांना स्टेप्स विचारल्यावर ते म्हणाले, ''तुला सगळं येतं. तुला पाहिजे तसं कर!'' एवढा विश्वास त्यांना माझ्याबाबतीत होता.

दादरला एका सरदार कुटुंबाच्या मालकीचं 'प्रीतम' नावाचं रेस्टॉरंट आहे. त्याचे जे मुख्य मालक ते अतिशय प्रेमळ. पंजाबातील लोक खूप प्रेमळ असतात, पण प्रेम व्यक्त करण्याची त्यांची पद्धत अजब असते. १९७८मध्ये माझा 'अखियों के झरोकों से' प्रदर्शित झाला होता. त्या वेळी 'प्रीतम'चे हे मालक एकदा मला विमानतळावर भेटले. पंजाबी असल्यानं त्यांची ताडमाड उंची, धिप्पाड शरीरयष्टी होती. मला बघताच माझ्याजवळ आले. ''ओ पुत्तर, तेरी 'अखियों के झरोकों से' देखी। की काम कित्ता है।'' असं म्हणून त्यांनी माझ्या गालावर खाडकन एक थोबाडीत मारली. मला दोन क्षण चक्कर आल्यासारखं झालं. भानावर आल्यावर मला कळलं की, त्यांनी कौतुकानं मला थोबाडीत मारली होती. प्रेम व्यक्त करण्याची त्यांची ही पद्धत होती; पण मला ती झेपणारी नव्हती. त्यानंतर जेव्हा त्यांचं दर्शन व्हायचं, तेव्हा मी मागच्या मागे कन्नी कापायचो. प्रेमानं का होईना, पुन्हा मुस्काटीत खाण्याची माझी इच्छा नव्हती!

असंच एकदा मी उत्तर प्रदेशला एका शोसाठी गेलो होतो. 'नदिया के पार'मुळे लोकप्रियता एवढी होती की, हॉटेलमधून बाहेर पडतानाच तुफान गर्दी होती. काही लोकांना मी भेटू शकलो नाही, म्हणून त्यांनी माझ्या दिशेने दगड मारले. निदान तो दगड तरी मला लागावा, म्हणून. काही ठिकाणी तर चाहत्यांनी माझे कपडे फाडले. या कारणासाठी की, निदान तो तुकडा तरी घरी नेता यावा.

चाहते आपल्या आवडत्या कलाकारांवर असं जिवापाड प्रेम करत असले, तरी कधी-कधी ते अंगाशी येऊ शकतं, ते असं!

■

सीन
२९

माझं सर्वस्व गेलं

'सव्वाशेर' या चित्रपटाच्या डबिंगच्याच कालावधीत पप्पांना हृदयविकाराचा त्रास सुरू झाला. १६ जून, १९८३ला आम्ही त्यांना नानावटी रुग्णालयात तपासणीसाठी दाखल केलं. आई त्यांच्यासोबत राहिली. १७ जूनला सकाळी मी त्यांना भेटायला क्रीम क्रॅकर्सची बिस्किटं घेऊन गेलो. माझे आजोबा पप्पांच्या लहानपणी त्यांच्यासाठी बिस्किटं आणायचे, असं पप्पांनी एकदा मला सांगितलं होतं.

आजारपणातही पप्पांची विनोदबुद्धी शाबूत होती. मी रुग्णालयात त्यांच्या उपचारांसाठी पाच हजार रुपये भरले होते. पप्पा म्हणाले, ''ते पैसे तिथे भरलेस, त्याऐवजी मला दिले असतेस, तर मी बरा झालो असतो!''

त्या दिवशी सकाळी ते बरे वाटत होते. मी दुपारी पेंटलच्या घरी जेवायला गेलो होतो. तिथून आलो, तोपर्यंत त्यांना हृदयविकाराचा झटका आला होता. पप्पांची अवस्था मला बघवत नव्हती. मी अस्वस्थ झालो होतो. मी पप्पांच्या रूममधून बाहेर येऊन डॉक्टरांना बोलावण्यासाठी बाहेर पळालो. तिथे दोन नर्स उभ्या होत्या. ''अरे सचिन, सचिन...!'' असं त्या ओरडल्या. मी फिल्मस्टार असल्याचा त्या क्षणी मला संताप आला. तेवढ्यात काही डॉक्टर्स आले; पण पप्पांना आलेला झटका अतिशय तीव्र होता.

त्या वेळी माझी बहीण त्रिप्ती (पप्पू) खडकीच्या 'सेंट जोजेफ कॉन्व्हेंट बोर्डिंग स्कूल'मध्ये होती. पप्पांनी माझ्याकडे पाहून एकदा फक्त हात वर केला, पप्पूचं नाव घेतलं आणि प्राण सोडले.

आईला आवरणं अवघड होतं. डॉक्टरांनी तिला बाहेर घेऊन जायला सांगितलं. मी आईला सावरलं. ''आई, तू अजिबात काळजी करू नकोस. मी आहे!'' असं सांगून मी तिला धीर दिला. आईला आधार देताना मला माझं दु:ख आतल्या आत आवरणं गरजेचं होतं. अण्णासाहेब देऊळगांवकर वगैरे मंडळी पप्पूला खडकीच्या शाळेतून मुंबईला घेऊन आली. तिला काहीच कल्पना नव्हती. ती फक्त तेरा वर्षांची होती. पप्पा गेल्याची बातमी तिला सांगितल्यानंतर तीसुद्धा कोलमडून पडली; पण आईला सावरण्याची जबाबदारी तुझी आहे, असं तिला सांगितलं आणि तिनंही तिचे अश्रू आवरले. पप्पांचं पार्थिव बघण्यासाठी वर यायला ती तयार नव्हती. कसंबसं तिला समजावून वर नेलं. आईकडे बघून तिनं डोळ्यांत अश्रू असतानाही स्मित केलं आणि तिला मिठी मारून तिचं सांत्वन केलं.

त्याच रात्री उशिरा पप्पांवर अंत्यसंस्कार करण्यात आले.

पहाटे तीननंतर हरिभाई मला घरी घेऊन आले. मला म्हणाले, ''तू खरंच एक जबाबदार पुरुष झाला आहेस. तुझ्या जागी मी असतो, तर कोलमडून पडलो असतो.''

आपल्या डोक्यावरचं छत्र जाणं म्हणजे काय, याचा अनुभव मी घेत होतो. पप्पांशी माझे अनेक बाबतीत मतभेद होते; पण माझं त्यांच्यावर जिवापाड प्रेम होतं. आता बहिणीसाठी मी एकमेव आधार होतो. आत्ता हा हिला आधार देईल; पण त्याच्या लग्नानंतर परिस्थिती बदलली तर काय, ही धाकधूक आईच्या मनात त्या वेळी असणार; पण माझ्या मते, तसं होणं शक्यच नव्हतं.

त्या काळात हरिभाई, विनोद मेहरा, पेंटल या मंडळींनी मला खूप आधार दिला.

पप्पांची क्रियाकर्मं पार पडल्यानंतर काही लोक मला भेटायला आले. पप्पांनी त्यांच्याकडून कर्ज घेतलं होतं. त्यासाठी कोणतीही लिखापढी झाली नव्हती, हे त्यांनीही कबूल केलं. कर्जाचा एकूण आकडा होता १८ लाख रुपये. मी त्यांना हे पैसे लवकरात लवकर परत करण्याचं आश्वासन दिलं. मी जिवाचं रान करून चौदा महिन्यांत ते १८ लाख रुपये फेडले. तेसुद्धा कोणतीही मालमत्ता न विकता. कोणीही माझ्या मदतीला आलं नाही आणि मीसुद्धा कुणाकडे मागायला गेलो नाही.

माझ्या दरवाजावर कोणीही उभं राहिलेलं मला चालत नाही. भले ते वडिलांचं नाव घेऊन का होईना! माझी पहिल्यापासून ही वृत्ती होती.

'आयुष्यात कोणत्याही क्षणी पैशांची गरज लागली तर आमच्याकडे या,' असं या लोकांनी मला त्या वेळी सांगितलं. मी म्हटलं, 'धन्यवाद! पण देव करो आणि अशी वेळ माझ्यावर न येवो.' अजूनही त्यांपैकी काही जण भेटतात, हसून बोलतात. मी त्यांचे पैसे परत करण्याचं नाकारलं असतं, तरी ते काही करू शकले नसते, कारण ते कर्ज मी घेतलेलं नव्हतं. परंतु माझं मन मला खात राहिलं असतं.

पप्पांची मिठी

आपण जगापासून लांब पळू शकतो; पण स्वत:पासून लांब नाही पळता येत!

मी त्या काळी खूप एकटा पडलो होतो. या एकटेपणाची जाणीव दुसऱ्या कुणाला व्हावी, अशी अपेक्षा तरी मी का ठेवावी? मोठ्या मनाच्या माणसांना ती जाणीव स्वत:हून होते; पण माझ्या बाबतीत तेही झालं नाही. बिपीनशी नातं तोडलं होतं, ते पप्पा पाठीशी असल्याच्या विश्वासावर; पण आता पप्पाही राहिले नव्हते. बिपीननं ऑगस्ट महिन्यात एका चित्रपटाची निर्मिती केली. मला वाटलं होतं की, मला मदत व्हावी म्हणून तो मला दिग्दर्शनासाठी बोलावेल; पण त्यानं नाही बोलावलं. मला वाईट वाटलं. पप्पा गेल्यावर मी रडलो नाही; पण त्या वेळी मात्र रडायला आलं.

त्याच रात्री ठरवलं की, आपण एकटे पडलो असलो, तरी आपण काय आहोत, हे दाखवून द्यायचा पूर्णपणे प्रयत्न करायचा. शरद पिळगांवकरांचा मुलगा आणि सचिन पिळगांवकर म्हणून आपलं कर्तृत्व सिद्ध करायचं. फक्त परमेश्वरानं तशी संधी द्यावी.

पप्पा माझ्यासाठी सर्वस्व होते. मी 'राज कपूर' व्हावं, अशी त्यांची इच्छा होती. त्यासाठीच त्यांनी लहानपणापासून माझी चित्रपटसृष्टीशी ओळख करून दिली आणि त्यानुसार मला घडवलं होतं.

आयुष्यात पहिल्यांदा व्हिस्की प्यायलो, ती पप्पांबरोबर. उर्दू शेरोशायरीचं भूत डोक्यावर होतं. त्यात 'मय' आणि 'साकी' या शब्दांची रेलचेल असायची. 'साकी'चा अर्थ दारू पाजणारा किंवा प्रेयसी, असा दोन्ही आहे. तेरा-चौदा वर्षांचा असल्यापासूनच मला या द्रव्याबद्दल प्रचंड उत्सुकता होती. ते नेमकं काय असतं, प्यायल्यावर काय वाटतं, असे प्रश्न मला पडत. मी पप्पांना विचारत असे. माझ्या एका वाढदिवशी पप्पांनी मला समोर बसवलं आणि म्हणाले, ''तुला या विषयाची उत्सुकता एवढी आहे की, ती वाढली, तर तू बाहेर जाऊन याची चव घेण्याचा प्रयत्न करशील. मला ते नको आहे. त्यामुळे तू माझ्याबरोबरच एक पेग घे. तुला नाही आवडला, तर पुन्हा कधीही पिऊ नकोस. नंतर महिन्या-दोन महिन्यांनी कधी तुला वाटलं, तर मला येऊन सांग. आपण दोघं बसू. परंतु बाहेर कधी प्यायचं नाही.''

मी पप्पांची अट स्वीकारली. माझा पहिला पेग स्वत: पप्पांनी ग्लासमध्ये भरला. पंजाबी संस्कृतीत हा प्रकार रूढ आहे. मराठी संस्कृतीत असं कधी होत नाही. मी तो पेग घेतला. मला खूप बरं वाटलं. त्याच वेळी माझ्या हेही लक्षात आलं की, हे एवढ्या मर्यादितच करण्यात मजा आहे. ती मर्यादा मी आजही पाळत आलो आहे. सेलिब्रेशन म्हणून दारू पिणं मला पटतं; पण दु:खामुळे आलेलं नैराश्य विसरण्यासाठी पिणं, हे अत्यंत चुकीचं आहे. कारण जे दु:ख विसरण्यासाठी माणूस दारू पितो, तेच दोन पेग पोटात गेल्यानंतर हमखास आठवतं!

पप्पा गेल्यानंतर मी 'राम तेरे कितने नाम' या चित्रपटात काम करत होतो. आमच्याच ग्रुपमधला हरीश शहा हा निर्माता होता. हरिभाई आणि रेखा त्यात काम करत होते. मलासुद्धा आठ दिवसांचं काम होतं. त्यात एक गाणंही होतं. कमलमास्टर हे नृत्यदिग्दर्शक होते. सुजाता ही त्यांची साहाय्यक. माझ्याबरोबर काम करायला एक नवीन मुलगी होती. पहिल्या दिवशी आरे कॉलनीत व्यवस्थित शूटिंग पार पडलं. दुसऱ्या दिवशी चौपाटीवर फ्लोटिला क्लबमध्ये शूटिंग होतं. मी सकाळी वेळेत शूटिंगच्या ठिकाणी पोहोचलो. माझ्याबरोबरची मुलगी मोटरबोटवरून 'वॉटर सर्फिंग' करतेय, असं दृश्य चित्रित होणार होतं. त्याच मोटरबोटच्या मधोमध असलेल्या पाइपला बांधलेल्या दोरीवरून वर आकाशात मला 'पॅरासेलिंग' करायचं होतं. ते करताना गाणं म्हणायचं होतं आणि त्याचं शूटिंग

होणार होतं. मी या गोष्टीला नकार दिला. कुठलाही शॉट हा कलाकाराच्या आयुष्यापेक्षा जास्त मौल्यवान नसतो, असं माझं ठाम मत. त्यातून मला पोहताही येत नव्हतं.

''अरे, काही नाही होत. तुला पोहायला येत नसेल, तर आम्ही तुला लाइफ जॅकेट देऊ.'' कमलमास्टरनी मला समजावलं. तरीही मी माझ्या निर्णयावर ठाम राहिलो. ते प्रचंड भडकले.

''तू नामर्द आहेस!'' मला म्हणाले.

''सर, माझ्या वडिलांचं नुकतंच निधन झालं आहे. माझी आई आणि बहीण यांची जबाबदारी माझ्यावर आहे. त्या जबाबदारीची मला जाणीव आहे आणि त्या जाणिवेला तुम्ही 'नामर्द असणं' म्हणत असाल, तर मला ते मान्य आहे,'' असं मी त्यांना शांतपणे सांगितलं.

नंतर निर्माता-दिग्दर्शकांनी मध्यस्थी करून माझ्याऐवजी डुप्लिकेटला घेऊन तो शॉट घेण्याची तयारी केली. मी माझे कपडे डुप्लिकेटला दिले आणि शांतपणे तिथे बसून राहिलो. मुनीर खान हे कॅमेरामन होते. त्यांचा दहा-बारा वर्षांचा मुलगाही शूटिंग पाहायला आला होता. एका छोट्या होडीत कॅमेरा ठेवून ते पॅरासेलिंगची दृश्यं टिपत होते. मी शांतपणे शूटिंग पाहत होतो. मी कमलमास्टरना नकार दिल्यामुळे माझे 'क्लोज अप्स' घेण्यासाठी मला दिवसभर बसवून ठेवण्याचा त्यांचा बेत होता.

चार-सहा शॉट्स झाल्यानंतर अचानक वाऱ्याची दिशा बदलली. त्या मोटरबोटच्या मधोमध एक रॉड होता. वाऱ्याची दिशा बदलल्याने माझा डुप्लिकेट आकाशात ज्या 'काइट'सह तरंगत होता, त्याच्याबरोबर उलटा झाला आणि तो दोरखंड त्या पाइपला अडकला. त्यामुळे बोट उलटी झाली. कॅमेरा पाण्यात पडला. मुनीर खान पाण्यात पडले, कमलमास्टर पडले. ती हिरॉइन खाली पडली, तिच्या मांडीला कापलं गेलं. लाइफ गार्ड्स धावले, मुनीर खानला पाण्यातून कसंबसं बाहेर काढण्यात आलं. त्याच्या पोटातून पाणी बाहेर काढण्यात आलं. सगळे हवालदिल झाले होते. माझा डुप्लिकेट दीड मैलावर कुठेतरी लांब जाऊन पडला होता.

कमलमास्टर हाशऽ हुश्शऽऽ करत माझ्यासमोर येऊन बसले आणि त्यांनी माझ्याकडे बघितलं. मी फक्त त्यांच्याकडे एकदा बघून स्माइल केलं. त्यांनी कान पकडले. 'आजपासून कोणत्याही गोष्टीसाठी कुठल्याही कलाकाराकडे हट्ट करणार नाही,' एवढंच ते म्हणाले. निर्मात्यांनी 'पॅक अप' जाहीर केलं आणि मी घरी निघून आलो. मी तो शॉट देण्यासाठी नकार दिला नसता, तर माझं काय झालं असतं, याची कल्पनाही करवत नाही. परंतु मी माझ्या मनाशी प्रामाणिक राहिलो आणि माझ्या जिवावरचं संकट टळलं. आपल्याला काय करायचंय आणि काय करायचं नाही, हे देवकृपेने मीच ठरवत आलो आहे.

पप्पा गेले, तोपर्यंत प्राप्तिकर किंवा एकूणच कर हा काय प्रकार आहे, याची मला सुतराम कल्पना नव्हती. नंतर मला समजलं की, पप्पांनी प्राप्तिकर या विषयाकडे गांभीर्यानं कधीच पाहिलं नव्हतं. त्यामुळे बरेच घोळ झाले होते. बऱ्याच वर्षांत रिटर्नही भरला गेला नव्हता. एक कुणीतरी वकीलच आमचे सगळे व्यवहार बघत होता. पप्पा गेल्यानंतर मी त्या वकिलासोबत प्राप्तिकर कार्यालयात गेलो. मला ती सगळी प्रक्रिया आणि पद्धत समजून घ्यायची होती. तो अधिकारी मला तिथे पाहून गांगरूनच गेला. मी त्याला सगळी परिस्थिती अगदी प्रांजळपणे सांगितली. ''माझ्या वैयक्तिक आयुष्यात काय घडलंय, याच्याशी तुमचा काही संबंध नाही, याची मला कल्पना आहे, पण मी ही प्रक्रिया समजून घेईन आणि यापुढचे सगळे व्यवहार कायदेशीरपणे करीन, एवढंच मला सांगायचं आहे,'' असं मी त्यांना प्रामाणिकपणे सांगितलं. तो अधिकारी माझं म्हणणं शांतपणे ऐकून घेत होता. ''सर, प्राप्तिकर खात्यातल्या अधिकाऱ्याकडे माणुसकी नसते, असं तुम्हाला का वाटतं? आम्ही अधिकारी आहोत, आमच्या

जबाबदाऱ्या आहेत हे कबूल. परंतु शेवटी आम्ही हाडामांसाची माणसंच आहोत ना!'' त्यानं मला समजावलं. तुम्ही स्वत:हून प्रामाणिकपणे आमच्याकडे आला आहात, तर तुम्हाला कुठलाही दंड होणार नाही, याबद्दल आपण प्रयत्न करू, असंही त्यानं सांगितलं.

कुठलीही गोष्ट प्रामाणिकपणे आणि स्वत: करून पाहिली तर त्याचा फायदाच होतो, याचा धडा मी नव्यानं शिकत होतो. मी तिथे गेलो नसतो, परस्पर वकिलामार्फत व्यवहार केला असता, तर कदाचित मला दंड झाला असता आणि मला वस्तुस्थिती आयुष्यात कळली नसती. त्यानंतर मी सुभाष सराफ या सीएकडे माझे सगळे व्यवहार सोपवले. अशोक सराफचा हा धाकटा भाऊ. अर्थात, पप्पा गेल्यानंतर माझे बरेच व्यवहार तोट्यातच होते. सुमारे एक तप ही अस्थिरता सहन केल्यानंतर १९९५मध्ये 'तू-तू-मैं-मैं'पासून मला आर्थिक स्थैर्य मिळालं. या काळात मी अकाउंट्स पद्धतही शिकून घेतली.

आईला माझी खूप काळजी वाटत होती. इन्कम टॅक्स, अकाउंट्स या गोष्टी मला समजत नव्हत्या. पटकथा लेखन स्वतंत्रपणे केलं नव्हतं. निर्मिती व्यवस्था एकट्यानं सांभाळली नव्हती. अभिनय आणि दिग्दर्शन सोडून याबाबतीत माझी शून्यातून सुरुवात होती. त्यामुळेच मी बाहेरच्या निर्मिती संस्थांसाठी दिग्दर्शक म्हणून काम करण्याचा निर्णय घेतला.

■

सीन ३०

‘नवरी मिळे नवऱ्याला’

‘शेजारी असलेली दोन घरं, त्यांतली विरुद्ध स्वभावाची माणसं आणि त्यांना एकत्र आणणारे त्या घरातले दोन नोकर’, अशी एक गोष्ट माझ्या डोक्यात आली. त्यावरून मी नव्या चित्रपटाची तयारी सुरू केली. पप्पांचं निधन झालं होतं, त्यामुळे आता लेखक शोधायला हवा होता.

सतीश कुलकर्णी आणि मी एकत्रितपणे हा चित्रपट बनवायचं ठरवलं होतं. सतीशची वसंत सबनीसांशी ओळख होती. त्यानं चित्रपट लिहिण्यासाठी त्यांच्याकडे प्रस्ताव दिला. मी दिग्दर्शित करणार असल्याचं कळल्यावर त्यांनी लगेचच नकार दिला. मी हिंदीत काम केलं आहे, त्यामुळे माझे विचारही त्याच वळणाचे असतील, माझ्याबरोबर पटणार नाही, असं त्यांना वाटत होतं. सतीशनं मला येऊन त्यांचं म्हणणं सांगितलं. मला सबनीससाहेबांबरोबर काम करायचं होतं, पण त्यांची इच्छा नसेल, तर म्हटलं आपण विचार सोडून देऊ या. मग सतीश पुन्हा त्यांच्याकडे गेला आणि त्यांचं मन वळवलं. त्यानंतर सबनीससाहेब आणि मी भेटलो, माझ्या मनातली कल्पना त्यांना सांगितली. त्यांनी पटकथा लिहून काढली. त्यानंतर आम्ही त्यावर चर्चा करण्यासाठी लोणावळ्याला जायचं ठरवलं. मला हा चित्रपट माझ्या पद्धतीप्रमाणे व्हायला हवा होता, त्यामुळे मी सबनीससाहेबांच्या अनेक दृश्यांमध्ये काही ना काही सुधारणा सुचवल्या. ते माझ्यापेक्षा ज्येष्ठ आणि अनुभवी असूनही, त्यांनी माझ्या सगळ्या सूचना मान्य करून ती दृश्यं पुन्हा लिहून काढली. सतीश तर हा प्रकार बघून दुसऱ्याच दिवशी घाबरून बाहेर फिरायला निघून गेला होता. ‘सचिन एवढ्या सूचना करतोय, त्याबद्दल तुम्हाला काही अडचण नाही ना,’ असं त्यानं सबनीसांना विचारलंही होतं. त्यावर सबनीसांचं उत्तर फार छान होतं. ते म्हणाले, ‘काय करायचंय, याबद्दल त्याच्या मनातल्या कल्पना स्पष्ट आहेत. तो गोंधळलेला नाहीये. दिग्दर्शक हा मार्गदर्शकही असतो. त्यामुळे त्याच्या म्हणण्यानुसार चित्रपट लिहून देणं, हे लेखकाचं काम आहे. त्यामुळे मला त्याच्याबरोबर काम करण्यात काहीच अडचण नाही.’ त्याच क्षणी मला कळलं की, सबनीसांबरोबर माझं चांगलं पटणार. तरीही त्या वेळी मराठीत ज्या प्रकारचे चित्रपट येत होते, त्यापेक्षा या चित्रपटाची हाताळणी वेगळ्या प्रकारची होती. त्याला संगीताचीही जोड होती. सबनीसांनी या नवीन प्रकाराशीही जुळवून घेऊन उत्तम लिखाण केलं.

चित्रपटातल्या बाकीच्या कलाकारांची नावं निश्चित झाली होती, पण हिरॉइनची शोधाशोध सुरू होती. आधी किरण वैराळे हिला आम्ही भेटलो. तिनं काहीतरी कारणं दिली. कदाचित हिंदी चित्रपटांतून कामं करत असल्यामुळे मराठी चित्रपटांत काम करण्यात तिला रस नव्हता. मराठी मातृभाषा असलेल्या काही कलाकारांच्या बाबतीत असं घडतं. का, ते माय मराठीलाच ठाऊक!

याच काळात आईनं दूरदर्शनवरचा एक कार्यक्रम पाहिला. त्यात तिला एक मुलगी दिसली. तिनं मला हाक मारली.

“सचिन, ही बघ, ही मुलगी चांगली आहे.”

गोड, चुणचुणीत मुलगी होती. चांगलं काम करत होती. कार्यक्रमाच्या शेवटी नाव पाहिलं. तिचं नाव होतं,

सुप्रिया सबनीस.

आई लगेच म्हणाली, ''अरे वा, आपल्यातलीच आहे. लग्न करून टाक!''

''आई, तू बरी आहेस ना? टीव्हीवर एक मुलगी बघतेस आणि लगेच लग्नाचं बोलतेस म्हणजे काय? तिची माझी ओळख तरी आहे का?'' मी म्हणालो. त्या वेळी मी लग्नाच्या वयाचा झालो होतो. त्यामुळे आईच्या डोक्यात फक्त माझ्या लग्नाचेच विचार घोळत होते.

त्यानंतर एक-दोन दिवसांनी वर्तमानपत्रात 'म्हातारे अर्क बाईत गर्क' या नाटकाची जाहिरात आली होती. त्यात माझा मित्र अजय वढावकर काम करत होता. सुप्रिया सबनीस हे नावही कलाकारांच्या यादीत होतं. मी अजयला फोन केला. पहिल्या प्रयोगाला येण्याची इच्छा व्यक्त केली. बहुधा १ ऑक्टोबर, १९८३ या दिवशी प्रयोग असावा. सतीश आणि मी दोघंही ते नाटक बघायला गेलो. त्यात सुप्रियाची भूमिका एकदम वेगळी होती. जीन्स, टॉप अशा वेषातली, एकदम धडाकेबाज कॉलेज तरुणी तिनं साकारली होती. बॉयकट केला होता. मला ती 'नवरी मिळे नवऱ्याला' मधल्या भूमिकेसाठी योग्य वाटली. सतीशला मात्र ती फारशी पटली नव्हती. त्यामुळे तिला चित्रपटात घेण्यास त्यानं नकार दर्शवला. मी त्याला समजावण्याचा खूप प्रयत्न केला; पण त्याला ते पटेना.

त्यानंतर आम्ही नवीन मुलींचा खूप शोध घेतला, तरीही मनासारखी मुलगी मिळेना. आम्ही पल्लवी जोशी हिचा या भूमिकेसाठी विचार केला. तिचे काही फोटोही काढले. ती भरपूर बारीक आणि लहान असल्यामुळे माझ्या आईनं तिला एकावर एक चार नऊवारी साड्याही नेसवल्या. तरीही त्या भूमिकेसाठी खूपच लहान वाटली.

शेवटी सतीशनं सुप्रियाच्या नावाचा विचार करण्याचं मान्य केलं. मला बरं वाटलं.

मी अजयला निरोप देऊन सुप्रियाला भेटायला बोलावलं. २४ ऑक्टोबर, १९८३ रोजी दुपारी चार वाजता तो तिला आमच्या दादरच्या आगर बझारमधल्या ऑफिसमध्ये घेऊन आला. उन्हात चालून आल्यानं थकलेला चेहरा, घामानं चिकटलेले केस... सुप्रियाचं रूप त्या वेळी पाहण्यासारखं होतं. खूप बडबड करत होती. नृत्याची आवड असल्याचं तिनं सांगितलं. लहानपणी तिनं नृत्याचं रीतसर शिक्षणही घेतलं होतं.

''चित्रपटात काम करायला आवडेल का?'' मी तिला विचारलं.

''मला आवडेल, पण माझ्या आई-वडिलांची परवानगी घ्यावी लागेल,'' ती म्हणाली.

सतीशनं तिच्या आई-वडिलांशी संपर्क साधला. कुटुंबातल्या कुणीही याआधी चित्रपटात काम केलेलं नसल्यामुळे सुप्रियानं काम करावं असं वाटत नाही, असं त्यांनी स्पष्टपणे सांगितलं. 'भूमिका चांगली आहे आणि हिरॉइनची आहे, त्यामुळे तुम्ही एकदा सचिनला भेटून घ्या,' असं सतीशनं त्यांना सांगितलं. सुप्रियाचे वडील अरुण सबनीस एकटेच मला भेटायला आले. मी त्यांना सुप्रियासाठी असलेली भूमिका आणि तिचा प्रवास समजावून सांगितला.

''रोल चांगला आहे. आम्हाला स्क्रिप्ट वाचायला हवंय.'' त्यांनी सांगितलं. मी ते देण्यास नकार दिला. मी हृषिदांचा शिष्य. हृषिदा कलाकारांना कधीच स्क्रिप्ट वाचायला देत नसत. (अर्थात, काही वर्षांनंतर माझा हा विचार बदलला. मुख्य कलाकारांना आधी स्क्रिप्ट वाचायला दिलं, तर त्यांना चित्रपटातला त्यांच्या भूमिकेचा प्रवास अधिक चांगल्या प्रकारे कळतो आणि चित्रपटासाठी ते फायद्याचं ठरतं.) स्क्रिप्ट वाचायला देणार नाही, असं

मी सतीशलाही स्पष्टपणे सांगितलं. त्यानंतर सतीशनं मला न सांगता त्यांना स्क्रिप्ट वाचायला दिलं. केवळ या कारणासाठी सुप्रियाच्या आई-वडिलांकडून नकार येऊ नये, असं त्याला वाटत असावं.

अरुण सबनीसांनी स्क्रिप्ट वाचलं. सुप्रियाला पडणाऱ्या स्वप्नाचं एक गाणं त्या स्क्रिप्टमध्ये होतं. 'माय फेअर लेडी'च्या 'जस्ट यू वेट हेन्री हेगन्स'वरून मला या गाण्याची प्रेरणा मिळाली होती. त्या गाण्याच्या शेवटी हिरो तिला उचलून घेऊन जातो, असं दृश्य असणार होतं. त्या दृश्याला त्यांनी आक्षेप घेतला. 'आमच्या मुलीला उचलायचं नाही,' अशी त्यांची भूमिका होती. ते कळल्यावर मी जाम सटकलो होतो. मनात म्हटलं, 'उचलायचं नाही काय? नाही जर तिला तुमच्यासमोर उचलून नेली, तर नावाचा सचिन पिळगांवकर नाही!' कारण दरम्यानच्या काळात मला ती आवडायला लागली होती. मनात घंटी वाजली होती.

तसंही आधीच चित्रपटाची लांबी वाढत असल्यामुळे हा भाग ठेवायचा की नाही, यावर माझं वसंत सबनीसांशी बोलणं सुरू होतंच. मी स्क्रिप्टमधून तो स्वप्नाचा भागच वगळून टाकला.

चित्रपटाच्या शूटिंगला सुरुवात झाली. सुप्रिया माझ्या अपेक्षेपेक्षा जास्त छान काम करत होती. तिच्यात एक भाबडेपणा होता. संवाद चुकल्यावर तिच्या तोंडातून एक वेगळाच आवाज बाहेर पडायचा. त्यावरून ती चुकलेय किंवा विसरलेय, हे लक्षात यायचं. कधी तिची आई, कधी वडील सेटवर यायचे. हळूहळू तिचे नातेवाईकही येऊ लागले, तेव्हा सबनीस कुटुंब किती मोठं आहे, ते माझ्या लक्षात आलं.

या चित्रपटातल्या 'ही नवरी असली...' या गाण्याच्या शूटिंगच्या दिवशी नृत्यदिग्दर्शकांनी अनपेक्षितपणे दांडी मारली. त्यामुळे गाणं चित्रित कसं करायचं, असा प्रश्न पडला. मला स्वत:ला नृत्यदिग्दर्शक बनण्याशिवाय पर्याय नव्हता. त्यामुळे एकाच वेळी दिग्दर्शक, नृत्यदिग्दर्शक आणि नर्तक अशा तिहेरी भूमिका मी पार पाडल्या. मी माझ्या स्टेप्स ठरवल्या, सुप्रियाला तिच्या स्टेप्स सांगितल्या आणि शूटिंग करत गेलो. मी एकाच अँगलने सगळे शॉट्स घेत असल्यामुळे मी पाट्या टाकतोय, असं आमचा स्टिल फोटोग्राफर मयूर वैष्णव याला वाटलं. प्रत्यक्षात पडद्यावर हे गाणं पाहिल्यावर मी त्या वेळी काय करत होतो, हे त्याच्या लक्षात आलं. आजही हे गाणं नुसतं ऐकण्यासाठी नाही, तर पाहण्यासाठीसुद्धा अजरामर आहे.

चित्रपट तयार झाल्यानंतर मराठीतले मोठे निर्माते विश्वास उर्फ बाळासाहेब सरपोतदार यांनी हा चित्रपट पाहिला, तेव्हा त्यांना तो अजिबात आवडला नाही. 'असा कुठे पिक्चर असतो का,' अशी त्यांची प्रतिक्रिया होती. सबनीसांनी लगेच सावरून घेण्यासाठी 'सचिननं सांगितलं तसा मी चित्रपट लिहिला,' असं जाहीर करून टाकलं. चित्रपट प्रदर्शित झाला आणि सुपरहिट झाला, त्यानंतर मात्र सबनीसांना हे वक्तव्य बदलता आलं नाही.

डिसेंबर, १९८४मध्ये हा चित्रपट कोल्हापूरला सर्वप्रथम प्रदर्शित झाला. त्यानंतर १९८५मध्ये तो मुंबईसह महाराष्ट्रभर झळकला आणि सुपरहिट ठरला. तोपर्यंत मराठीमध्ये बहुतांश ग्रामीण चित्रपटच येत होते. 'नवरी मिळे नवऱ्याला'च्या यशानंतर शहरी चित्रपटांचा 'ट्रेंड' सुरू झाला. आधी माझे दोन चित्रपट झाले असले, तरीही या चित्रपटामुळे म्हणून माझं नाव झालं. खऱ्या अर्थानं मला दिग्दर्शक समजू लागले.

■

सीन ३१

नवरी मिळाली नवऱ्याला

'ही नवरी असली...' या गाण्याची 'ही मनात ठसली...' ही दुसरी ओळ चित्रपटाच्या शूटिंगदरम्यान माझ्या आयुष्यातही घडत होती. तरीही शूटिंग पूर्ण होईपर्यंत सुप्रियापाशी काही बोलायचं नाही, हे मी ठरवून टाकलं होतं. कारण चित्रपटाच्या शूटिंगच्या काळात मी तिला 'प्रपोज' केलं आणि तिनं माझ्या कानफटात मारली आणि चित्रपट सोडून गेली तर काय, ही मला भीती होती.

चित्रपट आता पूर्ण होत आला होता. फक्त 'आला जयराम आला...'चं शूटिंग बाकी होतं. मला सुप्रियाला लग्नाची मागणी घालायची होती; पण तिच्या आयुष्यात दुसरं कुणी आहे का, याविषयी माहिती करून घेणं मला आवश्यक वाटत होतं. तिच्याकडे त्याबाबत विचारण्याची जबाबदारी मी माझा मित्र संजय जोग याला दिली. त्याबाबत खात्री झाल्यानंतरच मी तिला स्वत: प्रपोज करायचं ठरवलं होतं.

गंमत म्हणजे, सुप्रिया त्या वेळी मला खूप घाबरायची. 'सुप्रियाऽऽ' अशी हाक मारल्यावर लगेच धावत यायची. माझं सगळं ऐकायची. हा आनंद मला आयुष्यात नंतर कधीही मिळणार नाहीये, याची मला तेव्हा कल्पना नव्हती!

आम्ही 'आला जयराम...'चं शूटिंग करत असताना सुप्रियाही तिथे येऊन बसायची. त्याच वेळी संजय जोगनं तिला गाठून ती कुणाच्या प्रेमात आहे का, ते विचारलं.

ती म्हणाली, ''तू असं का विचारतोयस?''

''माझ्या एका मित्राला तुझ्यात 'इंटरेस्ट' आहे, म्हणून विचारलं.''

''कोण मित्र?''
''तू आधी माझ्या प्रश्नाचं उत्तर दे.''
''नाही. माझं तसं काहीही सुरू नाहीये. आता कोण मित्र ते सांग.''
तिनं अशी गळच घातल्यामुळे संजय जोगला माझं नाव सांगावं लागलं.

संजयनं माझं नाव सांगितल्यावर सुप्रियाची प्रतिक्रिया काय असावी?
''त्यांचं लग्न नाही झालं अजून?''
''त्याचं लग्न झालं असतं, तर त्यानं तुला लग्नाबद्दल विचारलं असतं का?'' संजयनं तिला झापलं.
त्यानंतर मग मी सुप्रियाशी बोललो. तिनं विचार करण्यासाठी चार दिवसांची मुदत मागून घेतली. माझ्या बायकोनं लग्नानंतर चित्रपटांत काम करू नये, पूर्ण वेळ घरासाठी द्यावा, असं मला वाटत होतं. मी तेसुद्धा तिला स्पष्टपणे सांगितलं होतं. तिनं उत्तर देण्यासाठी चार दिवस मागितले होते; पण दुसऱ्याच दिवशी तिनं मला 'होकार' देऊन टाकला.
१९८०मध्ये 'गीत गाता चल' पहिल्यांदा दूरदर्शनवरून दाखवण्यात आला, तेव्हा तिनं तो पाहिला होता. त्याच रात्री मी तिच्या स्वप्नात आलो होतो, हेही तिनं मला त्या वेळी सांगितलं.
'मियाँ बीवी राजी' असले, तरी घरच्या 'काझीं'ना कसं आणि कधी सांगायचं, याचा विचार केला नव्हता. मी

शूटिंगसाठी मुंबईबाहेर गेल्यानंतर सुप्रियाला प्रेमपत्रं लिहायचो. आणि ती संजय जोगच्या पत्त्यावर पाठवून द्यायचो. अंधेरी पूर्व भागात ती राहायची आणि तिथून संजय जोगच्या घरी पत्रं घेण्यासाठी सायकलवरून यायची. (मी तेव्हापासून तिला 'सुपरमॅन' म्हणू लागलो. नंतर-नंतर 'मॅन' गायब झालं आणि आता मी तिला फक्त 'सुपर' म्हणतो.)

तिच्या आई-वडिलांशी बोलायची मी तयारी दाखवली होती. परंतु त्याची वेगळी प्रतिक्रिया उमटेल, असं तिला वाटत होतं. मग सुप्रियानं स्वत:च आई-वडिलांशी बोलायचं ठरवलं. तिनं त्यांना कल्पना दिल्यानंतर त्यांच्या घरात रडारडच सुरू झाली. चित्रपटसृष्टीतल्या माणसाबरोबर सुप्रियाचा संसार कसा होणार, अशी त्यांना काळजी होती. 'आपण सुप्रियाला चित्रपट करायची परवानगी दिलीच नसती, तर बरं झालं असतं,' इथपर्यंत प्रकरण गेलं.

अभिनेते जयराम कुलकर्णी हे सुप्रियाच्या काका-काकूंच्या परिचयाचे होते. ते माझ्यापेक्षा वयानं मोठे असले, तरी माझ्याशी त्यांचं मैत्रीचं नातं. अतिशय चांगले कलाकार आणि माणूसही. माझ्या आईनं सुप्रियाविषयी त्यांच्या

कानावर आधीच घातलं होतं. त्यामुळे तेही सुप्रियाच्या वडिलांशी बोलले. तरीही त्यांना पटलं नाही. त्यांनी लग्नाला नकार कायम ठेवला. मला त्यांच्या या अतिचिकित्सकपणाचा आणि माझ्याविषयी प्रश्न उपस्थित करण्याचा त्या वेळी रागच आला होता. परंतु एका मुलीचे वडील म्हणून त्यांना असलेली काळजी आता मी स्वत: एका मुलीला जन्म दिल्यानंतर मला जाणवतेय. चित्रपटसृष्टीतली मंडळी आधीच बदनाम. त्यातून अशी लग्नं टिकण्याचं प्रमाणही फारसं उत्साहवर्धक नाही. त्यातून सुप्रिया आणि माझ्या वयातही मोठा फरक होता. तेव्हा सुप्रिया १८ वर्षांचीही नव्हती. त्यामुळे त्यांची काळजी साहजिक होती. फक्त त्या वयात मला ती कळत नव्हती.

सुप्रियाच्या वडिलांचा नकार कळवण्यासाठी त्यांचे मित्र शरद दिवाडकर काका आणि त्यांची पत्नी पुष्पामावशी असे दोघं माझ्या ऑफिसमध्ये आले. ''त्यांना पटत नाहीये, तर तू हा विचार सोड,'' असं काकांनी मला सांगितलं.

''त्यांना पटत नसेल, तर ठीक आहे. माझा स्वत:च्या आणि तिच्या प्रेमावर विश्वास आहे. तुम्ही तिला जगात कुठेही ठेवा. ती ज्या क्षणी १८ वर्षांची होईल, त्या क्षणी मी तिला उचलून घेऊन येईन,'' असं मी म्हणालो. त्यांनाही माझ्या प्रेमावर विश्वास बसला असावा.

''तुझा तिच्याशी लग्नाचा विचार एवढा पक्का असेल, तर आम्ही पुन्हा सबनीसांशी बोलू,'' असं त्यांनी सांगितलं. हे कळल्यानंतर श्री. व सौ. अरुण सबनीस यांनी आपल्या नातेवाइकांचा सल्ला घेऊन सुप्रियाच्या लग्नाचा निर्णय घेतला.

२६ जानेवारी, १९८५ रोजी ते दोघं मला भेटले. लग्नाला त्यांची संमती असल्याचं मला सांगितलं. २१ एप्रिलला साखरपुडा आणि २१ डिसेंबरला लग्न करण्याचा प्रस्ताव त्यांनी ठेवला. ते स्वत: प्राध्यापक आणि कॉलेजचे प्राचार्यही होते. त्यानंतर हा पेशा सोडून त्यांनी 'सिडको'मध्ये 'चीफ मार्केटिंग मॅनेजर' म्हणून नोकरी सुरू केली होती. सुप्रिया माझ्या मनात भरली होतीच; पण तिच्याशी लग्नाचा निर्णय मी घेतला, तो तिच्या वडिलांना पाहून. अशा सुसंस्कृत, सुशिक्षित माणसाची मुलगीही तशीच असणार, ही खात्री मला झाली होती.

सुप्रियाला भेटायला मी तिच्या घरी गेलो, तेव्हा तिनं गोडाचा शिरा केला होता. माझ्या आईशिवाय दुसऱ्या कुणी बनवलेला शिरा मला कधी आवडला नव्हता. परंतु सुप्रियानं केलेला शिरा हा आईच्या शिऱ्याएवढाच मला

आवडला. लग्नानंतरही आपल्याला हिच्या हातचे छान-छान पदार्थ खायला मिळणार, म्हणून मला आनंद झाला. माझं हे स्वप्न 'दिवास्वप्न'च राहील, याचीही मला तेव्हा कल्पना नव्हती.

ठरल्याप्रमाणे २१ एप्रिलला सुप्रियाच्या इमारतीच्या गच्चीवरच आमचा साखरपुडा झाला. त्याआधीच 'नवरी मिळे नवऱ्याला' प्रदर्शित होऊन सुपरहिट झाला होता. लग्नासाठी सुप्रियाच्या आई-वडिलांकडून काही घ्यायचं नाही आणि सगळा खर्चही त्यांच्यावर टाकायचा नाही, हेही मी ठरवून टाकलं होतं. आमचं लग्न व्हायच्या आधीच माझा 'नदिया के पार' प्रदर्शित होऊन सुपरडुपर हिट झाला होता. त्यामुळे मला एकदम २२ चित्रपटांचे प्रस्ताव आले. लग्नासाठीचा खर्चही उभा करायचा होता, त्यामुळे मी चित्रपट स्वीकारत गेलो. एका दिवसात मी पाच चित्रपट साइन केले होते. त्यातला 'दुर्गा माँ' हा एक चित्रपट मला करायचा नव्हता, तरी केवळ चांगलं मानधन मिळत असल्यानं मी तो स्वीकारला.

किंग जॉर्ज स्कूलमध्ये २१ डिसेंबर, १९८५ रोजी आमचा लग्नसोहळा झाला. त्या दिवशी शनिवार होता. शनिवारी झालेली लग्नं टिकत नाहीत, त्यामुळे शनिवारी लग्न करू नकोस, असा सल्ला अनेक हितिंचतकांनी मला दिला होता. तरीही मी दिवस बदलला नाही. आज आम्ही वैवाहिक जीवनाची २७ वर्षं यशस्वीरीत्या पूर्ण केली आहेत. माझ्या मते, लग्न करणाऱ्या जोडीदारांचं एकमेकांशी पटलं नाही, तर लग्न तुटतात आणि पटलं, तर ती टिकतात. त्यासाठी शनिवारला बिचाऱ्याला कशाला दोषी मानायचं?

लग्नाच्या आदल्या दिवशी आमची 'बॅचलर्स पार्टी' होती. सबनीस कुटुंबीय सगळे कडक शिस्तीचे. वक्तशीर. आमच्या लग्नाचे सगळे विधी मुहूर्ताच्या आधी होणार होते. त्यामुळे सकाळी ८ वाजताच हजर राहायचा आदेश मला सुप्रियानं दिला होता. तरीही मला पोहोचायला साडेआठ वाजले. त्यामुळे ती जी काय भडकली होती, त्याला तोड नाही! लग्नाच्या विधींच्या वेळीसुद्धा ती माझ्याशी बोलायला तयार नव्हती.

''अगं आपलं लग्न आहे आज. अशी फुगून का बसल्येस?'' मी तिला समजावण्याचा प्रयत्न केला.

''वेळेत यायला काय झालं होतं? एकदाच तर करायचंय ना लग्न?'' तिनं मला विचारलं.

''तुला काय माहीत?'' मी विचारलं. त्यामुळे आगीत आणखी तेल पडलं. लग्नाच्या वेळी ती १७ वर्षांची होती, त्यामुळे तिला आवरणं खरंच कठीण होतं. लग्नाच्या विधींचे फोटो पाहिले, तर अजूनही तिच्या चेहऱ्यावरचा राग दिसून येतो. आम्ही देणं-घेणं काही करणार नाही, हेसुद्धा आधीच ठरवलं होतं. माझ्या लग्नाच्या वेळी पप्पा नव्हते, त्यामुळे काका व काकूंनी माझं लग्न लावलं. आईचे वडील म्हणजे माझे आजोबा त्या वेळी वयाने खूपच जास्त होते, त्यामुळे पप्पा गेल्यानंतरही त्यांना त्याची कल्पना दिली नव्हती. लग्नात ते सतत विचारत होते, 'शरद कुठे आहे?' त्या वेळीही त्यांना कुणी खरं उत्तर दिलं नाही.

माहीमच्या बसस्थानकाजवळ असलेल्या 'आराम' या प्रसिद्ध हॉटेलचं जेवण लग्नात ठेवलं होतं. महाराष्ट्रीय आणि गुजराती खाद्यपदार्थांची रेलचेल होती. आजही अनेक जण त्या जेवणाची चव आठवतात. मला लग्न थाटात करायचं होतं आणि मी ती इच्छा पूर्ण करून घेतली. त्यानंतर दुसऱ्या दिवशी 'हॉलिडे इन'मध्ये स्वागत समारंभ झाला. त्याची पार्टी 'सिटिझन' हॉटेलमध्ये ठेवली होती. तीसुद्धा उत्साहात पार पडली.

हनीमूनसाठी आम्ही गोव्याला गेलो होतो. 'मंगेशी' हे आमचं कुलदैवत असल्याने तिथे जाऊन पूजाही केली. तिथल्या एका कुंडात आम्ही पूजा करत असताना, दोन बसमधून काही पर्यटक आले. ते उत्तर प्रदेशातील होते. त्या वेळी 'नदिया के पार'मुळे माझी लोकप्रियता खूप वाढलेली होती. त्यांनी मला बघितल्यावर माझ्याबरोबर फोटो काढून घेण्यासाठी झुंबड उडाली. थोडी धक्काबुक्कीही झाली. त्या गोंधळामुळे सुप्रिया खूप अस्वस्थ झाली. ती जवळपास रडायलाच लागली. मग त्या पर्यटकांपैकीच एका ज्येष्ठ नागरिकाने त्यांना दम देऊन शांत केलं आणि आमची पूजा शांततेत पार पडली. मग मी त्या चाहत्यांसोबत फोटोही काढले.

हनीमूनसाठी आम्ही आधी हॉटेल 'बागमालो' आणि नंतर 'सिदा दे गोवा'मध्ये राहिलो. सुप्रियाला झोपेत लोळायची सवय होती. मला याची काहीच कल्पना नव्हती. ती हळूहळू तिरकी होत गेली आणि मला झोपायला जागाच उरली नाही. पहाटेचे तीन वाजले होते. मी उठून बसलो. सिगारेट ओढायची तल्लफ आली, पण तिथे ओढली असती, तर सुप्रियाला त्रास झाला असता. आमच्या हॉटेलला लागूनच बीच होता. म्हणून बीचवरून एक फेरफटका मारून यावा, असा विचार केला. मी चक्कर मारायला बाहेर पडलो. फिरून परत आल्यावर बघितलं, तर

आमच्या खोलीतला लाइट चालू होता. वर आल्यावर बघितलं तर सुप्रिया बेडवर गुडघ्यांवर बसून ओक्साबोक्शी रडत होती. काय झालंय, मला काही कळेना. मी तिला काळजीनं विचारलं, ''काय झालं, सुप्रिया? रडतेस कशाला?''

''मला वाटलं तुम्ही मला सोडून गेलात!!'' ती रडत-रडत म्हणाली.

तेव्हापासून सुप्रियाचा माझ्यावर एवढा 'विश्वास' आहे!!

■

सीन ३२

‘तेरे बिना जिंदगी भी लेकिन...’

हरिभाई वैयक्तिक आयुष्यातही खूप एकाकी होते. यशस्वी प्रेम, लग्न त्यांच्या आयुष्यात नव्हतंच. एका आघाडीच्या अभिनेत्रीशी त्यांचं प्रेमप्रकरणही खूप रंगलं होतं; पण त्याचं लग्नात रूपांतर होऊ शकलं नाही. त्यामुळे हरिभाईसुद्धा नंतर नशेच्या आहारी गेले.

‘शोले’च्या आधीपासूनच त्यांना हृदयविकाराचा त्रास सुरू झाला होता. हा आजार त्यांच्या घराण्यात आनुवंशिक होता. एकदा त्यांना रुग्णालयात दाखल करण्यात आलं होतं. मी त्यांना भेटायला गेलो, तर ते हसत होते. म्हणाले, ‘‘सचिन, काळजी करू नकोस. फक्त चांगले लोकच लवकर मरतात. मला काहीही होणार नाही!’’ आम्ही सर्वांनी त्यांना तब्येतीची काळजी घ्यायला सांगितलं, पण त्यांनी ते कधी गांभीर्यानं घेतलं नाही.

हरिभाई हे एवढं लाडकं व्यक्तिमत्त्व होतं की, अनेकांकडून त्यांना जेवणाचं निमंत्रण यायचं. घरी मांसाहार वर्ज्य असल्यानं ते बाहेर खायचे. आमच्याकडेही यायचे. आईनं केलेलं ‘बोंबिल फ्राय’ त्यांना खूप आवडायचं. कधी-कधी जास्त नशेत असले की, जेवण झाल्यानंतर हात धुवायला गेल्यावर त्यांना लक्षात राहायचं नाही की, आपण जेवणानंतरचे हात धुतोय की, जेवणाआधीचे. मग पुन्हा येऊन ताटावर बसायचे आणि तेवढंच जेवायचे. त्यांना नाही कोण म्हणणार? अर्थात, या काही सवयींचा त्यांच्या आरोग्यावर विपरीत परिणाम झाला.

१९८३मध्ये पप्पांचं निधन झालं. हरिभाईंना खूप धक्का बसला. त्या काळात ते माझ्या पुन्हा जवळ आले. नंतर १९८४पासून मी माझ्या दिग्दर्शनाच्या कामात गुंतलो. त्यामुळे पुन्हा हरिभाई आणि माझ्या भेटी कमी झाल्या. सुप्रियाशी माझं लग्न ठरल्यानंतर तिचीही त्यांच्याशी भेट घालून दिली. तेव्हा ते रुग्णालयात होते.

त्यानंतर १९८५मध्ये ते ओपन हार्ट सर्जरीसाठी अमेरिकेला गेले. चित्रपटांतील कामं त्यांनी कमीच केली होती. पप्पांच्या निधनानंतर १८ लाखांची देणी देण्याच्या व्यापात मी होतो. त्या वेळी खूप दडपणाखाली होतो आणि परदेशी फोन करणं परवडण्यासारखंही नव्हतं. तरीही मी आमच्या सामायिक मित्रांच्या माध्यमातून हरिभाईंच्या तब्येतीची चौकशी करत होतो. मी काहीच संपर्क ठेवला नाही, म्हणून हरिभाईंना राग आला होता आणि ते स्वाभाविक होतं.

याच काळात एका पत्रकारानं मला हरिभाईंच्या तब्येतीबद्दल विचारलं होतं. माझं त्यांच्याशी बोलणं झालं का, असंही तिनं विचारलं होतं. मी ‘हो’ असं सांगितलं. ते छापून आलं. त्याच्यावरून हरिभाई रागावले आणि त्यांनी माझ्याविरुद्ध मुलाखत दिली. ‘एवढी अतिजवळीक दाखवण्याचं कारण काय,’ असा प्रश्न त्यांनी त्या मुलाखतीत विचारला होता. मला त्यांचा राग आला. ‘तुम्हाला फोन केला नाही, याचा अर्थ आम्हाला तुमची काळजी नाही असा होत नाही,’ असं माझं म्हणणं होतं. ते अमेरिकेहून परत आल्यानंतर मी फक्त त्यांना एकदा फोन करून तब्येतीची चौकशी केली. बाकी जास्त काही संपर्क स्वत:हून ठेवला नाही.

त्या वेळी मोबाइल नव्हता, फक्त ट्रंक कॉल असायचा. पण मी मुंबईच्या बाहेर असताना नेहमी हरिभाईंना पत्रं लिहायचो. पत्रावर ‘हरिहर जरीवाला, केअर ऑफ संजीवकुमार, पेरिन व्हिला, पाली हिल, मुंबई’, असा पत्ता असायचा. ‘हरिहर जरीवाला’ नावाची पत्रं नेहमी त्यांच्याकडे जायची. माझी पत्रं त्यांना अगदी जवळची वाटायची. कारण त्यांना पत्रं कुणीच लिहीत नसे. मी एकदा असाच आउटडोअर शूटिंगसाठी गेलो असताना हरिभाईंना पत्र

लिहिलं होतं. त्यांचं माझं भांडण वगैरे मनात ठेवलं नव्हतं.

याच काळात सुप्रियाला 'नवरी मिळे नवऱ्याला'साठी फिल्मफेअर पुरस्कार मिळाला होता. त्या वेळी हे पुरस्कार आधीच जाहीर होत असत. ४ ऑक्टोबर, १९८५ रोजी सोहळा होणार होता. 'फिल्मफेअर'कडून हरिभाईंना या सोहळ्याला उपस्थित राहण्यासाठी निमंत्रण आलं होतं. परंतु प्रकृती ठीक नसल्यामुळे हरिभाईंनी नकार दिला होता. सुप्रियाला पुरस्कार मिळाल्याचं कळल्यावर त्यांनी स्वत:हून 'फिल्मफेअर'ला फोन करून यायची इच्छा व्यक्त केली. फक्त सुप्रियाला पुरस्कार देऊन निघून जाऊ, असंही सांगितलं. ते सोहळ्याला आले आणि तिला पुरस्कार देऊन निघून गेले. हरिभाई हे असं व्यक्तिमत्त्व होतं.

मी चेन्नईमध्ये 'आज का दौर'च्या शूटिंगमध्ये अडकलो होतो. प्रयत्न करूनही या सोहळ्याला येऊ शकलो नाही. मुंबईत परत आल्यानंतर मी हरिभाईंना भेटायला गेलो. ''बेटा, मला माहीत होतं, तू सहजासहजी भेटायला येणार नाहीस. मलाच काहीतरी करायला लागेल. जे काही भांडण होतं, ते आपल्या दोघांमध्ये होतं. सुप्रियाला कशाला मध्ये खेचायचं?''

हरिभाईंचं एक वेगळंच रूप मी पाहत होतो.

''तू मला पत्र लिहिलंस, खूप बरं वाटलं रे! अशाच चुका पुन्हा पुन्हा करत जा. तू लिहिलं नाहीस तर कोण मला लिहिणार? तुझ्याशिवाय कोण आहे माझं?'' त्यांनी मला मिठी मारली. (या माणसाला ओळखण्यात आपण कमी पडलो, असं मला वाटलं.)

मग मी एकदा सुप्रियाला त्यांच्याकडे भेटायला घेऊन गेलो. ते एकदा घरी जेवायला आले. पप्पांच्या खूप आठवणी निघाल्या. मी त्यांना मद्यपानावर मर्यादा ठेवायला सांगितलं. त्यांनी अमेरिकेतले अनुभव सांगितले. ''तिथल्या एका डॉक्टरांनी मला सांगितलं की, ऑपरेशन केलं नाही, तर १९८६ सालही पाहू शकणार नाही. म्हणून ऑपरेशन करून घेतलं.''

माझ्या आणि सुप्रियाच्या लग्नाची तारीख ठरली – २१ डिसेंबर, १९८५. त्यासंबंधीच्या कामांत मी गुंतलो होतो. ५ नोव्हेंबरला हरिभाईंचं 'सुमीत'मध्ये डबिंग आहे, अशी माहिती मला मिळाली. मी त्यांना भेटायला गेलो. हरिभाईंनीच मला दिलेली नेपाळी टोपी मी त्या वेळी घालायचो, म्हणून ते मला 'चचिन नेपाली' म्हणायचे. तब्येतीची चौकशी झाली. दुसऱ्या दिवशीचं त्यांचं शेड्यूल विचारलं. ते घरीच असणार होते. मला लग्नाचं निमंत्रण करायला जायचं होतं. सकाळी ऑप्टिशियनकडे जायचं असल्याचं त्यांनी सांगितलं.

''दुपारी दोन-अडीचपर्यंत मी येतो,'' असं मी सांगितलं.

''थोडा लवकर नाही येऊ शकणार?''

''सकाळी थोडी कामं आहेत, ती करून मी अडीचपर्यंत नक्की येतो,'' असं सांगून मी निघालो.

दुसऱ्या दिवशी दुपारी बरोबर सव्वा-दोन वाजता मी हरिभाईंच्या घरी पोहोचलो. हरिभाईंची तब्येत बरी नसल्यानं ते ऑप्टिशियनकडे गेलेच नाहीत, असं कळलं. त्यांना उलटी झाली होती. त्यांचे सेक्रेटरी जमनादासजी डॉक्टरांना आणायला गेले होते. मी गेलो तेव्हा हरिभाई अंघोळीला गेल्याचं कळलं. मी बसून राहिलो. अर्धा तास झाला, तरी हरिभाई बाहेर येईनात. एवढ्यात जमनादासजी डॉक्टरांना घेऊन आले.

''नक्की काय झालंय?'' मी जमनादासजींना विचारलं.

''काल डबिंगसाठी गेले होते आणि रात्री तीन वाजेपर्यंत पार्टी झाली,'' जमनादासजींनी खुलासा केला.

''येऊ देत बाहेर. मी त्यांना आज चांगलंच सुनावणार आहे. तब्येतीबद्दल एवढी बेपर्वाई दाखवायची म्हणजे काय?'' मी ठरवलं.

आणखी अर्धा तास असाच गेला. 'जरा आत जाऊन बघता का,' असं मी नोकरांना विचारलं. नोकरांना हरिभाईंची जरब होती. ते आत जायला घाबरत होते. जमनादासजीसुद्धा आत जायला तयार नव्हते. शेवटी मीच जायचं ठरवलं. म्हटलं, फार-फार तर ते कपडे बदलत असतील, तर 'सॉरी' असं म्हणून बाहेर येता येईल. मी आत गेलो. बेडरूमचं स्लायिंडग डोअर सरकवलं, तर समोर कुणीच दिसलं नाही. खाली पाहिलं, तर फक्त पाय दिसले. हरिभाई दरवाजाकडे हात ठेवून जमिनीवर पालथे पडलेले होते. त्यांच्या अंगावर आदल्या रात्रीचेच कपडे होते. म्हणजे त्यांनी अंघोळही केली नव्हती. शेजारी एक (औषधांची) बाटलीही पडली होती.

''डॉक्टर....!!'' मी जिवाच्या आकांताने ओरडलो.

डॉक्टर धावत आत आले. त्यांनी हरिभाईंना तपासलं.

''प्राण जाऊन बराच वेळ झाला आहे...'' डॉक्टरांनी जाहीर केलं. मी थरथरायला लागलो. ज्यांना मी लग्नाचं निमंत्रण द्यायला आलो होतो, त्यांनाच निष्प्राण अवस्थेत पाहण्याची दुर्दैवी वेळ माझ्यावर आली होती. जरा वेळाने सावरल्यावर सर्वप्रथम मी शम्मीअंकलना फोन केला. त्यानंतर सोनूभय्यांना (शत्रुघ्न सिन्हा) कळवलं. सगळे धावत आले.

हरिभाई या अफाट व्यक्तिमत्त्वाची, कलाकाराची वयाच्या सेहचाळिसाव्या वर्षी अशी दुर्दैवी अखेर झाली होती. आयुष्यभर ते एकाकी राहिले आणि त्यांची अखेरही एकाकीपणातच झाली. आम्ही सगळे बाहेर असून, आम्हाला त्यांच्या मृत्यूची कुणकुणही लागली नाही.

आपण सकाळची कामं टाळून जरा लवकर आलो असतो, तर कदाचित त्यांना शेवटच्या क्षणी काही मदत करता आली असती, अशी रुखरुख माझ्या मनात कायम राहील.

हरिभाई १९८६ हे साल बघू शकले नाहीत. त्यांच्या कुटुंबाला पन्नाशी न बघण्याचा शापच होता बहुधा. त्यांचे वडीलही पन्नाशीच्या आतच गेले होते. हरिभाई आणि त्यांचे दोन धाकटे भाऊ, असे तिघंही सव्वा वर्षाच्या कालावधीत गेले.

हरिभाईंना माझ्या लग्नात पाहुण्यांच्या स्वागतासाठी दारावर उभं राहण्याची इच्छा होती. ती पूर्ण होऊ शकली नाही. माझ्या लग्नात स्टेजवर एका बाजूला पप्पांचा फोटो आणि दुसऱ्या बाजूला हरिभाईंचा फोटो मी लावून घेतला. माझ्या आयुष्यातल्या या दोन अत्यंत महत्त्वाच्या व्यक्ती अशा रीतीने मला आशीर्वाद देण्यासाठी हजर होत्या.

■

सीन

३३

...आणि मला कंठ फुटला!

सात वर्षांचा असेपर्यंत मला गाण्याची अजिबात आवड नव्हती. गाणं गाण्याशी माझा दूरदूरपर्यंत संबंध नव्हता. पप्पा तर कधी-कधी आईला संशयानं विचारायचेही. ''हा नक्की आपलाच मुलगा आहे ना? हॉस्पिटलमधून बदलून तर नाही ना आला?''

मी सात वर्षांचा असताना आईबरोबर एकदा आजोळी गेलो होतो. त्या वेळी ललितमामानं तिला गाणं म्हणण्याचा आग्रह केला. आई गायला लागली. तिच्यामागून मीसुद्धा गायला लागलो. गाण्याचा गंधही नसलेला मुलगा जसं गाईल, तसंच मी गात होतो.

''ए बेसुऱ्या, तू शांत बस! ताईला गाऊ दे!'' मामा माझ्या अंगावर खेकसला. मला तो प्रचंड मोठा अपमान वाटला. मी एवढंसं तोंड करून गप्प बसलो; पण त्याच वेळी गाणं शिकण्याचा मनाशी पक्का निर्धार केला. आमच्या घरी 'रेडिओग्राम' होता. लताबाई, आशाबाई, मन्ना डे, रफीसाहेब, किशोरकुमार यांची गाणी त्या वेळी लोकप्रिय होती. मी ती रेडिओग्रामवर लावून त्यांच्याबरोबर म्हणायला सुरुवात केली. 'गायन' म्हणजे काय, ते समजून घेण्याचा प्रयत्न सुरू केला. एकलव्यासारखा मी स्वयंअभ्यास सुरू केला होता. एका वर्षात मला गाणं म्हणण्याची गोडी लागली. त्यानंतर मी पहिल्यांदा गायलं ते 'कसमें वादें प्यार वफा सब बातें हैं, बातों का क्या...' त्यानंतर मला गाण्याची एवढी प्रचंड आवड निर्माण झाली की, ज्याचं नाव ते! हे गाणंही माझ्या आयुष्याचा एक हिस्सा बनून गेलं. वाईटातून चांगलं घडतं, ते हे असं.

हेच गाणं मी पप्पांनाही एकदा म्हणून दाखवलं. त्यांनी मला जवळ घेतलं आणि आईला ओरडून सांगितलं, ''किशोरी, हा आपलाच मुलगा आहे गं!''

सी. रामचंद्र म्हणजे अण्णा चितळकर यांचं घरही शिवाजी पार्कलाच. लहानपणी मी त्यांच्या घरी नेहमी जायचो. 'सचिन, तंबोरा घेऊन कधी गाऊ नकोस. तंबोऱ्याच्या तारांमध्ये अडकू नकोस. आझाद पंछी बन!' अशी शिकवण त्यांनी मला दिली. ते म्हणायचे, ''मी सकाळी उठतो, पेटी काढतो. असा डावीकडून उजवीकडे हात फिरवतो. तर्ज़ (चाल) नाही बनली, तर पुन्हा हात फिरवतो. नाही बनली, तर पुन्हा एकदा प्रयत्न करतो. तरीही नाही झाली, तर पेटी बंद करून ठेवून देतो. मग त्या दिवशी काम होणार नाही, हे नक्की असतं. दुसऱ्या दिवशी पेटी उघडून एकदा हात फिरवला की, गाणं तयार होतं. काम असं करायला हवं. हातोडा आणि छिन्नी घेऊन काम नाही करायचं.''

अण्णांची ही शिकवणही मी आयुष्यभर जपली. मी जे काही काम करतो, ते मन लावून, सर्व काही त्यात अर्पून!

१९७९मध्ये रमण खन्ना एक टूर घेऊन अमेरिका, ब्रिटन आणि कॅनडाच्या दौऱ्यावर जाणार होता. बप्पी लाहिरीचा ऑर्केस्ट्रा त्यात सादर होणार होता. बप्पीची बायको त्याच्याबरोबर 'डुएट' गायची. त्याचे कुटुंबीयच कोरससाठी असायचे. त्या कार्यक्रमात एका नृत्यासाठी आणि सेलिब्रिटी म्हणून मला घेण्यात आलं होतं.

आम्ही या मोठ्या परदेश दौऱ्यावर रवाना झालो. माझी पहिली परदेशवारी असल्यामुळे खूप उत्सुकता होती.

पेंटल, रमण खन्ना, किरण जुनेजा, हीना कौसर, सतीश कौल, अशी काही मंडळी आमच्यासोबत होती.

लंडनपासून आम्ही शो करायला सुरुवात केली. अनेक ठिकाणी शो झाले; पण म्हणावा तसा चांगला प्रतिसाद मिळत नव्हता. व्हँकूव्हरच्या शोसाठी राजकुमार, नंदा हे कलाकारही आले होते. आमचा शेवटचा शो न्यू यॉर्कमधील 'मॅडिसन्स स्क्वेअर गार्डन' येथे होणार होता. या ठिकाणी आधी मायकल जॅक्सनचाही शो होऊन गेला होता.

ऑक्टोबर, १९७९चा अखेरीचा काळ होता. मॅनहटन भागात शो असल्याने श्रोत्यांमध्ये पंजाबी लोकांचं वर्चस्व होतं. पहिल्या भागात माझी एन्ट्री झाली, एक नृत्य झालं. त्यानंतर बप्पी लाहिरीच्या गाण्यांवर मात्र लोकांनी टिंगलटवाळी सुरू केली. नंतर तर ते त्याची हुर्यो उडवायला लागले. पेंटलने स्टेजवर येऊन लोकांना शांत करायचा प्रयत्न केला; पण कुणी ऐकण्याच्या मन:स्थितीत नव्हते. लोकांनी नंतर शिव्याच द्यायला सुरुवात केली. परिस्थितीचं गांभीर्य माझ्या लक्षात आलं. मी श्रोत्यांच्या पहिल्या रांगेत बसलो होतो, तिथून उठून विंगेत गेलो. तेवढ्यात बप्पीसुद्धा विंगेत आला. तो पुन्हा गाण्याच्या मूडमध्ये नव्हता. पडदा पाडण्यात आला. तीन तासांच्या शोपैकी सव्वा-दोन तासांचा शो झाला होता. पूर्ण वेळ शो केला नाही, तर लोक आपल्यावर खटला भरतील आणि आपण रस्त्यावर येऊ, अशी भीती तिथल्या संयोजकानं व्यक्त केली आणि तो रमण खन्नाच्या हातापाया पडायला लागला.

परिस्थितीचं गांभीर्य माझ्या लक्षात आलं. मी बप्पीला म्हटलं, तुझे म्युझिशियन्स माझ्याबरोबर वाजवतील का? तो ताबडतोब म्हणाला, ''घेऊन जा घेऊन जा'' मी त्यांना घेऊन स्टेजवर गेलो. लोकांचा आरडाओरडा सुरूच होता.

मॅनहटनमधील 'मॅडिसन्स स्क्वेअर गार्डन' मध्ये ऐनवेळी सादर केलेली गाणी

मी म्हटलं, ''मित्रांनो, आयुष्यात पहिल्यांदा स्टेजवर गाण्यासाठी उभा राहिलो आहे. तुम्हाला माझं गाणं आवडलं नाही, तर मला काहीही बोला, मी आत निघून जाईन. पण जर आवडलं, तर तुम्ही सांगाल तेवढा वेळ मी गात राहीन.''

चिडलेले लोक आता शांत झाले.

''पहिलं गाणं मी कोणत्याही वाद्याच्या साथीशिवाय गाणार आहे,'' असंही मी जाहीर केलं.

'मैं ये सोचकर उसके दर से उठा था, के वो रोक लेगी मना लेगी मुझको...' हे रफीसाहेबांचं गाणं मी सादर केलं. गाणं संपेपर्यंत प्रेक्षागृहात पूर्ण शांतता होती. गाणं संपल्यावर लोकांनी उभं राहून टाळ्यांचा कडकडाट केला. 'सचिन, तुम और गाओ' अशा आरोळ्या सुरू झाल्या. मी म्हटलं, ''काय गाऊ? तुम्ही सांगा.''

''तू गाशील ते आम्ही ऐकू.'' लोकांनी प्रतिसाद दिला. मग मी पाऊण तास गायलो. तीन तासांचा वेळ पूर्ण झाल्यानंतर कार्यक्रम सुरू ठेवायला परवानगी नव्हती. तरीही मी आणखी गाणी म्हणावीत, अशी लोकांची अपेक्षा होती. मी त्यांच्यापाशी दिलगिरी व्यक्त केली. लोकांनी माझ्याभोवती गराडा घातला. मॅडिसन्स स्क्वेअर गार्डनच्या समोरच असलेल्या 'स्टॅटलर हिल्टन' या हॉटेलमध्ये मी उतरलो होतो. 'चलके नहीं जाने देंगे आपको' असं म्हणून उत्साही प्रेक्षकांनी मला डोक्यावर उचलून घेतलं आणि हॉटेलपर्यंत नेऊन पोहोचवलं. 'थँक यू व्हेरी मच!' असं म्हणून निघून गेले. दुसऱ्या दिवशी 'लंडन टाइम्स'च्या शेवटच्या पानावर या घटनेची बातमी आली होती, तिचं शीर्षक होतं – 'इंडियन ॲक्टर सेव्ह्ज द शो.'

त्यानंतर मी मुख्य गायक म्हणून भरपूर शो केले. रमण खन्नाबरोबरही अनेक वेळा शो केले. परंतु स्टेजवरच्या गायनाचा पहिला अनुभव हा असा आपत्कालीन परिस्थितीतून अविस्मरणीयरीत्या साकारला होता!

गायनाला माझ्या आयुष्यात एवढं महत्त्वाचं स्थान मिळेल, असं मला कधीही वाटलं नव्हतं. आई-पप्पा दोघांनाही पार्श्वगायक व्हायचं होतं; पण त्यांचं ते स्वप्न साकार होऊ शकलं नाही. स्वत:च्या आणि इतरांच्याही गाण्यांना माझा आवाज देऊन माझ्या मर्यादेत त्यांचं हे स्वप्न पूर्ण करता आलं, याबद्दल मला समाधान आहे.

■

सीन ३४

‘अशोक’पर्व

‘सगोत्र’ म्हणजे एक गोत्र असलेली मंडळी. जणू सख्खी भावंडंच. अशोक सराफचं गोत्रही कौंडिण्यच. त्यामुळे आम्ही दोघं एकमेकांना सख्खे भाऊच मानतो.

‘हमीदाबाईची कोठी’ आणि ‘डार्लिंग डार्लिंग’ या नाटकांमधली त्याची अभिनयाची व्हर्सटॅलिटी बघून मी त्याचा ‘फॅन’ झालो. ‘पांडू हवालदार’मधला त्याचा अभिनय पाहून त्याच्याबरोबर कधीतरी काम करावं, अशी इच्छाही मनात आली होती. दिग्दर्शक म्हणून माझ्या पहिल्या ‘मायबाप’ या चित्रपटात ती इच्छा पूर्ण झाली. ‘सव्वाशेर’मध्येही त्यानं उत्तम काम केलं. अशोकनं त्याच्या कारकिर्दीत अनेक उत्तमोत्तम भूमिका केल्या, पण माझ्या पप्पांच्या निधनानंतर त्यानं माझ्या मोठ्या भावाची जी भूमिका स्वीकारली, ती माझ्या हृदयाच्या खूप जवळची आहे. आमच्यात एक वेगळ्या प्रकारचं ‘ट्यूनिंग’ निर्माण झालं, जे त्याआधी कधी नव्हतं.

१९८७मध्ये मी आणि सतीश कुलकर्णीने ‘गंमत जंमत’ हा चित्रपट करायचं ठरवलं. त्यात मी आणि अशोक संपूर्ण चित्रपटात एकत्र धमाल करणार होतो. त्याचं नियोजन सुरू असतानाच्या काळात एके दिवशी आई माझ्याकडे आली.

‘‘सचिन, तू सुप्रियाला काम करायचं नाही, म्हणून का सांगितलंस?’’ तिनं मला विचारलं.

‘‘तिनं पूर्ण वेळ घरासाठी द्यावा, अशी माझी इच्छा होती आणि तिला मी तसं सांगितलंही होतं. तिला काही प्रॉब्लेम नाहीये!’’ मी आईला समजावलं.

‘‘भले तिला प्रॉब्लेम नसेल; पण ती एक कलाकार आहे. कलाकाराला असं घरात बांधून ठेवणं; हा त्याच्यावरचा अन्याय नाही का? तुझ्याशी असं कुणी वागलं तर चालेल तुला?’’ आई सुनेची बाजू घेऊन माझ्याशी भांडत होती. आईनं डोळे उघडल्यावर मला जाग आली आणि माझं मत बदललं.

माझं मतपरिवर्तन झाल्यावर ‘गंमत जंमत’साठी सुप्रियाला घ्यावं, असा माझा विचार होता. अशोकलाही तो

‘बनवाबनवी’ रेकॉर्डिंगच्या वेळी

विचार पटला होता, पण लग्न झालेली हिरॉइन प्रेक्षक स्वीकारणार नाहीत, असं सतीशचं मत होतं. मला ते पटत नव्हतं, तरीही तो निर्माता असल्यानं मी त्याच्याशी वाद घातला नाही. त्यानंतर नव्या हिरॉइनचा शोध सुरू झाला. त्या भूमिकेसाठी वर्षा उसगांवकर या नव्या चेहऱ्याला आम्ही हिरॉइन म्हणून संधी दिली आणि चित्रपटाला सुरुवात झाली. 'गंमत जंमत'साठीही वसंत सबनीसांनीच लेखन केलं होतं. मी, अशोक, वर्षा, चारुशीला साबळे, सुधीर जोशी अशी धमाल टीम होती. सतीश शहा याला मी पहिल्यांदाच मराठीत आणलं होतं. त्यानंही उत्तम काम केलं. या रसायनामुळे 'गंमत जंमत' सुपरहिट झाला.

'नवरी मिळे नवऱ्याला'च्या वेळी सतीशमुळेच सुप्रिया माझ्या आयुष्यात आली, हे मी कधीही विसरू शकत नाही. त्यामुळे आर्थिक व्यवहाराच्या बाबतीत आमचे मतभेद झाले, तरी त्याच्याशी असलेल्या मैत्रीवर मी त्याचा कधी परिणाम होऊ दिला नाही.

'गंमत जंमत'मध्ये अशोक आणि मी विनोदी जोडी म्हणून प्रथमच लोकांसमोर आलो. एवढ्या मोठ्या प्रमाणातील कॉमेडी मी कधीच केली नव्हती. या चित्रपटापासून मी खऱ्या अर्थानं विनोदी भूमिका करायला लागलो. 'कॉमेडीचं टायमिंग' म्हणजे काय, हे मी अशोककडून त्या चित्रपटादरम्यान शिकलो. अशोकला विनोदाच्या टायमिंगची दैवी देणगी आहे. त्यानं नाटकापासून सुरुवात केली, त्यामुळे त्यानं स्वत:च्या कौशल्यावर खूप मेहनतही घेतली आहेच आणि प्रत्येक

'माझा पती करोडपती'मध्ये मी आणि सुप्रिया

भूमिकेसाठी तो खूप कष्ट करतो. त्याची विनोदाची जाण खरंच जगावेगळी आहे. कामाची शिस्तही मला अशोककडून शिकता आली. काम करतानाच अशोकलाही कळलं की, मी सूर पकडलाय. 'गंमत जंमत'ही सुपरहिट झाला, त्यामुळे सचिन-अशोक ही जोडी लोकप्रिय झाली. त्यालाही माझ्याबरोबर काम करण्याचा विश्वास वाटू लागला.

चित्रपटसृष्टीत बहुतेकदा असं घडतं की, एक प्रोजेक्ट सुरू असताना कलाकारांची मैत्री असते. प्रोजेक्ट संपल्यावर मैत्री संपते. पण अशोक आणि माझी मैत्री मात्र कायम राहिली.

'गंमत जंमत'ची तयारी सुरू असतानाच अशोक निर्माते चेलाराम भाटिया यांना माझ्याकडे घेऊन आला. त्यांना मराठी चित्रपट करायचा होता. मच्छिंद्र कांबळी हा माझ्या पप्पांच्या जवळचा कलाकार. त्यामुळेच माझीही त्याच्याशी मैत्री होती. त्यानं लेखक अशोक पाटोळे यांच्याशी माझी भेट करून दिली. श्रीमंत नवरा मिळवण्यासाठी विधवेचं सोंग घेणाऱ्या एका महिलेची कथा त्यांनी मला ऐकवली. मला ती कथा आवडली. पाटोळेंना त्यावरून नाटक करायचं होतं, पण ही कथा चित्रपटाची असल्याचं मी त्यांना सुचवलं. त्यामुळे भाटियांसाठी त्यावरून 'माझा पती करोडपती' हा चित्रपट करायचा निर्णय मी घेतला. त्यात सुप्रियाला प्रमुख भूमिका द्यायची, हेही ठरवून टाकलं. 'गंमत जंमत' संपल्यावर मी 'करोडपती'ला हात घातला. या चित्रपटासाठी मी पहिल्यांदा अधिकृतपणे पटकथा लिहिली. पटकथेचे धडे मला ज्यांच्याकडून मिळाले, त्या माझ्या पप्पांना मी माझी पहिली पटकथा अर्पण केली होती.

चित्रपट पूर्ण व्हायला आला होता. एस्सेल स्टुडिओच्या गार्डनमध्ये एका गाण्याचं शूटिंग सुरू होतं. त्या काळात अशोक सराफच्या हातात बरेच चित्रपट होते. दिवस-रात्र तो काम करत होता. या गाण्याचं शूटिंग पूर्ण करून तो मुंबईहून कोल्हापूरला निघाला होता. वाटेत त्याच्या गाडीला भीषण अपघात झाला. त्याचा ड्रायव्हर अपघातात ठार झाला. गाडीचा एवढा चक्काचूर झाला होता की, त्यातून एखादा माणूस वाचणं; हाच एक चमत्कार होता. तिथून त्याला पुण्याच्या रुग्णालयात हलवण्यात आलं. मी पहाटे शूटिंग पूर्ण करून झोपलो होतो. साडेनऊच्या सुमारास आईनं मला ही बातमी सांगितली. मी अशोकला बघायला पुण्याला धावलो. अशोकच्या मानेचं हाड मोडलं. तो पुन्हा उठू शकेल की नाही, याबद्दलही खात्री नव्हती. आम्ही त्याला भेटलो तेव्हा तो आम्हाला ओळखण्याच्या अवस्थेतही नव्हता. दोन-तीन दिवसांनी तो माणसं ओळखायला लागला.

'माझा पती...'चं शूटिंग त्यानं पूर्ण केलं होतं, पण डबिंग बाकी होतं.

ऑपरेशन झाल्यानंतर सुमारे महिनाभरानंतर अशोकला मुंबईला हलवण्यात आलं. त्याची मान पूर्णपणे बांधून टाकण्यात आली होती. मी त्याला भेटायला गेलो. त्याला धीर दिला.

''माझं यापुढे काय होईल, हे सांगता येत नाही,'' असं तो म्हणत होता.

मी म्हटलं, ''तुला काहीही होणार नाही. तू लवकर बरा होशील. आणि तू बरा झाल्याशिवाय मी नवीन चित्रपट सुरू करणार नाही.''

मी भावनेच्या भरात नव्हे, तर मनापासून बोलत होतो. कारण अशोकशिवाय मराठी चित्रपटाचा मी विचारच करू शकत नव्हतो.

अशोक आजारी असल्याच्या वर्षभराच्या काळात मी मराठी चित्रपट करत नव्हतो; पण घर चालवण्यासाठी काहीतरी करणं भागच होतं. त्यामुळे मी 'सचिन नाइट' हा संगीतमय कार्यक्रम सुरू केला. सुमारे वर्षभर त्याचे अनेक शोज मी केले. भारतभर माझे शोज व्हायचे. अमेरिकेचा पहिला दौरा झाल्यानंतर मला परदेशातूनही निमंत्रणं आली. भारताबाहेर मी जवळपास तीनशे शो केले. लंडनच्या अल्बर्ट हॉलमध्येही मी गाणं गायलं आहे. फिजी

आयलंड, ॲमस्टरडॅम, बँकॉक, हाँगकाँग, केनिया, दक्षिण आफ्रिका अशा अनेक ठिकाणी मी फिरलो.

अशोकनं जिद्दीनं त्याच्या आजारपणावर मात केली आणि एके दिवशी तो उभा राहिला. लक्ष्मीकांत बेर्डेबरोबरचा एक कोल्हापूरचा चित्रपट त्यानं पूर्ण केला, त्यानंतर 'माझा पती करोडपती'चं डबिंग पूर्ण केलं.

त्यानंतर त्याचे 'चंगू मंगू' आणि 'सगळीकडे बोंबाबोंब' हे चित्रपट सुरू झाले. त्याचं या चित्रपटांतलं काम पूर्ण होईपर्यंत मी शांत होतो. दरम्यानच्या काळात १९८८च्या जानेवारीत 'माझा पती करोडपती' प्रदर्शित झाला आणि तो चालला.

मी नवीन चित्रपट सुरू करावा म्हणून अशोक सतत आग्रही होता. त्यातूनच 'अशी ही बनवाबनवी' घडला. त्याच काळात अशोक आणि निवेदिताचं प्रेम जमलं. निवेदिताला मी लहानपणापासूनच ओळखत होतो. तिचे वडील गजानन जोशी यांच्याबरोबर मी 'शिकार'मध्ये एकत्रित काम करायचो. वडिलांबरोबर ती कधी-कधी नाटकांना यायची. ते तिला 'झिंका' म्हणायचे. अत्यंत आगाऊ मुलगी. सारखी तिची टकळी सुरू असायची. तरीही आमची खूप छान मैत्री झाली आणि मीसुद्धा तिला 'झिंका' म्हणू लागलो. अशोक-निवेदिता यांचं लग्न जमवून देण्यात मी आणि लक्ष्यानं पुढाकार घेतला होता. त्या लग्नात काही अडचणी आल्या होत्या; पण नंतर त्या मार्गी लागल्या. माझ्या आणि झिंकाच्या बालमैत्रीचं भाऊ-बहिणीच्या नात्यात कधी रूपांतर झालं, हे आम्हालाही कळलं नाही. मेव्हणा म्हणून लग्नात मी अशोकचा कानही पिळला. 'पिळगांवकर' असल्यामुळे त्याचा कान पिळताना एक खडा मुद्दामच हातात ठेवला होता.

अशोकला स्क्रिप्ट आधी हातात लागतं. 'भुताचा भाऊ'मधल्या भूमिकेबद्दल अशोक समाधानी होता. त्यानंतर 'आत्मविश्वास'चं स्क्रिप्टही मी त्याला दिलं होतं. चित्रपटातल्या आरती मंगलकरनंतर सर्वाधिक आत्मविश्वास असलेली व्यक्तिरेखा अशोकचीच होती. कोल्हापूरला एका दृश्याच्या शूटिंगच्या वेळी त्याला ते जाणवलं आणि खूप समाधान वाटलं. एखाद्या कामाबद्दल समाधान वाटल्याचं जाहीरपणे सांगणाऱ्या खूप कमी कलाकारांपैकी अशोक एक आहे.

'एकापेक्षा एक' ही आंधळा आणि बहिऱ्याची गोष्ट होती. मी आंधळा होतो आणि बहिऱ्याच्या भूमिकेसाठी लक्ष्याला घेतलं होतं. अशोक सराफची इन्स्पेक्टरची भूमिका होती. मूळ इंग्रजी चित्रपटात ती फारशी महत्त्वाची

भूमिका नव्हती, त्यामुळे आपल्याला तिय्यम भूमिका मिळणार, असा ग्रह अशोकनं करून घेतला होता. मी त्याला समजावण्याचा प्रयत्न केला की, पटकथा माझी असल्यावर तुझ्यासाठी कमी महत्त्वाची भूमिका कशी असेल? तरीही त्याला कुठेतरी असुरक्षितता वाटत असावी. त्यानं ती भूमिका केली; पण चित्रपट प्रदर्शित होईपर्यंत त्याला भूमिकेचा काही अंदाज येत नव्हता.

माझ्या मते कलाकाराला शूटिंगच्या दरम्यान संपूर्ण चित्रपटाचा अंदाज येत नाही. जेव्हा कुठलाही कलाकार 'काय छान स्क्रिप्ट आहे, काय मस्त काम होतंय,' असं म्हणायला लागतो, तेव्हा काहीतरी गडबड आहे, हे नक्की. कारण कलाकार हा फक्त स्वत:च्या भूमिकेचा विचार करत असतो. संपूर्ण चित्रपटाचा विचार फक्त दिग्दर्शक आणि लेखक करत असतो. अशोक सराफही स्क्रिप्टचा चांगला जाणकार असला, तरी शेवटी तो मूळचा शंभर नंबरी कलाकारच!

'एकापेक्षा एक'ची ट्रायल पाहिल्यानंतर तो त्याच्या भूमिकेबद्दल एकदमच खूश झाला. ''मूळ नसलेल्या व्यक्तिरेखेला तू एवढं कसं काय रंगवलंस?'' असा प्रश्न त्यानं मला बाहेर आल्यावर विचारला. मी म्हटलं, ''त्याला तर 'जबाबदारी' म्हणतात.'' मी हे फक्त अशोकच्या मैत्रीसाठी नाही, तर प्रेक्षकांना डोळ्यांसमोर ठेवून करत होतो. कारण मी तसं केलं नसतं, तर प्रेक्षकांचाही अपेक्षाभंग झाला असता.

'शोले'च्या शूटिंगदरम्यान हरिभाई, मी आणि अमजद खान यांनी बंगलोरमध्ये थिएटरला जाऊन 'फ्रेन्झी' हा चित्रपट पाहिला होता. त्यात स्वयंपाकाची अतिशय आवड असलेल्या एका बाईची व्यक्तिरेखा आहे. तिला नवऱ्याला वेगवेगळे पदार्थ करून खायला घालायची हौस आहे, पण तिचा स्वयंपाक नेहमीच बिघडतो. अशीच व्यक्तिरेखा मी 'एकापेक्षा एक'मध्ये घेतली. निशिगंधा वाडनं ती भूमिका साकारली.

'बनवाबनवी'च्या आधीच 'आमच्यासारखे आम्हीच'ची कथा डोक्यात होती. विदर्भातील प्रकाश पाटील यांनी त्या चित्रपटाची निर्मिती केली. मी आणि अशोकचे त्यात डबल रोल होते. चित्रपट माझ्या मते चांगला झाला होता, पण निर्माते नवखे असल्यामुळे वितरण आणि प्रसिद्धी ते योग्य प्रकारे करू शकले नाहीत. चित्रपट शंभर दिवस चालला, पण आणखी यशस्वी होऊ शकला असता, असं मला वाटतं.

आम्ही एकामागून एक चित्रपटांत एकत्र काम करत गेलो आणि हे नातं वैयक्तिक आणि व्यावसायिक अशा दोन्ही पातळ्यांवर दृढ होत गेलं.

अशोकनं माझ्या प्रत्येक चित्रपटात उत्तम अभिनय केला. माझ्या मते 'आयत्या घरात घरोबा'मध्ये अशोकला विलक्षण व्यक्तिरेखा होती. मी हिंदीत दिग्दर्शनाला सुरुवात केली, तेव्हा 'प्रेम दीवाने', 'आजमाईश', 'ऐसी भी क्या जल्दी है', या सर्व चित्रपटांत तो होता. 'नाम क्या है'मध्ये त्यानं गेस्ट ॲपिअरन्स केला होता. 'तू-तू-मैं-मैं' ही मालिका सुरू केल्यानंतर पहिल्या एपिसोडमध्ये मी त्याला बोलावलं. तो आला आणि श्रीगणेशा करून गेला. त्याला मी माझा 'लकी मॅस्कॉट'ही समजतो.

टीव्ही मालिकांमध्ये मी गुंतलो असताना अशोक मराठी चित्रपट करण्यासाठी माझ्या मागे लागला होता. शेवटी २००४मध्ये तो योग जुळून आला. 'नवरा माझा नवसाचा'ची तयारी मी सुरू केली. अशोकला कथा-कल्पना ऐकवली. ती त्याला आकर्षक वाटली; पण त्याच्यासाठी 'कंडक्टर'ची भूमिका असल्यामुळे कितपत वाव मिळेल, याबद्दल त्याला शंका होत्या. अर्थात, माझा चित्रपट असल्यामुळे काहीतरी चांगलं करायला मिळेलच, असा विश्वासही होता.

त्या काळात अशोकनं स्क्रिप्ट चांगलं नसल्यामुळे बरेच चित्रपट नाकारले होते. त्यामुळे सुमारे दीड वर्षं तो घरीच होता. अशोकचं जग म्हणजे घर आणि शूटिंगचं ठिकाण. यापलीकडे इतर ठिकाणी तो रमत नाही. तो सकाळी फिरायला जातो, तोसुद्धा सोसायटीच्या आवारातच.

'नवरा माझा नवसाचा' त्यानं बघितला, तेव्हा त्याला त्याची भूमिका मी किती चांगल्या प्रकारे मांडलीय, हे कळलं. त्याचा स्वभाव नसताना त्यानं ते माझ्यापाशी बोलून दाखवलं. मी म्हटलं, ''मी स्वार्थी आहे. तुझी भूमिका प्रेक्षकांना आवडली, तर चित्रपटाचाही फायदाच आहे.''

हा चित्रपट सुपरहिट झाला आणि त्यानंतर अशोकनं जवळपास २८ चित्रपट स्वीकारले. आपल्या कामगिरीतून त्यानं टीकाकारांची तोंडं बंद करून टाकली होती. त्यानंतर तो कामात गुंतला. आम्हीसुद्धा 'नच बलिये'मध्ये गुंतून गेलो. मधल्या काळात अली असगर याने 'मन पाखरू पाखरू' या चित्रपटाची निर्मिती केली होती. मी त्यात होतोच; पण अशोकलाही एका भूमिकेसाठी विचारण्यात आलं होतं. त्याला ती न पटल्याने त्यानं चित्रपट नाकारला. त्यानंतर अशोक आणि मी 'आम्ही सातपुते' या चित्रपटासाठी पुन्हा एकत्र आलो. अशोकसाठी फार मोठी भूमिका नव्हती; पण त्यानं ती मन लावून केली. त्यासाठी त्याची खूप प्रशंसाही झाली.

अशोकचं आणखी एक वैशिष्ट्य म्हणजे एखादा माणूस त्याच्या मनातून उतरला की, बापजन्मात तो त्याच्याशी मैत्री नाही करू शकत. भयानक हट्टी माणूस. तेवढाच खडूस आणि खत्रूड. महेश कोठारेच्या फक्त एकाच चित्रपटात त्यानं काम केलं. तो म्हणजे 'धूमधडाका.' त्यानंतर महेशच्या निर्मिती संस्थेत त्यानं कधीच काम केलं नाही. मध्यंतरी 'शुभमंगल सावधान'साठी त्यानं महेशच्या दिग्दर्शनाखाली काम केलं; पण ती महेशची निर्मिती नव्हती. त्यानंतर 'आयडियाची कल्पना'मध्ये मी महेशला घेतोय, असं अशोकला सांगितलं. तो (त्याच्या स्टाइलनं) 'ओऽऽके' म्हणाला. मी त्या चित्रपटाचा निर्माता, दिग्दर्शक होतो आणि त्यात कामही करत होतो, म्हणून अशोकनं सेटवर महेशची खूप काळजी घेतली. मीसुद्धा घेऊ शकलो नसतो, एवढी. त्यासाठी मी त्याचा ऋणी आहे.

एके दिवशी निवेदिताचा मला फोन आला.

''सचिन, तुझ्या 'हद कर दी'मध्ये ती अमुकअमुक नावाची मुलगी आहे, ती कशी आहे?''

''कामाला चांगली आहे. थोडी स्लो आहे; पण चांगल्या स्वभावाची आहे. प्रामाणिक आहे. का गं?''

''अरे, माझ्या माहेरच्या एका मुलासाठी तिचं स्थळ आलंय, म्हणून जरा चौकशी केली. काय आहे, इंडस्ट्रीतली मुलगी आहे ना, म्हणून विचारावं लागतं.'' ती मला समजावून सांगत होती.

''खरंय गं.'' मी तिच्या सुरात सूर मिसळून म्हणालो, ''तुझ्याबाबतीत पण मला अशोकनं लग्नाआधी विचारलं होतं.''

ती सटकलीच! फोन हातात धरूनच अशोकला जोरजोरात हाका मारायला लागली. अशोक धावत आला. अचानक काय झालं, त्याला कळेना.

''अशोक, हा सचिन काय म्हणतोय? तू लग्नाआधी त्याला माझ्याबद्दल विचारलं होतंस?''

''अगं कधी? कुठलं लग्न? काय बोलतेयंस तू?'' तो भंजाळला होता. मग त्यानं फोन घेतला.

''सचिन, अरे काय सांगितलंस तू हिला?'' त्यानं मला विचारलं.

मी म्हणालो, ''अरे, तिनं मला एक सरपटी टाकला, त्याच्यावर मी सिक्सर मारणार नाहीतर काय करणार?'' मी त्याला सगळी हकिकत सांगितली. तो आणि मी खोऽ खोऽ हसायला लागलो आणि निवेदिता फुगून बसली.

सुप्रिया आणि निवेदिता यांची घनिष्ठ मैत्री आहे. फोनवर सतत त्यांची कोल्हेकुई चालत असते. त्याची मी आणि अशोकनं आता सवय करून घेतली आहे.

अशोकच्या घरात पेस्ट कंट्रोल होत असताना एका दिवसासाठी ते आमच्या घरी राहायला आले होते. तो दिवस आम्ही खूप मजेत घालवला. कारण तो आम्हा सर्वांकरिता एक वेगळा अनुभव होता.

पडद्यावर अतिशय खुलून अभिनय करणारा अशोक प्रत्यक्षात मात्र अतिशय अबोल आहे. स्वत:हून कुणाशी बोलायलाही जात नाही. एकदा त्यानं श्रियाला पुण्याहून मुंबईला येताना स्वत:च्या गाडीतून लिफ्ट दिली. प्रवासभर ते एकमेकांशी एक शब्दसुद्धा बोलले नाहीत. तो या जगात फक्त एकाच माणसाचं ऐकतो. तो म्हणजे, सचिन पिळगांवकर.

अशोक माझ्यापेक्षा दहा वर्षांनी मोठा आहे. त्यानं या वयातही स्वत:ला खूप छान मेन्टेन केलं आहे. कारण त्याचा स्वत:वर संयम आहे. निवेदिताचा सपोर्टही आहे. याबाबतीत तरी तो बायकोचं ऐकतो.

■

सीन ३५

जंगल में मंगल

मी म्युझिकल शोज करत असतानाच्या काळात रमण खन्नानं एकदा नैरोबीचा दौरा आयोजित केला होता. त्यासाठी पेंटल, बप्पी लाहिरी जाणार होते. मी त्यात गायक म्हणून सहभागी झालो होतो. आमचा एक शो नैरोबीला होता आणि त्यानंतर दोन दिवसांनी मुम्बासा येथे दुसरा शो होता. स्थानिक संयोजकानं आम्हाला सांगितलं की, मुम्बासाला जायला दोन रस्ते आहेत. एक रस्ता सरळ होता आणि दुसरा अभयारण्यातून (वाइल्ड लाइफ सँक्चुअरी) जाणारा होता. सगळ्यांनी अभयारण्यातून जाणारा रस्ता निवडला. त्यात अडचण एकच होती. अभयारण्याची दोन्ही गेट्स संध्याकाळी सहा वाजता बंद करण्याचा नियम होता. त्यामुळे सहा वाजायच्या आत आम्ही ते गेट पार करून अभयारण्यातून बाहेर पडणं आवश्यक होतं. साधारणपणे साडेचार तासांचा रस्ता होता.

आमच्या ग्रुपमधल्या बाकीच्या लोकांसाठी फोक्सवॅगन कंपनीच्या मिनीबसेस (कॉम्बी) ठेवण्यात आल्या होत्या. आमच्या दौऱ्याच्या स्थानिक संयोजकाच्या वडिलांची (अंकल) मर्सिडीझ गाडी होती. त्यानं मला त्यातून जायला सांगितलं. मी तयार झालो. पेंटलही माझ्याबरोबर आला. आम्ही दोघं जातोय म्हटल्यावर बप्पी लाहिरी आणि त्याचे वडीलही आमच्यासोबत त्या गाडीत आले. अंकल आणि आम्ही चौघं, अशा पाच जणांचा त्या मर्सिडीझमधून प्रवास सुरू झाला. वाटेत अभयारण्याच्या पहिल्या गेटजवळ 'सोव्हेनियर्स' म्हणून ढाल, भाले, अशी काही हत्यारं विकायला होती. मी आणि पेंटलने ती खरेदी केली. बप्पी बसला होता, त्या बाजूचा गाडीचा टायर पंक्चर झाल्याचं आम्हाला तिथे लक्षात आलं. मर्सिडीझ चालविणाऱ्या त्या अंकलना गाडीचा टायर बदलता येत नसल्याचा साक्षात्कारही तिथे झाला. त्यामुळे आम्ही (मी आणि पेंटल फक्त!) त्यांना मदत केली. पंक्चर टायर डिकीत ठेवून आम्ही पुढचा प्रवास सुरू केला.

गाडीत बसून बप्पीची अभयारण्यातली फोटोग्राफी सुरू होती. 'कोडॅक क्लिक' नावाच्या कॅमेऱ्यानं तो या करामती करत होता. कुठलंही जनावर दिसलं की, बप्पी त्याच्यावर कॅमेरा 'उगारायचा'. त्यानं क्लिक करेपर्यंत ते जनावर मागे गेलेलं असायचं. एकदा एक रेडा बाजूनं जाताना दिसला. त्याला बघून बप्पी 'रायनो शोरोऽऽऽ' करून चित्कारला. तो रेडा मागे जाऊन त्याच्याकडे वळून-वळून बघत होता. बहुधा, हा गाडीत काय करतोय, असा विचार त्याच्या मनात येत असावा!

रमत-गमत जाताना पाच वाजले, तरी अभयारण्यातून बाहेर पडण्याचं गेट आलं नव्हतं. साडेपाच वाजले, तरी गेट दिसेना, तेव्हा आम्हाला रस्ता चुकल्याचं लक्षात आलं. आम्ही अंकलना विचारलं तुम्ही या रस्त्यानं याआधी किती वेळा आला आहात? अंकलनी निर्विकार चेहऱ्याने सांगितलं, ''ही माझी पहिलीच वेळ आहे!'' बप्पीचा चेहरा पाहण्यासारखा झाला. सहा वाजता बंद होणारं गेट कुठे आहे, तेच कळत नव्हतं. अंधार पडू लागला होता. मागे आमच्या मिनीबसही दिसत नव्हत्या. आमच्या मर्सिडीझमधून विचित्र आवाज यायला लागला. अंकलना सांगून पाहिलं, तर रस्ता खराब आहे, असं उत्तर त्यांनी दिलं. अखेर खूपच आग्रह केल्यावर पावणेसात वाजता त्यांनी गाडी थांबवून बघितलं, तर पंक्चर टायरच्या जागी लावलेल्या स्टेपनीच्या चिंधड्या झाल्या होत्या. आतलं रिम जमिनीला घासायला लागलं होतं. सगळीकडे मिट्ट काळोख झाला होता. रस्ताही दिसत नव्हता. आम्हाला गाडी घेऊन पुढे जाणं शक्य नव्हतं आणि ते गेट किती लांब आहे, तेही कळायला मार्ग नव्हता. बप्पीचे वडील

त्या काकांच्या अंगावर धावून गेले. 'ऐशा काय कू किया तूऽऽऽम... आमारा एकई बाऽऽच्चा,' असं करून त्याला शिव्याशाप देऊ लागले. त्याला हिंदीचा एक शब्द कळत नव्हता आणि हे त्याला आपल्याला अशा जंगलात अडकवल्याबद्दल त्यांच्या हिंदीतून बोल लावत होते. शेवटी अंकलचा संयम सुटला आणि 'डोन्ट टॉक रबिश!!' असं ते बप्पीच्या वडिलांवर ओरडले. बाप-लेक दोघंही शांतपणे मागे सरले.

अखेर जवळपास काही मदत मिळते का, ते बघायला ते अंकल अंधारात कुठेतरी निघून गेले. बप्पी आणि त्याचे वडील घाबरून लगेच गाडीत जाऊन बसले. पेंटल आणि मी बाहेर त्या अंधारात उभे होतो. सगळीकडे भयाण शांतता होती. ना आदम, ना आदम की ज़ात!

आम्ही शोभेच्या वस्तू म्हणून विकत घेतलेले भाले आता आमच्या संरक्षणाचं हत्यार झाले होते. न जाणो, झाडीतून एखादा वन्य प्राणी उपटला तर काय घ्या! बऱ्याच वेळानं ते अंकल धापा टाकत परत आले. आम्ही सगळ्यांनी आशेनं त्यांच्याकडे धाव घेतली. परंतु ते रिकाम्या हातांनीच परतले होते. आम्ही पुन्हा निराश झालो.

ज्या जंगलातल्या प्रवासात वन्य प्राणी दिसतील म्हणून आम्ही हौसेनं आलो होतो, तेच जंगल आता आम्हाला खायला उठलं होतं. रात्र इथेच अंधारात उपाशीपोटी काढावी लागते की काय, या विचारानंच आमच्या पोटात गोळा आला. त्यातून आम्हाला उपास घडणार असला, तरी वन्य प्राण्यांनी आमची मेजवानी करून उपास सोडला असता, तरी कुणाला काही कळलं नसतं.

थोड्या वेळानं चंद्रप्रकाश पडल्यावर थोडं-थोडं दिसायला लागलं आणि आमच्या गाडीच्या दिशेनं दोन काळेकभिन्न भिल्ल येताना दिसले. अंगावर चट्टेपट्टे काढलेले, हातात भाले आणि अब्रूरक्षणार्थ छोटी वल्कलं, असं त्यांचं रूप होतं. आम्ही पटकन गाडीत बसलो आणि काचा वर केल्या. 'हू हाऽ हाऽ हू हाऽऽऽ' करत ते आमच्या गाडीपर्यंत पोहोचले. गाडीच्या काचांना डोळे लावून आत डोकावून बघायला लागले. आम्हाला वाटलं, आता आमची काही खैर नाही! त्यांच्यासाठी आमच्यापैकी बप्पीच सगळ्यात आकर्षक वाटणारा असावा.

अखेर मीच धीर करून त्या भिल्लांशी त्यांना समजेल, अशा भाषेत बोलायचं ठरवलं. काच खाली करून मी त्यांच्यापैकी एकाला म्हणालो, ''वी, टूरिस्ट! गोईंग टू मुम्बासा... टायर फुस्स! हाऊ टू गो मुम्बासा?'' इंग्रजी जरी त्याला समजत नसलं, तरी निदान मुम्बासा, टूरिस्ट या शब्दांवरून त्याला आमची अडचण कळेल, असं वाटलं. बरेच हातवारे आणि आटापिटा करून त्याला सांगितल्यानंतर त्याच्या तोंडून शब्द फुटले – ''डू यू वॉन्ट टू गो टू मुम्बासा?'' त्याच्या अस्खलित इंग्रजीमुळे त्या भीतिदायक वातावरणातही मी गार झालो. मग आम्ही त्याला आमची रामकहाणी सांगितली आणि वन विभागाची काही मदत मिळते का, ते पाहण्यासाठी ते दोघं अंधारात कुठेतरी गायब झाले. थोड्यावेळानं त्या विभागातल्या माणसांना एका गाडीतून घेऊन ते आमच्याकडे परत आले. आमच्यासोबत असलेल्या त्या मिनीबसही अजून जंगलातच अडकलेल्या आहेत, असंही आम्हाला कळलं. त्यांनाही गाठून आमच्यापर्यंत आणलं गेलं. वन विभागानं आमच्यासाठी नियम शिथिल करून गेट उघडून दिलं आणि कसेबसे आम्ही मुम्बासाला पोहोचलो. गाडीतून उतरल्यावर आम्ही हातीपायी धड पोहोचल्याबद्दल परमेश्वराचे आभार मानले. बप्पीनं ताबडतोब रमण खन्नाकडे जाऊन अंकलविरुद्ध तक्रार केली. 'आमको राऽऽबिश बोला....राऽऽबिश!' रमण खन्नाला काऽऽही कळलं नाही. जंगलातला तो अनुभव आयुष्यभर आमच्या लक्षात राहील.

अर्थात बप्पी गमतीशीर असला तरी अतिशय कष्टाळू आणि गुणवंत संगीतकार. त्यानं करिअरची सुरुवात

किशोरकुमार यांच्याकडे केली. बप्पीच्या मातोश्री या बंगालमधील प्रसिद्ध गायिका होत्या. किशोरदा त्यांना मोठ्या बहिणीसारखं मानायचे. त्यामुळे बप्पी किशोरदांना 'किशोरमामा' म्हणायचा. बप्पी मुंबईत करिअरसाठी आला, तेव्हा किशोरदा 'बढती का नाम दाढी' हा चित्रपट करत होते. त्याच्या संगीतासाठीही बप्पीनं मदत केली होती आणि त्यात अभिनयही केला होता. बप्पीची मुंबईतील करिअरची सुरुवात अशी अभिनेता म्हणून झाली. त्यानंतर त्याला हळूहळू चित्रपट मिळायला लागले. 'चलते चलते' या चित्रपटातील त्याची गाणी गाजली. १९७५च्या काळात मी ज्या चित्रपटांत हिरो म्हणून काम करायचो, त्यात बप्पीला संगीतकार म्हणून घेण्यासाठीही मी आग्रह धरत असे. बप्पीनं माझ्याबरोबर 'कॉलेज गर्ल', 'और कौन,' 'प्रतिमा और पायल', 'जाने बहार', असे अनेक चित्रपट केले. त्यानं माझ्यासाठी केलेल्या हिट गाण्यांपैकी 'प्यार मांगा है तुम्ही से...' 'हां पहली बार... एक लडकी मेरा हाथ पकडकर बोली...' या गाण्यांचा समावेश होता.

त्यानंतर 'नमक हलाल'मधल्या 'पग घुंगरू...', 'आज रपट जाए...' या गाण्यांमुळे तो 'अ' दर्जाला पोहोचला. माझ्या मते बप्पीनं दिलेलं सर्वोत्तम गाणं म्हणजे 'शराबी'मधलं 'मंजिले अपनी जगह है...' त्यासाठी किशोरदांना गायक म्हणून फिल्मफेअर पुरस्कार मिळाला; पण माझ्या मते बप्पीलाही तो मिळायला हवा होता.

■

सीन ३६

‘अशी ही बनवाबनवी’

एके दिवशी चित्रमहर्षी व्ही. शांताराम यांचे पुत्र किरण शांताराम यांचा मला फोन आला की, अण्णांना (व्ही. शांताराम) तुला भेटायचंय. मी भेटायला गेलो.

‘‘सचिन, माझी अशी इच्छा आहे की, आमच्या कंपनीसाठी तू एक फिल्म ‘डिरेक्ट’ करावीस.’’ ते म्हणाले. साक्षात व्ही. शांताराम यांनी दिलेली ती ऑफर मी नाकारणं शक्यच नव्हतं. माझ्याकडे ‘आत्मविश्वास’ची कथा तयार होती. मी त्यांना ती ऐकवली. त्यांना तो विषय खूप आवडला. ‘‘सचिन, चांगली स्टोरी आहे; पण आपल्याला एखादा विनोदी चित्रपट करायचाय.’’

मग मी त्यांना ‘आमच्यासारखे आम्हीच’ची गोष्ट ऐकवली. दोन हिरोंची ती गोष्ट होती.

ते म्हणाले, ‘‘ही चांगली आहे. यात तू आणि सुशांत (रे) दोघांनी काम करा.’’

सुशांत हा त्यांचा सख्खा नातू.

‘‘अण्णा, मी ही गोष्ट मला आणि अशोकला डोक्यात ठेवून लिहिलेली आहे.’’ मी सांगितलं.

‘‘ते ठीक आहे, पण मी सुशांतला प्रॉमिस केलंय. त्यामुळे तो चित्रपटात असणं गरजेचं आहे.’’

‘‘या भूमिकेसाठी मी त्याचा विचार नाही करू शकत.’’ मी स्पष्टपणे सांगितलं.

‘‘तसं असेल तर मग कठीण होईल.’’

‘‘ओके अण्णा. अच्छा!’’ असं म्हणून मी तिथून तडक बाहेर पडलो. घरी निघून आलो.

पुन्हा दोन दिवसांनी किरणदादाचा फोन आला.

‘‘अशोक आणि सुशांतला घेऊन तू काही करू शकतोस का?’’

‘‘नाही. तुम्ही अटी मांडणार असाल, तर मला पिक्चर करायचा नाहीये.’’ मला कुठलीही तडजोड करण्याची इच्छा नव्हती.

अण्णांकडून बाहेर पडल्यानंतर दुसऱ्याच दिवशी मी हृषिकेश मुखर्जींना भेटायला गेलो. त्यांना म्हटलं, ‘‘तुम्ही मला एक गोष्ट ऐकवली होतीत, ती मला फार आवडली होती. त्यावर तुम्ही चित्रपट केलात, तो मला नाही आवडला, कारण तुम्ही तो तुमच्या पद्धतीनं केला होतात. पण मला त्याच कथेवर मराठीत चित्रपट करायचा आहे. मी करू का?’’

‘‘नको रे. मी बनवला, तर ‘फ्लॉप’ झाला. तू केलास तरी फ्लॉपच होईल. कशाला हात दाखवून

अवलक्षण?''

''नाही ह्रषिदा. मला माझ्या पद्धतीनं बनवून पाहू द्या.'' मी त्यांना विनंती केली.

''अच्छा, आता तू मला सिनेमा कसा बनवायचा ते शिकवणारेस?'' ते गमतीनं म्हणाले.

''तसं नाही हो. मी तुम्हाला फक्त सांगतोय की, त्यावरून चांगला चित्रपट होऊ शकेल. तुम्ही फक्त परवानगी द्या.''

त्यांनी होकार दिला.

दरम्यान, चार दिवसांनी किरणदादाचा फोन आला.

''अण्णांना तुला भेटायची इच्छा आहे.''

मी गेलो.

''अरे, तू माझ्यावर रागावलास!'' अण्णा समजुतीच्या सुरात म्हणाले.

''नाही हो अण्णा. रागावलो नाहीये. तुमची काही तत्त्वं आहेत, माझीही काही आहेत. ती जमली, तर एकत्र काम करू. पण एकत्र काम केलं नाही, तरी तुमच्याबद्दल माझ्या मनात असलेला आदर नक्कीच कमी होणार नाही.'' मी माझ्या मनातलं त्यांना सांगितलं.

''पण माझी इच्छा आहे रे, तुझ्याबरोबर काम करायची.''

''माझीपण आहे अण्णा!''

'बनवाबनवी'च्या रिलीजच्या वेळी

''तू, अशोक आणि सुशांत अशा तिघांचा सिनेमा नाही का करता येणार तुला?''

''हां. हे जमेल. पण मग तिघंच का? चौघं का नको?''

''चौथं कोण?'' अण्णांना प्रश्न पडला.

''लक्ष्मीकांत बेर्डेनंही माझ्याबरोबर कधी काम नाही केलेलं. त्याला करायचंय!''

''चालेल. तुझ्याकडे गोष्ट आहे कुठली?''

मी तयारीतच होतो. मी त्यांना चार मित्रांची एक गोष्ट ऐकवली. त्यावरून चित्रपट करायचं माझ्या डोक्यात बरेच दिवस घोळत होतं. चित्रपटाचं नावही माझ्या डोक्यात पक्कं होतं – 'बनवाबनवी'.

माझ्याकडे पटकथा तयार नव्हती; पण कथेबरोबर दोन सीन्स मी अण्णांना आवर्जून ऐकवले. ते म्हणजे बालगंधर्व रंगमंदिरात घडणारा सीन आणि दुसरा लक्ष्याच्या डोहाळजेवणाचा. अण्णांनी हात वर करून उत्स्फूर्तपणे टाळ्या वाजवून मला दाद दिली.

''हेच कर, हेच कर!'' त्यांनी जाहीर केलं.

''ठीक आहे. आणखी एक गोष्ट सांगतो अण्णा. तुम्ही मला इथे बोलावलंत, ते माझं काम पाहूनच बोलावलं असणार. माझ्यावर भरवसा असणार तुमचा.'' मी प्रस्तावना केली.

''हो. म्हणजे काय!''

''मग तो भरवसा पूर्णपणे ठेवा. अर्धवट नको.''

''म्हणजे?''

''सेन्सॉरकडे जायच्या आधी मी तुम्हाला चित्रपट दाखवणार. त्याआधी एक फ्रेमसुद्धा बघायची नाही.''

''म्हणजे तू 'मॅरिड प्रिंट' दाखवणार की 'रश प्रिंट'?''

''मॅरिड प्रिंट दाखवणार!''

(चित्रपट तयार करण्याची सर्वसाधारण पद्धत अशी की, 'शूटिंग' पूर्ण झाल्यानंतर 'डबिंग' केलं जातं. मग 'साउंड इफेक्ट्स रेकॉर्ड' केले जातात, पार्श्वसंगीत दिलं जातं. या सर्व ऑडिओचं मिक्सिंग केलं जातं. आणि ते 'व्हिज्युअल'ला जोडलं जातं. अशा प्रकारे चित्रपट प्रदर्शनासाठी तयार होतो. त्याला 'मॅरिड प्रिंट' म्हणतात.)

अण्णा काही क्षण शांत राहिले. मग म्हणाले, ''ओके!''

आणि अशा रीतीनं चित्रपटाला सुरुवात झाली. अर्थात, त्याआधी मी अण्णांना संपूर्ण पटकथा ऐकवली. त्यात आवश्यक वाटल्यास काही सुधारणा सुचवा, असंही सांगितलं. अण्णांच्या अफाट अनुभवाचा आणि कल्पकतेचा लाभ मला हवाच होता! त्यांनी क्लायमॅक्समध्ये काही बदल सुचवले. हे चौघंही शेवटी जास्त अडचणीत आले पाहिजेत, असं त्यांना वाटत होतं. वसंत सबनीसही माझ्यासोबत होते.

मी म्हटलं, ''ठीक आहे अण्णा. तुम्हाला काय म्हणायचंय ते लक्षात आलंय माझ्या.''

''कळलंय ना? चला! विषय संपला! सिनेमाला सुरुवात करा!!'' अण्णांनी होकार देऊन टाकला.

अण्णांनी दिलेला शब्द पाळला. राजकमल स्टुडिओत सेट लागला होता. त्याच स्टुडिओत अण्णांचं ऑफिस होतं. ते रोज तिथे यायचे; पण सेटवर कधी त्यांनी पाऊल ठेवलं नाही. किरणदादा त्यांना म्हणाला, ''अण्णा, चला ना, सेटवर तुमच्याबरोबर एखादा फोटो काढू.''

''नको. ते प्रकरण वेगळं आहे. मी तिथे जाणार नाही!'' त्यांनी जाहीर केलं.

''का हो अण्णा?''

''माझ्या सेटवर दुसऱ्या दिग्दर्शकानं आलेलं कधी मला चालायचं का?''

''नाही.''

''मग? तो पोरगा माझ्यासारखाच आहे!'' अण्णांनी किरणदादाला समजावलं.

'हृदयी वसंत फुलताना...' गाण्याचं शूटिंग झालं, त्यानंतर मी ते किरणदादाला दाखवलं. तो उत्साहानं अण्णांकडे गेला.

''अण्णा, काय गाणं केलंय सचिननं. बघा ना!''

''एक मिनिट. त्यानं मला गाणं दाखवायला सांगितलंय का?''

''नाही.''

''मग मी नाही बघणार!'' अण्णासुद्धा माझ्यापेक्षा जास्त हट्टी. अर्थात, त्यांनी मला दिलेला शब्द ते पाळत होते. आम्हाला दोघांनाही एकमेकांबद्दल आदर होता आणि तोच आम्ही व्यक्त करत होतो.

एकदा अण्णांच्याच एका खोलीत कुणीही नसताना मी सिगारेट ओढत बसलो होतो. ते दुपारी तिथे येत नाहीत, हे मला माहीत होतं. अचानक ते तिथे आले. मला सिगारेट ओढताना बघून 'सॉरी... सॉरी...' असं म्हणून बाहेर निघून गेले! मलाच अपराधी वाटलं. मी सिगारेट विझवून बाहेर गेलो. ते बाहेर उभे होते.

''सॉरी हं, मला माहीत नव्हतं!'' ते मला म्हणाले.

''अण्णा, अहो मला 'सॉरी' काय म्हणताय? तुमचीच केबिन आहे!!'' मी म्हणालो. पण त्यांच्या मनाचा तो मोठेपणा होता.

''मी 'वॉक' घेऊन येतो,'' ते म्हणाले. मग मीसुद्धा त्यांच्याबरोबर गेलो. त्या वेळी शूटिंग पूर्ण झालं होतं आणि संकलनाचं काम सुरू होतं. त्या फेरफटक्यात त्यांनी मला बरेच अनुभव सांगितले. 'दहेज' या चित्रपटात त्यांना धक्का देणारा एक परिणाम दृश्यातून साधायचा होता. फक्त ट्रॉली तेवढ्या वेगानं पुढे जाऊ शकत नव्हती. त्यामुळे त्यांना हवा असलेला परिणाम साधला जात नव्हता. त्यांनी ट्रॉलीच्या मूव्हमेंटच्या तीन-तीन फ्रेम्स लावल्या आणि त्यातून तो परिणाम साधला गेला. अण्णांनी त्या शॉटमध्ये दाखवलेल्या कल्पकतेचा एवढा परिणाम झाला की, त्यावरून प्रेरणा घेऊन हॉलिवूडमध्ये 'झूम लेन्स' निर्माण झाली!

'अमृतमंथन' या चित्रपटात चंद्रमोहन या कलाकाराच्या विलक्षण डोळ्यांचा एक क्लोज अप अण्णांना टिपायचा होता. परंतु त्या काळी फक्त डोळे टिपणारी लेन्सच नव्हती. त्यामुळे त्यांच्या डोळ्यांचा फोटो काढून, तो मोठ्या प्रमाणात 'एनलार्ज' करून अण्णांनी कॅमेऱ्याच्या साह्याने तो 'क्लोज अप' टिपला. तो काळाच्या पुढचा विचार करणारा दिग्दर्शक होता.

अशक्य गोष्ट कल्पकतेतून कशी साध्य करायची, हे अण्णांकडून मला शिकायला मिळालं.

लक्ष्याच्या डोहाळ-जेवणाच्या वेळच्या 'कुणीतरी येणार, येणार गं...' या गाण्याचं शूटिंग आम्हाला गच्चीत करायचं होतं. त्यासाठी चांगली गच्चीच मिळत नव्हती. मला एकदम आठवलं की, 'राजकमल'च्या इमारतीलाही गच्ची आहे. मग मी आणि किरणदादा ती बघून आलो. ती छान होती. तिथे शूटिंग करू या का, असं मी त्याला विचारलं. अडचण एकच होती की, त्याच गच्चीच्या बरोबर खाली अण्णांची बेडरूम होती आणि मला तीन रात्रभर तिथे शूटिंग करायचं होतं. अण्णांकडे परवानगी मागितली गेली.

''अण्णा, गाण्याचं शूटिंग सचिनला आपल्या गच्चीत करायचं आहे.''

''करू दे ना मग!''

''तीन रात्र शूटिंग चालेल. त्यातून गाण्याचे स्पीकर्स. तुमच्या झोपेचं काय?''

''तीनच रात्रींचा प्रश्न आहे ना? मी नाही झोपणार! त्यात काय एवढं?'' ते म्हणाले.

मग आम्ही तीन रात्रींत ते शूटिंग पूर्ण केलं. त्यानंतर पुन्हा संकलनाच्या ठिकाणी अण्णा भेटले. मी नमस्कार केला.

''काय, माझ्या डोक्यावरच नाचलास? आनंद मिळाला ना तुला?'' त्यांनी विचारलं.

''काय अण्णा!'' मी हसलो.

''गंमत केली रे. कर, कर! चांगलं गाणं केलंयस म्हणे. कळलंय मला!''

मी नम्रपणे हसलो. तरीही 'तुम्ही एकदा गाणं बघा', असं अण्णांना चुकूनही म्हटलं नाही.

...आणि अखेर तो दिवस उजाडला. चित्रपटाची 'मॅरिड प्रिंट' तयार झाली. आता अण्णांना चित्रपट दाखवायचा होता. मी एक चॅलेंज स्वीकारून, अण्णांना अटी घालून स्वत:च्या हिमतीवर चित्रपट तयार केला होता; पण अण्णांची प्रतिक्रिया काय असेल, याची कुणालाच कल्पना नव्हती. माझा हा आत्मविश्वास माझ्या अंगाशी तर येणार नाही ना, अशी धाकधूक मनात होती; पण कुठेतरी भट्टी जमलेय, असं मात्र माझ्यासकट युनिटमधल्या प्रत्येकाला वाटत होतं.

राजकमल स्टुडिओमध्येच ट्रायल होणार होती. मी ट्रायलला अन्य काही लोकांनाही निमंत्रण दिलं. कॉमेडी चित्रपट होता, त्यामुळे वातावरणनिर्मिती आवश्यक होती.

ट्रायल सुरू झाली. माझे कुटुंबीय होते, सुप्रियाचे आई-वडीलही आले होते. मी सगळ्यात मागच्या सीटवर बसलो होतो. चित्रपट सुरू झाला. पहिला पंच गेला, दुसरा पंच गेला... कुणी हसायलाच तयार नाही. अण्णा थिएटरमध्ये असल्याचं दडपण असावं. शेवटी 'धनंजय माने इथेच राहतात का...', या दृश्याच्या वेळी अण्णा हसून सीटवरून अक्षरश: खाली पडले. त्यानंतर थिएटरमध्ये जो काही हशा सुरू झाला, तो शेवटपर्यंत थांबलाच नाही.

चित्रपट संपल्यावर थिएटरमध्ये लाइट लावले गेले. सगळे जण अण्णांच्या प्रतिक्रियेसाठी थांबले होते. अण्णांनी दोन्ही हात वर घेऊन टाळ्या वाजवून चित्रपटाला दाद दिली. त्यानंतर सगळ्यांनीच टाळ्यांचा कडकडाट केला. अण्णा थेट माझ्या आईकडे गेले. तिला म्हणाले, ''बघितलंत, तुमचा मुलगा काय-काय करू शकतो ते? काय 'एडिटिंग' आहे सिनेमाचं. चित्रपटाला एवढा वेग असूनसुद्धा कुठेही घाई-गडबड केलेली वाटत नाही.''

स्वत: एक उत्तम संकलक असलेले अण्णा माझी प्रशंसा करत होते. मग माझ्याकडे वळून म्हणाले, ''एकच सांगतो सचिन. यू आर ॲन ॲसेट टू फिल्म इंडस्ट्री.''

मी म्हटलं, ''अण्णा, तुम्ही हे बोललात, मला सगळं मिळालं. आता यानंतर एकही पुरस्कार मिळाला नाही, तरी चालेल.''

अण्णा त्यांच्या शिस्तीसाठी आणि तत्त्वांसाठीही प्रसिद्ध होते. त्यांचा एक किस्सा मी ऐकून होतो.

'गीत गाया पत्थरों ने'नंतर अण्णा 'बूँद जो बन गई मोती' हा चित्रपट करत होते. जितेंद्र आणि राजश्री (अण्णांची मुलगी) पुन्हा प्रमुख भूमिकेत होते. चित्रपटाचं एक शेड्यूल पूर्णही झालं होतं. त्याचवेळी राजूताईला मद्रासच्या एका चित्रपटाची ऑफर आली. तिच्या तारखांचा घोळ होत होता. तो मिटवण्यासाठी ती अण्णांकडे गेली. तिची समस्या सांगितली. तारखा ॲडजस्ट करून देण्यासाठी त्यांना गळ घातली.

''तुला मद्रासचा पिक्चर करायचाय ना?''

''हो.''

''मग कर. माझी काहीही हरकत नाही.''

''थँक यू पप्पा,'' असं म्हणून राजूताई मद्रासला शूटिंगसाठी निघून गेली. तिकडून एकदा तिनं फोन केला.

''पप्पा कुठायंत?''

''शूटिंगला गेलेत.''

''शूटिंगला? कुठल्या?''

''बूँद जो बन गई मोती!''

''काय? पण मी तर इथे आहे. मग त्याचं शूटिंग कसं करणार?''

''तुला पिक्चरमधून काढलं त्यांनी. तुझ्या जागी मुमताज काम करतेय!''

राजूताईला धक्काच बसला. शूटिंग संपवून परत आल्यावर तिनं अण्णांना त्याबद्दल विचारलं.

''तुझ्यासाठी मद्रासचा पिक्चर महत्त्वाचा होता ना? मग झालं तर! आपला पिक्चर महत्त्वाचा आहे, तू तो केला पाहिजेस, असं मी तुला सांगितलं का?''

''नाही!''

''मग? झालं तर! तू खूश, मी खूश!'' असं सांगून अण्णांनी विषय संपवला. 'बाकी, शूटिंग कसं चाललंय,' अशी चौकशीही केली! स्वत:च्या तत्त्वांसाठी लाडक्या मुलीच्या बाबतीतही तडजोड न करणाऱ्या या माणसानं माझ्या बाबतीत एवढा विश्वास टाकून मला संपूर्ण स्वातंत्र्य दिलं, हेच माझ्यासाठी मोठं पारितोषिक होतं.

‘अशी ही बनवाबनवी’ करायच्या आधी मी सुप्रियाला स्पष्टपणे सांगितलं होतं, ‘‘या चित्रपटात ‘नवरी मिळे नवऱ्याला’ किंवा ‘माझा पती करोडपती’ एवढ्या महत्त्वाची भूमिका तुझ्यासाठी नाहीये. यात मी, अशोक, लक्ष्या आणि सुशांतच्या भूमिका महत्त्वाच्या आहेत. त्यानंतर हिरॉइनच्या वाट्याला जे काही येईल ते येईल. त्यातही अश्विनी भावेची भूमिका जास्त चांगली आहे. मी तुला आत्ताच सांगतोय. नंतर तक्रार करायची नाही.’’ परंतु तरीही तिला त्यात काम करायचं होतं आणि तिनं ते स्वखुशीनं केलं.

‘बनवाबनवी’मध्ये ॲक्शन कॉमेडी लक्ष्याला दिली आणि फक्त डायलॉग कॉमेडी आपल्याला दिली, अशी अशोकची तक्रार होती. त्यानं त्याबद्दल माझ्याकडे नाही, पण वसंत सबनीसांकडे तक्रार केली. ‘ॲक्शन कॉमेडी फक्त लक्ष्यालाच नाही, तर सचिनलाही आहे,’ असं सबनीसांनी त्याला सांगितलं होतं.

आपली दृश्यं भरपूर असली, तरी प्रत्यक्ष चित्रपटात त्यातली किती राहणार, अशी शंका लक्ष्याच्या मनात होती. अशोक सराफ हा माझा आवडता असल्यानं त्याच्या भूमिकेला जास्त महत्त्व मिळेल, अशी त्याला भीती होती. प्रत्यक्षात तसं काहीच झालं नाही. कारण मी कलाकारापेक्षाही व्यक्तिरेखेवर जास्त प्रेम करणारा दिग्दर्शक आहे. ‘मी महेशचा (कोठारे) कपिल देव आहे, तर अशोक हा सचिनचा जावेद मियाँदाद आहे,’ असं लक्ष्या नेहमी म्हणायचा. तेव्हा मी त्याला सांगितलं, ‘लक्ष्या, क्रिकेटमध्ये कुणीतरी जिंकण्यासाठी कुणीतरी हरावं लागतं. पण आपल्या क्षेत्रात कुणी न हरताही आपण जिंकू शकतो.’

या चित्रपटाचा ऑडिओ रिलीज सुधीर फडके यांच्या हस्ते झाला होता. ऑडिओ कॅसेट्सचा विक्रमी खप झाला आणि त्याबद्दल मिळालेली डबल प्लॅटिनम डिस्क दिलीपकुमार यांच्या हस्ते प्रदान करण्यात आली. हृषिदांनी ‘बनवाबनवी’ पाहिला आणि त्यांना तो आवडला. त्यांनी माझं तोंड भरून कौतुक केलं.

‘बनवाबनवी’नंतर माझा ‘भुताचा भाऊ’ हा चित्रपट प्रदर्शित झाला. आता यानंतर मी केलेल्या कुठल्याही विनोदी चित्रपटाची ‘बनवाबनवी’शीच तुलना होणार, हे माझ्या लक्षात आलं. त्यामुळे प्रवाहाच्या विरुद्ध जाऊन

‘आत्मविश्वास’ हा चित्रपट बनविण्याचा मी निर्धार केला. ‘आत्मविश्वास’चे संवाद अशोक पाटोळेंनी लिहिले होते. मला त्यात काही गोष्टी कमी जाणवत होत्या. त्या वेळी पाटोळे दुसऱ्या कामात गुंतले असल्यामुळे मी त्यांना त्या जबाबदारीतून मुक्त केलं. त्यांच्याही मनात ते होतंच. नंतर मी सुधीर कवडी यांच्याकडून संवाद लिहून घेतले. त्यातही काही गोष्टी राहून गेल्याचं मला वाटलं. त्यामुळे मी दोन्ही स्क्रिप्टमधलं मला हवं ते घेऊन (कट-पेस्ट करून) संवादांचं एक नवीन स्क्रिप्ट तयार केलं. अर्थात, त्या दोघांची परवानगी घेऊन!

याच काळात किरणदादाचा फोन आला. त्याला माझ्याबरोबर नवीन चित्रपट सुरू करायचा होता. ‘‘मी आत्ता ‘आत्मविश्वास’ची निर्मिती करायचं ठरवलं आहे. पण तुझी इच्छा असेल, तर मी तो तुझ्यासाठीही बनवू शकतो. मी फक्त दिग्दर्शन करेन,’’ असं मी त्याला सांगितलं. पण तसं घडू शकलं नाही.

किरणदादानं ‘बाळाचे बाप ब्रह्मचारी’ची निर्मिती सुरू केली. माझ्याच हस्ते चित्रपटाला क्लॅप देण्यात आला. चित्रपट पूर्ण झाला. अण्णांना तो दाखवल्यावर त्यांना तो आवडला नाही. अण्णांनी किरणदादाला जाब विचारला.

‘‘तू सचिनला घेऊन चित्रपट का केला नाहीस?’’

‘‘त्याला वेळ नव्हता.’’

‘‘मग थांबला का नाहीस?’’

‘‘मला इन्कम टॅक्ससाठी १८० दिवसांत चित्रपट पूर्ण करायचा होता.’’

‘‘१८० दिवसांपेक्षा पिक्चर महत्त्वाचा नाही का?’’ अण्णांनी विचारलं. किरणदादापाशी उत्तर नव्हतं. हे सगळं मला किरणदादानं स्वतः सांगितलं.

चित्रपटाच्या रौप्यमहोत्सवानिमित्त राजकमल स्टुडिओत मोठा सोहळा आयोजित करण्यात आला होता. त्यात आम्हाला ट्रॉफीज वाटण्यात आल्या. ट्रॉफीवर फक्त ‘व्ही. शांताराम प्रॉडक्शन्स’ एवढंच नाव होतं. माझ्या नावाचा

उल्लेखही नव्हता.

चित्रपट सुरू करतानाही निर्मिती संस्थेचं नाव 'व्ही. शांताराम प्रॉडक्शन्स : युवा विभाग' असं देण्यात आलं होतं. जेणेकरून चित्रपट चालला नाही, तर 'व्ही. शांताराम प्रॉडक्शन्स'च्या प्रतिमेला धक्का लागू नये.

काही काळानंतर अण्णा आजारी पडले. आयुष्यात कधीही दारूच्या थेंबाला स्पर्श न करणाऱ्या या माणसाला लिव्हरचा त्रास झाला होता. मी त्यांना भेटायला गेलो.

''अण्णा, तुम्हाला लिव्हरचा त्रास?''

''बघ ना रे.''

''तुम्ही कधी घेतली नाहीत ना, म्हणून त्रास झाला असेल. तुम्ही बरे व्हा, मी ब्लॅक लेबलची बाटली आणतो. आपण दोन-दोन पेग मारू.'' मी अण्णांना सांगितलं.

'XXXX, मला या वयात दारू प्यायला शिकवतोयस?'' अण्णा माझ्यावर उखडले. मी किरणदादाला डोळा मारला.

अण्णांचं आणि माझं नातं हे असं जिवाभावाचं होतं.

चित्रपटाला पुरस्कार मिळाला, माझं चौफेर कौतुक झालं. त्या वेळी मी जुहू अपार्टमेंट्समध्ये राहत होतो. त्या वेळी आमच्या बाथरूममधला शॉवर बिघडला होता. त्यामुळे नळाने बादली भरून अंघोळ करावी लागत होती. बादली पूर्ण भरल्याशिवाय अंघोळ सुरू करायची नाही, ही माझी सवय. मी बादली भरायला लावली आणि डोक्यात लोकांनी काढलेले प्रशंसापर उद्गार घुमायला लागले. मी त्याच कौतुकभरल्या दुनियेत हरवून गेलो. बादली भरल्याचं जाणवल्यावर मी एकदम भानावर आलो. घाईघाईनं नळ बंद करायला लागलो, पण तो बंदच होईना. ही झटापट दहा मिनिटं सुरू होती. मी हवालदिल झालो. काय करावं, काही कळत नव्हतं. त्याच क्षणाला माझ्या लक्षात आलं की, मी त्या धुंदीत असल्यामुळे नळ नेमका उलट्या दिशेनं फिरवत होतो. मी शांत झालो आणि नळ व्यवस्थित बंद केला. लहानपणी वाचलेल्या 'भीमाचे गर्वहरण' या गोष्टीची आठवण झाली. आपल्या गुणांचा अभिमान असावा, गर्व नसावा, याची जाणीव मला त्या क्षणी झाली.

या चित्रपटात स्त्री भूमिका करताना मी सुंदर दिसलो, असं प्रेक्षकांचं म्हणणं आहे. त्याला कारण आहे; माझी आई. माझ्या मते, माझी आई ही जगातली सगळ्यात सुंदर स्त्री आहे. ती कशी बोलते, वागते, कशी चालते, कशी कामं करते, हे मी लहानपणापासूनच बघत आलो आहे. ही भूमिका करताना मी त्या निरीक्षणांचा उपयोग केला.

आईप्रमाणेच सुलोचनाबाईंच्या लकबीही मी या अभिनयात वापरल्या. त्या चित्रपटात मी साडी नेसण्यापेक्षाही साडी सांभाळली जास्त. पुरुष कलाकाराने स्त्रीची भूमिका करताना केवळ हसवणं हा उद्देश न ठेवता, त्याच्याकडे जबाबदारी म्हणून पाहायला हवं. स्त्रीबद्दलच्या जेवढ्या आदरानं आपण ती भूमिका सादर करू, तेवढं प्रेक्षकांना ते भावतं. कॉमेडीसाठी चित्रपटांत स्त्रीच्या वेषभूषेचा झालेला वापर अनेकदा अश्लीलतेकडे झुकणारा होतो. मला तसं करण्याची कधी गरज वाटली नाही आणि यापुढे वाटणार नाही. मी खट्याळ आहे, पण अश्लील नाही. माझ्या चित्रपटात चावटपणा असू शकतो, पण अश्लीलतेला थारा नसतो. 'बनवाबनवी'मधली माझी ती भूमिका मी तेवढ्याच जबाबदारीनं सादर केली, म्हणूनच ती लोकांच्या अजूनही लक्षात आहे.

'बनवाबनवी' प्रदर्शित झाल्यानंतरची गोष्ट. कुठल्यातरी एका चित्रपटाच्या ध्वनिफितीचं माझ्या हस्ते प्रकाशन होतं. कार्यक्रम व्यवस्थित झाला. त्या वेळी बॉम्बे पब्लिसिटीचे एम. बी. सामंत यांच्या पत्नी (अरविंद सामंत यांच्या मातोश्री) माझ्याजवळ आल्या. त्यांच्यासोबत त्यांची नात म्हणजे एक लहान मुलगी होती. त्यांनी मला त्यांची ओळख सांगितली. मी त्यांना ओळखत होतोच. मी नमस्कार केला.

''अरे, मला हिला तुझ्याशी ओळख करून द्यायची होती. हिनं बालगंधर्वांना कधी पाहिलं नाहीये ना!'' त्या म्हणाल्या. मला काय बोलावं कळेना. मी बालगंधर्व नाही किंवा होऊ शकत नाही, याची मला कल्पना आहे. परंतु त्या बाईंच्या भावनेचा आदर करायलाच हवा होता. एक कलाकार म्हणून अशा प्रसंगात काय बोलायचं, याची आधी कितीही तयारी केली असली, तरी समोरच्या व्यक्तीच्या भावनांपुढे ती फिकी पडते. बालगंधर्वांच्या उंचीला पोहोचण्याची आपली क्षमता नाही, असं सांगणं हाही त्या चाहत्याच्या भावनांचा अपमान ठरू शकतो. मी काहीच बोललो नाही. त्या मुलीनं मला नमस्कार केला. चाहत्यांचं प्रेम हे असं असतं.

मला मात्र बालगंधर्वांना प्रत्यक्ष पाहण्याचं आणि भेटण्याचं भाग्य लाभलं होतं. अर्थात त्या वेळी वय जास्त झाल्याने ते थकले होते. शिवाजी पार्कच्या शेजारी असलेल्या एका हॉलमध्ये त्यांच्या सत्कार समारंभात मीसुद्धा स्वत:च्या हातांनी त्यांना हार घालून त्यांचे आशीर्वाद घेतले होते.

■

सीन
३७

काकाजींचा 'आशीर्वाद'

'अवतार' या चित्रपटात मला राजेश खन्ना यांच्याबरोबर काम करण्याची प्रथमच संधी मिळाली. काकाजी, शबाना आझमी आणि मी, अशा तिघांच्याही त्यातल्या भूमिका गाजल्या. मी सर्वच मोठ्या स्टार्सबरोबर कामं केली, पण काकाजींबरोबर आधी काम कसं केलं नाही, असा विचार करत होतो, तेव्हा लक्षात आलं की, 'अवतार'सारख्या चित्रपटात आम्ही वैशिट्यपूर्ण भूमिकांमध्ये एकत्र यावं, हे कदाचित विधिलिखित असेल.

इंग्रजी चित्रपटांच्या माझ्या ज्ञानाबद्दलही त्यांना कौतुक वाटायचं. मी त्यांना माझ्याकडच्या इंग्रजी चित्रपटांच्या व्हिडिओ कॅसेट्स द्यायचो, ते घरी जाऊन बघायचे. दुसऱ्या दिवशी आम्ही त्यावर गप्पा मारायचो. दिग्दर्शक होण्याची माझी इच्छाही मी त्यांना सांगितली होती.

काकाजींच्या बंगल्याचं नाव 'आशीर्वाद'. त्यांच्या वडिलांनी त्यांना हे नाव ठेवायला सांगितलं होतं. 'कुणीही तुला शिव्याशाप जरी लिहून पाठवले, तरी पाकिटावर पत्ता लिहिताना 'राजेश खन्ना' अशा नावानंतर पुढे 'आशीर्वाद' असंच त्याला लिहावं लागेल,' असं त्यांचं म्हणणं होतं. स्वत: काकाजींनी ही आठवण त्या चित्रपटाच्या काळात मला सांगितली.

त्याच चित्रपटात शबाना आझमी यांच्याबरोबर काम करण्याचा अनुभवही सुखद होता. त्यांच्याबरोबर चर्चाही व्हायची. एकदा गप्पा मारताना त्या म्हणाल्या, ''काही-काही लोक किती उर्मट आणि शिष्ठ असतात! कसेही वागतात, कसेही बोलतात! असं का वागतात, कळत नाही.''

''शबानाजी, लोक असं मुद्दाम वागतात असं नाही. कधी-कधी चुकून घडू शकतं. लक्षात नाही येत.''

''असं कसं? देवानं बुद्धी दिलेय, तिचा वापर नको का करायला?'' त्या संतापल्या होत्या.

''अगदी बरोबर आहे तुमचं. तुम्हाला एक सांगू? तुम्ही म्हणताय तसंच बऱ्याच प्रमाणात उर्मट असलेल्या एका व्यक्तीला मी ओळखतो.''

''कोण आहे ती व्यक्ती?''

''तुम्ही!''

शबानाजींना धक्काच बसला. मी असा काही बॉंब टाकेन, याची त्यांना कल्पना नव्हती.

''मी? मी काय केलं, सांग बरं!''

''शबानाजी, तुम्ही सेटवर येता, तेव्हा कुठल्यातरी विचारात असता. मी तुम्हाला अनेकदा 'विश्' (wish) केलंय, पण तुम्ही प्रतिक्रियाच दिलेली नाही. सर्वसामान्य माणसाच्या भाषेत याला 'उर्मटपणा' म्हणतात.''

''हो? खरंच? माझ्या नाही लक्षात आलं.''

''असं कसं लक्षात आलं नाही? देवानं बुद्धी दिलेय, त्याचा वापर नको करायला?'' मी त्यांचंच वाक्य त्यांच्यावरच परतवलं. त्यांना हसायला आलं. ''यापुढे माझ्याकडून कधी असं झालं, तर मला आठवण करून दे.''

''असं कसं सगळ्यांसमोर सांगणार?''

''मग काय करू या?''

''आपण एक काम करू शकतो. शम्मीअंकलच्या 'बदतमीज'मध्ये एक गाणं होतं – 'हो लल्लाऽऽ हो लल्लाऽऽ बदतमीज कहो, या कहो जानवर...' पुढच्या वेळी तुमच्याकडून असं काही घडेल, तेव्हा मी फक्त 'हो लल्लाऽऽ' असं गाईन. म्हणजे बाकीच्यांना काही कळणार नाही, पण आपल्या दोघांना कळेल.''

त्यांनाही ते पटलं. त्यानंतर दुसऱ्या दिवसाच्या शूटिंगचं 'पॅक अप' झालं. शबानाजी जायला निघाल्या. त्यांनी काकाजींना बाय केलं, दिग्दर्शकांना केलं, बाकीच्या लोकांचा निरोप घेतला आणि त्या दारापर्यंत पोहोचल्या. मी तिथेच बसलो होतो. त्यांनी मला काहीच सांगितलं नव्हतं. त्या दाराजवळ गेल्या, तेव्हाच मी जोरजोरात 'हो ल्लाऽऽ हो ल्लाऽऽ' गायला सुरुवात केली. त्यांनी ते ऐकलं आणि त्या अक्षरशः फुटल्या. माझ्याकडे वळून पाहिलं, माझ्याजवळ आल्या आणि मला कोपरापासून हात जोडून नमस्कार केला. 'सचिनजी, मैं चलती हूँ।' असं म्हणाल्या. तिथे हजर असलेल्या बाकीच्यांना हा काय प्रकार चाललाय, तेच कळत नव्हतं. मलाही हसू आवरलं नाही.

नंतर आमची चांगली मैत्री झाली. आमच्या घरची कोळंबी त्यांना आवडायची. मी डब्यातून त्यांच्यासाठी ती घेऊन जायचो. एका चित्रपटात त्यांना एका मवाली बाईची भूमिका करायची होती. विडी ओढणारी, दारू पिणारी अशी ती बाई आहे. शबानाजींनी त्याआधी कधीच विडी ओढली नव्हती. मी त्यांना म्हटलं, ''तुम्ही सिनेमात 'नॅचरल ॲक्टिंग' कराल, पण विडी ओढण्याची ॲक्शन करताना ते खोटं करताय, हे लोकांच्या लगेच लक्षात येईल. मी तुम्हाला शिकवतो.'' मी एक विडी मागवली. ती पेटवायची कशी, हे त्यांना शिकवलं. विडी ही सिगारेटसारखी झटकन पेटत नाही. काडी पेटवून विडीचं पुढचं टोक आधी तापवून घ्यावं लागतं. ते पेटत्या काडीवर सलग धरल्यानंतर ती पेटते. मग काडी विझवून विडी तोंडात धरून श्वास आत-बाहेर करून विडीच्या टोकाची आग जास्त वाढेल, याची खबरदारी घ्यावी लागते. अन्यथा विडी विझून जाते. हे तंत्र मी स्वतः विडी ओढून त्यांना शिकवलं. विडी तोंडात धरण्याचीही एक विशिष्ट लकब आहे. ओठांच्या एका टोकाला विडी धरून ती जिभेच्या साह्यानं झपकन दुसऱ्या बाजूला ओढली, तर त्यातून जो एक माजुरडेपणाचा भाव येतो, तो लाजवाब असतो. तेही मी त्यांना करून दाखवलं. त्यांना ते भलतंच आवडलं. त्यानंतर शूटिंगच्या काळात सलग तीन दिवस मध्ये-मध्ये वेळ काढून मी त्यांच्याकडून या तंत्राची तालीम करून घेतली. त्यांनी ते तंत्र अवगत केलं आणि चित्रपटातल्या त्यांच्या भूमिकेची त्यामुळे जास्त प्रशंसा झाली. त्यांनी एके ठिकाणी आठवण ठेवून माझा त्याबाबत उल्लेखही केला.

कलाकार हा स्वार्थी असतोच, पण त्यानं सहकलाकारालाही खुलवण्यासाठी संधी दिली पाहिजे, असं मला वाटतं.

'अवतार'च्या क्लायमॅक्समध्ये मला महत्त्वाचं काम होतं. चित्रपटात अवतार किशन यांचं (राजेश खन्ना)

मृत्युपत्र वाचलं जातं, आपल्या चितेला अग्नी सेवकनंच (मी) द्यावा, अशी इच्छा ते व्यक्त करतात असं दृश्य होतं. या दृश्यात शेवटी कॅमेरा माझ्या चेहऱ्यावर येणार होता. मी आक्रोश करतो, त्यावरून त्यांचा मृत्यू झालाय, हे प्रेक्षकांना कळणार होतं. या शॉटच्यामध्ये आपल्या मृत्यूच्या प्रसंगाचा एखादा क्लोज अप असावा, असं काकाजींना वाटत होतं. त्यांनी मोहनजींना तसं सांगितलं. तसा क्लोज अप न घेण्यावर मोहनजी ठाम होते. काकाजी म्हणाले, ''मोहनजी, माझा मरतानाचा एकही क्लोज अप येणार नाही? 'आफ्टर ऑल, इट्स अवतार किशन्स फिल्म!''

मोहनजी म्हणाले, ''नो. इट्स मोहनकुमार्स फिल्म!''

स्वत:च्या दिग्दर्शनाइतकाच माझ्यातल्या अभिनेत्यावर मोहनजींचा एवढा विश्वास होता.

■

सीन
३८

किट्टू आयुष्यात आली...

दि. १७ ऑगस्ट, १९८७ रोजी मी 'मनजीत दा ढाबा' नावाच्या रेस्टॉरंटमध्ये माझ्या वाढदिवसानिमित्त पार्टी ठेवली होती. त्या पार्टीत रात्री सव्वा वाजता, एक-दीड वर्षांची एक गोड मुलगी टेबलावर बसून खाताना मला आणि सुप्रियाला दिसली. एवढ्या रात्री एकटं बसून खाणारी ही मुलगी कोण, असा आम्हाला प्रश्न पडला. चौकशी केल्यावर कळलं की, ती त्या रेस्टॉरंटच्या मालकाची म्हणजे कुलदीप मखनीची मुलगी. तिच्या आईची मानसिक स्थिती ठीक नाही, त्यामुळे सांभाळायला कुणी नसल्यानं ही मुलगी बाबांबरोबर रेस्टॉरंटवरच असते, असं आम्हाला सांगण्यात आलं. तिला होस्टेलवर ठेवायचा विचार तिचे वडील करत होते. मी आणि सुप्रियानं एकमेकांकडे पाहिलं आणि त्याच वेळी या मुलीची जबाबदारी आपण घेऊ या, असं ठरवून टाकलं. एवढ्या गोड मुलीला सांभाळायला कुणी नसल्यानं होस्टेलवर पाठवलं जावं, हे सुप्रियाच्या संवेदनशील मनाला पटत नव्हतं. आईचं प्रेम न मिळालेल्या त्या निरागस बाळाची परवड होऊ नये, म्हणून वात्सल्यानं सुप्रियानं तिचा सांभाळ करण्याची जबाबदारी तिच्या वयाच्या अवघ्या एकोणिसाव्या वर्षी आणि लग्नाला फक्त दोन वर्षं झालेली असताना घ्यायचं ठरवलं. तसा निर्णय तिनं त्या पार्टीत जाहीर केलेला मला आठवतो.

दुसऱ्या दिवशी आम्ही कुलदीप मखनीकडे जाऊन या मुलीला सांभाळण्याची इच्छा त्याच्यापाशी व्यक्त केली. त्यांनी आमची मागणी मान्य केली. आम्ही तिला घरी घेऊन आलो. तिचं नाव – 'करिश्मा.' प्रेमानं तिला 'किट्टू' म्हणत.

सुप्रियाच्या आणि माझ्या लग्नाला संमती असल्याचं कळविण्यासाठी आणि लग्नाची बोलणी करण्यासाठी तिचे आईवडील २६ जानेवारी, १९८५ रोजी आमच्या घरी आले होते. सुप्रियाचे वडील श्री. अरुण सबनीस स्वत: प्राध्यापक आणि अतिशय विद्वान. त्या वेळी झालेल्या गप्पांमध्ये त्यांनी मला जे. बी. प्रिस्ले या लेखकाची एक गोष्ट ऐकवली होती. 'पर्सनॅलिटी एक्स्चेंज' करणाऱ्या दोन महिलांची ही कथा होती. मला ती गोष्ट प्रचंड आवडली. जाता-जाता त्यांच्याही नकळत ते मला 'आत्मविश्वास'ची कथाकल्पना देऊन गेले.

कुलदीपभाईंशी दोस्ती झाली होती. त्यांनी मला एका चित्रपटनिर्मितीचा प्रस्ताव दिला. आम्ही दोघांनी मिळून 'किट्टू फिल्म्स' ही कंपनी सुरू केली. सुप्रियाच्या वडिलांनी सांगितलेली कथा माझ्या डोक्यात घोळत होतीच. मी त्यावरून चित्रपट लिहायला घेतला. त्याला नाव दिलं – 'आत्मविश्वास.' मुख्य भूमिकेसाठी आधी नूतनजींचं नाव माझ्या डोक्यात होतं. त्यांच्याशी संपर्क साधल्यावर मराठी चित्रपटात काम करण्यात रस नाही, असं त्यांनी मला सांगितलं. तनुजाआंटीच्या व्यक्तिमत्त्वाला ती भूमिका साजेशी नव्हती. सुप्रियानं नीलकांती पाटेकरचं नाव सुचवलं आणि थोड्या विचारानंतर त्या जागी तिची निवड करण्यात आली.

नाशिकला मी एका चित्रपटाच्या प्रदर्शनासाठी गेलो होतो. तिथे मिलिट्री महादेवाचं देऊळ आहे. त्यात आरती सुरू असताना मला 'आत्मविश्वास'ची सुरुवात आणि शेवट सुचला होता. आरतीच्या वेळचं मांगल्यपूर्ण वातावरण चित्रपटाचा परिणाम वाढवेल, असं मला वाटलं. म्हणूनच मुख्य व्यक्तिरेखेचं नावही, मी 'आरती' असं ठेवलं.

चित्रपटातल्या एका भूमिकेसाठी मधुकर तोरडमल म्हणजे 'मामा' यांना विचारावंसं वाटलं. परंतु माझ्या दिग्दर्शनाखाली काम करणं त्यांना कितपत आवडेल, अशी शंका होती. त्यांनी कोणतेही आढेवेढे न घेता मोकळ्या मनानं मला होकार दिला.

किशोरी शहाणेला मी 'माझा पती करोडपती'मध्ये प्रथम संधी दिली होती. त्यामुळे 'आत्मविश्वास'मध्येही मी अशोक-किशोरी ही जोडी ठेवली. दुसऱ्या एका भूमिकेसाठी सुप्रिया शोभली नसती, म्हणून वर्षा उसगांवकरला घेतलं. शूटिंगसाठी मुंबईत एक घर आम्ही पाहिलं होतं, पण त्यांनी अव्वाच्या सव्वा भाडं सांगितलं. त्यापेक्षा थोडा जास्त खर्च करून आपल्या मनासारखा सेट लावून घ्यायचं मी ठरवलं. म्हणून आम्ही कोल्हापूरच्या 'शालिनी स्टुडिओ'त सेट लावला. शूटिंगदरम्यान काही गोष्टी माझ्या मनासारख्या घडत नव्हत्या. त्यामुळे मीच कामाची पद्धत बदलली आणि उणिवांतून चांगलं काही साध्य कसं करता येईल, यासाठी प्रयत्न केले. लोकांना चित्रपट आवडला, त्याला राज्य सरकारचा पुरस्कार मिळाला आणि नीलकांतीलाही अभिनयाचा पुरस्कार मिळाला.

नीलकांतीच्या धाकट्या मुलाच्या भूमिकेद्वारे सुनील बर्वेला प्रथमच रुपेरी पडद्यावर झळकण्याची संधी मिळाली. मी इंट्रोड्यूस केलेल्या नव्या चेहऱ्यांमधला हा एक प्रमुख चेहरा. सुनील आज खूप नावारूपाला आला आहे आणि एक मित्र म्हणून मला त्याचा अभिमान वाटतो.

शूटिंग संपून काही दिवस झाले होते. आता पार्श्वसंगीताचं काम करायचं होतं. त्या वेळी चित्रपटाचं पार्श्वसंगीत स्टॉकमधलं वापरलं जायचं. माझ्याकडे खूप कॅसेट्स तयार असायच्या. मी सगळा चित्रपट 'व्हीएचएस'वर घेऊन

घरी बघत बसायचो आणि त्याबरोबरच कुठल्या कॅसेटमधला कुठला पीस त्यासाठी पार्श्वसंगीत म्हणून योग्य आहे, ते लिहून ठेवायचो. असा सगळा चित्रपट मी पूर्ण करत असे. नंतर स्टुडिओत मिक्सिंग करणाऱ्यांसाठी ते सोयीचं होत असे.

सुनील बर्वे पोलीस स्टेशनमधून सुटून आल्यानंतर नीलकांतीकडे जाऊन माफी मागतो आणि ती त्याला 'तुझ्या वाटेनं जायला तू मोकळा आहेस', असं सांगते, असं एक दृश्य होतं. त्या दृश्यासाठी योग्य असा म्युझिक पीस मला सापडतच नव्हता. माझ्या असं लक्षात आलं की, आत्मविश्वास मिळालेली आई या दृश्यात दिसतच नाहीये. उलट पूर्वीच्याच अवस्थेतली बाई दिसतेय. मग मी व्हिडिओ बंद करून वेगवेगळे म्युझिक पीस ऐकायला लागलो. त्यात पप्पांच्याच 'चोरावर मोर'मधला एक म्युझिक पीस मला सापडला. त्यात 'चंडा' या वाद्याचा नाद होता. हे वाद्य नेहमीच आक्रमक पद्धतीनं वाजतं आणि त्यातून एक वेगळाच जोश निर्माण होतो. त्यावर 'तार शहनाई'चा पीस होता. भावनात्मक दृश्यांसाठी तार शहनाई वापरली जाते. हा पीस जसजसा संपत गेला, तसतसा माझ्या डोळ्यांसमोर दृश्य उलगडत गेलं. पहाटेचे तीन वाजले होते. मला झोप लागली नाही. कधी एकदा सकाळचे आठ वाजतात, असं झालं होतं. मला 'करिअर' स्टुडिओला जायचं होतं. तिथे 'आत्मविश्वास'चं डबिंग सुरू होतं. मी नऊ वाजता तिथे पोहोचलो. त्या दृश्याचं डबिंग झालंय का, ते विचारलं. ते झालेलं नव्हतं. मी ते थांबवायला सांगितलं. मला तो सीन वेगळ्या पद्धतीनं शूट करायचा होता.

त्याच रात्री मी शूटिंगची शिफ्ट लावली. सगळ्या कलाकारांशी बोलून त्यांची वेळ घेतली. अशोक सराफला त्या रात्री वेळ होता; पण दुसऱ्याच दिवशी त्याला कोल्हापूरला शूटिंगसाठी जायचं होतं आणि तो त्यानंतर चाळीस दिवस येणार नव्हता. त्याचं बाकीचं डबिंग पूर्ण झालं होतं; पण या दृश्याच्या डबिंगचा प्रश्न निर्माण झाला असता. आम्हाला चित्रपट लगेचच प्रदर्शित करायचा होता. शेवटी मी त्यातून शक्कल लढवून अशोकला एकही संवाद न देता या दृश्याची रचना केली. नीलकांती पाटेकर मुलाला बांबूने मारत-झोडत घेऊन येते, असं ते दृश्य चित्रित झालं. त्यात अशोकनं फक्त चेहऱ्याच्या एक्स्प्रेशन्सवर सर्व प्रतिक्रिया दिल्या. त्याचा आवाज न वापरता फक्त एक्स्प्रेशन्स वापरणं हा खरंतर माझा नाइलाज होता, पण त्याबद्दल माझं खूप कौतुक झालं.

त्या सीनमुळे चित्रपटाचा परिणाम आणखी वाढला आणि माझ्या कामाची प्रशंसा झाली. 'आत्मविश्वास' रौप्यमहोत्सवी ठरला, त्यातील पाच आठवडे केवळ त्या सीनमुळे मिळाले असावेत, असं मला वाटतं. आपल्याकडच्या मायनस पॉइंटला प्लस पॉइंटमध्ये कसं बदलू शकतो, याचं हे एक मोठं उदाहरण होतं.

'आत्मविश्वास' वेगळ्या विषयावरचा असल्यानं तो दहा आठवडे चालला असता, तरी मला आनंदच झाला असता. पण प्रेक्षकांनी त्या चित्रपटाला अपेक्षेपेक्षा जास्त प्रमाणात स्वीकारलं. तो रौप्यमहोत्सवी ठरला.

पप्पांनी 'अपराध'ची निर्मिती केली, तेव्हा त्यांचे मित्र दिवाकर करकरे यांनी जाहिरातीची डिझाइन्स केली होती. दिवाकरकाका हे चोप्रा बंधूंसाठी हिंदीत पोस्टर्स करायचे. त्यांनी मराठीत कधी काम केलं नव्हतं. 'अपराध'मध्ये त्यांनी केवळ पप्पांच्या मैत्रीखातर काम केलं. 'नाव मोठं लक्षण खोटं'पासून श्रीकांत धोंगडे यांच्याकडे पप्पांनी जाहिरात डिझाइन्सचं काम दिलं. त्यांचं घर पुण्यात होतं. ते पुणे-मुंबई अप-डाऊन करून काम करत असत. खूप नंतर ते मुंबईत स्थायिक झाले. पप्पा आणि त्यांच्यात अफलातून समन्वय होता. पप्पांनाही चित्रकलेची प्रचंड आवड. त्यांचं अक्षर म्हणजे मोत्याचा दाणा. (ह्या दोन्ही बाबतीत मी जरा मागेच पडलो. माझी चित्रकला वाईट आहे आणि अक्षरंही फारसं चांगलं नाही.) धाकटा मुलगा साकेत याच्यावर श्रीकांतजींचं जास्त प्रेम. 'जसं

तुम्ही सचिनला घडवलंत, तसं मला साकेतला घडवायचंय,' असं ते पप्पांना म्हणायचे. पप्पा हयात असेपर्यंत श्रीकांतजींनी पप्पांना कायम साथ केली. मी मोठा झाल्यावर निर्मिती-दिग्दर्शनात उतरलो, तेव्हा मी ही परंपरा पुढे चालवली. 'आत्मविश्वास'च्या निर्मितीच्यावेळी श्रीकांतजींनी माझ्याकडे साकेतचा विषय काढला. पप्पांना त्यांनी साकेतला सचिनसारखं घडवण्याची इच्छा सांगितल्याची आठवण करून दिली. साकेतला मी माझा साहाय्यक म्हणून घ्यावं, असं त्यांनी सुचवलं. मी ते ताबडतोब मान्य केलं. 'आत्मविश्वास' आणि 'आमच्यासारखे आम्हीच' या चित्रपटांसाठी साकेतनं माझ्याबरोबर काम केलं. साकेत हा खूप बुजरा मुलगा. त्याच्या मनात स्वत:बद्दल खूप विश्वास असला, तरी वागण्या-बोलण्यातून तो व्यक्त करण्याची त्याची प्रवृत्ती नव्हती. त्यानं माझ्यासोबत दोन वर्षं काम केलं. मी त्याचा विश्वास बळकट करण्यासाठी प्रयत्न केले. (कदाचित 'आत्मविश्वास' चित्रपटाच्या संदेशाचाही त्याच्यावर परिणाम झाला असावा!) याच काळात साकेतनं फोटोग्राफीची कलाही आत्मसात केली. दोन वर्षांनंतर त्यानं माझ्याबरोबरचं काम सोडून तो वडिलांच्या व्यवसायात मदतीसाठी गेला. आता तो ज्वेलरी डिझाइन्स फोटोग्राफीमध्ये देशातील सर्वोत्तम फोटोग्राफर्सपैकी एक मानला जातो.

आयुष्यात प्रथमच त्यानं युसूफभाईंचं (दिलीपकुमार) फोटोसेशन केलं, त्यानंतर तो थेट माझ्याकडे आला होता. मला वाकून नमस्कार केला. 'युसूफभाईंचं फोटोसेशन करून आलो. माझ्या फोटोच्या मागणीनुसार मी त्यांना पोझ देण्यासाठी सूचना देऊ शकलो. माझ्यात हा आत्मविश्वास फक्त तुमच्यामुळे आला,' असं सांगताना त्याला भरून आलं होतं. माझ्यासाठीही तो अभिमानाचा क्षण होता. आता त्याची 'एस. एस. ग्राफिक्स' नावाची फर्म आहे आणि त्याचं सगळं काम आता संगणकावर चालतं. आमच्या सर्व चित्रपटांचं काम त्याच्याकडेच असलं, तरी मी चित्रपटांच्या नावाचे लोगो मात्र श्रीकांतजींकडून हातानेच काढून घेतो. म्हणूनच माझ्या चित्रपटाची कॅलिग्राफी अनेकांच्या कायम आठवणीत राहते.

अजित भुरे हाही माझ्याच टीममधला. 'आत्मविश्वास'मध्ये अॅक्टर म्हणून काम करत असताना माझी त्याच्याशी जवळीक वाढली. त्यानंतर काही चित्रपटांत तो माझा साहाय्यकही होता. आज तो एक प्रसिद्ध व्हॉइस आर्टिस्ट, निर्माता असूनही माझ्या एका हाकेला धावून येणारा आहे. त्याच्या या नम्र स्वभावाबद्दल मला कौतुक आहे.

'आत्मविश्वास' राष्ट्रीय पुरस्कारांसाठी पाठवण्यासाठी मी प्रयत्न केले होते. 'एनएफडीसी'कडून निवड झाल्यानंतर तो राष्ट्रीय पुरस्कारांसाठी पाठवला जातो. तिथे त्याची निवड झाली नाही. तिथल्या मंडळींना तो चित्रपट आवडला नसेल, असं समजून मी विषय सोडून दिला. मात्र, नंतर मला 'एनएफडीसी'च्याच एका माणसाकडून तो निवडला न जाण्याचं कारण कळलं. सचिन हा व्यावसायिक चित्रपट करणारा दिग्दर्शक असल्यामुळे त्याचा चित्रपट राष्ट्रीय पुरस्कारासाठी कसा पाठवायचा, असा विचार करून तो नाकारण्यात आला होता. त्याबद्दल मला खूप वाईट वाटलं. हे गणित मला कळण्यासारखं नव्हतं. व्यावसायिक चित्रपट करणं, हा गुन्हा आहे? 'सचिनला काय पुरस्कार द्यायचा? त्याला खूप पुरस्कार मिळालेत,' या प्रवृत्तीचा मला राग येतो. एखाद्यानं चांगलं काम केलं, तर ते बघा ना! त्याला आधी काय मिळालंय, त्याचं खूप चांगलं चाललंय, याचा पुरस्कार देण्याशी काय संबंध?

या चित्रपटाच्या रौप्यमहोत्सवाला मी मधू आपटे यांना प्रमुख पाहुणे म्हणून बोलावलं होतं.

मधू आपटे हे खूपच ज्येष्ठ कलाकार. 'प्रभात' कंपनीमध्ये ते नोकरीला होते. अतिशय नादिष्ट स्वभावाचे.

अण्णांसह (व्ही. शांताराम) सगळेच त्यांना 'मध्या' अशीच हाक मारायचे. वात्रटपणा करण्यात मधू आपटे नेहमीच पुढे. त्यांनी 'प्रभात'मध्ये एक पोपट आणून ठेवला होता. मालक मंडळी बसायची त्याठिकाणी त्याचा पिंजरा होता. त्या पोपटाला 'पगार वाढवा, पगार वाढवा' असं बोलायला मधू आपटेंनी शिकवलं होतं. मालक मंडळी आली की, पोपट त्यांच्यासमोर 'पगार वाढवा' असं ओरडायला लागायचा.

'प्रभात'मध्ये कँटीनचा नंबर होता '२१' आणि अण्णांचा नंबर होता '११'. एका ज्युनिअर आर्टिस्टनं मधू आपटेंना कँटीनचा नंबर विचारला, तर त्यांनी मुद्दामच '११' असा सांगितला. कँटीनमध्येही शांताराम नावाचा मुलगा कामाला होता. त्या कलाकारानं ११ नंबर फिरवून ऑर्डर दिली, ''ए शांत्या, दोन भजी पाठव.''

पलीकडे साक्षात अण्णा होते! त्यांनी शांतपणे सांगितलं, ''पाठवतो हं. पण तुम्हाला हा नंबर कुणी दिला?''

''मध्यानं!''

''हो का?'' असं म्हणून अण्णांनी फोन ठेवून दिला. ताबडतोब मधू आपटेंना बोलावणं धाडलं. मग मधू आपटेंची अशी काही धुलाई झाली की, विचारता सोय नाही.

मधू आपटे माझ्या आईला नेहमी माझ्याबद्दल काही ना काही सांगून ओरडायचे. आई एकदा त्यांना म्हणाली, ''तुम्ही माझ्यावर सारखे ओरडायला माझे सासरे आहात का?'' मधू आपटे त्यावर म्हणाले, ''हो. सासराच आहे मी तुझा.'' तेव्हापासून मीसुद्धा त्यांना 'आजोबा' म्हणायला लागलो.

बोलताना ते नेहमी अडखळायचे. तीच त्यांची 'स्टाइल' झाली. ते म्हणायचे, ''मी सिनेमात काम करेन; पण मला डबिंगला बोलावू नका. कारण मी त्याच जागी थांबेन, याची काही खात्री नाही.'' 'प्रभात'च्या 'संत तुकाराम'पासून अनेक चित्रपटांत त्यांनी भूमिका केल्या. माझ्याही चित्रपटांमध्ये कुठल्या ना कुठल्या भूमिकेसाठी मी त्यांना हमखास बोलवत असे.

कुठल्याही चित्रपटाचं यश साजरं करण्यासाठी मोठ्या व्यक्तीला बोलावण्याची पद्धत आहे. माझ्या मते मोठी व्यक्ती म्हणजे काय, तर आपल्याला जी व्यक्ती मोठी वाटते, ती! 'आत्मविश्वास'च्या रौप्यमहोत्सवी कार्यक्रमात मधू आपटे यांना प्रमुख पाहुणे म्हणून बोलावलं आणि त्यांच्या हस्ते सगळ्यांना ट्रॉफीज वाटल्या. 'मध्या' अशा नावानं संबोधलं जाणं, ज्यांच्या अंगवळणी पडलं होतं आणि आयुष्यभर काम करूनही ज्यांना कोणताही पुरस्कार किंवा सन्मान मिळाला नाही, अशा व्यक्तीला प्रमुख पाहुणा म्हणून मान मिळाल्यानंतरचा आनंद माझ्यासाठी अमूल्य होता. त्यांच्या आणि माझ्यासाठीही हा मोठा क्षण होता. मधूआजोबांनी सगळ्यांना ट्रॉफीज दिल्या आणि भाषणही केलं. त्यांनी मला ट्रॉफी दिली, तेव्हा मी त्यांच्या पायांवर डोकं ठेवलं. त्यांनी मला तोंड भरून आशीर्वाद दिले. त्यानंतर काही काळातच आजोबांचं निधन झालं. आता माझ्या चित्रपटांत ते दिसू शकणार नाहीत, पण ते मात्र माझ्या प्रत्येक चित्रपटाच्या वेळी मला नक्कीच आशीर्वाद देत असतील.

'किट्टू फिल्म्स'चं विजया बँकेत खातं होतं. त्याच काळात 'मनजीत दा ढाबा'च्या बाबतीत काहीतरी आर्थिक अडचणी सुरू झाल्या. कुलदीपभाईंनी काही चुकीचे मार्गही निवडले होते. त्यामुळे काही समस्या निर्माण झाल्या. किट्टू आमच्याकडे सुमारे सव्वादोन वर्षं होती. एके दिवशी कुलदीपभाई आमच्याकडे येऊन तिला त्यांच्या घरी घेऊन गेले. नंतर आम्हाला कळलं की, ते तिच्यासह परस्पर लंडनला निघून गेले होते. आम्ही कायदेशीररीत्या किट्टूला दत्तक घेतलं नव्हतं. त्यामुळे स्वत:च्या मुलीला घेऊन जायचा त्यांना पूर्ण अधिकार होता; पण त्याबाबत त्यांनी आम्हाला काहीच कल्पना दिली नाही आणि आमच्या भावनांचाही अजिबात विचार केला नाही.

'किट्टू फिल्म्स'तर्फे आम्ही 'आयत्या घरात घरोबा' या चित्रपटाचं कामही सुरू केलं होतं. विजया बँकेतलं आमचं खातं कुलदीपभाई एकटेच पाहत होते. ते अचानक लंडनला निघून गेले आणि हे खातं गोठवण्यात आलं. त्यामुळे मला 'आत्मविश्वास'च्या व्यवहाराचा एकही पैसा मिळू शकला नाही. 'आयत्या घरात घरोबा' प्रदर्शित करायचा होता, त्याआधी मला 'किट्टू फिल्म्स'मधील भागीदारी डिझॉल्व्ह करायची होती. कुलदीपभाई लंडनला जाताना पार्टनरशिप डिझॉल्व्ह करण्यासाठीच्या पत्रावर सही करून त्यांच्या बायकोकडे ठेवून गेले होते. परंतु तिनं माझी अडवणूक करायला सुरुवात केली. त्यातही आम्हा कुटुंबीयांना भरपूर मानसिक त्रास सहन करावा लागला. मखनी परिवाराशी आमचे भावनिक बंध कधीच तुटले होते; पण ही कायदेशीर प्रक्रिया पूर्ण करून मी त्यांच्याशी असलेले व्यावसायिक संबंधही कायमचे संपवून टाकले. 'किट्टू फिल्म्स' ही संस्था आता अधिकृतपणे माझ्या एकट्याच्या नावावर झाली.

■

सीन
३९

आमच्या लाडक्या बाहुलीचा जन्म

घरी राहत असताना किट्टू आमची मुलगीच झाली होती. सगळ्यांना तिचा लळा लागला होता. अधूनमधून कुलदीपभाई तिला भेटायला येत असत. याच दरम्यान मी एकदा सुप्रियाला म्हटलं, ''सुप्रिया, तुला आता दोन बाळं सांभाळावी लागतायत.''

ती म्हणाली, ''दोन नाही, आता तीन सांभाळावी लागणार आहेत.''

सुप्रिया गरोदर राहिली होती. त्याची बातमी तिनं मला अशा प्रकारे दिली. मला खूप आनंद झाला. सुप्रियाचं डोहाळजेवण ठरलं होतं. त्याच्या दोन दिवस आधी मी तिला भेटायला तिच्या माहेरी गेलो होतो. त्या रात्री तिच्या गर्भाशयातील पाण्याची पिशवी फुटली आणि तिला त्रास व्हायला लागला. डॉक्टरांना फोन केल्यावर त्यांनी दुसऱ्या दिवशी सकाळी तिला घेऊन यायला सांगितलं. तिचं बाळंतपण करावं लागणार होतं. मी सुप्रियाच्या माहेरीच राहिलो आणि सकाळी तिला दवाखान्यात घेऊन गेलो. त्याच दिवशी सकाळी शिवाजी पार्कजवळच्या सेनापती बापट मार्गावर माझं 'आत्मविश्वास'चं शूटिंग सुरू होणार होतं आणि त्याच रस्त्यावर तिचं नर्सिंग होम होतं, हा एक अतिशय विचित्र योगायोग.

तो दिवस होता २५ एप्रिल, १९८९. शूटिंग रद्द करावं का, असं मी डॉक्टरांना विचारलं. परंतु डिलिव्हरी संध्याकाळी करायची होती, त्यामुळे त्यांनी मला बाहेर जाण्याची परवानगी दिली. मी सुप्रियाचीही परवानगी घेतली आणि शूटिंगच्या ठिकाणी गेलो. काही शॉट्स घेतले. एक गाडी येऊन मला धडकते, असा शॉट त्यानंतर चित्रित होणार होता. सकाळी ११ची वेळ असावी. त्या शॉटची तयारी सुरू असताना सुप्रियाच्या तब्येतीची चौकशी करावी, असं वाटलं. त्या वेळी मोबाइलची सोय नव्हती. आमच्या चित्रपटासाठी स्टिल फोटोग्राफी करणारा मयूर वैष्णव याने कुठूनतरी नर्सिंग होममध्ये फोन केला. परतताना तो ओरडतच आला.

''सचिन... सचिन...'' त्याचे दोन्ही हात वर होते.

''क्या हुवा?''

''लडकी हुवा... लडकी!'' तो ओरडला.

''और सुप्रिया?'' मी विचारलं.

त्यानं पुन्हा त्याचे दोन्ही हात वर नाचवले. माझ्या काळजाचा ठोका चुकला.

''अरे, क्या बोल रहा है तू?'' मी ओरडलो.

''दोनों ठीक है... दोनों ठीक है...!'' तो तिथून किंचाळला. ते ऐकल्यावर मला अत्यानंद झाला आणि जी गाडी मला धडक देणार होती, तिच्यातच बसून मी हॉस्पिटलकडे सुसाट निघालो. सोबत बिपीन वर्टी होता.

हॉस्पिटलमध्ये पोहोचलो. आधी सुप्रियाची भेट घेतली. तिच्या डोळ्यांत पाणी होतं. मी तिला जवळ घेतलं. नंतर शेजारच्या खोलीकडे वळलो. तिथे एका पाळण्यात खूप कमी केस असलेली, दोन्ही गालांवर खळ्या असलेली एक मुलगी दुपट्यामध्ये मस्त गुरफटून पहुडली होती. ते इवलंसं गोंडस बाळ मी हातात घेतलं. अंगावरून मोरपीस फिरवल्यासारखं झालं. अत्यानंदानं माझे डोळे भरून आले. आयुष्यातल्या सगळ्या कटू अनुभवांचा विसर पडला, आवतीभोवतीचं जग माझ्यासाठी जणू नाहीसं झालं. स्वर्गसुखापेक्षाही अनमोल असा तो क्षण होता. एका कोवळ्या जिवाला आणि त्याच्या जन्मदात्यांनाही नवं आयुष्य देण्याच्या विधात्याच्या त्या अनमोल चमत्काराला मी शतश: दंडवत घातला.

त्याच संध्याकाळी 'अशी ही बनवाबनवी'साठी मला उत्कृष्ट दिग्दर्शक म्हणून आणि 'माझा पती करोडपती'साठी सुप्रियाला उत्कृष्ट अभिनेत्री म्हणून महाराष्ट्र राज्य सरकारचे पुरस्कार जाहीर झाले. आमच्या घरी जन्मलेली एक बाहुली संध्याकाळी घरी दोन 'बाहुल्या' घेऊन आली.

एवढ्या कठीण परिस्थितीतही श्रियाचा सुखरूप जन्म झाला, कारण ती मुलगी होती. मुली या मुलांच्या तुलनेत शारीरिकदृष्ट्या कमजोर असल्याचा सर्वसाधारण समज आहे. परंतु मुलींकडे जेवढी सहनशक्ती आणि कुठल्याही परिस्थितीशी तोंड देण्याची ताकद असते, त्याची मुलांशी तुलना होऊच शकत नाही, असं मी मानतो.

श्रिया पोटात असल्यापासून सुप्रियानं तिची जी काळजी घेतली आहे, त्याला तोड नाही. श्रिया आठव्या महिन्यात जन्माला येऊनही तिची प्रकृती उत्तम होती, ती त्यामुळेच. मध्यमवर्गीय घरातले सर्वोत्तम संस्कार सुप्रियावर झाले होते आणि तेच घेऊन ती आमच्या घरी आली. त्याच प्रकारे तिनं श्रियालाही वाढवलं. सुप्रियाला कधीही कुठल्या गोष्टीची हाव नव्हती. अंथरूण पाहून पाय पसरण्याची वृत्तीही तिच्यात आहे. माझ्या संसाराची घडी बसवण्यात आणि सावरण्यात तिचा मोलाचा वाटा आहे.

■

सीन
४०

आई गं!

माझ्या आईनं लग्नानंतर घराकडेच पूर्ण वेळ लक्ष दिलं. पप्पा जे काही पैसे मिळवायचे, त्यातून घर चालवायचं काम ती विनातक्रार करायची. पप्पा गेल्यावरही स्वत:चं दु:ख विसरून ती माझ्या पाठीशी खंबीरपणे उभी राहिली. ती जेवढी प्रेमळ आहे, तेवढीच मस्तीखोर आणि हट्टीसुद्धा. अगदी या वयातही!

नवरा-बायकोमध्ये जशी लुटुपुटीची भांडणं होतात, तशी आई-पप्पांचीही व्हायची. पप्पा खूप खोडकर आणि चेष्टामस्करी करणारे. आईच्या माहेरची 'आरस' मंडळी उंचीनं कमी असल्यामुळे पप्पा त्यांना 'लिलिपुटियन्स' म्हणायचे. माहेरच्या मंडळींना अशी नावं ठेवल्यावर आईला प्रचंड राग यायचा.

उपदेशाचा आविर्भाव न आणताही आईनं कसे संस्कार केले, याचा एक प्रसंग आठवतो. 'जुहू अपार्टमेंट्स'मध्ये राहायला आल्यानंतर एके रात्री मी झोपलो असताना, अचानक 'टकऽ टकऽ' असा आवाज मला ऐकू येऊ लागला. आवाज सातत्यानं येत होता. मी तेरा वर्षांचा होतो. भुताखेतांच्या गोष्टी आठवल्या आणि मी घाबरलो. आईच्या खोलीत गेलो.

''आई, बाहेर गॅलरीमध्ये कुणीतरी आहे. मला भीती वाटते,'' मी आईला सांगितलं.

''चल माझ्याबरोबर. आपण बघू या.'' आई म्हणाली. तरीही मी बाहेर जायला तयार नव्हतो. तिच्याबरोबरच तिच्या खोलीत झोपण्यासाठी हट्ट धरून बसलो; पण आईच्या मनात काही वेगळं असावं. ती मला बाहेर घेऊन गेली. बाल्कनीत तिनं हँगरला साडी वाळत घातली होती. तो हँगर खिडकीच्या दारावर आपटत होता आणि त्याचा 'टकऽ टकऽ' असा आवाज येत होता. आईनं मला ते दाखवलं.

''बघ, या हँगरचा आवाज येत होता. आता मी हँगर काढून ठेवते, म्हणजे आवाज येणार नाही. तरीही भीती वाटत असेल, तर माझ्याबरोबर खोलीत झोपायला ये. नाहीतर इथे झोप. काय करणारेस?'' आईनं विचारलं. मी माझ्याच खोलीत झोपणार असल्याचं सांगितलं.

आईनं त्या वेळी मला दिलेला विश्वास जास्त महत्त्वाचा होता. माझ्यावरच्या प्रेमापोटी तिनं काहीच शहानिशा न करता मला तिच्या कुशीत झोपवलं असतं, तर माझ्या मनात ती भीती कदाचित राहिली असती. त्या आवाजाचं गूढही मला कधीच उकललं नसतं; पण आईनं 'हा सूर्य, हा जयद्रथ' केल्यानं माझ्या मनातली भीतीही गेली आणि आत्मविश्वासही दुणावला.

आई म्हणजे अक्षरश: वल्ली आहे. ती जे बोलते, ते तंतोतंत खरं असतं, असं तिला वाटतं. त्याचा दुसऱ्यावर काय आणि कसा परिणाम होतो, हे तिच्या गावीसुद्धा नसतं. तिला तिची चूक लक्षात आल्यानंतर ती हसतेही, पण कधी-कधी अशा वागण्यानं आम्हाला गोत्यात आणते.

आमच्या घरात प्रवेश करताना आधी किचन लागतं आणि नंतर हॉल. एकदा त्रिप्तीच्या सगळ्या मैत्रिणी घरी जमल्या होत्या. अनू नावाची मैत्रीण सगळ्यात उशिरा आली. ती येताना स्टीलच्या डब्यातून काहीतरी घेऊन आली होती. किचनमध्ये शिरल्यानंतर तिनं आईकडे तो डबा दिला आणि नंतर ती हॉलमध्ये सगळ्या मैत्रिणींबरोबर

जाऊन बसली. थोड्या वेळानं आई किचनमधून तिथे आली आणि अनूला म्हणाली, ''अनू, तू अभी है ना? बर्तन माँझने है।''

सगळ्याच मैत्रिणी चाट पडल्या. गप्पा मारायला आलेल्या आपल्या मैत्रिणीला आई भांडी घासायला का सांगतेय, हे त्रिप्तीलाही कळेना. आश्चर्य न वाटलेली एकच व्यक्ती होती, ती म्हणजे अनू. आईला काय म्हणायचंय, हे तिला बरोबर कळलं होतं.

'तू थोडा वेळ आहेस ना? माझी भांडी घासून झाली की, त्याबरोबरच तुझा डबाही घासून परत देते,' असं आईला म्हणायचं होतं. पण तिनं ते अचानक आणि वेगळ्या पद्धतीनं म्हटल्यामुळे फक्त अनूलाच कळलं होतं. 'हां आंटी, मैं थोडी देर हूँ।' असं तिनं सांगितलं. बाकीच्यांवर त्याचा काय परिणाम झाला, याची आईनं दखलही घेतली नाही आणि ती पुन्हा आपल्या कामाला गेली.

आईची किराणा दुकानदाराकडून सामान मागवण्याची पद्धत अजब आहे. ती फोन फिरवते, धाड-धाड यादी सांगते आणि नंतर फोन ठेवता-ठेवता दुकानदारानं आठवण केल्यानंतर घराचा पत्ता सांगते. घराचा पत्ता आधी सांगण्यात तिला काय अडचण असते, कोण जाणे! असाच एकदा फोन फिरवल्यानंतर पत्ता सांगताना तिनं आमचा पत्ता 'थर्ड क्रॉस लेन'च्या ऐवजी 'थर्ड क्लास लेन' म्हणून सांगितला. ते ऐकल्यावर मी किंचाळलोच! सांगूनही आईच्या लक्षात स्वत:ची चूक येत नव्हती. नंतर मात्र तीच फोन ठेवून हसायला लागली.

तिच्या बाथरूमचा दरवाजा आतून लॉक केल्यानंतर बाहेरून उघडत नाही. एकदा चुकून दरवाजा लॉक झाला होता. आईला बाथरूममध्ये जायचं होतं. तिनं दार उघडण्याचा प्रयत्न केला, पण ते काही जमेना. तिला वाटलं, त्रिप्ती आतमध्ये असावी. तिनं त्रिप्तीला हाका मारायला सुरुवात केली. ''त्रिप्ती, अगं त्रिप्ती, दार उघड!'' त्रिप्ती स्वयंपाकघरात होती. आईचा आवाज ऐकून ती धावत आली. आई तिला बघून गोंधळून गेली. ''अगं, तू आतमध्ये आहेस ना?'' आईनं तिला विचारलं. त्रिप्तीला हसावं की रडावं, कळेनासं झालं होतं.

आई अतिशय उत्साही आणि टवटवीत असते. (टच वूड!) स्वत: जाऊन भाजी, मासे आणणं ती अजूनही करते. या वयातही ती रोज अर्धा तास फिरायला जाते. ती लहानपणापासून पोहत असे आणि सायकल चालवत असे, त्यामुळे अजूनही तिची तब्येत चांगली आहे. तिची हाडंही मजबूत आणि टणक आहेत. तीच शरीरप्रकृती माझीही आहे. त्यामुळे माझं 'बोन वेट' जास्त भरतं. ठरावीक मर्यादेपलीकडे मी वजन कमी करू शकत नाही.

मध्यंतरी तिची तब्येत खूप बिघडली होती. तिला 'थायरॉइड'चा त्रास असल्याचं निष्पन्न झालं. बिचारी अंथरुणाला खिळली होती. तिला अशा अवस्थेत बघायची आम्हाला कधीच सवय नाही, त्यामुळे आम्ही हादरून गेलो होतो. अशोक आणि निवेदिता तिला भेटायला आले होते. निवेदिताच्या आईलाही हाच त्रास झाला होता, त्यामुळे तिला या आजाराची कल्पना होती. तिनं ज्या डायग्नोसिस सेंटरमधून मदत घेतली होती, तिथला नंबर दिला. दुसऱ्या दिवशी सकाळी आठ वाजता माणूस पाठवतो, असं तिथल्या लोकांनी सांगितलं.

नेमकं त्याच दिवशी सुप्रियानं किक बॉक्सिंगच्या प्रशिक्षणासाठी 'जस्ट डायल'ला आमच्या लँडलाइनवरून फोन केला होता. हा लँडलाइन आईच्या नावावर रजिस्टर असल्यानं 'जस्ट डायल'च्या माणसांनी 'सुनीला पिळगांवकर' असं नाव त्यांच्याकडे नोंद करून ठेवलं होतं. किक बॉक्सिंग शिकवण्यासाठी येणारा माणूसही सकाळी आठ वाजताच येणार होता. परंतु, याची आम्हाला कुणालाच सुतराम कल्पना नव्हती!

मी सकाळी पावणेआठलाच तयार होऊन आईच्या खोलीत जाऊन बसलो. आठ वाजता वॉचमननं 'कोई 'फिजिकल' आया है।' अशी वर्दी दिली आणि मी त्याला वर पाठवायला सांगितलं. तो माणूस आला. अगदी तरुण होता. हातात एक बॅग.

''मिसेस सुनीला पिलगांवकर?''

''येस, प्लीज कम इन,'' म्हणून मी त्याला आत घेतलं. त्याला आईच्या खोलीत घेऊन गेलो. आईची ओळख करून दिली. त्याचा स्वत:च्या डोळ्यांवर विश्वास बसत नव्हता.

''इस धिस मिसेस सुनीला पिलगांवकर?'' त्यानं पुन्हा खात्री करून घेतली.

''येस!'' मी जरा रागानंच म्हणालो. त्याला काय बोलावं कळत नव्हतं. कावराबावरा झाल्यासारखा वाटत होता. इकडे-तिकडे बघायला लागला.

''मला कपडे बदलायचे आहेत.'' तो म्हणाला.

मी बुचकळ्यात पडलो. थायरॉइडच्या रक्ततपासणीसाठी कपडे कशाला बदलायला पाहिजेत, हे मला कळेना. तरीही मी त्याला बाथरूम दाखवली. आईसुद्धा थोडीशी गोंधळली होती. आईला कळेना की, रक्त घेण्यासाठी कपडे बदलायची काय गरज? मी तिला म्हटलं, ''अगं, थायरॉइडसाठी रक्त तपासताना घालत असतील वेगळ्या रंगाचे कपडे. आपल्याला काय माहीत?'' थोड्या वेळानं तो माणूस कपडे बदलून, ट्रॅक पँट, टी शर्ट अशा वेषात बाहेर आला. आम्ही दोघंही आणखी गोंधळलो. आई बेडवर बसली होती. परग्रहावरचा प्राणी बघावा, तसं तो आईकडे बघत होता. आईकडे आल्यानंतर त्यानं पुन्हा खात्रीसाठी विचारलं, ''आर यू शुअर, शी इज सुनीला पिलगांवकर?''

मी भडकलो. ''येस, ऑफकोर्स! व्हॉट डू यू मीन बाय, 'आर यू शुअर'?''

मग तो काही बोलला नाही. मी बाहेर निघून गेलो. आईनं रक्त काढण्यासाठी देण्यासाठी म्हणून हात पुढे केला. त्यावर ''ऐसे नहीं, ऐसे!'' असं म्हणून त्यानं बॉक्सिंगमध्ये फाइट देतात, तशी अ‍ॅक्शन दाखवली.

''का?'' आई म्हणाली.

''तुम्हाला किक बॉक्सिंग शिकायचंय ना?''

''नाहीऽऽऽ!!!'' आई जवळपास किंचाळलीच. तिची ती किंकाळी ऐकून माझी ट्यूब पेटली. सुप्रियाला कुणाशीतरी फोनवर बोलताना मी आदल्या दिवशी निसटतं ऐकलं होतं. मघापासून घडलेल्या सगळ्या प्रकारात काहीतरी गोंधळ आहे, हेही जाणवत होतं. मी धावत आत आलो आणि त्या माणसाला आमच्या फ्लॅटच्या शेजारी असलेल्या आमच्या जागेत घेऊन गेलो. परत आईच्या खोलीत आलो, तर आई तशाही अवस्थेत खिदळत हसत होती. वाईटातून चांगलं घडतं, ते असं. आम्ही सगळेच हसत सुटलो. नंतर रक्ततपासणी करण्यासाठी बोलावलेला वीस मिनिटं उशिरानं आला. मग सगळं व्यवस्थित पार पडलं.

घरात आई आणि सुप्रिया दोघांचंही स्थान आणि महत्त्व मी काळजीपूर्वक जपलं. त्यांना काय हवं-नको त्याकडे आवर्जून लक्ष दिलं. हा समतोल सांभाळताना मला कसरत करावी लागू नये, म्हणून कधी आईनं समजून घेतलं, तर कधी सुप्रियानं.

१९८८ सालात लोखंडवाला कॉंप्लेक्समध्ये सुप्रिया आणि तिच्या वडिलांनी एक फ्लॅट बघितला होता. सुप्रिया गरोदर होती, त्यामुळे आपल्यासाठी एक मोठा फ्लॅट हवा, असं तिला वाटत होतं. ते दोघं मला फ्लॅट दाखवायला घेऊन गेले. लोखंडवाला कॉंप्लेक्समध्ये गल्लीबोळात कसं जायचं, कसं राहायचं, असं मला तेव्हा वाटलं होतं. जुहू अपार्टमेंट्समध्ये राहायला येतानाही आईसुद्धा पप्पांना 'कुठे जंगलात नेऊन ठेवताय आम्हाला?' असंच म्हणत असे.

लोखंडवाला कॉंप्लेक्समधल्या त्या जागेबद्दल सुप्रिया खूपच आग्रही होती. तिच्या आग्रहापायी मी तो १९०० स्क्वेअर फूटचा फ्लॅट घ्यायचं ठरवलं. दादरला आगर बझारमध्ये पप्पांनी एक जागा घेऊन ठेवली होती. तिथे आमचं ऑफिस होतं. ते विकून जुहू अपार्टमेंट्समधल्या फ्लॅटमध्ये ऑफिस हलवावं आणि लोखंडवाला कॉंप्लेक्समधल्या जागेत राहायला जावं, असं आम्ही ठरवलं. दादरची जागा विकून साडेबारा लाख रुपये आले होते आणि 'लोखंडवाला'मधली ती जागा १८ लाख रुपयांची होती. वरचे पैसे जमविण्यासाठी खूप आटापिटा करावा लागला, पण सुप्रियाच्या आग्रहासाठी तोही केला. सुप्रियाच्या वडिलांनीही थोडी रक्कम दिली होती. ती आम्ही नंतर परत केली. श्रियाचा पहिला वाढदिवस आम्ही त्या जागेत साजरा केला.

'नच बलिये' जिंकल्यानंतर आयुष्यभर आपल्यासोबत राहील, असं काहीतरी विकत घ्यावं, असं ठरवलं होतं. सुप्रियाला फ्लॅट, त्याचं इंटिरिअर, सजावट यात खूप रस आहे. तिच्याच माहितीतून आम्ही अंधेरी ईस्टला एक अप्रतिम फ्लॅट विकत घेतला. २४०० स्क्वे. फूट जागा होती. खूप छान सोसायटी होती. आम्ही त्या फ्लॅटची वास्तुशांत, पूजाही केली. परंतु आईला तिथे राहायला जाण्याची इच्छा नव्हती. त्रिप्ती वर्सोव्याला राहते, त्यामुळे तिला ते सोयीचं वाटत नव्हतं. मला आईचं मन दुखावायचं नव्हतं. त्यामुळे अंधेरीच्या त्या फ्लॅटमध्ये राहायला नको जाऊ या, असं मी सुप्रियाला सांगितलं. तिला खूप वाईट वाटलं, पण माझा इलाज नव्हता. तिची अजूनही त्या फ्लॅटमध्ये कधीतरी राहायला जायची इच्छा आहे.

लोणावळ्याला आमचा एक प्लॉट आहे, तिथे एक वृद्धाश्रम करण्याची तिची इच्छा आहे. माझा तिला पिंठबा आहे आणि त्या दृष्टीनं आमचे प्रयत्न सुरू आहेत. शेजारीच आम्हाला सुटीत जाऊन राहण्यासाठी एक साधंसुधं घर बांधण्याची तिची इच्छा आहे.

आई, बहीण आणि बायको यांच्यानंतर माझ्या आयुष्यात आलेली चौथी जवळची स्त्री म्हणजे माझी मुलगी श्रिया.

श्रिया ही सुप्रियापेक्षाही समंजस आहे. माझं आणि तिचं खूप पटतं. ती पाच वर्षांची असतानाची एक गोष्ट. ती पहिलीत होती. शाळा सुटल्यावर बसमधून घरी यायची. त्यांना सांभाळणाऱ्या मुलीही सोबत असायच्या. एकदा तिच्या मैत्रिणीनं त्या सांभाळणाऱ्या मुलीला लाथ मारली. श्रियानं ते बघितलं; पण तिथे काही बोलली नाही. त्या मैत्रिणीचा फोन नंबर तिनं वहीत लिहून घेतला. नंतर घरी आल्यावर खाणं-पिणं झाल्यावर ती वही काढली. मला तो नंबर वाचायला सांगितला आणि फोन लावला.

''मी श्रिया बोलतेय. तू आज त्या ताईला लाथ मारलीस. मी बघितलं. असं करायचं नाही. आपल्या सांभाळणाऱ्या मुली आपल्या बहिणी असतात. त्यांना लाथ मारू नये. पुढच्या वेळी लक्षात ठेव.'' असं तिनं तिला सौम्य शब्दांत सांगितलं.

मी तिला विचारलं, ''ती मुलगी तुझ्याबरोबर बसमध्ये होती, मग तिला तिथेच का नाही सांगितलंस?''

ती म्हणाली, ''तिथे सांगून तिला कळलं नसतं.''

त्याच क्षणी मला कळलं की, श्रियाला खूप काही कळतं.

श्रिया बऱ्यापैकी प्रॅक्टिकल आहे. स्वत:चं आयुष्य स्वत:च्या मर्जीप्रमाणे जगण्याची क्षमता तिच्यात आहे.

आमच्या दोघांमध्ये खूप चांगलं ट्यूनिंग आहे. श्रियासुद्धा आम्हा दोघांवर खूप प्रेम करते. माझ्यापेक्षाही तिचं तिच्या आईवर जास्त प्रेम आहे. ती लहान असताना मी आणि सुप्रियानं तिच्यासमोर वाद घालायचं टाळलं. आता श्रिया मोठी झाल्यावर आमचे काही वाद झाले, तर श्रिया नेहमी सुप्रियाचीच बाजू घेते. श्रियाचं जेवढं माझ्याशी पटतं, तेवढं सुप्रियाशी पटत नाही.

सुप्रिया भावनिकही आहे आणि फटकळही. मला आणि श्रियाला काही बोलण्याआधी ती कधी विचार करत नाही. कधी-कधी बोलून गेल्यानंतर तिला वाटतं की, असं बोलायला नको होतं; पण त्यातल्या ९० टक्के वेळा ती ते कबूल करत नाही, कारण तिचा तो स्वभाव नाही. आत्तापर्यंत भांडण झाल्यानंतर ते मिटवण्यासाठी ती स्वत:हून माझ्याकडे कधीही आलेली नाही. मी मोठा असल्यामुळे तिला कायम समजून घेत आलो आहे. त्यातून तिचं लग्नही खूप लहान वयात झालं, त्यामुळेही मला तिला समजून घ्यावं लागलं. आता तर तिला त्याची सवय झाली आहे. कधी-कधी ती मला असं काही बोलून जाते, जे मला अजिबात आवडत नाही.

मला दमदाटी करून किंवा कठोर शब्दांत बोलून काही करून घ्यायचा प्रयत्न केला, तर मी ती गोष्ट कधीच करत नाही. पण 'पँपर' केलं, तर मी पटकन करतो. माझ्या आईनंही मला खूप 'पँपर' केलं. सुप्रियानंही करावं, अशी माझी इच्छा होती; पण तिनं ते कधीही केलं नाही. आईनं मला खूप पँपर केलं, त्यामुळे आता आपण वेगळं करायची काय गरज आहे, असं तिला वाटलं असावं!

■

सीन ४१

माधुरीचा साधेपणा आणि प्रा.लि.जग्गू!

सन १९९१मध्ये प्रसिद्ध निर्माते सुभाष घई यांचे भाऊ अशोक घई यांच्या 'सुनेहा आर्ट्स'कडून मला एका हिंदी चित्रपटाच्या दिग्दर्शनाची ऑफर मिळाली. माझ्यासाठी ही मोठी संधी होती. शिवाय त्यात माधुरी दीक्षित, जॅकी श्रॉफ हे कलाकार काम करणार होते.

शूटिंग सुरू झालं. प्रेम चोप्रा यांच्यासारख्या मातब्बर कलाकाराला दिग्दर्शन करण्याची संधी मला त्यात मिळाली.

एकदा सेटवर आल्या-आल्या ते मला म्हणाले, ''सचिन, आज मला जरा लवकर सोड हं!''

''लवकर कशाला? आत्ताच जा!'' मी म्हणालो.

''आत्ता? नाही रे. मला संध्याकाळी लवकर जायचंय.''

''तेच तर म्हणतोय. तुम्हाला लवकर जायचंय ना? तुमचं काम महत्त्वाचं आहे ना? मग आत्ताच जा. यापेक्षा लवकर मी नक्कीच नाही सोडू शकणार.''

काय बोलावं तेच त्यांना कळेना. त्यांना माझा काही अंदाजच येत नव्हता. मेकअप रूममध्ये दोन तास ते विचार करत बसले. बाहेर आले.

''आर यू शुअर? मी जाऊ?'' त्यांचं गोंधळलेपण मला जाणवत होतं.

''येस, ऑफकोर्स प्रेमजी. तुम्ही जा. आपण उद्या शूटिंग करू!''

मग ते निघून गेले. जाताना अशोक घईला म्हणाले, ''मी फक्त लवकर सोड असं सांगितलं होतं. यानं तर मला आत्ताच जायला सांगितलं यार!'' अशोकला सगळी कल्पना होती. तो काहीच बोलला नाही. त्या दिवसानंतर प्रेमजींनी कधीच लवकर जाण्याची सवलत माझ्याकडे मागितली नाही.

मी ज्या अभिनेत्रींबरोबर काम केलं, त्यांत माधुरी दीक्षितसारखी प्रामाणिक आणि शिस्तबद्ध अभिनेत्री मी पाहिली नाही. तिचा प्रामाणिकपणा, शिस्त, निरागसपणा आणि तिच्यावरचे संस्कार यांना तोड नाही. तिच्याबरोबर काम करताना खूप समाधान मिळालं. माधुरी ही तिच्या शालेय आणि कॉलेज जीवनात माझी प्रचंड फॅन होती, हे मला तिच्याकडूनच कळलं. त्यामुळे तिला माझ्याबद्दल खूप आदर होता.

तिच्या बाबतीतली एक आठवण सांगण्यासारखी आहे. 'प्रेम दीवाने'च्या डबिंगच्या आधी एका आउटडोअर शूटिंगदरम्यान तिला दगडांवरून चालायचं होतं. त्यामुळे तिच्या पायाला ब्लिस्टर्स झाले होते. ते कळल्यावर मी तिला बसून डबिंग करायला सांगितलं. ती म्हणाली, ''मला बसून डबिंग नाही करता येणार. कारण त्यात हवा तसा परिणाम येत नाही.'' बसून डबिंग करणं ही खरंच अवघड गोष्ट असते. मलाही ते शक्य होत नाही. बसून डबिंग करणारे दोनच कलाकार माझ्या पाहण्यात आहेत, ते म्हणजे अमिताभ बच्चन आणि सुप्रिया पिळगांवकर.

माधुरीला उभं राहवत नव्हतं, तरी तिनं चार तास उभं राहून डबिंग केलं. तिच्या पायाला काय वेदना झाल्या असतील, याची केवळ कल्पनाच करता येऊ शकते. हे फक्त एक मराठी माणूसच करू शकतो. ती एखादी हिंदी

नटी असती, तर तिनं पाय दुखतायत, असं सांगून डबिंग पुढे ढकलायला सांगितलं असतं.

माधुरीबरोबरच पूजा भट, विवेक मुश्रन यांच्याबरोबरही काम करताना मजा आली. जॅकी श्रॉफनंही काम करताना धमाल आणली होती. एक लिमिटेड ॲक्टर असूनसुद्धा. पण माझ्या मते तो 'प्रायव्हेट लिमिटेड' आहे, फक्त 'लिमिटेड' नाही. कारण तो सगळ्यांचा आहे. खूप प्रेमळ आहे. सगळ्यात महत्त्वाचं म्हणजे स्वत:च्या मर्यादांची त्याला कल्पना आहे. शूटिंगच्या आधीच मी त्याला सांगितलं होतं, ''जग्गू, तुम्हें इस फिल्म में ॲक्टिंग करनी पडेगी.'' त्याच्यावर त्याचं उत्तर होतं, ''तू है ना, मेरे से ॲक्टिंग करवाने के लिये। तुझे इंडस्ट्री में बचपन से किस लिये रखा है फिर?''

शूटिंगच्या वेळी तो मला सांगायचा, ''सच्चू तुम सामने खड़े रहना और तुम जो एक्स्प्रेशन्स दोगे, वहीं मैं दूँगा।'' मग मी शूटिंग चालू असताना कॅमेऱ्याच्या फ्रेमच्या बाहेर उभं राहून संवाद न म्हणता अभिनय करायचो आणि तो तशीच एक्स्प्रेशन्स द्यायचा. हे करायलासुद्धा कौशल्य लागतंच; जॅकीकडे ते होतं.

या चित्रपटात लक्ष्मीकांत-प्यारेलाल यांच्याबरोबर काम करण्याची संधी मिळाली. खरंतर हा चित्रपट मला पंचमदांसोबत करायचा होता, परंतु त्या काळात पंचमदांना फारशी मागणी नव्हती. त्यामुळे मी प्रयत्न करूनही त्यांचं नाव निश्चित होऊ शकलं नाही. लक्ष्मीजींनी सुभाष घईंना आधीच सांगितलं होतं की, सचिनचा पिक्चर ते करणार! अर्थात, 'प्रेम दीवाने'ची गाणी ज्या दर्जाची व्हायला हवी होती, तशी झाली नाहीत.

चित्रपटाच्या शूटिंगदरम्यान बहुतांश गोष्टी माझ्या मनासारख्या घडत होत्या. परंतु क्लायमॅक्सबाबत काही गोष्टी मला इतरांच्या म्हणण्याप्रमाणे कराव्या लागल्या. हिंदी चित्रपटांच्या दिग्दर्शनाच्या बाबतीत माझा अनुभव मराठी चित्रपटांपेक्षा कमी असल्यामुळे मला त्या गोष्टी मान्य कराव्या लागल्या. त्यामुळे क्लायमॅक्समध्ये 'प्रेम दीवाने' फसला. कामाच्या बाबतीत मला पूर्ण स्वातंत्र्य असेल, तर माझ्या मनासारखा चित्रपट बनतो, हा माझा आत्तापर्यंतचा अनुभव आहे.

'प्रेम दीवाने'चा विषयही वेगळा होता. माझ्या मते तो काळाच्या पुढचा चित्रपट होता. तो आत्ताच्या काळात आला असता, तर जास्त स्वीकारला गेला असता. तरीही तो चित्रपट 'मेट्रो'मध्ये १५ आठवडे चालला. परंतु त्याच्यावर 'फ्लॉप'चा शिक्का बसला. त्यानंतर आलेला सुभाष घईंचाच 'खलनायक' त्याच चित्रपटगृहात सातव्या आठवड्यात नुकसानीत गेला, परंतु 'सुपरहिट' म्हणून त्याचा गाजावाजा झाला. अर्थात, चित्रपटाच्या चांगले-वाईटपणाची अंतिम जबाबदारी दिग्दर्शकाचीच असते आणि ती मी स्वीकारली.

'प्रेम दीवाने'च्या सेटवर सुभाष घईंसोबत

या चित्रपटामुळे मला अशोक घईसारखा एक जिवलग मित्र मिळाला. चित्रपट हिट होण्यापेक्षा ही गोष्ट मला जास्त मोलाची वाटते.

'प्रेम दीवाने'च्या काळात दिग्दर्शक म्हणून मला काही निर्मात्यांकडून ऑफर्स होत्या, पण नंतर ते मागे हटले. फक्त मोहनकुमार यांचा अपवाद वगळता. त्यांनी मला त्यानंतर 'आजमाईश'च्या दिग्दर्शनाची संधी दिली.

'आजमाईश'च्या दिग्दर्शनाचा अनुभव अतिशय क्लेशकारक होता. 'दिमाग का दही' होणं म्हणतात ना, तसं झालं होतं. माझ्या आयुष्यातला तो अत्यंत वाईट काळ होता. दुसरं चांगलं कामही हातात येत नव्हतं. १९८८नंतर मला हिंदी चित्रपटांत कलाकार म्हणून काम मिळणंही जवळपास बंदच झालं होतं. कुठलाही प्रकल्प अर्धवट सोडून निघून जाणं मला पटत नाही, त्यामुळे तो चित्रपट मी कसाबसा पूर्ण केला. अर्थात, मोहनजींकडे काम करण्याचा अनुभव चांगला नसला, तरी त्यांनी नंतरच्या काळात माझ्यावर मोठे उपकारही केले. पाली हिलमध्ये सतीश खन्नाच्या बंगल्यात 'आजमाईश'चा सेट लावला होता. तो त्यांनी मला 'ऐसी भी क्या जल्दी है' या माझ्या नंतरच्या चित्रपटासाठी वापरायला दिला.

मोहनकुमार यांचा मेव्हणा विजय सुरमा यानं मला एका चित्रपटासाठी करारबद्ध केलं होतं. त्यासाठी 'सायिंनग अमाउंट'ही दिली होती. दुर्दैवानं त्याची पत्नी वारल्याने त्याच्या चित्रपटाचा विचार बदलला. त्यानंतर त्याचाही अकाली मृत्यू झाला. त्या वेळी माझी परिस्थिती फारशी चांगली नव्हती. तरीही आपल्या हक्काचे नसलेले पैसे आपल्याकडे ठेवणं, ही माझी प्रवृत्ती कधीच नव्हती. ताराचंद बडजात्या यांच्या अंत्यसंस्काराच्या वेळी माझी मोहनकुमार यांच्याशी भेट झाली. विजयनं मला दिलेली सायिंनग अमाउंट परत देण्याची इच्छा मी त्यांच्यापाशी व्यक्त केली.

दुसऱ्या दिवशी त्यांच्या गाडीतूनच कालूमल इस्टेटमधील विजय सुरमा यांच्या घरी मी गेलो. त्यांच्या मुलीकडे ती पंचवीस हजारांची रक्कम सुपुर्द केली. निघताना मोहनजी म्हणाले, ''तुमने तुम्हारा काम कर दिया है। जाओ। भगवान तुम्हें कभी खाली हाथ नहीं रखेगा।''

■

सीन ४२

करंडा न लाभलेलं 'कुंकू'

आमच्याच कंपनीतर्फे मी 'कुंकू' या चित्रपटाची निर्मिती केली. त्याच्या दिग्दर्शनाची जबाबदारी अविनाश ठाकूरवर सोपवली होती. 'माझा कुणा म्हणू मी' या नाटकावरून मला हिंदी चित्रपट सुरू करण्याची इच्छा होती. परंतु ते शक्य झालं नाही, म्हणून मी तो मराठीत केला. 'कुंकू' चित्रपट प्रदर्शित होण्याच्या दोनच दिवस आधी ते नाटक दूरदर्शनवरून दाखवण्यात आलं. त्यामुळे 'कुंकू'ला त्याचा मोठा फटका बसला.

काही ठराविक चित्रपटगृहांमध्ये आपला चित्रपट लागावा, म्हणून त्यांच्या मालकांना पार्ट्या देणं, जेवणावळी घालणं, त्यांना खूश करणं असे प्रकार पूर्वी करावे लागत होते. माझ्या पप्पांनाही असं करावं लागत असे, ते मी पाहिलं होतं. मला हे प्रकार कधीच आवडले नाहीत. माझ्या मते, निर्मात्यानं चित्रपट तयार केल्यानंतर चित्रपटगृहचालकांमध्ये तो लावण्यासाठी स्पर्धा निर्माण व्हायला हवी. त्यांनी स्वत: निर्मात्याकडे येऊन त्याचा चित्रपट आपल्याकडेच लावण्यासाठी आग्रह धरायला हवा, एवढं नाव आणि दबदबा निर्मात्यानं निर्माण करायला हवा. प्रत्यक्षात तसं घडताना दिसत नाही.

'कुंकू'चा प्रीमिअर मी 'चित्रा सिनेमा'मध्ये ठेवला होता. शो सुरू करण्याआधी मी प्रोजेक्टर हाताळणाऱ्या कर्मचाऱ्यांच्या समोर नेहमीची प्रथा म्हणून 'शगुन'चे पैसे ठेवले. तिथे असलेल्या बाकीच्या कर्मचाऱ्यांनाही 'प्रसाद' द्या, असं त्यानं मला सांगितलं. मला त्याच्या मागचा अर्थ कळला नाही. मी इतरांनाही पूजेचा प्रसाद दिला. मध्यांतरानंतर त्यांनी स्पीकर खराब केला. त्यामुळे चित्रपटात संवादांबरोबरच 'घोंऽऽ' असा आवाज सुरू झाला. त्यांच्या या वृत्तीबद्दल मला वाईट वाटलं. त्यांनी हे मुद्दाम केलंय, हे मला कळत होतं; पण मीसुद्धा त्यांच्या या अडवणुकीला बधायचं नाही असं ठरवलं. सगळ्यांना ऐकायला त्रास झालाच होता, तो अर्धवट रोखून तरी काय करणार? 'आम्ही दुरुस्तीचा प्रयत्न करतोय,' असं त्या कर्मचाऱ्यांनी मला सांगितलं; पण ते करणार नाहीत, याची मला खात्री होती. मी एवढ्या मेहनतीनं तयार केलेल्या चित्रपटाचा शो एखादं चित्रपटगृह भाड्यानं घेऊन लावायचा आणि त्यांनी केवळ पैसे काढण्यासाठी त्यात व्यत्यय आणायचा, हे मला पटण्यासारखं नव्हतं. शेवटी पाऊण तासानंतर त्यांनी काहीतरी दुरुस्ती केली आणि आवाज ठीक झाला. हेच काम ते आधीसुद्धा करू शकले असते. त्या कटू अनुभवामुळे मी खूप उदास झालो. यापुढे मराठी चित्रपट बनवायचाच नाही, असा निर्णय मी घेतला.

'कुंकू'मधून मला जेमतेम २४ हजार रुपयांचा फायदा झाला. माझ्या मते तो चित्रपट चांगला बनला होता, पण प्रेक्षकांच्या पसंतीला उतरला नाही.

या काळात मी मोठी गाडी घ्यावी, असं माझ्या जवळच्या मंडळींना वाटत होतं, पण अनेकांचं देणं बाकी असल्याने मी मात्र माझ्याकडे असलेल्या मारुती ८००मध्येच समाधानी होतो.

१० मार्च, १९९३ रोजी माझ्या आईचा वाढदिवस होता. आईला काहीतरी गिफ्ट आणण्यासाठी सुप्रियाला बाहेर जायचं होतं. आमच्याकडे त्या वेळी असलेल्या नव्या ड्रायव्हरला घेऊन आमच्या एकमेव गाडीतून सुप्रिया

खरेदीला बाहेर गेली. लहानगी श्रियाही तिच्याबरोबर जाण्यासाठी मागे लागली होती, पण सुप्रियानं तिची समजूत काढली. लिंकिंग रोडला एका दुकानात जाऊन सुप्रिया खरेदी करत होती. त्या वेळी ड्रायव्हर धावत तिच्याकडे आला.

''वहिनी, आपली गाडी गेली. मी बाहेर गाडीत बसलो होतो, तर दोन माणसं आली, त्यांनी मला चाकूचा धाक दाखवला आणि मला बाजूला करून जबरदस्तीनं गाडी घेऊन गेले.'' ड्रायव्हरनं सांगितलं. सुप्रिया घाबरली. तिनं मला फोन केला. मी ताबडतोब बांद्रा पोलीस स्टेशनला खबर दिली. कुणीतरी तिथे येऊन तक्रार द्यायला हवी, असं त्यांनी सांगितलं. सुप्रिया तिथे जाऊन तक्रार नोंदवून आली. त्यानंतर टॅक्सीनं ती घरी आली. पोलिसांकडे तक्रार दाखल झाल्यामुळे ११ मार्चच्या 'मिड डे'मध्ये ही बातमी छापून आली. माझ्या बहिणीच्या मैत्रिणीनं ही बातमी वाचली. ही मैत्रीण त्या वेळी आमच्या जुहू अपार्टमेंटमधल्या ऑफिसच्या मागच्या बाजूलाच राहत होती. त्या मैत्रिणीचा नवरा कुठेतरी बाहेर गेला होता. तो साडेअकराच्या दरम्यान घरी आला आणि त्यानं बायकोला विचारलं, ''त्रिप्ती आलेय का?''

ती म्हणाली, ''नाही. का?''

तो म्हणाला, ''अरेच्चा? पण दादांची (माझी) गाडी तर खाली उभी आहे!''

तिला आश्चर्य वाटलं. लगेच तिच्या डोक्यात चक्रं फिरली. तिनं गाडी चोरीला गेल्याचा प्रकार त्याला सांगितला. मग त्यानं मला फोन केला. गाडी त्यांच्या इमारतीच्या बाहेर असल्याचं सांगितलं. मी 'लोखंडवाला'मधल्या घरी होतो. ताबडतोब ऑफिसला फोन केला. तिथे अविनाश ठाकूर होता. मी त्याला ही हकिकत सांगितली. तो ताबडतोब खाली गेला. त्यानं पाहिलं, तर खरोखरच इमारतीच्या मागच्या बाजूला आमची गाडी उभी होती. त्या वेळी मोबाइल्स नव्हते. त्यानं एका पीसीओवरून मला फोन केला. गाडी तिथेच असल्याचं सांगितलं. फोन चालू असतानाच तो ओरडला, ''अरे सचिन, आपली गाडी बाहेर पडतेय!''

ती गाडी तिथून कुठेतरी बाहेर निघाली होती. उजवीकडे वळली असती, तर समोरच मुख्य रस्ता होता. त्यावर ती गेल्यावर हाताशी लागली नसती. पण आमच्या सुदैवानं ती गाडी डावीकडे वळली. तिथे 'डेड एन्ड' होता. अविनाशनं मला हा प्रकार सांगितल्यावर मी सांताक्रूझ पोलीस स्टेशनला फोन करून त्यांना खबर दिली आणि तातडीनं पोलिसांना पाठवायला सांगितलं. दरम्यानच्या काळात गाडी निसटून जाऊ नये, म्हणून तिथल्या काही रिक्षावाल्यांना विनंती करून अविने तीन-चार रिक्षा गल्लीच्या तोंडाशी आडव्या लावल्या. तेवढ्यात पोलीसही तिथे पोहोचले. गल्लीच्या दुसऱ्या टोकाला गाडी उभी होती. तिथे तिची नंबर प्लेट काढण्याचा प्रयत्न दोन माणसं करत होती. पोलिसांनी त्यांना गाडी कुणाची आहे ते विचारलं. ती आपल्या मालकाची आहे आणि मालक शेजारच्या इमारतीत राहतो, अशी उडवाउडवीची उत्तरं त्यांनी दिली. पोलिसांनी दरडावल्यावर त्या दोघांनी एकूण रागरंग ओळखून पळायला सुरुवात केली. एक जण आतल्या बाजूला पळाला आणि दुसरा ज्या ठिकाणी रिक्षा लावल्या होत्या, त्या दिशेनं पळाला. तो पोलिसांच्या तावडीत सापडला. पोलिसांनी त्याला अटक केली. पोलिसांची कायदेशीर कार्यवाही पूर्ण झाल्यानंतर रात्री आम्हाला ती गाडी ताब्यात मिळाली.

आम्हाला गाडी मिळाली आणि दुसऱ्याच दिवशी, म्हणजे १२ मार्च, १९९३ रोजी सकाळी मुंबईत १३ ठिकाणी बॉंबस्फोट झाले. आमची गाडी कदाचित त्या स्फोटांसाठी वापरण्याचाही इरादा असण्याची शक्यता होती. तसं झालं असतं, तर काय झालं असतं, याचा विचारही करवत नाही.

लिंकिंग रोडवरून चोरलेली गाडी आमच्या ऑफिसच्या इमारतीच्या मागेच लावण्याची बुद्धी त्या चोरांना झाली, पेपरमध्ये छापून आलेल्या बातमीमुळे त्रिप्तीच्या मैत्रिणीच्या नवऱ्यानं ती गाडी बघावी, अविनाशच्या प्रसंगावधानामुळे गाडी परत मिळावी, हे सगळेच विलक्षण योगायोग. एखाद्या थरारपटाची खूप मेहनत घेऊन रचलेली काल्पनिक पटकथाही कदाचित एवढी उत्कंठावर्धक नसेल.

ती मारुती ८०० मी १९८८मध्ये एक लाख रुपये किमतीला घेतली होती. १९९५मध्ये त्या गाडीसाठी मला एक लाख रुपयेच मिळाले.

■

सीन
४३

'सोनू' स्टार झाला!

स्टेजवर म्युझिकल शोज करत असताना दिल्लीत अगमकुमार निगम हे गायक मला भेटले. त्यांच्याशी चांगली ओळख झाली. त्यांच्यासोबत त्यांचा बारा-तेरा वर्षांचा मुलगा यायचा. त्याच्याशीही ओळख झाली. अतिशय गोड मुलगा. त्याचं नाव होतं, सोनू. अगमकुमार आमच्या कार्यक्रमात गायचे. सोनू सोळा वर्षांचा झाल्यावर महंमद रफी यांची गाणी गाऊन दाखवण्याच्या एका स्पर्धेत तो सहभागी झाला होता. मी त्या स्पर्धेचा परीक्षक होतो. त्यात सोनू अप्रतिम गायला. मी त्याची विजेता म्हणून निवड केली. अर्थात, तो माझ्या ओळखीचा होता म्हणून नव्हे, तर त्याच्या गुणवत्तेवरून मी त्याला बक्षीस दिलं होतं.

त्यानंतर मी त्याला भेटलो. ''सध्या काय करतोस?'' मी विचारलं.

''काही शोमध्ये गातो, लग्नसमारंभांत गातो.''

''मुंबईला का येत नाहीस?''

''मुंबईला यायची इच्छा नाहीये. माझ्या वडिलांनी तिथे दहा वर्षं संघर्ष केला होता. त्यांना संधी मिळाली नाही. मला कशी मिळेल? मी आहे तिथेच बरा आहे.''

''तू नक्की ये. तुला संधी मिळेल.'' मी त्याला विश्वास दिला. माझा फोन नंबरही दिला. जेव्हा मुंबईला यायचा विचार होईल, तेव्हा संपर्क साधायला सांगितलं. मात्र मुंबईला यायचं नाही, यावर तो ठाम होता.

१९९१मध्ये अचानक त्याचा फोन आला.

''मी सोनू बोलतोय. वडिलांबरोबर मुंबईला आलोय.'' त्यानं सांगितलं. मी त्याला ऑफिसवर बोलावून घेतलं. मुंबईत पार्श्वगायक बनण्यासाठी संघर्ष करायचं त्यानं ठरवलं होतं. सोनूचा काका मुंबईत राहायचा. त्याच्याकडे ते दोघं राहायला होते; पण तिथे त्यांना सोयीचं वाटत नव्हतं. सोनू दिवसभर माझ्या ऑफिसवरच असायचा. संगीतकार लक्ष्मीकांत यांच्या घरी मी त्याला घेऊन गेलो. त्यांच्याशी ओळख करून दिली. सोनूनं त्याच्या गाण्यांची कॅसेट त्यांना ऐकण्यासाठी दिली. 'लक्ष्मीजी, हा माझा लहान भाऊ आहे. याच्यात गुणवत्ता आहे, म्हणून तुमच्याकडे घेऊन आलोय. नाही तर आणलं नसतं,' असं लक्ष्मीजींना स्पष्टपणे सांगितलं. नंतर सोनूची आनंद-मिलिंद यांच्याशी ओळख करून दिली. अनुराधा वहिनींशी एकदा फोनवरून बोललो. त्यानंतर सोनूची गुलशनकुमार यांच्याशी ओळख झाली आणि त्यांच्या 'टी सिरीज'नं सोनूच्या आवाजातली महंमद रफीजींच्या गाण्यांची कॅसेट काढली. त्यानंतर 'अच्छा सिला दिया...' आणि 'इश्क में हम तुम्हें क्या बताएं...' ही त्याची गाणीही गाजली. 'प्रेम दीवाने'मध्ये सोनूला एखादं गाणं मिळावं, यासाठी मी आग्रही होतो; पण ते जमलं नाही. त्यानंतर 'आजमाईश'च्या वेळी मी सोनूची निर्माते मोहनकुमारजींशी ओळख करून दिली. सोनूला एक संधी देण्याची विनंती केली. त्यांनीही ती तत्काळ मान्य केली. त्यांनी सोनूची कॅसेट ऐकली आणि त्यांना त्याचा आवाज आवडला. मग 'चूडियाँ बनती हैं दुकानों में...' हे गाणं सोनूला मिळालं. सिनेमासाठीचं त्याचं हे पहिलं गाणं. ते खूप गाजलं. मेहबूब स्टुडिओत त्या गाण्याचं रेकॉर्डिंग सुरू असताना सोनूचे वडील अगमभैया मला बाहेर भेटले. त्यांच्या डोळ्यांत आनंदाश्रू होते. ''अनेक लोक नुसते बोलतात. तुम्ही करून दाखवलंत!'' ते मला म्हणाले. मी म्हटलं, ''त्याच्याकडे गुणवत्ता होती, म्हणून मी एवढं धाडस केलं. माझ्याकडे शंभर नंबरी सोनं आहे.

ते लखाखणारच ना!''

बहारीनच्या पहिल्या परदेश दौऱ्याबद्दल सोनूने त्याच्या आठवणी पुस्तकाच्या सुरुवातीला सांगितल्या आहेतच. या दौऱ्यात सोनूच्या गाण्याच्या आधी मी त्याची ओळख कशी करून दिली याचा किस्सा सांगतो.

'सचिन नाइट' या माझ्या शोमध्ये माझी पहिल्या टप्प्यातली गाणी संपली आणि मी निवेदन केलं, ''आता जो कलाकार तुमच्यासमोर गाणं म्हणणार आहे, तो नवोदित आहे. त्याची ही सुरुवात आहे. नजीकच्या काळात तो हिंदी चित्रपटसृष्टीत पहिल्या क्रमांकाचा गायक झाला नाही, तर मी चित्रपटसृष्टी सोडून देईन!'' सोनू स्टेजवर येऊन 'मधुबन में राधिका...' गायला आणि श्रोत्यांनी त्याला डोक्यावर घेतलं. त्याच्या या कामगिरीचा मला अभिमान वाटला.

'आजमाईश'ची गाणी तयार करताना एका गाण्याची चाल माझ्या डोक्यात आली. आनंद बक्षीसाहेबांना ती ऐकवल्यावर त्यांनाही आवडली. त्यांनी त्यावर शब्द लिहिले. संगीतकार आनंद-मिलिंदपैकी मिलिंदचं म्हणणं असं होतं की, सोनू रफीस्टाइल गातो, त्यामुळे त्याला ही स्टाइल शोभणार नाही. आपण दुसऱ्या कुणालातरी घेऊ या. मला ते पटत नव्हतं. कुणावरही शिक्का मारून मोकळे होऊ नका, असं मी त्यांना सांगितलं. हे गाणं सोनूनंच गावं, यासाठी मी आग्रही राहिलो. 'मेरा दिल खो गया, तेरा दिल खो गया...' हे ते गाणं. सोनूला मी समोर घेऊन बसलो. त्यानं गाऊन दाखवलं. मी त्याला ते वेगळ्या प्रकारे गायला सांगितलं. ते गाणं रेकॉर्ड झालं आणि सोनूनं त्याच्या गुणवत्तेनं सगळ्यांची तोंडं बंद करून टाकली. ते गाणंसुद्धा गाजलं.

त्यानंतर सोनूला हिंदी चित्रपटांत गाणी मिळायला लागली. सोनूने टीव्हीसाठी 'सा रे ग म' या रिॲलिटी शोचं अँकरिंग केलं आणि त्या शोला वेगळ्या उंचीवर नेऊन ठेवलं. त्या शोमध्ये दरवेळी एक वेगवेगळा पाहुणा परीक्षक यायचा. संगीतकार, गीतकार, गायक, अशी मंडळी त्यात असायची. सोनूनं तिथे मला बोलावण्यासाठी आग्रह धरला. कार्यक्रमाचे संयोजक गजेंद्रसिंग यांना माझ्या गायनाबद्दल कल्पना नव्हती. केवळ सोनूच्या आग्रहामुळे त्यांनी मला बोलावलं. शोच्या शेवटी पाहुण्या परीक्षकानं स्टेजवरून एक गाणं म्हणायचं असतं. मी 'बडे अच्छे लगते हैं...' म्हणणार होतो. सोनूनं मला 'लागा चुनरी में दाग...' म्हणण्याचा आग्रह केला. सोनू आणि मी माझ्या कार्यक्रमात हे गाणं त्याआधीही गात होतो. तिथल्या वादकांबरोबर तालीम नसताना हे गाणं कसं म्हणणार, असा माझ्यापुढे प्रश्न होता, त्यामुळे मी 'बडे अच्छे'बाबत आग्रही होतो. परंतु सोनूनं माझं काहीही ऐकून घेतलं नाही. मला त्यानं 'लागा' म्हणायला लावलं. मी ते गायलो आणि सगळ्यांना आवडलं. गजेंद्रसिंग तर कंट्रोल रूममधून धावत आले आणि मला कडकडून मिठी मारली. सोनू खूश झाला.

'चलती का नाम अंताक्षरी'मधील धमाल

माझ्या अपेक्षेप्रमाणेच सोनू नंतर मोठा स्टार झाला. तरीही तो माझ्याशी नम्रपणे वागतो. त्याच्या सुरुवातीच्या काळात त्याच्या करिअरला मी हातभार लावला, त्याची त्याला अजूनही जाणीव आहे.

'लागा'च्या त्या अनुभवापासून निर्माते गजेंद्रसिंग माझ्या प्रेमातच पडले होते. अन्नू कपूरशी एखाद्या वेळी वाद झाले, तर 'मैं सचिनजी को लेके आऊँगा,' अशी भीती ते त्याला घालत असत, असंही माझ्या कानावर आलं होतं. मात्र, 'अंताक्षरी' बघताना नेहमी असं जाणवायचं की, हे तर आपलं काम आहे! अर्थात, अन्नू कपूरसुद्धा ते चांगल्या प्रकारे करत होता.

'अंताक्षरी'च्या दोन सेलिब्रिटी स्पेशल एपिसोड्सचं दुबईत चित्रीकरण होणार होतं. त्यात सेलिब्रिटी गेस्ट म्हणून मला सहभागी होण्याचं निमंत्रण गजेंद्रजींनी दिलं. मी दुबईला आईला घेऊन गेलो. १० मार्चला तिच्या वाढदिवशी मला दुबई शॉपिंग फेस्टिव्हलमधून तिच्याकडून शॉपिंग करून घ्यायचं होतं. 'अंताक्षरी' छान रंगली. मी पहिलं गाणं 'रात अकेली है...' गायलो. त्यानंतर कार्यक्रमाची रंगत वाढतच गेली. मी जिंकलो नाही; पण कार्यक्रम करायला मजा आली. आईचं शॉपिंगही झालं. ते दोन्ही एपिसोड प्रसारित झाले आणि लोकांना ते खूप आवडले.

दुसऱ्याच दिवशी मला विपुल शहा यांचा फोन आला. ते मला ऑफिसमध्ये भेटायला आले. दिल्लीच्या 'बॅग फिल्म्स' या कंपनीतर्फे 'डीडी मेट्रो'साठी एक शो करण्याचा त्यांचा प्रस्ताव होता. 'पिकनिक अंताक्षरी' असं त्याचं नाव होतं. मी त्याचं अँकरिंग करावं, अशी त्यांची इच्छा होती. व्यवहाराचीही बोलणी झाली.

खरंतर त्या कार्यक्रमासाठी दुसऱ्या एका कलाकाराचं नाव त्यांच्या डोक्यात होतं. त्याच्याशी कराराचा मसुदाही तयार होता. परंतु करारावर सह्या होण्याच्या आदल्याच दिवशी त्यांनी माझा 'अंताक्षरी'चा दुबईमधला एपिसोड पाहिला आणि 'अँकर' म्हणून मी जास्त योग्य ठरेन, असं त्यांना वाटलं. त्यामुळे ते माझ्याकडे आले होते. हे सगळं मला शूटिंगला सुरुवात झाल्यानंतर कळलं. पहिले तीन एपिसोड मुंबईत, तर नंतरचे दिल्लीत चित्रित झाले.

'डीडी नॅशनल'साठी 'पिकनिक अंताक्षरी'चे आम्ही ५२ एपिसोड्स केले. तो कार्यक्रम सुपरहिट झाला. त्या काळात त्याला १७ ते १८ टीआरपी मिळायचा. हा कार्यक्रम संपल्यानंतर त्यांनी 'स्टार प्लस'शी संपर्क साधला. नंतर त्या वाहिनीच्या पद्धतीनुसार त्यात काही फेरफार करून तो 'चलती का नाम अंताक्षरी' या नावानं प्रसारित करण्यात आला. तोसुद्धा खूप गाजला. आम्ही त्याचे १०४ एपिसोड्स केले. त्या कार्यक्रमात श्रुती उल्फत ही माझी सहनिवेदिका होती. तिचं आणि माझं वेगळंच नातं होतं. हे नातं कधी मैत्रीचं, कधी भाऊ-बहिणीचं, तर कधी बाप-लेकीचं व्हायचं.

जवळपास दोन वर्षं तो कार्यक्रम सुरू होता. त्या कार्यक्रमामुळे 'सागरिका' या कंपनीनं मला घेऊन 'सचिनमय' हा अल्बम करायचं ठरवलं. पुण्याला सोनू निगमच्या हस्ते त्या अल्बमचं प्रकाशन झालं. सोनूनं त्या दिवशी 'सा रे ग म'मध्ये मला 'लागा चुनरी में दाग...' गायला लावलं नसतं, तर हा अल्बम झाला नसता, असं मी त्या कार्यक्रमात सांगितलं.

माझ्या मते एकमेकांना अशा प्रकारे मदत करणं आणि दुसऱ्याचं हित पाहणं सर्वांच्याच फायद्याचं असतं.

चमन में 'इख्तलात-ए-रंगो बू'[१] से बात बनती है।
हमीं हम हैं, तो क्या हम हैं?
तुमही तुम हो, तो क्या तुम हो?
(१ : रंग आणि सुवास यांच्यातील प्रेम)

■

सीन
४४

त्रिप्ती

मी तेरा वर्षांचा असताना ११ ऑगस्ट, १९७० रोजी माझ्या बहिणीचा, त्रिप्तीचा जन्म झाला. मी लहानपणी आईला अजिबात त्रास दिला नव्हता. त्रिप्ती मात्र आईला प्रचंड त्रास द्यायची. अतिशय कटकटी. काही ना काही कारणावरून भोकाड पसरायची. पप्पांनी डोक्यावर बसवून ठेवलं होतं. त्यामुळे ती जास्तच शेफारली होती.

मीसुद्धा तिचे खूप लाड करायचो. त्यामुळे तिला शिस्त लागावी, म्हणून आई-पप्पांनीच तिला खडकीच्या बोर्डिंग स्कूलमध्ये ठेवण्याचा निर्णय घेतला. मला तो आवडला नव्हता, पण मी काही बोलूही शकत नव्हतो. मी महिन्यातून दोनदा तिला भेटायला जायचो. त्या वेळी निरोप घेताना ती रडायची, मीसुद्धा रडायचो. तुम्ही सारखे तिला भेटायला आलात, तर तिला अजून त्रास होईल, असं तिथल्या 'मदर' मला ओरडायच्या.

माझ्या बहिणीचं नाव पप्पांनी 'त्रिप्ती' ठेवलं. ते तिला 'पप्पू' म्हणायचे. त्यामुळे मी तिला 'पप्पूताई' म्हणू लागलो. परंतु ते नाव तिला अजिबात आवडत नाही. पप्पांनी तिचं नाव 'त्रिप्ती' ठेवल्यामुळे तिला कुणी 'तृप्ती' म्हटलेलंही आवडत नाही.

तिला पडद्यावर ट्रॅजिक सिनेमे बघायला आवडत नाहीत. ज्यात माझं काही बरं-वाईट असेल, ते तर अजिबातच आवडत नाहीत. त्यामुळे तिनं आजपर्यंत 'शोले' बघितलेला नाही! 'आनंद' ही तिनं बघितलेली एकमेव ट्रॅजेडी असावी. प्रत्यक्ष आयुष्यातल्या वाईट घटनांविषयी ऐकायला, बोलायलाही तिला आवडत नाही. त्यामुळे ती सत्यापासून दूर पळण्याचा प्रयत्न करते की काय, असं मला कधी-कधी वाटतं. परंतु स्वभावाला औषध नाही!

लहानपणापासूनच त्रिप्तीसाठी मी सबकुछ आहे. काही मुलं 'बाबा, पप्पा', काका, आई,' असे शब्द सगळ्यात आधी बोलायला शिकतात. त्रिप्तीनं उच्चारलेला पहिला शब्द 'दादा' होता. एवढी आमची लहानपणापासूनच जवळीक. लहानपणी एकदा त्रिप्तीनं तिच्या मैत्रिणीच्या वाढदिवसाला तिला विचारलं, 'तुला काय हवंय?' त्यावर तिची मैत्रीण तिला म्हणाली, ''मला तुझा दादा दे! कारण असा भाऊ मला नाहीये!''

त्रिप्ती जन्माला आली आणि आम्ही जुहूमध्ये राहायला आलो, तेव्हा आमचे शेजारी उत्तर भारतीय होते. त्यामुळे मराठीपेक्षा अस्खलित हिंदीच तिच्या कानावर जास्त

पडत असे. त्यामुळे तिचं हिंदी उत्तम झालं, पण मराठी बिघडलं. आतासुद्धा घरी ती आणि मिलिंद एकमेकांशी बोलतानाही अनेकदा हिंदीत बोलतात. त्याबद्दलही मला काही आक्षेप नाही, पण त्याचा परिणाम त्यांच्या मुलावर होऊ नये, एवढीच माझी इच्छा आहे. मराठी ही आपली मातृभाषा आहे आणि इतर कितीही भाषा शिकल्या, तरी मातृभाषा चांगल्या प्रकारे बोलता आलीच पाहिजे, असं माझं ठाम मत आहे. त्रिप्तीनं एवढी काळजी घेतली तर बरं होईल, असं मी तिला सुचवेन.

पप्पा गेल्यानंतर घरातला कर्ता मीच होतो. त्यामुळे मी आईला सावरलं, बहिणीलाही सावरलं. त्रिप्तीची पप्पांशी खूपच जवळीक होती, त्यामुळे ते गेल्यानंतर तिला खूप एकाकी वाटू लागलं. त्या क्षणापासून ती माझी मुलगी झाली. रात्री झोपताना तिला पप्पांची खूप आठवण यायची. मग मी तिला जवळ घेऊन माझ्या कुशीत झोपवत असे.

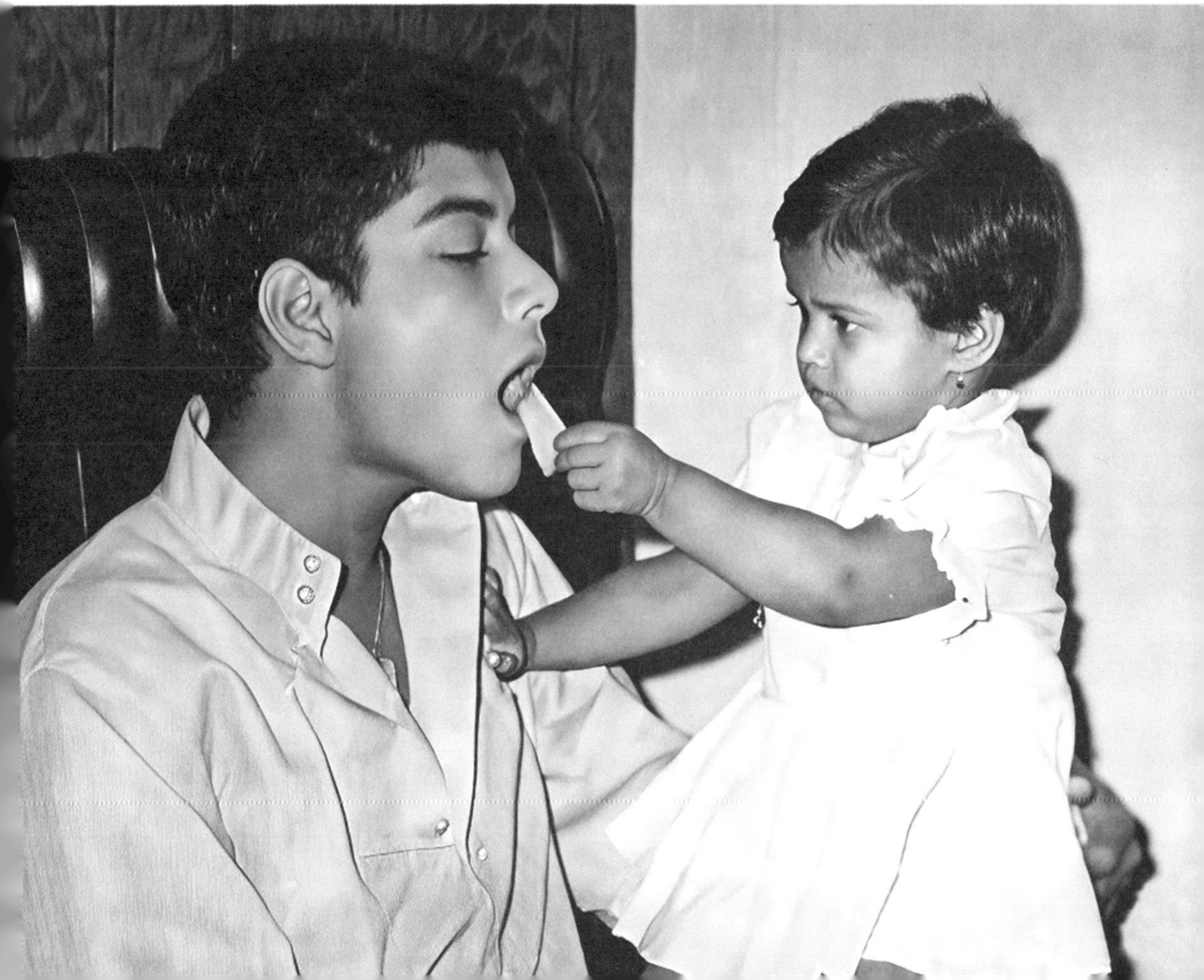

त्यानंतर काही दिवसांनी लंडन, ॲमस्टरडॅमला माझे शो होते. पप्पा गेल्याच्या दु:खातून आई आणि त्रिप्ती सावराव्यात, म्हणून मी त्यांना या शोसाठी बरोबर घेऊन गेलो. त्यांच्याबरोबर परदेश दौरा करता आला आणि एकमेकांसाठी खूप वेळही देता आला.

त्रिप्ती गातेही छान. परंतु तिनं त्याचं रीतसर शिक्षण कधी घेतलं नाही. मलाही गाण्याचं शिक्षण घेता आलं नाही, पण निदान त्रिप्तीनं ते घ्यावं, अशी माझी इच्छा होती. ती गाणं शिकली असती, तर तिला त्याचा नक्कीच फायदा झाला असता.

माझं लग्न ठरल्याचं कळल्यानंतर त्रिप्ती खूप खूश झाली. दादाच्या लग्नात तिनं खूप मजा केली. सुप्रिया आणि तिचं चांगलं नातं निर्माण झालं. त्या दोघींनीही एकमेकींच्या नात्याचा, स्थानाचा नेहमीच आदर केला आणि त्यासाठी आवश्यक 'स्पेस'ही दिली.

मनासारखा जोडीदार मिळत नाही, तोपर्यंत लग्न करायचं नाही, असं तिनं ठरवलं होतं. तिचं वय वाढत होतं; पण लग्न ठरत नसल्यानं आम्हाला काळजी वाटत होती. तिचं कुणावर प्रेमही बसलं नव्हतं. त्यामुळे अरेंज्ड मॅरेजला पर्याय नव्हता. पुण्यातील माझे मित्र श्रीवल्लभ ऊर्फ पपी भंडारे आणि त्यांची पत्नी मधू यांनी त्यांच्या मित्रमंडळींना बोलावून एक पार्टी आयोजित केली. त्यातून त्रिप्तीसाठी एखादं चांगलं स्थळ मिळावं, असा त्यांचा उद्देश होता. पपी जसा माझा मित्र आहे, तशीच सुप्रिया ही मधूची जीवश्चकंठश्च मैत्रीण. भारतात स्वत:च्या घरानंतर आमच्या हक्काचं दुसरं कुठलं घर असेल, तर ते पप्पी-मधूचं.

'झी मराठी'चं नाव 'झी अल्फा' होतं, त्या वेळी भारतकुमार राऊत हा माझा मित्र तिथे काम करत होता. त्याच्याच संकल्पनेतून 'अल्फा गौरव' हा कार्यक्रम सुरू झाला. त्यात मराठी चित्रपट, नाटकं आणि कलाकारांचा गौरव होणार होता. त्या पहिल्या सोहळ्याचं दिग्दर्शन त्यानं माझ्यावर सोपवलं. तरुण वर्गाचं प्रतिनिधित्व मी चांगल्या प्रकारे करू शकतो, असं त्याचं मत. या कार्यक्रमाच्या नियोजनात मी त्रिप्तीला सोबत घेतलं. तो 'इव्हेंट' अतिशय यशस्वी झाला. 'एचपी मिल्सी'साठी काही इन्फोमर्शियलही (सहा ते सात मिनिटांचे जाहिरातपट किंवा माहितीपट) मी केल्या. त्यासाठीही त्रिप्ती माझी साहाय्यक होती.

त्रिप्तीला पुण्याचं एक अत्यंत श्रीमंत आणि मोठं स्थळ आलं होतं, पण तिला ते न पटल्यानं तिनं ते नाकारलं होतं. अखेर आईच्या मैत्रिणीच्या ओळखीनं मिलिंद परुळकर हा सुयोग्य जोडीदार तिला मिळाला. मिलिंद हा मरीन इंजिनिअर आहे. लग्न ठरण्याच्या काळात त्रिप्तीचा 'पालक' या नात्यानं मला तिच्या जोडीदाराला पारखून घेणं आवश्यक होतं. मी मिलिंदची विचारपूस केली आणि लग्नाला संमती दिली. त्यांचं लग्न झालं. त्रिप्तीचं कन्यादान मी आणि सुप्रिया दोघांनी केलं.

लग्नसमारंभ थाटामाटात झाला. माझ्या मावशीनं माझं आणि सुप्रियाचं त्यासाठी कौतुक केलं. ''आम्हाला तुझा अभिमान वाटतो. त्याचबरोबर सुप्रियाचाही तेवढाच अभिमान वाटतो. हे तुम्ही दोघांनी मिळून केलेलं आहे, याची मला खात्री आहे,'' असं तिनं सांगितलं.

तिच्या लग्नानिमित्त पाच समारंभ करायचं आम्ही ठरवलं होतं. त्यात एके दिवशी मेहंदी, मातारानी की चौकी, संगीत, लग्न समारंभ आणि रिसेप्शन असे पाच कार्यक्रम आम्ही केले.

कुठल्याही नवऱ्या-बायकोप्रमाणे मिलिंद आणि तिचे मतभेदही होतात; पण त्यांना सोबत घेऊन त्या दोघांनी त्यांचं नातं छान जपलं आहे. त्यांना एक गोड मुलगा आहे. त्याचं नाव 'स्वयम्'. त्यालाही मुली आवडतात, त्यामुळे तो पूर्णपणे मामावर गेला आहे, असं म्हणायला हरकत नाही. स्वयम् एके दिवशी खूप मोठा माणूस होईल, असा मला विश्वास आहे आणि त्याला माझा आशीर्वाद आहे.

■

सीन
४५

काही गोड, काही कडू!

पिता आणि मुलीच्या हळुवार नात्यावरचा 'ऐसी भी क्या जल्दी है' या चित्रपटाची निर्मिती आणि दिग्दर्शन मी केलं. हा चित्रपट मी 'झी सिनेमा'साठी केला होता. या चॅनेलने त्या वेळी 'लवकरच येत आहे...' अशी या चित्रपटाची मोठी जाहिरात केली. प्रेक्षकांना वाटलं, हा चित्रपट 'झी सिनेमा'वर येतोय. त्यांचा गैरसमज झाला आणि चित्रपटाच्या व्यवसायावर त्याचा परिणाम झाला. तरीही 'गेईटी गॅलेक्सी'मध्ये तो चार शोमध्ये दहा आठवडे चालला.

आमच्या लग्नाच्या वेळी सुप्रियाला निरोप देताना तिच्या वडिलांनी मला सांगितलं होतं, ती अजूनही लहान आहे. तिला फक्त नवऱ्याचं नाही, तर बापाचंही प्रेम द्या. ते माझ्या डोक्यात होतं. मुली कशा आणि केव्हा मोठ्या होतात, हे बापाला कळतच नाही. आईच्या प्रेमाची महती सगळेच जण गातात, पण बापाची काळजी कुणालाच कळत नाही. ही व्यथा मी जाणली आणि त्यातून 'ऐसी भी क्या जल्दी है'चं बीज स्फुरलं.

त्या वेळी मनोहर जोशीसर मुख्यमंत्री होते. एके दिवशी सकाळी मला 'वर्षा' बंगल्यावरून फोन आला.

''सीएम साहेबांना बोलायचंय...'' सरांच्या पी.ए.नं सांगितलं. मग सरांकडे फोन जोडून देण्यात आला.

''सचिन, अरे काय केलंस हे तू?'' स्वत: सर फोनवर आले.

''मी काय केलं? काहीच नाही केलेलं मी!'' त्यांच्या अचानक प्रश्नाने मी गडबडून गेलो होतो.

''अरे, काल रात्री मी घरी बसलो होतो, तर माझ्या दोन मुली धावत माझ्याजवळ आल्या आणि त्यांनी मला मिठी मारली. 'पप्पा, आमचं तुमच्यावर खूप प्रेम आहे. यापुढे तुमचं मन दुखावून आम्हाला काहीही करायचं नाही. तुम्ही सांगाल ते आम्ही ऐकू.' त्या म्हणाल्या. मला आश्चर्यच वाटलं. त्यांना अचानक काय झालं, ते मला कळेना. त्यांना विचारल्यावर त्या म्हणाल्या, 'आम्ही सचिनचा 'ऐसी भी क्या जल्दी है' हा सिनेमा पाहिला. बापाचं काळीज काय असतं, हे आम्हाला त्यावरून कळलं.

आता यापुढे आम्ही तुम्हाला कधीही त्रास देणार नाही.''' सर सांगत होते. ''मुलींनी हे सांगितल्यावर मला खूप आनंद झाला. हा आनंद मला तुझ्यामुळेच मिळू शकला,'' असं सर मला म्हणाले.

मी म्हटलं, ''आपल्या चित्रपटामुळे कुणा एकाला जरी आनंद देता आला, तरी तो चित्रपट सफल झाला, असं मी समजतो.'' सरांना मी मनापासून धन्यवाद दिले.

'आत्मविश्वास'च्या बाबतीतही अशीच एक हृद्य आठवण आहे. तो चित्रपट प्रदर्शित झाल्यानंतर मला एका तरुणाचं पत्र आलं. त्यानं लिहिलं होतं : 'मी घरात सगळ्यात लहान. उडाणटप्पू म्हणून घोषित केलेला. चांगला शिकलेला, नोकरीसाठीही प्रयत्न केले, परंतु ती मिळाली नाही. त्यावरून घरातल्या माणसांकडून खूप काही ऐकून घ्यावं लागलं. त्याला कंटाळून मी आत्महत्या करायचं ठरवलं होतं. त्याआधी आठवडाभर मला धमाल करायची होती. फिरायला जायचं, रोज एक पिक्चर बघायचा आणि रोज बाहेर जेवायचं, असं आयुष्य एन्जॉय करायचं आणि आठव्या दिवशी आत्महत्या करायची, असं माझं ठरलं होतं. आत्महत्या करायच्या आधी पत्र कसं लिहायचं, याचाही विचार करून ठेवला होता. आठवड्याच्या शेवटच्या दिवशी मी 'प्रभात'मध्ये 'आत्मविश्वास' पाहायला गेलो. चित्रपट संपल्यावर बाहेर आलो, तेव्हा आत्महत्येचा विचार मी सोडून दिला होता. जगण्याची आव्हानं पेलायचं ठरवलं होतं. दुसऱ्याच दिवसापासून मी नोकरीसाठी नव्यानं प्रयत्न सुरू केले आणि सात-आठ दिवसांत मला नोकरी मिळाली. त्यानंतर दुसरी चांगली नोकरीही मिळाली आणि आज मला २५ हजार रुपये पगार आहे. घरातल्या मंडळींना आता माझा अभिमान वाटतो आणि याचं श्रेय मी तुम्हाला देऊ इच्छितो.'

मला भरून पावल्यासारखं झालं. आपला चित्रपट पाहून एका माणसाचा जीव वाचला, त्याचं आयुष्य मार्गी लागलं, यापेक्षा मोठा आनंद एखाद्या चित्रपटकर्त्यासाठी काय असू शकतो?

'ऐसी भी क्या जल्दी है' पाहून जया बच्चन यांनी मला 'नाम क्या है' या चित्रपटाच्या दिग्दर्शनाची ऑफर दिली. अमितजींनी 'एबीसीएल' ही कंपनी सुरू केली होती. त्यांच्यातर्फे या चित्रपटाची निर्मिती केली जाणार होती.

जयाजींना मी पहिल्यांदा पाहिलं ते हृषिदांच्या 'गुड्डी'च्या सेटवर. तेव्हा त्या 'जया बच्चन' झाल्या नव्हत्या. मी पहिल्यांदा शूटिंग बघायला गेलो, तेव्हा उत्पल दत्त आणि अमिताभ बच्चन यांचा शॉट सुरू होता. जयाजी तिथे शाळेच्या गणवेशात येतात, असं दृश्य होतं. हा एवढा मोठा लांबलचक माणूस आणि ही एवढी कमी उंचीची मुलगी, यांची जोडी कशी काय, असा विचार मनात आला. अर्थात, हृषिदांनी त्यामागे नक्कीच काहीतरी विचार केला असणार, असंही वाटून गेलं. हृषिदांच्या एडिटिंग स्टुडिओत मी बसलो होतो, तेव्हा हृषिदांचं कुणाशीतरी त्या उंच माणसाला चित्रपटातून काढण्याबाबत बोलणं सुरू होतं. नंतर त्यांना खरंच काढून त्यांच्या जागी समित भांजा या कलाकाराला घेण्यात आल्याचं कळलं. अमिताभ बच्चन ही काय चीज आहे, हे तोपर्यंत चित्रपटसृष्टीला कळायचं

होतं. 'गुड्डी'च्या त्या अनुभवावरून अमितजी अजूनही जयाजींची चेष्टा करतात की, त्यांच्याच सांगण्यावरून अमितजींना चित्रपटातून काढण्यात आलं. हृषिदांचा वकूब आणि दबदबा लक्षात घेता, कुणाच्या सांगण्यावरून त्यांनी एखाद्या कलाकाराला बदलणं अशक्यच होतं. कदाचित, अमितजी मुद्दामच जयाजींची खोड काढण्यासाठी तसं म्हणत असावेत.

जयाजींचा अभिनयातला सहजपणा, चिकाटी मला त्याच वेळी जाणवली होती. मी हृषिदांपाशी तसं बोलूनही दाखवलं होतं. 'केवढी मोठी स्टार होते माहीत नाही, पण ही उत्तम अभिनेत्री होईल, हे नक्की,' असं हृषिदा म्हणाले होते. अर्थात, जयाजींनी त्यांच्या अभिनयाच्या ताकदीच्या जोरावर हे सिद्ध करून दाखवलं की, कोणतंही ग्लॅमर नसतानाही एखादा सच्चा कलाकार 'स्टार' बनू शकतो. माझ्या मते, अभिनयाच्या गुणवत्तेच्या बाबतीत जयाजी ह्या अमितजींपेक्षा उजव्या आहेत. बच्चन कुटुंबीयांच्या बाबतीत विचार करायचा झाला, तर हरिवंशराय बच्चन यांच्या गुणवत्तेशी तुलना कुणाशीच होऊ शकत नाही.

'नाम क्या है'मध्ये मुकुल देव आणि सुचेता पावशे या दोन नवोदित कलाकारांना संधी देण्यात आली होती. सुचेता ही स्वभावानं चांगली आणि गुणी अभिनेत्री होती. मुकुल देव हा दिल्लीचा तरुण. त्याच्यात 'स्टार' होण्याची क्षमता आहे, असं मला पाहताक्षणीच वाटलं होतं. परंतु त्याची वागण्याबोलण्याची पद्धत एवढी विचित्र होती की, ह्याचं चित्रपटसृष्टीत काही खरं नाही, हेही मला तेव्हाच वाटलं होतं. त्याचं आणि माझं अजिबात पटलं नाही. माझं शक्यतो कुठल्याही कलाकाराशी कधी भांडण होत नाही; पण मुकुलबरोबर कडाक्याचं भांडण झालं. असं भांडण होणं चित्रपटासाठी चांगली गोष्ट नसते. कदाचित तेव्हापासूनच त्या चित्रपटाच्या बाबतीत नकारात्मक गोष्टी घडू लागल्या होत्या.

१९९५च्या डिसेंबरमध्ये आम्ही कुर्गमधील मडीकरी भागात शूटिंग करत होतो. ३१ डिसेंबरला आम्ही दिवसभर शूटिंग केलं आणि रात्री नववर्षाच्या स्वागताची पार्टी करत होतो. तेवढ्यात अचानक तिथे एक टोळकं आलं आणि त्यांनी धुडगूस घालायला सुरुवात केली. आमच्याबरोबर असलेल्या एका स्थानिक तरुणानं बहुधा त्यांची खोडी काढली होती. तो तरुण पळायला लागला आणि पडला. त्याच्या शरीरातून रक्त बाहेर येत होतं. तो बेशुद्ध पडला. त्याला रुग्णालयात हलविण्यात आलं. सुप्रियाही त्या चित्रपटात काम करत होती. श्रिया पाच वर्षांची होती. आई आणि माझी बहीण त्रिप्तीही सोबत आल्या होत्या. त्यानंतर थोड्या वेळाने तीन ट्रकभरून स्थानिक लोक आमच्यावर हल्ला करायला आले. त्या वेळी हॉटेलच्या मालकानं आम्हाला तळघरात लपवलं. नाहीतर किती रक्तपात झाला असता, याची कल्पनाही करवत नाही. त्या जमावाने हॉटेलच्या काचा वगैरे फोडून धुडगूस घातला होता. त्यानंतर पोलीस आले आणि त्यांनी परिस्थिती नियंत्रणात आणली. सगळ्या युनिटला बंगलोरला पाठविण्यात आलं. आमच्या दोन माणसांना पोलिसांनी पकडलं होतं, त्यामुळे मी कुर्गमध्येच थांबून दुसऱ्या दिवशी बंगलोरला आलो. त्यानंतर बंगलोरला दोन दिवसांचं शूटिंग झालं. युनिटला मुंबईला पाठवून दिलं आणि मी बंगलोरमध्येच थांबलो. तिथल्या पोलीस आयुक्तांचीही भेट घेतली. शेवटी सगळं काही निस्तरून मी मुंबईला परतलो. असे काही वाईट अनुभवही 'नाम क्या है'च्या दरम्यान आले. वाईटात चांगली गोष्ट एवढीच की, एवढ्या जीवघेण्या हल्ल्यातून आम्ही सुखरूप बाहेर पडलो. फारशी काही इजा न होता.

'नाम क्या है'साठी आनंद-मिलिंद यांचं संगीत होतं. आम्ही एक गाणं रेकॉर्ड केलं होतं. परंतु ते माझ्या तेवढं पसंतीला उतरलं नव्हतं. मी आनंदला भेटलो. त्याला सांगितलं, ''हे गाणं मला फारसं पसंत पडलेलं नाहीये. या गाण्याला एखादी छान, हळुवार चाल हवेय.''

''ठीक आहे, विचार करतो.'' तो म्हणाला.

''माझ्या डोक्यात एक चाल आहे. सांगू?''

''हो, हो! सांगा ना!!'' तो उत्साहानं म्हणाला. मग मी त्याला मला सुचलेली मुखड्याची चाल ऐकवली.

''लाजवाब आहे.'' तो म्हणाला. मी म्हटलं, आता ही थोडी ठीकठाक करून घ्या.

''ठीकठाक काय करायचेय? हीच उत्तम आहे. ती सुधारायला गेलो, तर बिघडेल.'' आनंद म्हणाला, ''तुम्ही मजरूहसाहेबांकडून गाणं लिहून घ्या.''

मग मी अब्बांकडे जायला निघालो. वाटेत कडव्यांची चालही तयार झाली. अब्बांना चाल ऐकवली. ''घाईत आहेस का?'' त्यांनी विचारलं. मला घाई नव्हती.

''बस! लिहितो.'' ते म्हणाले. त्यांनी समोर बसून दोन तासांत पूर्ण गाणं लिहून माझ्या हातात दिलं.

चित्रपट पूर्ण झाला, पण 'एबीसीएल'ची काही व्यावसायिक गणितं चुकल्यामुळे तो चित्रपट प्रदर्शित होऊ शकला नाही. त्याच वेळी सुरू असलेले 'लव्हेरिया' (सैफ खान आणि करिश्मा कपूर) आणि अन्य एक टेलिफिल्म, असे दोन-तीन प्रकल्प कायमस्वरूपी बंद पडले. 'नाम क्या है' हा मी मनापासून बनवलेला एक सहजसुंदर रोमँटिक चित्रपट. तो प्रदर्शित न झाल्याचं मला अर्थातच दु:ख झालं. सर्वांची मेहनत वाया गेल्याचं वाईट वाटलं.

१९९५ हे वर्ष माझ्यासाठी वाईट होतं, असं नाही म्हणता येणार, कारण मोठ्या पडद्यावर एकामागून एक वाईट अनुभव येत असताना छोट्या पडद्यावर एक आभाळाएवढी संधी माझी वाट पाहत होती....

■

सीन ४६

‘तू-तू-मैं-मैं’

दूरदर्शनसाठी ‘चंद्रकांता’ ही महामालिका बनविणाऱ्या नीरजा गुलेरी यांचा मुलगा श्रेय गुलेरी हा टीव्हीसाठी काहीतरी करू या, म्हणून माझ्या मागे लागला होता. मी सुरुवातीला अजिबात उत्सुक नव्हतो. ‘भविष्यकाळात हा छोटा पडदा खूप मोठा होणार आहे,’ असं तो परोपरीनं मला समजावत होता आणि मी डोळ्यांवर पट्टी बांधून घेतली होती. नंतर सुप्रियानंही मला समजावलं. तो काय म्हणतोय, त्यावर एकदा विचार तरी करून बघा, असं ती म्हणाली. त्यामुळे श्रेयची संकल्पना मी ऐकून घेतली. त्याला ‘फँटम’ची व्यक्तिरेखा घेऊन एखादी भव्य मालिका करायची होती. त्यासाठी ‘फौलाद’ हे नावही ठरवण्यात आलं होतं. आम्ही त्या भूमिकेसाठी मिलिंद सोमणशी बोलणंही केलं होतं. मी फँटमच्या कॉमिक्सची काही पुस्तकंही पुन्हा वाचायला सुरुवात केली होती. दरम्यानच्या काळात याच संकल्पनेवरून कुणीतरी एक मालिका सुरू केली, त्यामुळे आमचं काम वाया गेलं.

‘प्रेम दीवाने’ सुरू असताना सुभाष घईंनी कमलेश पांडे हे लेखक दिले होते, परंतु त्यांच्याबरोबर आणखी एका चांगल्या लेखकाच्या मी शोधात होतो. त्या वेळी अविनाश ठाकूरने सजीव कपूर (पुन्नू) या लेखकाची माझ्याशी ओळख करून दिली. त्यालाही कुठेतरी मोठी संधी हवी होती. त्यामुळे त्यानं अधिकृतपणे माझ्यासोबत कामाला सुरुवात केली. त्याच्या कामाबाबत मी समाधानी होतो. ‘कुंकू’च्या निर्मितीप्रक्रियेत, चर्चेतही तो सहभागी झाला होता. ‘आजमाईश’मध्येही तो माझ्यासोबत होता. ‘ऐसी भी क्या जल्दी है’चं संपूर्ण लेखनही त्यानंच केलं.

तोडीस तोड! : रीमा आणि सुप्रिया

सजीवकडे सासू-सुनेच्या व्यक्तिरेखांवरून एक संकल्पना तयार होती. त्या वेळी कमलेश पांडे 'झी'मध्ये काम करत होते. मी कमलेशना फोन करून ही संकल्पना ऐकवण्याचे सुचवलं. अविनाश ठाकूर आणि पुन्नू हे दोघं त्यांच्याकडे संकल्पना ऐकवायला गेले; पण त्यांना ती पसंत पडली नाही. दोनच व्यक्तिरेखा आहेत, त्याच्यात काय खेळणार, असं त्यांचं मत होतं.

मी ती संकल्पना पुन्नूकडून पुन्हा ऐकली. त्यानं पाच एपिसोड्स लिहूनही ठेवले होते. पडदा, खुर्ची, चमचा, अशा घरातल्याच काही छोट्या गोष्टींवरून सासू-सुनेमध्ये होणारं रामायण त्यानं मांडलं होतं. मला ती संकल्पना आवडली. मी श्रेयला त्यावरून मालिका करायचं सुचवलं. ही संकल्पना खूपच छोटी आहे, ती कशी फुलवणार, असं श्रेयचंही मत होतं. मी त्याला म्हटलं, 'संकल्पना लहान आहे, त्यामुळेच ती जास्त फुलवायला संधी आहे.' त्याला ते पटलं.

श्रेयच्या 'प्राइम चॅनेल' कंपनीने आमच्या 'सुश्रिया आर्ट्स'ला ही मालिका बनवायला दिली. त्या वेळी मालिकेचा एपिसोड आठवड्यातून एकदाच प्रसारित व्हायचा. हिट मालिका असली, तर जास्तीत जास्त एक वर्ष म्हणजे ५२ एपिसोड्सचे ५२ आठवडे चालते, असंही त्यानं मला सांगितलं होतं. ते एक वर्ष मी मालिकेसाठी द्यायचं ठरवलं.

या मालिकेसाठी मी पहिला कलाकार निवडला ती म्हणजे सुप्रिया. कारण तिच्याशिवाय दुसरं कुणी एवढ्या चांगल्या प्रकारे भांडू शकतं, यावर माझा विश्वासच नव्हता! सासूच्या भूमिकेसाठी फरिदा जलाल यांचं नाव डोक्यात होतं. मी त्यांचा खूप मोठा चाहता. त्यांना भेटायला गेलो, तर त्यांच्या आईने ढीगभर प्रश्न उपस्थित केले. सोबत काम करायला कोण आहे, फरिदा संध्याकाळी सहानंतर काम करणार नाही, त्यांचे क्लोज अप्स आधी घ्या, अशा त्यांच्या अटी होत्या. मला त्या झेपणाऱ्या नव्हत्या. नंतर मी अरुणा इराणी यांच्याशी संपर्क साधला. त्यांच्याकडे तारखा नव्हत्या. मग अचानक मला रीमाची आठवण झाली. 'हा माझा मार्ग एकला'मध्ये आम्ही एकत्र काम केलं, तेव्हापासून आमची ओळख. माझ्या चित्रपटात कॉमेडी करण्याची इच्छाही तिनं व्यक्त केली होती. ती सासूच्या भूमिकेत शोभेल, असं मला वाटलं, त्यामुळे तिच्याशी संपर्क साधला. तिला भूमिका समजावून सांगितली, त्यातली गंमत पटवून दिली. ती तयार झाली. मग आम्ही पहिले पाच एपिसोड चित्रित केले. एडिट करून बघितले. चांगले झाले होते; पण तेवढी मजा येत नव्हती. या पाच एपिसोड्सचं शूटिंग दहा दिवस चाललं होतं. त्या दहा दिवसांत टीव्ही क्षेत्राचा मला पूर्णपणे अंदाज आला होता. अशाच प्लॉट्सवर एपिसोड्स केले, तर २६च्या वर एपिसोड्स आपण करू शकणार नाही, असं माझ्या लक्षात आलं. त्यामुळे मी पुन्नूबरोबर बसून माझ्या पद्धतीनं पुढचे एपिसोड्स लिहून घेतले. सहा ते तेरापर्यंतचे एपिसोड्स आम्ही तशा पद्धतीनं लिहिले आणि त्याचं शूटिंग पूर्ण केले, तेव्हा एक आत्मविश्वास निर्माण झाला.

१६ जून, १९९५ रोजी आम्ही शूटिंग सुरू केलं होतं. 'तू-तू-मैं-मैं' सुरू झालं आणि मला आर्थिक स्थैर्य मिळालं. त्याआधी माझ्याकडे फक्त मारुती ८०० ही गाडी होती. ऑगस्ट महिन्यात मी पहिली मारुती एस्टीम विकत घेतली. सन १९७५पासून १९८५पर्यंतच्या काळात मी प्राप्तिकर भरला होता. परंतु १९८३मध्ये पप्पांचं

निधन झाल्यानंतर १९९५पर्यंत सुमारे बारा वर्षं मी प्रचंड आर्थिक अडचणीत होतो. १९८३नंतर १९९५मध्ये पहिल्यांदाच माझं उत्पन्न 'इन्कम टॅक्स' भरण्याच्या टप्प्यापर्यंत वर गेलं. 'तू-तू-मैं-मैं' आधी एक वर्षासाठी ठरली होती, ती आठ वर्षं चालली.

ही मालिका आम्ही सुरुवातीला 'डीडी मेट्रो'साठी बनवली. ती ५२ आठवडे चालली. त्यानंतर आणखी चार एपिसोड्सही त्यांच्यासाठी तयार करून दिले. याच काळात 'स्टार प्लस' ही पूर्णपणे इंग्रजी मालिकांची वाहिनी सुरू होती. त्यांना संध्याकाळी ७ ते ९ अशा दोन तासांसाठी हिंदी कार्यक्रम सुरू करायचे होते. त्यांच्याकडून मला फोन आला. त्यांनी भेटायला बोलावलं. मी श्रेय गुलेरीलाही कळवलं. मी एकटाही त्यांच्याकडे जाऊ शकलो असतो. 'तू-तू-मैं-मैं'चं नाव बदलून, थोडा फेरफार करून मी ती मालिका त्यांना देऊ शकलो असतो. पण तशी माझी प्रवृत्ती नाही. आपल्या नशिबात असेल, ते आपल्याला मिळतंच यावर माझा विश्वास आहे. तसंच, दुसऱ्याला चांगली संधी मिळाल्यानंतर आपण हे करायला हवं होतं, असं म्हणून वाईट वाटून घेणंही मला आवडत नाही. आपल्याला जे मिळालंय त्यात आनंद मानावा; दुसऱ्याच्या ताटात बघू नये, असं माझं मत आहे.

आम्ही 'तू-तू-मैं-मैं' ही मालिका 'स्टार प्लस'ला दिली. तिथे ती आणखी लोकप्रिय झाली. त्यासाठी अनेक नवीन एपिसोड्स केले, त्यानंतरही सात वर्षं ही मालिका रसिकांच्या मनावर राज्य करत होती.

रीमामुळे माझी ओळख निर्मिती सावंत (मधु) हिच्याशी झाली. निर्मिती ही उत्तम कलाकार आहे याची जाणीव मला शूटिंगच्या पहिल्या दिवशीच झाली. त्याबरोबरच ती माणूस म्हणूनही उत्तम आहे, हेही हळूहळू जाणवत गेलं आणि ती आमच्या परिवाराची एक सदस्य झाली. माझ्या प्रत्येक चित्रपटात ती असतेच आणि ती जर चुकून चित्रपटात नसेल, तर घरी येऊन माझ्याशी भांडते. कुठलाही चित्रपट करताना आपली भूमिका आणि स्क्रिप्ट याबाबत अत्यंत काटेकोर असलेली आमची मधु माझ्या चित्रपटात मॉबमध्ये उभं राहायलाही तयार असते, ते केवळ आपुलकीच्या भावनेतून.

'तू-तू-मैं-मैं' जोरात सुरू असताना, त्यावर अनेक जणांचे संसार मार्गी लागत असतानाच या मालिकेला कुणाचीतरी दृष्ट लागली. चॅनेलला हवी असलेली ही मालिका आम्हाला नाइलाजानं बंद करावी लागली.

शेवटचे जे पाच एपिसोड्स आम्ही केले, ते माझ्या दृष्टीनं 'तू-तू-मैं-मैं'च्या सर्वोत्तम एपिसोड्सपैकी होते. त्यानंतर मी 'रिन एक दो तीन' आणि 'हद कर दी'मध्ये बिझी झालो.

दीड वर्षं असंच गेलं. काळ हे कोणत्याही गोष्टीवरचं मोठं औषध असतं. एकद प्रल्हाद कक्कड या जाहिरात क्षेत्रातील प्रसिद्ध व्यक्तीकडे सास-बहूवर आधारित एक जाहिरात करण्यासाठी आली होती. मी ती जाहिरात दिग्दर्शित करावी, अशी जाहिरातदारांची अपेक्षा होती. मी तो प्रस्ताव स्वीकारला. सुप्रिया आणि रीमानं त्यात काम केलं.

त्या काळात मी 'चलती का नाम अंताक्षरी'चं सूत्रसंचालन करत होतो. त्या शोच्या एका सेलिब्रिटी एपिसोडमध्ये सुप्रिया आणि रीमा सहभागी झाल्या होत्या. त्यानंतर श्रेय गुलेरी माझ्याकडे आला आणि म्हणाला, ''तू एवढं सगळं करतोयंस, मग 'तू-तू-मैं-मैं' पुन्हा करू या ना!''

'माझी तयारी आहे. तू सगळ्यांशी बोल आणि काय ते ठरव,' असं मी त्याला सांगितलं. 'तू-तू-मैं-मैं' पुन्हा गुण्यागोविंदानं सुरू झाली.

सन २००७मध्ये मी 'स्टार वन'साठी 'कडवी खट्टी मीठी' ही मालिका केली. 'तू-तू-मैं-मैं'चा तो पुढचा भाग होता. 'स्टार वन'वर ती असल्यामुळे फारशी चांगली चालली नाही. 'स्टार प्लस'वर ती अधिक लोकप्रिय झाली असती, असं मला वाटतं.

टीव्ही माध्यमात काम करायला लागल्यानंतर मला आणखी एक गोष्ट कळली, ती म्हणजे आता नव्या गोष्टी शिकायच्या, तर थेट त्यात घुसूनच त्या शिकाव्या लागतात. आधी शिकू, मग करू, यासाठी कुणाला वेळ नाहीये. जग बदलतंय आणि खूप वेगवान झालंय. मीसुद्धा 'तू-तू-मैं-मैं' करता-करताच या माध्यमातल्या खाचाखोचा शिकत गेलो. ही टीव्ही मालिका असूनही मी एखाद्या चित्रपटाच्या कामासारखंच त्याकडे बघितलं.

मला एकाच कॅमेऱ्यावर शूटिंग करायला आवडतं. चार अँगलने चार कॅमेरे लावून त्यातली योग्य ती फ्रेम निवडायची, असे प्रकार मी करत नाही. प्रत्येक सीन कसा शूट करायचा, 'क्लोज', 'मिड', 'लाँगशॉट' कोणता आणि कसा घ्यायचा, हे माझ्या डोक्यात फिट असतं. त्यामुळे मी कुठलाही शॉट घेऊन पूर्ण करतो. त्याबाबतीत माझा गोंधळ होत नाही.

पूर्वतयारी असली, तरी माझी एक सवय म्हणजे लोकेशनवर गेल्याशिवाय मी शॉट डिव्हिजन पक्की करत नाही. सीन वाचून ठेवलेला असतो, कलाकार माहीत असतात, तरीही मी लोकेशनवर पोहोचल्यानंतरच 'शॉट डिव्हिजन' ठरवतो. 'तू-तू-मैं-मैं' मी आठ वर्षं केली, तरी लोकेशन पाठ झालेली असूनही कुठून, कसा कॅमेरा लावायचा, सीन कसा घ्यायचा, हे मी प्रत्यक्ष तिथे गेल्यावरच ठरवायचो. पूर्वी मी पेपरवर शॉट डिव्हिजन करत असे. नंतर तेसुद्धा सोडलं. सगळं काही फक्त डोक्यात असतं.

हृषिकेश मुखर्जी त्यांच्या शेवटच्या काळात 'तू-तू-मैं-मैं' आवर्जून पाहायचे. एका एपिसोडचा आम्ही इमोशनल शेवट केला होता. तो पाहून झाल्यावर त्यांनी मला फोन केला आणि एपिसोडमधल्या संवादांच्या शेवटच्या चार ओळी म्हणून दाखवल्या. त्यांचा कंठ दाटून आला होता. मला म्हणाले, ''डोळ्यांत पाणी आणलंस हे बघताना. दीर्घायु हो.'' माझ्या डोळ्यांत टच्कन पाणी आलं.

ज्यांच्याकडून मी दिग्दर्शनाचे पहिले धडे गिरवले ते माझे गुरू, एक प्रख्यात दिग्दर्शक, माझ्या कामाचं कौतुक करत होते आणि मला तोंड भरून आशीर्वाद देत होते. माझ्यासाठी हा आशीर्वाद इतर कोणत्याही गोष्टीपेक्षा खूप महत्त्वाचा होता.

चित्रपटाचं स्क्रिप्ट लिहिला जाणारा कागद, शूटिंग करणारा कॅमेरा, लाइट्स, मेक अप, एडिटिंग, डबिंगचा माइक, गाण्यांची यंत्रणा, मिक्सिंग, चित्रपटाची प्रिंट, प्रोजेक्टर, चित्रपटगृहातला पडदा या सगळ्या गोष्टी निर्जीव. एवढ्या निर्जीवतेतून गेल्यानंतर जेव्हा प्रेक्षकांना पडद्यावर जीव दिसतो, तेव्हा तो चित्रपट हिट होतो. त्यामुळे काही चित्रपट पडद्याच्या एकाच बाजूला राहतात, तर काही दुसऱ्या बाजूला येऊन प्रेक्षकांपर्यंत पोहोचतात. चित्रपटाची ही 'किमया' आहे.

चित्रपटसृष्टीत आम्ही चित्रपटाचं यश ग्रेड्समध्ये मोजतो. 'ए' म्हणजे सुपरहिट, 'बी प्लस' म्हणजे हिट, 'बी' म्हणजे अॅव्हरेज आणि 'सी' म्हणजे फ्लॉप. जेव्हा आपण चित्रपट सुरू करतो, तेव्हा तो 'ए' ग्रेडचा होईल, असं मनात धरूनच काम करायचं असतं. तर तो चित्रपट एकतर 'सुपरहिट' होईल, 'हिट' होईल किंवा 'फ्लॉप' होईल, अशा तीन शक्यता राहतात. आपण सुरुवातीलाच 'बी प्लस' ग्रेडचा चित्रपट करू असं ठरवून काम सुरू केलं, तर तो फक्त हिट किंवा फ्लॉप होऊ शकतो. सुपरहिट कधीच होत नाही. चित्रपटातून चमत्कार करता येत नाही.

त्यासाठी मेहनत घ्यावी लागते, कष्ट करावे लागतात. त्यातून प्रेक्षकांचा मोठेपणा एवढा की, त्यांना चित्रपट कसा आहे, हे माहीत नसतानाही ते चित्रपट बघायला येतात. त्यांचे ५० टक्के ते देत असतात. उरलेले ५० टक्के देणं, ही चित्रपटकर्त्यांची जबाबदारी असते. जेव्हा या दोन्ही ५० टक्क्यांचा मेळ जमतो, तेव्हा प्रेक्षक समाधानी होऊन बाहेर पडतो.

■

सीन ४७

‘व्हिजन’ला लागली ‘टेलि’लेन्स

करिअरमध्ये मी अनेक वेगवेगळ्या गोष्टी यशस्वीपणे हाताळल्या आणि मला तशा संधीसुद्धा मिळाल्या. ‘ब्लॅक अ‍ॅन्ड व्हाइट’ चित्रपटांच्या काळापासून ‘डीआय’, ‘डिजिटल’, ‘डॉल्बी’, ‘ग्राफिक्स’च्या जमान्यापर्यंतच्या खूप मोठ्या टप्प्यात मला काम करता आलं. परमेश्वरानं मला दरवर्षी काहीतरी नवीन शिकण्याची संधी दिली. त्याबद्दल मी परमेश्वराचा खरंच खूप आभारी आहे. हरिभाईंनाही मी एकदा म्हटलं होतं, ‘‘हरिभाई, मला एवढी वेगवेगळ्या प्रकारची कामं करायला मिळाली, त्याबद्दल मी स्वत:ला खूप भाग्यवान समजतो.’’ त्यावर हरिभाई म्हणाले, ‘‘सचिन, तू फक्त भाग्यवान आहेस म्हणून नव्हे, तर तुझ्यात क्षमता होती म्हणून तुला या संधी मिळाल्या, हे लक्षात ठेव.’’ हरिभाईंचे ते बोल माझ्या कायम लक्षात राहतील.

१९९५मध्ये ‘तू-तू-मैं-मैं’ ही मालिका आम्ही सुरू केली, तिला प्रचंड यश मिळालं आणि तेव्हापासूनच मी आर्थिकदृष्ट्या स्थिर झालो. कारण तोपर्यंत ‘रोज कुवाँ खोदो, रोज पानी पिओ।’ चाललं होतं. मराठी चित्रपटाच्या दिग्दर्शनातून पैसे मिळून मिळून असे किती मिळणार होते? त्यातून एक बऱ्यापैकी ‘लाइफस्टाइल’ तर नक्कीच व्यवस्थित चालू शकत नाही! टीव्ही मालिकेनं मला खऱ्या अर्थानं स्थैर्य दिलं. ‘सुश्रिया आर्ट्स’ ही कंपनी मार्गी लागली. माझा स्टाफ सांभाळून मी स्वत:ची बचत करायला सुरुवात केली. करिअरला स्थैर्य मिळण्यापेक्षाही, एक माणूस म्हणून स्थैर्य मिळालं.

त्यापेक्षाही अवघड अशी एक गोष्ट मी आयुष्यात केली, ती म्हणजे कुटुंबाचा समतोल राखणं. प्रत्येकाला त्याचा हक्क मिळाला पाहिजे, आनंदही घेता आला पाहिजे. अर्थात, हा आनंद जर आपण कुटुंबातल्या सदस्यांवर सोपवला, तर तो त्यांना कधीच मिळत नाही. सिग्नल बंद पडल्यानंतर वाहतुकीचा जसा गोंधळ होतो, तसंच घरातही होऊ शकतं. सिग्नलची भूमिका करण्याची जबाबदारी कुटुंबप्रमुखाची असते. चार बेडरूमचा फ्लॅट मी घेतला, त्या वेळी बहीण त्रिप्तीचं लग्न व्हायचं होतं. आईच्या आणि त्रिप्तीच्या खोल्या मी त्यांच्या पसंतीनं सजवून घेतल्या. आमची बेडरूम सुप्रियाच्या पसंतीनं सजली. हॉलची सजावट मला माझ्या मनासारखी करायची होती; पण बायको या नात्यानं सुप्रियानंही त्यात हक्कानं लक्ष घातलंच! कुटुंबातील प्रत्येक जण आनंदी, समाधानी राहील, यावर माझा नेहमीच भर राहिला आहे.

घरातल्या वातावरणाचा कळत-नकळत आपल्या कामावर परिणाम होतच असतो. तरीही, घर आणि ऑफिस या दोन्ही गोष्टी मी नेहमीच वेगवेगळ्या ठेवल्या. ऑफिसच्या चिंता घरी नेल्या नाहीत आणि घरातल्या गोष्टींचा ऑफिसमधील कामावर परिणाम होऊ दिला नाही. या दोन्ही गोष्टींमध्ये अंतर ठेवता आलं पाहिजे.

आईचं आयुष्यातील महत्त्व बायकोला सांगत असताना, बायको आपल्यासाठी किती महत्त्वाची आहे, हे आईला सांगता आलं पाहिजे. कुठल्याही बाबतीत गप्प राहिल्याने चुकीच्या गोष्टींना उत्तेजन मिळत असेल, तर ते टाळायला हवं. आजही मी माझी कमाई आईच्या हातात देतो. अर्थात, त्याचं सर्व श्रेय सुप्रियाला. कारण तिनं कधीही या गोष्टीला विरोध केला नाही. दुसरी गोष्ट म्हणजे सुप्रियाची कमाई मी कधीच घरासाठी वापरत नाही. तिच्या कमाईचं ती काय करते, ते पैसे कुठे ठेवते, हे मी आजपर्यंत तिला कधीही विचारलं नाही. तिचं आणि माझं

खातंही वेगवेगळ्या बँकांत आहे. कुठल्याही कुटुंबात कमावणाऱ्या नवरा-बायकोची कमाई घरासाठी वापरली जात असते. त्यात काही चुकीचं आहे, असंही माझं मत नाही. सुप्रियाचे पैसे मी वापरत नाही, यामागे माझा पुरुषी अहंकार, इगो आहे, असंही नाही.

मी कधीही माझ्या जवळच्या कुणालाही गृहीत धरून चालत नाही. मला स्वत:लाही कुणी गृहीत धरलेलं आवडत नाही. मला एखाद्या कार्यक्रमाचं निमंत्रण आलं आणि कुणी सुप्रियाला घेऊन येण्याचा आग्रह केला, तर मी सांगतो की, ते तिला विचारावं लागेल. तिच्यावतीनं मी कुणाला परस्पर होकार देत नाही. आयुष्यात जसं मला पुढे राहायला आवडतं, तसंच गाडीतही मी नेहमी पुढेच बसतो. पण फक्त सुप्रिया बरोबर असेल, तर मी मागे तिच्यासोबत बसतो. कारण ती माझ्यासाठी जास्त महत्त्वाची आहे. तो तिचा मान आहे, तो मी ठेवायलाच पाहिजे. माझ्या आवडीनिवडीपेक्षाही मी तिला महत्त्व द्यायला हवं. गाडीत बसतानाही मी तिच्यासाठी दार उघडतो आणि ती बसल्यानंतर ते बंद करून मगच मी बसतो. किशोर साहू त्यांच्या पत्नीबाबत असंच करताना मी लहानपणी पाहिलं होतं आणि त्यांच्याकडूनच मी हे शिकलो. या छोट्या गोष्टी केल्या नाहीत, तरी फार फरक पडत नाही; पण केल्या, तर त्याचा परिणाम होत असतो.

आपण दुसऱ्याला आदर दिला, तर आपल्याला आदर मिळतो. मी कार्यक्रमात समोरच्या अगदी लहान वयाच्या कलाकारालाही 'अहो-जाहो' करतो. काहींना आश्चर्य वाटतं. परंतु माझ्या मते समोर कला सादर करण्यासाठी उभा असलेला कलाकार हा परमेश्वरापेक्षा कमी नसतो. मग त्याला आदर का द्यायचा नाही? माझ्यासोबत काम करणारे निर्माते, चॅनेलची मंडळी, कर्मचारी किंवा अन्य लोकांनाही मी 'अहो-जाहो' करतो. काही जणांना वाटतं की, मी त्यांच्यापासून अंतर राखण्यासाठी असं करतो. हे साफ चुकीचं आहे. मी कुणापासून मुद्दाम अंतर ठेवण्यासाठी असं करणं शक्यच नाही. मी त्यांचा आदरार्थी उल्लेख करतो, कारण माझ्या स्टाफनं किंवा सेटवरच्या अन्य कुणी व्यक्तीनं त्यांना तेवढाच आदर द्यावा म्हणून. बॉस ज्यांना 'अहो-जाहो' करतो, त्यांना इतर मंडळी 'अरे-तुरे' करूच शकत नाहीत. काही जवळच्या व्यक्तींना मी एकेरीत हाक मारतोही; पण ती फक्त आम्ही दोघंच एकत्र असताना.

मला जे अनुभव आले, त्यातून मी शिकत गेलो आणि तसं स्वत:ला बदललं. विशेषत: माझी ही जी विचारसरणी आहे, ती कुणाकडून प्रेरणा घेऊन तयार झालेली नाही, तर उलट ज्या वाईट गोष्टी पाहिल्या, त्यातून आपण हे असं करायचं नाही, अशा विचारातून विकसित होत गेली.

'तू-तू-मैं-मैं' सुरू असतानाच्या काळात 'रिन एक दो तीन' हा गाजलेल्या चित्रपटांची 'पॅरेडी' करणारा शो मी सुरू केला. तो सुरू होण्याआधी अनेकांनी या वेगळ्या प्रकाराचं कौतुक केलं होतं. परंतु पहिला एपिसोड प्रदर्शित झाल्यानंतर त्यांचं मत बदललं. यावरून आपल्याच क्षेत्रातले अनेक जण दुखावले जातील, अशी भीती सगळ्यांनी व्यक्त केली. आमचा लेखक सजीवसुद्धा अस्वस्थ झाला. आपण हे लिहू शकत नाही, असं त्यानं जाहीर केलं. माझा असिस्टंट काहीतरी कारण सांगून मला सोडून गेला. मी मात्र ठाम राहिलो. लोकांना वाईट वाटत असेल, तर आपण ते सुधारू, पण काम सोडून पळून जाणं, हे माझ्या प्रवृत्तीत नव्हतं. मी ती मालिका केली आणि ती अजूनही लोकांच्या लक्षात आहे. मला त्याबद्दल अजूनही प्रशंसा ऐकायला मिळते.

हद कर दी

'हद कर दी'ची मूळची संकल्पना सजीव कपूरची. त्याच्या आयुष्यात घडलेल्या काही गोष्टी त्याच्या डोक्यात होत्या. पापाजीची एक मुख्य व्यक्तिरेखा त्याच्या डोक्यात होती. पंजाबचा हा माणूस कुठलीही भीडभाड न

बाळगणारा. स्वच्छ मनाचा. हा पापाजी आणि त्याच्या कुटुंबीयांची ही कहाणी होती. या व्यक्तिरेखेसाठी दारासिंग यांचं नाव माझ्या डोळ्यांसमोर आलं. त्यांनी त्याआधी 'प्रेम दीवाने'मध्ये माझ्यासोबत काम केलं होतं. मी त्यांना भेटलो, त्यांना गोष्ट आवडली. आम्ही 'झी टीव्ही'साठी या मालिकेचे चार पायलट एपिसोड चित्रित केले. 'झी'चे प्रमुख सुभाषचंद्र गोयल हे माझ्या चांगल्या परिचयाचे होते. हे चार एपिसोड त्यांच्या टीमला प्रचंड आवडले. आम्ही ५२ एपिसोड्सचा करार केला आणि मालिका सुरू झाली. प्रेक्षकांनी तिचं जोरदार स्वागत केलं. पहिल्या एपिसोडला १२.९ टीआरपी मिळाला होता. नंतरच्या एपिसोड्समध्ये तो १५पर्यंत पोहोचला. त्या वेळी पाचपर्यंत टीआरपी मिळाला, तरी चॅनेलकडून अतिरिक्त रक्कम मिळायला सुरुवात व्हायची. पहिल्या एपिसोडपासूनच आम्हाला तो फायदा मिळू लागला. 'हद कर दी'चे आम्ही एकूण १०६ एपिसोड केले. या मालिकेमुळे दारासिंग यांना विनोदी कलाकार म्हणून लोक ओळखू लागले. त्यानंतर त्यांना अनेक चित्रपटांतही विनोदी भूमिका मिळाल्या.

मालिकेचे २०-२५ भाग झालेले असताना दारिंसग यांना आपल्या भूमिकेबद्दल थोडीशी असुरक्षितता वाटू लागली होती. ते मला म्हणाले, ''हल्ली मालिका थोडी रुळल्यावर तिचं कथानक बदलून टाकतात, मुख्य व्यक्तिरेखाही गायब करतात. असं काही होणार नाही ना?''

मी म्हटलं, ''दाराजी, असं कसं होईल? पापाजी ही व्यक्तिरेखा आहे, ती सगळ्या मर्यादा ओलांडून वागते, म्हणून तर मालिकेचं नाव 'हद कर दी' आहे ना? तुमची व्यक्तिरेखा कशी बदलेल?'' मग त्यांना जरा हायसं वाटलं.

दारासिंग यांची उत्तर भारताच्या हिंदी पट्ट्यात खूप लोकप्रियता होती, त्याचाही फायदा झाला. एकाच वेळी हसवणारा आणि रडवणारा असा पापाजी लोकांना भावून गेला. त्या मालिकेचा अनुभव अतिशय सुखद होता. महेश ठाकूर, शिल्पा तुळसकर, सुमीत राघवन, स्वप्नील जोशी, रीटा भादुरी, किशोरी कुलकर्णी या सर्वांबरोबर काम करताना मजा आली. कॅमेरामन रणदेव बहादुरी (कोकोनदा) यांच्याबरोबरही काम करण्याचा आनंद वेगळाच होता. सजीव कपूरनंही मालिकेचं लेखन अप्रतिम केलं होतं.

दारासिंग यांच्यासोबत 'हद कर दी'च्या सेटवर

'हद कर दी' हा माझ्या शिरपेचातला आणखी एक मानाचा तुरा होता.

'हद कर दी'मध्ये दाराजींबरोबर काम करताना पहिल्या दिवशी डायलॉग्ज त्यांच्या हातात दिले, त्या वेळी त्यांनी चष्म्याशिवाय वाचायला सुरुवात केली, तेव्हा आम्हाला आश्चर्य वाटलं. त्यांना चष्मा लागला होता; पण वयाच्या सत्तरीतही चष्म्याशिवाय ते वाचू शकत होते.

दूध-जिलबी हा पदार्थ खायला दाराजींनी मला शिकवलं. काही वेळा आम्हा कलाकारांना रात्रभर शूटिंग करावं लागतं. रात्री शरीराला झोपेची सवय असल्यानं, ती मोडली की, शरीरात खूप उष्णता निर्माण होते. अशा वेळी रात्री दुधात जिलबी भिजवून ठेवायची. सकाळी ती फुगते. काम संपल्यावर पहाटे ती जिलबी खायची आणि झोपून जायचं. त्यामुळे आपलं शरीर थंड होतं. दुपारी उठल्यावर आपण एकदम ताजेतवाने होतो. हे तंत्र मी दाराजींकडून शिकलो.

आमच्या वयात खूप मोठं अंतर होतं. 'हद कर दी'आधी दहा वर्षांपूर्वी आम्ही एका चित्रपटाच्या शूटिंगसाठी गुजरातला होतो. तिथे दारूबंदी असल्यामुळे माझा व्हिस्कीचा खुराक मी गाडीतून सोबत घेऊन जात असे. त्यासाठीचा परवानाही माझ्याकडे होता. रात्री साडेआठच्या दरम्यान 'पॅक अप' व्हायचं. एके रात्री मी 'पॅक अप'नंतर त्यांना भेटायला गेलो. संध्याकाळी दाराजी दूध प्यायचे. ते पिऊन ते निवांत बसले होते. मी त्यांच्याकडे गेलो आणि म्हणालो, ''दाराजी, आता साठीचं वय झालंय तुमचं. दिवसभर एवढं काम करता, संध्याकाळी दोन पेग का घेत नाही? डॉक्टरसुद्धा हल्ली चाळीशीनंतर थोड्या प्रमाणात व्हिस्की घ्यायला सांगतात. आरोग्याला चांगली असते ती.''

''अरे, नाही... नाही. मलासुद्धा डॉक्टरांनी सांगितलंय; पण आता या वयात कशी घेणार? कुणाला सांगणार?''

दाराजींचा स्वभाव बुजरा. स्वत:च्या बायकोकडेही काही मागायचा त्यांना संकोच वाटत असे. मुलं मोठी झालेली. त्यांची अडचण समजण्यासारखी होती.

मी म्हटलं, ''माझ्याकडे आहे. आणू का? दोन पेग घेऊन तर बघा!''

ते तयार झाले. मग मी माझा खजिना उघडला. त्यांना दोन पेग दिले. त्यांनाही बरं वाटलं. दुसऱ्या दिवशी सकाळी शूटिंगला आम्ही भेटलो, तर ते म्हणाले, ''खूप छान झोप लागली रात्री. बरं वाटलं.''

त्या दिवसाचं शूटिंग पार पडलं. संध्याकाळी मी माझ्या खोलीत अंघोळ करून तयार होत होतो. तेवढ्यात दारावर टकटक झाली. दाराजींनी पाठवलेला मुलगा आला होता. दाराजींनी बोलावल्याचा निरोप त्यानं दिला. मी दाराजींकडे गेलो.

''आजसुद्धा दोन-दोन पेग होऊन जाऊ देत!'' दाराजींनी सूचना केली. मी पडत्या फळाची आज्ञा मानून तिची अंमलबजावणी केली. त्यानंतर शूटिंगच्या काळात आमची रोज अशी मैफल रंगत होती.

दारासिंग यांच्यासारख्या ख्यातनाम आणि ज्येष्ठ व्यक्तिमत्त्वाला दारू प्यायला मी शिकवलं! अर्थातच, चांगल्या दर्जाची दारू असली, तरी ती ठराविक मर्यादेतच प्यायला हवी, हे तत्त्व पाळून!

'हद कर दी'नंतर दाराजींशी दोन-तीनदा औपचारिक भेट झाली होती. गेल्या वर्षी ते आजारी पडले आणि रुग्णालयात दाखल झाले. ते बेशुद्धीत होते. त्या वेळी मी परमेश्वराकडे प्रार्थना केली की, त्यांना वेदना होऊ देऊ

नकोस. फार त्रास न होता दाराजींचं निधन झालं.

या क्षेत्रात चांगलं कलाकार असणं महत्त्वाचं आहेच; पण माणूस म्हणून मोठं असणंही जास्त महत्त्वाचं. दाराजी, प्राणसाहेब, अशी मंडळी म्हणून तर एवढी वर्षं टिकून राहिली. नाहीतर आकाशाच्या उंचीला पोहोचलेले स्टारही ग्लॅमर संपल्यानंतर कुठेतरी हरवून गेलेले आपण पाहतोच.

दिलीपकुमार, देव आनंद यांच्याबरोबर मी काम केलं होतं, पण राज कपूर यांच्याबरोबर प्रत्यक्ष कामाचा योग कधी आला नाही. कधी त्यांच्या चित्रपटातही काम करता आलं नाही. पण मी त्यांचा खूप लाडका होतो. चित्रपटसृष्टीत वयानं, मानानं, ते 'वडील' होते.

इंडस्ट्रीत दुपारी २ ते रात्री १० अशी शिफ्ट राजजींनी सुरू केली. मी हिरो झाल्यानंतर 'जाए तो जाए कहाँ' या माझ्या चित्रपटाचं आर. के. स्टुडिओमध्ये शूटिंग होतं. आपल्या स्टुडिओत कुणाचं शूटिंग आहे, कोण कलाकार आहेत, हे माहिती करून घेण्याची राजजींना सवय होती. स्टुडिओत आल्यावर प्रॉडक्शन मॅनेजर मला मेकअपरूमकडे नेत होता. त्या वेळी एक मुलगा (ऑफिसबॉय) आमच्याकडे आला. त्यानं माझी मेकअपरूम वरच्या मजल्यावर असल्याचं सांगितलं. तो मला तिकडे घेऊन गेला. वर गेलो, तर ती भव्य आणि सुसज्ज अशी मेकअपरूम होती. बाथरूमचं दार उघडं होतं. आत पाहिलं, तर वीस बाय पंधराची बाथरूम होती. त्यात कमोडवर पंखा होता.

'ही मेकअपरूम राजजींची आहे. त्यांनी मला ती तुम्हाला द्यायला सांगितलंय,' असं तो मुलगा म्हणाला. मला खूप बरं वाटलं.

त्याच दिवशी 'पॅक अप'नंतर रात्री तो मुलगा माझ्याकडे आला. राजजींनी भेटायला बोलावलंय, असा निरोप त्यानं दिला. स्टुडिओमध्ये राजजींचं एक वेगळं कॉटेज होतं. मी त्यांना भेटायला गेलो. त्यांना वाकून नमस्कार केला. त्यांनीही लगेच गप्पा मारायला सुरुवात केली. समोरच 'ब्लॅक लेबल'ची बॉटल आणि दोन ग्लास होते.

''लीजिए जी... पीजिए...।'' ते म्हणाले.

मी 'ऑकवर्ड' होऊन नको म्हणालो.

''दारू नहीं पीते हैं जी?''

''पीता हूँ, पर....।'' मी अडखळत होतो.

''तो पीजिए जी। शराब पीने से अच्छी ॲक्टिंग आती है।'' असं म्हणत त्यांनी पेग भरला. मी तो कसाबसा प्यालो.

एक पेग झाल्यानंतर मी निरोप घेऊ पाहत होतो. ''एक तो दुश्मन के यहाँ पीते हैं जी। एक पेग लेके आप चले गए, तो हम दुश्मन बन जाएंगे।'' असं ते म्हणाले. मला नाही म्हणणं शक्य नव्हतं. मग दुसरा पेग भरला गेला. राजजींनी भरपूर गप्पा मारल्या. त्यांचे चित्रपट, त्यातली गाणी, कवी शैलेंद्र यांच्याशी झालेली त्यांची भेट, असे अनेक किस्से उलगडत होते. माझ्यासाठी तो मोठा खजिना होता. राज कपूर यांना स्वत: कधीच अभिनेता-दिग्दर्शक व्हायचं नव्हतं. त्यांना संगीतकार होण्याची इच्छा होती. हेही त्यांनी मला सांगितलं.

अशा अनेक दिग्गजांबरोबर मला काम करता आलं, काही जणांबरोबर काम नाही केलं, पण त्यांच्याबरोबर सहवास घडला. हीच माझ्याजवळची मोठी दौलत आहे, असं मला वाटतं.

राज कपूर यांच्या सेटवरचं जेवणही अप्रतिम असायचं. तसंच बी. आर. चोप्रा आणि मोहनकुमार यांच्याही.

त्यामुळे मी भविष्यकाळात जेव्हा प्रॉडक्शन हाउस सुरू करेन, तेव्हा जेवण उत्तम ठेवणार, असा निश्चय तेव्हाच केला होता. आजही माझ्या प्रॉडक्शन हाउसच्या शूटिंगमधलं जेवण उत्तमच असतं.

सर्वसाधारणत: सकाळी नऊची शिफ्ट असेल, तर सेटवर नाश्ता मागवला जात नाही. पण माझ्या प्रॉडक्शन हाउसमध्ये मी ठरवलं की, नऊच्या शिफ्टलाही नाश्ता असेल. कारण नऊला सेटवर पोहोचण्यासाठी प्रत्येकाला पावणेआठ वाजता तरी घराहून निघावं लागत असेल. त्याआधी घरून काय खाऊन येणार? त्यामुळे सेटवर आल्यानंतर चांगला नाश्ता, जेवण मिळालं, तर माणसाला समाधान मिळतं. त्याचबरोबर त्याच्या कामाचे पैसेही वेळेवर मिळाले पाहिजेत, हे मी आवर्जून पाळतो.

'मज़दूर की मज़दूरी, उसका पसीना सूखने से पहले उसे मिल जानी चाहिये।'

माझ्या लहानपणी पप्पांकडे 'मॉरिस मायनर' ही गाडी होती. तिला 'बेबी हिंदुस्थान' किंवा 'टायगर' असंही नाव होतं. मी नऊ वर्षांचा असताना वरळी सी फेसच्या रस्त्यावर ती चालवायला शिकलो होतो. त्याकाळी एवढा ट्रॅफिक आणि सी-लिंक नसल्यामुळे गाडी शिकण्यासाठी तो सोयीचा रस्ता होता.

मी अकरा वर्षांचा असताना एकदा ती गाडी रिपेअरिंगला दिली होती. तो कामगार ती परत घेऊन आला आणि पैसे मागायला लागला. पप्पा घरी नव्हते, त्यामुळे त्याला दुसऱ्या दिवशी यायला सांग, असा निरोप आईनं मला दिला. मी त्याला जाऊन सांगितलं, तर तो म्हणाला, ''एक गोष्ट सांगू बाळा? तुझ्या दारावर जेव्हा कुणी पैसे मागायला येतं ना, तेव्हा त्याच्या मनात एक आशा असते. त्याला कधीही रिकाम्या हातांनी परत पाठवू नकोस. काही ना काही त्याच्या हातात ठेव.''

मी ताबडतोब आईकडे गेलो, ५० रुपये मागितले. त्याला नेऊन दिले. तो हसला.

''मी सांगितलेलं एवढ्या लवकर तुझ्या लक्षात आलं बाळा? लक्षात आलं असेल, तर आयुष्यभर लक्षातही ठेवशीलच. आणि ही गोष्ट पाळलीस, तर आयुष्यभर तुला कधी कशाची कमतरता नाही जाणवणार.'' असा आशीर्वाद त्यानं दिला. तो आशीर्वाद माझ्या कायम कामी येईल, याची मला खात्री होती.

कलाकारांपासून कामगारापर्यंत सगळ्यांचे वाढदिवस आम्ही केक कापून साजरे करतो. या छोट्या गोष्टी प्रत्येकासाठी महत्त्वाच्या असतात. त्यातून त्याला समाधान मिळतं, आपण कुणासाठीतरी महत्त्वाचे आहोत, अशी जाणीव होते आणि जगण्याचा आनंद मिळतो.

'तू-तू-मैं-मैं' आणि 'हद कर दी' सुरू असतानाच मनीष गोस्वामी यांच्या 'मीठी मीठी बातें' या विनोदी मालिकेत काम करण्याची ऑफर मला मिळाली. राकेश सारंगनं त्याचं दिग्दर्शन केलं होतं. त्या शूटिंगच्या काळात आम्ही खूप मजा केली. अली असगरही त्या मालिकेत होता. 'मीठी मीठी बातें'चे ५२ एपिसोड्स झाले.

'कलर्स'वरील 'छोटे मियाँ' या लहान मुलांच्या 'स्टँड अप कॉमेडी रिॲलिटी शो'साठी मी परीक्षक होतो. तो अनुभवही छान होता. या मालिकेत लहान मुलांची एनर्जी जवळून पाहता आली, त्यांच्याकडूनही बरंच काही शिकता आलं.

■

सीन ४८

अपने हुए पराए

बिपीन वर्टी हा माझा सख्खा आत्तेभाऊ. माझ्यापेक्षा सात महिन्यांनी मोठा. अत्यंत बुद्धिमान; पण खूप मस्तीखोर. लहानपणी कधी कुणाचं ऐकायचा नाही. माझा आणि कॉलेजचा कधी संबंध आला नाही; पण बिपीन एल्फिन्स्टन कॉलेजला असल्याने त्याच्यासोबत मला ते कॉलेज बघता आलं. बिपीनचं माझ्यावर खूप प्रेम होतं. आमचे दोघांचेही स्वभाव प्रेमळ असले, तरी मी काळजीपूर्वक वागायचो; तो मात्र निष्काळजी होता.

माझ्या मते तो आयपीएस किंवा आयएएस अधिकारी होऊ शकला असता. परंतु मी चित्रपटसृष्टीत नाव कमावत असल्याने त्या क्षेत्रात आपणही काही करावं, असं त्याला वाटायला लागलं. तो कायम माझ्याबरोबर असायचा. पप्पांच्या प्रॉडक्शन संस्थेची व्यवस्था तो बघायला लागला.

बिपीन आणि मी 'मायबाप'साठी 'प्रथमेश फिल्म्स' ही कंपनी स्थापन करून एकत्र काम सुरू केलं होतं. परंतु चित्रपट पूर्ण होण्याआधीच मी त्याच्याशी व्यावहारिक संबंध तोडले. 'खरा वारसदार'पासून त्यानं स्वत: दिग्दर्शनाला सुरुवात केली. त्याच्या विनंतीवरून मी त्याला पटकथेसाठी मदत केली. चित्रपटाच्या टायटल्समध्ये बिपीननं माझा उल्लेखही केला नाही. 'सचिन पिळगांवकरचं नाव दिलं, तर त्यानंच पटकथा लिहिली आहे, असं लोकांना वाटेल,' असं सांगून त्याच्या जवळच्या एका माणसानं त्याचे कान भरले होते. बिपीननं माझ्याऐवजी त्याच्यावर विश्वास ठेवला, ही गोष्ट त्याहून वाईट. तरीहीसुद्धा त्यानंतर बिपीननं 'चंगू मंगू' या चित्रपटाचं दिग्दर्शन केलं, तेव्हा तो माझ्याकडे पटकथेबाबत मदतीसाठी आला आणि मी त्याला मदत केली.

'अशी ही बनवाबनवी' सुपरहिट झाल्यानंतर बिपीन माझ्याकडे 'प्रथमेश फिल्म्स'साठी चित्रपट दिग्दर्शित करण्याची ऑफर घेऊन आला होता. मी ती नाकारली. 'प्रथमेश'साठी मी कोणत्याही चित्रपटाचं दिग्दर्शन करणार नाही, यावर मी शेवटपर्यंत ठाम राहिलो.

बिपीनची आई म्हणजे माझी आत्या आणि तिचे यजमान यांचं कायम भांडण व्हायचं. आत्याचा स्वभाव अतिशय वाईट. त्याला कंटाळलेले तिचे यजमान, यांच्यामुळे बिपीनचं बालपण करपलेलं होतं. मोठेपणी त्या दोघांवर कंट्रोल ठेवू शकेल, असा विचार करून बिपीननं त्याच्या वडिलांच्या नात्यातल्या श्यामल या मुलीशी लग्न केलं. ही मुलगी गावात वाढलेली होती. अतिशय सोज्ज्वळ, सालस. ती गरोदर असताना चौथ्या महिन्यात डॉक्टरांना कळलं होतं की, त्या गर्भाची वाढ व्यवस्थित होत नाहीये. परंतु बिपीनच्या वडिलांनी त्या दोघांनाही याची कल्पना दिली नाही. त्यामुळे ते मूल मतिमंद जन्माला आलं. त्यानंतर बिपीन आणखी खचला. त्यानं जे काही पैसे कमावले होते, ते पुन्हा चित्रपटांत घालून काही करण्यात त्याला रस नव्हता. त्यामुळे त्यानं 'प्रथमेश फिल्म्स' ही कंपनी बंद केली.

त्यानंतर मी माझ्या चित्रपटांसाठी त्याला बोलवायचो. 'आत्मविश्वास', 'भुताचा भाऊ', 'बनवाबनवी'मध्येही त्यानं कलाकार म्हणून भूमिका केल्या. 'गंमत जंमत'मध्ये त्यानं बॉक्सर गोट्याचं काम केलं होतं. बाहेर त्याला काम मिळत नव्हतं, त्यामुळे तो नशेच्या आणखी आहारी गेला. १९९५मध्ये मी त्याला 'तू-तू-मैं-मैं'साठी बोलावून

घेतलं. 'सुश्रिया आर्ट्स'मध्ये त्यानं काम सुरू केलं. मी त्याला चांगल्यापैकी पगारही देत होतो. १९९६पर्यंत सगळं काही सुरळीत चाललं होतं. त्याचं व्यसनही कमी झालं होतं. त्यानंतर त्याला माझ्याकडे काम करत असल्याबद्दल 'कॉँप्लेक्स' यायला सुरुवात झाली. त्यानं तो पुन्हा व्यसनात बुडून गेला.

त्याला माझ्या प्रॉडक्शन कंपनीपासून लांब ठेवलं, तरच तो स्वत:च्या पायावर उभा राहण्यासाठी धडपड करेल, असं मला वाटत होतं. परंतु झालं उलटंच. तो दिवसभर दारू पिऊ लागला आणि तीसुद्धा कुठल्याही दर्जाची. त्याच्या शरीरावर त्याचा जो परिणाम व्हायचा तो झाला आणि अखेर ७ ऑक्टोबर, १९९७ रोजी तो हृदयविकाराच्या झटक्याने गेला.

एका पाळण्यात आम्ही वाढलो होतो; पण अवघ्या चाळिसाव्या वर्षी त्यानं स्वत:च्या हातानं ओढवून घेतलेला मृत्यू मला बघावा लागला. त्यानंतर वर्षभरात भाओजी गेले आणि त्यानंतर आत्याचंही निधन झालं. बेलापूरला असलेल्या विशेष मुलांच्या शाळेत मी बिपीनच्या मुलाची व्यवस्था केली. बिपीननं निर्माण केलेल्या चारही चित्रपटांचे 'सॅटेलाइट राइट्स' मी विकून दिले. त्यातून आलेले पैसे श्यामलच्या नावाने फिक्स डिपॉझिटमध्ये ठेवले. त्यातली काही रक्कम त्या मुलाच्या शाळेसाठी जाते, तर काही रक्कम तिला मिळते. त्यानंतर तिचं दुसरं लग्न करून दिलं. तिचा नवराही विधुर होता. त्याला दोन मुली होत्या. ती त्याच्यासह दुबईला स्थायिक झाली. दुर्दैवानं, गेल्या वर्षी त्याचाही हृदयविकाराच्या झटक्यानं मृत्यू झाला. त्यानंतर मुलींनी तिची जबाबदारी घेतली नाही. ती मुंबईला परत आली. त्यानंतर तिला पैशांची गरज होती, म्हणून 'प्रथमेश फिल्म्स'च्या चारही चित्रपटांची निगेटिव्ह मी विकत घेतली. आज ती तिच्या भावंडांबरोबर राहते आणि परमेश्वरकृपेने आर्थिकदृष्ट्या सुरक्षित आहे.

आयुष्यात योग्य वेळी योग्य निर्णय न घेतल्याने बिपीनच्या आयुष्याचा 'हॅपी एन्ड' होऊ शकला नाही.

चला तो पाँव तले कुचल गई कोई शै[१],
नशे की झोंक[२] में देखा नहीं, की दुनिया थी।
(**१** : वस्तू, **२** : धुंदी)

■

सीन
४९

क्रिएटिव्ह गर्ल!

माझी मुलगी श्रिया म्हणजे माझं सर्वस्व. तिचं आणि माझं अनोखं 'बाँडिंग' आहे.

श्रिया दोन वर्षांची असताना एकदा मी असाच दमूनभागून घरी आलो आणि बेडवर पडलो होतो. श्रियानं मला बघितलं. माझ्याजवळ आली.

''पप्पा, तू दमलास?'' मला म्हणाली.

''हो गं.''

''ये, मी तुला झोपवते.'' असं म्हणून तिनं तिचा एक हात पसरला. मी उठून तिच्या कुशीत पहुडलो. ती मला थोपटायला लागली आणि मी चक्क झोपी गेलो. आईच्या कुशीनंतर मला असा अनुभव मुलीकडून मिळाला. माझ्या मते एक मुलगीच आई-वडिलांना असं प्रेम देऊ शकते. मुलगेही प्रेमळ असतात; पण मुलींच्या लाघवीपणाशी, प्रेमाशी त्यांची तुलनाच होऊ शकत नाही, असं मला वाटतं.

श्रिया चार वर्षांची असल्यापासून सुप्रियानं तिला स्विमिंगची आवड लावली. श्रियाला सुरुवातीला स्विमिंग अजिबात आवडायचं नाही. त्याबद्दल तिचं मन वळवण्याचं काम सुप्रियानं केलं. स्विमिंगमुळे शरीराला एक 'ऱ्हिदम' येतो. प्रत्येक मुलाला या वयात ऱ्हिदम सापडण्याची गरज असते. त्याचा आपल्या जडणघडणीला फायदा होतो. ती निर्माण करण्यासाठी सुप्रियानं खूप मेहनत घेतली.

श्रियानं सात वर्षांखालील मुलांच्या स्विमिंगच्या राष्ट्रीय स्पर्धेत महाराष्ट्राच्या संघातर्फे भाग घेतला आणि तिला 'गोल्ड मेडल' मिळालं. दुर्दैवानं मी त्या क्षणी तिच्यासोबत नव्हतो. संध्याकाळी तिचं अभिनंदन करून मी तिला विचारलं, ''गोल्ड मेडल घेऊन नंबर वनच्या पोझिशनवर उभं राहताना तुला कसं वाटलं?'' तिनं ताबडतोब उत्तर दिलं, ''I felt at Home!'' सात वर्षांच्या वयाचा विचार करता, अतिशय 'मॅच्युअर' असं हे उत्तर होतं.

तिचं पोहण्यातलं कौशल्य पाहून तिला 'ऑटर्स क्लब'ची ऑनररी मेंबरशिप देण्यात आली. खूप धडपड करूनही अनेकांना ही मेंबरशिप मिळत नाही. श्रियाला ती तिच्या गुणवत्तेवर आणि तेसुद्धा त्यांच्या निमंत्रणावरून मिळाली होती. कधी सुप्रिया, तर कधी मी तिला तिथे पोहायला घेऊन जायचो. एकदा मी तिच्यासोबत गेलो होतो. तिनं मला तिथे विचारलं, ''डॅड, वुड यू लाइक टू हॅव अ कप ऑफ टी?'' आठ वर्षांच्या माझ्या चिमुरडीनं मला घराबाहेर चहा ऑफर करण्याची ही

पहिली वेळ होती. मी होकार दिला. ती म्हणाली, ''चला!''

मी तिच्या मागे-मागे जात होतो. क्लबच्या सदस्यांव्यतिरिक्त अन्य कोणाला आत जायला परवानगी नसते. त्यामुळे मी आत जाताना बघून सुरक्षारक्षकानं मला अडवलं. श्रियानं ते बघितलं आणि पटकन येऊन म्हणाली, ''ही इज माय फादर!''

मग त्यानं मला आत जाऊ दिलं. तिनं तिचे वडील, अशी माझी ओळख करून दिल्यामुळेच मला ही परवानगी मिळाली होती. स्वत:च्या ओळखीपेक्षाही आपल्या मुलीचे वडील म्हणून ओळखलं जाणं, हे कुठल्याही पित्याकरिता आनंददायी असतं.

आम्ही किट्टूचा सांभाळ करत होतो, त्यामुळे आम्ही एक मुलगी दत्तक घेतली आहे, असं बाहेरच्या लोकांना वाटत होतं. श्रिया दहा-अकरा वर्षांची असताना तिच्या शाळेतल्या एका मुलीनं श्रियाच आमची दत्तक मुलगी असल्याचं सगळीकडे पसरवलं. श्रियाला हे कळल्यावर खूप वाईट वाटलं. तिनं शाळेतून रडत-रडत फोन करून आम्हाला विचारलं, ''मी 'ॲडॉप्टेड' आहे का?'' आम्हाला धक्का बसला, कारण ते खोटं होतं. आम्ही शाळेत धावत गेलो. किट्टू घरात असतानाच्या काळात श्रिया खूपच लहान होती, त्यामुळे तिला त्या प्रकरणाची काहीच माहिती नव्हती. श्रिया मोठी झाल्यावर तिला किट्टूबद्दल सांगू, असा विचार आम्ही केला होता; पण त्या प्रसंगात तिला सांगावं लागलं. मूल दत्तक घेण्यात काही चुकीचं नाही; पण तू आमच्याच पोटी जन्म घेतला आहेस, हेही तिला समजावून सांगितलं आणि तिच्या जन्माच्यावेळचे फोटोही तिला दाखवले. तेव्हा कुठे तिच्या मनाचं समाधान झालं. पण दुर्दैवानं आजही इंटरनेटवरच्या सोशल नेटवर्किंग साइट्सवर काही ठिकाणी श्रियाचा उल्लेख दत्तक मुलगी असा होतो, त्याचा आम्हाला प्रचंड त्रास होतो.

श्रिया नववीत गेल्यानंतर अभ्यासामुळे तिचं स्विमिंग थोडं मागे पडलं. शाळेची 'हेड गर्ल' म्हणून ती निवडून आली. १५०० पैकी १०५० मतं तिला मिळाली. ती खूप छान 'कम्युनिकेट' करते आणि 'लीडरशिप'चे गुणही तिच्याकडे आहेत. 'हेडगर्ल' म्हणून तिला बॅज देण्यात आला, त्या समारंभाला मी गेलो होतो. मला तिचा अभिमान वाटला.

सुप्रियानं केलेल्या संस्कारांमुळेच श्रियाचे पायही जमिनीवर आहेत. ती अतिशय नम्र आहे. तिचं 'पब्लिक रिलेशन स्किल'ही उत्तम आहे. ती सात वर्षांची असताना आम्ही गोव्याच्या एका मित्राचं ऑफिस बघायला गेलो होतो. ती अगदी धावती भेट होती. त्यांच्याशी गप्पा झाल्या आणि निघालो. जाताना श्रिया त्यांना म्हणाली, ''काका, तुमचं ऑफिस खूप छान आहे. मला आवडलं.'' त्यांना खूप आश्चर्य वाटलं होतं. 'तुझ्याकडे पी.आरचं खूप छान कौशल्य आहे. आयुष्यात खूप मोठी होशील,' असं त्यांनी तिला सांगितलं होतं.

ती दहावीत गेल्यानंतर मी तिला कुठल्या कॉलेजला जायची इच्छा आहे ते विचारलं. तिनं झेवियर्स कॉलेजचं नाव सांगितलं. अंधेरीतल्या 'लोखंडवाला'मधून ती धोबीतलाव येथे असलेल्या 'झेवियर्स'ला कशी जाणार, अशी मला काळजी पडली. पण तिचा निर्णय पक्का होता. तिच्या इच्छेसाठी काहीतरी प्रयत्न करावेत, असं मला वाटलं. 'डॅड, तुम्ही काही करायची गरज नाही. मी स्वत:च्या मेरिटवर प्रवेश मिळवीन,' असं तिनं सांगितलं आणि तसं करूनही दाखवलं. ॲडमिशनचं कामही तिनं स्वत:च केलं. तिथेही आम्हाला लक्ष घालावं लागलं नाही. आई-वडिलांच्या कामगिरीबद्दल तिला अभिमान असला, तरी आपण सचिन-सुप्रियाची मुलगी आहोत, हे ती स्वत:हून

कुणाला सांगायला जात नाही. अगदी मित्रमैत्रिणींनाही.

एकदा तिच्या मैत्रिणीनं तिला विचारलं, ''तेरा सरनेम पिलगांवकर है ना?''

''हां!'' श्रिया म्हणाली.

''सुप्रिया पिलगांवकरवाला पिलगांवकर?''

''हाँ। बिल्कुल। वही पिलगांवकर।''

''बाय एनी चान्स, आर यू रिलेटेड टू हर?''

''येस. आय ॲम!''

''डिस्टंट रिलेशनशिप ऑर क्लोज वन?''

''क्लोज वन!''

''रिअली? व्हॉट इज शी ऑफ युवर्स?''

''शी इज माय मदर!'' श्रिया म्हणाली.

''सुप्रिया पिलगांवकर इज युवर मदर?'' तिनं पुन्हा खात्री करून घेण्यासाठी विचारलं.

''येस, ऑफकोर्स!'' श्रिया म्हणाली. तिच्या मैत्रिणीला विश्वासच बसेना.

''डोन्ट टेल मी, हू इज युवर फादर!'' ती म्हणाली.

''ओके. आय वोन्ट टेल!'' श्रियानंही तिची गंमत केली.

एवढ्या प्रसिद्ध कलाकारांची मुलगी असून, तिनं सांगितलं का नाही, असा तिच्या मैत्रिणीला प्रश्न पडला होता. झेवियर्सच्या शेवटच्या वर्षात श्रिया 'मल्हार' महोत्सवाची चेअरपर्सन झाली. तिच्या गायडन्सखाली हा महोत्सव झाला.

याच काळात श्रियानं 'गोल्डमन सॅक्स'च्या एका लघुकथा स्पर्धेतही सहभाग घेतला. एकूण २४ हजार स्पर्धकांपैकी १२ मुलं निवडली गेली, त्यातली ती एक होती. त्यातून टॉप ५ मुलं निवडण्यात आली, त्यातही श्रियाची निवड झाली. त्यासाठी तिला तीन हजार डॉलर्सचं बक्षीस मिळालं.

'काला घोडा' महोत्सवात एका स्पर्धेत तिला एका म्युझिक ट्रॅकवर ४८ तासांत एक व्हिडिओ तयार करून सादर करायचा होता. तिच्या टीमसह तिनं ते आव्हान पेललं आणि शूटिंग, एडिटिंग सगळं पूर्ण करून तो वेळेत सादर केला. त्यासाठी तिला प्रेक्षकांच्या पसंतीचं बक्षीसही मिळालं.

चांगल्या गुणांनी ती पदवीधर झाली. त्यानंतर अमेरिकेतल्या हार्वर्ड विद्यापीठात 'स्क्रीनप्ले ॲडॅप्टेशन'चा कोर्स करण्याची इच्छा तिनं व्यक्त केली. त्याच परिसरात सुप्रियाची मामेबहीण राहते. त्यामुळे तिच्याकडे श्रियाची राहण्याची सोय होऊ शकणार होती. तीन महिन्यांचा कोर्स होता. अमेरिकेला जायचं तिकीट आपण स्वत:च्या पैशांतून काढणार, असंही श्रियानं जाहीर केलं. 'स्क्रीनप्ले ॲडॅप्टेशन' ही आजच्या काळाची अत्यंत महत्त्वाची गोष्ट आहे. श्रियानं स्वत: त्याविषयी माहिती घेऊन, तो कोर्स पूर्ण केला आणि त्यातून नवीन काही शिकून घेतलं, याबद्दल मला आनंद झाला. पप्पांकडून मला लिखाणाचं बाळकडू मिळालं. तेच श्रियामध्येही उतरलं आहे.

नुकताच तिनं 'फिल्म आर्काइव्ह्ज ऑफ इंडिया'चा फिल्म ॲप्रिसिएशन कोर्सही पूर्ण केला. पटकथेची तिला चांगली जाण आहे. आम्ही दोघंही एकत्र बसून चित्रपट पाहतो, त्यांच्यावर चर्चा करतो. मला तिच्याकडून खूप नवीन गोष्टीही शिकायला मिळतात.

राजश्री प्रॉडक्शन्ससाठी मी 'जाना पहचाना' हा चित्रपट करत होतो. त्याची पटकथा मी एके दिवशी श्रियाला

वाचून दाखवली. ते स्क्रिप्ट त्या रात्रीकरिता वाचायला देण्याची विनंती तिनं मला केली. मी ते तिच्याकडे सुपुर्द केलं. दुसऱ्या दिवशी संध्याकाळी ती माझी वाट पाहत बसली होती. मी घरी आल्यावर आम्ही एकत्र बसलो. तिनं काही मुद्दे काढून ठेवले होते. चित्रपटाची सुरुवात, 'इंटरव्हल पॉइंट' अशा काही गोष्टी चुकीच्या असल्याचं तिचं मत होतं. तिचे मुद्दे ऐकून मला अतिशय आश्चर्य वाटलं. मी राजबाबूंशी बोललो. या स्क्रिप्टवर नव्यानं चर्चा करण्यासाठी मुलीसह येण्याची परवानगी त्यांच्याकडे मागितली. मी तिला राजबाबूंकडे घेऊन गेलो. तिनं त्यांच्या वयाचा, अनुभवाचा आदर राखून तिचे मुद्दे स्पष्टपणे सांगितले. रेकॉर्ड झालेलं गाणंही चित्रपटात चुकीच्या जागी येतं, असं श्रियानं सांगितलं. ते कुठे घ्यावं, हे ठरवण्याचा विषय मात्र आमच्यावर सोपवला. आपल्यातल्या मायनस पॉइंटला प्लस पॉइंटमध्ये बदलणं, हे माझं आवडतं काम. मी स्क्रिप्टवर पुन्हा विचार केला आणि त्या गाण्याची चित्रपटातली जागा बदलली. त्यानंतर ते एकदम योग्य वाटायला लागलं.

श्रिया ही मनानं खूप सामर्थ्यवान मुलगी आहे. ती अध्यात्मिकही आहे. गेल्या दोन-अडीच वर्षांपासून ती नामस्मरण करते. तिच्या मित्रमैत्रिणींचा एक ग्रुप दिवसातून दोन तास नामस्मरण करतो. आपल्या वेळेचा वापर कुठल्यातरी वायफळ कारणासाठी करण्यापेक्षा अशा प्रकारे तो सत्कारणी लावणं मला जास्त महत्त्वाचं वाटतं. माझ्या बाबतीत बोलायचं तर चित्रपट पाहणं हेसुद्धा माझं नामस्मरण आहे. सध्या श्रिया कथकही शिकते आणि लहान मुलांना शिकवते. स्वत:ला भरपूर समाधान देणारं एखादं काम श्रिया तिच्या आयुष्यात नक्की करेल, अशी मला खात्री आहे.

ती खूपच 'क्रिएटिव्ह' आहे. फिल्म इंडस्ट्रीमध्ये ती माझ्यापेक्षा दहा पायऱ्या पुढे असेल, असा मला विश्वास आहे. मी वयाच्या चोविसाव्या वर्षी चित्रपटाचा दिग्दर्शक झालो. ती बाविसाव्या वर्षापासूनच शॉर्ट फिल्म्स दिग्दर्शित करत आहे. २०१२च्या 'मामि' महोत्सवात श्रियानं केलेल्या एका शॉर्ट फिल्मची निवड झाली आणि ती दाखवण्यातही आली. 'एनसीपीए'मध्ये सादर झालेल्या 'शॉर्ट अॅन्ड स्वीट' महोत्सवात दहा मिनिटांच्या एका इंग्रजी नाटिकेत तिनं अभिनयही केला. याच वर्षी ब्राझीलच्या 'गोल्ड नोमॅड ट्रॅव्हल फिल्म स्कॉलरशिप'साठीही तिची निवड झाली. रिओ द जानेरोमध्ये होणारा कार्निव्हल शूट करण्याची संधी तिला तिच्या सहकाऱ्यासोबत मिळाली आहे. 'नॅशनल जिओग्राफिक चॅनेल'चे मेंटॉर तिला मार्गदर्शन करणार आहेत आणि या चॅनेलवर ती फिल्म दाखवली जाणार आहे.

सध्याच्या काळातल्या स्पर्धेचा विचार करता आपलं कर्तृत्व सिद्ध करून दाखवणं, ही आमच्या काळापेक्षा खूपच कठीण गोष्ट झाली आहे. तरीही ती त्यात यशस्वी होईल, अशी मला खात्री आहे. सुप्रियाचं मत मात्र वेगळं आहे. श्रियाच्या क्रिएटिव्हिटीच्या ती विरोधात नाही; पण मला काय भोगावं लागलं, हे सुप्रियानं पाहिलंय. त्यामुळे ते श्रियाच्या वाट्याला येऊ नये, असं एक आई म्हणून सुप्रियाला वाटतं आणि ते स्वाभाविक आहे. या क्षेत्रात फक्त यश, प्रसिद्धी, ग्लॅमर नसतं, तर त्याबरोबरच अपयश, निराशा, यांचाही सामना करावा लागतो. या एकाच नाण्याच्या दोन बाजू आहेत. परंतु श्रिया त्या सगळ्याला तोंड देण्यास समर्थ आहे, अशी माझी खात्री आहे.

आयुष्यात प्रथम मी स्वयंपाकघरात घुसलो, ते श्रिया दहा वर्षांची असताना. तीसुद्धा माझ्यासारखीच खाण्याची शौकीन. घरात आईसुद्धा नव्हती आणि सुप्रियाही. श्रियाला भूक लागली होती आणि तिला हॉटेलमधून काही मागवून खायचं नव्हतं. आता काय करायचं हा प्रश्न पडला. मी थोडा विचार केला आणि बाजारात गेलो. बटन मश्रूम्स, लाल आणि पिवळी ढोबळी मिरची, ब्रोकोली, पार्सले, गार्लिक ऑलिव्ह ऑइल, मध, डार्क सोयाबीन सॉस, पातीचा कांदा आणि बोनलेस चिकन अशी खरेदी करून घरी आलो.

घरात भात तयार होता. पॅन घेऊन त्यात गार्लिक ऑलिव्ह ऑइल घेतलं. पातीचा कांदा उभा बारीक कापला. त्यातला हिरवा भाग काढून टाकला. आलं कापून त्या तेलात घातलं. त्यावर कांदा घातला. तो परतून झाल्यावर चिकनचे बारीक तुकडे करून त्यात टाकले. ते थोडेसे परतून घेतले. त्यात मीठ घातलं. त्यावर मश्रूम्स घातले, ब्रोकोली आणलं होतं, तेही त्यात घालून परतलं. ढोबळी मिरच्या उभ्या कापून घातल्या. लाल रंग देणारं, पण कमी तिखट असलेलं अर्धा चमचा काश्मिरी लाल तिखट घातलं. त्यावर दोन चमचे डार्क सोया सॉस घातला. त्यावर चार चमचे मध घातलं. पुन्हा सगळं ढवळलं. गॅस बंद केला. भात मायक्रोवेव्हमध्ये गरम करून एका काचेच्या प्लेटच्या कडेला गोल सजवला. पॅनवर केलेला चिकनचा पदार्थ त्या प्लेटच्या मधल्या भागात सजवला. त्यावर पुन्हा चार थेंब गार्लिक ऑलिव्ह ऑइल घातलं, थोडं लिंबू पिळलं आणि श्रियाच्या खोलीत नेऊन तिला ही डिश काटेचमच्यांसकट सादर केली. ती खाल्ल्यावर तिला एवढा आनंद झाला की, तो पाहून मला जग जिंकल्यासारखं वाटलं. आयुष्यात कधीही स्वयंपाकघरात न गेलेला मी, माझ्या मुलीसाठी सर्वप्रथम काहीतरी पाककलेचा प्रयोग करत होतो आणि तिला ते आवडलं होतं. यापलीकडे मला काय हवं होतं?

सुप्रिया आणि आई घरी आल्यावर त्यांनी श्रियाला काय जेवणार असं विचारलं, तर तिनं सांगितलं की, तिचं जेवण झालंय. मी तिच्यासाठी काहीतरी स्वयंपाक केला, हे कळल्यावर तर त्यांना अतिशय आश्चर्य वाटलं. आईला मी केलेला पदार्थ फारसा आवडला नाही. सुप्रिया चिकन खात नाही, त्यामुळे तिच्यासाठी मी ही डिश

नंतर कोळंबी घालून केली. तरीही श्रियाला माझी ही डिश जेवढी आवडते, तेवढी घरातल्या इतर कुणाला आवडत नाही. कदाचित मुलीसाठी करताना माझ्या हातून त्यात जास्त प्रेम उतरत असावं. 'जगात मी खाल्लेली सर्वांत बेस्ट डिश ही आहे,' असं ती सांगते. 'मी कधीकाळी म्हातारी होईन, तेव्हा जाण्याच्या आधी मला ही डिश खायचीय,' अशी इच्छाही ती बोलून दाखवते. एका प्रकारे माझं आयुष्य खूप वाढावं, यासाठीचाच हा आशीर्वाद आहे. ही डिश स्पॅनिश आहे, इटॅलियन की 'सचॅलियन', हे मला माहीत नाही; पण अजूनही मी तिच्यासाठी ही डिश बनवतो आणि तिची चवही तशीच राहते.

जगप्रसिद्ध मुलाखतकार ऑप्रा विन्फ्रेची श्रिया खूप मोठी चाहती. तिच्याशी 'ई-मेल'च्या माध्यमातून श्रिया संपर्कात होती. ऑप्राच्या टीमचाही श्रियाला प्रतिसाद येत असे. एकदा त्यांनी ऑप्राच्या चाहत्यांना 'ओ' आकाराच्या एक चिन्हासह त्या-त्या शहरात एखादी छोटी क्लिप तयार करून ऑप्राविषयी बोलायला सांगितलं होतं. श्रियानं हे मला सांगितल्यावर मी तिला ध्वजाच्या तीन रंगांत एक मोठी 'ओ'च्या आकाराची प्रतिकृती तयार करून दिली. 'गेट वे'च्या पार्श्वभूमीवर तो 'ओ' हातात घेऊन श्रिया ऑप्राविषयी बोलली आणि तो व्हिडिओ तिनं मेल करून टाकला. तो त्यांच्या टीमला आवडला असावा. अतिशय लोकप्रिय असलेल्या 'ऑप्रा विन्फ्रे शो'चे शेवटचे काही एपिसोड चित्रित होणार होते, त्यानंतर हा शो कायमचा बंद होणार होता. तो पाहायला येण्यासाठी काही निवडक लोकांना बोलावण्याचा त्यांचा मानस होता. त्यांनी श्रियाला त्यासाठी निमंत्रण पाठवलं. ई-मेल मिळाल्यावर श्रिया सकाळी माझ्याकडे आली.

''डॅड, मला शिकागोला जायचंय.''

''कधी?''

''आज रात्री.''

''आज?'' मला धक्का बसला. श्रियाकडे अमेरिकेचा दहा वर्षांचा व्हिसा होताच; पण एवढ्या कमी वेळात ती तयारी कशी करणार, याची मला काळजी होती. परंतु तिनं ते सगळं जमवलं. मी तिला तिकीट काढून दिलं. रात्रीच्या विमानानं ती शिकागोला रवाना झाली. ऑप्राच्या टीमनं तिला न्यायला यायची व्यवस्था केली होती. ऑप्राच्या शेवटच्या एपिसोडपैकी सेलिब्रिटी एपिसोडच्या शूटिंगला श्रिया उपस्थित राहिली. टॉम हँक्स, टॉम क्रूझ हेही त्या शोसाठी आले होते. त्यांना बघण्याची संधी श्रियाला मिळाली. शिकागोमध्ये मैत्रिणीकडे श्रिया दोन दिवस राहणार होती. त्याच काळात पुन्हा ऑप्राच्या टीमकडून तिला फोन आला. 'सेलिब्रिटी एपिसोड'नंतर ऑप्राचा खरोखरीच शेवटचा एपिसोड होणार होता. त्यासाठी फक्त ४० प्रेक्षकांच्या बसण्याची व्यवस्था होती आणि त्यात उपस्थित राहायला आवडेल का, असं त्यांनी श्रियाला विचारलं. श्रियासाठी ही आणखी एक मोठी संधी होती. तिनं होकार दिला आणि त्या एपिसोडच्या शूटिंगलाही ती उपस्थित राहिली.

'न्यू यॉर्क टाइम्स'च्या प्रतिनिधीनं तिची मुलाखत घेऊन त्याची बातमी प्रसिद्ध केली. या शोसाठी ती एवढ्या लांबून आल्याबद्दल त्यांना तिचं कौतुक वाटत होतं. 'Would you like to be Oprah Winfrey of India?' असा प्रश्न त्यांनी विचारला. श्रिया म्हणाली, ''ऑप्राच्या उंचीला पोहोचणं, ही अशक्य गोष्ट आहे. पण त्या ज्या प्रकारे लोकांच्या दु:खात सहभागी होतात, त्यांचं दु:ख हलकं करण्यासाठी प्रयत्न करतात, तसं काम करायला मला नक्कीच आवडेल.''

श्रियाच्या जडणघडणीतला हा आणखी एक महत्त्वाचा अनुभव.

नोव्हेंबर, २०११मध्ये श्रियाची अमेरिकेतली एक मैत्रीण भारतात होती. तिच्यासह एका 'डॉक्युमेंट्री'च्या शूटिंगसाठी श्रिया बिकानेरला गेली होती. त्यानंतर ती आजारी पडली होती. माझं 'एकापेक्षा एक'च्या सहाव्या पर्वाचं शूटिंग सुरू होतं. काही काळानंतर श्रिया जास्तच आजारी पडली. तिची रक्ततपासणी केली, त्या वेळी तिच्या पांढऱ्या पेशींची संख्या पाच हजार होती. आम्ही तिला कोकिलाबेन रुग्णालयात दाखल केलं. दुसऱ्या दिवशी टेस्ट केल्यावर ही संख्या तीन हजार होती. त्यानंतर दोन तासांतच ती अडीच हजारांवर आली. त्यामुळे डॉक्टरांसकट सगळेच हादरले. सर्वसाधारण परिस्थितीत ही संख्या ११ हजार ते १२ हजार असते. तिला डेंग्यू आहे हे कळलं होतं, पण कोणत्या प्रकारचा डेंग्यू हे कळत नव्हतं. त्यानंतर तिची पांढऱ्या पेशींची संख्या १८०० आणि नंतर १४०० वर आली, तेव्हा डॉक्टर हवालदिल झाले.

त्यानंतर श्रियाच्या 'बोन मॅरो'ची चाचणी घेऊ या, असं डॉक्टरांनी सांगितलं. त्यामुळे मी व सुप्रिया दोघंही हादरून गेलो. मी तर पुरता कोसळलोच होतो. बोन मॅरोची तपासणी ही अतिशय काळजी करण्यासारखी बाब होती. दुपारी तीन वाजता तिच्या तपासणीचा अहवाल येणार होता. तोपर्यंत आमच्या जिवात जीव नव्हता. आमचे फॅमिली डॉक्टर जनार्दन घुगे हेही तिच्या प्रकृतीवर लक्ष ठेवून होते.

त्याच दिवशी 'एकापेक्षा एक'च्या शूटिंगला सुरुवात करताना सकाळी गणपतीची पूजा करताना मी अश्रू आवरू शकलो नाही. दुपारनंतर डॉ. घुगे यांचा फोन आला. रिपोर्ट्स नॉर्मल आले आहेत आणि तिच्या आजाराचं नेमकं निदान डॉक्टरांना झालं आहे, त्यामुळे ट्रीटमेंटनंतर ती बरी होईल. काळजी करण्यासारखं काही नाही, असं त्यांनी सांगितलं, तेव्हा कुठे माझ्या मनावरचं मोठं ओझं उतरलं. जिवाची घालमेल कमी झाली. नंतर दिलेल्या औषधांनी रात्रीपर्यंत श्रियाच्या शरीरातील पांढऱ्या पेशींची पुन्हा झपाट्याने वाढ झाली. त्या वेळी मला जो आनंद झाला, त्याचं वर्णन शब्दांत नाही करता येणार. डॉक्टरांचा फोन येईपर्यंत मी अक्षरश: सैरभैर झालो होतो. नंतर एकदम भानावर आल्यासारखं वाटलं. मी फक्त 'गजानना', असं म्हटलं.

''डॅड, मी तुमच्यासारखे कमर्शियल सिनेमे करेन, अशी अपेक्षा ठेवू नका. मी काहीतरी वेगळं करेन.'' श्रिया एकदा मला सांगत होती.

''नक्कीच. मी जे केलं, तेच तू करावंस, अशी माझी अजिबात अपेक्षा नाही. तू स्वत:चा वेगळा मार्ग निवड. परंतु ते करताना आपल्याकडे सध्या जे काही आहे, ते माझ्या कमर्शियल चित्रपटांमुळेच आलेलं आहे, हे विसरू नकोस!'' हेही मी तिला सांगितलं.

माझ्या मते 'कमर्शियल सिनेमा'चा अर्थ, लोकांपर्यंत पोहोचतो, त्यांना आवडतो, तो चित्रपट. लोकांना न आवडणारा चित्रपट कोण बनवतं? ज्यांना असा चित्रपट करायचा असेल, त्यांनी तो घरी बसून स्वत:च बघावा! थिएटरला लावण्याची गरज तरी काय? मी श्रियालाही हेच समजावलं.

■

सीन ५०

आमचे दोन सुपुत्र

आम्हाला मुलगी झाल्यानंतर एक मुलगाही व्हावा, असं सुप्रियाला वाटत होतं. तिनं माझं माझ्या आईवरचं प्रेम पाहिलेलं आहे. त्यामुळे आपल्यावरही एवढंच प्रेम करणारा एक मुलगा असावा, अशी तिची इच्छा असणं स्वाभाविक होतं. परंतु परमेश्वराच्या मनात ते नव्हतं.

१९९२मध्ये सुप्रिया गरोदर होती. मी एका शोनिमित्त बाहेर होतो, त्या वेळी पाचव्या महिन्यात तिचं मिसकॅरेज झालं. १९९६मध्ये ती पुन्हा गरोदर राहिली. त्या वेळीही पाचव्या महिन्यातच तिचं मिसकॅरेज झालं. त्या वेळी मात्र मी तिच्यासोबत होतो. तिच्या वेदना मी अनुभवत होतो. शिवाजी पार्कच्या स्मशानभूमीत अंत्यसंस्कार करण्यासाठी ते अर्भक घेऊन जात होतो. जन्माला येण्याआधीच देवाघरी गेलेला तो इवलासा जीव मांडीवर घेऊन जात असताना गाडीत बसल्या-बसल्या माझ्या डोक्यात विचार आला, 'माझ्याच वाट्याला हे दुःख का यावं?' दुसऱ्याच क्षणी मला त्या प्रश्नाचं उत्तरही मिळालं – 'तसं पाहायला गेलं, तर लोकांना रडवण्याचा किंवा हसवण्याचा अधिकार फक्त परमेश्वराचा. पण त्याच्या कामात मी माझ्या चित्रपटांच्या माध्यमातून कुठेतरी ढवळाढवळ करत होतो. लहानपणापासून आपण लोकांना खूप रडवलं आहे, आता विनोदबुद्धीनं त्यांना हसवत आहोत. परमेश्वराला कदाचित ते आवडलं नसावं. म्हणून त्यानं मला त्याच्या ताकदीचा खेळ दाखवला.'

त्या दिवशी मी प्रचंड दुःखात होतो, पण विधात्याच्या मर्जीपुढे हतबल होतो. मी स्वतः त्या अर्भकाचा दफनविधी केला आणि घरी आलो. त्यानंतर ठरवलं की, आपण मुलाचा विचार सोडून देऊ या. सुप्रियाला शारीरिक त्रास तर झालाच होता, पण मानसिक त्रास त्याहून जास्त होता. तो व्हावा असं मला वाटत नव्हतं.

त्यानंतर काही वर्षांनी आमच्या आयुष्यात अशा दोन व्यक्ती आल्या की, ज्यांनी आमच्यावर भरभरून प्रेम केलं. अली असगर आणि स्वप्नील जोशी ही ती दोन मुलं. अली असगरला मी १९९६मध्ये 'रिन एक दो

तीन'मध्ये एका कॉमेडी रोलसाठी घेतलं. त्याआधी त्यानं कधी कॉमेडी केली नव्हती. १९९८मध्ये मी 'हद कर दी' केली, तेव्हा मी स्वप्नीलकडून कॉमेडी करून घेतली. पहिल्या एकत्र कामापासूनच आमचं चांगलं नातं निर्माण झालं.

अली आणि स्वप्नील या दोघांवरचेही संस्कार आणि त्यांची जडणघडण अशी होती की, मला आणि सुप्रियाला ते आमच्यासारखेच वाटू लागले. दोघंही खूप पारदर्शक असले, तरी माझ्यासमोर ते आरशासारखे उभे राहिले. जे प्रेम आणि आपुलकी मला त्यांच्या बाबतीत वाटली, तशीच माया त्यांनाही वाटू लागली. त्यातून त्यांच्याशी एक घट्ट नातं आपोआप निर्माण झालं. फक्त मी आणि सुप्रियाच नव्हे, तर श्रियाचंही त्यांच्याशी नकळत बहीण-भावाचं नातं जुळून आलं. हे दोघंही माझे मुलगे कधी होऊन गेले, ते मला कळलंच नाही. कदाचित त्यांनाही ते कळलं नसावं. अनेक वर्षांनी मला असं वाटलं की, आपल्याला मुलगा द्यायचा नाही, असं परमेश्वराच्या मनात नव्हतं. ही दोन मुलं त्याला माझ्या आयुष्यात पाठवायची होती, म्हणूनच त्यानं तशी व्यवस्था केली असावी. या दोघांचंही माझ्यावर, माझ्या कुटुंबातल्या प्रत्येकावर जो विश्वास, जे प्रेम, नातं आहे, त्याला तोड नाही.

'मैत्री' या संकल्पनेवर माझा विश्वास नाही. जगात अशी काही गोष्ट नसते. ती फक्त एक अल्पकाळची संकल्पना आहे. कधी ती काही आठवडे टिकते, काही महिने किंवा काही वर्षं. परंतु ती कायमस्वरूपी कधीच असू शकत नाही. इमोशनल बाँडवर माझा जास्त विश्वास आहे. अली आणि स्वप्नील यांच्याशी आमचं असं 'बाँडिंग' आहे. अली हा आईवर गेलाय आणि स्वप्नील बापावर. अली हा आमचा मोठा मुलगा सरळ, साधा आणि भोळा. क्रिएटिव्हिटीमध्ये तो जास्त गुंतत नाही, दुनियादारी त्याला जमत असली, तरी त्यातला तो कसलेला खेळाडू नाही. हे सगळे गुण सुप्रियाचे.

छोटा स्वप्नील अतिशय नादिष्ट आहे, महाबदमाश आहे. त्याचं 'ॲडमिनिस्ट्रेशन स्किल' चांगलं आहे, चांगली क्रिएटिव्हिटी त्याच्याकडे आहे. तो 'चार्मिंग' आहे, बोलण्यात हुशार आहे. कृष्णाच्या व्यक्तिरेखेशी तो मिळताजुळता आहे. खाण्याचा शौकीन आहे. कायदेशीर बाबींची चांगली समज असणारा आहे. घड्याळ, कपडे, गाड्या यांच्याबाबत शौकीन आहे. हे सगळे गुण माझ्याशी जुळतात.

श्रिया मात्र सुप्रिया आणि माझे दोघांचेही गुण घेऊन उतरली आहे. एखादी गोष्ट समजावून सांगण्याचं तिच्याकडे विलक्षण कौशल्य आहे. कधी-कधी चर्चेमध्ये ती मलाही गप्प करते.

आयुष्यात अनेक दुर्दैवी गोष्टी अनपेक्षितरीत्या घडतात. अलीच्या तब्येतीच्या बाबतीत अशी घटना घडली. त्याला आम्ही सगळ्यांनी आधार दिला. त्याला जगण्याची नवी उमेद मिळाली. आता अली एकदम तंदुरुस्त आहे. स्वप्नीलच्या व्यक्तिगत आयुष्यातही अशीच एक दुर्दैवी घटना घडली. त्या वेळीही आम्ही सगळे त्याच्या पाठीशी उभे राहिलो. आता तोही त्यातून वर येऊन उत्तम आयुष्य जगत आहे.

टीव्ही वाहिन्यांसाठी कार्यक्रम बनवण्यासाठी आमच्या कंपनीचं नाव मी 'सुश्रिया आर्ट्स' असं ठेवलं. आई आणि पत्नीच्या नावातलं आद्याक्षर 'सु' आणि मुलीच्या नावातलं 'श्रिया' यांचा तो त्रिवेणी संगम आहे.

स्वप्नील, अली आणि श्रिया या माझ्या तीन मुलांसाठी 'थ्री चिअर्स प्रॉडक्शन प्रा. लि.' ही कंपनी आम्ही सुरू केली आहे. हे तिघंही त्याचे 'शेअरहोल्डर' आहेत. अर्थपुरवठा माझा आहे. 'बिझनेस' अलीनं सांभाळावा, 'ॲडमिनिस्ट्रेशन' स्वप्नीलनं आणि 'क्रिएटिव्हिटी' श्रियानं सांभाळावी, अशी अपेक्षा आहे. या तिघांची स्वत:ची एक कंपनी असावी, असा त्यामागचा मूळ उद्देश. अर्थात, हे मी माझ्या सिनिअर्सकडूनच शिकलो आहे.

चित्रपटात काम करत असतानाच राज कपूर यांनी स्वत:ची कंपनी काढली आणि उत्तम चित्रपटांची निर्मिती केली. देव आनंद यांनाही हिरो म्हणून त्यांचं स्थान डळमळीत होतंय असं वाटायला लागलं, तेव्हा त्यांनी स्वत:ची कंपनी काढून चित्रपटांची निर्मिती सुरू केली. कारण या क्षेत्रात असुरक्षितता खूप आहे. उगवत्या सूर्याला नमस्कार करणं, हा चित्रपटसृष्टीचा गुणधर्म आहे. त्यामुळे स्वत:ची निर्मिती संस्था हाताशी असणं कुठल्याही कलाकारासाठी सुरक्षित गोष्ट असते. या तिघांनाही असाच एखादा 'प्लॅटफॉर्म' मिळावा म्हणून ही कंपनी स्थापन केली आहे. तिच्या माध्यमातून एक प्रकल्प आम्ही नुकताच पूर्ण केला. आता पुढील तयारी सुरू आहे. आज काम केलं की लगेच यश मिळेल, असं होणार नाही, असंही मी या तिघांना सांगितलं आहे. घाई करून काही साध्य होत नाही. या क्षेत्रात संयमाची खूप गरज असते.

■

सीन
५१

नग आणि नमुने

तरुणपणात एका टप्प्यावर कुर्ता-पायजमा घालायचं खूळ माझ्या डोक्यात शिरलं होतं. जीन्स, टी-शर्ट घालण्याचं वय असतानाही मला तो कुर्ता-पायजमाच आकर्षक वाटायचा. एकाच रंगाच्या फॅब्रिकचा कुर्ता आणि अलीगढी पायजमा घातल्यावर चांगला दिसेल, असं माझ्या टेलरनं मला सांगितलं आणि निळसर रंगाचे तसे कपडे मला शिवूनही दिले. मी ते वापरायचो. हरिभाईंनी मला दिलेली नेपाळी कॅपही त्यावर घालायचो. एकदा 'सन अॅन्ड सँड' हॉटेलमध्ये माझी एक मीटिंग होती. मी त्याच पोशाखात 'सन अॅन्ड सँड'च्या लिफ्टमध्ये शिरलो. माझ्यानंतर दोन माणसं आत आली. ''थर्ड फ्लोअर!'' त्यांनी मला सूचना केली. काय बोलावं ते दोन क्षण मला कळेचना. पण त्या परिस्थितीत काही खुलासा करणंही शक्य नव्हतं. मी निमूटपणे तिसऱ्या मजल्याचं बटण दाबलं. लिफ्ट थांबल्यावर मला धन्यवाद देऊन, ते निघून गेले. त्या दिवसानंतर मी आयुष्यात कधीही एकाच रंगाचा कुर्ता-पायजमा घातला नाही! माझ्या आयुष्यात काही बदल घडले, त्याला अशीही कारणं होती!

एकदा एक मित्र मला भेटायला आला होता. तो डॉक्टर होता. '२४ तारखेला, शनिवारी षण्मुखानंद हॉलला एक फंक्शन आहे, त्यासाठी ये', असं निमंत्रण त्यानं दिलं. २४ तारीख माझ्या डोक्यात पक्की होती. मी त्या दिवशी 'षण्मुखानंद'ला गेलो, तिथे डॉक्टरांचा कार्यक्रम चालू होता. माझं चांगलं स्वागत झालं. पहिल्या रांगेत बसलो. स्टेजवर बोलावून माझा सत्कार करण्यात आला. मी भाषणही केलं. एवढं झालं तरी माझा तो मित्र मला दिसत नव्हता. मला वाटलं, अडकला असेल कुठल्यातरी कामात. कार्यक्रमानंतर सगळ्यांशी गप्पा झाल्या, चहापाणी झालं, तरीही हा मित्र दिसायला तयार नाही. मला त्याचा राग आला. कार्यक्रमानंतर मी घरी आलो.

दुसऱ्या दिवशी सकाळी त्या मित्राचा फोन आला. मी त्याला कालच्या प्रकाराबद्दल झापणारच होतो, पण त्याआधीच तो म्हणाला, ''सचिन, लक्षात आहे ना? आज शनिवार. संध्याकाळी येणार आहेस ना?''

''कुठे?''

'''षण्मुखानंद'ला!'' तो म्हणाला. माझ्या हातून फोन गळायचाच बाकी होता. ''नाही, नाही. मला नाही जगणार!'' असं म्हणून मी झटकन फोन ठेवून दिला. मी आधी कबूल करूनही ऐन वेळी नकार का देतोय, हे त्याला कळायला मार्ग नव्हता.

त्यानं मला वार शनिवार बरोबर सांगितला होता, पण तारीख २५च्या ऐवजी २४ सांगितल्यानं हा घोळ झाला होता. अजिबात काहीही संबंध नसलेल्या एका कार्यक्रमात मी जाऊन, तिथला पाहुणचार घेऊन त्यांच्यासमोर भाषणही करून आलो होतो! ह्यानं किंवा त्यानं बोलावलं असेल, अशा समजुतीनं त्यांनी माझं स्वागतही केलं होतं, पण मला खूपच संकोचल्यासारखं झालं. तेव्हापासून कुठल्याही कार्यक्रमाच्या आदल्या दिवशी कन्फर्मेशन झाल्याशिवाय जायचं नाही, असं मी ठरवून टाकलं.

'गीत गाता चल'पासून मोहन पाठारे हा माझा पर्सनल मेकअपमन होता. १९८२मध्ये पप्पांनी 'सव्वाशेर'ची निर्मिती सुरू केली, तेव्हा मोहन पाठारे मेकअप विभागाचा प्रमुख होता आणि सुधीर बैसाखिया हा त्याच्या टीममध्ये सहभागी झाला. मी दिग्दर्शक झाल्यानंतर कलाकार म्हणून माझं काम कमी झालं, त्यामुळे मोहन पाठारेनं

माझी परवानगी घेऊन 'बनवाबनवी'नंतर लक्ष्मीकांत बेर्डेचा मेकअपमन म्हणून काम स्वीकारलं. त्यानंतर सुधीर बैसाखिया हा माझा मेकअपमन झाला. 'सव्वाशेर'च्या काळातच पप्पांचा मृत्यू झाल्यानं युनिटमधल्या बऱ्याच जणांची देणी बाकी होती. कुणी माझ्याकडे मागायला आलं नाही, पण मी प्रत्येकाचे उरलेले पैसे दिले. सुधीर बैसाखियाच्या नावावर दोन हजार रुपये लिहिलेले होते. त्याला ते देण्यासाठी मी बोलावलं, तेव्हा तो म्हणाला, ''वो तो बडे साब ने दे दिये।'' मला खात्री होती की, त्याचे पैसे द्यायचे बाकी आहेत. मी त्याला तसं सांगायचा प्रयत्नही केला, पण पप्पांनी स्वत: ते पैसे दिलेत, हिशेब पूर्ण झालाय, यावर तो ठाम राहिला.

स्वत:ला गरज असतानाही, मला आधार म्हणून मोठ्या मनानं ते पैसे घ्यायचं तो नाकारत आहे, हे मला कळत होतं. त्यानं माझ्या काळजालाच हात घातला. एखाद्या श्रीमंत माणसानं उदार होऊन कुणाला एक लाख रुपये माफ करणं आणि कष्टातून कमाई करणाऱ्यानं हक्काचे दोन हजार रुपये कुणासाठी सोडून देणं, यात जमीन-अस्मानाचा फरक आहे. एवढं मोठं मन असलेल्या या माणसाला आयुष्यात कधीही आपल्यापासून लांब जाऊ द्यायचं नाही, हे मी तेव्हाच पक्कं ठरवलं. अजूनही सुधीर बैसाखिया माझ्याबरोबर काम करतो.

आपल्यासाठी करणारे खूप लोक असतात, त्यांना त्यातून काही परतफेडीची अपेक्षाही नसते. पण त्यांच्या त्या वृत्तीची जाणीव ठेवायला हवी. अशी जाणीव नसलेल्या माणसाला मनच नसतं, असं मला वाटतं.

सुधीर बैसाखिया हे अक्षरश: 'कॅरेक्टर' आहे.

'सह्याद्री' वाहिनीवर 'साद प्रतिसाद' हा 'लाइव्ह शो' असतो. मी त्यात सहभागी झालो होतो. सुधीर बैसाखिया माझ्या मेकअपसाठी होता. तीन कॅमेरे सुरू होते. कॅमेऱ्यांच्या मागे सुधीर त्याच्या कामात गुंतला होता. माझ्या मुलाखतीदरम्यान जाहिरातींचे छोटे ब्रेक होते. अशाच एका ब्रेकनंतर पुन्हा मुलाखत सुरू झाली. तेवढ्यात सुधीरला काय झालं कुणास ठाऊक! चेहऱ्यावर थंडावा वाटण्यासाठी देतात, तो मलमलचा ओला कपडा मला देण्यासाठी तो उठला. मला आधी वाटलं की, बसून-बसून कंटाळला म्हणून उठला असेल. पण त्यानं माझ्या दिशेनं चालायला सुरुवात केली, तेव्हा माझ्या काळजाची धडधड वाढली. मी त्याला डोळ्यांनी खुणावायचा प्रयत्न केला, पण त्याचं माझ्याकडे लक्षच नव्हतं. मी मुलाखतीत बोलता-बोलता मानेनं त्याला 'पुढे येऊ नकोस,' असं सांगायचा प्रयत्न करत होतो. मी अशी अचानक मान का हलवायला लागलो, हेच कॅमेरामनला कळेना. लाइव्ह शो असल्यामुळे कुणालाच काही बोलता येत नव्हतं. शेवटी कॅमेरामनच्या लक्षात आलं आणि त्यानं वळून पाहिल्यावर माझ्याकडे येणारा सुधीर त्याला दिसला. तो कॅमेरा क्रॉस करून पुढे येणार, तेवढ्यात कॅमेरामननं त्याचा शर्ट खेचून त्याला ओढला आणि आमच्यावरचं मोठं संकट टळलं. तरीही कॅमेरामनकडे त्यानं खाऊ का गिळू नजरेनं पाहिलंच. नशीब, तो काही बोलायच्या आत कॅमेरामननं त्याला वस्तुस्थितीची जाणीव करून दिली होती.

मग कार्यक्रम संपल्यावर मी सुधीरचा 'साद प्रतिसाद' घेतला. 'मला काय माहीत कॅमेरा चालू होतं ते? मला तुमच्या चेहऱ्यावर घाम दिसला, म्हणून मलमल द्यायला येत होतो!' एवढा त्याचा थंड प्रतिसाद होता. घाम पुसण्यासाठीच्या त्याच्या या तळमळीपायी आम्हाला घाम फुटला होता, हे त्याच्या गावीही नव्हतं!

'तू-तू-मैं-मैं'च्या सेटवर एकदा दुपारी चार वाजता मी रीमाला सीन समजावून सांगत होतो. तिचं पूर्ण लक्ष माझ्याकडे होतं. तिला 'मलमल' हवा होता. सकाळपासून सेटवर असलेला सुधीर आमच्या शेजारीच उभा होता. तिनं त्याच्या दिशेनं मलमलसाठी हात केला. तिचा हात पुढे आलेला बघून सुधीरनं तिला शेक-हँड केलं आणि

‘हॅलो’ म्हणाला. रीमाला दोन क्षण काही कळेचना! सुधीरच्या या ‘मलमली’ प्रतिक्रियेनं सेटवर एकदम हशा उसळला. याच शूटिंगच्यावेळी एकेदिवशी रीमाने सुधीरकडे हेअर स्प्रे मागितला. सुधीरनं तंद्रीत तिला ‘हिट स्प्रे’ दिला. सुदैवानं तो केसावर मारायच्या आधी तिच्या लक्षात आलं म्हणून ती बचावली. सुधीरनं नेहमीप्रमाणे कान पकडले.

आमच्याकडे महादेव नावाचा मेकअपमन होता. काही कामानिमित्त त्याला फोन लावायचा होता. माझा सहकारी संजय भालेकर आणि सुधीर ऑफिसमध्ये बसले होते. महादेवला फोन कर, असं संजयनं सुधीरला सांगितलं. टेबलवर दोन वेगळ्या नंबरचे लँडलाइन फोन होते. सुधीरनं एक फोन उचलला आणि नंबर फिरवला. त्याच वेळी ऑफिसमधल्या दुसऱ्या नंबरच्या फोनची रिंग वाजली. त्याच्याच शेजारी बसलेल्या संजयनं फोन उचलला.

‘‘हॅलो....’’

‘‘हॅलो... महादेव है क्या?’’ सुधीर त्याच्या ‘मंजूळ’ आवाजात विचारत होता.

‘‘महादेव यहाँ नही हैं। आप कौन?’’ संजयनं विचारलं.

‘‘सुधीर!’’

संजयनं ताडकन त्याच्याकडे बघितलं. सुधीरला गोंधळ लक्षात आला. त्यानं जीभ चावली.

‘‘इधर लग गया क्या? सॉरी!’’ सुधीर खजील झाला. संजय त्याला मारायचाच बाकी होता!

सुधीरला ऐकू कमी येतं आणि तो ते मान्य करायला अजिबात तयार नसतो. त्यावरूनही अनेक गमतीजमती घडतात. एकदा मी सेटवर आलो आणि मेकअपसाठी बसलो. मेकअप वगैरे झाल्यावर मी त्याला विचारलं, ‘‘ठीक है ना?’’

त्यानं शांतपणे टेबलावरच्या साहित्याकडे पाहिलं. ‘‘हां, इतनाही सामान है।’’ तो म्हणाला. मी कपाळावर हात मारून घेतला!

सुधीरला ‘व’ म्हणता येत नाही. त्याऐवजी तो ‘ब’ म्हणतो. त्यामुळे त्याच्या लेखी ‘वडा’ हा ‘बडा’ असतो, ‘विग’ हा ‘बिग’ असतो. एकदा माझं चष्म्याचं कव्हर त्याच्याकडे होतं. त्यानं मला ते आणून दिलं, ‘ये आपका कबर,’ असं म्हणून निर्विकारपणे त्याच्या कामाला निघून गेला. माझ्या समोर माझी ‘कबर’ खोदल्याचं त्याच्या गावीही नव्हतं!

सुधीर बैसाखियानं मेहनतीच्या जोरावर खूप काही मिळवलं. आज त्याच्या नावे मुंबईत दोन फ्लॅट आहेत. त्याची मुलं व्यवस्थित मार्गी लागली आहेत, पण त्याचं त्याच्या कामावर अजूनही प्रेम आहे आणि तो ते मनापासून करतो.

■

सीन
५२

जिव्हाळ्याची नाती

आपण घरी कुत्रा पाळावा, असं सुप्रियानं २००२मध्येच ठरवलं होतं. आईला घरी कुत्रा अजिबात नको होता. तिला घरात कुत्रा आवडत नाही आणि देवाला कुत्रा चालत नाही, अशी तिची दोन कारणं होती. देवाला कुत्रा चालत नाही, या म्हणण्याला माझ्या मते काही अर्थ नव्हता. पण तिला स्वत:ला कुत्रा आवडत नाही, हे मलाही माहीत होतं. त्यामुळे मी सुप्रियाला म्हटलं, आपण कुत्रा पाळायला नको.

दरम्यान, लोखंडवाला कॉंप्लेक्समधल्या आमच्या फ्लॅटच्याच मजल्यावरचा एक वन बेडरूम फ्लॅट रिकामा होत होता. सुप्रियानं ती संधी साधून तो विकत घेतला. त्यानंतर २५ हजार रुपये मोजून दिल्लीहून जर्मन शेफर्ड जातीचं कुत्र्याचं एक पिल्लू ती घेऊन आली. तीन महिन्यांचं ते बाळ विमानानं प्रवास करून आमच्यापर्यंत आलं! त्याचं नाव 'होबो' असं ठेवण्यात आलं. आमच्या शेजारचा फ्लॅट हे होबोचं घर झालं. तिथे त्यानं धुमाकूळ घालायला सुरुवात केली. त्याची अंघोळ, त्याचं खाणं-पिणं, हे सगळं सुप्रिया प्रेमानं बघत होती. सात-आठ महिने असेच गेले असतील. होबो आता सुमारे वर्षाचा झाला होता. त्याला हळूहळू कळलं की, आम्ही वेगळ्या घरात राहतो आणि त्याला वेगळं ठेवलंय. ते कळल्यावर तो घरात घुसला. घुसला तो घुसला, बाहेर जायलाच तयार नव्हता. त्यानं तिथेच डेरा टाकला. हळूहळू तो आईच्याही खोलीत घुसला. विशेष म्हणजे, कुत्र्याच्या कट्टर विरोधात असलेल्या आईला त्याचा लळा लागला. नंतर-नंतर तो आमच्या बेडरूममध्येही घुसला.

होबो अतिशय प्रेमळ आणि गुणी होता. माझ्या बाबतीत तर तो फारच 'पझेसिव्ह' होता. सुप्रिया किंवा श्रिया माझ्याजवळ आलेली त्याला चालायची नाही. तो आमच्या घरातला एक सदस्यच झाला होता. आम्ही त्याला आमचा धाकटा मुलगाच समजू लागलो होतो. तो उंचापुरा आणि देखणा होता. मी त्याला बाहेर फिरायला घेऊन गेल्यावर मुली वळून बघायच्या. मला वाटायचं, माझ्याकडेच बघतायंत. पण नंतर कळलं की, त्या होबोकडे बघत असायच्या. होबो हा आमचा 'स्ट्रेस बस्टर' होता. सुप्रियानं होबोचे जेवढे लाड केले, तेवढे माझेही कधी केले नाहीत!

'स्टार या रॉकस्टार'चं शूटिंग सुरू असतानाच्या काळात होबोची तब्येत अचानक बिघडली. ३० सप्टेंबर, २०११ रोजी आम्ही त्याला डॉक्टरांकडे घेऊन गेलो, तर त्याच्या पोटात ट्यूमर असल्याचं कळलं. त्यानंतर १ ऑक्टोबर, २०११ला होबो गेला. त्याच्या जाण्यानं आम्हाला खूप त्रास झाला. त्याच्यावर अंत्यसंस्कार करून आल्यानंतर मी घरी आलो, पण जिना चढून वर यायची हिंमत होती नव्हती. कारण घरी आल्यानंतर पहिल्यांदा भुंकून स्वागत करणारा होबो होता. आता तो असणार नाही, हे पचवणं खूप अवघड होतं. त्यानंतरही बरेच दिवस त्याची आठवण छळत राहिली.

होबो गेला, त्याच दिवशी मला 'तिचा बाप त्याचा बाप'च्या प्रमोशनसाठी औरंगाबादला जायचं होतं; पण सकाळी जाता आलं नाही. होबोवर अंत्यसंस्कार झाल्यानंतर दुपारच्या विमानानं औरंगाबादला गेलो. कारण चित्रपटाचं प्रमोशन त्याच दिवशी होणं गरजेचं होतं. तिथे हसायचं होतं, गायचं होतं, बोलायचं होतं, नाचायचं होतं. मी ते सगळं केलं. प्रेक्षकांना कसं कळणार की, कलाकार कोणत्या मन:स्थितीत आहे, कुठून आलाय. त्यांना ते

समजणंही अवघड असतं.

मुक्या प्राण्यांचं प्रेम हे नि:स्वार्थ असतं. होबोनं आमच्यावर प्रेम केलं, त्यातही कुठला हिशेब नव्हता की कुठली अपेक्षा नव्हती. त्यामुळेच त्याला बोलता येत नव्हतं; तरी कुठल्याही जवळच्या व्यक्तीपेक्षा जास्त संवाद त्याच्याशी व्हायचा.

होबो आमच्याबरोबर अजूनही आहे, असं आम्हा सर्वांना वाटतं. होबोला मास्तरांचाही खूप लळा होता. मास्तर म्हणजे गजानन कोल्हटकर. सुमारे ४४-४५ वर्षांपूर्वी टायकलवाडीच्या आमच्या घरात त्यांची माझ्याशी पहिल्यांदा भेट झाली. गणपतीपुळ्याजवळच्या नेवरे गावात राहणारे हे शिक्षक. 'हा माझा मार्ग एकला' बघितल्यानंतर माझा पत्ता शोधत ते थेट घरी येऊन थडकले होते. झब्बा-लेंगा किंवा शर्ट-पँट अशा पेहरावात ते असायचे. आम्ही त्यांचं घरी स्वागत केलं, त्यांनी माझं कौतुक केलं.

त्यानंतर वर्षातून किमान एकदा ते दोनदा ते नियमितपणे घरी येऊ लागले. त्यांचा आणि आमचा घरोबा वाढला. आयुष्यात त्यांचं दुसरं कुणीही नाही. आम्ही त्यांना 'मास्तर' म्हणतो. ते आमच्या घरातले एक सदस्य झाले. नि:स्वार्थ प्रेम कशाला म्हणतात, हे मी त्यांच्याकडून शिकलो. मला एकदा डोळे भरून पाहिलं की, त्यांचं पोट भरतं. एवढी वर्षं ते आमच्या घरी दरवर्षी एकदा ते दोनदा नेमानं येतात. माझ्यानंतर तेरा वर्षांनी त्रिप्तीचा जन्म

सुखी परिवार : श्री. गजानन कोल्हटकर (मास्तर) यांच्यासोबत मी, सुप्रिया, श्रिया आणि आमचा लाडका 'होबो'

झाला, तेव्हापासून ते तिच्यावरही प्रेम करायला लागले. माझं-सुप्रियाचं लग्न झाल्यानंतर सुप्रियाशीही त्यांची गट्टी झाली. तिनं मास्तरांना खूप मान दिला. नंतर श्रियाचा जन्म झाला, तेव्हा ते श्रियाचे लाड करायला लागले.

श्रियासुद्धा त्यांना भरपूर मानते. ती त्यांना पत्रंही पाठवते. तिनं दर महिन्याला पत्र पाठवावं, अशी त्यांची अपेक्षा असते; पण ते काही तिला जमत नाही. मग ते तिच्याबद्दल कुरकुर करतात.

लहानपणी ते माझ्यासाठी आंब्याची वडी खाऊ म्हणून आणायचे. आंब्याच्या मोसमात पेट्या पाठवायचे. आता ते श्रियासाठी खाऊ आणतात. मास्तर कधी रिकाम्या हातांनी आल्याचं मी पाहिलं नाही. आमच्या घरी ते अंघोळीपासून जेवणापर्यंत सगळ्यासाठी थांबतात; पण घरी राहिले कधीच नाहीत. मास्तर आले की, आम्हाला घर भरल्यासारखं वाटतं. ते व्यक्तिमत्त्वच एवढं पवित्र आहे. ठराविक कालावधीनंतर मास्तर घरी आले नाहीत, तर आम्हाला चुकचुकायला होतं, एवढी आमची आता जवळीक आहे.

नेवऱ्यातलं त्यांचं घर त्यांनी एका भाडेकरूला राहायला दिलं होतं, त्यानं ते बळकावलं. त्यामुळे आता त्यांना राहायला घर नाही. आता ते देवळात झोपतात. विहिरीवर अंघोळ करतात. मनात आलं तर ते त्या माणसाला घराबाहेर काढूही शकतात; पण मग तो संसारी माणूस मुलंबाळं घेऊन कुठे जाईल, याची त्यांनाच काळजी वाटते.

अशी माणसं पाहिल्यावर परमेश्वरानंच माणसाची निर्मिती केली, यावरचा विश्वास वाढतो. गजानन कोल्हटकर ऊर्फ मास्तर ही परमेश्वरानं मला दिलेली देणगी आहे. काही ठराविक व्यक्तींना आपलं काम आवडतं, त्यामुळे आपल्याला पुरस्कार मिळतात. मलाही तसे मिळाले. परंतु ज्या माणसांनी माझं आयुष्य समृद्ध केलं, ती माणसं परमेश्वरानं मला दिली. त्याबद्दल मी परमेश्वराचा कायम ऋणी राहीन!

'नवरा माझा नवसाचा' करताना आम्ही शूटिंगसाठी गणपतीपुळ्याला गेलो होतो, तेव्हा मी नेवऱ्याला त्यांच्या गावी गेलो. त्यांना एवढा आनंद झाला होता की, मला घेऊन ते गावभर फिरले. सगळ्यांच्या भेटीगाठी करून दिल्या. 'हा माझा सचिन आहे,' हे सांगताना त्यांचा ऊर भरून आला होता.

श्रिया लहान असताना तिला सांभाळायला दोन मुली घरी होत्या. सुमन आणि कल्पना. कल्पना तेव्हा पंधरा वर्षांची होती. मी त्यांची थट्टामस्करी करायचो, ते त्यांना आवडायचं. त्या मला 'दादा'च म्हणायच्या. मला मानायच्याही खूप. त्यांनी आमच्यासाठी जे केलं, त्याबद्दल मी त्यांचा आभारी आहे. 'दादा' म्हणजे त्यांच्यासाठी अंतिम शब्द होता. एवढा विश्वास एखादा माणूस आपल्यावर टाकतो, तेव्हा त्या विश्वासाची जाणीव ठेवणंही महत्त्वाचं असतं. सुमन सध्या त्रिप्तीकडे असते. तिचं लग्नही झालं होतं; पण ते टिकू शकलं नाही. कल्पना आता गोव्यात संसारात सुखी आहे. तिला एक गोड मुलगाही आहे.

१९७२साली 'जुहू अपार्टमेंट्समध्ये आम्ही राहत असताना आमच्या जवळ नलावडे दाम्पत्य राहत होतं. त्यांचं माझ्यावर पहिल्यापासूनच प्रेम. हे पुस्तक अखेरच्या टप्प्यात असतानाच एकदा त्यांच्या एका नातेवाइकांचा मला फोन आला. त्या नलावडे आजी आता ९४ वर्षांच्या झाल्या आहेत आणि आजारी आहेत, असं त्या व्यक्तीनं मला सांगितलं. मी त्यांच्याशी निदान फोनवरून तरी बोलावं, अशी त्यांची शेवटची इच्छा होती. मी म्हटलं, 'फोनवरून कशाला? मी प्रत्यक्षच भेटायला येतो.' त्याप्रमाणे मी त्यांना भेटायला गेलो. त्या खूपच आजारी होत्या, पण त्यांनी मला ओळखलं आणि मला पाहून त्यांच्या डोळ्यांत एक वेगळीच चमक दिसली. त्यांचा चेहरा आनंदाने फुलला होता. एवढ्या वर्षांनी मला पाहिल्याचा आणि मनातली इच्छा पूर्ण झाल्याचा आनंद त्यांच्या डोळ्यांतूनही अश्रूंवाटे ओघळू लागला. मी त्यांच्याशी काही वेळ गप्पा मारल्या आणि तिथून निघालो. पण निघताना माझ्या पुढच्या आयुष्यासाठी अशाही एका चाहत्याची प्रेमाची अनमोल भेट घेऊन निघालो होतो.

मी जे काही यश मिळवलं, त्याचं निम्मं श्रेय माझ्या कामाला आणि निम्मं चाहत्यांच्या या उदंड प्रेमाला जातं, असं मी म्हणतो, ते उगाच नाही!

माझे सासरे अरुण सबनीस यांना आम्ही सगळे 'बाबा' म्हणतो. माझ्या सासूबाईंचं माहेरचं नाव 'ज्योत्स्ना.' बाबांनी लग्नानंतर त्यांचं नाव 'मंजिरी' ठेवलं. त्या नाकात बोलत असल्यामुळे कधीकाळी मी त्यांना गमतीने 'मंजिरी मुकेश' म्हणायचो. एके दिवशी त्या गुलाबी साडी नेसून आणि मॉडर्न हेअरस्टाइल करून आमच्या घरी आल्या होत्या, तेव्हा मी त्यांना 'बेबी पिंकी' असं नाव ठेवलं. सुप्रियाला हे नाव अजिबात आवडलं नाही! माझा मेव्हणा सुमीत सबनीस याला मात्र ते नाव मनापासून खूप आवडलं. त्यामुळे तो भरपूर हसला. मी केलेले विनोद त्याला आवडतात, त्यामुळे त्याच्यासमोर विनोद करायला मलाही आवडतं. सुमीत हा अतिशय दिलखुलास. त्याची बायको पल्लवीसुद्धा त्याच्यासारखीच आहे. त्यांना एक गोंडस, पण तिच्या आत्यासारखी शिष्ठ अशी मुलगी आहे. तिचं नाव, 'त्रिशला'.

सुप्रियाच्या आणि माझ्या लग्नाला २७ वर्षं झाली. बाबा आणि सासूबाई यांचं आयुष्यही सुखात सुरू होतं. दुर्दैवानं २०१२च्या सप्टेंबर महिन्यात बाबांवर 'बायपास' करण्याची वेळ आली. ऑपरेशनसाठी त्यांचं मन वळवण्याचं काम आम्ही सर्वांनीच केलं. आमच्या घराजवळच असलेल्या कोकिलाबेन अंबानी हॉस्पिटलमध्ये त्यांचं ऑपरेशन होणार होतं. ७२ वर्षांचे असतानाही त्यांना डायबेटिस, ब्लड प्रेशर असे त्रास नव्हते. आयुष्य उत्तम प्रकारे जगले असल्यानं हृदयाचा त्रास सोडता ते एकदम फिट होते. त्यांच्यावर दोन बायपास होणार होत्या, पण हार्ट ओपन केल्यानंतर डॉक्टरांनी पाच ठिकाणी बायपास करण्याचा निर्णय घेतला. त्यांच्या आरोग्यासाठी ते आवश्यक होतं. शरीर फिट असल्याचा फायदा त्यांना या ऑपरेशनसाठी झाला.

ऑपरेशननंतर त्यांनी स्वत:च्या घरी न जाता विश्रांतीसाठी आमच्या घरी राहायला यावं, असं आम्ही त्यांना सुचवलं. त्यांनीही त्याला मान्यता दिली. आमच्या फ्लॅटच्या शेजारीच असलेल्या आमच्या स्टुडिओ अपार्टमेंटमध्ये त्यांची स्वतंत्रपणे व्यवस्था केली. स्वतंत्र फ्लॅट असल्यानं त्यांना पूर्ण स्वातंत्र्य होतं. ते आमच्यासोबत असल्यानं मी कामं आटोपून संध्याकाळी लवकर घरी येऊ लागलो होतो. आपल्या मुलीचा संसार जवळून बघावा, अशी प्रत्येक आई-वडिलांची इच्छा असते. परंतु मुलीच्या घरी येऊन राहणं जमतंच असं नाही. काही वेळा एक प्रकारचा 'ऑकवर्डनेस'ही असतो. या निमित्तानं तो सगळा बाजूला पडला आणि त्यांना आमच्यासोबत राहता आलं आणि आम्हालाही त्यांचा सहवास अनुभवता आला. त्यांनाही त्याबद्दल समाधान वाटलं. सुमारे सव्वा महिना ते त्या फ्लॅटमध्ये राहिले. सासू-सासरे आणि जावई यांच्या नात्यात असलेलं एक अनामिक अंतर या काळात दूर झालं आणि आमच्यातला प्रेमाचा आणि मायेचा धागा आणखी घट्ट झाला. माझ्या आणि सुप्रियाच्या पुढील आयुष्यासाठी तो नक्कीच उपयोगी ठरेल.

■

सीन ५३

२८ लाखांचा पेग

१९९९ साली 'झी टीव्ही'कडून डेली कॉमेडी करण्याची ऑफर मला आली. डेली कॉमेडी कितपत यशस्वी होईल, याबाबत मला शंका होती. परंतु त्या चॅनेलच्या तेव्हाच्या प्रोग्रॅमिंग हेडचा डेली कॉमेडीसाठी आग्रह होता. 'आए दिन बहार के' असं त्या मालिकेचं नाव ठरलं, चॅनेलबरोबर अॅग्रीमेंटही झालं. सगळी जुळवाजुळव सुरू झाली. पाली हिलच्या एका बंगल्यामध्ये आठ लाख रुपये खर्च करून सेट लावला होता. कलाकारांशी बोलणीही झाली होती. दिग्दर्शकाची निवड थोडी चुकली होती, त्यामुळे त्याला बदलावं लागणार होतं; पण तो निर्णय मी पुढे ढकलला होता. शूटिंग सुरू झालं; पण ते मनासारखं होत नव्हतं. नंतर आपण ते ठीकठाक करू, असं मी ठरवलं होतं. दरम्यानच्या काळात 'तू-तू-मैं-मैं' नव्यानं सुरू झालं होतं. 'आए दिन बहार के'चे १८ एपिसोड्स चित्रित झाले होते आणि अशा वेळी 'झी'ची सगळी 'प्रोग्रॅमिंग टीम' बदलली. नव्या टीमच्या प्रमुखांनी मला भेटायला बोलावलं. त्यांनी माझ्याकडून संकल्पना समजून घेतली. त्यानंतर ते म्हणाले, ''आम्हाला अशी गोष्ट नकोच आहे.''

आधी रीतसर बोलून करार झाला आहे, हेही मी त्यांना सांगितलं, पण ते; मालिका करायची नाही, यावर ठाम होते. यापुढचं शूटिंग करू नका, असं त्यांनी मला सांगितलं. ३० डिसेंबर, १९९९ला शूटिंग संपल्यावर मी सगळ्या कलाकार, तंत्रज्ञांना त्यांचे पैसे देऊन मोकळं केलं. सगळे निरोप घेऊन आपापल्या घरी गेले. मी मागे वळलो आणि मालिकेसाठी उभारलेला सेट तोडून टाकायला सांगितलं.

ज्या चॅनेलने माझ्या मागे लागून ही मालिका सुरू करायला लावली होती, त्यांच्याच नव्या लोकांनी निर्णय अचानक फिरवल्याने मला २८ लाखांचा फटका बसला होता. मी शांतपणे घरी आलो आणि व्हिस्कीचा पेग भरला. सुप्रियाला म्हटलं, ''हे बघ, २८ लाखांचा पेग पितोय.'' तिला सगळी परिस्थिती कळल्यावर ती खचूनच गेली. मी तिला म्हटलं, ''काळजी करू नकोस. याच चॅनेलकडून मी हे पैसे कमावून दाखवेन. नवऱ्यावर तेवढा विश्वास आहे ना?'' आणि आठ वर्षांनंतर मी माझा शब्द खरा करून दाखवला.

गर्दिश-ए-वक़्त[१] को जब चाहूँ डूबो सकता हूँ,
उतनी हर वक़्त पड़ी रहती है पैमाने[२] में।
(**१** : वाईट काळ, **२** : मद्याचा प्याला)

आयुष्यात सगळ्याच गोष्टी आपल्या मनासारख्या घडत नाहीत. काही अनपेक्षित गोष्टी अशा अचानक आपल्यावर आदळतात. त्यांची तयारीही ठेवावी लागते.

नंतर मी ही मालिका विसरून माझ्या इतर कामांमध्ये गुंतून गेलो.

ज्योतिष जाणून घेण्यासाठी शंभर ठिकाणी जायला मला आवडत नाही. परंतु ठाण्याजवळील कळवा येथे राहणाऱ्या शिवाजीराव जाधव या व्यक्तीच्या ज्योतिषशास्त्रावर माझा विश्वास आहे. तुमचं कुठल्यातरी प्रकारचं मोठं नुकसान होणार आहे, काळजी घ्या आणि सावध राहा, असं सांगून त्यांनी मला सावध केलं होतं. चोरी, दरोडा,

गैरव्यवहार, अशा प्रकारच्या सगळ्या शक्यता गृहीत धरून मी त्यानुसार काळजी घेत होतो. परंतु मालिका रद्द होऊन आर्थिक नुकसान होईल, याचा अंदाज आला नाही. तरीही त्या वेळेपासून मी त्यांना खूप मानतो. अजूनही अनेक बाबतींत त्यांचा सल्ला घेतो.

हस्तरेषेवर माझा विश्वास नाही. परंतु ज्योतिषशास्त्र मी मानतो. आपण जन्माला येतो, त्या वेळी जे ग्रहमान असतं, त्याचा आपल्या आयुष्यावर प्रभाव पडतो, यावर माझा विश्वास आहे.

'वो अंधेरा ही भला था, जो क़दम राह पे थे।
रोशनी लाई है मंज़िल से बहोत दूर मुझे।'

(आपण फक्त प्रकाशाकडे बघून ते ध्येय समजून गेलो, तर चुकीच्या ठिकाणी जाऊन पोहोचू शकतो. आपलं जे ध्येय आहे, तिथे प्रकाश असेलच असं नाही, पण ते ओळखता आलं पाहिजे.)

'डेनिस द मेनिस' या कार्टून स्ट्रिपमधलं कॅरेक्टर करायला मिळावं, अशी माझी लहानपणी खूप इच्छा होती. परंतु 'सिम्पथेटिक' अभिनय करणारा बालकलाकार, अशी माझी इमेज असल्याने त्या दांडगट मुलाच्या भूमिकेसाठी माझा विचार झाला नसावा. माझ्या मनात मात्र ती भूमिका घर करून होती. २००० साली त्यावरून एखादी मालिका करण्याचे विचार माझ्या डोक्यात घोळायला लागले. 'स्टार प्लस'ला मी ही कल्पना सांगितली, तेव्हा त्यांनाही ती आवडली. त्यांचा होकार आल्याने मी कामाला सुरुवात केली. मूल नसलेला मि. विल्यम्स हा माणूस आणि डेनिस हा दांडगट मुलगा, या दोघांची ही कथा. विल्यम्सच्या भूमिकेसाठी सुधीर जोशीला पर्याय नव्हता.

सुधीर हा अतिशय गुणी कलाकार. 'जोडीदार' या नाटकात एका छोट्या भूमिकेतही त्यानं उत्तम अभिनय केला, तो माझ्या लक्षात होता. त्यानंतर 'गंमत जंमत'मधून मी त्याला पहिल्यांदाच सिनेमात काम करण्याची संधी दिली. त्यानंतर अशोक सराफ, मी, लक्ष्या, सुधीर यांची खूप छान मैत्री झाली. सुधीर जोशी हा उच्च शिक्षण घेतलेला माणूस. अभिनयाची अतिशय आवड होती, पण घरातून विरोध होता. मात्र तो आपल्या निर्णयावर ठाम राहिला. सुधीरनं माझ्या अनेक चित्रपटांतून भूमिका केल्या.

'गिल्ली डंडा'मध्ये 'गिल्ली'च्या भूमिकेसाठीही हार्दिक हा चांगला मुलगा मिळाला. मी मुंबईच्या बाहेर शूटिंग करून चार एपिसोड्स तयार केले. 'स्टार प्लस' वाहिनीच्या लोकांना ते दाखवल्यावर त्यांना ते पसंत पडले नाहीत. माझं नुकसान होऊ नये म्हणून त्या एपिसोड्सचे पैसे देण्याची तयारी त्यांनी दाखवली, पण मालिका मंजूर केली नाही. आम्ही खूप मेहनतीनं ते एपिसोड्स केले होते. चार एपिसोड्सचे पैसे घेतले, याचा अर्थ ती 'कन्सेप्ट' वाया जाणार, असा होता.

'गिल्ली डंडा'चं शूटिंग 'स्वप्ननगरी' या ठिकाणी झालं होतं. त्याच ठिकाणी विठ्ठल-रखुमाईचं एक देऊळ आहे. शूटिंगला जायच्या आधी मी रोज त्या देवळात दर्शन घेऊन पुढे जात असे. जवळपास नऊ-दहा दिवस शूटिंग झालं होतं. विठोबा मला नाराज करणार नाही, अशी श्रद्धा मनात होती. हा प्रोजेक्ट अर्ध्यावर बंद पडणार नाही,

असं वाटत होतं.

सुमारे एक वर्षाचा काळ गेला. एके दिवशी मला अचानक आठवलं, ‘सहारा’मध्ये एका माणसाला मी भेटलो होतो. यश चोप्रांकडे असलेला राजेश सेठी नावाचा साहाय्यक माझा मित्र होता. ‘झी’साठी अशोक सराफ-निवेदिता यांनी ‘डोन्ट वरी हो जाएगा’ या मालिकेचा एक ‘पायलट एपिसोड’ तयार केला होता. ‘झी’नं तो नाकारला होता. तो प्रोजेक्ट तसाच पडून होता. मला राजेशचं नाव आठवलं आणि मी त्याला फोन करून ‘डोन्ट वरी हो जाएगा’बद्दल सांगितलं. त्या वेळी ‘सहारा’ला विनोदी मालिकेची गरज होती. राजेशनं तो ‘पायलट एपिसोड’ तातडीनं त्याच्याकडे पाठवायला सांगितलं. मी निवेदिताला फोन केला, तर अशोक आणि ती मुंबईबाहेर निघाल्याचं कळलं. त्यांना लगेच परत येणं शक्य नव्हतं. मग तिनं मला त्या शूट केलेल्या व्हिडिओ कॅसेट कुठे आहेत, ते सांगितलं. मी त्या कॅसेट घेऊन स्वत: ‘सहारा’च्या ऑफिसमध्ये गेलो. राजेश सेठी नेमका त्या वेळी ऑफिसमध्ये नव्हता. त्यानं त्याच्या एका सहकाऱ्याला भेटायला सांगितलं. मी त्या माणसाकडे तो एपिसोड सुपुर्द केला. योगायोगानं ‘सहारा’ला तो आवडला आणि ‘डोन्ट वरी हो जाएगा’ला मान्यता मिळून त्याचे अनेक भाग ‘सहारा’वरून सादर झाले. तो माणूस माझ्या लक्षात होता.

‘डोन्ट वरी’बाबतच्या या घटनेला दोन वर्षं उलटून गेल्यानंतर माझ्या बाबतीत ‘गिल्ली डंडा’ला नकार मिळण्याचा प्रकार झाला होता. ‘सहारा’साठी प्रयत्न करावा, असं मला वाटू लागलं. तोपर्यंत राजेश सेठी ‘सहारा’मधून बाहेर पडला होता. मी अशोक सराफच्या मालिकेसाठी ज्या माणसाला भेटलो होतो, त्याची आठवण मला झाली. राजेशकडून मी त्याचा नंबर घेतला आणि त्याच्याशी बोललो. ‘सहारा’ला त्या वेळी मुलांसाठीच्या एका मालिकेची गरज होती. मी ‘गिल्ली डंडा’चे तयार असलेले एपिसोड्स त्यांच्याकडे पाठवले. त्यांना ते प्रचंड आवडले.

दुसऱ्या दिवशी त्यांनी मला भेटायला बोलावलं. त्यांना ही ‘डेली सोप’ करायची होती. मी तोपर्यंत कधी ‘डेली सोप’ केली नव्हती. मला तेवढा वेळ देणंही शक्य नव्हतं. मी घाबरत त्यांना म्हटलं, ‘‘ही मालिका डेली सोप करायची झाली, तर मला दिग्दर्शनासाठी वेळ नाही देता येणार.’’ त्यांची प्रतिक्रिया काय येतेय, याविषयी मला खात्री नव्हती. त्यांनी तातडीनं उत्तर दिलं, ‘‘काहीच प्रॉब्लेम नाही. मालिकेवर तुमचं सुपरव्हिजन असेलच ना! आपण दिग्दर्शक दुसरा कुणीतरी घेऊ. ते काही फार महत्त्वाचं नाही!’’

मला मोठा धक्का बसला. मला वाटलं होतं, ते माझ्यासाठी आग्रह धरतील, माझं मन वळवण्याचा प्रयत्न करतील. परंतु तसं काही झालं नाही. त्याच क्षणी मला कळलं की, आता टेलिव्हिजन या माध्यमात दिग्दर्शक फार महत्त्वाचा राहिलेला नाही. यापुढे कोणत्याही टीव्ही कार्यक्रमाचं दिग्दर्शन करायचं नाही, असंही मी ठरवून टाकलं. याला अपवाद, फक्त माझ्यासाठी खूप आग्रह केला जाईल, तेव्हाच.

‘गिल्ली डंडा’च्या शूटिंगला पुन्हा सुरुवात केली, तेव्हा सगळ्यात आधी त्याच देवळात गेलो आणि विठोबाला मनोभावे नमस्कार करून धन्यवाद दिले. संध्याकाळी साडेसात वाजता ही मालिका प्रसारित व्हायची. ‘प्राइम टाइम’ नसलेल्या या वेळेत प्रेक्षकांसाठी काय द्यायचं, असा अनेकांचा गोंधळ असायचा. आमची ही मालिका मात्र या वेळेत प्रसारित होऊनही लोकप्रिय होती. सुरुवातीचे मी दिग्दर्शित केलेले एपिसोड्स सोडून बाकीचे सगळे एपिसोड गिरीश मोहितनं दिग्दर्शित केले. राहुल जाधव या कॅमेरामनसोबत काम करण्याची आम्हाला संधी मिळाली. ‘गिल्ली डंडा’ हा स्वतंत्र कॅमेरामन म्हणून त्याचा पहिला अनुभव. ‘स्टार प्लस’वर या मालिकेला ५२ भागांची परवानगी मिळाली होती, परंतु ‘सहारा’साठी आम्ही त्याचे १५६ एपिसोड्स केले.

या क्षेत्रात नकार पचविण्याची वेळ अनेकदा येत असते, पण त्यामुळे उदास व्हायचं की त्यातून नवीन काही शिकायचं, हे ज्याच्या त्याच्या हातात असतं.

'दूध के फटने से वहीं लोग उदास होते हैं, जिन्हे पनीर या रसगुल्ले बनाना नहीं आता।'

दरम्यानच्या काळात 'प्रतिशोध' या मालिकेत मी काम केलं. 'कलावैभव'नं त्याची निर्मिती केली होती. निशिकांत कामत दिग्दर्शक होता. त्या मालिकेचा पायलट एपिसोड बरेच दिवस पडून होता. 'कलावैभव'चे मोहन तोंडवळकर आणि निशिकांत कामत माझ्याकडे आले आणि या मालिकेचं मार्केटिंग मीच करावं, अशी विनंती त्यांनी केली. त्याच वेळी 'सब' टीव्ही सुरू होणार होता. त्या चॅनेलच्या लोकांना मी ही संकल्पना ऐकवली. 'पायलट एपिसोड' दाखवला. त्यांना तो आवडला आणि 'प्रतिशोध' मालिका सुरू झाली. 'कलावैभव'नं त्याची निर्मिती केली होती आणि माझ्या 'सुश्रिया आर्ट्स'ने त्याचं मार्केटिंग केलं.

चरित्र भूमिका करणारे एक ज्येष्ठ कलाकार 'प्रतिशोध'मध्ये आमच्यासोबत काम करत होते. अतिशय देखणे, भारदस्त आवाज, पण अभिनयात कच्चे होते. त्यांचे या बाबतीतले अनेक किस्सेही प्रसिद्ध होते. 'प्रतिशोध'च्या एका दृश्यात मी, अविनाश नारकर आणि शिल्पा तुळसकर एकत्र होतो. आम्हाला तिघांना जवळपास दोन-अडीच पानांचे संवाद होते. निशिकांतने तो संपूर्ण सीन एकाच शॉटमध्ये (मध्ये कट न करता!) शूट करायचं ठरवलं. आमच्या 'डायलॉग्स'नंतर त्या सीनच्या शेवटी त्या चरित्र अभिनेत्याला फक्त 'चलो' एवढंच म्हणायचं होतं. त्यांच्याबाबतीत माझा पूर्वानुभव दांडगा असल्यामुळे मी निशिकांतला म्हटलं, ''त्यांना शेवटचा डायलॉग देण्याची गरज आहे का? तो टाळता नाही येणार?''

''सर, अहो फक्त 'चलो' एवढंच तर म्हणायचं आहे. त्यात काय गडबड होणारेय?''

''नको रे. तेवढंसुद्धा नको. काहीतरी घोळ होईल. त्यांना काहीच बोलायला सांगू नकोस. आम्ही निघून जातो, इथेच सीन संपवू.'' मी निशिकांतला समजावलं.

''सर, अहो नाही घोळ होणार.''

''तू माझ्यावर विश्वास ठेव, नको त्यांना काही बोलायला लावू.''

''सर, तुम्ही जरा जास्तच सांगताय. आपण घेऊ या शॉट.'' निशिकांतनं माझं म्हणणं ऐकलं नाही. आम्ही शॉटच्या तयारीला लागलो. एक रिहर्सल झाली. टेक सुरू झाला. मी, अविनाश, शिल्पा एकामागून एक सगळे 'डायलॉग्स' घेतले. सीनमधला तणाव टिपेला पोहोचला होता. आमचे संवाद संपले होते. आता त्या अभिनेत्याला फक्त 'चलो' असं म्हणायचं होतं. त्यानं श्वास रोखून धरला आणि एका दमात तो म्हणाला, ''चमॉन!''

आम्ही त्याच क्षणी अक्षरशः खाली पडलो. हसून-हसून बेजार झालो. त्यानंतरचा सुमारे अर्धा-पाऊण तास शूटिंग सुरूच करता आलं नाही, एवढे आम्ही हसत होतो. ते अभिनेते मात्र स्थितप्रज्ञ होते. 'एवढं हसायला काय झालं? डबिंगमध्ये सुधारून घेतलं असतं की! कुणाकडून चूक होत नाही का?' असा त्यांचा पवित्रा होता. खरं म्हणजे आम्ही एवढी उत्स्फूर्त प्रतिक्रिया दिली नसती, तर डबिंगमध्ये 'चमॉन'च्या ऐवजी 'कमॉन' करून तो सीन चालू शकला असता. परंतु शॉट चालू असताना आमच्यावर अचानक धडकलेल्या त्या 'चमॉन'नं गंभीर वातावरणात एकदम हास्यस्फोट झाला आणि तो सीन पुन्हा करावा लागला.

■

सीन
५४

मोठ्यांचं मोठेपण

एकदा मी एका चॅनेलच्या इव्हेंटसाठी दिग्दर्शक म्हणून काम करताना लतादीदींची गाणी शूट करत होतो. मला श्रियाची त्यांच्याशी ओळख करून द्यायची होती. म्हणून मी तिला फिल्मिस्तान स्टुडिओमध्ये बोलावून घेतलं. ती तेव्हा सातवीत होती. माझं काम सुरू असताना लतादीदी श्रियाला जवळ घेऊन बसल्या.

''तुझ्या बाबांचे कुठले-कुठले पिक्चर बघितलेस?'' लतादीदींनी तिला विचारलं.

श्रियानं जे काही बघितलं होतं, ते सांगितलं.

'''अशी ही बनवाबनवी' बघितलीस?''

''नाही. हिट होता, तो पिक्चर?''

''हिट? 'सुपरडुपर हिट' होतं!!'' लतादीदींनी तिला सांगितलं. ''तुझ्या बाबांनी किती वर्षांचे असताना कामाला सुरुवात केली, माहितेय?'' असं म्हणून त्यांनी माझा सगळा इतिहास तिला सांगितला. लायटिंगचं काम सुरू असताना त्यांच्या या गप्पा माझ्या कानावर पडत होत्या. मी स्वत:हून कधी श्रियाला मी केलेलं काम सांगितलं नव्हतं. कारण तिला जेव्हा कळायचं तेव्हा कळेल, अशी माझी भूमिका होती; पण माझं काम, माझे पुरस्कार, माझं योगदान, याविषयी स्वत: लतादीदी माझ्या मुलीला सांगत होत्या! श्रियाला मी स्वत: एवढी माहिती नक्कीच देऊ शकलो नसतो.

'शोधू मी कुठे कशी'च्या रेकॉर्डिंगच्या वेळी

त्यानंतर त्या श्रियाला फिल्मिस्तान स्टुडिओ दाखवायला घेऊन गेल्या. पूर्वीच्या काळी रेकॉर्डिंग कुठे व्हायची, कोण कुठे बसायचं, त्या जागाही त्यांनी दाखवल्या. त्यावेळच्या आठवणी सांगितल्या. गांधीजींची हत्या झाली, त्या वेळी लताजी याच स्टुडिओत रेकॉर्डिंग करत होत्या. त्या वेळी गोंधळ उडाल्याने रेल्वे स्टेशनपर्यंत पोहोचण्यासाठी त्यांना कशी धडपड करावी लागली, हेही त्यांनी तिला सांगितलं.

लताजींच्या गाण्यामुळे आणि त्यांनी गाण्यातून दिलेल्या एक्स्प्रेशन्समुळे माझ्या अभिनयाला खूप फायदा झाला. गाण्याचा आणि अभिनयाचा काय संबंध, असा विचार कुणाच्याही डोक्यात येऊ शकेल. पण हा संबंध आहे, तो म्हणजे 'एक्स्प्रेशन्सचा.' त्या गाण्यात ज्या हरकती घेतात, जी एक्स्प्रेशन्स देतात, त्याला तोड नाही. आम्ही जे पडद्यावर दाखवतो, ते पडद्यावर न दिसताही लोकांपर्यंत पोहोचवण्याची ताकद त्यांच्या आवाजात आहे. पप्पांच्या 'नाव मोठं लक्षण खोटं'मधलं 'शोधू मी कुठे कशी प्रिया तुला' हे त्यांचं गाणं खूप गाजलं. त्या गाण्याचं रेकॉर्डिंग झाल्यानंतर पप्पांनी त्यांना मानधनाविषयी विचारलं, तर त्यांनी काहीही न स्वीकारता 'माझा आशीर्वाद आहे,' एवढंच सांगून त्या निघून गेल्या.

आशाताईसुद्धा अशाच मोठ्या मनाच्या कलाकार.

'आर. डी. बर्मन, आशा भोसले नाइट'साठी आम्ही एकदा सुरतला गेलो होतो. विनोद मेहरा, पेंटल, मी आणि अन्य काही कलाकार समोर प्रेक्षकांमध्ये बसलो होतो. आशा भोसले, आर. डी. बर्मन यांना प्रत्यक्ष ऐकण्याची संधी मिळत होती. इंटरव्हलनंतर अचानक आशाताईंनी माइकवरून जाहीर केलं, ''आज प्रेक्षकांमध्ये एक गायकही बसला आहे. त्यानं स्टेजवर येऊन माझ्याबरोबर गाणं गावं, अशी माझी इच्छा आहे. आइये सचिनजी.''

...मी खुर्चीवरून खाली पडायचाच बाकी होतो. मी स्वत:ला चिमटा काढून बघितला. तो एप्रिल फूलचाही दिवस नव्हता. आशाताईंनी माझ्यावर बॉंबच टाकला होता. दस्तुरखुद्द आशाताई आणि आर.डी. यांच्या कार्यक्रमात अचानक जाऊन गायचं म्हणजे माझी कसोटी होती. मी निमूटपणे स्टेजवर गेलो. ''आशाताई, हे काय भलतंच?'' मी त्यांना हळूच विचारलं. ''गा रे. आशा-किशोर... आशा-रफी... कुठलंही गा.'' त्यांनी मला सांगितलं. नदीच्या किनाऱ्यावरच स्टेज उभारण्यात आलं होतं. थंड हवा होती. रात्र होती. मी आशाजींना म्हटलं, 'ये रातें ये मौसम' गाऊ या? त्यांनी होकार दिला. मग आम्ही दोघांनी ते गाणं गायलं आणि त्याला जोरदार प्रतिसाद मिळाला.

त्यानंतर बऱ्याच वर्षांनी एका कार्यक्रमात आशाजी मला भेटल्या. आवर्जून जवळ येऊन म्हणाल्या, ''अरे, 'स्टार या रॉकस्टार'मधलं तुझं 'लागा चुनरी में दाग' ऐकलं मी! काय सुंदर गायलास! ॲक्टर झाला नसतास, तर नक्कीच गायक झाला असतास.'' मला बरं वाटलं.

त्यानंतर अगदी अलीकडे 'मिफ्ता २०१२'मध्ये स्टेजवर त्यांची मुलाखत घेण्याची संधी मला मिळाली. मी ती आनंदानं स्वीकारली. आपण या कार्यक्रमात अजिबात गाणार नाही, असं आशाताईंनी संयोजकांना आधीच बजावलं होतं. त्यावर त्या ठाम होत्या. हा संपूर्ण कार्यक्रम त्यांना 'डेडिकेट' करण्यात आला होता. तिथे सादर

झालेली सगळी गाणी आशाताईंचीच होती. त्यांना 'लाइफटाइम अचिव्हमेंट ॲवॉर्ड' आणि मानपत्र दिल्यानंतर मुलाखतीला सुरुवात झाली. हा कार्यक्रमाचा शेवटचा टप्पा होता. मुलाखत रंगली. मी अनेक जुन्या आठवणी काढून आशाताईंना खुलवण्याचा प्रयत्न केला. त्यांचे आवडते सहगायक-गायिका, लतादीदी, किशोरदा आणि रफीसाहेब असल्याचं त्यांनी सांगितलं. त्यानंतर दोन गायकांनी अनुक्रमे किशोरदा आणि रफीसाहेबांची गाणी सादर केली. तेव्हा आम्ही स्टेजवरच होतो. आमचे माइक बंद होते. मी त्यांना हळूच विचारलं, 'मी तुम्हाला आणखी काही विचारावंसं वाटतंय का?'

त्या म्हणाल्या, ''नाही. मला तुझ्याबरोबर गायचंय!''

मला आश्चर्याचा सुखद धक्का बसला.

मुलाखत पुन्हा सुरू झाल्यावर मी त्यांना गाणं म्हणण्यासाठी आग्रह करायचा आणि त्यांनी नकार द्यायचा, असं आमचं ठरलं. मागे सुरू असलेली गाणी संपल्यावर मी पुन्हा माइक हातात घेतला. आशाताईंना गाणं म्हणायचा आग्रह केला. त्यांनी नकार दिला आणि रागाने उठून स्टेजच्या दुसऱ्या दिशेला असलेल्या जिन्याकडे जाऊ लागल्या. मी वादकांना 'ई' (पांढरी तीन) द्यायला सांगितला. त्यांनी ती दिली. मी 'ये रातें ये मौसम नदी का किनारा... ये चंचल हवा...' ही ओळ गायली. आशाताई जिन्याजवळच माझ्याकडे पाठ करून थांबल्या होत्या. त्या आलाप घेत वळल्या. प्रेक्षकांसाठी हा सुखद धक्का होता. त्या वातावरणात एक वेगळीच ऊर्जा निर्माण झाली.

‘वॉल्ट्स’ या तालावरचं हे गाणं. आम्ही दोघांनी गाणं म्हटलंच, त्याबरोबर डान्सही केला. सगळे प्रेक्षक उठून उभे राहिले आणि त्यांनी जोरदार प्रतिसाद दिला. त्यांच्या डोळ्यांत आनंदाश्रू आले. काही लोकांना तर माझा हेवा वाटला. प्रेक्षकांनी या अनपेक्षित प्रसंगाचा भरभरून आस्वाद घेतला. हे त्यांचं आशाताईंवरचं प्रेम होतं. या आनंदसोहळ्याचा मी एक छोटा भाग बनू शकलो, याबद्दल मला समाधान वाटलं.

‘हा माझा मार्ग एकला’पासून सुलोचनादीदींशी आमचे घरोब्याचे संबंध आहेत. माझ्या आईनं माझे खूप लाड केले. त्यानंतर थेट नातं नसलेल्या अन्य कुणी माझे खूप लाड केले असतील, तर ते सुलोचनादीदींनी! दीदी म्हणजे एक उंच, घरंदाज, सुंदर स्त्री. चेहरा, नाक, दात, डोळे, हास्य, सगळंच अफलातून. नऊवारी साडी नेसून अभिनेत्री सुलोचनादीदी कॅमेऱ्यासमोर जेव्हा उभ्या राहायच्या, तेव्हा त्यांच्या सौंदर्यापुढे हॉलिवूडच्या सौंदर्यवतीही फिक्या पडायच्या. त्यांची लोकप्रियता एवढी होती की, महाराष्ट्र सरकारने ‘राज्य चित्रपट पुरस्कार’ सुरू केले, तेव्हा त्या पुरस्काराच्या बाहुलीची रचना सुलोचनादीदींवरून प्रेरित होऊन केली होती.

दीदींनी माझ्या दिग्दर्शनाखाली काम करावं, अशी माझी तीव्र इच्छा होती, परंतु मी दिग्दर्शक झालो, तेव्हा त्या पायाच्या दुखण्याने त्रस्त होत्या. त्यामुळे त्यांनी काम थांबवलं होतं. ‘ई टीव्ही’साठी मी ‘कुणासाठी कुणीतरी’ ही मालिका केली, त्या वेळी त्यांना विनंती करून दोन दिवस त्यांच्यासोबत काम केलं. लीला गांधी यांनीही त्या मालिकेत माझ्यासाठी काम केलं होतं.

सुलोचनादीदींनी लहानपणापासून लाड केले

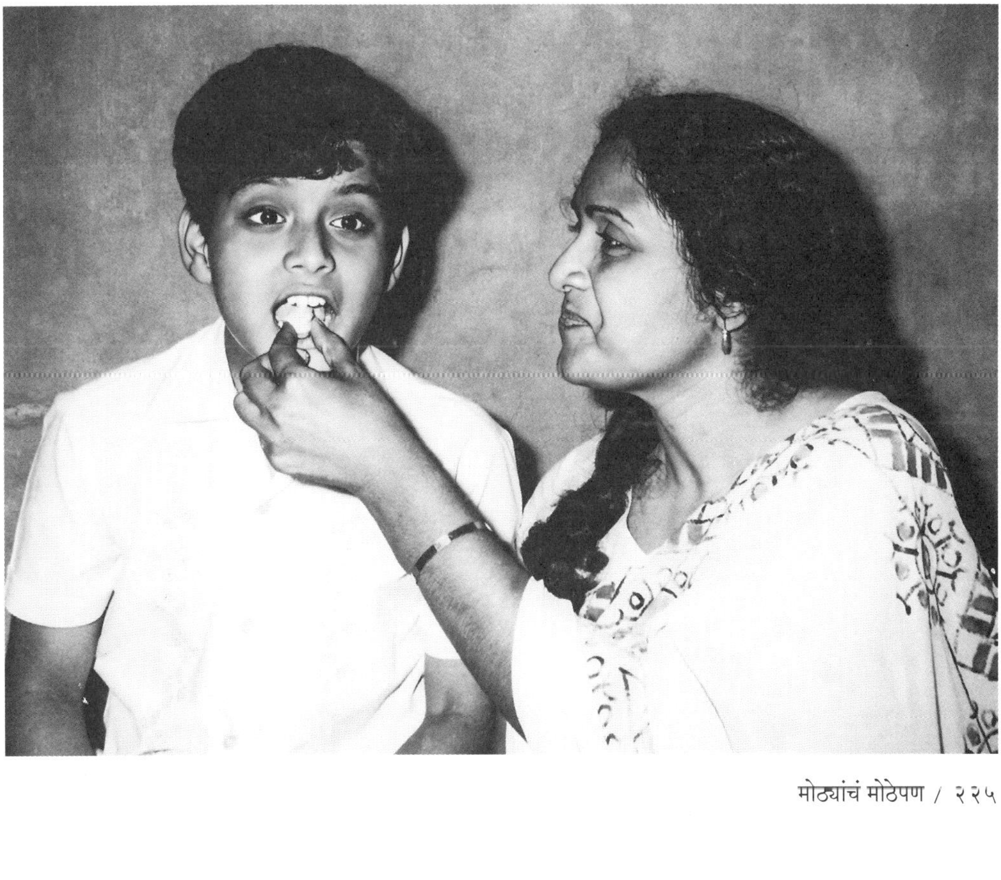

दीदींनी माझे नेहमीच लाड केले. माझ्या वाढदिवसाला दीदी आवर्जून यायच्या आणि मला काही ना काही देऊन जायच्या. दीदींमुळे त्यांचा परिवारही माझ्या खूप जवळचा झाला. आजही दीदींचं आणि आमचं नातं तेवढंच जवळचं आहे.

जुन्या काळी मनोरंजन करण्यासाठी फक्त रेडिओ हे एकच माध्यम होतं. अमीन सायानी यांनी रेडिओ या संस्कृतीला खऱ्या अर्थानं ग्लॅमर दिलं. मी त्या वेळी प्रसिद्ध बालकलाकार असल्यामुळे अमीनभाईंनी रेडिओवर मला घेऊन अनेक कार्यक्रम केले. त्यात 'सॅरिडॉन के साथी', काही मुलाखती, अशा कार्यक्रमांचा समावेश होता. मी दहा वर्षांचा असताना अमीनभाईंबरोबर माझा रेडिओवरचा पहिला कार्यक्रम होता. स्क्रिप्ट तयार होतं. अर्ध्याहून जास्त रेकॉर्डिंग झालेलं असताना, अमीनभाई म्हणाले, ''सचिन आता तू स्क्रिप्ट वाचू नकोस. मी तुला प्रश्न विचारतो आणि तू थेट उत्तरं दे.'' दुसऱ्या कार्यक्रमाच्या वेळी मी काही मुद्दे काढून घेऊन गेलो होतो. त्यांना विचारलं, ''अमीनभाई, स्क्रिप्ट?'' ते म्हणाले, ''तुला कशाला हवंय स्क्रिप्ट? ज्यांना उत्स्फूर्तपणे बोलता येत नाही, त्यांना स्क्रिप्टची गरज असते. तू असंच बोल.'' तेव्हापासून आम्ही कधीच स्क्रिप्ट ठरवून बोललो नाही. आमचे सगळे कार्यक्रम असेच उत्स्फूर्त असायचे. एकदा मी बोलताना म्हणून गेलो, ''इन्सान को बहोत सारी चीज़ो से गुज़रना पड़ता है, बहोत सारी तकलीफें होती हैं। दुनियवी तफक्कुरात होते है।'' त्यांनी मला तिथेच अडवलं. ''सचिन, तफक्कुरात हा शब्द तुला कसा माहिती? एवढं सुंदर उर्दू तू कसं काय बोलतोस? तुझ्या अंगात ही भाषा भिनली असली पाहिजे.'' मी म्हटलं, ''हो. मी उर्दूमध्ये विचार करतो, त्यामुळे कदाचित असे शब्द येत असतील.''

त्यानंतर अमीनभाईंनी माझ्याबरोबर फक्त उर्दूविषयीचा पंधरा ते वीस मिनिटांचा कार्यक्रम केला. कधी-कधी कार्यक्रम नसतानाही अमीनभाई मला फक्त उच्चारशैलीसाठी बोलवायचे. जवळपास तीन वर्षं मी त्यांच्यासोबत काम केलं. 'व्हॉइस प्रोजेक्शन' कसं करायचं, हे त्यांच्याकडून शिकता आलं. त्यांनीही खूप मनापासून शिकवलं. माझ्या शिकण्याच्या प्रवासात ज्यांची खूप मोलाची साथ झाली, अशांपैकी अमीनभाई हे एक. ही मंडळी त्यांच्याकडचं ज्ञान दोन्ही हातांनी भरभरून वाटायची. त्यांनी हातचं राखून काही ठेवलं नाही, म्हणून तर ती मोठी झाली. हल्लीच्या काही मंडळींकडे देण्यासारखं मुळातच कमी असतं आणि तेसुद्धा ते स्वत:पाशी झाकून ठेवतात.

सुरुवातीच्या काळात माझे मित्र माझ्यापेक्षा वयानं खूप मोठे होते आणि आताचे माझे मित्र वयानं खूप लहान आहेत.

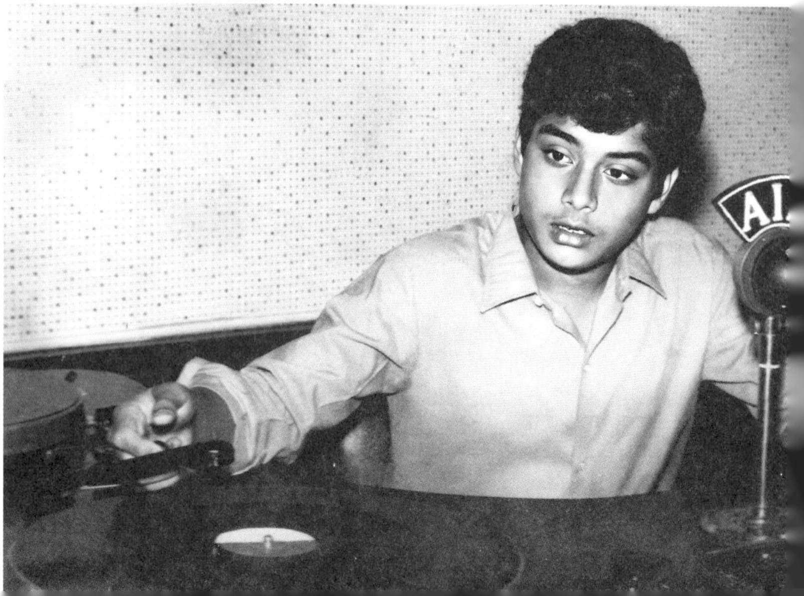

अभिनेते असीत सेन यांच्याशीही माझी छान मैत्री होती. बी. आर. इशारा हे लहान असताना असीतदांकडे घरकाम करत होते. असीतदांनी त्यांना वाचायची आवड लावली, त्यांना शिकवलं. त्यानंतर हळूहळू बी. आर. इशारा हे मोठे झाले आणि स्वत: लेखक-दिग्दर्शक झाले. असीतदा हे अतिशय सभ्य. मी एकदा त्यांना विचारलं, ''तुम्ही आयुष्यात कधी कचकचीत शिवी दिलेय?''

त्यांनी दोन मिनिटं विचार केला. मग म्हणाले, ''मी आत्तापर्यंत कधीच शिवी दिलेली नाहीये रे सचिन! कमाल आहे! लहानपणी कधी तशी वेळ आली नाही, इंडस्ट्रीत आलो, तेव्हाही चांगला शिकलो-सवरलो होतो. कधी कुणाला शिवी दिलीच नाही!''

''आयुष्यात एकदातरी एखादी शिवी हासडावी, असं वाटत नाही का तुम्हाला?''

''तसं वाटतं खरं, पण आता या वयात मी शिवी कशी देणार? लोक काय म्हणतील?''

''आपण दरवाजा बंद करून घेऊ. तुम्ही एखादी शिवी देऊन बघाच. मनात जे जे दबून, कुढून राहिलं आहे, ते बाहेर काढा.''

ते तयार झाले. त्यानंतर त्यांनी एक गलिच्छ शिवी दिली आणि त्यांना एकदम 'रिलॅक्स' वाटलं.

'रोज अंघोळ करताना एक-दोन शिव्या हासडूनच बाहेर पडा. म्हणजे तुम्हाला दिवसभरात काही मनस्ताप होणार नाही,' असा कानमंत्रही मी त्यांना दिला आणि त्यांनी तो पाळलासुद्धा! (मीसुद्धा हा प्रयोग अनेकदा करून पाहिला आहे.) त्यानंतर त्यांचा स्वभाव एकदमच मोकळा झाला. कुटुंबीयांशीही ते अतिशय मोकळेपणानं वागू लागले. 'माझ्यापेक्षा लहान वयाच्या मित्रानं मला मोकळेपणानं जगायला शिकवलं,' असं ते नेहमी म्हणायचे.

पंडित भीमसेन जोशी हे भारताचं अतिशय लाडकं व्यक्तिमत्त्व. आमच्या घरी मैफलीसाठी गदिमा, बाबूजी ही मंडळी यायची. त्यांच्यामुळे पप्पांची पंडितजींशी ओळख झाली. पंडितजींनीच एकदा आमच्या घरी येण्याची इच्छा व्यक्त केली. 'गंगा निवास'मधील आमच्या त्या छोट्या घरात पंडितजी एकदा वेळ ठरवून आले. मी सगळ्यात लहान. घरात छान गप्पा झाल्या. पंडितजींना गाणं म्हणण्याचा आग्रह झाला. त्यांनीही त्याला दाद देऊन गाणी म्हटली. ही घरगुती मैफल रात्री दीड-दोनपर्यंत चालली. शेजारी त्याबद्दल तक्रार करतील की काय, अशी आईला भीती होती. परंतु कुणीच हरकत घेतली नाही. पंडितजींच्या या 'लाइव्ह' कार्यक्रमाचा आस्वाद आमचे शेजारीसुद्धा त्यांच्या घरात बसून घेत असावेत!

मी हिरो म्हणून काम करायला लागल्यानंतरही पंडितजींशी स्नेह कायम होता. आम्ही जुहू अपार्टमेंट्समध्ये राहत होतो. एकदा मी आणि पप्पा, दोघंही घरी नसताना घराची बेल वाजली. आईनं दार उघडलं.

''नमस्कार वहिनी. मी भीमसेन.'' त्यांनी त्यांच्या सुप्रसिद्ध धीरगंभीर आवाजात सांगितलं. आईनं त्यांचं स्वागत केलं.

''सचिन आहे का?'' त्यांनी विचारलं. मी शूटिंगला गेलो असल्याचं आईनं सांगितलं. ते आमच्या सोसायटीत काहीतरी कामासाठी आले होते. मी त्याच इमारतीत राहतो असं कुणीतरी सांगितलं, म्हणून थेट मला भेटायला आले.

''सचिनची खूप आठवण आली. आता मोठा झालाय, खूप नाव कमावलं त्यानं. त्याचा अभिमान वाटतो!'' पंडितजी आईला सांगत होते. आईला समाधान वाटलं.

त्यानंतर एकदा कोलकात्याहून येणाऱ्या फ्लाइटमध्ये मी आणि पंडितजी योगायोगानं एकत्र होतो. ती एअरबस असल्यानं बरेच प्रवासी होते आणि मी त्यांना पाहिलं नव्हतं. मी त्या फ्लाइटमध्ये असल्याचं त्यांच्या थोड्या वेळाने

लक्षात आलं. ते स्वत:हून माझ्याकडे आले. माझ्या शेजारच्या प्रवाशाला दुसरीकडे बसायची विनंती करून ते तिथे बसले. मग प्रवासाच्या उरलेल्या तीन तासांत आम्ही भरपूर गप्पा मारल्या. त्यांनी त्यांच्या जुन्या आठवणी सांगितल्या. माझ्या लहानपणी घरी झालेल्या मैफलीची त्यांना आठवण करून दिली. त्यांना म्हटलं, ''एक विनंती करू का? लहानपणी तुम्ही गायलेलं 'इंद्रायणी काठी' अजूनही आठवतंय. ते आत्ता माझ्यासाठी गा ना, प्लीज! आपण दोघंच आहोत. दुसऱ्या कुणाला ऐकू येणार नाही.''

त्यांनी कोणतेही आढेवेढे न घेता हजारो फूट उंचीवर माझ्यासाठी ते गाणं गायलं. त्या जगविख्यात व्यक्तिमत्त्वाच्या मनाची उंचीही मला समजली. आपल्या चाहत्याची 'फर्माइश' पूर्ण करणं, हे एका महान कलाकाराचं वैशिष्ट्य आहे. या अनुभवानंतर मला जेव्हा कधी, कुणीही, कुठल्याही प्रसंगात गाणं म्हणण्याची विनंती केली, तेव्हा मी ती पूर्ण केली आहे. अक्षरश: फूटपाथवर उभं राहूनही मी चाहत्यांसाठी गाणं म्हणून दाखवलं आहे. कुठल्या जागी आपण उभे आहोत, हे महत्त्वाचं नाही, तर एखाद्या माणसाच्या हृदयात आपल्याला जागा आहे, हे महत्त्वाचं असतं.

मोठ्या माणसांकडूनच अशा गोष्टी शिकता येतात. अशा मोठ्या माणसांबरोबर मला काही क्षण अनुभवता आले, हे माझं भाग्य!

'हा माझा मार्ग एकला'नंतर बाबूजींबरोबर एकत्र काम करण्याचा योग आला नाही. मात्र, पप्पा गेल्यानंतरच्या प्रसंगात मला पाहिल्यानंतर, बाबूजींच्या मनात मी सावरकरांची भूमिका करावी, असा विचार आला होता. त्यांनी मला तसं सांगितलं होतं. परंतु काही कारणानं तेव्हा माझ्याबरोबर तो चित्रपट होऊ शकला नाही.

पुण्यातील एका कार्यक्रमासाठी मी गेलो होतो. बाबूजीही त्या कार्यक्रमात गात होते. त्यांचं गाणं झाल्यावर ते श्रोत्यांमध्ये जाऊन बसले. याच कार्यक्रमात शेवटी निवेदकानं मला 'हा माझा मार्ग एकला' हे शीर्षक गीत गाण्यासाठी आग्रह केला. समोर बाबूजी बसले होते. त्यांचंच गाणं त्यांच्यासमोर कसं गायचं, हा माझ्यापुढे प्रश्न होता. बाबूजींनी बसल्या जागेवरून मला गाणं म्हणण्यासाठी हातानेच इशारा केला आणि मी गायलो. गाणं संपल्यावर बाबूजींनी उभं राहून टाळ्या वाजवल्या. माझ्यासाठी हा प्रसंग आयुष्यभर विसरता न येण्याजोगा आहे.

बाबूजी गेल्यानंतर मला खूप वाईट वाटलं. एका टीव्ही चॅनेलचा मला फोन आला. 'बाबूजींवर एक श्रद्धांजली कार्यक्रम करायचा आहे. त्यासाठी तुम्ही येऊन थोडा वेळ बोलाल का,' अशी विनंती त्यांनी केली. बाबूजींवर बोलायचं असल्याने मी लगेच होकार दिला. मी नऊ वाजता जाण्याचं कबूल केलं. त्यांना मी आठ वाजता यायला हवा होतो. त्याचं कारण ऐकल्यावर मला धक्काच बसला. ''आम्ही तुमची कार्यक्रमातली एन्ट्री प्लॅन केली आहे. तुमची अशी वरून एन्ट्री होईल आणि मग तुम्ही बाबूजींवर बोलाल आणि मग 'हा माझा मार्ग एकला' गाणं होईल...'' असं त्यांनी मला सांगितलं. दोन मिनिटं माझा कानांवर विश्वासच बसेना. 'तुम्ही बाबूजींना श्रद्धांजलीचा कार्यक्रम करताय की त्यांच्या निधनावरचा इव्हेंट करताय?' असं मी त्यांना विचारलं. बाबूजींच्या श्रद्धांजलीचं भांडवल करण्याचाच तुमचा उद्देश आहे, असं त्यांना सुनावून मी कार्यक्रमाला जायला नकार दिला.

पु. ल. देशपांडे हे असंच एक अफाट व्यक्तिमत्त्व. मी आठ वर्षांचा असताना शिवाजी पार्कच्या 'वनिता समाज'मध्ये एका लग्नसमारंभात त्यांच्याशी भेट झाली. मी पप्पांबरोबर गेलो होतो. सभागृहाच्या बाहेर पु.लं.नी मला पाहिलं आणि एकदम म्हणाले, ''अरे सचिन, तू एकटाच? बायको कुठाय?''

मी भांबावून गेलो. मला त्यांच्या बोलण्याचा अर्थच कळला नाही. त्यांनी बॉंब टाकून माझी विकेट काढली

होती, हे मला खूप उशिरानं कळलं. विनोदाचं व्याकरण मला त्यांच्याकडून समजलं. 'वाऱ्यावरची वरात', 'बटाट्याची चाळ'च्या वाऱ्या मी या काळात करत होतोच. त्यातूनही माझा विनोद विकसित होत गेला.

एके दिवशी 'एनसीपीए'मध्ये मी पु.लं.ना भेटण्यासाठी गेलो होतो. त्यांनी माझ्यासाठी एखादा चित्रपट लिहावा, अशी विनंती करण्यासाठीच मी खरंतर गेलो होतो. परंतु माझ्याआधी त्यांनीच गप्पा सुरू केल्या.

''सचिन, अरे पुण्याच्या 'प्रभात'मध्ये तुझा 'गंमत जंमत' लागला होता आणि मला तो बघायचा होता. मी गेलो, तर हाउसफुल्ल होता. दुसऱ्या दिवशी गेलो, तरी पुन्हा तो हाउसफुल्ल होता. तेव्हा मी मॅनेजरकडे गेलो. तिकीट हवंय म्हणून त्यांना सांगितलं. त्यांनी तिकीट आणून दिलं, मी पैसे दिले आणि चित्रपट बघितला. खूप आवडला. मी खूप हसलो. अशा प्रकारचा विनोद मला आवडतो.'' पुलंनी मला सांगितलं.

मला काय बोलावं कळेना. ज्यांचे एकपात्री कार्यक्रम बघून, ज्यांची पुस्तकं वाचून मी विनोदाचे धडे गिरवले, ते महान व्यक्तिमत्त्व माझ्या विनोदी चित्रपटाचं कौतुक करत होतं.

मी म्हटलं, ''अहो, मी तुमच्याकडूनच हे शिकलोय. त्याशिवाय वसंत सबनीसांसारखे लेखक आहेत, अशोक सराफ, वर्षा उसगांवकर हे कलाकार आहेत, त्यांच्यामुळे हा चित्रपट तयार झालाय. माझ्या एकट्याचं त्यात श्रेय नाही.''

''अरे पण दिग्दर्शक तूच आहेस ना!''

''ते ठीक आहे; पण शेवटी चित्रपट हे टीमवर्क असतं. कुणा एकाचं ते काम नाही.''

''तुझी जर अशीच भावना असेल, तर तुला कुणीही थांबवू शकत नाही.'' त्यांनी मला आशीर्वाद दिला.

'प्रभात'च्या मॅनेजरनी त्या वेळी स्वत: ब्लॅकने तिकीट विकत घेऊन पु.लं.ना आणून दिलं होतं आणि वरचे पैसे स्वत:च्या खिशातून भरले होते, हे मला नंतर कळलं.

पु.ल. आमच्या लांबच्या नात्यातले होते. त्याची आठवण त्यांनीच मला करून दिली. मलाही ते माहीत होतं; पण स्वत: कसं सांगणार, असं वाटत होतं. या गप्पांमध्ये नंतर मी हळूच चित्रपटाचा विषय काढला. त्यांनी माझ्यासाठी लिहावं, अशी इच्छा व्यक्त केली.

ते म्हणाले, ''माझी हरकत नाही. पण अडचण अशी आहे की, मी जुन्या काळातला आहे. तू आत्ताचा आहेस. त्यामुळे तुला नक्की काय हवंय, ते तू मला सांग. मी तुला हवं तसं लिहून देईन.''

विनोदाच्या क्षेत्रातला हा 'कोट्य'धीश माणूस मनानंही किती श्रीमंत होता, याचं हे उदाहरण. नव्या काळाबरोबर, नव्या माणसांबरोबर जुळवून घेणं आणि त्यांच्या विचारांनुसार स्वत:ला बदलण्याची ती अनमोल शिकवण त्यांच्या त्या संवादातून मला मिळाली. दुर्दैवानं त्यानंतर त्यांची तब्येत बिघडली आणि एकत्र चित्रपट करण्याचं माझं स्वप्न अधुरं राहिलं. त्याची चुटपुट मला आयुष्यभर लागून राहील.

■

सीन
५५

नवस पूर्ण झाला!

मी मराठी चित्रपट करायचं बंद केलं होतं, त्या काळात २००३च्या सुरुवातीला 'झी टीव्ही'कडून (हिंदी) मला एक ऑफर आली होती. काही दिग्दर्शकांकडून ते 'टेलिफिल्म्स' तयार करून घेत होते आणि त्यासाठीचा खर्चही स्वत: करत होते. मला ऑफर होती, त्यात १६ मि.मी. वर चित्रपट करायचा होता आणि त्याचं बजेट होतं, ८५ लाख रुपये. मी त्या प्रस्तावाला होकार दिला. मी 'कॉन्सेप्ट' तयार केली. त्यानंतर 'झी'च्या फायनान्स डिपार्टमेंटकडून मला सांगण्यात आलं की, बजेट ५० लाखांवर आलंय. मी म्हटलं, ''ठीक आहे. मी स्वत: दिग्दर्शित नाही करणार, मी दुसरा दिग्दर्शक घेईन आणि तुम्हाला चित्रपट तयार करून देईन.'' त्याच्या पुढच्या बैठकीच्या वेळी ते म्हणाले, ''सर, बजेट थोडं आणखी कमी झालंय. आता तुम्हाला ३० लाखांत चित्रपट करावा लागेल. त्यातली पाच टक्के रक्कम तुम्हाला आगाऊ दिली जाईल. बाकीचा चित्रपट तुम्ही तुमच्या खर्चानं करायचा. त्यानंतर आम्हाला तो दाखवायचा. आम्हाला आवश्यक वाटतील त्या सुधारणा आम्ही सुचवू. त्या तुम्ही करून घ्यायच्या. नंतर उरलेली ९५ टक्के रक्कम तुम्हाला मिळेल आणि चित्रपट आमच्या मालकीचा होईल.''

''अच्छा? असं?'' मी म्हणालो, ''म्हणजे जवळपास सगळा चित्रपट मी माझ्या खर्चानं करायचा, तो तुम्हाला आवडला नाही, तर माझे पैसे बुडाले. जर आवडला, तर तुम्ही मला ३० लाखांच्या बजेटमधली उरलेली रक्कम देणार. नंतर त्या चित्रपटावर माझी काहीही मालकी राहणार नाही. बरोबर?''

''अगदी बरोबर.'' त्यांनी उत्तर दिलं.

मी म्हटलं, ''थँक यू. त्याऐवजी मी माझा स्वत:चा मराठी चित्रपट तयार करीन आणि त्याचे सॅटेलाइट राइट्स तुम्हालाच ३० लाख रुपयांत विकेन. तेसुद्धा फक्त पाच वर्षांसाठी.''

त्यांनी मला वेड्यात काढलं. ''असं कुठे असतं का सर? मराठी सिनेमासाठी तीस लाख रुपये कुणी चॅनेल कधी देतं का?'' असं विचारायला लागले. मी म्हटलं, ''ठीक आहे. पुन्हा भेटू तेव्हा बोलूच!''

मी तिथून बाहेर पडलो आणि मराठी चित्रपट काढण्याचा विचार करू लागलो. त्याच वेळी 'ड्रीम टीम' या इंग्रजी चित्रपटाची संकल्पना डोक्यात होती. त्यावरून प्रेरणा घेऊन एखादा मराठी चित्रपट करता येईल, असं वाटलं. नव्या मराठी चित्रपटाचा विचार करायचा, तर त्यापासूनच सुरुवात करू, असं ठरवलं. कॅमेरामन संजय मेमाणेला माझा विचार ऐकवला. त्यालाही उत्साह वाटला.

संजयशी माझी ओळख 'प्रतिशोध' या मालिकेपासूनची. या क्षेत्रात 'लाइट' विभागापासून त्यानं काम सुरू केलं होतं. वेगवेगळ्या व्यक्तींकडून शिकत-शिकत तो स्वतंत्र कॅमेरामन म्हणून प्रसिद्ध झाला. जो माणूस इतरांकडे काम शिकून स्वत:ची 'स्टाइल' निर्माण करतो, अशा लोकांविषयी मला खूप आदर वाटतो. पंचमदांनी एस. डी. बर्मन यांच्याकडून शिकून स्वत:ची स्टाइल निर्माण केली. तसंच उदाहरण संगीतकार रोशन यांचे पुत्र राजेश रोशन यांचं. संजय मेमाणेही असाच स्वत:ची स्टाइल निर्माण करणारा कॅमेरामन.

(माझ्यावरही सुरुवातीला हरिभाईंच्या अभिनयाचा खूप प्रभाव होता. नंतर मला स्वत:लाच ते जाणवू आणि खटकू लागलं. 'अखियों के झरोकों से'नंतर ते वेड मी डोक्यातून काढून टाकलं आणि स्वतंत्रपणे अभिनय करू

लागलो.)

मी 'ड्रीम टीम'ची प्रेरणा घेऊन कामाला सुरुवात केली. त्याच वेळी आशिष पाटील यानं याच विषयावरचा चित्रपट सुरू केल्याचं मला कळलं. मी त्याला बोलावून घेतलं. त्यानं सांगितलं की, त्याची बरीच तयारी पूर्ण झाली होती. पुढच्या महिन्यात तो शूटिंगही सुरू करणार होता. त्याचा तो पहिलाच चित्रपट होता. मी तातडीनं त्या विषयावरचा चित्रपटाचा विचार डोक्यातून काढून टाकला. त्याला चित्रपट करण्यासाठी शुभेच्छा दिल्या.

१९८२च्या डिसेंबर महिन्यात कोल्हापूरमध्ये 'सव्वाशेर'चं शूटिंग सुरू असताना मला नवसाच्या बाबतीतला एका विचार डोक्यात आला होता. लोक विचित्र नवस बोलतात. मुलं जगावीत म्हणून मुलांना 'धोंडू', 'भिकू', 'भिकाजी' अशी नावं ठेवतात. त्यावरूनच असं मनात आलं की, एखाद्या माणसानं आपल्या मुलाला देवाच्या दर्शनासाठी नागडं घेऊन येण्याचा नवस केला तर? आणि तो नवस फेडायची वेळ त्या मुलावर मोठेपणी आली तर केवढी पंचाईत होईल! माझ्या डोक्यात लगेच ती कथा घोळू लागली. दुसऱ्याच क्षणी क्लायमॅक्सही सुचला. नवस फेडायला गेलेल्या त्या हिरोची चड्डी दरवाजाच्या कडीत अडकते आणि तो नवस खऱ्या अर्थानं फेडला जातो. कथा डोक्यात तयार होती; पण दरम्यानच्या काळात पप्पांचं निधन झालं आणि माझ्या आयुष्याची दिशाच बदलून गेली. 'नवरी मिळे नवऱ्याला' करताना ही कथा माझ्या डोक्यात आली नव्हती. 'गंमत जंमत'च्या वेळी आली, पण तो विषय खूप खर्चिक होता. त्यामुळे सतीश कुलकर्णी त्यावर चित्रपट बनवण्यास फारसा उत्सुक नव्हता. मग मी हा विषयच सोडून दिला. मराठी निर्मात्यांना हा विषय झेपणार नाही, असं वाटलं.

त्यानंतर बऱ्याच वर्षांनी, म्हणजे २००३मध्ये मी पुन्हा मराठी चित्रपट काढण्याचा विचार सुरू केला तेव्हा म्हटलं, आपल्या डोक्यात असलेल्या या नवसाच्या कथेवरच चित्रपट का नको? मी त्या दृष्टीनं कथेवर काम सुरू केलं. गणपतीच्या नवसाची गोष्ट आहे, तर मग चित्रपटात गणपतीपुळ्याचंही शूटिंग असावं, असं वाटलं. २००३च्या डिसेंबरमध्ये मी सहकुटुंब गोव्याला फिरायला गेलो होतो, तेव्हा येताना गणपतीपुळ्याला गेलो. एमटीडीसीच्या रेस्ट हाउसवर सामान टाकून कपडे बदलून देवळात दर्शनासाठी गेलो. मी गणपतीपुळ्याला प्रथमच जात होतो. देवळाकडे जाण्याच्या रस्त्यावरही माझ्या डोक्यात चित्रपटाचे विचारच घोळत होते. त्या देवळाचं मुख्य दार समुद्राच्या दिशेनं आहे. समुद्रकिनाऱ्यावरून देवळात जाणारा एक रस्ताही आहे. मी त्या रस्त्यानं देवळात गेलो, तेव्हा माझ्या डोक्यात चित्रपटाचा क्लायमॅक्स साकारत होता. दरवाजाला आतून कडी आहे की नाही, याचीही मी खात्री करून घेतली. दर्शन करून आम्ही रेस्ट हाउसवर आलो, तेव्हा आई, सुप्रिया आणि श्रिया यांना समोर बसवून मी माझ्या डोक्यातली नवसाची कथा ऐकवली. मी याच कथेवरून चित्रपट करावा, असं सगळ्यांचंच मत झालं. 'चला ना गडे' असं नाव माझ्या डोक्यात होतं. दुसऱ्या दिवशी आम्ही देवळात अभिषेकही केला आणि मुंबईला परत आलो.

संजय मेमाणेला भेटलो आणि चित्रपटाची तयारी सुरू केली. एप्रिल, २००४मध्ये शूटिंग सुरू करायचा माझा विचार होता. ते पावसाळ्यानंतर सुरू करावं, असं संजयनं सुचवलं. बरीचशी कथा बसमध्ये घडणार होती आणि त्यासाठी बसच्या छताला आम्हाला लाइट्स बसवून घ्यायचे होते. बाहेर रखरखीत उन्हाळा असताना आतमधले लाइट्सही तेवढेच प्रखर ठेवावे लागले असते. त्याचा कलाकारांना त्रास झाला असता. पावसाळ्यानंतर शूटिंग केल्यानं गारव्यामुळे हे लाइट्स तेवढे प्रखर ठेवावे लागणार नव्हते. मी त्याचं म्हणणं मान्य केलं. संतोष पवारसोबत मी या चित्रपटाचं लिखाण सुरू केलं. 'चला ना गडे' हे चित्रपटाचं नावही जाहीर झालं.

एका पार्टीत अभय राजाध्यक्ष हा माणूस माझ्याकडे आला आणि म्हणाला, ''सर, तुम्ही चित्रपटाचं टायटल बदला.''

मी म्हटलं, ''का? गमतीदार टायटल आहे! चित्रपटाच्या विषयाला साजेसं आहे.''

''ते सगळं असलं, तरी ते तुमच्या चित्रपटाचं नाही वाटत. ते प्लीज बदला,'' असं त्यानं अगदी मनापासून सांगितलं.

त्याच्या म्हणण्यावर विचार केल्यावर मला त्याचं म्हणणं पटलं. एक चाहता आणि प्रेक्षक म्हणून त्याला मला असं सांगण्याचा अधिकार होता. दुसऱ्यानं सांगितलेलं ऐकून घेण्याचा माझा स्वभाव असल्याचाही फायदा झाला. दुसऱ्या दिवशी ऑफिसमध्ये आल्यावर संतोषला म्हटलं, आपण टायटल बदलू या. त्यालाही ते टायटल खटकत होतं; पण त्यानं बोलून दाखवलं नव्हतं. दोन दिवसांनी त्यालाच एक टायटल सुचलं – 'नवरा माझा नवसाचा.' नऊ अक्षरी होतं आणि 'नवरी मिळे नवऱ्याला'शी मिळतं-जुळतंही होतं. विशेषत: स्त्री प्रेक्षकांना ते जास्त आवडेल, असं वाटलं. मी ते टायटल ताबडतोब रजिस्टर करून टाकलं.

हिरोच्या भूमिकेत भरत जाधवला घेण्याचं माझ्या डोक्यात होतं. हिरॉइन मी नंतर ठरवणार होतो. सोनू निगमनं जी पाहुण्या कलाकाराची भूमिका केली, ती आधी मी करणार होतो. रीमानं केलेली भूमिका सुप्रिया करणार होती. कंडक्टरच्या भूमिकेसाठी मात्र अशोक सराफचंच नाव नक्की होतं. मात्र, चित्रपटात मी आणि सुप्रियानं हिरो-हिरॉइनचा रोल करावा, असं संतोष पवारनं सुचवलं. मला त्याचं म्हणणं पटलं आणि मी ते मान्य केलं.

मी, सुप्रिया, अशोक आणि लक्ष्या अशी टीम ठरली. त्या काळात लक्ष्या रुग्णालयात होता. मी त्याला भेटायला गेलो. त्याला म्हटलं, ''लक्ष्या, आपल्याला सप्टेंबरमध्ये चित्रपट सुरू करायचाय.''

''आपल्याला?'' त्याच्या चेहऱ्यावर आश्चर्य होतं.

''हो. तू माझ्या सिनेमात काम करायचं आहेस. अजून तीन महिने आहेत, लवकर बरा हो!''

ते ऐकल्यावर त्याच्या डोळ्यांत मला एक वेगळीच चमक दिसली. आपण आशेचा किरण म्हणतो, तशी. त्यानंतर ऑगस्ट महिना उजाडला, तरी त्याची तब्येत सुधारली नव्हती. तो मला म्हणाला, ''डॉक्टरांनी मला आणखी विश्रांती घ्यायला सांगितलेय. आपण तारखा पुढे ढकलू शकतो का?''

मी म्हटलं, ''हो! का नाही?'' मी ताबडतोब शूटिंगची तारीख एक सप्टेंबरवरून एक ऑक्टोबरवर ढकलली.

त्यानंतरही लक्ष्याची तब्येत सुधारण्याची लक्षणं दिसेनात. त्यानं मला बोलावून घेतलं. काम करण्याचा धोका पत्करू नका, असं डॉक्टरांनी त्याला सांगितलं होतं. लक्ष्यानं तसं सांगितल्यावर माझा नाइलाज झाला. त्याच्यासोबत काम करण्याची माझी खूप इच्छा होती, पण दैवाच्या मनात ते नव्हतं. दुर्दैवानं काही काळानंतर त्याचा मृत्यू झाला.

लक्ष्मीकांत बेर्डे हा एक अतिशय दिलदार मित्र. अतिशय संघर्ष करून तो नावारूपाला आला होता. पद्माशी (रूही) लग्न झाल्यानंतर त्याचा भाग्योदय झाला. घरी आलेल्या कुठल्याही पाहुण्याला तिनं कधी न जेवता परत पाठवलेलं मी पाहिलं नाही. 'आयत्या घरात घरोबा'च्या वेळी मी थोडा आर्थिक अडचणीत होतो. लक्ष्याला त्याच्या मानधनाचे पैसे द्यायचे होते. तरीही त्यानं माझ्यासाठी डबिंग केलं आणि त्याचं अजिबात मानधन द्यायचं नाही, असा दमही त्यानं मला दिला.

लक्ष्याच्या आयुष्यातील एका वैयक्तिक घटनेमुळे पद्मा खूप अस्वस्थ होती. त्यातून ती खचली आणि तिचं

निधन झालं. तो धक्का लक्ष्या पचवू शकला नाही. त्याचं दारूचं व्यसन आणखी वाढलं. त्याला रुग्णालयात दाखल करावं लागलं. त्या वेळी त्याचा विनोदी स्वभाव गेला नव्हता. आम्ही त्याला भेटायला गेलो, तर पोटात पाणी झाल्यानं त्याचं पोट फुगलं होतं. आईनं त्याला विचारलं, तर तो म्हणाला, ''सातवा महिना चालू आहे.''

या आजारपणातून आपण उठणार नाही, याची त्यालाही कल्पना असावी. लक्ष्मीपूजनाच्या दिवशी त्याचा वाढदिवस असतो. त्या वेळी मी, अशोक, निवेदिता त्याला भेटायला गेलो होतो. आम्हाला पाहून त्याला खूप आनंद झाला. त्याला निधनाच्या वेळीही खूप वेदना झाल्या. त्याचा मृत्यू हा आमच्यासाठी मोठा धक्का होता आणि आमचं कायमचं नुकसान झालं होतं.

'नवरा माझा नवसाचा'चं शूटिंग एक ऑक्टोबरला सुरू करायचं होतं. कुणीतरी मला सांगितलं की, कोकणात चित्रित झालेला चित्रपट प्रदर्शित होत नाही. दादा कोंडकेंनी त्यांची कारकिर्द ऐन बहरात असताना कोकणात एक चित्रपट सुरू केला; पण तो पूर्ण होऊ शकला नाही. कोकणात बनलेले चित्रपट यशस्वी होत नाहीत, असाही एक समज होता. त्यातून माझं शूटिंग पितृपक्षात सुरू होणार होतं, तेही अपशकुनी असल्याचा समज होता. मी मात्र अशा गोष्टी मानायला तयार नव्हतो. माझ्या मते, पितृपक्षात आपले पितर खाली येतात, त्यामुळे त्यांचेही आशीर्वाद लाभणार. म्हणून मी पितृपक्षातच शूटिंगला सुरुवात केली.

क्लायमॅक्सपासून 'नवरा माझा नवसाचा'च्या शूटिंगला सुरुवात झाली. क्लायमॅक्सनं चित्रपटाचं शूटिंग सुरू होण्याची ही बहुधा पहिलीच वेळ होती. माझी पटकथा आणि चित्रपटाचं संपूर्ण रूप तयार असल्यानं कधीही कोणताही भाग चित्रित करण्याएवढा विश्वास मला होता. चित्रपटाचा पहिला भाग सगळ्यात शेवटी चित्रित झाला.

पहिला शॉट गणपतीपुळ्याच्या गणपतीवर चित्रित झाला. अशोक सराफनं क्लॅप दिली. मी गणपतीला प्रार्थना केली, 'पितृपक्षात काम सुरू करतोय. सगळे दिवस तुझेच असतात. हा चित्रपटही तुझाच आहे. तू तो बनवायचा आहेस. आमच्याकडून काम करून घे. मी तुझा असिस्टंट आहे. तू सांगशील, तसं मी काम करीन.'

या शॉटनंतर क्लायमॅक्सचं शूटिंग सुरू झालं. देवळात रात्री ९ ते १२ या वेळेत आम्हाला शूटिंगची परवानगी होती. पहिल्या दोन दिवसांत आम्ही आरतीचं शूटिंग पूर्ण केलं. तिसऱ्या रात्री मी देवळात येतो आणि दरवाजाला अडकून माझी चड्डी फाटते, तो शॉट चित्रित केला.

चौथ्या दिवशी म्हणजे ४ ऑक्टोबर, २००४ रोजी अशोकच्या काही रिॲक्शन्स शूट झाल्या. त्याच दिवशी आम्ही बसमध्ये बसून कोलाडला यायला निघालो. प्रवासातही आम्ही काही ठिकाणी थांबून चित्रपटातले काही शॉट्स चित्रित केले. शूटिंगसाठी आम्ही एसटीची बस भाड्यानं घेतली होती, त्यात वेगळी रचना केली होती. वरच्या छताच्या भागात संजय मेमाणेनं सगळे लाइट्स लावून घेतले होते. प्रत्येक सीट नटबोल्टवर काढता येण्याची सोय होती. मागची खिडकी आमच्या दृष्टीनं सोयीची नव्हती. ती आम्ही आम्हाला हवी तशी बनवून घेतली. या सगळ्यासाठी एसटी महामंडळानं खूप सहकार्य केलं. त्याबद्दल मी त्यांचा आभारी आहे. त्याचबरोबर त्यांनी आम्हाला एक नमुन्यासाठी बसही दिली होती. त्यानुसार आम्ही शूटिंगसाठी तालीम केली.

सर्व कलाकारांना घेऊन स्क्रिप्टचं वाचन केलं होतं, त्यामुळे त्यांच्याही डोक्यात त्यांच्या ॲक्शन्स आणि दृश्यं तयार होती. वाचन करताना जो भाग अनावश्यक वाटला, तो वगळला. सुधीर जोशीची काही दृश्यं त्या चित्रपटात होती, परंतु कोकणातील निवडणुकीमुळे आम्हाला त्यासाठी रस्त्यावर शूटिंगची परवानगी पोलिसांनी दिली नाही आणि तो भाग बाजूला ठेवला. तो मुंबईत नंतर चित्रित करू, असंही माझ्या डोक्यात होतं, पण चित्रपटाची लांबी

वाढत असल्यानं तो शेवटी केलाच नाही.

गणपतीपुळ्याचं शूटिंग उरकून ४ ऑक्टोबरला कोलाडकडे परत येत होतो, त्या वेळी आमच्यासोबत शूटिंगची एसटी बस, एक नाटकाची बस आणि माझी स्कॉर्पिओ आणि एक प्रॉडक्शनची गाडी, अशा चार गाड्या होत्या. त्याच रात्री पाऊस पडला आणि शूटिंगच्या बसचं छप्पर उघडं असल्यामुळे तिथून पाणी गळायला लागलं. शूटिंगमध्ये व्यत्यय येणार की काय, अशी भीती होती; पण तसं झालं नाही. कोलाड ते पुणे या रस्त्यावर आम्ही शूटिंग केलं आणि पावसामुळे झालेल्या हिरवळीचा आम्हाला फायदाच झाला.

रोह्यात काही जणांची राहण्याची व्यवस्था होती. पावसामुळे त्या लॉजवरही व्यवस्था नीट नव्हती. त्यामुळे काही कलाकार दुसऱ्या दिवशी थोडेसे नाराज होते. सीमा नावाची मुलगी जरा जास्तच नाराज होती. तिला बसमध्ये कोरड्या उलट्या होतात, त्यासाठी ती बस थांबवते आणि नंतर ती गरोदर असल्याचं समजतं, हा सीन मला तिच्यावर चित्रित करायचा होता, पण त्या दिवसाच्या शेड्यूलमध्ये तो नव्हता. तरीही, त्या दिवसाची सुरुवात त्या सीनच्या शूटिंगपासून करायचं मी ठरवलं. शूटिंगदरम्यान सीमा खुलली. तिचा मूड एकदम बदलला. तिनं उत्साहानं तो सीन दिला आणि सगळी नाराजी विसरून गेली. चांगल्या कलाकाराला त्याचं कौशल्य दाखवणारं काम मिळालं की, तो खुलतो हे दिग्दर्शक म्हणून मी जाणलं होतं. याच तंत्राचा वापर केला. 'पॅक अप'नंतर मी स्वत: लक्ष घालून त्या कलाकारांची राहण्याची व्यवस्था चांगली होईल, असं पाहिलं आणि नंतर तोही प्रश्न उरला नाही.

चित्रपटाच्या आधी सगळ्या कलाकारांचं एक वर्कशॉप आम्ही घेतलं होतं. त्यासाठी दादरच्या एका सभागृहात एसटीसारख्या सीट्सची रचना करून, तिथे सर्व कलाकारांना त्यांची जागा देऊन संवादांची रिहर्सल आम्ही केली. दुसऱ्या दिवशी कॅमेरामन संजय मेमाणेला बोलावून त्यालाही मी शॉट टेकिंगची सर्व कल्पना दिली. त्यामुळे प्रत्यक्ष शूटिंगच्या पहिल्या दिवशी सर्व कलाकारांनी पटापट बसमध्ये त्यांच्या जागा पकडल्या आणि शूटिंगमध्ये गोंधळ टाळता आला. चित्रपट करताना दिग्दर्शकाबरोबरच सर्व प्रमुख

तंत्रज्ञांची वैचारिक बैठक पक्की असणं किती महत्त्वाचं असतं, हे या अनुभवावरून लक्षात यावं.

रीमा, जॉनी लिव्हर, अली असगर, सतीश तारे, या कलाकारांबरोबरही एकेक दिवसांचं शूटिंग होतं. तेही मजेत पार पडलं. तिथे एकत्र जेवण मांडणं शक्य नव्हतं. त्यामुळे आम्ही युनिटमधील मंडळींना जेवणाचे पॅकेट्स द्यायचो. काही जण रिकामी झालेली पॅकेट्स रस्त्यावर फेकायचे. सुप्रिया ती पॅकेट्स स्वत: उचलून कचऱ्याच्या डब्यात टाकायची. सर्वांना मग ओशाळल्यासारखं व्हायचं आणि सुप्रियाच्या मोठेपणाबद्दल आश्चर्यही वाटायचं.

कोलाडचं ते शूटिंग १८ ऑक्टोबरला पूर्ण होणार, असं आमच्या आदल्या दिवशी लक्षात आलं. कुर्ला बस डेपोमध्ये २० तारखेला काही भाग चित्रित होणार होता. १८ तारखेला आपण शूटिंग संपवून मुंबईला परत जाऊ शकतो, हे आमच्या १७ तारखेला लक्षात आलं. त्यामुळे १९ तारखेलाही कुर्ला डेपो मिळविण्याचा प्रयत्न केला. तो मिळाला आणि १९ व २० या दोन्ही तारखांना कुर्ला डेपोत शूटिंग ठेवलं. प्रत्यक्षात दोन्ही दिवसांचं काम १९ तारखेलाच पूर्ण झालं आणि आम्हाला २० तारखेला शूटिंग करण्याची वेळच आली नाही.

चित्रपटाच्या एडिटिंगचं काम करताना काही दृश्यांत त्रुटी राहिल्याचं माझ्या लक्षात आलं. त्या दूर करण्यासाठी पुण्याहून एसटीची ती बस पुन्हा मागवून १९ नोव्हेंबरला एका दिवसाचं पॅचवर्क आम्ही 'फिल्मसिटी'मध्ये केलं.

चित्रपटाचा त्यानंतरचा भाग मुंबईच्या ट्रॉम्बे परिसरात असलेल्या एस्सेल स्टुडिओमध्ये मला शूट करायचा होता. तिथली लोकेशन्स कितीतरी वेळा पडद्यावर दिसली आहेत. परंतु एस्सेल स्टुडिओचा कोपरान्कोपरा मला माहीत असल्यानं चित्रपटाच्या हिरोचं घर तिथल्या एका फारशा माहितीच्या नसलेल्या जागेत दाखवावं, असं मी ठरवलं. संजय मेमाणेला सांगितल्यावर तो म्हणाला, ''एस्सेल स्टुडिओ? सचिनजी, काय करताय तुम्ही? दुसरं कुठलं लोकेशन मिळणार नाही का?'' पण मला मी काय करतोय, याची पूर्ण कल्पना होती. मी त्याला एस्सेल स्टुडिओत घेऊन गेलो. तिथे कोर्टाच्या बाजूला एका छोटा बंगला आहे. त्याच्या पहिल्या मजल्यावर मला ते घर सजवून हवं होतं. संतोष फुटाणे या माझ्या 'आर्ट डिरेक्टर'नं तिथे घर सजवलं. तिथे खिडकीतून हलणारी झाडं वगैरे एकदम नैसर्गिक वातावरण तयार झालं. लावणीसाठीही आम्ही एस्सेल स्टुडिओचा वापर केला. त्यासाठी संजय मेमाणेनं ८९ पार्क लॅम्प्सचा वापर केला. दोन रात्रींत आम्ही 'चला जेजुरीला जाऊ...' गाण्याचं चित्रीकरण पूर्ण केलं. पोलीस स्टेशन, इराण्याचं हॉटेल हे सगळं एस्सेल स्टुडिओतच दाखवलं, पण मोठ्या खुबीनं!

सगळ्यात शेवटी आम्ही 'चला ना गडे...'चं शूटिंग केलं. त्यासाठी तीन दिवस गेले. संपूर्ण चित्रपटाचं शूटिंग तीस दिवसांत पूर्ण झालं. रॉ स्टॉकचे केवळ ११० कॅन लागले. गणपतीला मी सुरुवातीलाच साकडं घातलं होतं. त्यानं आम्हाला सांभाळून घेतलं. संपूर्ण प्रवासात आमच्या युनिटमधली एकही गाडी कधीही पंक्चर किंवा नादुरुस्तही झाली नाही.

चित्रपटाच्या शूटिंगमध्ये एस.टी. वापरायची असल्याने आम्हाला परिवहन विभागाची अधिकृत परवानगी हवी होती. त्यासाठी आम्ही त्यावेळचे परिवहन मंत्री विजयसिंह मोहिते पाटील यांची भेट घेतली. त्यांनी परवानगी देण्यासाठीचं शिफारस पत्र परिवहन विभागाकडे पाठवून दिलं. परवानगीचं पत्र आम्हाला सचिवालयातून ताब्यात घ्यायचं होतं. आम्ही ते ताब्यात घेतलं आणि शूटिंग सुरू केलं. सगळं शूटिंग पूर्ण झाल्यानंतर कधीतरी सहज ते पत्र उघडून पाहिलं, तर ते मोहिते पाटील साहेबांनी दिलेलं पत्रच होतं! परिवहन विभागाकडून त्याच्यावरची पुढची कार्यवाही होऊन जे परवानगी पत्र आम्हाला मिळायला हवं होतं, ते मिळालंच नव्हतं! शिफारस पत्र हेच परवानगीचं पत्र मानून आम्ही शूटिंग पूर्ण केलं होतं!

माझ्या नेहमीच्या पद्धतीप्रमाणं मी चित्रपटातली चारही गाणी आधी रेकॉर्ड केली होती. पुण्यात हे रेकॉर्डिंग पूर्ण

झालं. 'चला ना गडे' हे शीर्षक आम्ही रद्द केलं होतं, तरी ते गाणं मी कायम ठेवलं.

एकदा मी अकलूजला लावणी महोत्सवासाठी गेलो होतो. त्या दिवशी तीन फडांनी 'चला जेजुरीला जाऊ...' ही लावणी सादर केली आणि त्याला अफाट प्रतिसाद मिळाला. ही लावणी कुणाची आहे, त्याविषयी मी माहिती घेतली, तर ती पारंपरिक लावणी असल्याचं मला सांगण्यात आलं. मी ती चित्रपटात घ्यायचं ठरवलं. ज्ञानोबा उत्पात यांनी ही गाणी लोकप्रिय केली होती, असंही मला नंतर कळलं. उत्तरा केळकर यांच्याकडून ते गाऊन घेतलं. लावणी असल्यामुळे ती अश्लील आहे की काय, अशी शंका त्यांना वाटत होती. त्यांची खूप समजूत घालावी लागली. 'चला ना गडे...'साठी अनुराधावहिनी (पौडवाल) माझ्यासोबत गायल्या. चित्रपटात एक आरतीही घ्यायची होती. ही आरती फक्त गणपतीपुळ्याच्या देवळात म्हटली जाते. तिथून मी ते पुस्तक घेतलं होतं. जितेंद्र कुलकर्णीकडे मी ते पुस्तक दिलं; पण ती चाल त्यानं लावली नव्हती. त्याला सगळं येतं; पण कामासाठी हात धुऊन त्याच्या मागे लागावं लागतं. आयुष्यात कामासाठी कुणाच्या मागे लागणं, ही एक गोष्ट मला कधी जमली नाही. अशा लोकांना जास्त महत्त्व दिलं जातं आणि मिळतं, पण मला ते जमलं नाही, एवढं खरं. असो. मी जितेंद्रला फोन केला, तरी त्याची चाल तयार नव्हती. त्यानं माझ्याकडून दोन तासांची मुदत मागून घेतली. दोन तासांनी फोनवरच त्यानं मला चाल ऐकवली. ती मला खूप आवडली. जितूच्या मनात धाकधूकच होती; पण मला चाल आवडल्यामुळे त्याचा जीव भांड्यात पडला. अनुराधावहिनींनी ती आरतीही फार सुरेख गायली.

सोनू निगमकडून एक गाणं गाऊन घ्यायचं आणि त्याच्यावरच ते चित्रित करायचं माझ्या डोक्यात होतं. त्या काळात सोनू 'इंडियन आयडॉल'मध्ये गुंतला होता. मी त्याला फोन करून थकलो. खूप काम असल्यामुळे वेळ द्यायलाच जमत नाहीये, असं त्यानं मला सांगितलं. त्यानंतर बहुधा तो त्याच्या वडिलांशी बोलला. त्यांनी त्याला सांगितलं की, काहीही कर, पण सचिनभैयांना नाही म्हणू नकोस. त्यामुळे सोनूनं मला फोन केला आणि माझ्यासाठी दोन दिवस देण्याची तयारी दाखवली. त्याचं शूटिंग दोन दिवसांत पूर्ण झालं. शूटिंगसाठी तो स्वतःच कपडेही घेऊन आला होता.

जगदीश खेबूडकर यांनी मी दिग्दर्शक असलेल्या चित्रपटांत कधी गाणी लिहिली नव्हती. मी 'नवरा माझा नवसाचा' करायला घेतला, तेव्हा जितेंद्र कुलकर्णी संगीतकार म्हणून नवोदित होता. त्यामुळे गाणी लिहिण्याची जबाबदारी एखाद्या ज्येष्ठ गीतकारावर सोपवावी, असं मला वाटलं. मी जगदीश खेबूडकरांना (नाना) फोन केला. पुढच्या आठवड्यात ते मुंबईला माझ्या ऑफिसमध्ये आले. नवीन संगीतकार म्हटल्यावर त्यांना आणखी हुरूप आला. मी त्यांना चित्रपटाची कथा ऐकवली. त्या कथेमध्ये बसमधून पुतळा नेत असताना एक चोर बसमध्ये शिरतो आणि पुतळा बाहेर फेकून देतो व त्याच्या जागी स्वतः झोपतो, असा कथाभाग होता. तिथपर्यंत गोष्ट सांगितल्यावर नानांनी मला मध्येच थांबवलं. ते म्हणाले, ''तू पुतळा बाहेर फेकून दिलास की, तुझी गोष्ट संपली. पुढे तू कितीही चांगलं केलंस, तरी ती वेगळी गोष्ट होईल.''

ते ज्येष्ठ आणि अनुभवी असल्यामुळे मी त्यांचं म्हणणं ऐकून घेतलं. पुढची गोष्ट सांगितली. रात्री विचार करताना माझ्या लक्षात आलं की, नानांचं म्हणणं खरंच आहे. मी डोक्यात ती कथा वेगळ्या प्रकारे जुळवली आणि दुसऱ्या दिवशी लेखक संतोष पवारला फोन करून सांगितलं की, चोराचा कथाभाग काढून टाक. पुतळा फेकायचा नाही. बायकोचा हा हट्ट म्हणजे वॅकीला थोतांड वाटत असतं, तरीही तो केवळ तिच्यावरील प्रेमापोटी तो पुतळा देवळापर्यंत घेऊन जातो, असं कथानक तयार केलं. त्यामुळे त्या दोघांच्या प्रेमाला एक वेगळीच उंची मिळाली.

प्रत्येक चित्रपटाच्या पटकथेत एक चोर असतो. तो चोर पकडणं महत्त्वाचं असतं. नानांनी तो चोर बरोबर

पकडला होता. त्यांच्यासारख्या अनुभवी माणसाच्या सूचनेमुळेच त्या चित्रपटाची गंमत आणखी वाढली, असं मला वाटतं.

जितेंद्र कुलकर्णीचा पहिला चित्रपट असल्यानं गाणी बाजारात यावीत, अशी माझी इच्छा होती. त्यामुळे मी 'एचएमव्ही'शी संपर्क साधून एकही पैसा न घेता त्यांना गाण्यांचे हक्क दिले. गाणी सुपरहिट झाली आणि त्यातून जितूचं नाव झालं, हे माझ्यासाठी महत्त्वाचं होतं.

एक ऑक्टोबरला शूटिंग सुरू झालेला हा चित्रपट डिसेंबरमध्ये पूर्ण झाला. २१ जानेवारीला तो प्रदर्शित करायचं आम्ही ठरवलं होतं. १६ जानेवारीला आम्ही तो सेन्सॉरला दाखवला. शेवटच्या चड्डी फाटण्याच्या दृश्याबाबत सेन्सॉर आक्षेप घेणार की काय, अशी शंका मला होती. परंतु तशी काही अडचण आली नाही.

याच काळात सादिक चितळीकर हा स्वभावानं बुजरा असलेला तरुण मला भेटायला आला. त्याला वितरण क्षेत्रात काहीतरी करायचं होतं. त्यासाठी त्याला संधी हवी होती. त्याआधी त्यानं दोन-चार चित्रपट केले होते, पण त्याचं नाव झालं नव्हतं. मी त्याला 'नवरा माझा नवसाचा'साठी सोबतीला घेतलं. पुणे, कोल्हापूर येथे चित्रपटगृहं बुक केली.

चित्रपट प्रदर्शित झाला आणि पहिल्याच दिवशी पुण्याच्या 'प्रभात'मध्ये सगळे शो हाउसफुल्ल झाले. कोल्हापूरमध्येही 'शाहू'ला तीच परिस्थिती. प्रेक्षकांनी चित्रपटाला उचलून धरलं. पुण्याच्या 'सिटीप्राइड'मध्ये चित्रपटानं रौप्यमहोत्सव साजरा केला, 'ई स्क्वेअर'ला तो १७ आठवडे चालला. कोल्हापूरच्या 'पार्वती'मध्ये त्याला जास्त यश मिळालं नाही; पण 'शाहू'मध्ये त्यानं रौप्यमहोत्सवी यश मिळवलं.

मुंबईत हा चित्रपट लावण्यासाठी अनेक थिएटर मालक माझ्या मागे लागले. चित्रपट पुणे, कोल्हापूरसह अनेक ठिकाणी हिट झाला असल्यामुळे मुंबईत लावणं सोयीचं झालं.

चित्रपट प्रदर्शित व्हायच्या आधीच माझी भेट 'व्हिडिओ पॅलेस' या कंपनीचे नानूभाई आणि सुरेशभाई या बंधूंशी झाली. त्यांना मी चित्रपटाच्या व्हिडिओचे हक्क विकले, पण प्रत्यक्षात व्हिडिओ करता डिलीव्हरी एक वर्षानंतर देईन, असं सांगितलं होतं. त्यांनीही ते मान्य केलं. आधी अशाच एका कंपनीकडून मला व्हिडिओ हक्कांबाबत वाईट अनुभव आला होता, परंतु या बंधूंचा अनुभव खूप चांगला होता.

दोन-तीन दिवसांच्या गल्ल्यावर चित्रपटाचं यशापयश ठरवलं जाण्याच्या या काळात एखाद्या चित्रपटानं रौप्यमहोत्सव साजरा करणं, ही अशक्य कोटीतली गोष्ट होती. पुणे आणि कोल्हापूर येथील एकूण चार चित्रपटगृहांत 'नवरा माझा नवसाचा'नं रौप्यमहोत्सवी यश पाहिलं होतं. कुठल्याही प्रकारचं सेलिब्रेशन करायच्या आधी मी गणपतीपुळ्याला गेलो आणि गणपतीला अक्षरश: अश्रूंनी अभिषेक केला.

मी बारा वर्षांनी मराठी चित्रपट करत होतो, त्यामुळे बदललेल्या मानसिकतेच्या प्रेक्षकांचा प्रतिसाद कसा मिळतो, याविषयी शंका होतीच. परंतु गणपतीच्या आशीर्वादानं सर्व काही व्यवस्थित झालं. 'बारा वर्षांनंतर सचिन काय करणार? तेच करणार!', अशी टीकाही काही जणांकडून ऐकायला मिळाली होती. परंतु मी एवढ्या प्रदीर्घ कालावधीनंतरही माझ्याच स्टाइलचा चित्रपट केला आणि म्हणूनच लोकांनीही तो स्वीकारला. मी वेगळी स्टाइल स्वीकारली असती, तर लोकांना ती कदाचित आवडली नसती. त्यांना 'सचिनचा चित्रपट' बघायचा होता, म्हणूनच त्यांनी तो डोक्यावर घेतला, असं मला वाटतं.

'द बेस्ट वे टू बी डिफरंट, इज टू बी युवरसेल्फ!'

हे माझं तत्त्व आहे.

'नवरा माझा नवसाचा' थिएटरप्रमाणेच व्हीसीडी-डीव्हीडीच्या बाजारपेठेतही विक्रमी उत्पन्न मिळवणारा ठरला. २१ जानेवारी, २००५ला चित्रपट प्रदर्शित झाला आणि २४ जानेवारी, २००६ रोजी आम्ही चित्रपटाचा रौप्यमहोत्सव आणि व्हिडिओ लाँचिंग हे कार्यक्रम एकाच वेळी केले. नानूभाईंनी पहिल्याच दिवशी ७० हजार व्हीसीडी आणि डीव्हीडी बाजारात आणल्या होत्या. त्यांना प्रचंड प्रतिसाद मिळाला. जानेवारी, २००६पासून आजपर्यंत या चित्रपटाच्या ५६ हजारांहून जास्त व्हीसीडी आणि तीन हजारांहून जास्त डीव्हीडी आत्तापर्यंत विकल्या गेल्या आहेत. १४९ रुपये किंमत असलेल्या व्हीसीडी आणि २५० रुपयांच्या डीव्हीडीच्या विक्रीचा हा आत्तापर्यंतचा सर्वोच्च आकडा आहे.

नानूभाई आणि सुरेशभाई या दोघांचंही मराठी चित्रपटांची निर्मिती करणाऱ्या मंडळींना कायम प्रोत्साहन मिळत आलं आहे. निर्मात्यांशी संबंध ठेवण्याचं काम नानूभाई बघतात आणि सुरेशभाई प्रामुख्यानं ॲग्रीमेंट आणि त्यासंबंधीच्या कायद्याच्या गोष्टींमध्ये लक्ष घालतात. 'नवरा माझा नवसाचा'पासून माझी या दोन बंधूंशी ओळख झाली आणि उत्तम संबंधही निर्माण झाले. सुरेशभाईंच्या कायदेशीर बाबींबद्दलच्या ज्ञानामुळे माझी त्यांच्याशी जास्त जवळीक आहे. माझ्या कुठल्याही कायदेशीर कागदपत्रांबाबत मी नेहमी सुरेशभाईंचा सल्ला घेतो. चित्रपट किंवा व्यवसायाच्या बाबतीत माझी नानूभाईंशी चर्चा होते. कधी-कधी नानूभाईंबरोबरच करार करण्याची वेळ येते, तेव्हा मात्र सुरेशभाईंची गोची होते. अर्थात, दोन्ही बाजूंचा फायदा असेल अशाच तरतुदी करारात करण्याची काळजी सुरेशभाई घेतात.

'नवरा माझा नवसाचा' प्रचंड यशस्वी ठरल्यानंतर सुमारे वर्षभरानं 'झी'नेच माझ्याकडे त्या चित्रपटाच्या सॅटेलाइट राइट्सची मागणी केली. माझी त्यासाठीची किंमत होती, तीस लाख रुपये! त्या काळात मराठी चित्रपटाच्या सॅटेलाइट राइट्ससाठी मिळालेली ही सर्वाधिक रक्कम होती. योगायोग म्हणजे, त्या चॅनेलमधल्या ज्या व्यक्तीला मी स्वत: चित्रपट बनविण्याचं वचन देऊन बाहेर पडलो होतो, तोच माणूस हक्कांची बोलणी करण्यासाठी माझ्यासमोर होता. त्यानं मला फक्त सलाम केला आणि मी त्याला 'थँक यू' म्हटलं. कारण इतक्या वर्षांनंतर मराठी चित्रपट बनवण्यासाठी मी प्रवृत्त झालो, ते त्याच्यामुळेच!

मला माझे काही मित्र 'गोडबोले' म्हणतात. हो, मी गोड बोलतो; पण त्यात मी कुणाचं नुकसान करतोय, असं मला अजिबात वाटत नाही. माझ्या आयुष्याची तीन तत्त्वं आहेत. कुणाच्या पोटावर पाय आणायचा नाही, कुणाच्या खिशात हात घालायचा नाही आणि कुणाच्या पाठीत खंजीर खुपसायचा नाही. कुणी माझं नुकसान केलं, तरी त्याचा सूड घेण्याची भावना मी कधीही मनात आणली नाही. माझ्या मते, माझ्याशी जे वाईट वागतात, त्यांच्याबाबत काय करायचं, ते परमेश्वर ठरवेल. मी त्याच्या कामात ढवळाढवळ कशाला करू?

मी नम्र आहे; पण मी तेवढाच ॲरोगन्टही आहे. हा 'ॲरोगन्स' अनेक माणसांमध्ये असतो, फक्त तो कुठल्या क्षणी आणि कोणाच्या बाबतीत वापरायचा, हे महत्त्वाचं असतं. सचिन तेंडुलकरमध्ये मला तेवढा ॲरोगन्स कधीच दिसला नाही. विश्वविक्रम केल्यानंतर आणि शून्यावर बाद झाल्यानंतरही त्याची प्रतिक्रिया ही 'बॅलन्स्ड' असते. तो कधीही अतिआक्रमक झालाय, त्याचा संयम सुटलाय, असं कधीही दिसत नाही. त्याच्या कामगिरीबद्दल आणि

विशेषत: त्याच्या या नम्र स्वभावाबद्दल मी त्याचा मोठा फॅन आहे. आपण ज्याचे फॅन आहोत, अशा व्यक्तीचा आपल्याला फोन येणं, ही निश्चितच आनंददायी गोष्ट असते. मला एकदा हा अनुभव आला.

विनय येडेकर हा सचिन तेंडुलकरचा मित्र. सचिनला 'नवरा माझा नवसाचा' बघायचा होता. विनयनं त्याला डीव्हीडी नेऊन दिली आणि त्यानं ती पाहिली. सचिनला तो चित्रपट प्रचंड आवडला. त्यानं विनयला मला फोन लावून द्यायला सांगितलं. विनयचा मला फोन आला. तो म्हणाला, ''सर, तुमच्या एका फॅनला तुमच्याशी बोलायचंय. इकडे बोला.''

मला काहीच कल्पना नव्हती. मी बोलायला लागलो.

''सर, मी सचिन तेंडुलकर बोलतोय.'' पलीकडून सचिनचा जगविख्यात मृदु स्वर कानावर पडला. मला आश्चर्याचा धक्काच बसला.

''अरे हां सचिन, बोल. कसा आहेस?''

''मी ठीक आहे. आत्ताच तुमचा 'नवरा माझा नवसाचा' बघितला. मला तो प्रचंड आवडला. मी डीव्हीडी ठेवून घेतलेय. मला तो सिनेमा पुन्हा बघायचाय.'' त्यानं सांगितलं.

मी धन्यवाद दिले. त्याला म्हटलं, ''आपण भेटू या एकदा. गप्पा मारू.''

''हो सर. कधीही. तुम्ही सांगाल तेव्हा मी येईन!''

माझ्या डोळ्यांत टच्कन पाणी आलं. नम्रता, संस्कार, पाय जमिनीवर असणं याला म्हणतात. तेव्हापासून माझ्यातला 'अॅरोगन्स' बऱ्याच प्रमाणात कमी झाला.

■

सीन ५६

२००५ : मला सर्वार्थानं नाचवणारं वर्ष!

एखादं वर्ष आपल्या आयुष्यात चमत्कार आणि चमत्कारिक घटनाही घडवणारं कसं असू शकतं, याचा अनुभव मला २००५मध्ये आला.

या वर्षाच्या एप्रिल महिन्यात कन्नड चित्रपटांचे सुपरस्टार विष्णुवर्धन यांचा मला फोन आला. ते मुंबईला आले होते आणि त्यांना मला भेटायची इच्छा होती. ते 'तू-तू-मैं-मैं' पाहायचे आणि माझं दिग्दर्शन त्यांना आवडत होतं. कन्नड फिल्मसाठी दिग्दर्शन करण्याचा आग्रह ते मला काही वर्षांपासून करत होते. मी ते काही मनावर घेतलं नव्हतं.

मुंबईत हॉटेलवर भेटायला गेलो, तेव्हा त्यांच्याबरोबर कन्नड निर्माते आणि त्यांचे काही मित्रही बसले होते. त्यांनी 'नवरा माझा नवसाचा'बद्दल बरंच काही ऐकलं होतं. त्यांना माझ्याकडून चित्रपटाची गोष्ट ऐकायची होती. मी ती सांगायला सुरुवात केली. 'हिरो' नवस फेडायचं ठरवतो, तिथपर्यंतची गोष्ट सांगितली. त्यांना म्हटलं, ''पुढची गोष्ट प्रत्यक्ष बघण्यासारखी आहे. ती सांगून मजा नाही येणार.''

त्यांना काहीच कळलं नाही. त्या वेळी पार्ल्यातल्या 'सनसिटी'ला 'नवरा माझा नवसाचा'चे शोज सुरू होते. मी त्यांना तिथे घेऊन गेलो. आम्ही चित्रपट पाहिला. तो संपून बाहेर पडल्यावर ते सगळे चिडीचूप होते. कुणीच काही बोलायला तयार नाही. त्यांना चित्रपट आवडलाय की, आवडला नाहीये, भाषा समजली नाहीये, काहीच कळायला मार्ग नव्हता. ते सगळे माझ्या गाडीत बसले. गाडीतही कुणीही काही बोलेना. मी त्यांना हॉटेलवर सोडून घरी परतलो.

दुसऱ्या दिवशी सकाळी पुन्हा विष्णुजींचा फोन आला. त्यांनी मला भेटायला बोलावलं. मी गेलो, तेव्हा ते त्यांच्या चित्रपटासाठीची सगळी स्टारकास्टसुद्धा काढून बसले होते. 'नवरा माझा नवसाचा' त्या सगळ्यांनाच प्रचंड आवडला होता. त्यांना तो कन्नडमध्ये करायचा होता. मला वाटलं, फक्त राइट्स मागत असतील. ते देण्यात काहीच अडचण नव्हती. विष्णुजी म्हणाले, ''सचिनजी, तुम्ही 'डिरेक्शन' करा.'' मला हे अपेक्षित नव्हतं. मी म्हटलं, ''तुम्हाला राइट्स हवेत तर देतो. पण 'डिरेक्शन' म्हणजे....''

''का? काही अडचण आहे का?''

''वेगळी भाषा, अनोळखी माणसं...'' मी माझी बाजू सांगितली.

''ते सगळं आम्ही सांभाळून घेऊ; पण आम्हाला तुम्हीच हवे आहात.'' विष्णुजी अडून बसले होते. मग मी तयार झालो. माझ्यासाठी ही या वर्षातली आणखी एक वेगळी संधी होती. त्यांना होकार दिला. 'एकदंता' असं चित्रपटाचं नाव ठरलं.

''शूटिंग कधी सुरू करणार?'' मी विचारलं.

''ऑक्टोबर महिन्यात!''

मीटिंग संपली. मी आनंदात घरी आलो.

दरम्यान आणखी एक आनंदाची बातमी आम्हाला मिळाली. गोव्यातलं आमचं कुलदैवत मंगेशीमध्ये महारुद्र करण्यासाठी आमचा आठ वर्षांनी नंबर लागला होता. तीन दिवस ते विधी चालणार होते, त्यामुळे आम्ही गोव्याला

जाऊन देवळाजवळच्या एका हॉटेलवर उतरलो.

पहिल्या दिवशी ठरलेल्या वेळी मंगेशीच्या देवळात महारुद्राचे विधी सुरू झाले.

गुरुजींनी विचारलं, ''तुमचं गोत्र?''

''कौंडिण्य'' मी सांगितलं. ''आणि नक्षत्र अश्विनी.'' हेही न विचारता सांगून टाकलं. पहिल्या दिवसाचा अभिषेक यथासांग पार पडला. दुसऱ्या दिवशीही काही विधी होते. तिसऱ्या दिवसाचे विधीही झाले आणि महारुद्र पूर्ण झालं.

त्यानंतर आम्ही हॉटेलवर परत आलो. मला 'स्टार प्लस'कडून फोन आला. त्यांनी मुंबईत 'जे. डब्ल्यू. मेरियट'मध्ये आम्हाला दोघांनाही भेटायला बोलावलं होतं. कशासाठी, काय ते त्यांनी फोनवर काहीच सांगितलं नाही. दोघांसाठी 'इंटरेस्टिंग' काहीतरी आहे, असं ते म्हणाले. माझी उत्सुकता चाळवली गेली. मी यायचं कबूल केलं.

सुप्रिया म्हणाली, ''आपण आत्ताच महारुद्र पूर्ण केलंय. आणि ही जी ऑफर दोघांसाठी आहे, तो देवाचा प्रसाद आहे, असं मला वाटतंय. ते काहीही असलं तरी आपण केलं पाहिजे.''

आम्ही मुंबईत परत आलो आणि ठरलेल्या वेळी त्यांना भेटायला गेलो. 'स्टार प्लस'नं त्यांच्या 'नच बलिये' या आगळ्यावेगळ्या डान्स शोविषयी आम्हाला माहिती सांगितली. भारतात पहिल्यांदाच टीव्हीवर प्रत्यक्ष आयुष्यातील दहा जोडप्यांची नृत्याची स्पर्धा होणार होती. ही जोडपी कोण, हे आम्हाला ८ ऑगस्टला होणाऱ्या मीटिंगमध्ये कळणार होतं. या स्पर्धेतल्या बहुतांश जोड्या तरुण असणार, याची खात्री होती. त्यामुळे आम्हाला दोघांना का निवडलंय, हे आम्हाला कळत नव्हतं. आम्ही तसं संयोजकांना विचारूनही पाहिलं. 'तुमच्यासारखे सिनिअर असले, तर कार्यक्रमाला वजन येईल,' असं त्यांनी सांगितलं. शूटिंग कधी सुरू होणार, असं मी विचारलं.

''ऑक्टोबर.'' त्यांनी सांगितलं. मला एकदम माझ्या होऊ घातलेल्या कन्नड चित्रपटाची आठवण झाली. तोसुद्धा ऑक्टोबरमध्येच सुरू करायचं ठरलं होतं. सुप्रिया आणि मी चर्चा केली. 'हा देवाचा प्रसाद असल्यानं आपण केलंच पाहिजे,' असं तिनं आधीच सांगितलं होतं. त्यामुळे कन्नड चित्रपटाच्या तारखांबाबत काही ॲडजस्टमेंट होऊ शकते का, असं विचारायला सुप्रियानं मला सुचवलं.

खूप मेहनत घ्यायचं ठरवलं, तरी प्रेक्षकांच्या एसएमएसवरच जोड्यांचं पुढच्या फेरीसाठी सिलेक्शन होणार असल्यानं आम्ही या स्पर्धेत किती दिवस टिकणार, याचीही कल्पना नव्हती; पण सुप्रियाला प्रचंड आत्मविश्वास होता. शिवाय देवानं हा आशीर्वाद दिलाय, तो करायलाच पाहिजे, असं तिचं ठाम मत होतं. मला ते पटलं. मी तातडीने बंगलोरला गेलो. विष्णुवर्धन यांना भेटून माझी अडचण सांगितली. 'कन्नड चित्रपटसृष्टीत मला करिअर करायचं नाहीये, त्यामुळे हिंदीतला हा नृत्याचा रिॲलिटी शो माझ्या करिअरसाठी महत्त्वाचा आहे,' हे त्यांना समजावून सांगितलं. दुसऱ्या दिग्दर्शकाला घेऊन चित्रपट करायचा असेल, तरीही माझी हरकत नाही, हेही स्पष्ट केलं. त्यांनी माझी बाजू समजून घेतली. एवढं असलं, तरी त्यांचा माझ्या नावासाठी आग्रह कायम होता. त्यामुळे मी ही अडचण सांगितल्यावर त्यांनी शूटिंग तीन महिने पुढे ढकलण्याचं मान्य केलं. मला बरं वाटलं. मुंबईला परत आलो. 'नच बलिये'साठी होकार कळवून टाकला.

जुलै महिन्यात एके रात्री मला अचानक रडायला आलं. सुप्रिया घाबरली. काय झालं म्हणून तिनं विचारलं. मी सांगितलं, ''किट्टूची खूप आठवण येतेय. कशी असेल ती? या ७ जूनलाच ती १८ वर्षांची झाली असेल ना!'' सुप्रियानं माझी समजूत घातली.

दुसऱ्या दिवस नेहमीप्रमाणे उजाडला. संध्याकाळी सात-साडेसातच्या सुमारास मोबाइल वाजला.

''सचिनपापा?'' पलीकडून आवाज आला.

''किट्टू?'' मी आश्चर्यानं ओरडलो. ती किट्टूच होती. मुंबईत आली होती. मला भेटायची इच्छा तिनं व्यक्त केली. ती लंडनहून एकटीच आली होती. तिच्या ओळखींच्यांकडे उतरली होती. मी सुप्रियाला घेऊन तिला भेटायला गेलो. ती मोठी झाली होती. मी तिला भेटल्यावर ओक्साबोक्शी रडायला लागलो. तिचे आई-वडील लंडनमध्ये वेगवेगळे राहत होते. त्या दोघांकडेही ती अधेमध्ये राहायची.

त्याआधी १९९८मध्ये आम्ही सगळे जण लंडनला गेलो होतो, तेव्हा सुप्रिया आणि श्रियानं तिचा पत्ता शोधून काढला आणि तिला भेटायला घेऊन आली होती. तेव्हा ती लहान होती. त्यानंतर २००५मध्येच आम्ही भेटत होतो.

मुंबईत आल्यानंतर ती आमच्या घरी राहायला आली. बऱ्याच दिवसांनी तिला भेटून आम्हाला सगळ्यांनाच आनंद झाला होता. तिला लहानपणचं काहीही आठवत नव्हतं. किंबहुना, आम्ही सात वर्षांपूर्वी तिला लंडनमध्ये भेटलो, तेव्हाही तिला लहानपणचं काही आठवत नव्हतं. किट्टू पुन्हा घरी राहायला आल्यामुळे तिच्या लहानपणातल्या गमतीजमती आम्हाला आठवल्या. पुन्हा तिचा सहवास मिळाल्यानं आम्हाला बरं वाटत होतं.

८ ऑगस्टचा दिवस उजाडला. या दिवशी आम्हाला 'नच बलिये'मधल्या बाकीच्या जोड्यांची नावं कळणार होती. कोरिओग्राफर्सची (नृत्यदिग्दर्शक) नावंही लॉटरी पद्धतीनं जाहीर होणार होती. टेबलावर ठेवलेल्या दहा फाइल्सपैकी एक फाइल उचलायची होती. त्या जोडीचा नंबर त्या फाइलवर होता आणि आतमध्ये कोरिओग्राफरचं नावही लिहिलेलं होतं. फाइल आणण्यासाठी सगळ्या बायकाच गेल्या. सुप्रियानं जी फाइल उचलून आणली, त्यावर नऊ नंबर होता. 'नऊ' आकड्याशी माझं नातं माझ्या अनेक चित्रपटांच्या टायटल्सपासून जुळलं होतं. 'सचिन पिळगांवकर' हे नावही नऊ अक्षरी आहे. हाच नंबर मिळाल्यानं बरं वाटलं. फाइल उघडून आत बघितल्यावर आमच्या कोरिओग्राफरचं नाव संतोष शेट्टी असं असल्याचं कळलं. सगळ्या जोड्यांची कोरिओग्राफरशी ओळख आणि स्पर्धेच्या तयारीविषयी चर्चा, असा कार्यक्रमही त्यानंतरच होता. बाकीच्या सगळ्या जोड्यांचे कोरिओग्राफर्स त्यांच्या टेबलवर जाऊन बसले. त्यांच्याशी बोलायला लागले. संतोष शेट्टी मात्र आला नव्हता. मी आणि सुप्रिया दोघंच एकमेकांकडे बघत बसलो होतो.

त्यानंतर फोटोसेशन झालं. त्यानंतरच्या पार्टीत स्टार टीव्हीचे तेव्हाचे प्रमुख समीर नायर आले होते. ''कुणीतरी मला सांगितलं की, सचिनला व्यवस्थित नाचता येत नाही. मी म्हटलं, तेच तर आम्हाला हवंय. लोकांना हा शो बघताना भरपूर हसायला यावं, अशी आमची इच्छा आहे,'' काही पेग पोटात गेल्यानंतर ते म्हणाले. मी शांत राहिलो. त्यांच्याकडे बघून म्हणालो, ''चिअर्स.''

पुढचे दोन दिवस आमचा कोरिओग्राफर आलाच नाही. शेवटी मी त्याला फोन केला. त्यानं फोन उचलला नाही. आमच्या प्रॉडक्शन मॅनेजरला मी फोन केला, तर त्यानं काहीतरी सारवासारव केली. संतोष शेट्टीच्या तारखांचा काहीतरी घोळ झालाय, असं ते म्हणाले. त्यानंतर १३ ऑगस्टला प्रॉडक्शनमधली काही मंडळी मला भेटायला

आली. सचिन-सुप्रिया ही इतरांच्या तुलनेत जास्त वयाची जोडी मिळाल्यानं तो नाराज आहे, असं आम्हाला सांगण्यात आलं. म्हणूनच तो दोन दिवस आला नव्हता. आमच्याबरोबर काम करायची त्याला इच्छा नव्हती.

मी म्हटलं, ''आता काय करायचं ते तुम्हीच सांगा.''

ते म्हणाले, ''ए ग्रेडचे सगळे कोरिओग्राफर आता उपलब्ध नाहीयेत. तुमच्यासाठी बी ग्रेडचं कुणीतरी बघावं लागेल.''

''ठीक आहे. बघा.''

''आमच्याकडे लहान मुलांच्या डान्स शोसाठी काम करणारी 'ॲल ॲन्ड मेल' अशी कोरिओग्राफरांची जोडी आहे. त्यांना पाठवू का तुमच्याकडे?''

''हो. नक्की पाठवा.'' मी सांगितलं. मग ती जोडी आम्हाला भेटायला आली. ॲल ॲन्ड मेल म्हणजे नवरा-बायको होते. त्यांना सचिन-सुप्रिया कोण, याची अजिबात कल्पना नव्हती. आम्ही चित्रपटसृष्टीत काही महान काम केलंय, असा आमचाही दावा नव्हता, त्यामुळे आम्ही अगदी एखाद्या नवख्या उमेदवारासारखे त्यांना सामोरे गेलो. १६ ऑगस्टला सुप्रियाच्या वाढदिवसापासून रिहर्सल सुरू झाल्या. आमच्या कोरिओग्राफर्सनी आम्हाला पारखायला सुरुवात केली. 'असं चालून दाखवा, तसं करून दाखवा,' अशा सूचना त्यांनी केल्या. आम्ही दोघांनी तेही करून दाखवलं. मी सुप्रियाला आधीच बजावलं होतं – 'स्वत:हून त्यांना आपल्याबद्दल काहीही सांगू नकोस. त्यांना कळायचं तेव्हा कळू दे.'

एलने मला विचारलं, ''तुम्ही आधी कधी नाचलाय का?''

मी म्हणालो, ''हो, थोडंफार.''

मग तालमी सुरू झाल्यावर आठ दिवसांनी तो म्हणाला, ''तुम्ही आधी बऱ्यापैकी नाचलाय असं मला वाटलंय.''

मी म्हणालो, ''हो. नाचलोय बऱ्यापैकी.''

त्यानंतर आम्ही रिहर्सलवर जोरदार मेहनत घ्यायला सुरुवात केली. सुरुवातीला दिवसातून चार तास रिहर्सल व्हायची. आम्ही पुढे जात गेलो, तसतसे ते तास वाढत गेले आणि शेवटी आम्ही दिवसातून नऊ-नऊ तासही रिहर्सल केली. सुप्रियाला त्याचा त्रास झाला. याला कारण म्हणजे, तिला लहानपणापासून असलेलं पाठीचं दुखणं. लहान असताना झोका खेळताना ती एकदा जोरात पडली आणि जमिनीवर आदळल्यानं तिच्या 'लोअर बॅक'ला इजा झाली. त्याचा तिला अजूनही त्रास होतो. तशी तिला पडायची खोडच. दीड वर्षांची असताना पहिल्या मजल्यावरून फुगेवाल्याकडे बघताना वाकल्याने बाल्कनीतून खाली पडली. रस्त्यावरचा एक भाजीवाला त्याच वेळी भाजी नीट करण्यासाठी समोरच्या बाजूला बसला होता, त्यामुळे सुदैवानं ती त्याच्या पाठीवर पडली. तिला काहीच इजा झाली नाही. ती जिना चढून पुन्हा वर आली. त्या बिचाऱ्या भाजीवाल्याची पाठ मात्र मोडली. अशीच पडता-पडता ती एके दिवशी माझ्या प्रेमात पडली. त्यामुळे लागलेला 'मुका मार' तिला आजही सहन करावा लागतो.

'नच बलिये'च्या पहिल्या एपिसोडचं शूटिंग व्हायचं होतं. आम्ही त्याबद्दल चर्चा करत असताना एके दिवशी किट्टूनं हिंदी चित्रपटांत हिरॉइन व्हायची इच्छा आमच्यापाशी व्यक्त केली. खरंतर त्यासाठीच ती मुंबईत आली होती. मी चित्रपटसृष्टीशी संबंधित नसतो, तर कदाचित तिनं मला भेटायचा प्रयत्नही केला नसता. तिला स्वत:ला काहीच आठवत नसल्यानं आमच्याविषयी तिला 'अॅटॅचमेंट' नसणं, हेही अगदी स्वाभाविक होतं. तिला तिच्या

वडिलांनी आमच्याविषयी जे काही सांगितलं असेल, तेवढ्याच तिच्या आठवणी होत्या.

लंडनमध्ये राहिलेली असल्यानं तिचं हिंदी फारसं चांगलं नव्हतं. त्यामुळे मी तिला आधी भाषा शिकून घ्यायला सांगितलं. हिंदी भाषा चांगल्या प्रकारे बोलता यायला लागल्यानंतर 'ॲक्टिंग' शिकायला जा, असंही मी तिला समजावलं. तिला ते फारसं पटलं नाही.

जॉनी लिव्हरशी तिच्या वडिलांची ओळख होती. त्यामुळे ती कधी त्याच्याकडे, तर कधी आमच्याकडे राहत होती. तिला या क्षेत्रात स्वतंत्रपणे करिअर करायचं असेल, तर तिनं स्वत:ची वेगळी जागा घेऊन राहावं आणि सगळं शिकावं, असं मला वाटत होतं. मी तेही तिला समजावलं. किट्टू अनेक वर्षांनंतर आमच्या घरी अचानक राहायला आल्यामुळे श्रियालाही तिची सवय नव्हती. शिवाय श्रियावरचे मध्यमवर्गीय भारतीय संस्कार आणि किट्टूवरचे लंडनमधील संस्कार याच्यात कमालीचा फरक होता. किट्टूच्या घरी राहण्यामुळे श्रिया नकळत 'डिस्टर्ब' व्हायला लागली होती, त्याचीही काळजी घेणं माझ्यासाठी आवश्यक होतं.

लोखंडवाला कॉंप्लेक्समध्येच एक फ्लॅट भाड्यानं घेऊन ती तिथे राहायला गेली. मी तिला वेगळं राहायला सांगितलं, याचा तिच्या वडिलांना राग आला. अर्थात, मी त्यांच्याशी संबंध कधीच तोडले होते, त्यामुळे त्यांना काय वाटतं, याच्याशी मला काही देणंघेणं नव्हतं. त्यांनी माझ्याशी बोलण्याचा अनेकदा प्रयत्न केला; पण मी दाद दिली नाही.

किट्टूनं मला पूर्वकल्पना न देता 'ॲक्टिंग' शिकण्यासाठी किशोर नमित कपूर याची भेट घेतली. ती माझी मुलगी असल्याचंही बहुधा तिनं सांगितलं असावं. त्याचा मला फोन आला, ''तुझ्या मुलीला ॲक्टिंग शिकायची, हे तू मला सांगितलं का नाहीस?''

मी म्हणालो, ''ती माझ्या मुलीसारखीच आहे, पण तिनं आधी हिंदी भाषा शिकायला हवी. त्यानंतर 'ॲक्टिंग' शिकण्यासाठी मी तिला तुझ्याकडे पाठवणार होतो.''

त्याला मात्र माझ्यापेक्षा तिच्यावर जास्त विश्वास असावा. ''तुझी मुलगी ती माझी मुलगी. मी तिला सगळं शिकवतो. तू काळजी करू नकोस,'' त्यानं सांगितलं. त्यामुळे मी काही बोललो नाही.

दरम्यान, १० ऑक्टोबरला 'नच बलिये'चं शूटिंग सुरू होणार होतं. दहा आठवड्यानंतर डिसेंबरमध्ये अंतिम फेरी होणार होती. शूटिंग सुरू होण्याआधी देवीची पूजा झाली. मी पूजेला बसलो होतो. त्यांनी प्रत्येकाच्या हातात देवीमॉंचा एक धागा बांधला. मी देवीला नमस्कार करून म्हणालो, ''हा धागा माझ्या हातून दहा आठवडे तरी निघून देऊ नकोस.''

पहिला एपिसोड चित्रित झाला. पहिल्या आठ जोड्यांचं नृत्य झालं. आमचा क्रमांक नववा होता. आधीच्या जोड्यांना जास्तीत जास्त २८पर्यंत गुण मिळाले होते. आम्ही मागे थांबलो होतो. आमच्या परफॉर्मन्सची वेळ आली. आम्ही स्टेजवर आलो. 'एक मैं हूँ... एक तू है...' या गाण्यावर आम्ही नृत्य केलं. नृत्य सुरू झाल्यावरच सरोज खान, फरहान अख्तर आणि मलायका अरोरा हे तीनही परीक्षक जवळपास नाचायलाच लागले होते. आमचं नृत्य संपलं आणि प्रेक्षकांनी आम्हाला 'स्टँडिंग ओव्हेशन' दिलं. आधीच्या आठ स्पर्धक जोड्याही उभं राहून टाळ्यांचा कडकडाट करत होत्या. परीक्षकही उभे राहिले. सुप्रिया अतिशय आनंदून गेली होती. आपली कामगिरी सर्वांनाच एवढी प्रचंड आवडली, यावर तिचा विश्वासच बसत नव्हता. आम्हाला त्या नृत्यासाठी तीसपैकी तीस

गुण मिळाले.

'नच बलिये'मधली आमची एन्ट्रीच अशी दणकेबाज झाली. चॅनेलच्या मंडळींच्याही भुवया उंचावल्या गेल्या. आपण काय विचार करून ह्यांना घेतलं होतं आणि प्रत्यक्षात काय घडतंय, असा प्रश्न त्यांना पडला.

सुप्रिया मूळची डान्सर नसल्यामुळे परफॉर्मन्स करताना स्वत:च्या एनर्जीविषयी तिला खात्री नव्हती. त्यामुळे तिनं परफॉर्मन्सच्यावेळी मला थोडी कमी एनर्जी लावायला सांगितली होती, जेणेकरून तिची एनर्जी कमी पडली, तरी आमच्यामध्ये व्यवस्थित बॅलन्स राहील. प्रत्यक्षात परफॉर्मन्समध्ये ती तुफान एनर्जीने नाचली आणि मला (आणि तिलाही) त्याचा अंदाज नव्हता. आधी ठरल्यानुसार मी कमी एनर्जीने नाचलो. सुप्रियाचं आणि आमच्या परफॉर्मन्सचं कौतुक झालं, पण एनर्जीत मी कमी पडल्याची कॉमेंट मला परीक्षकांकडून ऐकून घ्यावी लागली आणि त्याबाबत काही खुलासाही करता आला नाही!

दुसऱ्या एपिसोडमध्ये आम्हाला ३० पैकी २९ गुण मिळाले. तिसऱ्या एपिसोडमध्ये कॉमेडी थीमवर नृत्य साकारायचं होतं. त्यात आमचं गणित कुठेतरी बिघडलं. एकामागोमाग एक चुका होत गेल्या आणि आम्हाला तीसपैकी फक्त १७ गुण मिळाले. 'नच बलिये'च्या संपूर्ण स्पर्धेतील आमचे हे सर्वांत कमी गुण.

चौथ्या आठवड्यात 'रेट्रो' फेरी (रिमिक्स राउंड) होती. आम्ही त्यात 'छोड दो आँचल जमाना क्या कहेगा...'वर नृत्य केलं. त्यात आम्हाला पुन्हा तीसपैकी तीस गुण मिळाले. सर्वच परीक्षकांनी 'वेलकम बॅक' म्हणून आमचं कौतुक केलं. 'नच बलिये'च्या 'रिॲलिटी शूट'साठी (पडद्यामागे घडणाऱ्या गोष्टी शूट करण्यासाठी!) श्रीप्रसाद क्षीरसागर हा प्रमुख होता. त्याच्याशी माझी चांगली ओळख झाली होती. तो माझ्याकडे आला आणि म्हणाला, ''सर, तुम्हाला एक छोटी सूचना केली तर राग नाही ना येणार?''

मी म्हटलं, ''नाही. सांग.''

''तीसपैकी तीस मार्क्स मिळण्यासाठी प्रयत्न करू नका. तुम्ही या स्पर्धेत टिकून राहाल, असं बघा.''

त्याला काय सांगायचं होतं, हे मला कळलं. त्याचं म्हणणं मी गांभीर्यानं घेतलं.

पाचव्या आठवड्यातही आम्हाला २७ गुण मिळाले आणि त्यानंतर चॅनेलच्या मंडळींची चिंता वाढली. आम्ही पाचव्या-सहाव्या आठवड्यापर्यंत स्पर्धेतून बाहेर पडू, असं त्यांना वाटलं होतं; पण आम्ही त्यांचा अंदाज खोटा ठरवला होता. 'नच बलिये'च्या मुंबईभर लागलेल्या जाहिरातींपैकी आमचे बॅनर्स हटवायला त्यांनी सुरुवात केली.

'नच बलिये' हा एक तासांचा शो होता. त्याच्या आधी अर्ध्या तासांचे दोन 'रिॲलिटी एपिसोड' असायचे. त्यात स्पर्धकांची तयारी, तालमींमधल्या गमतीजमती वगैरे दाखविल्या जात. या रिॲलिटी एपिसोड्समध्ये आमचं 'फूटेज' दाखवायचं त्यांनी बंद केलं. कुठेतरी शेवटच्या टायटल्समध्ये आम्ही दिसू लागलो. मी ते पाहिलं आणि चॅनेलच्या या कार्यक्रमाशी संबंधित प्रमुखाला फोन केला.

''आम्ही या स्पर्धेत नसलो, तर आम्हाला तसं स्पष्टपणे सांगा. आम्ही शूटिंगला जाणारच नाही. रिहर्सलसाठी तरी आम्ही मेहनत कशाला घेऊ?'' मी त्याला रोखठोक सवाल केला. तो गडबडला.

''असं नाहीये सर. तुम्ही स्पर्धेत नाही आहात, असं कोण म्हणालं?''

''तुम्ही आमचे बॅनर्स काढून टाकले आहेत. कुठेतरी भायखळ्याला एखादं बॅनर ठेवलं आहे. रिॲलिटी एपिसोडमध्येही आमचं फूटेज दाखवलं जात नाही. हा काय प्रकार आहे?''

''अहो मी तो एपिसोड बघितलाच नाहीये...'' अशी सारवासारव त्यानं केली. मी काय समजायचं ते समजून चुकलो.

दरम्यानच्या काळात किट्टूचा स्वभाव आणि अटेंडन्स या दोन्हींबाबत तक्रारी असल्यामुळे किशोर नमित

कपूरनं तिला त्याच्या ॲक्टिंग कोर्समधून काढून टाकलं. ती माझ्याकडे आली. मी त्याला सांगावं, अशी तिची अपेक्षा होती. तिच्यावर नाराज असतानाही, मी किशोरशी बोललो. माझ्या शब्दाखातर त्यानं तिला कोर्समध्ये परत घेतलं. त्यानंतरही तिचं वागणं सुधारलं नाही. त्यामुळे किशोरनं स्वत:च मला फोन करून 'आता काय करू, ते सांग,' असा सल्ला विचारला. मी त्याला म्हटलं, ''आता तुला जे योग्य वाटेल ते कर.'' किट्टूचं वागणं ठीक नव्हतंच. त्यामुळे त्यानं तिला कोर्समधून कायमचं काढून टाकलं.

सहावा एपिसोड चित्रित झाला आणि त्यातही आम्हाला तीसपैकी तीस गुण मिळाले. त्यात आम्ही 'ढगाला लागली कळ...' सादर केलं होतं. हे नृत्य सादर करत असताना सुप्रियाच्या अंगात जबरदस्त ताप होता. तरीही तिने ते कुणालाही जाणवू दिलं नाही. हा एपिसोड प्रसारित झाल्याच्या रात्रीच मी 'लोकसत्ता' आणि 'महाराष्ट्र टाइम्स' या दैनिकांना फोन करून 'नच बलिये'मधील सर्व वस्तुस्थिती सांगितली. त्यांनी मला खूप सहकार्य केलं. या दोन्ही दैनिकांच्या दुसऱ्या दिवशीच्या अंकात त्याविषयीची सविस्तर बातमी प्रकाशित झाली. आम्हाला 'वोटिंग' कसं करायचं, याची माहितीही त्या बातमीत देण्यात आली होती. आमच्या मराठी चाहत्यांनी त्यानंतर आम्हाला भरपूर एसएमएस पाठवून पाठिंबा दिला.

सहाव्या एपिसोडमध्येही आम्ही टिकून राहिलो. त्या एपिसोडमध्ये तीन जोड्यांना तीसपैकी तीस गुण मिळाले होते. त्यात अपूर्व आणि शिल्पा या जोडीला मात्र

आठव्या एपिसोडमध्ये आम्हाला २६ गुण मिळाले होते. वरुण-राजेश्वरीला २८ गुण होते. बाकीच्या दोन जोड्यांना वीसपेक्षा कमी होते. सर्वांत कमी गुण मिळाल्याने राजीव पॉल आणि डेलनाझ ही जोडी स्पर्धेतून बाहेर पडली. आता तीनच जोड्या उरल्या होत्या. वरुण-राजेश्वरी, मनीष-पूजा आणि मी-सुप्रिया.

नववा एपिसोड शूट होण्याच्या आधीच संपूर्ण किट्टू प्रकरण कुणीतरी वर्तमानपत्रांत छापून आणलं होतं. त्यानंतर किट्टू आणि तिच्या वडिलांनी मीडियाला माझ्या विरोधात मुलाखतीही दिल्या. आमच्यावर खूप आरोप केले. अर्थात, ज्या प्रकारे नटूनथटून, दागिने घालून ती मीडियासमोर आली होती, त्यावरून तिच्यावर काही अन्याय झाला असेल, यावर कुणाचाच विश्वास बसला नाही. कुणालाही तिच्याबद्दल सहानुभूती वाटणं शक्यच नव्हतं. आपण कसे चांगले दिसतो, हे दाखवण्याचा तिचा हा प्रयत्न होता. त्यातून

चित्रपटांत कामं मिळतील, अशी भाबडी आशाही तिला असावी. या प्रकाराबाबत मी काहीच प्रतिक्रिया दिली नाही, परंतु माझी अस्वस्थता आणखी वाढली.

नवव्या एपिसोडमध्ये एक जोडी 'एलिमिनेट' होऊन कुठल्यातरी दोनच जोड्या फायनलला पोहोचणार होत्या. या फेरीत माझा परफॉर्मन्स फारसा चांगला झाला नाही. सुप्रिया मात्र छान नाचली. आमच्यानंतर मनीष-पूनमचं नृत्य झालं. तिसऱ्या क्रमांकावर वरुण-राजेश्वरी यांचा परफॉर्मन्स होता. त्यांची सुरुवात अफलातून होती. दोघं नृत्यही छान करत

होते, परंतु दुर्दैवानं एका क्षणाला वरुण त्याची स्टेप विसरला आणि नंतर तो पुन्हा जुळवून घेऊ शकला नाही. त्यामुळे राजेश्वरी एकटी नाचतेय आणि वरुण तिच्याबरोबर कशीबशी वेळ मारून नेतोय, असं दृश्य दिसलं.

त्यांचा परफॉर्मन्स संपल्यानंतर प्रेक्षागृहात सन्नाटा पसरला. काय बोलावं ते परीक्षकांना कळेना. काय झालं, असं त्यांनी विचारल्यावर 'माझ्या डोक्याच्या कॉम्प्युटरमध्ये ग्लिच आला,' असं वरुणनं सांगितलं.

त्या फेरीमध्ये आम्हा तीनही जोड्यांचे गुण एपिसोडच्या शेवटीच एकत्रच जाहीर होणार होते. वरुण-राजेश्वरी यांचा परफॉर्मन्सच झाला नाही, तर त्यांना गुण कसे देणार, असं परीक्षक म्हणू लागले. खरं म्हणजे त्यांनी परफॉर्मन्स केला होता. ते स्टेजवरच आले नसते, तर गोष्ट वेगळी होती. गुण जाहीर न करता सगळे परीक्षक उठून गेले. आम्हीही आमच्या व्हॅनिटी व्हॅनमध्ये जाऊन बसलो.

पुन्हा नृत्य करणार का, असं राजेश्वरी-वरुण यांना विचारण्यात आलं. तसं करणं हा इतर दोन स्पर्धक जोड्यांवर अन्याय होईल, असं राजेश्वरीनं स्वत:हून सांगितलं. ती तेवढ्या मोठ्या मनाची आहे, याची मला कल्पना होती.

चॅनेलची मंडळी नंतर आमच्याकडे येऊन मध्यस्थी करू लागली. 'त्यांना पुन्हा नृत्य करण्याची संधी देऊ या का,' असं ते मला विचारत होते. मी म्हणालो, ''हे तुम्ही आम्हाला का विचारताय? स्पर्धेत इतर जोड्या कोण घ्यायच्या, हे तुम्ही कधी विचारलं होतं? आम्हाला कोरिओग्राफर देताना काही पर्याय दिला होतात? जो कोरिओग्राफर मिळाला, त्यानं नकार दिल्यानंतरही तुम्ही दिलेल्या माणसाबरोबर आम्ही काम केलं ना? सगळं तुम्हीच ठरवता, तर मग हेसुद्धा ठरवा. तुम्ही म्हणाल ते आम्हाला मान्य आहे. आमचं मत घेऊन आम्हाला निष्कारण व्हिलन कशाला बनवता? दुसरी महत्त्वाची गोष्ट म्हणजे, ही स्पर्धा आहे. स्टेजवर त्या क्षणाला जो चांगली कामगिरी करेल, तोच जिंकतो. पुन्हा संधी देऊ या म्हणायला ही काही 'बर्थ डे पार्टी' नाही. सचिन तेंडुलकर एखाद्या सामन्यात शून्यावर बाद झाला, तर त्याची आधीची कामगिरी बघून त्याला पुन्हा खेळायला दिलं जातं का? तोच नियम इथे लावायला हवा. तरीही, तुम्हाला जे वाटत असेल ते करा. आमची काहीही हरकत नाही. फक्त तुमच्या निर्णयामुळे उरलेल्या आम्हा दोन जोड्यांपैकी कुणा एकाला बाहेर जावं लागलं, तर त्या जोडीसाठी तो न्याय आहे की अन्याय, याचा विचार तुम्हीच करा.''

ही स्पर्धा आमच्यासाठी तर महत्त्वाची होतीच; पण आमचे नवोदित कोरिओग्राफर्स 'ॲल ॲन्ड मेल' यांचं करिअरही त्यावर ठरणार होतं. त्यामुळे तो त्यांच्याही अस्तित्वाचा प्रश्न होता. त्यांचा विचार करणं, हीसुद्धा आमची जबाबदारी होती.

त्यापेक्षाही तुम्हाला वादच नको असेल, तर सरळ तीनही जोड्यांना अंतिम फेरीत उतरवा, असा उपायही सुचवला.

त्यांना कितपत पटलं आणि झेपलं, याची मला कल्पना नाही. परंतु नंतर शूटिंग पुन्हा सुरू झालं. वरुण-राजेश्वरीला काहीच गुण न मिळाल्यामुळे ते स्पर्धेतून बाहेर पडले आणि आमच्या जोडीबरोबरच मनीष-पूनम ही जोडी अंतिम फेरीत पोहोचली.

राजेश्वरीशी माझा परिचय खूप आधीचा. मी 'आयत्या घरात घरोबा'मध्ये तिला चित्रपटात अभिनयाची प्रथम संधी दिली. माझ्या धाकट्या बहिणीचं काम तिनं केलं होतं. तिचं मूळ नाव, राज कौर सचदेव. 'राजेश्वरी' हे तिचं नाव मी ठेवलं. त्या चित्रपटापासून ती मला 'भाई' म्हणायला लागली. माझ्या सगळ्याच कुटुंबाशी तिचं अगदी जवळचं नातं निर्माण झालं. रक्षाबंधनाला ती घरी यायची. सुप्रिया, श्रिया, आई, त्रिप्ती, यांच्याशीही तिचे खूप

घनिष्ठ संबंध होते. तिच्या आणि वरुणच्या लग्नालाही मी उपस्थित राहिलो होतो. 'नच बलिये'मध्येही आम्ही रोज एकमेकांना शुभेच्छा देणं, गप्पा मारणं करत होतो.

नवव्या फेरीतल्या त्या प्रकारानंतर चॅनेलच्या मंडळींनी माझं मत तिच्यापर्यंत कोणत्या भाषेत पोहोचवलं, याची मला कल्पना नाही. परंतु तिनं त्या क्षणापासून माझ्याशी बोलणंच टाकलं. वरुण माझ्याशी शेवटपर्यंत बोलत होता; परंतु राजेश्वरी आणि तिचे आई-वडील, भाऊ यांनी माझ्याशी पूर्णपणे अबोला धरला. त्याचाही मला मानसिक त्रास झाला. एवढ्या वर्षांचा आमचा 'घरोबा' तिनं 'आयत्या'वेळच्या एका क्षणात तोडून टाकला होता.

'फिनाले'साठी आमची जोरदार रिहर्सल चालू असताना आमच्या स्पर्धक जोडीतली पूनम माझ्याकडे आली. ''सर, तुमच्याबद्दल मॅगझिनमध्ये काय छापून आलंय, वाचलंत?'' असं म्हणत एक मॅगझिन तिनं माझ्यासमोर नाचवलं. त्यात किट्टूच्या वडिलांनी माझ्याविरोधात गरळ ओकली होती. किट्टूला घरातून आणि ॲक्टिंग कोर्समधून काढण्याचं काम मी मुद्दाम केलं, असे वाट्टेल ते आरोप त्यांनी माझ्यावर केले होते. माझं मानसिक संतुलन ढासळावं, याच हेतूनं त्या मुलीनं मला तो पेपर आवर्जून दाखवला होता, हेही मला लक्षात आलं. खरंतर मी तिला मनातून धन्यवादच दिले, कारण ती बातमी वाचल्यानंतर माझी तळपायाची आग मस्तकाला गेली. मी म्हटलं, आता मी स्टेजवर आगच लावणार!

अंतिम फेरीच्या आदल्या रात्री दीड वाजता आम्हाला शूटिंगच्या तांत्रिक तयारीसाठी (टेक्निकल रिहर्सल) बोलावण्यात आलं होतं. तिथून आम्ही दोघं घरी आलो, झोपलो. सकाळी देवळात जाऊन दर्शन घेतलं आणि आम्ही दोघं अंतिम फेरीसाठी सज्ज झालो. दुपारी बारा वाजता अंतिम फेरीचं शूटिंग सुरू होणार होतं. मी ते बाराच्या पाच मिनिटं आधी किंवा नंतर सुरू करण्याची सूचना केली. ती मान्य झाली. सुप्रियाला अंतिम फेरीचं थोडंसं टेन्शन आलं होतं. वेगवेगळ्या गाण्यांवर सुमारे बारा-साडेबारा मिनिटांचा परफॉर्मन्स होता. त्या वेळी आम्ही आयुष्यभराची सगळी मेहनत पणाला लावून नाचलो. या स्पर्धेतला सगळा मनस्ताप, संताप, नाकारलेपणाची भावना, दबाव नृत्याच्या माध्यमातून बाहेर काढला आणि सगळ्यांची मनं जिंकून घेतली.

अंतिम फेरीसाठी श्रियाही आमच्यासोबत होती. त्या स्पर्धेच्या पहिल्या फेरीपासून दरवेळी ती आम्हाला नैतिक पिंठबा देण्यासाठी येत होती. स्पर्धेतले ताणतणाव, हार-जीत, विचित्र अनुभव आम्ही सहन करत असताना ती आमची पालक झाली होती. आई आणि माझी बहीण यांना दडपण येत असल्यानं त्या स्पर्धेदरम्यान एकदाही शूटिंगला आल्या नाहीत.

संध्याकाळी आमचे परफॉर्मन्स संपल्यावर मी हबमध्ये गेलो. सुप्रियाला या सर्व प्रवासात मोलाची साथ दिल्याबद्दल धन्यवाद देण्यासाठी एक ग्रीटिंग कार्ड घेऊन आलो. रात्री साडेदहा वाजता आम्हाला सेटवर बोलावण्यात आलं होतं. तोपर्यंत मतांची मोजणी पूर्ण होणार होती. आम्ही सेटवर पोहोचलो तेव्हा इतर निमंत्रित कलाकारांचे परफॉर्मन्स सुरू होते.

अखेर तो क्षण आला. 'नच बलिये'च्या विजेत्याची निवड जाहीर होणार होती. आमच्या मनातली धडधड वाढली होती. '...ॲन्ड द विनर ऑफ द कॉम्पिटिशन इज... जोडी नंबर ०९... सचिन-सुप्रिया!' असं जाहीर झाल्यावर जल्लोष झाला. स्पर्धेत आम्ही अनेकदा पैकीच्या पैकी गुण मिळवले होतेच, पण प्रेक्षकांच्या मतांचाही उदंड प्रतिसाद आम्हाला मिळाला. एकूण मतांपैकी ७३ टक्के मतं आम्हाला मिळाली होती.

वरुणनं अंतिम फेरीच्या आधी 'इमोशनल होऊन वोटिंग करू नका, परफॉर्मन्सवर करा,' असं आवाहनही लोकांना केलं होतं. विजेतेपद मिळवल्यानंतर बोलताना 'तुम्ही वरुणचं म्हणणं ऐकलंत, त्याबद्दल धन्यवाद' असं

म्हणायचंही माझ्या तोंडावर आलं होतं; पण मी स्वत:ला आवरलं. म्हटलं, आपण कुणाला महत्त्व द्यायचं आणि कशासाठी? लोकांनी आपल्यावर विश्वास टाकला आणि आपण जिंकलो हे जास्त महत्त्वाचं.

विजेत्यांची घोषणा झाली असली, तरी त्याचं प्रक्षेपण टीव्हीवरून अर्ध्या तासानंतर होणार होतं. मधल्या काळात लोक पार्टीच्या तयारीला लागले. मी घरी फोन करून आईला ही आनंदाची बातमी कळवली. ती अतिशय खूश झाली.

विजेतेपदाचा मोठा चेक आम्हाला मिळाला. भरपूर कौतुक झालं. रात्री आम्ही घरी आलो. आईला भेटलो, तिच्याशी गप्पा झाल्या. मी कपडे वगैरे बदलून आवरून बाहेर हॉलमध्ये आलो, तरी सुप्रियाचा कुठे आवाज येईना. शेवटी मी स्वयंपाकघरात डोकावलो, तर ती भांडी घासत होती. आमच्या घरात काम करणारी बाई काही आठवड्यांपूर्वी सोडून गेली होती, त्यामुळे घरातल्या कामाची पंचाईत होऊन बसली होती. सुप्रिया आणि मी 'नच बलिये'मध्ये गुंतलो होतो, त्यामुळे घरात स्वयंपाक आई करायची. श्रियासुद्धा शूटिंग नसेल त्या काळात माझ्या आईला मदत करायची. त्यामुळे घरातली कामं तशीच पडली होती. आम्ही रात्री आलो आणि भांडी बेसिनमध्ये तशीच पडलेली बघून सुप्रियानं आधी ती घासायला घेतली. मी तिला म्हटलं, ''अगं तू वेडी आहेस का? ५० लाख रुपयांचं बक्षीस जिंकून तू आली आहेस आणि घरात भांडी काय घासत बसली आहेस?''

''मग? दुसरं कोण घासणार? आणि माझंच तर घर आहे ना!'' असं सुप्रियाचं त्यावर उत्तर होतं.

तिच्या साधेपणाला मी सलाम केला.

याच दरम्यान सुप्रियाचं आणि माझं फाटलंय, आम्ही एकमेकांशी बोलत नाही, अशा वावड्याही लोकांनी उठवण्याचा प्रयत्न केला होता. बोलणाऱ्यांचं तोंड कसं धरणार? लग्नाचा अर्थ काय, हेही न कळणाऱ्यांच्या अशा वायफळ गप्पांकडे आपण लक्ष तरी कशाला द्यायचं? आणि आमची 'केमिस्ट्री' काय आहे, हे आम्ही 'नच बलिये'च्या माध्यमातून अख्ख्या भारताला नव्हे, जगाला दाखवून दिलं होतं. आणखी वेगळे खुलासे करण्याची आम्हाला काय गरज?

या वयात आपल्याला नाचताना बघायला लोकांना आवडणार नाही, असा विचार करून आम्ही 'नवरा माझा नवसाचा'मध्ये नृत्य करणं टाळलं होतं. त्याच वर्षी आमच्या जोडीला नाचताना पाहून अख्ख्या देशानं डोक्यावर घेतलं होतं. एकाच वर्षात हे दोन टोकाचे अनुभव मला आले होते. विश्वाचा तो कर्ता केवढा मोठा जादूगार आहे, हे माझ्या पुन्हा एकदा लक्षात आलं.

'नच बलिये'च्या विजेतेपदाची मोठी पार्टी झाली. त्यातही आम्ही नाचलो. फरहान अख्तरला माझ्याबरोबर नाचायची इच्छा होती; तीही पूर्ण केली. गाडीत बसून घरी परत येताना माझ्या डोळ्यासमोर फक्त एकाच माणसाचा चेहरा आला – आमच्याबरोबर काम करण्यास नकार देणारा आमचा पहिला कोरिओग्राफर संतोष शेट्टी याचा.

'नच बलिये'मुळे मला फक्त तरुण आणि प्रौढच नव्हे, तर अगदी लहान चाहतेही मिळाले. एकदा मी एका मॉलमध्ये खरेदीला गेलो असताना पाठीमागून एक चापट बसली. मी मागे वळून बघितलं, तर मागे कुणीच नव्हतं. खाली वाकून बघितल्यावर कळलं की, पाच वर्षांचा एक चुणचुणीत मुलगा तिथे उभा होता.

''हाय सचिन!'' तो म्हणाला.

''हाय!''

''यू डान्स व्हेरी वेल!'' त्यानं मोठ्या उत्साहानं सांगितलं.

''ओह, थँक यू व्हेरी मच!'' मीही त्याला दाद दिली.

''व्हेअर इज सुप्रिया?'' त्याचा पुढचा प्रश्न.

''शी इज ॲट होम.''

''ओके. से हाय टू हर. एन्जॉय!'' असं म्हणून तो तिथून त्याच्या आई-वडिलांकडे पळाला. पाच वर्षांच्या या एवढ्याशा मुलाच्या आयुष्यातही मी स्थान मिळवू शकलो, याचं मला कौतुक आणि अभिमान वाटला. मला आणि सुप्रियाला एकेरी नावानं हाक मारण्याएवढी आमची त्याच्याशी जवळीक झाली होती. या 'कनेक्ट'ला काय म्हणावं?

२००६च्या जानेवारी महिन्यात मी बंगलोरला गेलो आणि विष्णुजींबरोबरच्या कन्नड चित्रपटाची तयारी सुरू केली. फेब्रुवारीत आम्ही शूटिंग सुरू केलं. मार्चमध्ये चित्रपट पूर्ण झाला. त्या निर्मात्यांनी मला फार चांगली वागणूक दिली नाही. चित्रपटाचं पार्श्वसंगीत, मिक्सिंग, या कोणत्याच पोस्ट प्रॉडक्शनमधील गोष्टींसाठी त्यांनी मला बोलावलं नाही. मीसुद्धा मग त्यात जास्त अडकून बसलो नाही.

दरम्यानच्या काळात दुसऱ्या एका कन्नड निर्मात्यानं 'बागबान' या चित्रपटाचे राइट्स घेतले होते. त्यांना विष्णुवर्धन यांना घेऊन कन्नडमध्ये त्याचा रीमेक करायचा होता. विष्णुवर्धन यांनी दिग्दर्शनासाठी माझ्या नावाचा आग्रह धरला. ते निर्माते माझ्याकडे आले. 'नवरा माझा नवसाचा' हा माझाच चित्रपट असल्यानं त्याचा कन्नड रीमेक मी आनंदानं केला होता; परंतु 'बागबान'चा रीमेक करण्यासाठी मी फारसा उत्सुक नव्हतो. त्या निर्मात्यांनाही माझं म्हणणं पटलं. तरीही विष्णुवर्धन यांनी स्वत: फोन करून पुन्हा आग्रह केला, म्हणून मी तयार झालो. याच काळात माझ्या 'कडवी खट्टी मीठी' या मालिकेच्या कामात मी बिझी होतो.

'एकदंता' प्रदर्शित झाला आणि त्याला फार मोठं यश मिळालं नाही. त्यामागे अनेक कारणं होती. त्यानंतर त्या दुसऱ्या निर्मात्याचा मला एसएमएस आला, 'सर, थिंग्ज आर नॉट वर्किंग आउट. सो लेट्स नॉट मेक धिस फिल्म टुगेदर.' त्यांनी फोन करण्याचीही तसदी घेतली नाही. त्यानंतर त्या निर्मात्यानं स्वत:च तो चित्रपट दिग्दर्शित केला. खरं म्हणजे मला चित्रपट द्या म्हणून मी स्वत:हून त्यांच्याकडे गेलो नव्हतो. परंतु चित्रपटसृष्टीत असे अनुभवही येतात.

राज त्यानंतरही माझ्याशी बोलत नव्हती. पुढच्या वर्षी ती रक्षाबंधनालाही आली नाही. नंतर पार्टीत कधी भेटली, तरी बोलायची नाही. वरुण मात्र माझ्याशी व्यवस्थित बोलत असे. त्याच्या पुढच्या वर्षी रक्षाबंधनाच्या दिवशी तिचा फोन आला. घरी येऊ का, असं तिनं विचारलं. मी तिला लगेच होकार कळवला. मोठा भाऊ या नात्यानं तिला सांभाळून घेणं हे माझं कर्तव्यच होतं. तो कटू विषय पुन्हा काढायचा नाही, असं मी घरातल्या मंडळींनाही सांगितलं. ती घरी आली आणि तेव्हापासून आमचे संबंध पुन्हा सुरळीत झाले.

आपल्या माणसांचा काही कारणांनी आपल्याबद्दल गैरसमज झाला, तरी आपण त्यांना समजून घ्यायला हवं. म्हणूनच तर आपण त्यांना 'आपली माणसं' असं म्हणत असतो. मी असाच विचार करून सगळे रागलोभ विसरून

जात असतो. वाईट वाटून घेणं सोपं असतं आणि त्यासाठी फार डोकंही लागत नाही. आपण प्रत्येक गोष्टीत वाईट वाटून घेत राहिलो, तर आयुष्यात कधी हसूच शकणार नाही.

हुजूम-ए-ग़म[१] मेरी फितरत बदल नहीं सकता,
मैं क्या करूँ, मेरी आदत है मुस्कराने की ।
(१ : दु:खांची मालिका)

मीडियाशी बोलताना किट्टूनं माझ्यापेक्षा सुप्रियावर जास्त आरोप केले होते. त्यामुळे ती माझ्या मनातून कायमची उतरली. मला पहिल्यांदा 'पप्पा' म्हणणारी तीच होती. त्यामुळे तिचं आयुष्य मार्गी लागावं, असं मला मनापासून वाटत होतं आणि अजूनही वाटतं. तरीही, जे घडलं ते घडलं नसतं, तर बरं झालं असतं.

किट्टू प्रकरणावरून मला एक धडा मिळाला, तो म्हणजे कुठल्याही प्रसंगात भावनेच्या आहारी जाऊन निर्णय घेऊ नयेत. किट्टू लहान असताना तिला घरी आणून मी चूक केली किंवा नाही, हा मुद्दा महत्त्वाचा नाहीये. परंतु अशा निर्णयाचे दूरगामी परिणाम काय होतील, याचाही विचार त्याच वेळी करायला हवा आणि तशी तयारीही ठेवायला हवी, असं मला वाटलं. किट्टू प्रकरणाचा आईला, सुप्रियाला आणि नंतर श्रियाला जो त्रास झाला, त्याबद्दल मला अपराधी वाटतं. माझ्या छोट्या आनंदासाठी त्यांना त्रास देण्याचा मला काहीच अधिकार नव्हता.

■

सीन ५७

'सुपर' हिट!

लग्नाच्या वेळी सुप्रिया फक्त १७ वर्षांची होती. तिचं बी.ए.चं शिक्षण सुरू होतं. तिचे वडील कॉलेजमध्ये प्राध्यापक होते, नंतर ते प्राचार्य झाले. आमच्या लग्नाच्या वेळी ते 'सिडको'मध्ये मार्केटिंग मॅनेजर झाले होते. सुप्रियाची आई शिक्षिका म्हणून निवृत्त झाली. सबनीस कुटुंबीयांमधील सगळे जण खूप शिकलेले. लग्नानंतर सुप्रियाचं पदवीचं शिक्षण अपूर्ण राहू नये, अशी तिच्या वडिलांची इच्छा होती. त्यांनी तशी अपेक्षा माझ्याजवळ व्यक्त केली. मीसुद्धा त्यांना तसा शब्द दिला. सुप्रिया मुळातच हुशार होती. दहावीला तिला ८२ टक्के गुण मिळाले होते, हे मला माहीत होतं. पदवीच्या शेवटच्या वर्षाच्या वेळी ती गरोदर होती. त्यामुळे तिला त्या वर्षी परीक्षा देता आली नाही. श्रियाच्या जन्मानंतर मी तिला सांगितलं की, आता तू पदवीचं शिक्षण पूर्ण करू शकतेस. आम्ही श्रियाला सांभाळू. आईनंही तिला प्रोत्साहन दिलं. त्यानंतर सुप्रिया तत्त्वज्ञान हा अवघड विषय घेऊन बी.ए.मध्ये फर्स्ट क्लास मिळवून उत्तीर्ण झाली, याचा मला आनंद आहे. घराच्या इंटेरिअर डिझाइनिंगची तिची समज आणि कौशल्य अफलातून आहे. त्याबद्दल मला अप्रूप वाटतं.

सतराव्या वर्षीच लग्न झाल्यामुळे सुप्रिया तिच्या आई-वडिलांच्या घरी असण्यापेक्षा जास्त वर्षं आमच्या घरात राहिली. माझ्या आईनं तिचे खूप लाड केले. ती घरात आल्यापासून आईनं तिला कधी स्वयंपाकघरात जाऊ दिलं नाही. त्यामुळे तिलाही स्वयंपाकाची सवय लागली नाही. अर्थात, सुप्रियानं मनावर घेतलं, तर स्वयंपाकात तिचा हात कुणी धरू शकत नाही, हेही तेवढंच खरं. सबनीस कुटुंब जेव्हा आमच्याकडे जेवायला येतं, तेव्हा ती ते सिद्ध करून दाखवते. तिच्या हातचा स्वयंपाक (दुर्मीळ असला तरी!) मला खूप आवडतो.

जगावेगळ्या आणि चंचल अशा स्वभावाच्या मुलीशी लग्न करणं, ही सोपी गोष्ट नाही. अर्थात, तिच्या या स्वभावाची मला तेव्हाही कल्पना होती. परंतु मी कधीही तिला हा स्वभाव बदलायला सांगितला नाही. कारण ती बदलली, तर मग तिच्यातली 'सुप्रिया' कुठेतरी हरवून जाईल आणि ते मला नको आहे.

उपासाला इडली चालते का, असं तिनं मला एकदा विचारलं होतं! आणि अजूनही कुणी विचारलं तर 'मग काय झालं? चालते की इडली उपासाला! काही-काही लोक खातात!' असा तिचा युक्तिवाद असतो.

'नवरी मिळे नवऱ्याला'च्या वेळी तिला ॲक्टिंगचा अजिबात कंटाळा नव्हता, पण आता माझ्या दिग्दर्शनाखाली काम करायचं म्हणजे 'कशाला हो? जाऊ दे ना!' हा तिचा पवित्रा.

सुप्रिया माझ्या आयुष्यात येईपर्यंत मला खाण्यापिण्याची वेळ पाळायची कधी माहीत नव्हती. चांगल्या आरोग्यासाठी काय खावं, कधी खावं याची फारशी कल्पना नव्हती. तिनं मला आमूलाग्र बदललं. त्याचा माझ्या प्रकृतीला खूप फायदा झाला. आज २७ वर्षांच्या वैवाहिक आयुष्यानंतर माझ्या प्रकृतीचं श्रेय तिलाच जातं.

कुणाला सांगून खरं वाटणार नाही, पण मी लहानपणापासून हाडाचा गरीब आणि आज्ञाधारक. एकदा सांगितलेलं कळतं असा माझा स्वभाव. सुरुवातीच्या काळात प्रामुख्यानं हिंदी चित्रपटसृष्टीत काम केल्यानं आणि हिंदी वातावरणात वावरल्यानं माझी मराठी भाषा सफाईदार नव्हती. सुप्रियानं ती आग्रहानं सुधारली. कुठलीही गोष्ट शिकण्याची मला मनापासून इच्छा असल्यामुळं मीसुद्धा ते काम मनापासून केलं. मराठी वाचनाचीही आवड तिच्यामुळेच लागली. या भाषेबाबत एक आत्मविश्वास निर्माण झाला. माइकसमोर असताना मी विश्वासानं मराठी बोलू लागलो.

राम आणि रावणाची रास एकच होती, कृष्ण आणि कंसाची एकच होती, गांधीजी आणि गोडसेची रासही एकच होती. तशीच माझी आणि सुप्रियाची रास (इंग्रजी व मराठीही) एकच आहे.

सुप्रिया कधी काय बोलेल, याचा नेम नसतो. तिचा भाऊ कमर्शियल पायलट होण्यासाठी प्रशिक्षण घेत होता. त्या वेळी आमचं 'तू-तू-मैं-मैं'चं शूटिंग सुरू होतं. एकदा संध्याकाळच्या ब्रेकमध्ये आम्ही गप्पा मारत बसलो होतो. मी, रीमा, महेश ठाकूर सगळे होते. 'डीडी'वरच्या मालिकांबद्दल बोलणं सुरू होतं. मी म्हणालो, ''दिल्लीमध्ये २७ हजार 'पायलट्स' (पायलट एपिसोड्स) पडून आहेत.'' सुप्रियानं माझं तेवढंच बोलणं ऐकलं आणि म्हणाली, ''अरे देवा! आणि त्यात माझा भाऊसुद्धा पायलट बनून येतोय. आता कसं होणार त्याचं?''

आम्ही सगळे फुटलो.

'नच बलिये' जिंकून आम्ही घरी आल्यानंतर दुसऱ्या दिवशीची घटना. बक्षिसासोबत आम्हाला एक भल्यामोठ्या आकाराचा चेक मिळाला होता. आम्हाला सकाळी पत्रकार परिषदेसाठी जायचं होतं, तेवढ्यात सुप्रिया तो भलामोठा चेक घेऊन आली. ''अहो, हा चेक बँकेत घेतात का?'' तिनं निरागसपणे विचारलं.

''घेतात की! फक्त त्यासाठी एक मोठं स्लिपबुक आपल्याला छापून घ्यावं लागेल. ते छापून आलं की, आपण हा चेक बँकेत टाकू.'' मी तेवढ्याच निरागसपणानं उत्तर दिलं.

ती फक्त 'बरं!' म्हणाली आणि तिच्या कामाला लागली!

एकदा भारत-पाकिस्तान असा चर्चेचा विषय होता. फाळणी झाली नसती तर काय झालं असतं, असा विषय निघाला. सुप्रिया

पटकन म्हणाली, ''तर 'बुनियाद' मालिका झाली नसती!''

'विटनेस फॉर द प्रॉसिक्युशन' हे नाटक मराठीत 'खरं सांगायचं तर' या नावानं करण्यात आलं. मूळ नाटकात मर्लिन डिट्रीच या अभिनेत्रीनं भूमिका केली होती. आपल्याकडच्या पाच-सहा उत्कृष्ट अभिनेत्रींना एकत्र करून एक अभिनेत्री तयार केली, तर ती असेल मर्लिन डिट्रीच. अशा अभिनेत्रीनं केलेली भूमिका मराठीत करणं म्हणजे मोठं आव्हान. सुप्रिया ही भूमिका करणार होती. मी तिला सांगितलं, 'करते आहेस, पण जरा जपून कर.' तिनंही मला 'प्रयत्न करते,' असं आश्वासन दिलं. मी नाटकाचा प्रयोग पाहिला आणि तो संपल्यावर आत जाऊन सुप्रियाला एकच सांगितलं – 'यू वर बेटर दॅन हर!' सुप्रिया पिळगांवकरकडे ती ताकद आहे. अभिनेत्री म्हणून ती माझ्यापेक्षा उजवी आहे, हे मी अतिशय खुल्या मनानं सांगू शकतो. अर्थातच, या गोष्टीचा मला अभिमान आहे. तिच्या डोक्यावर परमेश्वराचा हात आहे. ती जे काही करते, ते उत्तमच होतं.

मी चित्रपटांत सुरुवातीपासून कधीच 'पिळगांवकर' हे आडनाव घेतलं नाही. कलाकार किंवा दिग्दर्शक म्हणून 'सचिन' असंच नाव लावत आलो. 'पिळगांवकर' हे आडनाव प्रसिद्ध करण्याचं श्रेय जातं, ते सुप्रियाला. तिच्यामुळे माझं आडनाव 'पिळगांवकर' आहे, हे लोकांना माहीत झालं. हेही तिचं माझ्या आयुष्यातलं एक मोठं योगदान आहे, असं मी मानतो.

ती प्रेमळ आहे आणि बाई असल्यानं तो कणखरपणा, सामर्थ्य तिच्या अंगात भिनलेलं आहे. हिंदीत माझं ॲक्टिंग करिअर फार स्पष्ट नसताना आणि मराठीत दिग्दर्शक म्हणून पुढे मला कितपत संधी मिळेल, हे नक्की नसताना तिनं माझा हात पकडला, हे मी कधीही विसरू शकत नाही. तिनं एक स्टार म्हणून नाही, तर माणूस म्हणून मला आयुष्याचा जोडीदार निवडलं, याबद्दल मला अभिमान आहे.

सुप्रियाला लवकर झोपायची सवय आहे आणि मी मात्र रोज काहीना काही वाचल्याशिवाय झोपत नाही. आम्ही लोखंडवाला कॉम्प्लेक्समध्ये राहायला आल्यानंतर असाच एका रात्री वाचत होतो आणि सुप्रिया झोपली होती. अचानक डावीकडून एक चेहरा माझ्या कानाजवळ आला.

''#h*@# ☹💣☯😐 ⌖✪☸♎☺ #h*@#''

मला न कळणाऱ्या भाषेत काहीतरी बडबड मला ऐकू आली. मी घाबरून वळून पाहिलं, तर ती सुप्रिया होती. तिचे अर्धे डोळे मिटलेले होते. चेहऱ्यावर एक विचित्र हसू होतं. जे बघून कुणालाही रडू येईल. झोपेत काहीतरी बडबडत होती. तिची ही सवयसुद्धा मला माहीत नव्हती! मग मी तिला हळूच दुसऱ्या कुशीवर झोपवलं, ''बरं हां... आपण करू या हां...'' असं लहान मुलासारखं मी तिला समजावलं आणि दुसऱ्या क्षणाला ती पुन्हा झोपी गेली. मी साधंच काहीतरी वाचत होतो; पण मला ती कथा एकदम 'हॉरर' वाटायला लागली!

मला विनोदी दृश्यं कशी सुचतात किंवा विनोदी चित्रपट मी कसे बनवतो, असा प्रश्न लोकांना पडतो. मला त्यांना असं उत्तर द्यावंसं वाटतं की, 'कॉमेडी' माझ्या आयुष्यातच अशी घडत असते! त्यामुळे वेगळा काही विचार मला करावा लागत नाही!!

सुप्रियाला मी 'सुपर' म्हणत असलो तरी ती खरी 'हिट' आहे!!

■

सीन ५८

बालबाल बच गये

'सत्ते पे सत्ता', 'मायबाप' आणि 'नदिया के पार' हे चित्रपट सुरू असतानाच माझे केस गळायला लागले. हा वारसा आईकडून मिळालेला. माझ्या मामालाही वयाच्या अठराव्या वर्षी ए. के. हंगल यांच्यासारखं टक्कल होतं. आनुवंशिकपणे ते माझ्याकडेही आलं. 'सत्ते पे सत्ता'मध्येही मी डोक्याला केस विरळ असलेल्या ठिकाणी 'ब्लॅक पॅन केक' लावून काम केलं. शम्मीअंकल, राजेश खन्ना यांच्यासह काही इतर कलाकार त्या वेळी हा ब्लॅक पॅन केक वापरायचे. अर्थात, ते केसांच्या आतील कातडीसाठी (स्कॅल्प) घातक असतं. त्यानं केस आणखी गळायला लागतात, हे मला नंतर कळलं. 'नदिया के पार'मध्येही मी तसंच काम केलं. 'अवतार'मध्ये मी विग वापरला होता, त्यामुळे ब्लॅक पॅन केकची गरज भासली नाही. त्यानंतर 'नवरी मिळे नवऱ्याला'पासून मी पॅच लावायला सुरुवात केली. ('हेअर पॅच' म्हणजे डोक्याच्या पुढच्या भागाला लावण्याचा खोट्या केसांचा पट्टा. तो अर्धा असतो आणि त्यातून बाकीच्या केसांमध्ये तो मिसळून जातो. तो क्लिप किंवा इलॅस्टिक, दोन्ही प्रकारांनी लावता येतो.) 'प्यार का मंदिर', 'आज का दौर' या चित्रपटांतही मी तो वापरला. तो मला जास्त शोभायला लागला.

आपला लूक बदलण्याच्या आधीच कलाकारानं पॅचचा विचार करायला हवा. आपले केस जाणार आहेत, हे लक्षात आल्यानंतर त्यानुसार आधीपासूनच पॅचची सवय करून घ्यायला हवी आणि प्रेक्षकांसमोर तसा लूक सादर करायला हवा. तरच प्रेक्षकांच्या ते अंगवळणी पडतं आणि कोणताही फरक जाणवत नाही. लहान असताना माझे केस चांगले होते; पण मी तारुण्यात पदार्पण केल्यानंतर ते कुरळे झाले. ते नीट बसवता येत नसत. त्यामुळे ते मला आवडत नसत. पॅच माझ्यासाठी जास्त सोयीचा झाला. नंतर तर मी नेट वगळून नुसता पिनेचा पॅच वापरू लागलो. नंतरच्या सगळ्याच चित्रपटांत मी हा पॅच वापरला. माझे केस आणखी गेल्यानंतर 'नवरा माझा नवसाचा'पासून मी संपूर्ण विग वापरू लागलो. व्यक्तिरेखांच्या गरजेनुसार वेगवेगळे विगही वापरले. ('विग' म्हणजे सगळ्या डोक्याचा टोप. हा मानेपर्यंत असतो. विग आणि पॅचमध्ये हा मुख्य फरक आहे.)

काही लोक म्हणतात की, आपलं वय आपण मोठ्या मनानं स्वीकारलं पाहिजे. माझंही त्याबद्दल दुमत नाही. परंतु माझी लोकांमध्ये जी इमेज आहे, ती जपण्यासाठी मला विग वापरणं गरजेचं वाटतं. कुणी मला विचारलं की, तुम्ही विग का वापरता, तर मी सांगेन की, जसं तुम्ही अंडरवेअर वापरता, तसा मी विग वापरतो. तुमच्या अवयवांचं संरक्षण करण्यासाठी अंडरवेअर वापरावी असं तुम्हाला वाटतं, तसा माझ्या इमेजच्या संरक्षणासाठी विग वापरावा, असं मला वाटतं.

'सचिन पिळगांवकर' ही एक खाजगी मालमत्ता नाही. ती सार्वजनिक मालमत्ता आहे. माझा स्वत:वर जेवढा हक्क नाही, तेवढा लोकांचा माझ्यावर आहे. त्यामुळे त्यांच्या परवानगीशिवाय मी त्यांच्या मनातल्या माझ्या इमेजला धक्का लावणंही चुकीचं आहे; किंबहुना मला तो अधिकारच नाही, असं मला वाटतं.

काही लोकांनी माझ्या विगवरूनही टीका करण्याचा प्रयत्न केला. परंतु मी त्यांच्याकडे लक्ष देत नाही. मला अलीकडच्या काळात जे चित्रपट मिळाले, माझ्याच चित्रपटांतून मी जी कामं केली किंवा काही टीव्ही शोज केले, ते विग न वापरता मी करू शकलो नसतो. त्यामुळे विग वापरण्याच्या सवयीचा मला अभिमान आहे. त्याबद्दल कुणी काहीही म्हटलं, तरी मला त्याची पर्वा नाही. विग की वजह से मेरी इमेज बाल-बाल बच गई है।

आता वयाची ५५ वर्षे पूर्ण केल्यानंतरही मला लांबचा चष्मा नाही. परंतु वाचनासाठी मला एक नंबरचा चष्मा लागतो. त्यावरून अनेकदा गमतीजमतीही घडतात. पाच वर्षांपूर्वीची म्हणजे मी पन्नाशीचा असतानाची एक गोष्ट. एकदा मी शूटिंगसाठी चेन्नईला गेलो असताना चष्मा घरीच विसरलो होतो. मी एका चष्म्याच्या दुकानात गेलो. चष्मा हवाय म्हणून सांगितलं. मालकानं मला वय विचारलं. मी ५० असं सांगितल्यावर त्यानं नोकराला २.५ नंबरचा चष्मा काढायला सांगितलं.

''मालक, मी १ नंबरचा चष्मा वापरतो. मला तुम्ही तोच द्या.'' असं मी समजावूनही मालक ऐकण्याच्या मन:स्थितीत नव्हते. पन्नास वयाला १ नंबरचा चष्मा असणंच शक्य नाही, यावर ते ठाम होते.

अडीच नंबरचा चष्मा घालून बघितल्यावर मला गरगरायला लागलं. मग त्यांनी २ नंबर मागवला. त्यानंही काही सुधरेना. मग पावणे-दोन, दीड, सव्वा अशा नंबरचे चष्मे त्यांनी मागवले. शेवटी एक नंबरचा चष्मा घातल्यावरच मला नीट वाचता आलं आणि त्यांनी मोठ्या मनानं मला निरोप दिला. जाताना म्हणाले, ''सर, प्लीज कुणाला तुमचं खरं वय सांगू नका. तुम्ही ४० वर्षांचे आहात, असंच सांगा!''

या क्षेत्रात वेगवेगळ्या प्रकारचं काम करत असताना आम्ही ब्रँड बनलो, ते कळलंच नाही. वेगवेगळ्या प्रॉडक्ट्सचे 'ब्रँड अँबेसिडर' बनण्याच्या ऑफर आमच्याकडे आल्या, त्या वेळी आम्हाला त्याची कल्पना आली. 'नच बलिये'नंतर आम्ही पुण्याच्या 'गोयल गंगा रियल इस्टेट डेव्हलपर्स'चे ब्रँड अँबेसिडर झालो. 'ठाणे जनता सहकारी बँके'नं त्यांचं नाव बदलून 'टीजेएसबी' केलं, तेव्हापासून आम्ही त्यांचेही ब्रँड अँबेसिडर झालो. या चार वर्षांच्या काळात त्यांच्याशी खूप चांगले संबंध निर्माण झाले. त्यानंतर नागपूरच्या 'सप्तगिरी डेव्हलपर्स' आणि पुण्याचे 'गगनआकांक्षा डेव्हलपर्स' यांच्यासाठीही ब्रँड अँबेसिडर झालो.

महाराष्ट्र सरकारच्या 'मुली वाचवा' या मोहिमेसाठीही आम्ही ब्रँड अँबेसिडर झालो, ते सामाजिक बांधिलकीच्या भावनेतून! त्यासाठी आम्ही कोणतंही मानधन घेतलं नाही. त्याचप्रकारे एड्स अवेअरनेसबाबतही आम्ही दोघांनी मोठ्या प्रमाणात काम केलं.

मी वैयक्तिकरीत्या 'ब्रुक बॉंड रेड लेबल'साठी ब्रँड अँबेसिडर होतो. त्यासाठी मात्र पैसे घेतले.

■

सीन
५९

नावात काय नाही?

कुठल्याही कलाकृतीचं 'टायटल' किंवा 'शीर्षक' हे लोकांना आकर्षित करण्यासाठी महत्त्वाचं असतं. मी चित्रपटांची टायटल्स निवडताना खूप विचार करतो. 'नवरी मिळे नवऱ्याला', 'आमच्यासारखे आम्हीच', 'माझा पती करोडपती', 'अशी ही बनवाबनवी', 'आयत्या घरात घरोबा,' 'नवरा माझा नवसाचा', या माझ्या चित्रपटांची टायटल्स नऊ अक्षरी होती. खरं म्हणजे 'बनवाबनवी' असंच नाव आम्हाला हवं होतं. परंतु ते आधीच कुणीतरी रजिस्टर करून ठेवलं होतं, त्यामुळे आम्हाला ते 'अशी ही बनवाबनवी' असं करावं लागलं आणि ते योगायोगानं नऊ अक्षरी झालं.

'आम्ही सातपुते'च्या प्रमोशनच्या वेळी आम्ही 'आयबीएन लोकमत'मध्ये मुलाखतीसाठी गेलो होतो. त्या वेळी मुलाखत घेणाऱ्यानं मला पहिलाच प्रश्न विचारला, 'तुम्हाला या चित्रपटाच्या आयडियाची कल्पना कशी सुचली?' त्यावर सगळे प्रेक्षक हसले. मला तो शब्दप्रयोग आवडला आणि ते 'टायटल' म्हणून आकर्षक वाटेल, असं डोक्यात आलं. मी ते रजिस्टर करून टाकलं आणि नंतर त्यावरून चित्रपटही बनवला. अशीच मनात आलेली 'टायटल्स' मी काही वेळा रजिस्टर करून ठेवतो. मराठी असोत वा हिंदी!

'तू-तू-मैं-मैं'चा पुढचा भाग करायचं माझ्या आधीपासून डोक्यात होतं. त्यासाठी मी 'साँस भी कभी बहू थी' हे टायटल नोंदवून ठेवलं होतं. एकदा शूटिंग करत असताना मला अभिनेते जितेंद्र यांच्या ऑफिसमधून फोन आला. त्यांना मला भेटायचं होतं. मी दुसऱ्या दिवशी त्यांना भेटायला गेलो. त्यांच्याबरोबर आधी खूप वेळा काम केलं असल्यानं त्यांच्याशी चांगली ओळख होती. आमच्या छान गप्पा झाल्या.

इकडचं-तिकडचं बोलल्यावर ते विषयावर आले.

''सचिन, माझं माझ्या मुलीवर अतिशय प्रेम आहे. आणि मी तिच्यासाठी काहीही करू शकतो.'' ते म्हणाले.

''मीही करू शकतो; पण माझ्या मुलीसाठी.'' मी सांगितलं.

ते हसले.

''माझी मुलगी टीव्हीसाठी सिरियल करणार आहे. त्याचं टायटल तुझ्या नावावर रजिस्टर आहे. तेव्हा....''

''तुम्हाला टायटल हवंय ना? मग घेऊन टाका. त्यात काय एवढं?'' मी लगेच म्हणालो.

त्यांना दोन मिनिटं विश्वासच बसेना.

''काय?''

''अहो, माझ्याकडचं टायटल हवंय ना तुम्हाला? लगेच घेऊन टाका!'' मी पुन्हा सांगितलं.

''अरे, तू एवढ्या सहजासहजी तयार झालास? माझं काम एकदमच सोपं झालं!'' त्यांना विश्वासच बसत नव्हता. ''तुला आम्ही काही पेमेंट वगैरे...'' त्यांनी विचारलं.

''जितूजी, मला आवडतात ती 'टायटल्स' मी रजिस्टर करून ठेवतो. या नावाची सिरियल करायचं माझ्या डोक्यात आहे, पण सध्या तशी काहीच तयारी नाहीये. तुम्ही ती करताय, म्हणून मी तुम्हाला द्यायला तयार झालो. पैसे घेऊन टायटल विकण्याचा माझा व्यवसाय नाहीये.'' मी माझी बाजू स्पष्ट केली. त्यांच्याबरोबर रीतसर करार झाला आणि एकता कपूरची 'क्यूंकि साँस भी कभी बहू थी' ही मालिका सुरू झाली. मी कोणतीही अट न घालता

त्यांनी स्वत:हून सुमारे वर्षभर त्या मालिकेच्या शेवटी 'स्पेशल थँक्स टू सचिन पिळगांवकर' असा उल्लेख केला.

त्यानंतर अगदी अलीकडे एका निर्मात्याचा मला फोन आला होता. माझ्या नावे रजिस्टर असलेलं 'यमला पगला दीवाना' हे टायटल त्याला हवं होतं. त्याची माझी काहीच ओळख नव्हती. मी त्या टायटलचा सिनेमा करतोय, असं सांगून त्याची बोळवण केली. त्यानंतर सुमारे पंधरा-वीस दिवसांनी मोबाइलवर एक फोन आला.

''सचिन, मी धर्मेंद्र बोलतोय.''

''हां पाजी, बोला. कसे आहात?'' त्यांचा अचानक फोन आल्यामुळे मला थोडं आश्चर्यच वाटलं होतं.

''मी ठीक आहे. अरे, मी, सनी आणि बॉबी मिळून एक चित्रपट करतोय. त्यासाठी एक टायटल हवं होतं. 'यमला पगला दीवाना', ते तुझ्याकडे रजिस्टर्ड आहे, असं कळलं.''

''नाही हो, ते माझ्याकडे नाहीये!''

''अरे? कसं काय? मला कुणीतरी सांगितलं की, ते तुझ्या नावावर आहे!''

''हो, एक मिनिटांपूर्वी माझ्या नावावर होतं. पण तुम्ही फोन केल्यावर आता ते तुमचं झालं.'' मी असं सांगितल्यावर धरमजींना विश्वासच बसेना.

''अरे! एक सेकंद तरी घ्यायचा विचार करायला!'' ते म्हणाले.

''एक सेकंद तरी कशाला घेऊ? तुम्ही स्वत:हून फोन केलात, संपला विषय!''

''बरं वाटलं. म्हणजे अजूनही माझ्या शब्दाला लोक किंमत देतात तर!''

''म्हणजे काय! तुमचं चित्रपटांत खूप मोठं योगदान आहे. आणि आमच्या मनात तुमच्यासाठी फक्त आदर नाही, तर प्रेमही आहे. आणखी काही हवं असलं, तरी सांगा.''

धरमजींना माझं खूप कौतुक वाटलं. त्यांनी त्यांचा माणूस माझ्याकडे पाठवला आणि मी त्यांना 'यमला पगला दिवाना' हे टायटल ऑफिशिअली देऊन टाकलं.

त्यानंतर एकदा 'एकापेक्षा एक'च्या एका एपिसोडमध्ये धरमजींच्या गाण्यांवरच सगळी नृत्यं होणार होती. मला वाटलं की, या कार्यक्रमाला धरमजींना गेस्ट जज म्हणून बोलावावं. त्या वेळी ते 'यमला पगला दीवाना'चं शूटिंग चंडीगडमध्ये करत होते. मी त्यांना विनंती केल्यावर सांगितलेल्या तारखेला ते चंडीगडहून विमानाने मुंबईला आले.

'एकापेक्षा एक'च्या त्या एपिसोडचं शूटिंग सुरू झालं तेव्हा धरमजी सुटाबुटात होते. एक-दोन गाणी झाली असावीत. त्यानंतर 'यमला पगला दिवाना' गाण्यावरचा डान्स सुरू झाला. तो मुलांचा सीझन होता. मुलांची जोडी स्टेजवर नाचत असतानाच धरमजी त्यांचा 'इन' केलेला शर्ट बाहेर काढायला लागले. माझं त्यांच्याकडे लक्ष गेलं आणि ते काय करताहेत हे मला कळेचना. मला वाटलं कदाचित त्यांना गरम होत असावं. त्यांनी माझ्याकडे पाहिलं आणि हळूच मला म्हणाले, ''घुस जाऊँ क्या?'' त्यांना स्टेजवरच्या जोडीचं स्पर्धेतला परफॉर्मन्स सुरू असताना तिथे जाऊन नाचायची हुक्की आली होती. त्यांना काय उत्तर द्यावं ते मला कळेना. उत्तराची वाट न पाहताच धरमजी

थेट स्टेजवर गेले आणि नाचायला लागले. स्पर्धेतला परफॉर्मन्स असल्यामुळे स्टेजवर नाचणारा मुलगा गांगरून गेला. तेव्हा धरमजींनी त्याला उचलून घेतलं आणि त्याही अवस्थेत तो नाचत राहिला. त्यानंतर मीच तेवढ्या एपिसोडपुरते सर्व स्पर्धकांचे गुण रद्द करून तो सेलिब्रेशन एपिसोड केला. एपिसोडच्या शेवटीही धरमजी पुन्हा सर्व स्पर्धकांबरोबर आणि माझ्याबरोबर नाचले. तो एपिसोड आमच्या कायमच लक्षात राहील.

संध्याकाळी ते पुन्हा चंडीगडला त्यांच्या शूटिंगसाठी रवाना झाले. मला दिलेल्या शब्दासाठी त्यांनी एवढी दगदग केली. त्याआधी त्यांनी कुठल्याही रिअ‍ॅलिटी शोजमध्ये गेस्ट जज म्हणून सहभाग घेतला नव्हता. परंतु 'एकापेक्षा एक'चा अनुभव आनंददायी असल्यामुळे नंतर ते अशा ऑफर्स स्वीकारू लागले.

याच शोच्या एका एपिसोडसाठी मी जितेंद्रना बोलावण्यासाठी फोन केला होता. त्यांनी तो रिसीव्ह केला नाही आणि आजवर उत्तरही दिलं नाही. एक कलाकार आणि बिझनेसमन यांच्यात फरक असतो, तो असा!

धरमजींबरोबरचा आणखी एक किस्साही गमतीशीर आहे. आम्ही वर्सोव्यात 'आजमाईश'चं शूटिंग करत होतो. एकदा त्यांचं काम दुपारी चार वाजताच संपलं, तेव्हा मी धरमजींना सांगितलं की, तुम्ही घरी जाऊ शकता. ते म्हणाले, ''अरे, पण मी तर गाडी पाठवून दिली. आता पुन्हा संध्याकाळी सहा वाजता बोलावलेय.''

'दिल का हिरा'मध्ये धरमजींसोबत

''काही प्रॉब्लेम नाही. तुम्ही इथून बाहेर पडलात की, समोरच बसस्टॉप आहे. तिथे जुहू-विले पार्लेची बस मिळेल. तुमच्या घराच्या जवळ तुम्ही उतरू शकता.'' मी थंडपणानं सांगितलं.

''काय बोलतोयंस तू?'' धरमजी अस्वस्थ झाले होते. ते माझ्याकडे डोळे विस्फारून बघतच राहिले.

''अहो गंमत करतोय. माझी गाडी आहे ना! तुम्हाला सोडून यायला सांगतो.'' मी खुलासा केला.

''अस्सं होय! दोन क्षण मी घाबरलोच होतो. मला वाटलं आता खरंच तू मला बसनं पाठवतोस की काय!'' धरमजींनी मोकळा श्वास घेतला. मी गालांतल्या गालात हसत होतो. ''पण काहीही म्हण सचिन. तुझ्यामुळे जुने दिवस आठवले यार!'' ते जरा 'इमोशनल' झाले.

दादरच्या रणजीत स्टुडिओजवळ गुप्ता नावाच्या माणसाचं हॉटेल होतं. तिथे धरमजींसह त्यांच्या पिढीचे सगळे स्ट्रगलर्स उधारीवर खायला जायचे. धरमजींची त्याच्याकडे अजूनही दोन-अडीचशे रुपयांची उधारी बाकी आहे. धरमजी स्टार झाल्यानंतर त्याची उधारी फेडायला गेले, तर तो मालक त्यांच्यावरच डाफरला. ''मोठा स्टार झालास तू! बरेच पैसे आले होय तुझ्याकडे? गप्प बस तिथे आणि खा!'' असं सांगून त्यानं त्यांना पुन्हा प्रेमानं खायला दिलं.

माझ्या मते चित्रपटसृष्टी घडविण्यासाठी निर्माते, दिग्दर्शक, कलाकार, लेखक, तंत्रज्ञ यांचं योगदान आहेच; पण गुप्ताजींसारख्या अनेक माणसांचाही मोलाचा वाटा त्यात आहे. एखाद्या चित्रपटगृहाचा 'डोअरकीपर' कधी प्रकाशात आलेला नसतो, त्याचं नाव कुठे झळकलेलं नसतं; पण चित्रपटसृष्टीत त्याचंही योगदान आहेच.

■

सीन ६०

ये दोस्ती!

राजाभाऊ ठाकूर यांच्या 'बिरबल, माय ब्रदर' या चित्रपटात मी काम करत होतो. कोल्हापूरच्या शालिनी स्टुडिओत त्याचं शूटिंग होतं. त्या वेळी राजाभाऊंचा मुलगा अविनाश त्याच्या धाकट्या भावाबरोबर सेटवर येत असे. माझी त्याच्याशी ओळख झाली. अविनाश अतिशय अबोल. समोरच्या व्यक्तीला अगदी शिष्ठ वाटावा, असा. त्यानंतर दहा वर्षं गेली असतील. त्याला चित्रपटक्षेत्रात यायची इच्छा असल्याचं माझ्या कानावर आलं. त्यानं चित्रपटांत येण्याला राजाभाऊंचा विरोध होता. या क्षेत्रातल्या ठेचा त्याला लागू नयेत, अशी त्यांची इच्छा होती. तरीही अविनाश एडिटिंग शिकायला लागला आणि स्वतंत्र संकलक झाला. पप्पांनी 'सव्वाशेर'ची निर्मिती करायचं ठरवलं होतं. मी त्याचं दिग्दर्शन करणार होतो. त्या वेळी मुख्य साहाय्यक दिग्दर्शक म्हणून त्यांनी अविनाशला बोलवायचं ठरवलं. एडिटिंगसाठीही तो चिंटू ढवळे यांच्याबरोबर काम करणार होता. त्याआधी अविनाशनं सुषमा शिरोमणी यांच्याबरोबर काम केलं होतं.

तोपर्यंत माझी त्याच्याशी फारशी ओळख नव्हती. त्यामुळे त्याच्या स्वभावाबद्दल फारशी कल्पना नव्हती. आम्ही काम सुरू केलं आणि त्याच्याशी ओळख वाढली.

'नवरी मिळे नवऱ्याला'च्या वेळी एडिटिंगमध्ये 'स्टीनबॅक' हे नवीन एडिटिंग मशीन आलं. मला त्याची माहिती नव्हती. मी त्याआधीही स्वत: एडिटिंग करत होतो, पण हे नवं तंत्र शिकून घेण्यासाठी अविनाशनं मला एडिटिंगच्या टेबलवर बसवलं. ते काम कसं करायचं, ते शिकवलं. एकदा ते काम करताना माझ्या हातून चूक झाली. अविनाश मागे थांबूनच माझं काम बघत होता. काहीतरी गडबड झालेली माझ्या लक्षात आलं. मी अविनाशला सांगितल्यावर तो हसला. मी चूक करतोय, हे त्याला आधीपासून माहीत होतं. 'अरे मग मला आधी का सांगितलं नाहीस?' मी विचारलं. 'तू स्वत: चूक केल्याशिवाय तुला कळणार नाही. म्हणूनच मी आधी सांगितलं नाही,' असं तो म्हणाला. अविनं मला तशा प्रकारचं एडिटिंग शिकून घेण्यासाठी कायमच प्रोत्साहन दिलं. त्यामुळे माझ्या बहुतेक सर्व चित्रपटांतली महत्त्वाची दृश्यं आणि विशेषत: गाणी मी स्वत:च एडिट करायचो.

सुप्रिया आणि माझं प्रेम जुळल्याच्या काळात अविनाश आमच्यातला महत्त्वाचा दुवा होता. माझी पत्र तिच्यापर्यंत पोहोचविण्यासाठीही त्यानं मदत केली. माझ्या लग्नाच्या वेळीही तो खूप सक्रिय होता. आमच्या कंपनीची निर्मिती असलेल्या 'कुंकू'चं दिग्दर्शन मी त्याच्यावर सोपवलं होतं. 'नवरी मिळे नवऱ्याला' आणि 'एकापेक्षा एक' या दोन चित्रपटांच्या शूटिंगच्या काळात तो माझ्याबरोबर नव्हता, परंतु तरीही एडिटिंग आम्ही एकत्र केलं. बाकी सर्व चित्रपटांत तो माझा मुख्य साहाय्यक दिग्दर्शक होता.

'तू-तू-मैं-मैं', 'रिन एक दो तीन', 'हद कर दी'मध्येही आम्ही एकत्र होतो.

'नवरा माझा नवसाचा'च्या वेळीही अवि माझ्यासोबत आला. त्या वेळी एडिटिंगमध्ये 'एफसीपी' (फायनल कट प्रो) हे नवं तंत्र आलं होतं, ते मात्र मी शिकून घेतलं नाही. कारण मी ते शिकलो, तर एडिटिंगसाठी मलाच तिथे बसावं लागेल, असं मला वाटलं. तेवढा वेळ माझ्यापाशी नव्हता. जे काम आपण दुसऱ्याकडून चांगल्या प्रकारे करून घेऊ शकतो, त्यासाठी स्वत: वेळ मोडायचा नाही, असा निर्णयही मी त्या टप्प्यावर घेतला होता.

'आम्ही सातपुते' आणि 'आयडियाची कल्पना'साठीही आम्ही एकत्र होतो. 'एकापेक्षा एक' या रिॲलिटी शोची निर्मिती माझी असली, तरी दिग्दर्शन माझ्याकडे नसल्यामुळे अविनाश त्या कार्यक्रमात सहभागी नव्हता. या 'शो'च्या सहाव्या पर्वासाठी मात्र मी त्याला 'प्रॉडक्शन मॅनेजर' म्हणून जबाबदारी दिली होती. ते आम्ही एकत्र केलेलं शेवटचं काम.

अविची माझ्याशी पहिली भेट कोल्हापूरला झाली होती. आम्ही एकत्र काम सुरू केलं, तेसुद्धा कोल्हापूरमध्येच! दुर्दैवानं त्याला शेवटचं पाहिलं, तेही कोल्हापूरमध्ये. या पुस्तकाचं काम पूर्ण झाल्यानंतर आपण २०१३ सालात आपल्या कंपनीतर्फे नवीन चित्रपट सुरू करायचा, असा निर्णय मी घेतला होता आणि तो सुप्रियाच्याही आधी अविला सांगितला. तोही खूश झाला. कोल्हापूरला काही कामानिमित्त तो जाणार होता. तिथून आल्यानंतर आपण भेटू आणि लगेच काम सुरू करू, असं त्यानं सांगितलं होतं. दुर्दैवानं तो परत येण्याआधी २१ ऑक्टोबरला हृदयविकारानं त्याचा मृत्यू झाल्याची दु:खद वार्ता आमच्यापर्यंत पोहोचली. रविवारी आम्ही घरी असताना एक फोन आला. सुप्रियानं तो फोन घेतला. 'व्हॉट?' म्हणून ती ओरडली. काहीतरी वाईट घटना घडल्याचं माझ्या

'स्टीनबॅक' एडिटिंग मशीन

लक्षात आलं. फोन ठेवल्यावरही सुप्रियाला दोन मिनिटं शब्द फुटत नव्हते. तिनं मला सांगितलं, 'अविनाश गेला.' मी मटकन खाली बसलो. सुप्रिया रडायला लागली होती; पण माझ्या डोळ्यांत अश्रूही येईनात. ती बातमी खरी आहे, यावर विश्वासच बसत नव्हता. मी ताबडतोब गाडीनं कोल्हापूरकडे निघालो. 'आयडियाची कल्पना'मध्ये आमच्याबरोबर एकत्र काम करणारा लेखक-अभिनेता क्षितिज झारापकारही माझ्यासोबत आला. आम्ही अविचं अंत्यदर्शन घेतलं. जगण्यासाठीच्या धावपळीतून सुटल्याचे भाव त्याच्या चेहऱ्यावर होते.

तो जिवंत असताना आम्ही एकमेकांच्या खूप जवळ होतो. कुटुंबीयांपाशीही बोलू शकणार नाही, अशा काही विषयांच्या बाबतीत मी त्याच्यापाशी मन मोकळं करायचो. आता त्याच्या मृत्यूनंतर आम्ही आधीपेक्षा अधिक जवळ आहोत, असं मला वाटतं. कारण आता आम्हाला अंतराचं, इतर भौतिक घटकांचं बंधन नाहीये. आता अविनाश माझ्यातच आहे. तो कायम माझ्याबरोबर राहू शकतो आणि मला पाठिंबा देऊ शकतो. यापुढे मी त्याच्याशिवाय काम कसं करू शकेन, याची मला कल्पना नाही. रक्ताच्या नात्याच्या पलीकडचं आमचं नातं होतं. या नात्याला पर्याय नाही.

स्वत:चा विचार न करता प्रत्येकाला मदत करण्याचा त्याचा स्वभाव. अतिशय स्वच्छंदी. कुठल्याही अडचणीबद्दल त्याच्यापाशी उत्तर नाही, असं कधी नसायचं. मध्यंतरी हातात काम नव्हतं, तेव्हा परफ्यूमच्या छंदाचं त्यानं व्यवसायात रूपांतर केलं. परफ्यूम तयार करून तो विकू लागला. अविनाश आयुष्याचा सुगंधही असाच सगळ्या लोकांपर्यंत पोहोचवत राहिला.

रमेश भाटकर

आपले अनेक मित्र असतात. काही जवळचे, काही लांबचे. काही मित्र असेही असतात, जे लांबचे वाटतात, पण प्रत्यक्षात खूप जवळचे असतात. ते लांबून एवढं प्रेम करतात, कधी-कधी आपल्याला त्याची कल्पनाही येत नाही. अशा मित्रांना नक्की काय म्हणतात हे माहीत नाही, पण माझ्याकडे त्यासाठी एकच नाव आहे, ते म्हणजे, रमेश भाटकर!

रमेश भाटकरला मी प्रेमानं 'भाट्या' म्हणतो. प्रख्यात संगीतकार स्नेहल भाटकर यांचा हा मुलगा. 'अष्टविनायक'मध्ये आम्ही दोघंही काम करत होतो, तेव्हा माझी त्याच्याशी ओळख आणि नंतर मैत्री झाली. आम्ही एकमेकांचे जिवाभावाचे मित्र झालो. मित्रांवर आपलं प्रेम असतं, पण भाट्याचं माझ्यावर फक्त प्रेम नव्हतं, तर तो मला 'ॲप्रिशिएट' करायचा आणि अजूनही करतो. मी नाट्यगृहात जाऊन त्याची नाटकं पाहायचो, तो माझे चित्रपट थिएटरला जाऊन पाहायचा. पप्पांच्याही तो जवळचा होता. तो त्यांना आदर्श मानायचा. सांगलीमध्ये राहणाऱ्या एका मुलीवर त्याचं प्रेम होतं. कोल्हापूरला शूटिंग असताना तो मध्ये वेळ काढून तिला भेटायला सांगलीला जायचा. भेटून आल्यावर पप्पा त्याला म्हणायचे, ''सांगलीच्या सांग लीला!'' तोही या चेष्टेचा आनंद लुटायचा.

अष्टविनायकचा क्लायमॅक्स आम्ही पालीच्या गणपतीच्या देवळात शूट करत होतो. शूटिंग संपल्यावर लगेचच भाट्याचं लग्न होणार होतं. त्यानं तोपर्यंत पत्रिका छापून घेतल्या नव्हत्या. जयश्रीबाई गडकर यांनी भाट्याला सुचवलं की, तू हातानं पत्रिका लिही आणि गणपतीला अर्पण करून आशीर्वाद घे. भाट्यानं तसं केलं. त्यानंतर माझ्या आईनं तिथंच त्याला लग्नाचा पहिला आहेर केला. भाट्या आणि मृदुला अजूनही ही गोष्ट आठवणीत ठेवून आहेत.

'अष्टविनायक'नंतर आम्ही दोघंही आपापल्या कामांत गुंतलो गेलो. त्यानंतर आमच्या फार भेटी झाल्या नाहीत, पण जेव्हा भेटायचो तेव्हा आमच्या खूप गप्पा व्हायच्या. नंतर मी 'नच बलिये'मध्ये भाग घेतला. या कार्यक्रमादरम्यान आमच्या जोडीच्या बाबतीत जे काही झालं, त्यामुळे भाट्यानं स्वत:हून मराठी कलाकारांना एकत्र आणलं आणि आम्हाला पाठिंबा देण्यासाठी एक यंत्रणाच उभी केली. अनेक निर्माते, कलाकार यांची भेट घेऊन पाठिंब्यासाठी त्यानं प्रयत्न केले. मला अंतिम फेरीपर्यंत या सर्वांनी भरपूर एसएमएस पाठवले आणि त्यामागे होता, रमेश भाटकर! विशेष म्हणजे, केवळ मैत्रीखातर त्यानं घेतलेल्या या परिश्रमाचा गवगवा कधीही केला नाही. मलाही स्वत:हून काही सांगायला आला नाही. हेच एका सच्च्या मित्राचं लक्षण मानलं जातं.

सुप्रिया, मी आणि भाट्या एकत्र असतानाही सुप्रियानं मला काही कोपरखळी मारली, तर भाट्या माझी बाजू घेऊन तिला सुनावतो. ''अगं, फक्त तुझा नवरा म्हणून तू त्याच्याकडे बघू नकोस. त्यानं कुणाबरोबर सुरुवात केलेय, कुणाबरोबर कामं केली आहेत, हे बघ! तो असं काही वागला तरी त्यात काही चुकीचं नाही,'' असं तो तिला समजावतो. अर्थात, सुप्रियाला हे सगळं माहीत असलं, तरी भाट्याला त्याच्या मित्राबद्दल किती प्रेम, कौतुक आहे, हे तिला नव्यानं जाणवतं. आज आम्ही एकमेकांपासून अंतरानं कितीही लांब असलो, तरी मनानं खूप जवळ असतो.

शिशिर शिंदे

राजकारण हा माझा फारसा आवडीचा विषय नसल्यामुळे, त्या क्षेत्रातल्या लोकांशी माझी फारशी मैत्री नाही. शिशिर शिंदे हा मात्र माझा अनेक वर्षांपासूनचा चांगला मित्र. तो आता शिवसेनेतून 'मनसे'मध्ये गेला आहे. त्याला माझ्याबद्दल सुरुवातीपासून अतिशय प्रेम आणि आदर. 'नवरा माझा नवसाचा' या चित्रपटात 'चला ना गडे...' हे गाणं आहे. त्यातलं पहिलं कडवं 'मॅनिक्विन्स'सह करावं, अशी कल्पना माझ्या डोक्यात आली. ('मॅनिक्विन्स' म्हणजे कपड्यांच्या दुकानात कपड्यांची जाहिरात करण्यासाठी वापरले जाणारे पुतळे.) आम्ही चौकशी केली, तर प्रत्येक मॅनिक्विनचं भाडं दीड हजार आणि डिपॉझिट सहा हजार रुपये होतं. मला गाण्यात सुमारे ५० ते ६० 'मॅनिक्विन्स' वापरायचे असल्यानं, ते परवडण्यासारखं नव्हतं. मला अचानक आठवलं की, मुलुंडमध्ये अनेक मॉल्स आहेत, जिथे हे 'मॅनिक्विन्स' वापरले जातात. मी शिशिरला फोन केला. त्याला माझी अडचण सांगितली. त्यानं सगळी परिस्थिती समजावून घेतली. माझ्याकडून वेळ मागून घेतला. दोन तासांनी मला फोन केला. मला मुलुंडला बोलावलं. मी संध्याकाळी तिथे गेलो. 'मॅनिक्विन्स' तयार करण्याच्या कारखान्यातच तो मला घेऊन गेला. तिथे चौकशी केल्यावर सुमारे चाळीस मॅनिक्विन्स उपलब्ध होतील, असं समजलं. मी खूश झालो.

अर्थात, मुलुंडमधून ते मुंबईत आणणं जिकिरीचं होतं. त्यासाठी जकात आणि अन्य गोष्टींची अडचण आली असती. त्यामुळे शिशिरनं तिथल्याच भागातल्या 'सेरिमोनियल' नावाच्या हॉलचं नाव सुचवलं. आम्ही तिथे जाऊन बोलणी केली. तो हॉल शूटिंगसाठी योग्य वाटला. मग आम्ही बाकीची तयारी करून तिथे 'चला ना गडे...'च्या गाण्याचं शूटिंग केलं. कारखान्यापासून हॉलमध्ये 'मॅनिक्विन्स' आणणं आणि ते परत घेऊन जाणं, ही सगळी व्यवस्था शिशिरनं स्वत:च पाहिली. त्या मॅनिक्विन्सच्या कारखान्याच्या मालकाशी काहीही ओळखपाळख नसताना, केवळ माझ्या शब्दाखातर त्याचा पत्ता काढून, त्याच्याकडून सगळी व्यवस्था करून घेण्यापर्यंतचं काम त्यानं केलं होतं. शिशिर शिंदे हा माणूस म्हणून आणि मित्र म्हणून आमच्या ग्रुपमध्ये खूपच लोकप्रिय आहे. त्यामुळेच तो राजकारणात कुठेही असला, तरी मी त्याला मानतो.

माझा राजकारणाशी काहीही संबंध नाही. मी कुणाच्या प्रचारालाही जात नाही. मी कुठल्याच एका पक्षाचा

नाही. मात्र, शिशिर शिंदे एकदा निवडणुकीला उभा असताना मला प्रचारासाठी येण्याचा आग्रह त्यानं केला, तेव्हा माझ्यापुढे धर्मसंकट उभं राहिलं. कारण त्याआधी एका मोठ्या नेत्याच्या प्रचाराला जाण्यासाठी मी नकार दिला, त्यामुळे त्याचे माझ्याशी असलेले संबंध दुरावले होते. अशोक सराफ, लक्ष्मीकांत बेर्डेही त्याच्या प्रचाराला गेले; पण मी आलो नाही म्हणून त्याचा माझ्यावर अजूनही राग आहे. अशातच शिशिर माझ्याकडे प्रचाराला येण्यासाठी विनंती करत होता. माझ्या मैत्रीची ही कसोटी होती.

''सचिन, तू यावंस, अशी माझी इच्छा आहे. परंतु तू आला नाहीस, तरी मी रागावणार नाही,'' असंही त्यानं मला स्पष्टपणे सांगितलं होतं.

''मी कुणासाठीच जात नाही, पण तुझ्यासाठी नक्की येईन,'' असं मी त्याला कबूल केलं. मी प्रचाराला गेलो. अशोक सराफ, भरत जाधवही त्या वेळी होते. 'माझ्या भावाला निवडून द्या, अशी विनंती करण्यासाठी मी आलो आहे,' एवढंच आवाहन मी मतदारांना केलं. शिशिर मोठ्या मताधिक्याने निवडून आला. अर्थात, त्यात त्याच्या कामाचा वाटा मोलाचा होता. माझ्या फक्त शुभेच्छा होत्या. परंतु मी त्याच्या प्रचाराला आल्याची आठवण त्याने अजूनही ठेवली आहे.

चित्रपटसृष्टीत ५० वर्षं पूर्ण झाल्याबद्दल त्यानं मुलुंडमध्ये माझा खूप मोठा सत्कारही केला. चित्रपटसृष्टीनं माझ्या या योगदानाची योग्य दखल घेतली नाही, याबद्दल त्याला खंत होती. अर्थात, कुणी आपल्याला नमस्कार करावा, अशी अपेक्षा आपण ठेवू शकत नाही! ज्यांना करायचाय, ते करतील, ज्यांना नाही करायचा ते नाही करणार!

■

सीन ६१

एकापेक्षा एक

सन २००६मध्ये मला 'झी टीव्ही'कडून हिंदीत एक 'डान्स रिॲलिटी शो' करायची ऑफर आली होती. परंतु मराठी कलाकारांना महाराष्ट्रातच मिळणाऱ्या दुजाभावाबद्दल माझ्या मनात नाराजी होती. त्यामुळे आपण आता मराठीतूनच डान्स शो करायचा, हे मी ठरवलं. त्यातून मराठी मुलामुलींना त्यांचं टॅलेंट दाखवण्यासाठी एक प्लॅटफॉर्म उपलब्ध करून द्यावा, अशी इच्छा मनात होती.

त्यानंतर २००७मध्ये 'झी मराठी'चे तेव्हाचे प्रमुख अजय भालवणकर आणि त्या वेळी कार्यकारी निर्माता असलेले निखिल साने हे माझ्याकडे आले. मराठीतून डान्स शो सुरू करायचा त्यांचा प्रस्ताव होता. मीसुद्धा त्यासाठी उत्सुक होतो, पण मी स्वत: त्याची निर्मिती करणार, असं त्यांना सांगितलं. तोपर्यंत चॅनेल्स स्वत:च 'रिॲलिटी शो'ची निर्मिती करत असत. परंतु माझं म्हणणं त्या दोघांनी मान्य केलं.

स्पर्धेत परीक्षक म्हणून मला 'महागुरू' असं नाव असावं, असं अजय भालवणकर यांनी सुचवलं. स्वत:चीच निर्मिती असलेल्या कार्यक्रमात स्वत:ला 'महागुरू' म्हणवून घेणं; मला खटकत होतं. मी तसं त्यांना सांगितलं. ते म्हणाले, ''तुम्ही स्वत:ला 'महागुरू' म्हणवून घेत नाही आहात. बाकीचे लोक तुम्हाला त्या नावानं संबोधणार आहेत. आणि तसंही स्पर्धेत ज्युरीचे एक पॅनेल असणार आहे. स्पर्धकांसाठी नृत्यदिग्दर्शकही असणार आहेत. त्यांना 'गुरू' म्हटल्यावर मग तुम्हाला 'महागुरू' म्हणायलाच हवं. तुम्ही तेवढं नाव कमावलेलं आहे.'' त्यांचा एवढा आग्रह असल्यामुळे मी ते मान्य केलं, पण मी स्वत:ला 'महागुरू' म्हटलेलं नाही. त्यामुळे हे स्वयंघोषित नाही. मी स्वत:ला फक्त 'कुटुंबप्रमुख' मानतो, 'एकापेक्षा एक'चा आणि माझ्या प्रॉडक्शन हाउसचा.

या कार्यक्रमासाठी 'एकापेक्षा एक' हे टायटल मी सुचवलं. ती नृत्याची स्पर्धा असली, तरी नृत्याचं नाव त्यात असू नये, असं माझं मत होतं. टायटलसाठी 'लक्स'नं स्पॉन्सरशिपही दिली होती. २५ मुलामुलींचं सिलेक्शन झालं. पहिल्या पर्वाच्या शूटिंगला सुरुवात झाली. याच वेळी मी 'आम्ही सातपुते'च्या तयारीत होतो. त्यामुळे 'एकापेक्षा एक'मध्ये सहभागी झालेल्या मुलामुलींपैकी कुणी आवडल्यास त्यांना त्या चित्रपटात संधी देईन, असंही मी जाहीर केलं होतं. त्यानुसार शो सुरू असतानाच त्यातल्या काही जणांची मी चित्रपटासाठी निवड केली आणि माझा शब्द पाळला.

मराठीतला पहिलाच 'डान्स रिॲलिटी शो' असल्यानं प्रेक्षकांचा त्याला कसा प्रतिसाद मिळेल, याची कल्पना नव्हती. परंतु प्रेक्षकांनी हा शो डोक्यावर घेतला. डान्स करणाऱ्या मुलामुलींची अफलातून एनर्जी आणि चॅनेलच्या सहकार्यानं आम्ही केलेलं शोचं प्रेझेंटेशन, हे सगळंच त्यांना आवडलं. मलाही एका वेगळ्या भूमिकेत प्रेक्षकांनी स्वीकारलं. 'नच बलिये'च्या काळात मला योग्य वेळी योग्य टिप देणारा श्रीप्रसाद क्षीरसागर याला मी या शोच्या दिग्दर्शनाची संधी दिली.

नालासोपारा भागातल्या एका ग्रुपमध्ये डान्स करणारा सॅड्रिक डिसोझा हा मेहनती मुलगा पहिल्या पर्वाचा विजेता ठरला. त्याला एक वेगळं व्यासपीठ मिळालं. २१ एप्रिलला 'एकापेक्षा एक'च्या अंतिम फेरीसाठी कोल्हापूरमध्ये १५ हजार प्रेक्षकांच्या बसण्याची व्यवस्था होती. पहिली आयपीएल स्पर्धा सुरू झाली असल्यानं, एवढेच प्रेक्षक येतील, अशी आम्हाला अपेक्षा होती. प्रत्यक्षात तसं घडलं नाही. आमच्या अपेक्षा खोट्या ठरवत; १५ हजारांच्या ऐवजी ६० हजार लोक त्या कार्यक्रमासाठी आले! आम्ही अजूनही 'एकापेक्षा एक'ची ती अंतिम फेरी विसरू शकत नाही. प्रेक्षकांनी तो कार्यक्रम डोक्यावर घेतला होता. विशेष म्हणजे, तिथे प्रचंड गर्दी असूनही कोणताही गैरप्रकार घडला नाही.

'पहिलं पर्व' संपता संपताच आम्ही 'दुसरं पर्व' सुरू केलं होतं. त्यात सगळे 'सेलिब्रिटी स्पर्धक' होते. त्यांनी धमाल आणली. फक्त नृत्यकौशल्याचा विचार करायचा, तर अमृता खानविलकर ही भार्गवी चिरमुलेपेक्षा उजवी होती. भार्गवी खरंतर आधीपासून चर्चेत नव्हती. परंतु रिॲलिटी शोमध्ये प्रेक्षकांशी नातं जुळणं जास्त महत्त्वाचं असतं. 'नच बलिये'मध्ये आमच्या बाबतीत ते झालं होतं. इथेही अमृतापेक्षा भार्गवीचं प्रेक्षकांशी जास्त नातं जुळलं. त्यामुळे तिला सर्वाधिक मतं मिळाली. त्या शोच्या अंतिम फेरीच्या वेळी भार्गवीला विजेती घोषित करण्यात आलं, त्या वेळी अमृता नाराज झाली. तिची नाराजी फक्त चेहऱ्यावरच नाही, तर तिच्या प्रतिक्रियेतूनही दिसली. तिनं निदान रंगमंचावरून तरी तसं बोलायला नको होतं; परंतु ती लहान असल्यामुळे तसं बोलली असावी, असं मी समजतो.

या पर्वातच अभिजित ठाकूर हा कॉस्च्यूम डिझायनिंग करणारा मुलगा आम्हाला मिळाला. त्यानं 'एकापेक्षा एक'च्या तेव्हापासूनच्या सगळ्या पर्वांमध्ये जिवापाड मेहनत केली.

लगेचच आम्ही 'तिसऱ्या पर्वा'ची सुरुवात केली. त्यात सर्वसामान्य स्पर्धकांना पुन्हा संधी देण्यात येणार होती. जास्तीत जास्त २५ ते ३० मुलामुलींची निवड करावी, असं माझ्या डोक्यात होतं. १६ ऑगस्ट, २००८ रोजी माटुंग्याच्या 'कल्चरल सेंटर'मध्ये त्याच्या ऑडिशन्स सुरू होणार होत्या. त्यासाठी बंदोबस्त ठेवण्यासाठी पोलिसांशी संपर्क साधला. ''ऑडिशनला कशाला हवाय बंदोबस्त?'' त्यांनी पोलिसी भाषेत विचारणा केली. आम्ही बंदोबस्ताशिवाय ऑडिशन सुरू केली. पहिल्याच दिवशी ऑडिशनसाठी जी रांग लागली, ती सेना भवन ओलांडून (सुमारे तीन किलोमीटर) पुढे गेली. ते पाहिल्यानंतर पोलिसांची धावपळ सुरू झाली. मग त्यांनी आम्हालाच 'बंदोबस्त का घेतला नाही,' असं विचारायला सुरुवात केली. स्पर्धकांची नोंदणी प्रक्रिया पूर्ण करण्यासाठी 'झी मराठी'मधून कर्मचाऱ्यांची अतिरिक्त फौज मागवावी लागली! या गोष्टीची खबर 'झी टीव्ही'चे मालक सुभाषचंद्र गोयल यांच्या कानावर गेली, तेव्हा त्यांनी असाच एखादा डान्स शो हिंदीत करण्याचा हुकूम सोडला. त्यामुळेच 'डान्स इंडिया डान्स' हा कार्यक्रम सुरू झाला.

या ऑडिशनला स्पर्धकांचा प्रचंड प्रतिसाद मिळाल्यामुळे आम्ही तीसच्या ऐवजी ६० मुलं घ्यायचं ठरवलं आणि तिथेच घोळ झाला. हे पर्व खूप जास्त काळ चाललं. जास्त स्पर्धक आणि जास्त काळ चाललेल्या शोमध्ये प्रेक्षकांना गुंतवून ठेवणं अवघड असतं, हेही आमच्या या वेळी लक्षात आलं. त्यामुळे या पर्वानंतर आम्ही काही काळ गॅप घेण्याचा निर्णय घेतला.

आठ महिन्यांच्या गॅपनंतर 'एकापेक्षा एक'चं 'चौथं पर्व' आम्ही छोट्या मुलांना घेऊन करायचं ठरवलं. छोट्या 'चॅम्पियन्स'साठी जी २५ मुलं निवडली होती, त्यातला सौरव बहादुरे हा एक मुलगा. कमी मतं मिळाल्याने तो स्पर्धेतून बाहेर पडला. नंतर 'कॉल बॅक'मध्ये मी गुण दिल्याने तो परत आला. परंतु पुन्हा नंतरच्या फेऱ्यांमध्ये त्याला प्रेक्षकांची कमी मतं पडल्याने तो बाहेर फेकला गेला. त्याबद्दल मला वाईट वाटलं. सौरभ शेवटच्या पाचांमध्येही पोहोचू शकला नाही. माझ्या मते तो त्या स्पर्धेतील 'सर्वोत्तम डान्सर' होता; पण आधी ठरवलेल्या नियमांप्रमाणे आम्हाला जावं लागणार होतं. अंतिम फेरीच्या सर्व उपविजेत्यांना प्रत्येकी ५० हजार रुपयांचं बक्षीस होतं. मी स्वत:हून सौरभला त्याच्या पुढील काळातील शिक्षणासाठी ५० हजार रुपये दिले.

अंतिम फेरीत असलेल्या पाचांपैकी मिहीर हा मला चांगला डान्सर वाटत होता. साक्षी तिसगांवकरनंही खूप मेहनत घेतली होती; पण ती 'वेस्टर्न डान्स'मध्ये थोडीशी कमी होती. त्या पाचांपैकी सर्वांत लहान हे दोघंच होते. मिहीर विजेता ठरला. साक्षी जिंकू शकली नाही. त्यामुळे साक्षी आणि सौरभ या दोघांबद्दलही मला सहानुभूती होती.

त्या पर्वाला आम्हाला चारपेक्षा जास्त टीआरपी मिळाला. त्या वेळी आणखी काही चॅनेल्स सुरू झाले होते आणि स्पर्धा वाढली होती. त्या तुलनेत हा 'टीआरपी' चांगला होता.

'एकापेक्षा एक'च्या पहिल्या तीन पर्वांसाठी बुधवार आणि गुरुवार अशी वेळ होती. चौथ्या, मुलांच्या पर्वासाठी आम्ही शुक्रवार-शनिवार अशी वेळ ठेवली. या दिवशी कार्यक्रमाला प्रतिसाद कितपत मिळतो, याबाबत मी साशंक होतो. परंतु प्रेक्षकांचा उत्तम प्रतिसाद मिळाला. लोकांनी आम्हाला स्वीकारलं. विशेष म्हणजे, हे पर्व संपायला चार ते पाच आठवडे शिल्लक असतानाच, सोमवार-मंगळवार या दिवशी असलेलं 'सारेगमप' संपलं होतं. त्यामुळे चॅनेलनं 'एकापेक्षा एक' या दोन दिवशी शिफ्ट करू या का, असं विचारलं. आम्ही त्यासाठी होकार दिला आणि हा कार्यक्रम सोमवार-मंगळवारी सुरू झाला. त्या कालावधीतही त्याला जोरदार प्रतिसाद मिळाला. आठवड्याच्या प्रत्येक दिवशी लोकप्रिय झालेला 'झी मराठी'चा हा एकमेव रिॲलिटी शो. तिसऱ्या पर्वापेक्षा हे पर्व जास्त चांगलं चाललं.

'झी मराठी'चे नवे 'प्रोग्रॅमिंग हेड' दीपक राजाध्यक्ष यांनी पाचव्या पर्वाच्या वेळी मराठी अभिनेत्रींना घेऊन शो करण्याचं सुचवलं. आम्हाला दहा 'अप्सरा' हव्या होत्या, पण नऊच मिळाल्या. त्यांच्यासह 'अप्सरा आली' या पर्वाला सुरुवात झाली. दहावी अप्सरा नंतर, शो सुरू असताना घेण्यात आली. या वेळीही माझी बहीण त्रिप्ती 'सुश्रिया'तर्फे क्रिएटिव्ह हेड म्हणून काम बघत होतीच. एव्हाना ती चांगलीच सरावली होती. तिच्याबरोबर शीतल बोडके ही 'झी मराठी'ची कार्यकारी निर्माती (ई.पी.) या पर्वासाठी होती. या दोघींचे सूर एवढे छान जुळले की, मला या शोमधील 'क्रिएटिव्ह'मध्ये जास्त लक्ष घालावं लागलं नाही. अर्थात, निर्माता म्हणून सर्व गोष्टींवर

देखरेख करणं, योग्य व्यवस्था लावून देणं, या जबाबदाऱ्या मी पार पाडल्याच; पण गाण्यांच्या निवडीपासून कोरिओग्राफरांशी, कलाकारांशी योग्य समन्वय, शोचं सादरीकरण या गोष्टी त्रिप्ती आणि शीतल यांनी अगदी मनापासून आणि सुरेखरीत्या केल्या. 'अप्सरा आली' या पर्वाला जे यश मिळालं त्याचं श्रेय 'झी मराठी' आणि 'सुश्रिया आर्ट्स' यांच्याबरोबरच या दोघींना जातं, असं मला वाटतं. या पर्वाची विजेती मृण्मयी देशपांडे फक्त माझ्याच नाही, तर प्रेक्षकांच्याही पसंतीला उतरली.

'सहाव्या पर्वा'च्या वेळी आम्ही डान्स ग्रुप्सना स्पर्धेत उतरवायचं ठरवलं. त्यासाठी वेगवेगळे डान्स ग्रुप्स शोधण्याचं काम सुरू झालं. परंतु अपेक्षेएवढ्या संख्येनं ग्रुप्स मिळाले नाहीत. लहान मुलांचेच जास्त ग्रुप्स मिळाले. आम्हाला ते नको होते. त्यामुळे थोडी गडबड उडाली. तीनच आठवड्यांवर 'शो' येऊन ठेपला असताना, चॅनेलच्या सूचनेनुसार आम्ही नृत्य कलाकारांच्या जोड्यांची स्पर्धा करायचा निर्णय घेतला. 'एकापेक्षा एक'साठी हा एक वेगळाच प्रयोग होता, त्यामुळे मी तो मान्य केला. त्यासाठी जोड्यांची शोधाशोध सुरू झाली. मराठीमध्ये पती-पत्नी असलेल्या नृत्य कलाकारांच्या जास्त जोड्या मिळणं अवघड होतं. त्यामुळे मग गुरू-शिष्य, हिरो-हिरॉइन, खलनायक-खलनायिका अशा जोड्याही घेतल्या. लहान मुलांचीही एक जोडी घेतली. अशा नऊ जोड्या जुळवून आम्ही घाईघाईत कार्यक्रमाला सुरुवात केली. 'एकापेक्षा एक'च्या आधीच्या पर्वांची पुण्याई पाठीशी असल्यामुळे हे पर्वही लोकांना आवडलं; पण मला कुठेतरी असं वाटलं की, नियोजन करून, विचारपूर्वक घेतलेल्या निर्णयाच्या तुलनेत आयत्या वेळच्या निर्णयांतून कधीच अपेक्षित परिणाम मिळत नाहीत. अधिक तयारी करून त्याची वेगवेगळ्या प्रकारे बांधणी झाली असती, तर चॅनेलला आणि आम्हालाही जास्त फायदा झाला असता.

या पर्वासाठी साक्षी आणि मिहीर यांची जोडी घेण्याचं माझ्या मनात होतं. मिहीरला विचारलं, तेव्हा त्याला एका मराठी चित्रपटात काम मिळालं होतं. त्यामुळे त्याच्या आई-वडिलांनी मला नकार दिला. साक्षीला आम्ही विचारल्यावर तिचे आई-वडील सगळं काम सोडून धावत आले. का, तर सरांनी बोलावलंय. ती आधीच्या पर्वात जिंकलीसुद्धा नव्हती, तरीही केवळ कृतज्ञता म्हणून ती आली. आम्ही सौरभला बोलावून घेतलं. साक्षी-सौरभ या जोडीसाठी मी शरद हा कोरिओग्राफर दिला. शरद घागरे हा वेगळ्या प्रकारे विचार करणारा आणि 'इनोव्हेटिव्ह' कल्पना सादर करणारा माझा आवडता कोरिओग्राफर. त्यानं साक्षी-सौरभवर खूप मेहनत घेतली, त्यांच्यासाठी खूप वेगवेगळी नृत्यं बसवली. प्रेक्षकांच्या मतांचाही पाठिंबा या जोडीला मिळू लागला, तेव्हा मला समाधान वाटलं. निदान चांगलं काय, हे प्रेक्षकांनी स्वीकारलं, याचा तो आनंद होता. अंतिम फेरीतही या दोन मुलांच्या जोडीला प्रेक्षकांची प्रचंड मतं मिळाली. माझे गुणही त्यांच्यासाठी होते. त्यांनी विजेतेपद पटकावलं. यापुढील काळातही ते नक्की काहीतरी करून दाखवतील, अशी मला खात्री आहे. माझ्या एखाद्या नृत्याची 'कोरिओग्राफी' त्या दोघांनी करावी, अशी माझी इच्छा आहे. ही माझी इच्छा मी त्यांच्याजवळ बोलूनही दाखवली आहे.

पहिल्या पर्वाच्या वेळी नितीन चंद्रकांत देसाई हेच कलादिग्दर्शक होते. त्यांनी माझ्यासाठी मोठी खुर्ची दिली. मला काहीच अडचण नव्हती. दुसऱ्या आणि तिसऱ्या पर्वाच्या वेळीही तशीच खुर्ची होती. चौथ्या पर्वाच्या वेळी कॅमेरामनने सांगितलं की, मोठ्या खुर्चीमुळे मागचा चॅनेलचा लोगो व्यवस्थित दिसत नाही. त्यामुळे त्यांनी मला छोटी खुर्ची दिली तर चालेल का, असं विचारलं. माझी त्यालाही हरकत नव्हती. खुर्ची केवढी मोठी आहे, याला महत्त्व नाही, तर त्यावर बसून आपण काय करतो, याला जास्त महत्त्व आहे, असं मला वाटतं. मला स्टूलही

चालेल, असं म्हटल्यावर त्या माणसाचा चेहरा जत्रेत हरवलेल्या मुलासारखा झाला.

प्रत्येक कॅमेरामनचं लाइट्स वापरण्याचं तंत्र वेगळं असतं. वेगवेगळ्या रंगांचे लाइट्स चेहऱ्यावर पडतात, त्यामुळे 'एकापेक्षा एक'च्या पाचव्या पर्वापासून मी चष्मा वापरू लागलो. हा काचा नसलेला चष्मा आहे. काचांचा चष्मा घातल्यानंतर लाइट्सचं रिफ्लेक्शन पडू शकतं. म्हणूनच मी बिन काचांचे चष्मे वापरतो.

'एकापेक्षा एक'च्या काही पर्वांचं अँकरिंग आदेश बांदेकरनं अप्रतिमरीत्या केलं. आदेश हा शून्यातून वर आलेला मेहनती कलाकार. आयुष्यात अनेक अपमान, नकार पचवत तो मोठा झाला. आज तो ज्या पातळीला आहे, ते पाहून मला अभिमान वाटतो. आदेश हासुद्धा माझ्या टीममधला एक विश्वासू सहकारी. तो अनेक वर्षं या क्षेत्रात धडपडत होता; पण 'होम मिनिस्टर'नं त्याला खऱ्या अर्थानं नाव दिलं. 'एकापेक्षा एक'मध्ये त्याच्याबरोबर काम करताना मजा आली.

आज तो एका राजकीय पक्षात सक्रिय आहे, 'अंधेरी स्पोर्ट्स कॉम्प्लेक्स'चा प्रमुख आहे. त्याच्या प्रामाणिकपणामुळेच हे साध्य झालं आहे, असं मला वाटतं. प्रामाणिकपणाबरोबरच सकारात्मकताही कायम ठेवावी लागते. नकारात्मक विचार घेऊन आयुष्यात काही साध्य करता येत नाही.

'एकापेक्षा एक'च्या टायटल साँगला अजय-अतुल यांचं संगीत होतं. मी ते गाताना सुरुवातीला 'वॉट्सअप' अशी आरोळी ठोकली आहे. तरुण पिढीच्या तोंडात कायम असलेला हा शब्द. हे गाणं लोकप्रिय झालं. 'एकापेक्षा एक'च्या पाचव्या पर्वाच्यावेळी 'झी मराठी'कडे एका प्रेक्षकाचं पत्र आलं. त्यांचं म्हणणं होतं की, 'गाणं चांगलं आहे, गुणगुणण्यासारखं आहे. महागुरू ते गायलेतही छान! पण गाण्याच्या सुरुवातीला ते पार्श्वभागाला समानार्थी असलेला एक ग्राम्य शब्द – 'बोचा', असं उच्चारून ओरडतात, ते चांगलं वाटत नाही. हा शब्द फक्त होळीच्या वेळी उच्चारला जातो. 'झी मराठी'च्या या कार्यक्रमातील टायटल साँगमध्ये तो शोभत नाही. त्यामुळे कृपया तो काढून टाकावा.'

आपण कुठल्या उद्देशानं काय करतो आणि एखाद्याला काय वाटू शकतं, याबाबतचा हा एक गमतीदार अनुभव.

पुण्याची अडीच वर्षांची राधिका ही मुलगीही माझी फॅन आहे. मी तिला कधीच भेटलो नाही, पण 'एकापेक्षा एक' हा कार्यक्रम तिला खूप आवडायचा. या कार्यक्रमाच्या वेळी तिला तिच्या आई-वडिलांनी भरवलं की, ती पटापट जेवायची. मला ती तेव्हापासून 'महागुरू काका' म्हणते. त्यातला डान्स संपून 'जज' म्हणून माझ्या कमेंट्स सुरू झाल्या की, ती भरवण्याचं थांबवायला लावायची. माझं बोलणं मन लावून ऐकायची. पुन्हा डान्स सुरू झाला की, तिचं जेवण पुन्हा सुरू व्हायचं.

त्यानंतर माझा 'आम्ही सातपुते' चित्रपट आला, तेव्हापासून ती मला 'सातपुते काका' म्हणायला लागली. रोज रात्री ती 'मारुतीस्तोत्र' म्हणते. ते म्हणून झालं की, देवाकडे प्रार्थना करते, 'माझ्या सातपुते काकांना नीट झोप लागू दे.'

'आम्ही सातपुते'

आमचे जवळचे मित्र मनमोहन शेट्टी यांच्या एका पार्टीत माझी आशुतोष गोवारीकरशी भेट झाली. 'बनवाबनवी', 'आत्मविश्वास' हे त्याचे अतिशय आवडते चित्रपट. आशुतोषशी माझ्या गप्पा झाल्या. ''सचिनजी, तुम्ही 'सत्ते पे सत्ता' मराठीत का बनवत नाही? मोठ्या भावाची भूमिका तुम्ही करा. तुम्हाला बनवायचा नसेल, तर मला सांगा, मला बनवायची इच्छा आहे.'' त्यानं प्रस्ताव मांडला. मला त्याची कल्पना आवडली. विचार करतो, असं सांगून मी घरी आलो. मराठीत हा चित्रपट चांगला होईल, असं वाटलं आणि 'आम्ही सातपुते' हे नावही डोक्यात आलं. मी ते लगेच नोंदवून टाकलं. नंतर पटकथेवर काम करायला सुरुवात केली. 'सत्ते पे सत्ता' हा 'सेव्हन ब्राइड्स फॉर सेव्हन ब्रदर्स' या इंग्रजी चित्रपटावरून बेतलेला होता. त्यामुळे तो मूळ इंग्रजी चित्रपट बघावा, असं माझ्या मनात आलं. त्याच्या टायटल्समध्ये चित्रपटाची मूळ प्रेरणा 'द सॉबिंग वूमन' ही कादंबरी असल्याचा उल्लेख होता. ते वाचून मला आश्चर्य वाटलं. 'सत्ते पे सत्ता' ही सात भावांची कथा म्हणून प्रसिद्ध आहे; पण कादंबरीचं नाव 'द सॉबिंग वूमन' आहे, याचा अर्थ ही कथा बाईची आहे, हे माझ्या लक्षात आलं. त्या बाईच्या आयुष्यात येणाऱ्या पुरुषाला सहा भाऊ आहेत, त्यावरून गोष्ट पुढे घडते. हे रहस्य मला कळल्यानंतर मी स्त्री व्यक्तिरेखा मध्यवर्ती ठेवून चित्रपटाची पटकथा लिहायला घेतली.

'आम्ही सातपुते'चं आम्ही कोल्हापूरमध्ये शूटिंग करत होतो. डिसेंबर, २००७मध्ये त्याचं पहिलं शेड्यूल पार पडलं. दुसरं शेड्यूल जानेवारीत होतं. जानेवारीच्या शेड्यूलमधलं साधारण दहा दिवसांचं शूटिंग पार पडलं होतं. जयप्रभा स्टुडिओमध्ये आम्ही शूटिंग करत होतो. शूट झालेले 'एक्स्पोज्ड कॅन्स' आम्ही मुंबईला पाठवून द्यायचो. त्यांच्यावर प्रोसेसिंग पार पडायचं. १२ किंवा १३ जानेवारीला मुंबईच्या लॅबमधून फोन आला. ''तुमच्या कॅमेऱ्यात फॉल्ट आहे. त्यामुळे सगळं काळपट शूट झालं आहे. तुम्हाला पुन्हा शूटिंग करावं लागेल.'' असं तिथल्या कर्मचाऱ्यानं सांगितलं. सगळ्यांचे धाबे दणाणले. दहा-बारा दिवसांचं संपूर्ण शूटिंग वाया जाणं म्हणजे परवडण्यासारखी गोष्ट नसते. पुन्हा सगळ्या कलाकारांच्या, तंत्रज्ञांच्या तारखा, त्यांचं मानधन, शूटिंगच्या ठिकाणचं भाडं, हा विचारच धडकी भरवणारा होता. सेटवरचं वातावरण एकदम उदास झालं. कॅमेरामन संतोष शिंदे नर्व्हस झाला. त्याला स्वत: या प्रकरणाची खात्री करून घ्यायची होती. तो गाडी करून तातडीनं मुंबईला निघाला. आम्ही शूटिंग थांबवलं. मी बॅटबॉल मागवला आणि क्रिकेट खेळायची टूम काढली. निदान त्यातून तरी वातावरण हलकं होईल, असं वाटलं. संध्याकाळी नाश्ता आला, तरी तो कुणी खायला तयार नव्हतं. एक मुस्लीम हेअर ड्रेसर होती. ती दर्ग्यामध्ये दुवा मागायला गेली. काही कलाकार अंबाबाईच्या दर्शनाला गेले. एकीनं तर ओलेत्या अंगानं

पहाटे अंबाबाईच्या दर्शनाला येण्याचा नवसही बोलला.

सुप्रियाही उदास झाली होती. मी मात्र उसनं अवसान आणून सगळ्यांना धीर देत होतो. मुंबईच्या त्या लॅबमधील सगळी देखरेख पाहणाऱ्या कृष्णा शेट्टी या माझ्या विश्वासाच्या माणसाला मी ही खबर दिली. त्यालाही आश्चर्य वाटलं. कृष्णाचा आणि माझा अनेक वर्षांपासून संबंध होता. माझ्या सर्व चित्रपटांचं प्रोसेसिंग त्याच्या देखरेखीखाली होणार, हेही ठरून गेलं होतं. त्यानं प्रत्यक्ष स्थिती काय आहे ते बघून कळवतो, असं आश्वासन दिलं. नेमका शनिवार असल्याने त्याचे तंत्रज्ञ रजेवर होते. एक तंत्रज्ञ दक्षिण मुंबईत कुठेतरी पार्टीसाठी गेला होता. मी संध्याकाळी साडेपाचला कृष्णा शेट्टीला ही माहिती दिली होती. साडेआठपर्यंत त्यानं त्या तंत्रज्ञाला शोधून काढलं. आधी पाठवलेली (आणि सदोष म्हणून सांगितलेली) ती फिल्म त्यानं तपासली. 'तो भाग आधी प्रिंट कर. मला तो पडद्यावर पाहायचाय,' असं शेट्टीनं त्याला सांगितलं. त्यानं प्रिंट करून दिला. शेट्टीनं तो मोठ्या पडद्यावर पाहिला. नंतर लगेच मला फोन केला. त्या तंत्रज्ञाचं माझ्याशी बोलणं करून दिलं.

''मिस्टर पिळगांवकर, सगळ्यात आधी री-शूटिंगचा विषय डोक्यातून काढून टाका. तुम्हाला री-शूटिंगची अजिबात गरज नाही. तुमचं सगळं शूटिंग व्यवस्थित आहे. कॅमेऱ्याची फक्त एक लेन्स थोडी 'सॉफ्ट' आहे, पण त्यातला फरक फक्त तुम्हाला किंवा मला कळेल, प्रेक्षकांना कळणार नाही.'' माझ्या डोक्यावरचं मोठं ओझं उतरलं. सगळ्यांनाच हायसं वाटलं. ऐन जानेवारीत सगळ्यांनी दिवाळी साजरी केली.

मी कॅमेरामन संतोषला फोन करून सगळं काही ओके असल्याचं सांगितलं. तो मुंबईच्या जवळच होता. तो म्हणाला, आता एवढ्या जवळ आहे, तर प्रत्यक्ष जाऊनच येतो. मग कृष्णा शेट्टीला फोन करून 'प्रोसेस' झालेली चारशे फूट फिल्म संतोषच्या ताब्यात द्यायला सांगितली. संतोष ती फिल्म घेऊन पुन्हा कोल्हापूरला आला. आम्ही शाहू टॉकीजमध्ये रात्री ती फिल्म बघितली. त्या तंत्रज्ञानं सांगितलं, तसे त्यातले काही शॉट्स सॉफ्ट होते, पण

त्यात काही पंचाईत येणार नव्हती. मी कृष्णा शेट्टीला फोन करून धन्यवाद दिले आणि हेही सांगितलं की, बेजबाबदारपणाने चुकीची माहिती देऊन आम्हाला घाबरवून सोडणाऱ्या त्याच्या त्या कर्मचाऱ्याला पुन्हा कधी माझ्यासमोर येऊ देऊ नकोस. नाहीतर त्याच्या आत्तापर्यंतच्या आयुष्याचं त्याला री-शूटिंग करावं लागेल! आमच्या क्षेत्रात अशाही काही अनपेक्षित प्रसंगांना तोंड द्यावं लागतं आणि त्यासाठी तयारी ठेवावी लागते.

'आम्ही सातपुते' १८ एप्रिल, २००८ रोजी प्रदर्शित करायचं ठरलं. याच दिवशी पहिली 'आयपीएल' स्पर्धा सुरू होणार होती, याची कल्पना मला नव्हती. पहिलाच सामना असल्यानं लोकांना त्याचं आकर्षण जास्त होतं. त्यामुळे 'आम्ही सातपुते'चे चित्रपटगृहांतले दुपारनंतरचे शो मार खायला लागले. चित्रपटाला जेवढं यश मिळायला हवं होतं, तेवढं मिळालं नाही. सर्वसाधारण निर्मात्याप्रमाणे बोलायचं झालं, तर 'आयपीएल' आलं म्हणून चित्रपट फसला, असं मी म्हणू शकतो. परंतु मी स्वत:ला सर्वसाधारण निर्माता मानत नाही. मी एक चित्रपटकर्ता आहे. 'आम्ही सातपुते'ला मोठं यश मिळालं नाही, कारण तो चित्रपट मध्यंतरानंतर फसला होता, असं मला वाटतं. हा दोष संपूर्णत: माझा आहे. प्रेक्षकांना दोष देणं सोपं आहे. परंतु मी तसं का करू? याच प्रेक्षकांनी याआधी माझा 'नवरा माझा नवसाचा' डोक्यावर घेतला होता. स्वत:च्या चुका, कमतरता स्वीकारणं आणि त्याची कबुली देणं, यासाठी 'जिगर' लागते. चित्रपटसृष्टीत यायचं असेल, तर ही 'जिगर' निर्माण केली पाहिजे.

सूरज के मुसाफ़िर जो बने हो, तो सोच लो,
इस रास्ते में प्यास का दरिया भी आएगा।
कमरा ही बंद है, तो हवाओं का क्या क़ुसूर,
खिड़की जब खुलेगी, तब झोंका भी आएगा।

'आम्ही सातपुते' मध्यंतरानंतर अधिक आकर्षक कसा करता आला असता, हे मला चित्रपट प्रदर्शित झाल्यानंतर सुचलं. ते आधी सुचलं असतं, तर कदाचित वेगळं चित्र दिसलं असतं.

याच बाबतीत दुसरं उदाहरण सांगायचं झालं, तर चित्रपटगृहचालकांचा हिंदी चित्रपटांच्याबाबतीत संप सुरू होता, त्याच काळात 'मी शिवाजीराजे भोसले बोलतोय' हा चित्रपट प्रदर्शित झाला, म्हणूनच तो चालला, असं काही लोक म्हणतात. एक 'फिल्ममेकर' म्हणून मला हे पटत नाही. त्या काळात वाईट दर्जाचा मराठी चित्रपट लावला असता, तर तो एवढा चालला असता का? अर्थातच नाही! एखाद्या परिस्थितीचा चित्रपटाला फायदा होणं, ही गोष्ट वेगळी. पण त्या परिस्थितीमुळेच चित्रपट चालला, असं म्हणणं चुकीचं आहे.

■

सीन ६२

नाच गं घुमा

एका चित्रपटाच्या एडिटिंगच्या वेळी फुलवा खामकर ही मुलगी मला भेटायला आली. मी समोरून जात असताना माझ्याकडे बघून हसली. मीसुद्धा हसलो. मला वाटलं, स्टुडिओत कुणाकडेतरी आली असेल. तिनं उठून पटकन मला गाठलं आणि स्वत:ची ओळख करून दिली. तिनं त्याआधी काय काय केलंय, हे तिनं सांगण्याचा प्रयत्न केला. पण ती एवढं भरभर बोलली, की मला सगळं नीटसं कळलं नाही. फक्त एवढंच कळलं, की 'एकापेक्षा एक'च्या पहिल्या पर्वासाठी कोरिओग्राफर म्हणून काम करायची तिची इच्छा होती. मी दोन मिनिटांत तिची निवड करून टाकली. उद्यापासून काम सुरू कर, असंही सांगितलं. तिला आश्चर्य वाटलं. 'सर, तुम्ही माझं आधीचं काम वगैरे बघणार नाही का?' तिनं विचारलं. मी म्हटलं, ''काही गरज नाही. यू आर ऑन!''

एखादा माणूस चटकन 'क्लिक' होतो, तशी फुलवा झाली होती. माझी निवड तिनं सार्थ करून दाखवली. 'एकापेक्षा एक'च्या पहिल्या पर्वाची ती 'विजेती कोरिओग्राफर' होती. दुसऱ्या आणि तिसऱ्या पर्वात ती 'ज्युरी' म्हणून आली होती. चौथ्या पर्वात, सर्व कार्यक्रमाची रचना आणि सादरीकरण यावर देखरेख ठेवण्यासाठी तिची अधिकृतपणे निवड मी केली होती. पाचव्या पर्वाच्या वेळी तर ती 'मेंटॉर' झाली होती. सहाव्या पर्वात ती स्पर्धक म्हणून रंगमंचावर उतरली.

ती माझ्या आज्ञेत आहे, अशी भावना ठेवायला आपला समोरच्या व्यक्तीवर खूप विश्वास असावा लागतो. तसा आमचा एकमेकांवर आहे. अजूनही ती कायम संपर्कात असते. आपलं काय काम सुरू आहे, कुठले 'प्रोजेक्ट्स' करतेय, हे मला सांगावंसं तिला मनापासून वाटतं. आधी खूप काम केलं होतं; पण खरं नाव 'एकापेक्षा एक'मुळे मिळालं, हे ती खुल्या मनानं मान्य करते आणि माझ्याबद्दल तो आदर तिच्या मनात आहे.

दीपाली विचारेच्या बाबतीतही असंच. आम्ही पहिल्यांदा एकत्र काम कधी केलं ते आठवत नाही, एवढं आमचं नातं जवळचं आहे. पहिल्या दिवसापासूनच तिनं मला 'दादा' म्हणायला सुरुवात केली, त्यामुळे ती माझी धाकटी बहीणच झाली. तिचं शिक्षण बी.ए., एल.एल.बी. खरंतर ती वकील बनायची, पण झाली कोरिओग्राफर. तिच्या वैयक्तिक आयुष्यात काही अडचणी आल्या, तरी ती माझ्याकडे येते. माझा सल्ला घेते. कुठलीही समस्या असली, तरी 'दादा' सगळ्या गोष्टी सहजसोप्या करून सांगतात आणि निर्णय घ्यायला अवघड जात नाही, असं तिचं म्हणणं. एक 'सक्सेसफुल कोरिओग्राफर' असूनसुद्धा तिनं या क्षेत्रातलं शिक्षण थांबवलेलं नाही. संदीप सोपारकर याच्याकडे जाऊन ती वेगळ्या प्रकारचं नृत्यही शिकून आली. असं वेगवेगळ्या ठिकाणी तिचं शिक्षण सुरूच असतं. माणूस यशस्वी होतो, तो या वृत्तीमुळेच!

■

सीन
६३

माझे जीवनगाणे

मी 'गायक' झालो, याबद्दल काही गायकांच्या मनात नाराजी आहे. अर्थात, त्या क्षेत्रातलं त्यांना जास्त कळतं, म्हणूनही ते असू शकेल. मी महंमद रफी नाही, किशोरकुमार, मन्ना डे नाही किंवा सोनू निगम वा सुरेश वाडकरही नाही, याची मला पूर्ण कल्पना आहे. परंतु मी स्वत:च्या क्षमतेमध्ये राहून गात असेन आणि लोकांना ते आवडत असेल, तर त्यात काही गैर आहे, असं मला वाटत नाही. दुसरं म्हणजे मी गाऊन त्यांच्यावर अन्याय केला, असं वाटण्यापेक्षा माझ्याकडे काही प्रमाणात तरी गाण्याची कला असताना मी न गाणं, हा माझ्यावर अन्याय नाही का? माझं मत, एवढं साधं, स्पष्ट असल्यामुळेच मी गातो. दुसऱ्या कुणाच्या पोटावर पाय आणण्यासाठी नव्हे!

अनिल-अरुण या संगीतकार जोडीबरोबर 'मायबाप'पासून मी एकत्र काम करायला सुरुवात केली. हे दोघं वेगळे झाल्यानंतर मी अरुणसोबतच काम करण्याला पसंती दिली. माझ्यासाठी अरुणनं स्वतंत्रपणे संगीत दिलेला पहिला चित्रपट म्हणजे 'गंमत जंमत.' त्यातली गाणी सुपरहिट झाली. 'अश्विनी ये ना...' गाणं करताना त्यानं विरहगीताच्या हिशेबानं त्याला चाल दिली होती. मी त्याला 'रॉक' संगीताची ट्रीटमेंट द्यायला सुचवलं. 'माझा पती करोडपती'ची गाणीही गाजली. त्यातलं 'रात अशी, ही प्रीत रसीली...' हे गाणं सुमधुर चालीचं होतं. त्यात खूप छान मेलडी होती. त्या गाण्याच्या रेकॉर्डिंगच्या आधी आम्ही एकदा गाडीतून जात होतो. त्या वेळी अरुण मला म्हणाला, ''सचिन, तुला एक सांगायचं होतं. सांगू का?''

''सांग ना!''

''हे गाणं खूप 'मेलडियस' आहे. त्यामुळे तुझ्याऐवजी दुसऱ्या कुठल्या गायकाकडून ते गाऊन घेऊ या का?'' त्यानं चाचरत विचारलं.

''माझी काहीच हरकत नाही. मी आत्तापर्यंत तू केलेली उडत्या चालीची गाणी गायलोय, म्हणून तुला कदाचित असं वाटत असेल. आपण असं करू या, 'मेहबूब' किंवा 'सनी' अशा स्टुडिओत ते माझ्या आवाजात रेकॉर्ड करू. तुला ते नाही आवडलं, तर तू म्हणशील त्या गायकाकडून ते 'डब' करून घेऊ. त्याला माझी काहीच हरकत नसेल.''

अरुणला माझा मुद्दा पटला. त्याच्या मनावरचं दडपणही दूर झालं. अशी आव्हानं स्वीकारायला मला आवडतात. मी ते गाणं मन लावून गायलं. आम्ही एकत्र बसून ते ऐकलं. ''चांगलं गायला आहेस,'' अरुणनं मला सांगितलं.

मी म्हणालो, ''तरीही माझ्यापेक्षा दुसरं कुणी हे गाणं चांगलं गाऊ शकेल, आणि त्यामुळे तुझ्या संगीताला न्याय मिळेल असं वाटत असेल, तर आपण तसं करू.''

''चांगलं गाणारे खूप जण भेटतील. पण हे 'फीलिंग' ते देऊ शकणार नाहीत.'' अरुणनं कबूल केलं. त्याच्या या वाक्यानं माझ्या मेहनतीचं चीज झाल्यासारखं वाटलं.

याच चित्रपटात 'नंदकिशोरा चित्तचकोरा...' हे भक्तिगीत होतं. अरुणनं ते बसवलं आणि मला ऐकवलं. मी त्या गाण्याला रास-गरब्याचा ठेका द्यावा, असं सुचवलं. मुखड्यातील पहिल्या ओळीला गरब्याचा ठेका देऊन

पुढच्या ओळीशी त्याचा मेळ कसा साधणार, असा त्याला प्रश्न होता. मी त्याला ते करून दाखवलं. तिहाई घेऊन ते गाणं पुन्हा समेवर आलं, तेव्हा अरुणनं उठून माझं अभिनंदन करत 'शेक-हँड' केलं. त्याला हा बदल भलताच आवडला होता.

गोष्ट साधीच असते, पण आपण ती सादर कशी करतो, याला महत्त्व असतं.

अरुणला १९९१मध्येच हृदयविकाराचा झटका आला. रुग्णालयात त्याच्यावर उपचार सुरू होते. त्या वेळी आम्ही 'आयत्या घरात घरोबा' हा चित्रपट करत होतो. त्या काळात त्याला एक पुरस्कारही मिळाला होता. मी त्याच्यावतीनं तो स्वीकारला आणि त्याला रुग्णालयात नेऊन दिला. तू लवकर बरा होशील, असा धीरही दिला. मी बहुतेकदा चित्रपटाचं शूटिंग सुरू करण्याआधी गाणी रेकॉर्ड करतो, परंतु अरुणच्या आजारपणामुळे त्या चित्रपटासाठी मी शूटिंग आधी उरकलं आणि गाणी मागे ठेवली होती. अरुण रुग्णालयातून घरी आला, पण तो मनानं खचला होता. त्यानं 'आयत्या घरात घरोबा'ची गाणीही केली, चित्रपटही प्रदर्शित झाला. त्यानंतर मी 'प्रेम दीवाने'च्या शूटिंगमध्ये गुंतलो असताना अरुणचं निधन झालं. माझ्या आयुष्यात चांगलं योगदान देणारा एक मित्र मला सोडून गेला होता. त्यानंतर अलीकडेच अनिलचंही निधन झालं. त्याच्याशी माझा चांगला 'रॅपो' होता. पार्श्वगायक म्हणून त्यानं माझ्याकडून अनेक गाणी गाऊन घेतली. 'एकापेक्षा एक,' 'प्रेम दीवाने,' आणि 'नाम क्या है'चं पार्श्वसंगीतही त्यानं केलं होतं.

मोहनकुमार भंडारी यांच्याबरोबर मी 'सचिन नाइट' करत असताना पुण्यात अनेक ठिकाणी माझे शोज झाले होते, परंतु 'नेहरू मेमोरियल हॉल'मध्ये पहिल्यांदाच शो झाला, त्यावेळची गोष्ट. तिथला ऑडियन्स खूप चोखंदळ आहे, असं माझ्या कानावर आलं होतं. तिथे झालेला रफी साहेबांचा शो खूप गाजला होता, पण इतरांचे शोज फारसे रंगत नाहीत, असंही ऐकलं होतं. माझा शो सुरू झाला. 'इंटरव्हल' झाला आणि आपला शो पाहिजे तसा रंगत नाहीये, हे माझ्याही लक्षात आलं. काहीतरी गडबड नक्कीच होत होती. लोक चहा वगैरे पिऊन पुन्हा 'ऑडिटोरियम'मध्ये येऊन बसले. त्यानंतरची माझी एन्ट्री जवळपास ४५ मिनिटांची होती. माझ्या डोक्यात काय आलं, कुणास ठाऊक, पण स्टेजवर गेल्यानंतर पाकिस्तानातील रेश्मा या बंजारन गायिकेची आठवण मी ऑडियन्सला करून दिली. त्यांचं गाणं कधी प्रत्यक्षात ऐकायला मिळालं, तर स्वत:ला भाग्यवान समजेन, असंही सांगितलं. त्या गायिकेचं 'कित्ते नैन ना जोडी, तैनूं वास्ता खुदा दा, यू वचना ना मोडीं...' असं पंजाबी गाणं गायला सुरुवात केली आणि लोकांच्या माना डोलायला लागल्या. मी स्वत:ही रंगून गेलो. त्यानंतर मी त्यांचं 'हायो रब्बा, नैयो लगदा दिल मेरा...' गायला लागलो आणि त्यालाही खूप छान दाद मिळाली. सुमारे अर्धा तास मी ही गाणी तल्लीन होऊन गात होतो, श्रोतेही त्यात रंगून गेले होते. गाणं संपल्यावर बाल्कनीतून एका माणसानं 'पैसा वसूल!' अशी ओरडून दाद दिली. एका कलाकारासाठी ही दाद म्हणजे आयुष्यभराची पुंजी असते. आपण खर्च केलेले पैसे वसूल झाल्याचं समाधान प्रेक्षकाला मिळणं, यापेक्षा कलाकारासाठी दुसरा आनंदाचा क्षण कुठला असणार?

त्यानंतर कार्यक्रमात पुढे मी ठरवलेली उडत्या चालीची गाणी गायलो नाही. 'मैंने शायद तुम्हें पहले भी कहीं देखा है...' गायलो, 'चेहरे से हटा दो जुल्फों को...', 'क्या मैंने किया है...' ही रफीसाहेब आणि सैगल साहेबांची गाणी गायलो. वेळेचं भान मलाही राहिलं नाही आणि श्रोत्यांनाही! संयोजकाला मात्र ते ठेवणं आवश्यक होतं. त्यामुळे दीड तास झाल्यानंतर त्यानं मला विंगेतून 'आवरतं घ्या,' अशी खूण केली. मी समोर बघितलं, तर त्या ऑडिटोरियमचे मॅनेजर समोरच होते. 'गात राहा,' असं त्यांनी मला खूण करून सांगितलं. मी आणखी अर्धा तास गायलो. माझ्या शोमधल्या बाकीच्या कलाकारांना गाणी सादर करताच आली नाहीत. परंतु ते नाराज न होता माझं कौतुक करण्यासाठी विंगेत उभे होते. कार्यक्रम संपल्यावर मी मागच्या दारानं बाहेर पडून माझ्या गाडीकडे गेलो. तेवढ्यात तिथे एक लांबशी गाडी येऊन उभी राहिली. त्यातून अनुप जलोटा उतरले. त्यांना बहुतेक ऑडिटोरियममध्ये जायचं होतं, पण मला समोर बघून ते माझ्याकडे आले आणि मला मिठी मारली.

''शो खतम हो गया?''

''जी हाँ। थोडा लेट हो गया।''

''हां! सुनने में आया के, अच्छा समा बाँधा आपने।'' ते म्हणाले.

त्यांना कसं कळलं, असा मला प्रश्न पडला. मी रेश्मा यांची गाणी म्हणत असताना मॅनेजरनं अनुपजींच्या संयोजकाला फोन करून माझ्या मैफलीबद्दल सांगितलं होतं. संयोजकानं ते अनुपजींना सांगितलं आणि मला एकदा

भेटायची इच्छाही व्यक्त केली. 'एकदा कशाला, आत्ताच भेटू या. मलाही त्यांच्या गाण्यांचा आनंद घेता येईल,' असं म्हणून अनुपजी त्याची माझ्याशी भेट करून देण्यासाठी आले होते. तो त्यांच्या कार्यक्रमांचा संयोजक असला, तरी माझ्याशी बोलणी करण्यासाठी त्याला बरोबर घेऊन येताना त्यांना अजिबात असुरक्षित वाटलं नाही. याला म्हणतात, 'खरा कलावंत!'

कॅमेरामन समीर आठल्ये यानं माझ्याच एका चित्रपटापासून 'सिनेमॅटोग्राफी' क्षेत्रात पदार्पण केलं. सूर्यकांत लवंदे यांचा तो साहाय्यक होता. त्यानंतर तो स्वतंत्रपणे काम करू लागला, माझ्याही एका चित्रपटासाठी तो कॅमेरामन होता. दूरदर्शनसाठी तो 'आधार' नावाची एक मालिका करत होता. एकदा आम्ही गप्पा मारत असताना त्या मालिकेचं 'टायटल साँग' मी गाणार, असा आमचा विषय झाला. अशोक पत्की त्या गाण्याचं संगीत देणार होते. सचिन पिळगांवकर हे गाणं गाणार, असं समीरनं त्यांना सांगितल्यावर त्यांनी ताबडतोब नकार दिला. हे गाणं सचिनच्या 'स्टाइल'चं नाही, असं त्यांचं ठाम मत होतं. तरीही समीरचा माझ्या नावासाठी आग्रह होता. 'तुम्ही ऐकून तरी बघा', असं त्यानं अशोक पत्कींना सांगितलं. त्यांनी नाइलाजानं माझ्यासाठी एका कॅसेटवर ती चाल रेकॉर्ड केली आणि मला कॅसेट पाठवली. त्यांना वाटलं, कदाचित चाल ऐकून, ते आपल्याला झेपणार नाही, असं समजून मी नाही म्हणेन. पण तसं घडलं नाही.

मी शूटिंगला जाताना आणि येताना, अशी दोनदा गाडीत ती चाल ऐकली. रात्री रेकॉर्डिंग होतं. दोन रिहर्सल झाल्या आणि तिसऱ्या वेळेला एकाच टेकमध्ये गाणं 'ओके' झालं. मी सिंगर्स रूममधून बाहेर आलो, तर अशोक पत्कींच्या डोळ्यांत पाणी होतं.

''तू अप्रतिम गायलास. आश्चर्याचा सुखद धक्का बसला. मी 'कंपोझ' केलं होतं, त्याच्याही पलीकडे जाऊन तू हे गाणं गायलास. मला खरंच कल्पना नव्हती. आय ॲम सॉरी!'' असं त्यांनी सांगितलं. मी त्यांना वाकून नमस्कार केला. एवढा मोठेपणा दाखवणं कठीण असतं. त्यानंतर त्यांची आणि माझी छान मैत्री झाली.

जितेंद्र कुलकर्णीनं माझ्या काही मालिकांसाठी संगीत दिग्दर्शनाचं काम केलं होतं. त्याचं काम मला आवडलं होतं. त्यानं काही प्रख्यात कवींच्या चाळीस वर्षांपूर्वीच्या आठ निवडक कविता शोधून काढून त्यांना चाल लावली होती. त्यावरून 'सचिनमय' हा अल्बम तयार करण्याचं त्याच्या डोक्यात होतं. मातीचा वास असलेल्या आणि अतिशय 'नॉनफिल्मी' अशा या चाली होत्या. मी ही गाणी गाणार होतो. 'सागरिका म्युझिक कंपनी'शी मी संपर्क साधला. त्याच्या संचालिका सागरिका बाम यांनी आम्हाला मराठीऐवजी हिंदी गाण्यांचा अल्बम करायचं सुचवलं. मी त्यांना समजावण्याचा प्रयत्न केला, परंतु त्या ठाम होत्या. आधी हिंदी करू; मग मराठी, असं त्यांनी सांगितलं. मी त्यांना म्हटलं, ''ठीक आहे. आपण आधी हिंदी करू या. पण जाण्याआधी तुम्ही या चाली एकदा ऐका.''

मी तिथून निघायच्या आधी त्यांनी त्या चाली ऐकल्या. त्यांना त्या प्रचंड आवडल्या आणि त्या म्हणाल्या, ''आधी मराठीच करू या.'' त्यामुळे 'सचिनमय' हा अल्बम तयार झाला. मी स्वत: अनेक गाणी गायलो असलो, तरी मी स्वत:ला 'पार्श्वगायक' मानत नव्हतो. मी हौसेसाठीच गात होतो. परंतु 'सचिनमय'साठीच्या रॉयल्टीचा चेक मला मिळाला, तेव्हा आपण पार्श्वगायकही आहोत, असं मला वाटलं. तो चेक मी आईला नेऊन दिला. तिला म्हटलं, ''हा जरी माझ्या नावाचा चेक असला, तरी ही तुझी कमाई आहे, असं मला वाटतं. तुझ्यामुळे मी गायला शिकलो. त्यामुळे हे पैसे मी तुला देतो, तुला त्याचं काय हवं ते घे!''

■

सीन ६४

‘स्टार या रॉकस्टार’

‘झी’च्या ‘स्टार या रॉकस्टार’ या कार्यक्रमात मी स्पर्धक म्हणून भाग घेतला, तेव्हा माझ्या मित्रांसह अनेकांनी मला विचारलं होतं, ‘तुला काय गरज या स्पर्धेत भाग घेण्याची? याच्याआधी तू ‘नच बलिये’सारखा रिॲलिटी शो जिंकला आहेस. मग आता हे कशाला?’ मी त्यांना समजावण्याचा प्रयत्न केला की, ती नृत्याची स्पर्धा होती, ही गाण्याची आहे. तरीही त्यांना पटलं नाही, तेव्हा मी त्यांना सोप्या भाषेत सांगितलं – ‘ये मेरी खुजली है।’ – ‘हौसेला मोल नसतं.’ माझ्या बाबतीत तर ते नाहीच नाही! चित्रपटसृष्टीत येऊन मला ५० वर्षं झाली, पण मी वर्षं मोजत नाही बसलो! झाली असतील पन्नास वर्षं! मला अजूनही नवीन शिकण्याची, नवीन काही करून बघण्याची दांडगी हौस आहे. कुणीही मला सांगितलं, या चित्रपटात हे करावं लागेल आणि मला ते पटलं की, मी ते करून टाकतो. असा विचार करत नाही की, पन्नास वर्षं हेच केलं. आता पुन्हा काय करायचं? कदाचित ५० वर्षांपूर्वी मला जेवढा उत्साह नव्हता, तेवढा सुदैवानं आज आहे. माझ्यात जर हौस असेल, तर मी कुठलंही काम का नाकारायचं? आणि माझी हौस भागवण्यासाठी मी स्वत:हून कुणाकडे गेलो नव्हतो. ‘स्टार या रॉकस्टार’ची ऑफर माझ्याकडे आली होती. मग मी का मागे हटायचं?

‘रॉकस्टार’मध्ये भाग घेतानाही माझा हाच विचार होता. तिथे मला प्रथमच कुणीतरी पेटीवर बसून शिकवणार होतं की, गाणं कसं गायचं... ताना कशा घ्यायच्या... चांगल्या जागा कशा हेरायच्या... आणि सादर करायच्या. माझ्यातल्या उणिवा ओळखून त्या दूर करण्याचे सल्ले कुणीतरी देणार होतं. पार्श्वगायन करताना मी हे संगीतकारांकडून शिकलो होतो, पण ते त्या-त्या गाण्यापुरतंच होतं. सलग काही दिवसांच्या शिकवणीचा हा पहिलाच अनुभव होता. मला चित्रपटसृष्टीत पन्नास वर्षं झाली म्हणजे मी मोठा तीर मारला, असं मला अजिबात वाटत नाही. मला सगळंच येतं, अशीही माझी भावना नाही. त्यामुळेच नवीन गोष्टी शिकण्याची माझी कधीही तयारी असते. या बाबतीत मी ‘बंबल बी’ला आदर्श मानतो. ‘बंबल बी’ नावाच्या माशीचे पंख तिच्या शरीराच्या मानाने कमकुवत असतात. एवढं शरीर घेऊन उडण्याची ताकद तांत्रिकदृष्ट्या तिच्यात नसते. तरीही ती उडते, कारण आपल्याला उडता येत नाही, याची तिला कल्पनाच नसते. मला वाटतं, माणसाला देवानं प्राण्यांपेक्षा जास्त बुद्धी दिल्यानं तो नेमका उलटा वागतो.

या स्पर्धेत मी एका फेरीत ‘जॅझ’पद्धतीचं गाणं गायलं. त्या संगीत प्रकाराशी त्याआधी माझा कधीही संबंध आला नव्हता. मी कधी ते गाणं त्याआधी पूर्ण ऐकलंही नव्हतं. माझे म्युझिक टीचर मुकेश परमार यांनी माझ्याकडून ते बसवून घेतलं. मी ते मनापासून गायलं. परीक्षक अन्नू मलिकनं त्यावर प्रतिक्रिया दिली की, ‘तू ‘जॅझ’ गाणं कधीही सोडू नकोस. हे गाणारे चित्रपटसृष्टीत फार लोक नाहीयेत.’ याच कार्यक्रमात मी ‘मोरया... मोरया...’ही गायलो आणि तेही गाताना खूप मजा आली. त्या मंडळींचा मराठी गाणं सादर करण्याला विरोध होता. पण मी अडून राहिलो. पंजाबी गाणं चालतं, मग मराठी का नाही, असा मुद्दा मी उपस्थित केला आणि त्यासाठी भांडलो. ‘मोरया... मोरया...’ हे गाणं मी सादर केलं, त्या वेळी सुरेश वाडकर पाहुणा परीक्षक म्हणून आला होता. त्याच्या मते ज्यानं उत्तम गाणं गायलं, त्याला सुरेश सरस्वतीची मूर्ती भेट देणार होता. त्या एपिसोडमध्ये त्यानं उत्तम गायक म्हणून माझी निवड केली आणि ती मूर्ती मला मिळाली. अनू मलिक आणि अलिशा चिनॉय यांच्यासारख्या परीक्षकांनी मला अंतिम स्पर्धेत विजेता ठरवण्यापेक्षा सुरेश वाडकरसारख्या मोठ्या गायकानं सरस्वतीची मूर्ती

देण्यासाठी माझी निवड करणं, याला माझ्या दृष्टीनं जास्त महत्त्व होतं.

काही नावं ऐकली की, आपल्या चेहऱ्यावर 'स्माइल' येतं. काही नावं ऐकल्यावर आपल्याला हसू येतं. अनू मलिक हे दुसऱ्या वर्गात मोडणारं नाव. देवानं वेगळ्याच प्रकारे त्याला बनवलं आहे. स्वत:शिवाय दुसरं काही त्याला बोलताच येत नाही. कुठलाही विषय चालू असेल, तरी तो स्वत:वर येऊनच थांबतो. त्याच्या जोडीला अलिशा चिनॉय! ही मंडळी आमच्या गाण्याचं परीक्षण करून आम्हाला गुण द्यायची. कधी-कधी स्पर्धकांनी एखादं अवघड गाणं सादर केल्यानंतर त्यात सुधारणा सुचविण्यासाठी अलिशा स्वत: आम्हाला गाणं गाऊन दाखवायची. आम्हाला मजा यायची!

अनू मलिकनं स्वत: गायलेली गाणी आणि त्याचं संगीत हे खूप 'प्रख्यात' आहे. त्यामुळे त्याविषयी मी वेगळं काही बोलायची गरज नाही. या स्पर्धेतली स्पर्धक मानसी पारीख अप्रतिम गाते, याबद्दल शंकाच नाही. वयाच्या चौथ्या वर्षी तिनं गाणं शिकायला सुरुवात केली आणि २२ वर्षं ती शिकतेय. तिच्या क्षमतेबद्दल कुणालाच आक्षेप नाही. परंतु पहिल्या दिवसापासूनच परीक्षक मानसीला 'फॉर' होते, हेही आम्हाला दिसत होतं. त्यामुळे स्पर्धेचा निकाल काय लागणार, याची मला आधीपासूनच कल्पना होती. त्याबद्दल फार अपेक्षाही नव्हत्या. त्यातून सचिनला पुन्हा काय जिंकवायचं, अशीही त्यांची एक भावना असावी. कार्यक्रमाच्या निवेदनातही 'सचिनजी को तो जीतने की आदत है।' अशा स्वरूपाची वाक्यंही टाकण्यात येत होती. फिनालेसाठी श्रिया, सुप्रिया आणि आईसुद्धा आली होती. मी जिंकावा, अशी आईची इच्छा होती. त्यामुळे निकाल जाहीर झाल्यानंतर ती निराश झाली. मानसी जिंकूनही मीडियामध्ये तिला अजिबात प्रसिद्धी मिळाली नाही, याबद्दल मला वाईट वाटलं.

'फिनाले' झाल्यानंतर दहा दिवसांनी मला एका तरुण संगीत दिग्दर्शकाचा फोन आला. त्यानं एक रॉक गाणं बनवलं होतं आणि ते मी गावं, अशी त्याची इच्छा होती. 'रॉकस्टार' चित्रपटातलं 'जो भी मैं…' हे गाणं मी 'स्टार या रॉकस्टार'मध्ये गायलं, ते त्यानं ऐकलं होतं. मी होकार दिला. मी ते गाणं शिकलो आणि गायलो. तिथून परतताना मला असं वाटलं की, खरंच कोण जिंकलं? व्यासपीठावर आपण गायक म्हणून उभं राहून स्पर्धेत भाग घेतो, तर त्या क्षेत्रात आपलं योगदानही हवंच ना? मी गंमत म्हणून गात नाही. 'संगीत' आणि 'गायन' हे माझ्या आयुष्याचं एक अविभाज्य अंग आहे आणि ते कायम राहील.

माझे म्युझिक टीचर असलेले मुकेश परमार यांच्याशी या स्पर्धेदरम्यान खूप छान मैत्री झाली. ते अमराठी असले, तरी मुंबईत राहिल्याने छान मराठी बोलतात. त्यांनी मला खूप मदत केली. शिकवलं! ते मला आयुष्यभरासाठी उपयोगी पडेल.

■

सीन
६५

'आयडियाची कल्पना'

फिल्ममेकर बिली वाइल्डर हा हॉलिवूडमधला 'कॉमेडीचा किंग' मानला जातो. 'फॉर्च्युन कुकीज' या त्याच्या एका चित्रपटावरून बासू चटर्जी यांनी हिंदीत एक चित्रपट केला, परंतु तो फसला होता. माझ्या डोक्यात त्याच कथेवरून प्रेरणा घेऊन एक चित्रपट करण्याचा विचार आला. मी, अशोक सराफ यांच्यासह महेश कोठारेलाही त्यात घेऊ या, असं माझ्या डोक्यात आलं. तोपर्यंत मी आणि महेश पडद्यावर कधीच एकत्र आलो नव्हतो. बालकलाकार म्हणून 'सफर'मध्ये आम्ही होतो, पण त्यातही आम्हाला एकमेकांसोबत काम नव्हतं. 'आयत्या घरात घरोबा'च्या आधी त्याच्याबरोबर काम करण्याचा एक विचार माझ्या मनात आला होता. मणिरत्नमच्या 'अग्निनक्षत्रम' या तमिळ चित्रपटाचे हक्क घेऊन मराठी चित्रपट करायचं, माझ्या डोक्यात होतं. पण महेश 'धडाकेबाज'मध्ये गुंतला असल्याने तो 'प्रोजेक्ट' होऊ शकला नाही. त्या वेळी आम्ही एकत्र आलो असतो, तर धमाल आली असती. आता नव्यानं ही संधी निर्माण झाली होती.

हा चित्रपट सुरू करण्याच्या काळातच एका कॉर्पोरेट कंपनीची माणसं माझ्याकडे आली होती. त्यांना चित्रपटाची निर्मिती करायची होती आणि दिग्दर्शन मी करावं, अशी त्यांची इच्छा होती. त्यानंतर संजय छाब्रिया हे निर्माते माझ्याकडे आले. मी त्यांना थोडे दिवस थांबायला सांगितलं. दरम्यानच्या काळात त्या कॉर्पोरेट कंपनीची माणसं गायब झाली होती. बऱ्याच दिवसांनी ती उगवली आणि त्यांनी चित्रपटासाठी बजेट नाही, वगैरे सबबी सांगितल्या. त्यामुळे मी संजय छाब्रिया यांच्याशी चित्रपटाची बोलणी सुरू केली. त्यानंतर काही दिवसांनी पुन्हा ही कॉर्पोरेटची माणसं उगवली. त्यांना आता पुन्हा निर्मितीची हुक्की आली होती. मी त्यांना 'एकदाच काय ते नक्की सांगा, मी तुमच्यावर अवलंबून राहू शकत नाही,' असं सुनावलं. तरीही ते पुन्हा गायब झाले. या अधांतरी कारभारावर विश्वास ठेवणं शक्य नव्हतं. त्यामुळे मी छाब्रियांसोबत 'आयडियाची कल्पना' या चित्रपटाला सुरुवात केली.

जुलै, २०१०मध्ये शूटिंगला सुरुवात झाली. २९ दिवसांचं शूटिंग झालं. या चित्रपटात अशोकने नेहमीप्रमाणे उत्तम काम केलंच, पण महेशचं कामही मला खूप आवडलं. खरंतर स्वत: दिग्दर्शित केलेल्या चित्रपटांत काम करताना त्यानं त्याच्यातल्या अभिनेत्यावर अन्याय केला, असं मला वाटतं. अशोक आणि महेश यांच्या व्यक्तिरेखांमधला संघर्ष हा चित्रपटाचा मूळ विषय होता. मी त्या दोघांमधलं एक प्यादं होतो. मी तो चित्रपट मनमोहन देसाई स्टाइलनं करण्याचा प्रयत्न केला.

अवधूत गुप्तेबरोबर मी पहिल्यांदाच काम केलं. तो चांगला अनुभव होता. चित्रपटाची दोन गाणी रेकॉर्ड झाली होती. बाकीच्या गाण्यांबद्दल चर्चा सुरू होती. त्यानं काही चाली मला ऐकवल्या होत्या. मी तयार केलेली मुखड्याची एक चाल त्याला ऐकवली. त्याला विचारलं, ''असं केलं तर?''

तो म्हणाला, ''असं कशाला? हेच करू या! छान आहे! मुखडा तयार केलाय, तर कडव्यांच्या चालीसुद्धा करा.'' मी कडव्याची चालही तयार केली. मग त्या चालीवर प्रवीण दवणे यांच्याकडून गाणं लिहून घेतलं.

दुसऱ्या गाण्याच्या बाबतीतही तेच. दोन्ही गाण्यांची 'म्युझिक अरेंजमेंट' तयार झाली आणि ती रेकॉर्ड झाली. त्यानंतर अवधूत म्हणाला, ''सचिनजी, ही दोन्ही गाणी तुमच्या नावावर येणार.''

मी म्हटलं, ''अरे कशाला? मला संगीतकार बनण्याची हौस नाहीये!''

''त्या गाण्यांची चाल तुमची आहे, म्हटल्यावर तुमचंच नाव लागायला हवं. संगीतकार म्हणून माझं नाव दिलं आणि श्रोत्यांना गाणी आवडल्यावर त्याचं श्रेय त्यांनी मला दिलं, तर ते मला नाही चालणार. ज्याचं काम त्याच्याच नावावर यायला हवं.'' एवढा मोठेपणा त्यानं दाखवला. गाण्यांना चाल देण्याची ही माझी पहिलीच वेळ नव्हती. याआधीसुद्धा मी माझ्या काही चित्रपटांत गाणी तयार केली आहेत, पण त्यासाठी माझं नाव देण्याएवढं मोठं मन फक्त अवधूतकडेच होतं. मला अधिकृतपणे 'संगीतकार' बनवण्याचं श्रेय अवधूतकडे जातं.

अवधूतही माझ्या जवळचा आहे, तो त्याच्या या स्वभावामुळेच. तो माझा चेलाही आहे आणि मित्रही. मला आठवतं, माझी बहीण त्रिप्तीच्या मुलाच्या बारशाला मला एक संगीत कार्यक्रम ठेवायचा होता. त्या वेळी अवधूत गुप्ते आणि स्वप्नील बांदोडकर गायला आले होते. त्या वेळी ते अगदीच नवखे होते.

एका चित्रपटाची कथा अवधूतला सुचली होती. त्याला त्या चित्रपटाची निर्मिती करायची होती. त्यानं ती कथा मला ऐकवली. दिग्दर्शक म्हणून कोणाला घेऊ, असं मला विचारलं, तेव्हा त्यानं स्वत:च दिग्दर्शन करावं, असं मी त्याला सुचवलं. त्याची कल्पना तोच चांगल्या प्रकारे पडद्यावर मांडू शकेल, असा माझा विश्वास होता. त्यानं तो सार्थ ठरवला. चित्रपटाच्या बाबतीत कोणतीही गोष्ट करताना अजूनही तो मला सल्ला विचारतो आणि मी त्याला तो देतो. आज आमची मैत्री आणखी घट्ट झाली आहे. अवधूतमुळे स्वप्नील बांदोडकरही माझा चांगला मित्र झाला आहे.

'आयडियाची कल्पना' आम्ही ३१ डिसेंबर, २०१० रोजी प्रदर्शित केला. त्यासाठी सर्व प्रकारे जोरदार प्रमोशनही केलं होतं. मी आणि महेश पहिल्यांदा एकत्र येत असल्याबद्दल मीडियानं जेवढी प्रसिद्धी द्यायला हवी होती, तेवढी दिली नाही, असं मला वाटतं.

चित्रपटाबद्दल मला जेवढ्या अपेक्षा होत्या, तेवढा तो नाही चालला. पटकथा उत्तम होती, गाणी चांगली होती, 'कन्टेम्पररी'पद्धतीनं तो सादर केला होता, सचिन-अशोक-महेश पहिल्यांदाच एकत्र येणार म्हणून प्रेक्षकांसाठी खास आकर्षणही होतं. फक्त एकच गोष्ट कमी होती, ती म्हणजे त्याला ठोस कथा नव्हती. कुठलीही पटकथा ही कथेशिवाय बांधता येत नाही, हे माहीत असूनही मी ते धाडस केलं होतं.

या चित्रपटाच्यावेळी एक गोष्ट माझ्या लक्षात आली की, मराठी प्रेक्षक चित्रपटगृहात जाण्यास फारसा उत्सुक राहिलेला नाही. एकतर टीव्हीवरच्या भरमसाठ चॅनेल्सवरून घरात फुकट मनोरंजन उपलब्ध झाले आहे. माझा चित्रपट कधीच एवढ्या लवकर टीव्हीवर आला नाही. परंतु इतर बहुतेकसे चित्रपट दोन महिन्यांत टीव्हीवर येतात. त्यामुळे धडपड करून चित्रपटगृहात कशाला जायचं, अशी प्रेक्षकांची मानसिकता तयार झाली आहे. महागाई तर वाढली आहेच, त्याबरोबरच तिकीटदरही वाढले आहेत. त्यातून उत्साहानं प्रेक्षक चित्रपट पाहायला गेले आणि त्यांच्या दुर्दैवानं चित्रपट वाईट निघाला, तर पुढच्या वेळी मराठी चित्रपट पाहण्याचा त्यांचा उत्साह मावळतो. छोट्या शहरांमध्ये उच्च श्रेणीच्या तिकिटासाठी जो दर असतो, तेवढे पैसे मुंबई-पुण्यात फक्त कार पार्किंगसाठी मोजावे लागतात. या सगळ्यांचाच परिणाम मराठी प्रेक्षकांच्या संख्येवर होत आहे. सिंगल स्क्रीन चित्रपटगृहात एकाच वेळी चार शोजमध्ये चार वेगवेगळे चित्रपट लागणं, हा प्रकारही माझ्यासाठी नवा होता. 'मल्टिप्लेक्स' संस्कृतीमुळे एकाच वेळी अनेक चित्रपट सुरू असतात आणि हिट म्हणून जाहीर झालेल्या चित्रपटाच्या खेळालाही हाताच्या बोटांवर मोजण्याएवढे प्रेक्षक असतात. तीन दिवसांच्या उत्पन्नावर चित्रपटाचं यशापयश हल्ली ठरवलं जातं. यशाच्या व्याख्याच बदलून गेल्या आहेत.

बदलत्या काळाबरोबर बदलणं हे चुकीचं आहे, असं माझं मत नाही. बदलत्या काळाबरोबर जो बदलतो, तो टिकतो. काळ बदलता-बदलता जो स्वत:ला बदलतो, तो यशस्वी असतो. परंतु जो काळाला बदलतो, तो जगावेगळा असतो. 'नवरी मिळे नवऱ्याला'च्या वेळी मी हा अनुभव घेतला आहे. पुन्हा तोच अनुभवण्याची इच्छा आहे. मी याला जिद्द नाही, 'आत्मविश्वास' म्हणेन.

■

सीन ६६

'आटा ज्यादा; मेहमान कम'

२०११ साल उजाडलं आणि आपण या वर्षात कुठल्याही चित्रपटाची निर्मिती करायची नाही, असं मी ठरवलं. आपले अनुभव, विचार पुस्तकातून मांडण्याचा विचार बरेच दिवस मनात होता, पण त्यासाठी वेळ मिळाला नव्हता. त्यामुळे हे संपूर्ण वर्ष मी फक्त पुस्तकासाठी देणार होतो. त्याच वेळी 'दार मोशन पिक्चर्स' या कंपनीतर्फे ओम राऊत माझ्याकडे आला. ओम हा भारतकुमार राऊतचा मुलगा. तो आणि दिग्दर्शक अतुल काळे मला भेटायला आले होते. त्यांना 'मीट द फॉकर्स' या इंग्रजी चित्रपटावरून प्रेरणा घेऊन एक मराठी चित्रपट करायचा होता. त्यातल्या गोव्यात राहणाऱ्या एका स्वच्छंदी पित्याची भूमिका मी करावी, अशी त्यांची इच्छा होती. मी होकार दिला, तरच चित्रपट करणार, असंही ओमने सांगितलं. त्यांनी मला कथा ऐकवली. मी त्यात काही सुधारणा सुचवल्या, त्याही त्यांनी केल्या. त्यानंतर त्यांनी मला पटकथाही ऐकवली. त्यातही मला ज्या त्रुटी आढळल्या, त्या मी सुचवल्या. ते बदलही त्यांनी करून घेतले. त्यानंतर 'तिचा बाप त्याचा बाप' या चित्रपटाच्या शूटिंगला सुरुवात झाली. या चित्रपटात मी पहिल्यांदाच तरुण मुलाच्या पित्याची भूमिका केली. आम्ही मूळचे गोव्याचे असलो, तरी मला कोकणी बोलता येत नाही. ओम राऊतचं आजोळ गोव्याचं आहे, त्यामुळे त्या भाषेचा 'लहेजा' शिकण्यात मला त्याची मदत झाली.

मी ज्या निर्मात्यांसाठी काम केलं, त्यांच्यापैकी ओम हा सर्वांत तरुण निर्माता. ओम आणि माझे अतिशय छान संबंध निर्माण झाले. आमच्या मनात असलेल्या गोष्टी आम्ही अगदी मोकळेपणानं एकमेकांशी बोलू शकत होतो.

याच काळात लेखक हेमंत एदलाबादकर याच्यामुळे दिग्दर्शक विजू माने आणि निर्माते निलेश सावंत यांच्याशी भेट झाली. बैलगाड्यांच्या शर्यतीवरच्या 'शर्यत' या चित्रपटाची निर्मिती ते करत होते. गावातल्या आपल्या मालकाला जिद्दीनं ही 'शर्यत' जिंकून देणाऱ्या एका निष्ठावान बैलगाडी चालकाची ग्रामीण ढंगाची ही भूमिका होती. या रांगड्या भूमिकेसाठी विजू मानेनं माझा विचार केला, याचंच मला आश्चर्य वाटलं. कारण मीसुद्धा स्वत:बद्दल कधी तसा विचार केला नव्हता. परंतु त्याचा माझ्यावर जास्त विश्वास होता. मी स्क्रिप्ट ऐकलं, त्यात काही सूचना केल्या आणि त्या भूमिकेसाठी होकार दिला.

दुसऱ्या दिग्दर्शकाच्या चित्रपटाचं स्क्रिप्ट ऐकल्यानंतर मी फक्त माझ्या भूमिकेच्या प्रवासाबाबत मला जे सुचवावंसं वाटतं, तेवढंच सांगतो. बाकीच्या पटकथेची आणि चित्रपटाची रचना कशी असावी, हे ठरवण्याचा अधिकार त्या निर्माते-दिग्दर्शक आणि लेखकाला असतो. मी त्यात ढवळाढवळ करत नाही. ऐन एप्रिलच्या उन्हाळ्यात फलटणमध्ये 'शर्यत'चं शूटिंग सुरू झालं. त्या भूमिकेसाठी मला वेगळाच गेट अप होता. ती एक वेगळ्या प्रकारची भूमिका करताना मजा आली.

त्याआधी सन २०१०मध्ये 'जाना पहचाना' हा चित्रपट करण्याचं राजबाबूंच्या (राजकुमार बडजात्या) मनात आलं होतं. त्यात भूमिका आणि दिग्दर्शन करण्यासाठी त्यांनी मला बोलावून घेतलं. हा 'अखियों के झरोकों से'चा पुढचा भाग असणार होता. त्याची पटकथा तयार होती, पण दिग्दर्शक म्हणून त्यात आवश्यक ते बदल मी करून घेतले. चित्रपट माझ्या मनासारखा तयार झाला. परंतु त्याचं प्रमोशन झालंच नाही. राजश्री प्रॉडक्शन्सने

मुंबईत 'लिबर्टी' या एकाच चित्रपटगृहात तो प्रदर्शित करायचं ठरवलं होतं. 'हम आपके है कौन'च्या वेळी त्यांचं हे तंत्र यशस्वी ठरलं होतं, परंतु आता बदललेल्या काळाचा त्यांनी विचारच केला नाही. चित्रपट कधी आला... कधी गेला, हे कुणालाच कळलं नाही. त्यामुळे कोणत्याही चित्रपटाबाबत एवढी 'लिबर्टी' घेऊ नये, हे मला तरी समजलं.

'तिचा बाप त्याचा बाप' बरा बनला होता, त्याला तेवढंच यश मिळालं. 'शर्यत'कडून मात्र मला जास्त अपेक्षा होत्या. ५० वर्षांच्या प्रवासानंतर एक वेगळा सचिन पिळगांवकर लोकांच्या समोर येणार होता. त्यातल्या माझ्या कामाचं कौतुक खूप झालं, पण त्या कौतुकाचं रूपांतर बॉक्स ऑफिसवरच्या यशात झालं नाही.

'शर्यत' लोकांना आवडला नाही, याची काहीतरी कारणं निश्चितच असणार. परंतु त्याच्यानंतर मला असं वाटायला लागलं की, प्रेक्षकांना आपल्याला पडद्यावर पाहायची इच्छा आहे की नाही? दरवर्षी सहा-आठ-दहा चित्रपट करून अतिपरिचित होण्यासारखंही काही मी केलं नव्हतं. 'एकापेक्षा एक' या शोमुळे माझी वैयक्तिक इमेज ही व्यावसायिक इमेजपेक्षा मोठी झाली होती. एवढी वर्षं 'एकापेक्षा एक'चा परीक्षक म्हणून प्रेक्षकांनी मला भरपूर प्रेम दिलं. परीक्षक म्हणून मला एका विशिष्ट पातळीवर पाहण्याची सवय झाल्यानंतर एका सर्वसामान्य गावरान माणसाच्या भूमिकेत मला पाहणं लोकांना पटलं नसावं का, असाही विचार माझ्या मनात आला.

माझ्या मते, चांगली कलाकृती तयार केली, तर प्रेक्षकांचा प्रतिसाद मिळतोच. परंतु मराठीत सध्या 'आटा ज्यादा; मेहमान कम,' अशी परिस्थिती आहे. प्रेक्षकांची संख्या वाढत नाहीये आणि चित्रपटांची संख्या मात्र खूप वाढलेय. त्यामुळे प्रेक्षक मिळण्यासाठी जोरदार रस्सीखेच होणारच. 'आयत्या घरात घरोबा' आणि 'कुंकू'च्या वेळचीच परिस्थिती मला आज मराठी चित्रपटसृष्टीत पुन्हा दिसत आहे.

'मन पाखरू पाखरू'

आमच्याच कंपनीत असलेला अंकुश भट यानं 'मन पाखरू पाखरू' हा चित्रपट दिग्दर्शित करायचं ठरवलं होतं. अभिनेता अली असगर आणि त्याचे काही मित्र त्या चित्रपटाची निर्मिती करणार होते. मानसिक रुग्ण असलेल्या एका व्यक्तीची भूमिका करण्याचा प्रस्ताव मला मिळाला होता, तो मी स्वीकारला. वेगळी भूमिका होती. मानसिक रुग्ण असल्यानं त्याचं वागणं-बोलणं याचा अभ्यास आवश्यक होता. सतत आपल्याच विश्वात असणं, काहीतरी बडबडणं, हातापायांच्या विचित्र हालचाली, असं सगळं त्यातून दाखवायचं होतं. त्याच्या खूप तालमी झाल्या होत्या. जवळपास चार दिवस मी शूटिंगमध्ये ते सलगपणे करत होतो. एके रात्री मी घरी झोपलो असताना झोपेतच मी तशा हालचाली आणि हावभाव करू लागलो. सुप्रियाला माझ्या या चित्रपटाची, अशा भूमिकेची काहीच कल्पना नव्हती. त्यामुळे मध्यरात्रीचा तो प्रकार पाहून

ती घाबरली. तिनं श्रियाच्या खोलीत जाऊन तिला उठवलं आणि त्या दोघी माझ्याकडे आल्या. डॉक्टरांना बोलवायचीही तयारी त्यांनी सुरू केली होती. तेवढ्यात मला जाग आली. या दोघींना विचित्र नजरेनं माझ्याकडे बघताना पाहून, मला आश्चर्य वाटलं. 'तुम्ही ठीक आहात ना?' वगैरे चौकशी सुप्रियानं सुरू केली, तेव्हा माझ्या डोक्यात प्रकाश पडला. मी त्यांना सगळं समजावून सांगितल्यावर त्यांना हायसं वाटलं.

कलाकाराला असेही काही वेगळे अनुभव येत असतात.

'मन पाखरू पाखरू' हा चित्रपट खूपच छोट्या पातळीवर प्रदर्शित झाला. त्याचं प्रमोशनही नीट झालं नाही. त्यामुळे तो लोकांपर्यंत पोहोचू शकला नाही. माझी एक वेगळी भूमिका अशा प्रकारे दुर्लक्षित राहिली. याची खंत तर वाटतेच, पण सुबोध भावेला उत्कृष्ट अभिनयाचा आणि इरावती कर्णिक हिला उत्कृष्ट संवादलेखनाचा पुरस्कार याच चित्रपटासाठी मिळाला, ही माझ्या दृष्टीनं जमेची बाजू.

मी 'क्विझ शो'चा खूप मोठा चाहता. रोशन अब्बास हे 'मास्टर कार्ड्स फॅमिली फॉर्च्युन' नावाचा शो टीव्हीवर करायचे, तो मी आवर्जून पाहायचो. त्यात एकदा आमच्या कुटुंबानंही सहभाग घेतला होता आणि आम्ही जिंकलो होतो. मी, सुप्रिया, त्रिप्ती आणि माझे सासरे असे चौघे त्यात सहभागी झालो होतो. 'बोर्नव्हिटा क्विझ काँटेस्ट'ही मला खूप आवडायची. 'कौन बनेगा करोडपती'ही माझा अत्यंत आवडता कार्यक्रम.

'क्विझ शो'चा चाहता असल्याने मलाही कधी ना कधी असा शो करावा, असं वाटत होतं. त्याच वेळी 'ई टीव्ही'चा 'गुरुकिल्ली' हा कार्यक्रम माझ्याकडे आला. 'आत्मविश्वास' आणि 'आमच्यासारखे आम्हीच' या दोन चित्रपटांसाठी माझ्याबरोबर साहाय्यक असलेला राकेश सारंग नंतर यशस्वी निर्माता झाला. तो माझ्याकडे 'गुरुकिल्ली'चा प्रस्ताव घेऊन आला होता. 'सर, तुम्ही बाहेरच्या प्रॉडक्शन हाउससाठी मराठीत कार्यक्रम करत नाही, हे माहीत आहे. परंतु हा 'क्विझ शो' तुम्ही 'अँकर' करावा अशी आमची इच्छा आहे. तुम्हाला त्याची निर्मिती करायची असेल, तर तुम्ही करू शकता,' असं त्यानं मला सांगितलं. त्यानं एवढं मोठं मन दाखवलं, म्हणून मी 'क्विझ मास्टर' म्हणून त्याच्या कंपनीत काम करीन, असं त्याला सांगितलं.

'गुरुकिल्ली' करताना मला खूप धमाल अनुभवता आली. अनेक सर्वसामान्य नागरिकांशी संवाद साधता आला. 'एकापेक्षा एक'मध्ये मला लोक जरा दुरून पाहायचे. मी एका विशिष्ट पातळीवर आहे, माझ्यापर्यंत पोहोचता येणार नाही, परंतु मी काय म्हणतोय ते महत्त्वाचं आहे आणि ऐकलं पाहिजे, अशी भावना प्रेक्षकांमध्ये होती. 'गुरुकिल्ली'मध्ये मला सर्वसामान्यांपर्यंत पोहोचता आलं.

■

सीन
६७

प्रत्येक दिवस आवडीचा

स्वत:वर प्रेम करायला मी देव आनंदसाहेबांकडून शिकलो. देव आनंदसाहेब स्वत:वर प्रचंड प्रेम करणारं व्यक्तिमत्त्व. आणि प्रत्येकानं स्वत:वर प्रेम करायला हवं, असं मला वाटतं. त्याशिवाय इतर लोकही आपल्यावर प्रेम नाही करू शकत. छोट्या-छोट्या गोष्टी सांभाळणं आवश्यक असतं. पहिली गोष्ट म्हणजे वेळेचा योग्य वापर करणं. कामात माणूस गुंतलेला असतो, तेव्हा वेळेचा योग्य वापर करणं सांगावं लागत नाही. परंतु या क्षेत्रात कधी-कधी असा काळ येतो, ज्या वेळी आपल्या हातात काम नसतं. तो वेळही चांगल्या कामासाठी उपयोगात आणणं महत्त्वाचं असतं. माझा कोणताही चित्रपट किंवा कार्यक्रम सुरू नसताना मी रोज साडेदहा वाजता ऑफिसला येतो. नव्या स्क्रिप्टवर, नव्या संकल्पनांवर काम करतो. संध्याकाळी मी बॅडमिंटन खेळतो. लहानपणापासून हा माझ्या अत्यंत आवडीचा खेळ आहे. त्यामुळे दुसरा कुठलाही खेळ खेळण्याचा मी प्रयत्नही केला नाही.

तेरा वर्षांचा असताना मी बॅडमिंटन खेळायला लागलो. मला हा खेळ खूप आवडला. १९७० ते १९७३ या काळात रोज सकाळ-संध्याकाळ मी बॅडमिंटन खेळत असे. त्यानंतर हिंदी चित्रपटांत मला जास्त संधी मिळाली आणि माझं बॅडमिंटन मागे पडलं ते पडलंच. आम्ही 'लोखंडवाला'मध्ये राहायला गेल्यानंतर तिथे सोसायटीच्या मेंबर्ससाठी एक क्लब सुरू होणार होता. मी लगेच त्याची 'लाइफ मेंबरशिप' घेऊन टाकली. तिथे एक बॅडमिंटन कोर्टही होतं. २०१२ साली मी ठरवलं की, पुन्हा बॅडमिंटन खेळायला सुरुवात करायची. मी जे काही करतो ते साग्रसंगीत. म्हणून लंडनला गेलो असताना 'नॉन-मार्किंग' (लाकडाच्या फ्लोअरवरही ठसे न उमटणारे) शूज आणले. बॅग, रॅकेट खरेदी केली आणि आता मी आठवड्यातून पाच दिवस रोज दोन तास बॅडमिंटन खेळायला जातो. खूप छान व्यायाम होतो आणि शरीर तंदुरुस्त राहतं. बॅडमिंटनचा हा सगळा जामानिमा घेऊन मी पहिल्यांदा क्लबमध्ये जायला बाहेर पडत होतो, तेव्हा सुप्रियाची प्रतिक्रिया होती – ''वा! आता हे किती दिवस चालणार?'' तिच्या या 'प्रोत्साहना'च्या जोरावर माझं बॅडमिंटन निदान अजूनतरी नेमानं सुरू आहे!

जगात एवढ्या विविध प्रकारचे खेळ असताना मला बॅडमिंटनच एवढं का आवडतं, यावर एके दिवशी मी विचार केला, तेव्हा मला त्याचं उत्तर सापडलं. बॅडमिंटनमधल्या स्कोअरिंगची सुरुवात 'लव्ह ऑल'ने होते. त्यामुळेच हा खेळ माझ्या हृदयाच्या जास्त जवळचा असावा.

बॅडमिंटन नसेल, त्या दिवशी मी चार किलोमीटर ब्रिस्क वॉक करतो. माझा चालण्याचा वेग थोडासा जास्त आहे. कदाचित माझ्या स्वभावामुळे. उरलेला वेळ मी माझ्या कुटुंबीयांसोबत घालवतो. त्यांच्यासाठी वेळ देण्यात मला आनंद मिळतो. माझे मित्रांचे वेगवेगळे ग्रुपही आहेत. एक शेरोशायरीचा, एक चित्रपटप्रेमींचा, एक गाण्याची आवड असलेल्या लोकांचा असे काही. त्यांच्याबरोबर गप्पा मारून नवीन गोष्टी शिकण्यात, आपल्या मनातल्या गोष्टी शेअर करण्यात मला आनंद मिळतो. 'गॉसिप' हा विषय मला कधीही रुचला नाही आणि मी त्यात कधी रमलोही नाही. गॉसिप करायला माझ्यापाशी वेळच नसतो!

प्रत्येक छंदावर मी जिवापाड प्रेम केलं आणि त्या छंदापायी जिवाचं रान केलं. गाणं, फिल्ममेकिंग, शायरी, उर्दूचा अभ्यास आणि आता बॅडमिंटन अशी अनेक 'वेडं' मी जोपासली. एखाद्याक्षणी मला असं वाटतं की, एखादी गोष्ट आत्मसात करण्याचं माझं हे 'वेड' माझ्याबरोबरच संपून जाईल की काय! पण दुसऱ्याच क्षणी मला हे

जाणवतं की, माझ्या आसपास या जगात माझ्यासारखेच असंख्य 'वेडे' आहेत. त्यामुळे माझं हे 'वेड' चिरंतन राहील, याचं समाधान वाटतं.

मी सकाळी सात ते आठच्या दरम्यान उठतो. त्यानंतर तयार व्हायला मी दोन तास घेतो. उठल्यानंतर चहा, अंघोळ, दाढी वगैरे आवरण्यासाठी एक तास आणि उरलेला एक तास मी फक्त स्वत:साठी देतो. मी आईसोबत बसून चहा पितो. तिच्याशी गप्पा मारतो, तिलाही बरं वाटतं. सकाळी आवरण्यासाठी पुरेसा वेळ घेतला, तर दिवस चांगला जातो, असा माझा अनुभव आहे. गडबडीत आवरणारे लोक दिवसभर उगाचच चिडचिड करत राहतात. रोज सकाळी बाहेर पडताना मी स्वत:चा शर्ट स्वत: इस्त्री करतो. आयुष्यातला तो दिवस मला सुखात घालवायचा असेल, तर शर्टावरच्या सुरकुत्या आपण स्वत:च दूर करायला हव्यात, असं मला वाटतं.

दुसरी महत्त्वाची गोष्ट म्हणजे 'मोह.' प्रत्येकाच्या आयुष्यात मोहाचे क्षण येतात. हा मोह पडला, तरी त्याच्या किती आहारी जायचं आणि किती जायचं नाही, हेसुद्धा आपल्याला कळणं आवश्यक आहे. काही लोक या मोहापायी आधीच्या कुटुंबाला वाऱ्यावर सोडतात. दुसरं लग्नही करतात. त्यापायी आपण आपल्या जवळच्या लोकांना किती दुखावतो? स्वत:च्या आनंदासाठी दुसऱ्याला त्रास देण्याचा अधिकार आपल्याला कुणी दिला? स्वत:वर प्रेम करण्याचाच दुसरा अर्थ असाही आहे की, मोह टाळणं.

कोणत्याही ठिकाणी वेळेवर पोहोचणं, हेसुद्धा हल्ली कौतुकपात्र ठरतं. माझ्या मते प्रत्येकाचं ते कर्तव्यच आहे. इतर लोकांना वेळेवर यायची सवय नसते, त्यामुळे वेळेवर येणाऱ्यांचं कौतुक होतं. प्रत्येकानं दिलेला शब्द पाळणं, वेळेवर पोहोचणं ही आपली जबाबदारीच मानली पाहिजे.

काही लोक आपण दिवसभरात काही चांगलं केलं का, असा विचार रात्री झोपताना करतात. माझं उलटं आहे. मी दिवस सुरू व्हायच्या आधीच आजच्या दिवसात काय चांगलं करता येईल, असा विचार करतो. रात्री घरी आल्यावर मी टीव्ही पाहतो आणि साधारण बाराच्या दरम्यान झोपतो.

'Try and make atleast two people happy in a day and see to it, that one of them is you!' हेही तत्त्व मी पाळतो. आपल्या कामानं आपण स्वत:च समाधानी होणार नसू; तर ते करण्यात काही अर्थ नाही.

घरातलं वातावरण हलकंफुलकं ठेवण्याचा माझा कायम प्रयत्न असतो. सेटवरही असंच वातावरण असतं.

अर्थात, कामाच्या वेळी काम व्हावं, याकडे कटाक्ष असतो. दुसऱ्याचं ऐकून घेण्याचीही माझी कायम तयारी असते. आपल्याला शहाणं समजून दुसऱ्याला तुच्छ लेखण्याची प्रवृत्ती कायमच घातक ठरते.

मी लहानपणापासून खाण्याचा शौकीन. मला खायला खूप आवडतं आणि मी सगळं चवीनं खातो. आईच्या हातचं जेवण मला खूप आवडतं. आमच्या घरात आठवड्यातून चार वेळा मासे बनतात. आईनं केलेल्या चिंबोऱ्या (क्रॅब्स) खायच्या असतील, तर मी गळ्याला बिब वगैरे लावून दोन तास निवांतपणे त्यांचा आस्वाद घेतो. 'पाया' हा मोगलाई प्रकार मला खूप आवडतो. त्यांचा एक 'खिचडा' हा पदार्थही मला आवडतो. त्याला 'हलीम' असंही म्हणतात. 'नल्ली निहारी' हा पदार्थही माझा जीव की प्राण आहे. वरळीतल्या 'ब्लू सी' या हॉटेलमध्ये मला शम्मीअंकलनी हा प्रकार पहिल्यांदा खायला घातला. त्यांच्या पंच्याहत्तरीनिमित्त झालेल्या पार्टीच्या वेळीही त्यांनी ही डिश आवर्जून ठेवली होती. मी त्यांना वाकून नमस्कार केला. त्यांनी मला जवळ घेतलं आणि कानात सांगितलं, 'बाहर नल्ली निहारी है।' एक खवय्याच दुसऱ्या खवय्याचा 'वीक पॉइंट' असा ओळखू शकतो.

एकदा तर मी, शम्मीअंकल आणि हरिभाई 'पाया' खात बसलो होतो. अमितजी शाकाहारी असल्यामुळे समोर बसून फक्त बघत बसले होते. शम्मीअंकलच्या हातून तो 'पाया' खाली प्लेटमध्ये पडला, तर त्यांनी तो रश्श्यात पुन्हा बुचकळून तोंडात घातला. अमितजी आम्हाला या अधाशीपणाने खाण्याबद्दल अजूनही खूप बोलतात; पण आम्ही त्याकडे दुर्लक्ष करतो.

'भेजा' हा प्रकारही मला खूप आवडतो. (मटण खात नसतानाही सुप्रियालाही हा प्रकार खायला आवडतो. विशेषत: माझा!) रमजानच्या काळात महंमद अली रोडवर जी खाद्ययात्रा भरते, त्यासाठी मी, श्रिया, त्रिप्ती, अली असगर आणि स्वप्नील जोशी असे सगळे तिथे दरवर्षी जातो. तिथल्या बाकड्यावर बसून 'रेड चिकन', 'व्हाइट चिकन' आणि 'ग्रीन चिकन' अशा तीनही प्रकारच्या चिकनवर ताव मारतो. त्याच्याच शेजारी गरमगरम तव्यावर तयार केलेले 'मालपोए' मिळतात, त्यांचाही आस्वाद घेतो. सुप्रिया फक्त मासे खाते. त्यामुळे ती आमच्या या मेजवानीसाठी आमच्याबरोबर नसते.

चायनीज पदार्थही मला खूप आवडतात. 'मेन लँड चायना', 'चायना वन', 'चायना गेट', 'बँबू शूट', या ठिकाणी मी नेहमी भेटी देतो. थाई जेवणही मला आवडतं. रेड थाई चिकन करी, चिकन सॉटे आवडतात. लेबनीज शोवरमा, कॉंटिनेन्टल प्रॉन कॉकटेल्स, इटॅलियन पास्ता, सिझलर्स मला आवडतात. उकडीचे मोदक आवडतात, तसा कोल्हापुरी ठेचा, तांबडा-पांढरा रस्सा, सांगलीचं मटणही खूप आवडतं. आमच्या डॉ. घुगेंची बायको गावठी गवारीचा ठेचा अप्रतिम बनवतात.

जेवताना मी पाणी पीत नाही. जेवल्यानंतर एक तासानंतर पाणी पितो. खायला तर मला आवडतंच; पण खिलवायला जास्त आवडतं. मी स्वत: खातोच, पण मित्रांना खिलवतो जास्त. 'आप खिलाखिलाके हमें मार डालोगे।' अशी माझ्या मित्रांची नेहमी तक्रार असते.

चित्रपट कारकिर्दीत ५० वर्षं पूर्ण केल्याबद्दल २०१२च्या जानेवारी महिन्यात 'पुणे आंतरराष्ट्रीय चित्रपट महोत्सवा'मध्ये (पिफ) माझा सत्कार झाला. त्या वेळी अमिताभ बच्चन, आशा भोसले, इलैया राजा यांचाही विविध निमित्तांनी सत्कार झाला. बाकी सगळ्या सत्कारमूर्तींच्या कारकिर्दीबद्दल व्हिडिओ क्लिप दाखवण्यात आली. परंतु माझी क्लिप दाखवली नाही. माझे व्हिडिओ उपलब्ध नाहीत, असं काही नव्हतं. परंतु कदाचित

वेळेची कमतरता किंवा अन्य काही कारण असू शकेल. मी त्याबद्दल तक्रार केली नाही, परंतु तिथल्या काही उपस्थितांना ते खटकलं. त्यांनी ते बोलून दाखवलं. काहींनी बोलून दाखवलं नाही, पण त्यांना ते जाणवलं. उपस्थितांनाही ते जाणवलं, यातच मला माझ्या कामाची पावती मिळाली.

भाषणात मी व्यासपीठावरच्या सर्वांचा उल्लेख केला; तसंच 'कॅमेरा', 'लाइट्स, 'साउंड', 'क्लॅप' या माझ्या नातलगांचाही उल्लेख केला. याच नातलगांच्या पाठिंब्यावर मी या क्षेत्रात एवढी वर्षं टिकू शकलो. त्यांच्याबद्दल कृतज्ञता व्यक्त करणं, हे माझं कर्तव्यच होतं. उपस्थितांनी माझ्या या भावनेबद्दल मला कडाडून दाद दिली.

ऑक्टोबर, २०१२च्या अखेरीस दक्षिण आफ्रिकेत 'उत्कर्ष मराठी मंडळा'तर्फे पहिला मराठी चित्रपट महोत्सव होणार होता. ऑगस्ट महिन्यात मला त्याचं निमंत्रण मिळालं. या संमेलनाची कल्पना मला राजीव तेरवाडकर यांनी दिली. दक्षिण आफ्रिकेतल्या भारताच्या उच्चायुक्तांबरोबर त्या महोत्सवाचं उद्घाटन करण्याचं निमंत्रण मला मिळालं. या सोहळ्यासाठी मी श्रियाला सोबत घेऊन गेलो. ती आणि मी दोघांनीच एकत्र केलेला हा पहिला परदेश प्रवास. त्याआधी मी, सुप्रिया आणि श्रिया, तसंच काही वेळा सुप्रिया आणि श्रियानं एकत्र, तसंच श्रियानं एकटीनं परदेश प्रवास अनेकदा केला होता.

दक्षिण आफ्रिकेला जाण्याचा योग मला त्याआधी ३२ वर्षांपूर्वी म्हणजे १९८०मध्ये आला होता. त्या वेळी तिथे वर्णभेद खूप प्रमाणात होता. या वेळी मात्र सगळंच वातावरण वेगळं आणि मोकळं होतं. आमचं तिथे उत्तम स्वागत झालं. अवधूत गुप्ते आणि त्याची पत्नी गिरीजा हेही आमच्यासोबत होते. आमच्यासाठी दक्षिण आफ्रिकेच्या लोकनृत्याचा कार्यक्रमही ठेवण्यात आला होता.

जोहान्सबर्गपासून तासाभराच्या अंतरावर असलेल्या प्रिटोरिया येथील एका मोठ्या 'व्हिला'मध्ये आमची राहण्याची व्यवस्था करण्यात आली होती. ती जागा पाहून आम्ही दोघं थक्क झालो. अतिशय प्रशस्त आणि राजेशाही व्यवस्था होती. या जागेच्या मागच्या भागात एक तळं आणि त्यात बोटिंगचीही व्यवस्था होती. उन्हाळ्याचा ऋतू असला, तरी पाऊस पडून गेला होता आणि १५०सें. तापमान होतं. त्या सुंदर वातावरणात थंडीची मजा

दक्षिण आफ्रिकेत श्रियाबरोबर

आणखी घेता आली.

दक्षिण आफ्रिकेत जातोय, तर अभयारण्यात जाऊन झेब्रा पाहू या, असं आमच्या मनात होतं. परंतु आम्हाला तेवढीही तसदी घ्यावी लागली नाही. दुसऱ्या दिवशी सकाळी उठलो, तर आमच्या अंगणातच एक झेब्रा आलेला दिसला. त्याच्यामागून दुसरा आला. मग तिसरा, चौथा, पाचवा... एका वेळी दहा झेब्रे तिथे आले. आमचा आमच्या डोळ्यांवर विश्वासच बसेना. आम्ही फोटो काढले, व्हिडिओ शूट केले. धमाल आली. तिथेच अनेक शहामृगही बघायला मिळाले.

आमच्या दोघांची राहण्याची खोलीही छान सजवलेली होती. श्रियासाठी वेगळ्या खोलीची व्यवस्था होती; पण तिला माझ्यासोबत राहायचं होतं. महोत्सवाचं आयोजनही नीटनेटकं होतं. श्रियाला तिथे अनेक मान्यवरांशी संवाद साधता आला. तिच्या जडणघडणीच्या दृष्टीनं ती महत्त्वाची गोष्ट होती. चित्रपटसृष्टीत येऊन ज्यांनी नाव कमावलं अशी पिळगांवकर घराण्यातली माझ्या पप्पांची एक पिढी. माझी दुसरी पिढी आणि आता आमची तिसरी पिढी म्हणजे श्रिया या क्षेत्रात स्वत:चं कर्तृत्व सिद्ध करण्यासाठी प्रयत्न करत आहे, याचा उल्लेख मी दक्षिण आफ्रिकेतील त्या महोत्सवात केला.

डर्बन येथील आमचे मित्र दिनेश पटेल आणि त्यांची पत्नी पुष्पाबेन यांच्याही घरी आम्ही गेलो. त्यांना मी ३२ वर्षांनंतर भेटत होतो. तिथल्या काही प्रसिद्ध टूरिस्ट स्पॉट्सना भेटी दिल्या.

दक्षिण आफ्रिकेत १९८० साली गेलो असताना बारा वर्षांची एक मुलगी मला भेटली होती. ती माझी फॅन होती. माझ्या २०१२मधल्या दौऱ्यात ती पुन्हा भेटायला आली होती. तिच्या लग्नानंतर तिचा नवरा हार्ट अ‍ॅटॅकने अकाली गेला. त्यानंतर तिनं एकटीनं मुलांना वाढवलं होतं. तिनं आम्हा दोघांशी छान गप्पा मारल्या. ''गोपालकृष्ण' हा चित्रपट मी एवढ्या वेळा पाहिला की, डोळे मिटून परमेश्वराची प्रार्थना करताना तुझ्या वडिलांचाच चेहरा डोळ्यासमोर येतो,' असं तिनं श्रियाला सांगितलं. हे चाहत्यांचं प्रेम म्हणायचं की परमेश्वराचे आशीर्वाद? माझ्या दृष्टीनं दोन्ही तेवढेच महत्त्वाचे आहेत.

श्रिया दोन वर्षांची असेपर्यंत सुप्रियाच्या जास्त जवळची होती. ती माझ्याशी फारशी बोलायची नाही. ती दोन वर्षांची झाल्यावर आम्ही तिघं एकदा मॉरिशसला फिरायला गेलो होतो. त्या वेळी तिनं चालू असलेल्या एसीमध्ये पेन्सिल घातली, त्यामुळे जोरजोरात आवाज येऊ लागला. ती घाबरली आणि 'घरी जाऊ या... घरी जाऊ या...' असं म्हणत रडायला लागली. मी तिला कुशीत घेऊन समजावलं. मग एक गोष्ट सांगितली आणि ती झोपून गेली. तेव्हापासून ती तेरा वर्षांची होईपर्यंत मी घरी असताना रोज रात्री तिला एक नवीन गोष्ट सांगून झोपवायचो.

परदेशातून श्रियाशी सुरू झालेलं ते 'बाँडिंग' दक्षिण आफ्रिकेच्या या परदेश दौऱ्यात आणखी दृढ झालं. श्रिया बरोबरच्या या सहवासातच तिला घेऊन एक चित्रपट करावा अशी कल्पना माझ्या मनात आली. 'एकुलती एक' असं त्याचं टायटलही सुचलं. ती पुढे यशस्वी अभिनेत्री होईल, दिग्दर्शक होईल किंवा दोन्हीही. परंतु एक पिता म्हणून तिच्यासाठी चित्रपट तयार करण्याचं कर्तव्य मी पार पाडलं आहे.

■

सीन ६८

एकुलती एक

दक्षिण आफ्रिकेत असतानाच एके दिवशी सकाळी या चित्रपटाची कथाकल्पना माझ्या डोक्यात आली. ती प्रेरित असली, तरी मला ती माझ्या पद्धतीनं मांडायची होती. माझ्या नेहमीच्या सवयीप्रमाणे मला ती कुणालातरी ऐकवावीशी वाटत होती, पण श्रियाला एवढ्यात काही सांगायचं नव्हतं. योगायोगानं अवधूत गुप्ते त्या दौऱ्यात माझ्याबरोबर होता, म्हणून मी त्याला ती कथाकल्पना ऐकवली. त्याला ती खूप आवडली. 'सर, तुमच्या पद्धतीनं तुम्ही हा चित्रपट केलात, तर छान होईल,' असं तो म्हणाला. मला आणखी हुरूप आला. तरीही मी श्रियाला त्या वेळी काही बोललो नाही.

मुंबईला परत येत असताना गाडीत लेखक क्षितिज झारापकर आमच्यासोबत होता. श्रियाला घेऊन एक मराठी चित्रपट करण्याचा मी विचार करतोय, हे मी त्याला सांगितलं. श्रिया मोठ्यानं हसली. मी तिची चेष्टा करतोय, असं तिला वाटलं असावं. नंतर काही दिवसांनी क्षितिजला बोलावून मी संपूर्ण कथाकल्पना ऐकवली. मग त्यावर

आम्ही पटकथेचं काम सुरू केलं. चित्रपटसृष्टीशी संबंधित गोष्ट असेल, तर शूटिंग, कलाकारांचे पडद्यावरचे आणि पडद्याबाहेरचे प्रसंग, अशी दृश्यं चित्रपटात पाहायला प्रेक्षकांना फारशी आवडत नाहीत, असं क्षितिजचं मत होतं. माझंही तेच होतं. ''गोष्ट चित्रपटसृष्टीशी संबंधित असली, तरी प्रत्यक्ष शूटिंग आणि अन्य तांत्रिक गोष्टी न दाखवता चित्रपट केला तर?'' मी क्षितिजला विचारलं. त्याला हा पर्याय पटला आणि त्याच्या सगळ्या शंका दूर झाल्या. आम्ही पटकथेच्या कामाला सुरुवात केली.

दरम्यानच्या काळात मी श्रियाला सांगितलं की, तिला घेऊन मराठी चित्रपट करण्याबाबत मी अतिशय सिरियस आहे. मी तिला कथासुद्धा ऐकवली. ''डॅड, अशी फक्त कथा ऐकून मला काही अंदाज येत नाहीये. तुम्ही मला स्क्रिप्ट द्या, ते वाचल्यावरच मला निर्णय घेता येईल,'' असं तिनं मला सांगितलं. मला तो पहिला धक्का होता. माझ्या मुलीला मी चित्रपटसृष्टीत लाँच करत नाहीये, तर ती माझ्या चित्रपटात काम करतेय, हे मला तेव्हा लक्षात आलं. तिचं वागणं मला सुरुवातीला खटकलं, पण नंतर विचार केल्यावर तिची भूमिका पटली. तीसुद्धा माझीच मुलगी! चित्रपटसृष्टीत पदार्पण करायचं, तर भूमिकेची निवड नीट पारखून करायला हवीच होती.

दरम्यान आमचं स्क्रिप्ट तयार झालं होतं. मी ते तिला वाचायला दिलं. तिनं त्यात काही सुधारणा तिच्या पद्धतीनं, स्पष्टपणे सुचवल्या. त्यातल्या ज्या मला पटल्या, त्या मी स्वीकारल्या.

चित्रपटातून मला एका मुलीच्या दृष्टिकोनातून तिच्या वडिलांशी असलेल्या नात्याची गोष्ट सांगायची होती. मुलीच्या भावना एक मुलगीच जास्त चांगल्या प्रकारे मांडू शकेल, असं वाटत होतं, म्हणून इरावती कर्णिककडून संवाद लिहून घेतले. चित्रपटाचं आम्ही एकत्रितपणे वाचन केलं, तेव्हा चित्रपटाच्या मध्यंतरानंतरच्या पटकथेत काही सुधारणा हव्या आहेत, असं मला जाणवलं. मग आम्ही या पटकथेची फेररचना केली आणि त्यानुसार संवादही पुन्हा लिहून घेतले.

माझ्या चित्रपटांच्या टायटल्सबद्दल मी नेहमीच आग्रही आणि चोखंदळ असतो. त्यातून यात दिग्दर्शक सचिन, अभिनेत्री श्रियाला प्रेक्षकांसमोर सादर करणार होता. त्यामुळे चित्रपटाच्या निर्मितीसाठी जेवढी मेहनत घ्यायची होती, तेवढीच टायटलसाठी घेणं आवश्यक होतं. 'लेक माझी लाडकी' अशा स्वरूपाची काही टायटल्स मनात येत होती, पण ती काळजाला भिडत नव्हती. पुण्यात माझे मित्र पप्पी भंडारी आणि मधू यांच्याबरोबर एकदा गप्पा मारत असताना अचानक एक टायटल डोक्यात आलं – 'एकुलती एक.' मी माझ्या बाजूनं ते मनात पक्कं करून टाकलं. सकाळी निखिल सानेला फोनवरून हे टायटल ऐकवलं. त्याची पहिली प्रतिक्रिया होती – 'अ मिलियन डॉलर टायटल!' सुप्रिया आणि श्रियाला मात्र हे टायटल सुरुवातीला फारसं पटलं नव्हतं. त्या दोघींना कुठल्याही बाबतीत कन्व्हिन्स करणं, ही कसोटी असते. तरीही मी टायटलबद्दल ठाम राहिलो. पती आणि पिता म्हणून माझं वजन वापरलं आणि 'एकुलती एक'वर शिक्कामोर्तब झालं.

माझ्या एकुलत्या एक लेकीसाठी निर्माण केलेल्या या चित्रपटासाठी टीमही योगायोगानं चित्रपटाच्या टायटलशी नातं सांगणारी जमली होती. सिनेफोटोग्राफर राहुल जाधव, पटकथालेखक क्षितिज झारापकर यांना एकुलती एक मुलगी. इरावती कर्णिक ही स्वत: एकुलती एक मुलगी. माझा आवडता तरुण संगीतकार जितेंद्र कुलकर्णी यालाही एकुलती एक मुलगी.

श्रिया या चित्रपटात काम करणार आहे, हे कळल्यावर सोनू निगम, स्वप्नील जोशी, निर्मिती सावंत, अशा माझ्या जवळच्या माणसांना चित्रपटाबद्दल खूपच आस्था निर्माण झाली. त्यांच्यासाठी हे त्यांच्या 'घरचं कार्य' झालं. हा माझा चित्रपट म्हणून ओळखला जाण्यापेक्षाही श्रियावरच त्याचा सगळा फोकस केंद्रित झाला. या सगळ्याच मंडळींना 'या चित्रपटाचा निर्माता-दिग्दर्शक मी आहे,' याची जाणीव मला करून द्यावी लागत होती!

सोनूनं या चित्रपटात गाणं गायलं, स्वप्नील आणि निर्मिती यांनी छोट्या भूमिका केल्या. दोघांचंही काम सुंदर झालं. अली असगरबरोबरही एक सीन केला होता, पण चित्रपटाची लांबी वाढत असल्यानं तो कापून टाकावा लागला. (आणि त्याबद्दल त्याच्याकडून मला बरंच काही ऐकून घ्यावं लागलं!)

चित्रपटाचं शूटिंग म्हणजे धमाल होती. एकूण ३२ दिवसांच्या शूटिंगचं प्लॅनिंग होतं, पण प्रत्यक्षात २३ दिवसांतच शूटिंग पूर्ण झालं. एवढ्या वेगानं आणि एवढ्या उत्तम प्रकारे काम कसं पूर्ण झालं, ते आम्हालाच कळलं नाही. संपूर्णपणे डिजिटल पद्धतीनं, अर्थात कुठलीही फिल्म न वापरता शूट केलेला हा माझ्या कारकिर्दीतला पहिला चित्रपट. 'डेब्री' कॅमेऱ्यापासून ते आत्ताच्या 'रेड एपिक' पद्धतीपर्यंतच्या सर्व प्रकारच्या पद्धतीनं शूटिंग करण्याचा अनुभव मला घेता आला आहे. या वेळी 'डिजिटल'चा अनुभवही मिळाला. जितेंद्र कुलकर्णीनं चित्रपटाचं संगीत-पार्श्वसंगीत आणि प्रमोद चांदोरकरनं चित्रपटाच्या गाण्यांचं रेकॉर्डिंग आणि मिक्सिंग उत्तमरीत्या पार पाडलं.

३ मार्च, २०१३ रोजी चित्रपटाचं शूटिंग सुरू झालं आणि २३ मे, २०१३ रोजी चित्रपट प्रदर्शित झाला. एवढ्या कमी वेळात, म्हणजे ८० दिवसांत चित्रपटाचं शूटिंग, त्यानंतरची सगळी प्रक्रिया पूर्ण होऊन तो प्रदर्शितही होण्याचं हे आदर्श उदाहरण ठरू शकेल. २३ मे रोजी माझ्या चित्रपट कारकिर्दीला ५० वर्षं पूर्ण होत असल्यामुळे मला त्याच दिवशी हा चित्रपट प्रदर्शित करायचा होता आणि तसा तो झाला. 'यूएफओ' या प्रदर्शनाच्या नव्या तंत्रज्ञानाचीही आम्हाला खूप साथ मिळाली. मुंबई, पुणे, औरंगाबाद, नाशिक आणि ठाणे या पाच ठिकाणी या चित्रपटाचा 'व्हर्चुअल प्रिमिअर' झाला. लोकांनी आणि समीक्षकांनीही चित्रपटाचं खूप कौतुक केलं. 'एकुलती एक'च्या व्यावसायिक यशाचा विचार करताना मला 'आत्मविश्वास'च्या दिवसांची आठवण झाली होती. 'आत्मविश्वास' मी ज्या पद्धतीनं सादर केला, त्याचा विचार करता, तो दहा आठवडे चालेल, अशी मला अपेक्षा होती. प्रत्यक्षात त्यानं रौप्यमहोत्सव साजरा केला. 'एकुलती एक'कडून मला जेवढ्या व्यावसायिक यशाची अपेक्षा होती, त्यापेक्षा तो जास्त चालेल, अशी एक अंधूक आशा मनात होती. पण तसं झालं नाही. मी जेवढी अपेक्षा केली होती, तेवढाच हा चित्रपट चालला. 'आनंद'सारख्या चित्रपटाला 'अमर अकबर अँथनी'सारखं यश मिळेल, अशी अपेक्षा ठेवणंच चुकीचं आहे. आपला चित्रपट कुठल्या प्रकारचा, कुठल्या प्रकारच्या प्रेक्षकांशी नातं सांगणारा आहे, हे फिल्ममेकरला कळलंच पाहिजे, असं मला वाटतं.

'एकुलती एक'चं सगळ्यात मोठं यश हे आहे की, मी ज्या हेतूनं हा चित्रपट बनवला, तो हेतू पुरेपूर साध्य झाला. माझ्या लेकीला चित्रपटसृष्टीत येण्यासाठी एक चांगला प्लॅटफॉर्म द्यावा, हा माझा हेतू होता आणि यापेक्षा जास्त चांगला प्लॅटफार्म तिला मिळू शकला नसता. माझ्या या मेहनतीचं माझ्या लेकीनं उत्तम चीज केलं. तिचा अभिनय उत्तम झाला आणि त्याची सगळीकडे प्रशंसा झाली. सचिन-सुप्रियाची मुलगी म्हणून तिला पाहायला चित्रपटगृहापर्यंत लोक आले असले, तरी 'सचिन-सुप्रिया' हे श्रियाचे आईवडील आहेत, ही भावना घेऊन बाहेर पडले. मला दिग्दर्शक म्हणून लोकांनी शंभर टक्के गुण दिले, तर श्रियाला अभिनेत्री म्हणून दोनशे टक्के गुण मिळाले! एक पिता म्हणून मला तिच्याबद्दल अभिमान वाटलाच, पण एक दिग्दर्शक म्हणूनही मी अतिशय समाधानी झालो. माझ्या कामाला आणि माझ्या कल्पनांना सुप्रिया उत्तम अभिनेत्री म्हणून न्याय देऊ शकते, असं मला आत्तापर्यंत वाटत होतं. आता श्रियाही तिच्या रांगेत जाऊन बसली.

एका पित्याला कृतार्थ वाटण्यासाठी आणखी काय हवं? मी श्रियाला एकच आशीर्वाद देईन – दीर्घायु हो!

■

सीन
६९

कट्यार...

आयुष्यात काही संधी न मागता, अलगदपणे आपल्याकडे चालून येतात. काहीतरी वेगळं करायला मिळावं, ही प्रत्येक कलाकाराची इच्छा असते; पण प्रत्येकाच्या वाट्याला ते भाग्य येतंच, असं नाही. माझ्या नशिबानं मला तशी संधी करिअरच्या या टप्प्यावर पुन्हा मिळाली, 'कट्यार काळजात घुसली'च्या निमित्तानं.

२०१३ साली सुबोध भावेचा मला फोन आला. माझ्याशी काहीतरी महत्त्वाचं बोलायचं आहे, असं त्यानं मला सांगितलं. दुसऱ्याच दिवशी मी त्याला माझ्या ऑफिसमध्ये बोलावून घेतलं. त्या काळात आमच्या प्रॉडक्शनची निर्मिती असलेल्या 'जोडी तुझी माझी' या 'स्टार प्रवाह'वरील रिॲलिटी शोची तयारी सुरू होती. मी आणि सुप्रिया हा शो होस्ट करणार होतो.

सुबोध मला ऑफिसमध्ये भेटला आणि मला आनंदाची पहिली बातमी त्यानं सांगितली ती ही, की तो एका चित्रपटाचं दिग्दर्शन करतोय. मला अतिशय आनंद झाला. मी त्याचं अभिनंदन केलं. आमची आधीपासूनच चांगली मैत्री असल्यामुळे एक नवीन जबाबदारी स्वीकारत असताना, त्याबद्दल आशीर्वाद घेण्यासाठी, आपला आनंद शेअर करण्यासाठी तो माझ्याकडे आला असावा, असं मला वाटलं. नंतर त्यानं सांगितलं, की तो 'कट्यार काळजात घुसली' या अतिशय गाजलेल्या नाटकावर आधारित चित्रपट करतोय. हा दुसरा सुखद धक्का होता. 'पहिल्याच प्रयत्नात तू शिवधनुष्यच उचलतो आहेस,' असं सांगून मी त्याचं कौतुक केलं. सुनील फडतरे हे निर्माते आहेत, शंकर-एहसान-लॉय या चित्रपटाचं संगीत देणार आहेत, सुधीर पलसाने हे सिनेमॅटोग्राफर असतील, असंही सुबोधनं सांगितलं. ही नावं आणि त्याचा उत्साह बघून मला आणखी आनंद झाला. मी त्याला शुभेच्छा दिल्या; पण त्याला आणखी काहीतरी सांगायचं होतं. तो म्हणाला, ''चित्रपटातला ख़ाँ साहेबांचा रोल तुम्ही करावा, अशी माझी इच्छा आहे.'' हा खरंच आश्चर्याचा सुखद धक्का होता.

मी त्याला एकच प्रश्न विचारला, की या भूमिकेसाठी माझा विचार करावा, असं तुला का वाटलं? त्यावर त्यानं मोकळेपणानं सांगितलं की, या भूमिकेसाठी तो माझ्याकडे खूप फिरून आला होता. मी त्याचा पहिला चॉइस नव्हतो. त्याच्या प्रांजळपणाबद्दल

मला त्याचं कौतुक वाटलं. त्याला 'ख़ाँ साहेब' अजिबात देखणा असायला नको होता. त्या व्यक्तिरेखेच्या ज्या छटा आहेत, त्यामुळे त्या व्यक्तिरेखेचं रूप राकट, ओबडधोबड असावं, असं त्याला वाटत होतं.

त्यानं आधी या भूमिकेसाठी नाना पाटेकरला विचारलं होतं; पण नानानं नकार दिला. नंतर त्याने नवाजुद्दिन सिद्दिकीशीही संपर्क साधला होता. त्याच्यानंतर तो आशुतोष गोवारीकरकडेही या भूमिकेसाठी गेला होता. त्या चर्चेत दीड महिना गेला; पण त्यातून काहीही निष्पन्न झालं नाही.

सुबोधनं चित्रपटाच्या कास्टिंगचा विचार केला, तेव्हा अमृता खानविलकर (जरीना), मृण्मयी देशपांडे (उमा) आणि पुष्कर श्रोत्री (कविराज) या तिघांची निवड पहिल्याच दिवशी पक्की केली होती. त्यानंतर त्यानं शंकर महादेवन यांना पंडितजींची भूमिका साकारण्यासाठी तयार केलं. महत्त्वाच्या भूमिकेपैकी ख़ाँ साहेबांचं कास्टिंग मात्र सगळ्यात शेवटी झालं आणि ती संधी मला मिळाली.

या भूमिकेसाठी माझा विचार करण्याची दोन कारणं सुबोधनं मला सांगितली. तो म्हणाला, ''पहिलं कारण म्हणजे, तुम्ही उत्तम गायक आहात. अर्थात, ही गाणी शास्त्रीय रागांवर आधारित असून, राहुल देशपांडे ती गाणार आहे, तरीही त्या गाण्यांना पडद्यावर न्याय देण्याचं काम तुम्ही स्वत: एक उत्तम गायक असल्यामुळे उत्तम प्रकारे करू शकाल.'' सुबोधनं त्याआधी 'बालगंधर्व'सारख्या एका गायक नटाची व्यक्तिरेखा पडद्यावर साकारण्याचा अनुभव घेतला होता. तो म्हणाला, ''मी स्वत: 'बालगंधर्व' साकारले, तेव्हा स्वत: गायक नसल्यामुळे पडद्यावर गाणी गात असल्याचा अभिनय करताना किती अडचणी येतात, याची मला कल्पना आहे. पंडितजींच्या भूमिकेत स्वत: शंकर महादेवन असल्यामुळे ते स्वत:ची गाणी स्वत: गाणार आहेत. ती शास्त्रीय रागांवर आधारित गाणी असली, तरी त्यांना पडद्यावर ती लिप-सिंक करताना अडचण येणार नाही. म्हणूनच ख़ाँ साहेबांच्या भूमिकेसाठीही तेवढ्याच ताकदीचा एखादा गायक-कलाकार हवा, असं मला वाटतं. हा ख़ाँ साहेब सच्चा वाटायला हवा. तो खोटा वाटला, तर माझा खेळ संपला! दुसरं महत्त्वाचं कारण म्हणजे तुमचं उर्दूचं ज्ञान. मराठी चित्रपटसृष्टीत अस्खलित उर्दू बोलणारे कलाकार फक्त तुम्ही आहात. म्हणून मला ख़ाँ साहेबांच्या भूमिकेसाठी तुम्हीच हवे आहात.''

सुबोधनं एवढा विचार माझ्यासमोर मांडल्यानंतर मी त्याला सगळ्यात आधी हे सुचवलं, की असे ख़ाँ साहेब तुला डोळ्यासमोर दिसत असतील, तर त्यांनी पडद्यावर एकही शब्द मराठीत बोलता कामा नये. ते उर्दूतच बोलायला हवेत. मूळ नाटकात तर ख़ाँ साहेबांच्या तोंडी मराठी संवादही आहेत, असा मुद्दा त्यानं मांडला. मी सांगितलं की, मूळ नाटक ज्या काळात सादर झालं, तेव्हा एवढं हिंदी कुणाला समजण्याची आणि स्वीकारलं जाण्याची शक्यता कमी होती; पण आता परिस्थिती बदलली आहे. मराठी चित्रपटही अधिक रिॲलिस्टिक झाला आहे. म्हणूनच ती व्यक्तिरेखा अधिक खरी वाटण्यासाठी तिनं उर्दू-हिंदीच बोलायला हवं. अर्थात, हे उर्दू डोक्यावरून जाणारं नसेल, तर सर्वसामान्यांनाही समजेल, अशीच भाषा आपण ठेवू. त्यालाही ते पटलं. ख़ाँ साहेब राकट दिसायला हवा, असा सुबोधचा आधी आग्रह होता; पण काही अरब व्यक्तीसुद्धा गोड चेहऱ्याच्या असतात, हे त्याला नंतर जाणवलं, म्हणूनच माझी निवड त्यालाही मनापासून पटली.

आपकी ज़ीस्त ख़ुद एक अंजुमन सही, लेकिन
जमाना हमसे है, माहौल हम बनाते हैं।
(ज़ीस्त – आयुष्य, अंजुमन – मैफल.)

यासारखे काही शेर मी स्वत: माझ्या संवादांत वापरले. ते मी शूटिंगदरम्यान त्या त्या प्रसंगाला अनुरूप अशा पद्धतीने आयत्यावेळी पेरले. मूळ स्क्रिप्टमध्ये ते नव्हते. या शेरमधले ज़ीस्त, अंजुमन यांसारख्या शब्दांचे नेमके अर्थ सर्वसामान्य लोकांना कळणार नाहीत कदाचित; पण ती भावना मात्र नक्कीच कळेल.

उर्दू ही भाषा अशी आहे, की त्याचा प्रत्येक शब्द कळला नाही, तरी त्या शब्दांचा लोच, लचक आणि खनक ऐकणाऱ्यापर्यंत पोहोचतोच. मी सुबोधला म्हटलं, तुम्ही माझे सगळे सीन्स तुमच्या पद्धतीनं लिहून घ्या, नंतर आपण बोलू. दिल्लीत तहसीन मुनव्वर हे एक शायर आणि लेखक माझे मित्र आहेत. मी त्यांना विनंती केली, की त्यांनी माझे सीन्स बघून एकदा तपासून द्यावेत आणि त्यात काही बदल आवश्यक असल्यास सुचवावेत. त्यांनी त्यासाठी उत्साहानं तयारी दाखवली.

मी त्यांना फक्त माझे सीन्स पाठवले होते; पण त्यांनी सगळ्या चित्रपटाचं स्क्रिप्टच वाचण्यासाठी मागवून घेतलं. अर्थातच, त्यांना फक्त दिलेलं काम उरकून टाकायचं नव्हतं, तर मनापासून ती जबाबदारी पार पाडायची होती. मग 'कट्यार'चा असोसिएट डिरेक्टर वैभव चिंचाळकर याच्याकडून मी सगळं स्क्रिप्ट मागवून घेतलं आणि मुनव्वर साहेबांकडे पाठवलं. त्यांनी त्यात काही सुधारणा सुचवल्या, मी त्यात काही ॲडिशन्स केल्या आणि अशा रीतीने ख़ाँ साहेबांच्या व्यक्तिरेखेची कागदावरची तयारी झाली.

एवढी सगळी तयारी झाली, तरीही सुबोधच्या मनात काहीतरी शंका होतीच. तो म्हणाला, ''आपण एवढी सगळी तयारी करतोय, हे ठीक आहे, पण...''

त्याचा 'पण' मला कळत होता. मी त्याला म्हटलं, ''ख़ाँ साहेबांच्या भूमिकेत मी म्हातारा दिसेन का, हाच तुझा 'पण' आहे ना?'' तो हसला. म्हणाला, ''तुम्ही आत्तापर्यंत तुमच्या वयापेक्षा पडद्यावर लहानच दिसत आलेले आहात. लोकांच्या डोक्यात तुमची ती इमेज कायम आहे.'' त्याचं म्हणणं योग्य होतं. शिवाय, बालकलाकार म्हणून बराच काळ काम केल्यामुळे प्रेक्षकांना मानसिकदृष्ट्याही मी पडद्यावर वयाने लहानच दिसतो, त्याचाही या व्यक्तिरेखेवर परिणाम होण्याची एक शक्यता होती. बालकलाकार म्हणून काम करत असताना मला 'मास्टर सचिन' म्हणणारे काही वयस्कर लोक आजही मला त्याच नावाने ओळखतात आणि 'कट्यार' त्यांना जास्त जवळचा विषय आहे. ही खरंच आमच्या दोघांसाठीही एक रिस्कच होती; पण 'कट्यार'साठी विक्रम गायकवाड मेकअप करणार होते. ते मेकअपमधले जादूगार मानले जातात. आपण त्यांना भेटूया आणि फक्त एकदा नाही, वारंवार भेटूया, असं मी सुबोधला सुचवलं. विक्रमदादा मला भेटले, त्यांनी माझा फोटो काढला. मग त्या फोटोवरून ख़ाँ साहेबांसाठी योग्य असा गेटअप करण्यासाठी फोटोशॉपवर काम केलं गेलं. त्या लूकवर आमची बरीच चर्चा झाली. हे असं नको, ते तसं हवं, अशा सूचनांची देवाणघेवाण झाली. मग इंडस्ट्रीत सीनिअर विगमेकर असलेल्या सुरेंद्र नावाच्या माणसाला बोलावून विग आणि दाढी तयार करून घेतली. त्यात काही बदल करून नंतर ते फायनल करण्यात आले. नंतर कपडे शिवून आले.

आता हा सगळा जामानिमा झाल्यानंतर गेटअपसह ट्रायल घ्यावी, असं आम्ही ठरवलं. विक्रमदादांची सगळी

टीम आणि सुबोधसह 'कट्यार'च्या टीममधले काही जण माझ्या ऑफिसमध्ये आले. मी सुबोधला बाहेर बसवलं. माझा मेकअप होईपर्यंत तू आत यायचं नाहीस, असा प्रेमळ दम त्याला दिला. मग आत माझ्या गेटअपची तयारी सुरू झाली. कपडे चढवले, विग घातला आणि विक्रमदादांनी मला मेकअप केला. मी पूर्ण तयार होऊन बाहेर आलो. सुबोध बाहेरच उभा होता. मला बघून तो चाट पडला.

''खाँ साहेब...!'' तो आश्चर्यानं म्हणाला.
मी म्हटलं, ''खाँ साहेब नाही, ख़ाँ साहेब!''

त्या दिवशी सुबोधला खऱ्या अर्थानं ख़ाँ साहेब मिळाला. तोपर्यंत त्याच्या मनात थोडीशी शंका होतीच; पण ती त्या दिवशी मला बघून दूर झाली. सुबोध पहिल्यांदाच दिग्दर्शन करत असल्यामुळे त्याचं पॅशन काय असू शकतं, याची मला कल्पना होती. पहिल्यांदा आई आणि पहिल्यांदा बाप होण्याच्या पॅशनची बेरीज केली, तरच पहिल्या दिग्दर्शनाच्या पॅशनशी तुलना होऊ शकेल.

चित्रपटाचं स्क्रिप्ट तयार होणं, गाणी, बाकीची जमवाजमव, यात बराच वेळ गेला. सुबोध मात्र नेटानं काम करत होता. नंतरच्या टप्प्यात चित्रपटाच्या निर्मितीमध्ये 'झी स्टुडिओ'चा सहभाग झाला आणि त्याची औपचारिकता पूर्ण होण्यासाठी आणखी काही काळ गेला. २०१४च्या फेब्रुवारी-मार्चमध्ये चित्रपटाचं पहिलं शूटिंग शेड्यूल पूर्ण झालं आणि ३१ ऑक्टोबर, २०१४ ला हा चित्रपट प्रदर्शित करण्याचं तेव्हा ठरलं होतं. पहिल्या शेड्यूलनंतरही चित्रपटाचा बराच भाग शूट व्हायचा बाकी होता. मात्र, क्लायमॅक्सचं शूटिंग आम्ही पूर्ण केलं होतं. चित्रपटाच्या शेवटी ख़ाँ साहेब त्या गावातून निघून जातो, असं दाखवलं आहे, त्याऐवजी एक पॉझिटिव्ह शेवट आपण करावा, असं सुबोधला सुरुवातीला वाटत होतं. मूळ स्क्रिप्टमध्ये ते नव्हतं; पण सुबोधला मूळ शेवट बदलून, गोड शेवट करावा, असं वाटलं. माझा त्या गोष्टीला विरोध होता. त्यावरून पहिल्या शेड्यूलच्या शूटिंगच्या वेळी त्याचे-माझे थोडे वादही झाले. मी मनाविरुद्धच तो सीन शूट केला.

मुंबईला परत आल्यानंतर पुन्हा आठ महिने मध्ये गेले. मधल्या काळात सुबोध, शंकर महादेवन आणि इतर मंडळीही बिझी असल्यामुळे तारखाच जमून येत नव्हत्या. याच काळात मला सतीश राजवाडेचे दिग्दर्शन असलेल्या 'सांगतो ऐका' या चित्रपटाची ऑफर आली, त्यात वेगळी भूमिका करायला मिळाली. या मधल्या काळात त्याचं

शूटिंग पूर्ण होऊन, तो ऑक्टोबर महिन्यात प्रदर्शितही झाला. मात्र, त्याला लोकांचा अपेक्षित प्रतिसाद मिळाला नाही.

एव्हाना 'कट्यार काळजात घुसली'च्या पहिल्या शेड्यूलमध्ये शूट झालेल्या भागाचं एडिटिंग पूर्ण झालं, 'झी'चे निखिल साने आणि त्यांच्या टीमने ते बघितलं. आम्हाला ते एडिट झालेलं शूटिंग दाखवण्यात आलं. शेवट पटत नसल्याचं मी तेव्हाही स्पष्टपणे सांगितलं. निखिल सानेचंही तेच मत होतं. पहिल्या दरबाराचं शूटिंग बाकी होतं, त्यामुळे सुबोध आणि निखिल साने, या दोघांनी चर्चा करून क्लायमॅक्सचा तो भाग पुन्हा बदलून नव्यानं शूट करायचं ठरवलं. पहिल्या दरबाराबरोबरच तो शूट केला जाणार होता.

१७ मार्च २०१४ला संपलेल्या पहिल्या शूटिंग शेड्यूलनंतर दुसरं शेड्यूल थेट १७ नोव्हेंबरला सुरू झालं. जानेवारीच्या पहिल्या आठवड्यात चित्रपट रिलीज करायचं ठरलं; पण सुबोधच्या 'लोकमान्य' चित्रपटाचा रिलीज पुढे जाऊन तो २ जानेवारीला रिलीज होणार होता, त्यामुळे 'कट्यार' आणखी पुढे ढकलण्याचा निर्णय झाला. 'कट्यार'च्या रिलीजसाठी सुबोधला सणासुदीचा काळ हवा होता, म्हणून मग २०१५च्या दिवाळीत चित्रपट रिलीज करण्याचा निर्णय घेण्यात आला.

मधल्या काळात झी स्टुडिओने मार्केटिंग, रिलीजची जोरदार तयारी केली. दिवाळीत चित्रपट भव्य प्रकारे रिलीज केला. उत्तम प्रकारे तो सादर केला. 'कट्यार' बघायला वयस्कर मंडळी येणार याची खात्री होती; पण युवा वर्गाला कसं आकर्षित करता येईल, यासाठी आम्ही प्रयत्न करत होतो. हळूहळू आम्हाला कळलं, की युवक काय, पण लहान मुलंही या चित्रपटाची फॅन झाली होती. आम्हाला तो अगदीच अनपेक्षित, पण सुखद धक्का होता. फॅन्सी ड्रेस स्पर्धेतही 'कट्यार'मधल्या व्यक्तिरेखा दिसू लागल्या. ख़ाँ साहेबांच्या वेशातला आणि त्यांच्यासारखे हावभाव करणारा सव्वा वर्षाच्या मुलीचा व्हिडिओ व्हॉट्स ॲपवर व्हायरल झाला होता. 'कट्यार' कुठे कुठे पोहोचला आहे, याचा अंदाज त्यावरून येत होता.

एखाद्या चित्रपटात २१ गाणी असूनसुद्धा एकही गाणं प्रेक्षकांना बोअर होत नाही, हे चित्रपटाचं आणखी एक वैशिष्ट्य. ही गाणी तर चांगली होतीच; पण ती पटकथेचा एक भाग होती. गोष्ट पुढे घेऊन जाणारी होती. म्हणूनच ती गाणी नाहीत, तर ते गाण्याच्या रूपात ट्यूनमध्ये ऐकू येणारे सीन्सच होते. पं. जितेंद्र अभिषेकी यांच्यासारख्या मातब्बर संगीतकाराची काही गाणी चित्रपटात असताना, त्याबरोबरच नवीन गाणी तयार करून ती त्या शैलीला जोडणं, त्यातला नव्या-जुन्याचा फरकही ओळखता येऊ नये, एवढ्या दर्जाला ती नेऊन ठेवणं, हे एक आव्हान होतं. तेवढाच त्यात धोकाही होता; पण शंकर-एहसान-लॉय यांनी त्याबाबतीत अफलातून कामगिरी केली. अर्थात, नाट्यसंगीतावर ही गाणी आधारित असल्यामुळे शंकर महादेवन यांचाच त्यात मोठा सहभाग होता. खूप मेहनत घेऊन हे संगीत दिलं असेल, असं कुणाला वाटलं, तर ते चूक आहे. मेहनतीपेक्षाही, सहजपणे, आतून साकारलेली कामगिरीच एवढा अद्वितीय दर्जा गाठू शकते. इंग्रजीमध्ये म्हणतात, ' It is simple to be happy, but it is difficult to be simple.' शंकरच्या बाबतीत ते तंतोतंत खरं आहे. माझ्यापेक्षा तो वयानं लहान असला, तरी या कामगिरीसाठी मला त्याचे पाय धरावेसे वाटतात. तो अतिशय प्रेमळ, अतिशय निरागस आहे. व्यावहारिक जगात वावरतानाही त्यानं तो निरागसपणा अजूनही टिकवला आहे.

सुधीर पलसाने यांच्या चित्रपटातल्या सिनेमॅटोग्राफीला तोड नाही. समीर सामंत, मंदार चोळकर आणि मंगेश कांगणे यांनी जुन्या गाण्यांबरोबर सुंदर नवीन गाणी लिहिली. सगळ्यांनीच जीव ओतून काम केलं.

'कट्यार'मधल्या पहिल्या दरबारात ख़ाँ साहेब 'दिल की तपिश' हे गाणं म्हणतात, त्या गाण्याच्या शूटिंगच्या

वेळी एक किस्सा घडला. भोरच्या वाड्यामध्ये गाण्याचं शूटिंग होणार होतं. हे गाणं शूटिंगच्या आधी मला ऐकायला मिळालं नव्हतं. मला ते ई-मेलवर पाठवण्यात आलं; पण मला ते मिळालं नाही किंवा माझं दुर्लक्ष झालं, किंवा कामामुळे राहून गेलं, असं काहीतरी कारण घडलं होतं. तिकडे जाण्यासाठी मी आणि शंकर दोघंही एकाच गाडीतून निघालो होतो. शंकरनं मला विचारलं, ''सर, तुम्ही ते रेकॉर्ड झालेलं गाणं आधी ऐकून घेतलंय ना?'' मी नाही म्हटलं. काही कारणांनी ते राहून गेल्याचं सांगितलं. ते ऐकून त्याला काळजी वाटायला लागली. ''सर, असं काय म्हणता? अहो, खूप अवघड गाणं आहे ते. साधंसोपं नाही. त्याची चाल मी जरा अवघड आणि गुंतागुंतीची बांधली आहे. तुम्हाला असं ऐनवेळी ऐकून ते लिप-सिंक करायला अवघड जाईल.'' मी म्हटलं, ''ठीक आहे, शूटिंगच्या लोकेशनवर गेल्यावर ऐकू.'' तरीही त्याची अस्वस्थता कमी होईना. एवढं अवघड गाणं रिहर्सल करायला वेळ जाईल आणि शूटिंगचा खोळंबा होईल, याची त्याच्या मनातली काळजी कायम राहिली.

लोकेशनवर पोहोचल्यानंतर मी तयार होऊन शंकरच्या समोर बसलो. शंकर सुबोधला म्हणाला, ''अरे, सरांना ते गाणं ऐकायला मिळालंच नाहीये. आज तुम्ही शूटिंग करणार. कसं काय जमणार सगळं?'' सुबोधलाही प्रश्न पडला. मी सुबोधला सांगितलं, ''तुम्ही गाण्याचा जेवढा भाग शूट करणार आहात, तेवढाच आत्ता मला ऐकव. तो शूट करू, मग पुढचा ऐकून पुढचा करू. सगळ्या गाण्याची रिहर्सल आत्ता माझ्याकडून करून घेऊ नका.'' ते त्यासाठी तयार झाले. मग गाण्याचा पहिला भाग त्यांनी मला ऐकवला. मी एकदा ऐकला, दुसऱ्यांदा ऐकला, त्यानुसार मनात तयारी केली आणि तिसऱ्यांदा रिहर्सल केली आणि म्हटलं, ''चला, टेक करूया.''

शंकर म्हणाला, ''सर, डायरेक्ट टेक करायला सांगताय? झाली तुमची तयारी?''

मी म्हटलं, ''हो. झाली तयारी. टेक करूया.''

मग शूटिंग सुरू झालं आणि तो शॉट पहिल्याच टेकमध्ये ओके झाला. शंकरला ते बघून धक्काच बसला. मग दुसरा भाग शूट झाला, त्याच्यानंतर तिसरा. नंतर अख्खं गाणं त्यांनी लाँग शॉट आणि बाकी angles मधून शूट झालं. अवघ्या ४५ मिनिटांत त्या गाण्याचं शूटिंग पार पडलं. ते बघून शंकर महादेवन त्याच्या जागेवरून उठला, माझ्याजवळ येऊन खाली बसला आणि माझ्या गुडघ्यांवर हात ठेवून म्हणाला, ''सर, तुम्ही ग्रेट आहात. मी या इंडस्ट्रीमधल्या कुठल्याही दुसऱ्या कलाकाराला चॅलेंज देतो, की त्यानं या गाण्यावर एवढ्या सहजपणे लिप-सिंक करून दाखवावं. कुणालाही जमणार नाही. तुम्ही मात्र ते करून दाखवलंत, कारण तुम्ही स्वत: एक गायक आहात. ऐकायला हे गाणं सोपं वाटेल; पण ते ऐकून त्यानुसार एवढ्या सहजपणे पडद्यावर ओठांची हालचाल करणं, हे जवळपास अशक्यच काम आहे. तुम्ही ते करून दाखवलंत.''

'कट्यार'नं असे काही अविस्मरणीय अनुभव दिले.

भोरमध्ये शूटिंग असताना आमच्या मेकअपसाठी असलेली व्हॅनिटी व्हॅन शूटिंग लोकेशनपासून काही अंतरावर लावलेली होती. तिच्यातून मेकअप, गेटअप करून बाहेर पडून एक गल्ली ओलांडून पुढे गेल्यानंतर शूटिंगचं लोकेशन होतं. एके दिवशी मी गेटअप करून व्हॅनिटीमधून बाहेर पडलो आणि गल्लीतून निघालो होतो, तर दुसऱ्या बाजूनं दोन मुसलमान माणसं येत होती. मला समोर बघून त्यांनी एकदम 'सलाम आलेकुम' केलं. मीसुद्धा लगेच उत्तरादाखल 'वालेकुम अस्सलाम व रहमतुल्लाहे बरकातहू' असं म्हणालो, तर ते चमकून माझ्याकडे बघायला लागले. आपल्या गावात हा कोण मौलाना आलाय आणि आपल्याला त्याच्याबद्दल माहीत कसं नाही, असा प्रश्न त्यांना पडला होता.

याच वाड्यात शूटिंगच्या वेळी आणखी एक गमतीदार किस्सा घडला. एक वेडी बाई अचानक शूटिंगच्या ठिकाणी घुसली आणि आरडाओरडा करायला लागली. ''बंद करा हे शूटिंग! आमच्या गावात यायला कुणी

परवानगी दिली तुम्हाला? मी हे चालू देणार नाही!'' अशी आरडाओरड करून तिनं धुमाकूळ घातला. या अचानक घडलेल्या प्रकारामुळे सगळे घाबरून गेले. कुणी तिथून पळ काढून स्वत:ला वाचवण्याच्या प्रयत्नात होते. कुणी कॅमेऱ्याचं काही नुकसान होऊ नये, म्हणून तो वाचवण्याच्या प्रयत्नात होता. त्या बाईनं फेकून मारण्यासाठी म्हणून काहीतरी वस्तूसुद्धा हातात घेतली. तसंच बडबडत ती पुढे आली आणि एकदम माझ्यासमोर उभी राहिली. तिनं मला बघितलं आणि ती एकदम शांत झाली. हातातली वस्तू खाली टाकली. मला म्हणाली, ''नमस्कार'' मग मीसुद्धा नमस्कार केला.

''तुम्ही आहात होय इथे?'' ती म्हणाली.

मी म्हटलं, ''हो.''

''बरं बरं. मग करा शूटिंग!'' असं म्हणून ती शांतपणे निघून गेली.

...पिळगांवकरांना चित्रपटात घेतल्याचा असाही फायदा होऊ शकेल, याची सुबोध भावेलाही आधी कल्पना नसणार!

'कट्यार'मधल्या ख़ाँ साहेबाच्या भूमिकेचं भरपूर कौतुक झालं. माझ्याच एका समवयीन कलाकार मित्राचा मला फोन आला. तो म्हणाला, ''सचिन, खरंच तू अशा प्रकारची भूमिका करू शकतोस, याच्यावर आमचा आधी विश्वासच बसला नसता. कारण आत्तापर्यंत चॉकलेट हिरो, गोड चेहऱ्याचा साधा माणूस, 'नच बलिये' जकिंणारा

किंवा 'बनवाबनवी'मधली सुधा, एवढीच आमच्या मनातली इमेज होती. तू त्याला चांगल्या प्रकारे छेद दिलास.''

खरंच एकेकाळी माझी अशी इमेज झाली होती; पण सचिन म्हणजे फक्त एवढंच नाही, हे काहीतरी वेगळं रसायन आहे, हे सिद्ध करण्याची संधी मला या भूमिकेनं दिली. करिअरच्या बावन्नाव्या वर्षी एखाद्या कलाकाराला ब्रेक मिळणं, ही त्याच्यासाठी खूप मोठी संधी आहे. ही संधी सहजासहजी कुणालाही मिळत नाही. माझ्याकडे बघण्याचा लोकांचा दृष्टिकोनच बदलला. या भूमिकेसाठी, या संधीसाठी मी सुबोध भावेचा आयुष्यभर एहसानमंद राहीन.

'कट्यार' रिलीज व्हायच्या आधी फेसबुक आणि सोशल मीडियावर माझ्याविरुद्ध अनेक लोकांनी भरपूर टीकाटिप्पणी केली होती. 'ख़ाँ साहेबांच्या भूमिकेसाठी सचिन पिळगांवकरांना घेऊन सुबोधनं भयानक मोठी चूक केली आहे,' अशा प्रकारची टवाळी करून मला टार्गेटही करण्यात आलं; पण मी शांत राहिलो. आपण नेहमीच कामाच्या माध्यमातून बोलावं, असं मला वाटतं आणि मी ते बोललो. 'कट्यार' रिलीज व्हायच्या आधी माझ्यावर अशी प्रचंड टीका करणाऱ्या लोकांचं मत 'कट्यार' बघितल्यानंतर बदललं आणि त्यांनी माझी माफी मागितली, त्यांची टीकाही मागे घेतली. 'सुबोधनं या भूमिकेसाठी पिळगांवकरांना घेतलं नसतं, तर ती मोठी घोडचूक ठरली असती,' असं या लोकांचं नंतर मत झालं. एका कलाकाराला यापेक्षा जास्त काय हवं असतं?

माझ्या काही गुरूंनीही मला फोन करून माझ्या कामाचं कौतुक केलं. मधुकर तोरडमल हे माझे गुरू. त्यांनी मला फोन करून सांगितलं, ''उत्तम काम केलंस. एका प्रसंगातही तू खोटा वाटला नाहीस. ख़ाँ साहेबांच्या व्यक्तिरेखेएवढं तुझं वय नसतानाही तू त्या वयाचा दिसलास. त्या व्यक्तिरेखेची डिग्निटी तू राखलीस, त्याबद्दल तुझं कौतुक करावं तेवढं थोडं आहे.'' आपल्या गुरूंनी आपल्या कामाची तारीफ करण्यासारखा दुसरा आनंद नाही.

हा चित्रपट सात-आठ वेळा बघणारे लोक भेटले. एका रेकॉर्डिंग स्टुडिओमधला माणूस भेटला, त्यानं सांगितलं, ''चित्रपटातला तुमचा शेवटचा कट्यार उगारण्याचा सीन मी मोबाइलवर घेऊनच ठेवला आहे. रोज तो सीन बघतो, एवढं मला तुमचं काम आवडतं.''

लोकांनी त्या चित्रपटावर, माझ्या भूमिकेवर एवढं प्रेम केलं.

नाटक आणि चित्रपट ही दोन वेगळी माध्यमं आहेत आणि 'कट्यार काळजात घुसली' या नाटकावरून चित्रपट करताना त्याला सिनेमॅटिक न्याय नक्कीच मिळाला.

ख़ाँ साहेबांच्या भूमिकेसाठी मला त्या वर्षीचा 'फिल्मफेअर'चा सर्वोत्कृष्ट अभिनेत्याचा पुरस्कार मिळाला. मात्र, अन्य पुरस्कार सोहळ्यांमध्ये या भूमिकेची योग्य दखल घेतली गेली नाही. 'झी गौरव'मध्येही मला ज्यूरी अॅवॉर्ड देण्यात आलं, उत्कृष्ट अभिनयासाठीच्या मुख्य कॅटॅगरीत मात्र मला नॉमिनेशनही देण्यात आलं नाही. एक कलाकार म्हणून या गोष्टी मला निश्चितच डिवचणाऱ्या होत्या; पण त्यावेळी माझ्या बॅडमिंटनच्या सरांची मला आठवण आली. त्यांचा आवाज मला कानात ऐकू आला. आम्ही खेळताना आम्हाला जोश देण्यासाठी ते नेहमी सल्ला देतात, ''Push yourself. You need to push yourself more!'' अर्थात, 'तुम्हाला आणखी जोर लावायला लागेल.'

मला ते शब्द आठवले आणि मी शांत झालो. मनाशी म्हटलं, 'हो. मला आणखी जोर लावायला लागेल! लोकांना काही दाखवण्यासाठी नाही, तर स्वत:ला नव्यानं सिद्ध करण्यासाठी.'

■

सीन
७०

स्थळ

मुलीसाठी चांगलं 'स्थळ' सांगून येणं आणि सगळं काही छान जुळून येणं, यासाठी चांगला योग जुळून यावा लागतो, असं म्हणतात. 'स्थळ' या वेगळ्या आणि वैशिष्ट्यपूर्ण चित्रपटाशी माझं नातं जुळण्याचा योगही असाच जुळून आला.

ऑगस्ट २०२४मध्ये कॅलिफोर्नियामधील सॅन होसे (बे एरिया) या भागात एक मराठी चित्रपट महोत्सव आयोजित करण्यात आला होता. त्यात काही मराठी चित्रपट दाखवले जाणार होते. मराठीतील काही सेलिब्रिटीजना त्यांनी तिथे आमंत्रित केलं होतं. 'नवरा माझा नवसाचा-२' सप्टेंबरमध्ये रिलीज होणार असल्यामुळे त्याचा टीझर तिथे दाखविला जाणार होता. मी आणि सुप्रिया आम्हाला दोघांनाही महोत्सवासाठी निमंत्रण होतं. जयंत सोमलकर याने दिग्दर्शित केलेला 'स्थळ' हा चित्रपट या महोत्सवात दाखवला जाणार होता. आम्हाला त्याची कल्पना होतीच, पण श्रियाने आम्हाला आवर्जून हा चित्रपट पाहण्यासाठी सुचवलं होतं. तिने 'मामी' फेस्टिव्हलमध्ये हा चित्रपट आधीच पाहिला होता. श्रियाने काम केलेल्या 'गिल्टी माइंड्स' या वेब सिरीजचा जयंत सोमलकर हा सहलेखक होता. त्या सिरीजची दिग्दर्शक शेफाली भूषण ही जयंत सोमलकरची बायको. त्यामुळे ते दोघेही तिच्या ओळखीचे होते. आम्हालाही हा चित्रपट पाहण्याची उत्सुकता होती. आम्ही महोत्सवात तो चित्रपट पाहिला आणि आम्हाला तो प्रचंड आवडला. या चित्रपटानंतर सुप्रियाबरोबर सोमलकरचा गप्पांचा कार्यक्रम होता, तोही मी ऐकला. सोमलकर हा विचारांच्या बाबतीत अत्यंत क्लॅरिटी असलेला माणूस आहे, असं मला जाणवलं. चित्रपट आवडल्याचं मी त्याला आवर्जून सांगितलं. त्याला विचारलं, ''तुझं हे 'स्थळ' घेऊन भारतात कधी येतोयंस?''

तो म्हणाला, ''माझा पहिलाच चित्रपट आहे, त्याच्या प्रदर्शनाचाही मला फारसा अनुभव नाही. अजून अनेक गोष्टी समजून घेतोय. काही लोकांशी बोलणं चालू आहे, ते पूर्ण झाल्यावर नेमका अंदाज येईल.''

'काहीही मदत लागली तर सांग,' असं मी त्याला अगदी मनापासून सांगितलं.

तोपर्यंत मीही 'नवरा माझा नवसाचा-२'च्या बाबतीत कोणत्याही कॉर्पोरेट कंपनीबरोबर टायअप न करता स्वतःच तो प्रदर्शित करायचा, हेही ठरवलं होतंच.

त्यानंतर आम्ही मुंबईला आलो आणि आमचं रूटीन सुरू झालं. ‘स्थळ’च्या रिलीजच्या बाबतीत विशेष काही घडत नव्हतं, असं कानावर येत होतं. ‘नवरा माझा नवसाचा-२’च्या बाबतीत सगळ्याच गोष्टी चांगल्या जुळून आल्या, तो चित्रपट प्रदर्शित होऊन त्याला भरघोस प्रतिसाद मिळाला. त्यानंतर चार ते पाच आठवड्यांनी मला सोमलकरचा पुन्हा फोन आला. भेटायचं आहे, असं म्हणाला. मी त्याला आनंदानं भेटायला बोलावलं. तो आणि त्याची बायको, शेफाली हे दोघेही मला भेटायला आले. त्यांच्या चित्रपटाचं पुढे काय झालं, याबद्दल मलाही उत्सुकता होती. ते म्हणाले, ‘‘काही कॉर्पोरेट कंपन्यांबरोबर माझं बोलणं झालं, पण त्यांच्या अटी आम्ही मान्य कराव्यात अशा नाहीयेत. आमच्याही अटी त्यांना पटल्या नाहीत, त्यामुळे या चित्रपटाच्या प्रदर्शनासाठी आम्ही कुठल्याही कॉर्पोरेट कंपनीची मदत घ्यायची नाही, असं ठरवलं आहे.’’ त्यांनी मला विचारलं, तुम्ही आम्हाला या चित्रपटाच्या प्रदर्शनासाठी मदत कराल का? मला चित्रपट आवडला होता, त्यामुळे मी ताबडतोब होकार दिला. आधीही मी स्वतः त्यांच्यासाठी मदतीचा हात पुढे केला होताच. माझ्या चित्रपटाच्या प्रमोशनसाठी मी जी टीम घेतली होती, त्यांच्याकडेच ह्यांचं काम देता येईल, असंही मी त्यांना सुचवलं. अर्थात, माझ्या आणि त्यांच्या चित्रपटाचं बजेट वेगळं होतं, त्यांना तेवढ्या मोठ्या प्रमाणावर तो प्रदर्शित करायचा नव्हता. त्यामुळे त्यांना बजेटही मर्यादितच लागेल, हेही मी त्यांना सुचवलं.

त्यानंतर मी नानूभाई जयसिंघानी यांना फोन केला. या क्षेत्रात आलेल्या धडपडणाऱ्या नव्या लोकांना मदत करायला नानूभाई नेहमीच तयार असतात. त्यांनीही मोठ्या मनाने मदतीची तयारी दाखवली. चित्रपटाच्या प्रमोशनसाठी योग्य व्यक्तींशी नानूभाईंनी त्यांना जोडून दिलं. हा चित्रपट प्रेझेंट करण्यासाठी निर्मात्यांना एक मोठं नाव हवं होतं. तुम्ही हा चित्रपट प्रेझेंट केलात, तर चित्रपटाचं महत्त्व वाढेल, त्याच्याकडे लोकांचं लक्ष जाईल, असं सोमलकर मला म्हणाला. विचार करतो, असं आश्वासन मी त्याला दिलं.

सुप्रिया आणि श्रिया यांच्याशी मी या विषयावर चर्चा केली. दोघींनाही ही कल्पना आवडली. श्रिया म्हणाली, ‘‘तुम्ही या चित्रपटाचे प्रेझेंटर होणार असाल, तर त्यासाठी काहीतरी सबळ कारण तुमच्याकडे असायला हवं. तुम्ही हाच चित्रपट का प्रेझेंट करताय, हे प्रेक्षकांना समजायला हवं.’’ मला तिचं म्हणणं पटलं. तिच्या बोलण्यावर विचार करताना सहज एक डोक्यात आलं. मी तिला म्हटलं, ‘‘आपला सिनेमा (नवरा माझा नवसाचा-२) गणपतीबाप्पाच्या आशीर्वादाने आणि रसिक प्रेक्षकांच्या प्रतिसादामुळे चांगला चालला आहे. त्याच्या प्रदर्शनासाठी अनेक लोकांनी आपल्याला भरभरून मदत केली आहे. जी जवळची माणसं आहेत, त्यांना मी स्वतः धन्यवाद देऊ शकतो, पण ज्या असंख्य व्यक्तींनी, प्रेक्षकांनी आपल्याला कळत-नकळत मदत केली, त्यांना धन्यवाद कसे देणार? त्यासाठी माझ्याकडे एकच माध्यम आहे, ते म्हणजे त्यांच्यासाठी एखादा चांगला चित्रपट सादर करणं. एखाद्या चांगल्या चित्रपटाच्या मागे उभं राहणं.’’ श्रिया आणि सुप्रिया, दोघीही चमकून बघायला लागल्या. मी म्हटलं, त्या चित्रपटाच्या पोस्टरवर ‘सचिन पिळगांवकर प्रेझेंट्स, ‘स्थळ’ असं लिहिलं गेलं असेल, तरी त्याचा खरा अर्थ असेल, की ‘सचिन पिळगांवकर थँक्स यू ऑल.’ सगळ्या लोकांना धन्यवाद देण्याचा माझा तो एक मार्ग असेल. श्रियाला हा विचार मनापासून पटला. ती म्हणाली, ‘‘केवळ त्यांना नाव हवंय किंवा तुम्हाला मदत करायची इच्छा आहे म्हणून करण्यापेक्षा, तुमची स्वतःची भूमिका आणि विचार त्यामागे दिसेल.’’ तिच्या बोलण्याने माझाही उत्साह वाढला. मी एक निश्चित कारण आणि भूमिका घेऊन हा चित्रपट प्रस्तुत करायचं ठरवलं, कुठलीही गुंतवणूक न करता आणि कोणताही मोबदला न घेता.

‘स्थळ’ चित्रपटाच्या मागे मी पूर्णपणे उभा राहिलो. त्यांना माझ्याकडून ज्या अपेक्षा होत्या, त्याच्या पलीकडेही मी माझ्या परीने शक्य ती सगळी मदत त्यांना केली. कदाचित माझ्या चित्रपटाच्या प्रमोशनसाठी केलं नसेल एवढं

त्यांच्यासाठी केलं. कुठले उपकार म्हणून नाही, तर अगदी मनापासून केलं. मला त्यात खूप समाधान मिळालं. जे काम आपण स्वीकारतो, त्यात हातचं राखून काही करायची मला सवय नाही. मी त्यासाठी सर्वस्व ओतून करतो. तसंच इथेही केलं.

आठ मार्चला जागतिक महिला दिन असतो, हा विषयही महिलांशी संबंधित असल्यामुळे त्याच काळात, म्हणजे सात मार्च २०२५ रोजी आम्ही हा चित्रपट प्रदर्शित केला. चित्रपटाचा प्रीमिअर करण्याची त्यांची इच्छा होती. प्रीमिअर करण्यापेक्षा ट्रायल शो ठेवा, त्यासाठी सेलिब्रिटीजना आपण बोलावू, त्यांचे बाइट्स घेऊ आणि आपल्याला ते चित्रपट प्रदर्शित होण्याआधी लोकांपर्यंत पोहोचवता येतील, असं मी त्यांना सुचवलं. प्रीमिअरपेक्षा त्यांचा फायदा नक्कीच जास्त झाला असता. त्यांनाही ते पटलं.

स्थळ हा एका विशिष्ट पद्धतीचा, विशिष्ट प्रेक्षकांना आवडेल असाच चित्रपट होता, त्यामुळे त्याची प्रेक्षकसंख्याही मर्यादितच राहणार होती. पुण्यात त्याला चांगला प्रतिसाद मिळाला. समीक्षकांनी त्याचं कौतुक केलं, ज्या लोकांनी तो पाहिला, त्यांना तो अतिशय आवडला. त्याआधी 'टोरँटो इंटरनॅशनल फिल्म फेस्टिव्हल'मध्येही या चित्रपटाला बेस्ट एशिया पॅसेफिक फिल्मचा पुरस्कार मिळाला होता. ही खूपच मोठी गोष्ट होती. या पुरस्कारामुळे इतर फेस्टिव्हल्समध्येही या चित्रपटाची निवड होण्याचा मार्ग सोपा झाला.

चित्रपटगृहांमधील प्रदर्शनातून येणाऱ्या उत्पन्नाबद्दल खूप अपेक्षा ठेवू नका, असं मी निर्मात्यांना आधीच सुचवलं होतं. त्यांना मात्र गुंतवलेले पैसे परत मिळण्याच्या बाबतीत खूप अपेक्षा होत्या. त्या बाबतीत त्यांचा अपेक्षाभंग झाला. आपला चित्रपट चित्रपटगृहांमध्येच प्रदर्शित व्हावा, ही प्रत्येक दिग्दर्शकाची इच्छा असते, तशीच जयंत सोमलकरचीही होती. ती या निमित्ताने पूर्ण झाली. शिवाय, या चित्रपटासाठीची दिग्दर्शक म्हणून त्याची कामगिरी पाहून 'नेटफ्लिक्स'ने त्याला एका हिंदी चित्रपटाची ऑफर दिली. त्यामुळे त्याला एक मोठी संधी या चित्रपटाच्या निमित्ताने मिळाली, ही एक आनंदाची गोष्ट.

'स्थळ'चं आणखी एक वैशिष्ट्य म्हणजे, यातील सगळेच्या सगळे कलाकार नवखे होते. त्यांनी एकदाही कॅमेऱ्यासमोर काम केलेलं नव्हतं. कुठल्याही अभिनय प्रशिक्षण केंद्रातून ते आलेले नव्हते. हा त्यांचा पहिलाच अनुभव होता. अशा कलाकारांकडून उत्तम काम करून घेणं, हे मोठं कसबच. जयंत सोमलकरने ते साध्य केलं, हे त्याचं वाखाणण्याजोगं वैशिष्ट्य आहे. जयंत सोमलकर हा अतिशय हुशार आणि बुद्धिमान असा लेखक, दिग्दर्शक आहे. त्याचं या क्षेत्रातलं भवितव्य नक्कीच उज्ज्वल असल्याबद्दल मला विश्वास आहे.

यापुढेही, मराठीतील जो कुणी चांगला आणि उत्तम क्षमतेचा दिग्दर्शक असेल आणि त्याने चांगला चित्रपट बनवला असेल, तर त्याच्या पाठीशी उभं राहण्यासाठी मी नेहमीच तयार आहे.

■

सीन ७१

‘ट्रोल’ धाड

माझे कपडे जो शिवतो, त्याचं नाव आलम. माझ्यासाठी जे डिझायनर्स येतात, त्यांना मी आलमकडून कपडे शिवून घ्यायला सांगतो. सन २००७पासून आलम माझ्यासाठी कपडे शिवतो. २०१५साली तो माझ्याकडे आला. त्यानं काही गाणी लिहिली होती, त्यांचं रेकॉर्डिंग त्याला करायचं होतं. त्यापैकी एक गाणं तुम्ही गाल का, असं त्यानं मला विचारलं. त्याला मदत म्हणून ते गाणं मी गायलं. ते रेकॉर्ड झालं, त्याला आवडलं. त्यावर व्हिडिओ करूया, असं त्यानं सुचवलं. काय आणि कसं शूट करणार, हे मला माहीत असायला हवं, असं मी त्याला सांगितलं. तो एका कोरिओग्राफरला घेऊन आला. गाणं कसं शूट होणार, त्यातल्या स्टेप्स काय आहेत, ते त्यानं मला दाखवलं. त्यातल्या ज्या गोष्टी पटल्या नाहीत, त्या मी त्याला बदलायला सांगितल्या. शेवटी एकदाचं गाण्याचं शूटिंग फायनल झालं.

शूटिंगच्या ठिकाणी मी पोहोचलो आणि तिथलं सगळं दृश्य आणि वातावरण बघूनच माझ्या लक्षात आलं, की हे योग्य पद्धतीने होत नाहीये. मी तिथे काही सांगण्याचा प्रयत्न केला, बदलण्याचा प्रयत्न केला; पण शूटिंगचाच दिवस असल्यामुळे खूपकाही बदलणं माझ्या हातात नव्हतं. तिथे काही शॉट्स खटकले, ते मी करणार नाही, असं सांगितलं. त्यापेक्षा जास्त काही करता येणं शक्य नव्हतं. मी तिथून निघून गेलो असतो, तर आलमचं नुकसान झालं असतं. मी व्यावसायिक काम म्हणून पैसे घेऊन हे करत नव्हतो, तर केवळ मदत म्हणून करत होतो. आलम हा व्यावसायिक मुरलेला निर्माता नव्हता. त्यामुळे फार विरोध न करता मी माझं शूटिंग लवकर पूर्ण करायला सांगून तिथून निघालो. ते व्हिडिओ साँग तयार झालं; पण ते विकत घ्यायला कुणी तयार नव्हतं. त्याचं काही होत नाहीये, हे एका अर्थी बरंच आहे, असं मला वाटत होतं. तसंही ते काम अजिबात पटलं नव्हतंच. मात्र, २०१८मध्ये शेमारू कंपनीने हे गाणं घेतलं आणि रिलीज केलं. तो व्हिडिओ मी पाहिला आणि मला तो अजिबात आवडला नाही. लोकांसमोर ते आल्यावर त्यांनी त्या गाण्याला आणि मला ट्रोल करायला सुरुवात केली. सर्व बाजूंनी टीका सुरू झाली. यात आमच्याच फिल्म इंडस्ट्रीमधली काही ओळखीची माणसंही आघाडीवर होती. हे गाणं का केलं, त्याचा खुलासा मी माझ्या फेसबुक पेजवर केला. तो केल्यावर लोकांनी सुरू केलेलं ट्रोलिंग ५० टक्क्यांहून कमी झालं. मात्र, इंडस्ट्रीतल्या लोकांकडून होणारं ट्रोलिंग कमी झालं नाही. इतर वेळी ‘सर, सर’ म्हणून खोटा आदर देणाऱ्या या मंडळींचं खरं रूप या निमित्तानं उघड झालं. अर्थात, काही जणांनी भक्कम पाठिंबा दिला. त्यातलं एक प्रमुख नाव म्हणजे अवधूत गुप्ते. चिन्मय मांडलेकर आणि संतोष पवार या दोघांनीही मेसेज करून मला धीर दिला. आपण जवळचे असल्याचं म्हणवणाऱ्या लोकांनी मात्र त्यांचे रंग दाखवले. सोशल मीडिया असल्यामुळे आपली नावंही यात उघड होणार आहेत, याचीही त्यांना फिकीर नव्हती. याच मंडळींना नंतर काही काळाने माझी गरजही लागली. काही निमित्ताने त्यांना त्यांच्या नव्या प्रोजेक्ट्सच्या प्रमोशनसाठी माझी प्रतिक्रिया घ्यायची होती, मी त्यांना दिली. त्या वेळी त्यांनीच दिलेला कटू अनुभव मनात ठेवला नाही. मात्र, त्या ट्रोलिंगचा प्रचंड मन:स्ताप झाला. माझ्या कुटुंबीयांनाही त्याचा अतिशय त्रास झाला. मी रात्री अनेकदा रडायचो. अशा परिस्थितीचा मला तोपर्यंत कधीच अनुभव नव्हता. आता ट्रोलिंगचा अनुभव अनेक लोकांनी घेतला असेल, अनेकांची त्यासाठीची मानसिक तयारीही झाली असेल. मलाही आता त्यात काही नवीन राहिलेलं नाही; पण त्या वेळी ती पहिलीच वेळ

होती, त्यामुळे आम्ही सगळे हादरून गेलो होतो. त्या काळातला तो वेदनादायी हुंदका अजूनही मला आठवतो.

काही जणांनी मला या व्हिडिओवरून रोस्ट केलं. अतिशय घाणेरड्या शब्दांत शिव्या दिल्या, खालच्या पातळीवरून टीका केली. सोशल मीडियावर हे असं ट्रोलिंग करून पैसे मिळवणं हाच त्यांचा उद्देश होता, हेही उघड होतं. या काळात स्वप्नील जोशीनेही दिलेला पाठिंबा महत्त्वाचा होता. तो म्हणाला, ''आत्तापर्यंत सचिन पिळगांवकर हा माणूस कुठल्याच प्रकरणात सापडला नव्हता, या निमित्ताने विघ्नसंतोषी लोकांना त्यांच्यावर टीका करायची संधी मिळाली. म्हणूनच ते तुटून पडले.''

''एक व्हिडिओ तुमचं करिअर किंवा तुमचं रेप्युटेशन बदलू शकत नाही. तुम्ही आधी खूप काही दिलंय. ते पुरेसं आहे.'' अशा शब्दांत त्याने मला धीर दिला. खरं म्हणजे तो व्हिडिओ काढून टाकायला लावणं मला शक्य होतं; पण मी तसं केलं नाही. परंतु, त्या दिवसापासून अशा प्रकारची कोणतीही ऑफर स्वीकारायची नाही, असा निर्णयही घेऊन टाकला.

■

सीन
७२

'रणांगण' आणि अन्य काही

राकेश सारंग यांनी दिग्दर्शित केलेला 'रणांगण' हा माझा चित्रपट २०१७ साली प्रदर्शित झाला. त्यात एका हार्ड कोअर खलनायकाची भूमिका मी साकारली. यात स्वप्नील जोशी यानेही ग्रे शेड असलेल्या हिरोची भूमिका केली होती. २०१९ साली 'लव्ह यू जिंदगी' हा माझा चित्रपट प्रदर्शित झाला. मनोज सावंत यांनी त्याचं दिग्दर्शन केलं होतं. गजेंद्र अहिरे यांच्या दिग्दर्शनाखाली 'सोहळा' या चित्रपटातही मी भूमिका केली. २०१९ याच वर्षात माझा 'अशी ही आशिकी' हा चित्रपट प्रदर्शित झाला. त्याची कथा, पटकथा, संवादलेखन, संगीत आणि दिग्दर्शन अशा जबाबदाऱ्या मी पार पाडल्या. लक्ष्मीकांत बेर्डेचा मुलगा अभिनय याला full fledged हिरो म्हणून सादर करण्याची माझी इच्छा या चित्रपटाद्वारे पूर्ण झाली. हेमल इंगळे नावाच्या एका नवतारकेलाही मी या चित्रपटातून प्रथमच रुपेरी पडद्यावर झळकण्याची संधी दिली. या चित्रपटाच्या निर्मितीच्या काळात हेमल ही मला आणि सुप्रियाला आमच्या मुलीएवढ्याच जवळची झाली. एक छान नातं तिच्याशी जुळलं.

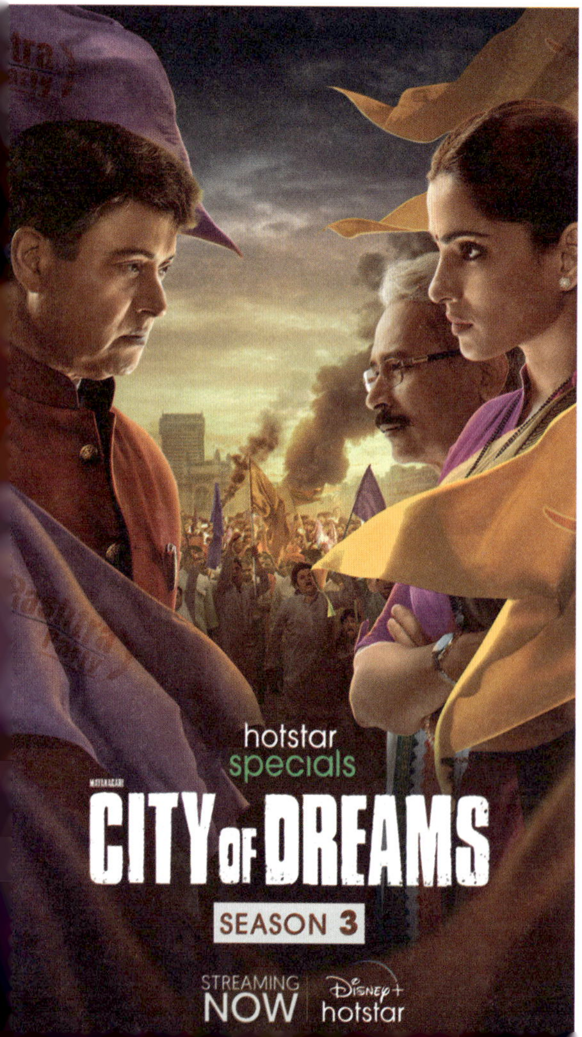

२०१९ साली सिटी ऑफ ड्रीम्स (सीझन १) या वेब सिरीजमध्ये महत्त्वाची भूमिका साकारण्याची संधी मिळाली. अप्लॉज एन्टरटेन्मेन्ट आणि नगेश कुकनूर यांनी या सिरीजची निर्मिती केली होती. महाराष्ट्राच्या राजकीय पार्श्वभूमीवरील काल्पनिक कथानक असलेल्या या सिरीजमध्ये मी महाराष्ट्राच्या मुख्यमंत्र्यांची अनेक छटा असलेली भूमिका केली. अप्लॉजचे सीईओ समीर नायर यांनी या भूमिकेसाठी नगेशकडे माझं नाव सुचवलं होतं. ('नगेश' असंच त्याचं नाव आहे आणि अनेकदा त्याच्या नावाचा 'नागेश' असा चुकीचा उच्चार केला जातो.) नगेशबरोबर काम करताना लक्षात आलं, की तो actor's dirctor आहे. प्रत्येक कलाकाराच्या अभिनयाचं वैशिष्ट्य ओळखून त्यानुसार त्यांच्याकडून उत्तम अभिनय करवून घेण्यात तो वाकबगार आहे. अशा पद्धतीने कलाकाराकडून आपल्याला हवा तसा उत्तम अभिनय करवून घेणारे राजाभाऊ परांजपेंपासून अनेक दिग्दर्शक मला माझ्या अभिनय कारकिर्दीत लाभले. नगेशच्या निमित्ताने तोच अनुभव अनेक वर्षांनी पुन्हा घेता आला. 'सिटी ऑफ ड्रीम्स'चा पहिला सीझन गाजला, त्याला उत्तम प्रतिसाद मिळाला, त्यामुळे पुढचा सीझनही त्यानंतर बनवण्यात आला. साधा, सज्जन दिसणारा, पण खुनशी वृत्तीचा जगदीश गुरव हा राजकीय नेता साकारताना मजा आली. या पात्रासाठी कुठलाही वेगळा गेटअप (मिशी, दाढी, चष्मा वगैरे) असू नये, असं मला

वाटत होतं. नगेशबरोबर मी चर्चा केल्यानंतर त्यालाही ते पटलं आणि मी तसंच पात्र साकारलं. माझ्या स्वतःच्या चेहऱ्यातूनच त्या खलनायकाची क्रूर वृत्ती प्रेक्षकांपर्यंत पोहोचवण्याची माझी इच्छा होती. आत्तापर्यंत अशी संधी मिळाली नव्हती. 'कट्यार काळजात घुसली' किंवा 'रणांगण'मधील ग्रे शेडच्या भूमिकांसाठी मला वेगळा गेट अप होता. इथे मात्र तसं काही नव्हतं. गेटअपशिवाय या माणसाची खलनायकी वृत्ती कशी दाखवता येईल, असा विचार होता. त्यासाठी नगेशचीही अनुमती आणि सहकार्य मिळालं आणि प्रेक्षकांनीही त्याला भरभरून प्रतिसाद दिला. या सिरीजचे एकूण तीन सीझन्स झाले. तीनही उत्तमपैकी गाजले.

या वेब सिरीजच्या शूटिंगच्या काळातली एक गमतीदार गोष्ट सांगावीशी वाटते. ओटीटीसाठी वेब सिरीजमध्ये अभिनय करण्याची ही माझी पहिली वेळ होती. शूटिंगच्या पहिल्याच दिवशी माझ्या लक्षात आलं, की वेब सिरीजमधल्या अभिनयाची शैली पूर्णपणे वेगळी आहे. नाटक, सिनेमा, सिरियल आणि वेब सिरीज, या सर्व माध्यमांमध्ये वेगवेगळ्या पद्धतीचा अभिनय करावा लागतो. वेब सिरीजमधल्या अभिनयाची शैली ही इतर माध्यमांमधील अभिनयापेक्षा चार ते पाच नॉच खाली आहे, हे माझ्या लक्षात आलं. पहिल्या दिवशी तो सूर पकडण्यासाठी मला थोडा वेळ लागला. आपल्याला थोडं होमवर्क करावं लागेल, हे माझ्या लक्षात आलं. त्यासाठी काय करायचं, हे शूटिंग संपवून घरी येईपर्यंत माझ्या डोक्यात पक्कं झालं होतं. मी घरी आलो आणि रूममध्ये एकटा बसलो. 'मिर्झापूर' सिरीज लावली आणि त्यातले श्रियाचे सगळे सीन्स बघितले. तिच्या अभिनयातून मला बरंच काही शिकता आलं. मी श्रियाला समोर बसवून विचारलं असतं, तर कदाचित ती ऑकवर्ड झाली असती. 'मी तुम्हाला काय शिकवणार पप्पा,' असं म्हणाली असती, ते टाळण्यासाठी मी तिच्या स्क्रीनवरील अभिनयातून ते शोधण्याचा प्रयत्न केला आणि मला हवं ते सापडलं. अशा प्रकारे मुलगी माझी या बाबतीत नकळतपणे गाइड झाली. तिच्यामुळे योग्य तो सूर पकडण्यासाठी मला मदत झाली. पुढचं सगळं काम त्यामुळे सोपं झालं. लहानांकडून शिकण्यात काही कमीपणा आहे, असं समजण्याची अजिबात गरज नाही, उलट ती संधी समजून नवीन गोष्टी आत्मसात करायला हव्यात, हेच मला या निमित्तानं सगळ्यांना सांगावंसं वाटतं.

'कल और आएंगे नगमों की खिलती कलियां चुननेवाले।

मुझसे बेहतर कहनेवाले, तुमसे बेहतर सुननेवाले।' हे सत्य आपल्याला लवकर कळलं, तरच आपण 'पल दो पल का शायर' न होता, 'मैं हर एक पल का शायर हूं,' असं म्हणून कुठल्याही काळात घट्ट पाय रोवून उभे राहू शकतो.

यानंतर 'मी होणार सुपरस्टार : छोटे उस्ताद' हा लहान मुलांच्या गायनकलेला संधी देणारा 'म्युझिकल रिॲलिटी शो' केला. यात मी, वैशाली सामंत आणि आदर्श शिंदे असे तिघे जज (परीक्षक) होतो. हा त्या काळात महाराष्ट्रातल्या सर्वाधिक लोकप्रिय रिॲलिटी शो मध्ये पहिल्या क्रमांकावरचा शो ठरला.

या 'शो'च्या आधीपासूनच वैशालीशी माझी ओळख होती, आम्ही एकत्र कामही केलं होतं. तिला आधीपासूनच माझ्याबद्दल भरपूर आदर होता. मात्र, या रिॲलिटी शो दरम्यान तिच्याशी एक भावनिक ओलावा, जवळीक निर्माण झाली. तिच्याशी घट्ट मैत्री झाली. मनातली कुठलीही गोष्ट शेअर करावी, असं आमचं छान बॉन्डिंग झालं. याच शूटिंगच्या दरम्यान मी तिचा पालकही झालो. तिला सेटवर काही हवं असेल, तर ते ती मला सांगायची आणि मी तिच्यासाठी ती गोष्ट मागवून द्यायचो. आदर्शही उत्तम संस्कार असलेला, अतिशय गोड असा मुलगा आहे. या शूटिंगच्या काळात त्याच्याशीही छान नातं जुळलं. स्वप्नील आणि अली यांच्यानंतर तो माझा तिसरा मुलगा म्हणून आमच्या कुटुंबाशी जोडला गेला.

'मी होणार सुपरस्टार छोटे उस्ताद'चं शूटिंग सुरू असताना एके दिवशी एक अनपेक्षित प्रसंग घडला. त्या

शूटिंगसाठी मला स्पेशल व्हॅनिटी व्हॅन देण्यात आली होती. एके दिवशी त्या व्हॅनिटी व्हॅनची व्यवस्था सांभाळणारा माणूस थोडा बिचकत माझ्याकडे आला आणि मला विनंती करत म्हणाला, ''सर, तुम्ही पॅक अपनंतर ही व्हॅन लवकर आमच्याकडे देऊ शकाल का?'' मी त्याला कारण विचारलं तर तो म्हणाला, ''एक मॅडम आहेत, त्या उद्या सकाळी सातच्या शिफ्टसाठी शूटिंगला येणार आहेत आणि त्यांच्यासाठी ही व्हॅन द्यायची आहे. त्यांना सगळं स्वच्छ, टापटीप लागतं. कुठेही थोडा जरी कचरा, अस्वच्छता असली, की त्या तक्रार करतात. त्यामुळे आम्हाला ती व्हॅन सॅनिटाइझ करावी लागते.''

मी म्हटलं, ''माझी काहीच हरकत नाही. तुमच्या मॅडमच्या अपेक्षाही चुकीच्या नाहीत.'' त्यांच्या विनंतीनुसार तशी तयारी मी दाखवली. मग सहज विचारलं, ''कोण आहेत बाबा तुमच्या या मॅडम?''

त्यावर तो निरागसपणे म्हणाला, ''श्रिया पिलगांवकर मॅडम हैं.''

मला हसायलाच आलं.

तो अमराठी माणूस होता, त्याला श्रियाचं आणि माझं नातं कदाचित माहीत नव्हतं. तो फक्त त्याचं काम करत होता आणि त्याच्या जागी योग्यच होता. नंतर घरी आल्यावर मी श्रियाला हा किस्सा सांगितला आणि आम्ही दोघंही खूप हसलो.

■

सीन ७३

'सुटली रे सुटली...'

एक मार्च २०१९ साली 'अशी ही आशिकी' हा चित्रपट प्रदर्शित झाला आणि दुसऱ्या दिवशी पडला. त्यानंतर सात मार्चला मी आणि सुप्रिया केरळला एका योगोपचार शिबिरासाठी गेलो होतो. डॉक्टर शिवा यांचा तो कोर्स होता. त्या काळात मला सिगरेट ओढायचा कंटाळा आला होता आणि सिगरेट सोडावी, अशी इच्छा होती. या काळात तीही सुटेल, यासाठी प्रयत्न करूया, असा विचारही होता. पहिल्या दिवशी आम्ही संध्याकाळी सहाच्या दरम्यान तिथे पोहोचलो. तिथे गेल्यावर काही दिवस काहीच खायचं नव्हतं, त्यामुळे दुपारी नीट जेवण करून घ्यायला त्यांनी सांगितलं होतं. मी जेवलो आणि सिगरेट ओढली आणि संध्याकाळी शिबिराच्या ठिकाणी गेलो, तेव्हा त्यांनी आम्हाला केळं खायला दिलं. त्यानंतर पुन्हा सिगरेटची तल्लफ आली, म्हणून बंगल्याच्या बाहेर गेलो. माझ्याकडे सिगरेटचं पाकीट होतं, लायटर होता, सिगरेटचा होल्डर होता. तेव्हा ती सिगरेट तिचा पूर्ण आस्वाद घेत ओढली. टाकून दिली आणि ठरवलं, की आता बास! ही नक्कीच शेवटची. अब और नहीं चाहिये। पाकीट, लायटर, होल्डर सगळं स्लिंग बॅगमध्ये होतं. दुसरा दिवस उजाडला, त्या दिवशीही सिगरेटची तल्लफ आली, तरी सिगरेट ओढली नाही. तिथे त्या शिबिरात फक्त पाण्यावरच सोळा दिवस राहायचं होतं. कुठलंच अन्न, ज्यूस इत्याही काहीच घ्यायचं नव्हतं. तो दिवस कसाबसा गेला. नऊ तारीख उजाडली आणि मग मात्र मला राहवेना. कुठलंही व्यसन सोडताना जी जिवाची तगमग होते, तशीच होत होती. संध्याकाळपर्यंत कसाबसा तग धरला; पण सिगरेट न ओढल्यामुळे चिडचिड होत होती. राहवत नव्हतं. श्रियाला फोन केला. तिला सगळी मन:स्थिती सांगितली. ती म्हणाली, 'एवढा त्रास करून घेण्यापेक्षा बाहेर जा आणि एखादी सिगरेट ओढा!' आता मुलीनेच परवानगी दिली म्हटल्यावर मला रान मोकळं मिळालं. तसाच बाहेर पडलो. सिगरेट काढली, ओठांना लावली. लायटर पेटवला आणि आता सिगरेट पेटवणार, त्याच क्षणाला एक सेकंद थांबलो. मनाशीच म्हटलं, 'पिळगांवकर, आत्ता जर सिगरेट ओढलीत, तर ती आयुष्यभर तुम्हाला सोडणार नाही. आत्ता ती सोडलीत, तर जिंकलात. नाहीतर हरलात! हीच ती वेळ, हाच तो क्षण! काय स्वीकारायचं, हे तुमचं तुम्ही ठरवा.'

मनात काहीतरी चमकून गेल्यासारखं झालं. निर्णय झाला! लायटर बंद केला, तोंडाला लावलेली सिगरेट खाली घेतली, पाकिटात टाकली. होल्डरसकट ते सगळं बॅगमध्ये टाकलं आणि आत परत आलो. त्या दिवसापासून आजपर्यंत एकदाही सिगरेट ओढायची तल्लफ आली नाही, मी ती ओढली नाही. अशा रीतीने माझी सिगरेट कायमची सुटली. दुसरं कुणी ओढत असताना त्याच्या सिगरेटचा एक पफसुद्धा कधी घ्यावासा वाटला नाही.

हे शिबिर केल्याचा सगळ्यात मोठा फायदा हा झाला, की माझी सिगरेट कायमची बंद झाली. या शरीरशुद्धीचा आणखी एक चांगला परिणाम झाला, तो आवाजावर. मी त्याआधीही गायचो; पण या उपचारानंतर आवाजात एक प्रकारे जास्त शुद्धता आणि मोकळेपणा आल्याचं जाणवलं.

त्यानंतर उजाडलं, २०२०. म्हणजेच पॅनडेमिकचं वर्ष. हा काळ सगळ्यांसाठीच खूप कठीण होता. एवढ्या वर्षांत कधी पाहायला न मिळालेले सुनसान रस्ते या काळात मुंबईत पाहायला मिळाले. त्या वेळी रस्त्यांवर कुत्र्यांचंच राज्य होतं. माणसांना पकडणारी एखादी गाडी येऊन सगळ्या माणसांना घेऊन गेली, असंच त्यावेळी त्या कुत्र्यांना वाटत असावं, हे त्यांच्या हावभावांवरून जाणवत होतं.

कोरोना काळात अनेक जवळची माणसं गमावली. या वेळी काम बरेच दिवस बंद होतं, ते हळूहळू सुरू झालं. सुप्रिया बाहेर शूटिंगसाठी जाऊ लागली; पण टीममधल्या कुणामुळेतरी संसर्ग होऊन तिला कोविड झाला. त्यातून ती बरी झाली; पण त्यानंतर तिला श्वासाचा त्रास होऊ लागला. त्या वेळी तिला कोकिलाबेन हॉस्पिटलमध्ये ॲडमिट करावं लागलं. तिथे नातेवाइकांनी जाणं त्या काळात धोक्याचं असल्यामुळे ती एकटीच तिथे राहिली. मी एकट्यानं सगळं बघेन, असं तिनं विश्वासानं सांगितलं. मी तिला फक्त हॉस्पिटलपर्यंत सोडून घरी आलो आणि घरी आल्यावर समजलं, की श्रियाला कोविड झालाय. तिला क्वारंटाइन करावं लागलं. त्यानंतर आमच्या घरी जेवण बनवणाऱ्या विमलताईंना कोविड झाला. चांगल्या ठिकाणी त्यांच्या उपचारांची आम्ही व्यवस्था केली. तिथे सोळा दिवस राहिल्यानंतर त्या बऱ्या झाल्या. त्यावेळी प्रचंड मागणी असलेलं रेमडिसिव्हर हे इंजेक्शनही त्यांना द्यावं लागलं. (त्यावेळी त्याला प्रचंड मागणी होती, तरी त्याचा प्रत्यक्षात काहीच उपयोग नव्हता, हे आता सिद्ध होतंय. असो.) त्यानंतर श्रियाला पुन्हा एकदा कोविड झाला. हा काळही फार त्रासाचा आणि धावपळीचा गेला; मात्र या काळात मला आणि माझ्या आईला कोविडचा एकदाही संसर्ग झाला नाही, हे आमचं नशीब.

■

सीन ७४

दात दाखवून अवलक्षण

वयानुसार माझ्या दातांची झीज व्हायला लागली होती, म्हणून २०२१ साली ऑक्टोबरमध्ये मी माझी डेन्टल ट्रीटमेंट सुरू केली. त्यात काही इम्प्लान्ट्सही करायचे होते. या ट्रीटमेन्टदरम्यान पेनकिलर म्हणून डेन्टिस्टनी मला Keterol DT ही गोळी घ्यायला दिली. दिवसातून तीनदा ती घ्यायची होती. १४ नोव्हेंबरला माझ्या सासरेबुवांचा वाढदिवस होता. पुण्यात एका सभागृहात हा सोहळा होणार होता, तिथे त्यांची 'तुला' ही केली जाणार होती. १३ नोव्हेंबर हा माझ्या मेव्हण्याचा, म्हणजे सुप्रियाचा धाकटा भाऊ सुमीत याचा वाढदिवस. त्या निमित्त त्याने पुण्यातील जे. डब्ल्यू. मॅरिएट हॉटेलमध्ये आमच्यासाठी रूम्स बुक केल्या होत्या. मी, सुप्रिया, श्रिया आम्ही सगळेच तिथे राहिलो. दुसऱ्या दिवशी सकाळी सासरेबुवांचा समारंभ होता. सकाळी हॉटेलमधून चेक-आउट करून निघायचं, समारंभाला जाऊन मग तसंच मुंबईला परत यायचं, असं आमचं ठरलं होतं. सुमीतचा वाढदिवस साजरा करून, डिनर करून आम्ही हॉटेलच्या रूममध्ये येऊन झोपलो. पहाटे तीन वाजता माझ्या पोटात थोडी कुरकूर जाणवली, म्हणून मी उठलो. सुप्रिया झोपेत होती. मी टॉयलेटला गेलो, तर लूज मोशन झाल्यासारखं मला जाणवलं. कमोडकडे लक्ष गेलं तर तो सगळा लाल झाला होता. सगळं रक्त पडलं होतं. अचानक हे नक्की काय झालं, हेच कळेना. सकाळी बघू, असं म्हणून मी स्वतःला स्वच्छ करून झोपलो. सकाळी साडेसहा वाजता जाग आली. बाकीच्यांची आवराआवर सुरू होती. मला टॉयलेटला जावं लागणार होतं, थोडीशी धाकधूक मनात होती. पुन्हा टॉयलेटमध्ये रक्तच पडलं. मग मात्र थोडा विचारात पडलो. तरीही कुणाला काही सांगितलं नाही. समारंभ झाल्यावर संध्याकाळी बघू, असा विचार करून समारंभात सहभागी झालो. व्यवस्थित पुरणपोळीचं जेवण झालं. संध्याकाळी गाडीतून मुंबईला आलो. आमचे फॅमिली डॉक्टर घुगे यांच्याशी बोललो. त्यांनी दुसऱ्या दिवशी स्टूल टेस्ट आणि सीबीसी (रक्त तपासण्या) करून घ्यायला सांगितलं. स्टूल टेस्ट केल्यावर त्यात occult blood strong positive असा रिपोर्ट आला. याचा अर्थ, शरीरातल्या अंतर्गत भागातून कुठेतरी ब्लीडिंग होतंय, हे स्पष्ट होतं; मात्र नेमकं कुठे ब्लीडिंग होतंय, हे कळल्याशिवाय पुढील उपचार होऊ शकत नाहीत, हेही स्पष्ट झालं.

माझं हिमोग्लोबिन ९.५ आलं होतं. ते १३ ते १४ एवढं असायला हवं. हिमोग्लोबिन कमी आहे, याचाच अर्थ रक्तात ऑक्सिजन कमी होता. डॉ. घुगे यांच्या ओळखीने आम्ही त्यांच्या ओळखीचे डॉक्टर खन्ना यांच्याकडे गेलो. त्यांनी रिपोर्ट्स बघून सगळ्यात आधी व्यायाम बंद करा, असं सांगितलं. मग आम्ही छातीचा एक्स रे काढला, सीटी स्कॅन केलं, टू डी एको टेस्ट केली. सगळ्या टेस्ट्सचे रिपोर्ट्स नॉर्मल येत होते. कशातच काही सापडत नव्हतं.

आता आणखी काही टेस्ट्स करायच्या होत्या. त्यात पहिली टेस्ट होती, ती म्हणजे कोलोनोस्कोपी. त्यात रात्री ९ नंतर काही खायचं नाही. एका ठरावीक औषधाचं पाणी रात्रभर प्यायचं होतं. ते प्यायल्यानंतर पोट साफ होतं. ते पाणी चवीला एवढं घाणेरडं असतं, की ते पिणं म्हणजे शिक्षाच. ते पिऊनच मला सकाळी या कोलोनोस्कोपीसाठी जायचं होतं.

याच दरम्यान मला 'मी होणार सुपरस्टार : छोटे उस्ताद'चा पहिला सीझन ऑफर झाला होता. यात जज म्हणून मी सहभागी होणार होतो. त्यासाठी आधीच होकार दिला होता. त्याचं पहिलं शूटिंग शेड्यूल दोन दिवसांचं होतं.

या कोलोनोस्कोपीमध्ये आधी पोटात गॅस भरला जातो, त्यामुळे पोटाचा आकार वाढतो. मग कॅमेरा आत इनसर्ट केला जातो आणि तपासणी केली जाते. या टेस्टमध्ये माझ्या शरीरात वेगळं काहीच आढळलं नाही. मला तिथून घरी पाठवण्यात आलं.

त्यानंतर स्पायरल गॅस्ट्रोस्कोपी ही टेस्ट केली जाणार होती. त्यासाठी तोंडावाटे कॅमेरा आत सोडून तपासणी केली जाणार होती. त्यासाठीही ते कडू पाणी पिणे, रात्रीनंतर काही न खाणे, सकाळी पोटात गॅस भरणे वगैरे सगळे सोपस्कार झाले. त्यातही काहीही सापडलं नाही. तोपर्यंत माझं हिमोग्लोबिनही वाढत नव्हतं. यापुढे काय, असा प्रश्न पडला.

मग त्यांनी सांगितलं, की एक मोठी कॅप्सूल गिळायची आहे. त्यात एक कॅमेरा असतो. कॅप्सूल संध्याकाळी गिळायची होती. त्यांनी गळ्यात घालण्यासाठी एक पिशवी दिली होती. कॅप्सूलमधला तो कॅमेरा शरीराच्या आतले जे फोटो घेईल, ते त्या पिशवीतल्या हार्ड डिस्कमध्ये स्टोअर होत जातात. सुमारे बारा तासांनंतर ती पिशवी आणि हार्ड डिस्क हॉस्पिटलकडे परत द्यायची असते. त्या कॅप्सूलचं काय, असा प्रश्न मला पडला. तर सकाळी टॉयलेटला गेल्यानंतर ती कॅप्सूल पडून जाईल, असं मला सांगण्यात आलं.

२४ नोव्हेंबरला मला शूटिंगसाठी हजर राहायचं होतं आणि ही कॅप्सूल मी २३ला संध्याकाळी घेतली होती. सकाळी ती पडून जाईल, असा अंदाज होता; पण ती पडली नाही. शूटिंगचा पहिला दिवस होता. ती कॅप्सूल तशीच पोटात ठेवूनच मी शूटिंगसाठी गेलो. सेटवर बारा कॅमेरे होते; पण तिथे प्रत्यक्ष तेरा कॅमेरे आहेत, हे फक्त मला माहीत होतं; कारण तेरावा कॅमेरा माझ्या पोटात होता! गळ्यातली ती पिशवी आता काढून ठेवली होती; पण पोटातली कॅप्सूल आणि तो कॅमेरा मात्र मला नाइलाजाने चिकटून बसला होता. दिवसभर मी तसंच शूटिंग केलं. संध्याकाळी मला पुन्हा टॉयलेटला जावंसं वाटू लागलं आणि मी गेलो, तर ती कॅप्सूल ठापकन खाली पडली. ती ब्लिंक करत होती. मी घाबरून पट्कन उठलो. म्हटलं आता आणखी कसले फोटो काढते की काय!

या कॅप्सूल ट्रीटमेन्टचा मात्र काहीतरी उपयोग झाला होता. शरीरात पॉलिप्स असल्याचं त्यात आढळून आलं होतं. डॉक्टर म्हणाले, आता इन्डोस्कोपी करून पॉलिप्स काढावे लागतील आणि ते बायोप्सीसाठी पाठवावे लागतील. म्हणजे ते malignant आहेत की benign, हे कळणार होतं.

मला भोपाळला एका कार्यक्रमासाठी जायचं होतं, त्यामुळे २८ ते ३० मी मुंबईत नाहीये, हे मी त्यांना सांगितलं. एक डिसेंबरला आम्हाला 'मी होणार सुपरस्टार'च्या एका प्रमोशनल गाण्याचं शूटिंग करायचं होतं, त्यामुळे २ तारखेलाच मी वेळ देऊ शकणार होतो. त्या दिवशी परेलच्या ग्लोबस हॉस्पिटलमध्ये ही ट्रीटमेन्ट करायचं ठरलं.

भोपाळला जायची तयारी झाली. डॉक्टरनी मला सांगितलं, की पुन्हा एकदा CBC करून घ्या. तोपर्यंत स्टूल टेस्टमधला occult blood हा रिपोर्ट आता नॉर्मल आला होता. ब्लीडिंग होत नव्हतं. सीबीसी केली, त्यात हिमोग्लोबिनचं प्रमाण ७.४ आलं. संध्याकाळी पाच वाजता मला विमानतळावर पोहोचायचं होतं आणि तीन वाजता हा रिपोर्ट आला. डॉक्टर खन्नांना कळवलं, तर ते म्हणाले, की हिमोग्लोबिन एवढं कमी असताना तुम्ही प्रवास करूच शकत नाही. प्रवासात किंवा तिकडे पोहोचल्यावर काही झालं तर कोण जबाबदार? डॉक्टर म्हणून त्यांची काळजी योग्य होती; पण मला जाणं रद्द करायचं नव्हतं. मी भोपाळमधील माझ्या विश्वास सारंग नावाच्या मित्राला फोन केला. मध्य प्रदेश सरकारमध्ये तो तेव्हा आरोग्यमंत्री होता. माझा रिपोर्ट मी त्याला पाठवला. अशी परिस्थिती आहे, हे सांगितलं. डॉक्टरना विचारलं होतं, की तातडीने काय करावं लागेल? तर ते म्हणाले, Iron drip लावावी लागेल. दोन-तीन तासांची ही प्रोसिजर असते. भोपाळला गेल्यानंतर लावली तर चालेल का, असं विचारलं तर डॉक्टर पुन्हा उचकले. म्हणाले, ''नाही...तिकडे जाऊन कशी लावणार? तिकडे व्यवस्था काय?

तुमची काळजी कोण घेणार?'' मग मी त्यांना समजावून सांगितलं, की मी कसंही मॅनेज करेन. त्यांनी मला सगळी प्रोसिजर पाठवून दिली, मी ती विश्वासकडे पाठवली. आल्या- आल्या मला ही प्रोसिजर करायची आहे, असं सांगितलं. सगळी व्यवस्था होईल, असं आश्वासन त्यानं दिलं. हॉस्पिटलमध्ये ती ट्रीटमेन्ट घ्यायला मी ambulanceने जाणार नाही, हेही त्याला बजावलं. त्यानं त्यासाठीही होकार दिला. मी भोपाळ विमानतळावर पोहोचलो, तर तिथे पोलीस, सरकारी अधिकारी असे सगळे मला न्यायला आले होते. मला धक्काच बसला.

'मिनिस्टर साहब व्हीआयपी रूम में आपका इंतजार कर रहे हैं।' असं त्यांनी सांगितलं. तिथे गेलो, तर विश्वास स्वतः हजर होता. 'तुम्हारी हालत खराब है, तो मुझे आना ही पडा।' असं मला म्हणाला. गाडीतून आम्ही गेलो, तर हॉस्पिटलच्या दारात डीनपासून सगळेच माझी वाट बघत होते. स्वतः आरोग्यमंत्रीच माझ्यासोबत आल्याचा परिणाम! माझे मित्र रूमी जाफरी यांच्या कार्यक्रमासाठी मी जात होतो, त्यामुळे तेही बरोबर होते. विश्वास सारंग आणि माझी ओळख या रूमी जाफरींमुळेच झाली होती.

हॉस्पिटलमध्ये गेलो, त्यांनी माझ्या डाव्या हाताला आयर्न ड्रिप लावलं. ते तीन तास चालू होतं. तिथून आम्ही ताज हॉटेलला गेलो. हॉस्पिटलपासून हे हॉटेल जेमतेम आठ मिनिटांवर होतं. तिथेही माझ्या तब्येतीवर देखरेख ठेवण्यासाठी सकाळपासून संध्याकाळपर्यंत आणि पुन्हा संध्याकाळपासून सकाळपर्यंत दोन डॉक्टर्सना ड्यूटी लावण्यात आली होती. मला तिथे पूर्ण आराम होता, कुठलीही गोष्ट एका फोन कॉलवर उपलब्ध होती. एवढी सेवा आणि एवढा आराम मला मुंबईतही मिळू शकला नसता. तिथले डॉक्टर विजय सक्सेना हे तरुण आणि अतिशय गोड व्यक्तिमत्त्व. त्यांनी कॅन्सर टेस्टही तिथे करून घ्यायला सांगितली. ती नॉर्मल आली. ते पॉलिप्स काढून टाकण्याची ट्रीटमेन्ट अजून बाकी होती. तीस तारखेला मी मुंबईला परत आलो. एक तारखेला शूटिंग केलं. दोन तारखेला मी ग्लोबस हॉस्पिटलला पोहोचलो. (त्या आधी पुन्हा ते कडू पाणी प्यावंच लागलं!) हॉस्पिटलमध्ये डॉक्टरांनी एन्डोस्कोपी केली. आम्ही ते पॉलिप्स काढणार आणि बायोप्सीसाठी पाठवणार, असं त्यांनी सांगितलं होतं. या टेस्टच्या काळात मी पूर्णपणे बेशुद्धीत होतो. मला काहीच कळत नव्हतं. या वेळी जेव्हा मी शुद्धीवर आलो, तेव्हा त्यांना विचारलं, ''नक्की काय झालं? पॉलिप्स काढले का?'' ते म्हणाले, ''पॉलिप्स मिळालेच नाहीत. एवढ्या दिवसांत ते बरे झाले आहेत.'' ''मग ते रक्त पडलं, ते कसं काय?'' तेव्हा असं लक्षात आलं, की डेन्टिस्टनी दिलेल्या त्या कॅटेरॉल टीडी या गोळीचा हा दुष्परिणाम आहे. ती डायल्यूट करून घेण्याची गरज होती. मी ती तशीच घेत होतो. दुसरी महत्त्वाची गोष्ट म्हणजे साठ वर्षांवरच्या माणसाला ही गोळी देणं अपायकारक ठरू शकतं. मला याची काहीच कल्पना नसल्यामुळे डॉक्टरांच्या सांगण्यानुसार मी गोळ्या घेत होतो आणि त्याचाच माझ्या शरीरावर परिणाम झाला. गोळीचाच हा साइड-इफेक्ट असल्याचं सिद्ध झालं, तरी डॉक्टरांना कुठलीही शंका राहू द्यायची नव्हती. सुदैवानं या टेस्टमधून काहीही निष्पन्न झालं नाही. दोन डिसेंबरला डॉक्टरना भेटून निघताना मी विचारलं, आता पुढे ट्रीटमेन्ट काय? तर ते म्हणाले, आता काहीच ट्रीटमेन्ट घेण्याची गरज नाही. थोडे दिवस आराम करायचा आणि नंतर नियमित आयुष्य जगायचं. या मोठ्या संकटातून मी सहीसलामत बाहेर पडलो; पण १४ नोव्हेंबर ते २ डिसेंबर, २०२१ हा काळ माझ्यासाठी अक्षरशः एखाद्या अग्निदिव्यासारखा होता. या काळात जो मनःस्ताप झाला, तो कुणाच्याही वाट्याला येऊ नये, असाच होता.

■

सीन ७५

‘नवरा माझा नवसाचा-२’

अभिनय आणि इतर कामं सुरू असतानाच स्वतःचा चित्रपट सुरू करण्याची ऊर्मी मला स्वस्थ बसू देत नव्हती. म्हणून ‘नवरा माझा नवसाचा - २’ या चित्रपटाच्या निर्मितीमध्ये उडी घ्यायचं ठरवलं. खरंतर फेब्रुवारी २०२३मध्येच या चित्रपटाच्या निर्मितीला सुरुवात होणार होती, आणि त्याच वर्षी चित्रपट प्रदर्शितही होणार होता. शूटिंगच्या तारखाही ठरल्या होत्या; पण स्क्रिप्टचं पहिलं रीडिंग झाल्यानंतर, हे स्क्रिप्ट मनासारखं झालं नाहीये, हे माझ्या लक्षात आलं. ते उथळ व्हायला नको, म्हणून शूटिंग रद्द केलं आणि स्क्रिप्टसाठी पुन्हा वेळ द्यायचं ठरवलं. सर्व कलाकारांना विचारलं, की आत्ता शूटिंग पोस्टपोन केलं, तर तुम्ही पुन्हा कधी तारखा देऊ शकाल? त्यांनी सांगितलं, सहा महिन्यांनी वेळ देता येईल. मी म्हटलं, ‘सहा महिने नको; आपण एक वर्षानंतर शूटिंग करू.’ कारण, मला स्क्रिप्टला न्याय देण्यासाठी वेळ हवा होता. साठ वर्षांपेक्षा जास्त काळ मी चित्रपटसृष्टीत काम केलं आहे, याचा अर्थ दरवेळी मला सगळं परफेक्ट जमेलच, असं नाही. म्हणूनच स्क्रिप्टमधल्या ज्या गोष्टी खटकत होत्या, त्या बदलण्यासाठी, स्वतःलाच थोडं पुश करायचं ठरवलं.

गणपतीच्या आशीर्वादानेच मी माझ्या सर्व कामांना सुरुवात करतो. जे काही हातून घडतं, ते त्याच्या मर्जीने, त्याच्या प्रेरणेने, अशीच माझी श्रद्धा आहे. म्हणूनच नव्या चित्रपटाला सुरुवात करताना त्यात काही त्रुटी राहू नयेत, असं वाटत होतं. चित्रपटाची पटकथा पुन्हा लिहायला घेतली. इंटरव्हलपर्यंतच्या भागातल्या पुष्कळशा गोष्टी आणि मांडणी बदलली, इंटरव्हलनंतरचा काही भाग एडिट केला, त्यात सुधारणा केल्या. या प्रक्रियेत या वेळी निलेश मयेकर यालाही सहभागी करून घेतलं. तोही आनंदानं आणि निःस्वार्थीपणाने त्यात सहभागी झाला, त्याबद्दल मी त्याचा कायमच ऋणी राहीन. ‘नवरा माझा नवसाचा’ प्रमाणेच या दुसऱ्या भागासाठीही संतोष पवार याने तितक्याच ऊर्जेने खुसखुशीत संवाद लिहिले आणि प्रेक्षकांनी त्यांना भरभरून प्रतिसाद दिला. ५ फेब्रुवारी, २०२४ला चित्रपटाचं शूटिंग सुरू झालं. हा चित्रपट २० सप्टेंबरला महाराष्ट्रभरात प्रदर्शित करायचा, हे त्याआधीच ठरवलं होतं आणि तसंच घडलं.

या चित्रपटात साखरपुड्याचं एक गाणं आम्ही केलं. मराठी चित्रपटात साखरपुड्याचं गाणं तोपर्यंत आलेलं नव्हतं. हे गाणं सगळ्यांना आवडेल आणि साखरपुड्याच्या वेळी हे गाणं घराघरात वाजेल, असा विश्वास होताच. वैभव जोशी यांनी लिहिलेल्या या गोड गाण्याला जितेंद्र कुलकर्णी यांनी तितकीच गोड चाल दिली. या चित्रपटात पारंपरिक (विंचू चावला) चालीवरचं एक भारूड आम्ही केलं. राजकीय विडंबन स्वरूपातलं हे धमाल गाणं संतोष पवार यानं लिहिलं आणि लोकांनी ते खूप पसंत केलं.

लोककलेच्या शैलीतल्या ‘डम डम डम डम डमरू वाजे’ या ओळी आपण लहानपणापासून ऐकत आलो आहोत. त्याला एका पूर्ण गाण्याचं स्वरूप देण्याचं मी ठरवलं. त्याला एक वेगळी सुरुवात असावी, मग त्यात या चार ओळी याव्यात, एक कडवं असावं, ‘घालीन लोटांगण’ने ते गाणं पूर्ण व्हावं, अशी मांडणी डोक्यात होती. गीतकार प्रवीण दवणे यांनी माझ्या या सगळ्या अपेक्षा पूर्ण करत गाण्याला उत्तम न्याय दिला. या गाण्यासाठी आदर्श शिंदेने जी मेहनत घेतली, स्वतःहून पुढाकार घेऊन हे गाणं आणखी सजवण्यासाठी जे योगदान दिलं, त्याबद्दल त्याचं कौतुक करावं तेवढं थोडंच. या गाण्याच्या निर्मितीमध्ये पहिल्यापासून शेवटच्या टप्प्यापर्यंत

प्रत्येक पावलावर त्याची फार मोलाची साथ होती. याच गाण्याच्या माध्यमातून रविराज कोलथरकर या नवोदित संगीतकाराचं मराठी चित्रपटसृष्टीमध्ये पदार्पणही झालं. माझ्या प्रत्येक चित्रपटात एखाद्या नवोदित कलाकाराला मी पदार्पणाची संधी देतो, ती परंपराही या निमित्तानं कायम राहिली.

'नवरा माझा नवसाचा'मध्ये सहभागी असलेले जगदीश खेबुडकर, रीमा, कुलदीप पवार, प्रदीप पटवर्धन, आनंद अभ्यंकर, सतीश तारे हे सगळे जवळचे स्नेही आज आपल्यात नाहीत. त्यांची उणीव भरून काढता येणार नाही; मात्र त्यांचे आशीर्वाद आणि शुभेच्छा कायमच माझ्या पाठीशी आहेत, असा माझा विश्वास आहे.

स्वप्नील जोशी, हेमल इंगळे हे दोघंही माझ्या कुटुंबाचाच एक भाग आहेत, असं मी मानतो. तरी केवळ तेवढ्यासाठी त्यांची या चित्रपटासाठी निवड केलेली नाही. ते उत्तम कलाकार आहेत आणि या भूमिकांसाठी योग्य वाटले, म्हणूनच त्यांना निवडलं. त्यांनीही अप्रतिम काम केलं आणि या भूमिकांना उत्तम न्याय दिला.

सुप्रियानेही भक्तीची भूमिका अगदी भक्तिभावाने निभावली आणि 'वॅकी'ला नेहमीप्रमाणेच उत्तमरीत्या छळलं. अर्थात, या गोष्टीची प्रेक्षकांप्रमाणे मलाही सवय झालेली आहेच.

महाराष्ट्र भूषण, पद्मश्री अशोक सराफने या चित्रपटात टीसीची भूमिका तडफदारपणाने निभावली. वैभव मांगले हा चतुरस्त्र अभिनेता आहे, हे त्याने या वेगळ्या भूमिकेत सिद्ध केलं. निर्मिती सावंतची छोटीशी भूमिका सर्वांना चित्रपटानंतरही हसवत राहिली. हरीश दुधाडे आणि गणेश पवार यांनीही चित्रपटात गंमत आणली.

सिद्धार्थ जाधव याचीही माझ्याबरोबर काम करण्याची अनेक वर्षांची इच्छा या चित्रपटातून पूर्ण झाली. सर्व कलाकार आणि तंत्रज्ञांनी हा आपलाच सिनेमा आहे, या भावनेनंच काम केलं.

या चित्रपटाचा क्लायमॅक्सही प्रेक्षकांसाठी खूप अनपेक्षित होता आणि त्याचं कौतुक झालं. खरंतर हा क्लायमॅक्स मला 'नवरा माझा नवसाचा' (भाग १) च्या प्रदर्शनानंतरच सुचला होता. असाही क्लायमॅक्स करता आला असता, असं वाटलं होतं; पण तोपर्यंत चित्रपट प्रदर्शित होऊन लोकांना आवडलाही होता. त्यामुळे तो प्रसंग मी मनात तसाच ठेवला, जमल्यास याचा भाग २ आपण करू तेव्हा वापरू, असं ठरवलं होतं आणि ती संधी या वेळी मला मिळाली.

या वेळेचा गणपतीपुळ्याचा प्रवास बसने न करता ट्रेनने करण्याचं ठरलं आणि कोकण रेल्वेच्या संबंधित मंडळींनी खूप सहकार्य केलं. ट्रेनचं शूटिंग आम्ही ज्या 'संस्कृती' स्टुडिओमध्ये केलं, त्याचे मालक रणवीरसिंह राजपूत यांनी मराठी चित्रपट म्हणून खूप-खूप सहकार्य केलं. या चित्रपटाच्या प्रमोशनसाठी सतीश राजवाडे (स्टार प्रवाह) याने अतिशय आपुलकीने, माझ्यावरच्या प्रेमापोटी मला खूप मदत केली. केदार शिंदे (कलर्स मराठी) तर माझ्या एका फोनवर 'सचिनजी, तुम्ही बोला, आपण करूया,' असं म्हणून माझ्या मदतीला धावून आला. या दोघांचंही उत्तम सहकार्य मिळालं.

'नवरा माझा नवसाचा २' ची निर्मिती करताना कुठलीही कॉर्पोरेट कंपनी, फायनान्सर किंवा पार्टनर माझ्याबरोबर नसला, तरी मी एकटा नव्हतो. कारण, माझी संपूर्ण टीम, माझे कलाकार, लेखक, तंत्रज्ञ आणि त्यांच्याबरोबरच रसिक मायबाप प्रेक्षक कायमच माझ्यासोबत आहेत, हा विश्वास होता.

हा चित्रपट प्रदर्शित करण्यासाठी व्हिडिओ पॅलेसचे नानूभाई आणि सुरेशभाई जयसिंघानी यांनी दिलेला भरभक्कम पाठिंबा खूप मोलाचा ठरला. अजिंक्य शिंदे हा 'एकापेक्षा एक'च्या पहिल्या पर्वापासून माझ्याबरोबर असलेला मुलगा, मला गुरुस्थानी मानतो. या चित्रपटाच्या सुरुवातीपासून शेवटपर्यंत प्रत्येक टप्प्यावर तो माझ्या मदतीला होता. त्याच्या या कृतीतून त्याने एका अर्थी मला गुरुदक्षिणाच दिली.

चित्रपटाच्या निर्मितीमध्ये या सगळ्याच मंडळींची मला जी साथ मिळाली, त्याबद्दल त्यांचे केवळ आभार

मानणं पुरेसं होणार नाही. त्यांचं हे आपुलकीचं देणं मी कायमच हृदयात जपून ठेवीन, एवढंच म्हणू शकतो.

ठरल्याप्रमाणे, २० सप्टेंबर, २०२४ला हा चित्रपट महाराष्ट्रभरात प्रदर्शित झाला. त्याला गणपतीचा आशीर्वाद तर मिळालाच; पण मायबाप रसिक प्रेक्षकांचा उदंड प्रतिसाद मिळाला. या चित्रपटाने गौरवशाली पन्नासावा दिवस साजरा केला, तोही चित्रपटगृहात! एवढंच नाही, तर हा चित्रपट अमेरिका, कॅनडामध्येही भरपूर गाजला. 'नॉर्थ अमेरिकन फिल्म असोसिएशन' (नाफा) या संस्थेतर्फे त्याचे ९०हून अधिक शोज तिथे झाले. सिंगापूरमध्येही हा चित्रपट प्रदर्शित झाला आणि टोक्योमध्ये प्रदर्शित झालेला पहिला मराठी चित्रपट ठरला. या चित्रपटाने चित्रपटगृहांमध्ये २५ कोटी रुपयांच्या उत्पन्नाचा टप्पा पार केला. आता हा चित्रपट 'ॲमेझॉन प्राइमवरही उपलब्ध असून, तिथेही लोक मोठ्या संख्येने तो पाहून भरभरून प्रतिसाद देत आहेत.

हा चित्रपट पाहून अनेक लोकांनी मला 'नवरा माझा नवसाचा ३' कधी, हे विचारलं आहे. तिसरा भागही काढण्याचा माझा नक्कीच प्रयत्न असेल; पण त्यासाठी मला गणपतीबाप्पाच्या आदेशाची वाट बघावी लागेल!

■

सीन ७६

सवाल जवाब

चित्रपटात काम करायला सुरुवात केली, त्याला बघता-बघता ६०पेक्षा जास्त वर्षं उलटून गेली. तो काळ आणि आत्ताचा काळ यात बराच फरक आहे. एवढ्या मोठ्या प्रवासात मला प्रेक्षकांनी, चाहत्यांनी काही प्रश्न विचारले, काही प्रश्न मला पडले. या प्रश्नांबद्दल मला नेमकं काय वाटतं, ते सांगण्याचा या प्रकरणातून छोटासा प्रयत्न करत आहे. ही उत्तरं अर्थातच प्रश्नाच्या अनुषंगानं आहेत. त्या-त्या प्रश्नावरचं किंवा मुद्द्यावरचं ते सविस्तर विवेचन नाही, याची कृपया नोंद घ्यावी.

- **बदलत्या काळाबरोबर चित्रपटाचं तंत्रज्ञान बदललं, ग्लॅमर, पैसा मोठ्या प्रमाणात आला, या बदलाकडे तुम्ही कसं पाहता?**

बदल हा आवश्यकच आहे, पण बदल स्वीकारताना आपण काही मूलभूत तत्त्वं तर विसरत नाही ना, याचा विचार केला पाहिजे.

मी ज्या काळात कामाला सुरुवात केली, तेव्हा आपल्याकडे गाडी, बंगला असावा, स्वत:चे कमांडो असावेत, हे त्या काळातल्या कलाकारांचं ध्येयच नव्हतं. आमच्यापुढे आदर्श होते, ते आपलं काम चांगलं व्हावं; यासाठी धडपडणारे अभिनेते. साक्षात पृथ्वीराज कपूर यांचे पुत्र असलेल्या शशी कपूर यांनाही चांगल्या भूमिकांसाठी 'स्ट्रगल' करताना मी पाहिलंय. धर्मेंद्र, मनोजकुमार यांनी काय कमी संघर्ष केला? पैसा आणि प्रसिद्धीसाठी ते कधीच हपापलेले नव्हते. आपलं काम चांगलं असेल, तर ही सुबत्ता आणि प्रसिद्धी मिळतेच मिळते. पण आपण केवळ ग्लॅमर आणि पैशासाठी काम करायचं ठरवलं, तर चांगलं काम करणं, काही नवीन शिकणं आपसूक मागे पडतं. नाव महत्त्वाचं असतंच, पण त्याहून काम जास्त महत्त्वाचं. सध्याच्या पिढीत तशी परिपक्वता फारशी पाहायला मिळत नाही. त्यामुळे थोडं उथळ वागलं जातं. दुसरी एक वृत्ती म्हणजे, कामाचा दिवस भरला पाहिजे. दिवसाचे पैसे मिळाले पाहिजेत. मला ही प्रवृत्ती अजिबात पटत नाही. एखाद्या दिवसाचा मोबदला मिळाला नाही, म्हणजे तो दिवस वाया गेला, असं मी मानत नाही. त्या दिवसाचा अनेक चांगल्या प्रकारे उपयोग करून घेता येतो. फक्त पैसे कमावणं म्हणजे दिवस कारणी लावणं, असं होत नाही.

मी आयुष्यात कधीही पैशांच्या मागे धावलो नाही. मोतीलाल, बलराज साहनी, संजीवकुमार, याकूब असे कलाकार आमचे आदर्श होते. तर हल्लीच्या काळच्या काही नवोदित कलाकारांना चांगली बॉडी बनवणं म्हणजे स्टार होणं, असं वाटू लागलं आहे. अर्थात, सध्याच्या प्रस्थापित स्टार्सच्या मी विरोधात नाही. त्यांनी जे काही कमावलंय, ते मेहनतीनंच. पण पुढच्या पिढीसाठी आदर्श बनण्यासाठी ते काय करतात? आदर्श नाही, निदान प्रेरणास्थान तरी!

अर्थात, दुसऱ्यासाठी प्रेरणास्थान बनण्याचा प्रयत्न फक्त कलाकारांनीच नव्हे, तर समाजातल्या प्रत्येक व्यक्तीनं केला पाहिजे. पिता म्हणून, भाऊ म्हणून, आपण दुसऱ्यासाठी काय करतो, हे पाहायला हवं. आपण स्वत:ला लेचंपेचं मानत राहिलो, तर जगही आपल्याला तशीच वागणूक देतं. म्हणूनच स्वत:बद्दल अभिमान बाळगायला शिकलं पाहिजे. स्वत:च्या मनातली नकारात्मकताही दूर केली पाहिजे. सध्या मला सभोवती अशी

नकारात्मकता खूप प्रमाणात जाणवते. सध्याच्या समाजाचं वर्गीकरण करायचं झालं, तर वेगवेगळ्या उद्योग क्षेत्रांनी व्यापलेला एक वर्ग आहे. दुसरा वर्ग आहे तो श्रीमंत, अतिश्रीमंत लोकांचा. तिसरा वर्ग आहे बुद्धिवंतांचा. तो माझ्या मते सर्वांत श्रीमंत समाज आहे. कारण तिथे संस्कृती, संस्कार आहेत आणि संस्कार असलेला समाज कायमच वरच्या दर्जाचा असतो. गळ्यात सोन्याची बिस्किटं घातलेली बाई आणि त्याच सोन्याचे अलंकार घातलेली बाई, यांच्यापैकी सुंदर कोण दिसतं? अर्थातच, अलंकार घातलेली बाई. कारण त्या सोन्यावर संस्कार झालेले असतात. प्रत्येक मूल आपल्या आई-वडिलांकरिता सोनंच असतं. त्या 'सोन्या'वर संस्कार करायचे की, त्याला नुसतं 'आमचा सोन्या' म्हणून लाडावून ठेवायचं, हे आपल्या हातात असतं.

- **चित्रपटसृष्टीत काम करताना या क्षेत्रातल्या मंडळींबरोबर व्यावसायिक संबंधांपलीकडे कशा प्रकारचं नातं असायला हवं?**

परमेश्वरानं आधी आपल्याला माणूस म्हणून जन्माला घातलं आहे आणि नंतर कलाकार म्हणून, हे लक्षात ठेवलं पाहिजे, त्यामुळे माणुसकी जपणं सर्वांत महत्त्वाचं.

उदाहरण द्यायचं झालं तर, जुहू-पार्ले रस्त्यावर एकदा माझं शूटिंग सुरू होतं. त्या रस्त्यावर अभिनेते सुजीतकुमार यांचा बंगला होता. त्यांना ही बातमी कळल्यानंतर ते स्वत: खाली आले. त्यांनी माझी विचारपूस केली. मला घरी घेऊन गेले, पाहुणचार केला. शूटिंगच्या काळात कधीही गरज लागली, तर घरी येऊन आराम करण्याचं, जेवण करण्याचं खुलं निमंत्रण दिलं. कलाकारांच्या स्वतंत्र व्हॅनिटी व्हॅन नसल्याच्या काळातली ही गोष्ट. मला मोठ्यांकडून हे जे शिकायला मिळालं, ते मी माझ्या पुढच्या पिढीला देण्याचा प्रयत्न करतो. आजही माझ्या घराजवळ अनेक शूटिंग्ज सुरू असतात. मी तिथून जात असेन, तर आवर्जून कलाकारांची भेट घेऊन काही लागलं तर अवश्य हाक मारा, असा आग्रही निरोप देऊन पुढे जातो.

एकदा मी बी. आर. स्टुडिओत डबिंग करत असताना अचानक अजय देवगण आणि निर्माते हॅरी बावेजा आत आले. अजयच्या एका चित्रपटाचं 'मिक्सिंग' सुरू होतं आणि त्यातल्या एका सीनचं डबिंगच पुसलं गेल्याचं लक्षात आलं होतं. अजय त्याच दिवशी संध्याकाळी वीस दिवसांसाठी परदेशात जाणार होता, त्यामुळे त्यांना डबिंग तातडीने पूर्ण करणं आवश्यक होतं. त्यांनी मला विनंती केली. मी आधी बुकिंग करून स्टुडिओ घेतलेला असतानाही त्यांना तातडीने जागा रिकामी करून दिली. दोन तास मी बाहेर बसून होतो. त्यांनी मला धन्यवाद दिले. 'चित्रपटसृष्टी हे आपलं कुटुंब आहे, सगळ्यांनी एकमेकांना सांभाळून घेतलं पाहिजे,' या भावनेनं मी काम करतो, हेच मी त्यांना सांगितलं.

- **एवढ्या वर्षांच्या कारकिर्दीबद्दल तुमचा सन्मान होतो, तेव्हा तुम्हाला काय वाटतं?**

मी 'ग्रेट मेकर' आहे किंवा 'ग्रेट डिरेक्टर' आहे, असा माझा अजिबात दावा नाही. कारण माझा प्रवास अजूनही सुरू आहे आणि त्यात मी रोज नव्या गोष्टी शिकतो. चित्रपट बनवणं म्हणजे, मुलाला जन्म देण्यासारखंच असतं. मूल पोटात असताना आई जशी काळजी घेते, तसंच चित्रपट निर्मिती अवस्थेत असताना त्याची काळजी घेणं आवश्यक असतं. त्या काळात जास्त काळजी घेतली, तरच चित्रपट चांगला बनू शकतो. म्हणूनच 'चित्रपट' हे मूल मानलं जातं.

■ **पटकथा लिहिली जात असताना लेखक आणि दिग्दर्शकानं कोणत्या प्रकारची काळजी घ्यायला हवी?**

एखादा चांगला चित्रपट करायचा असेल, तर काही मूलभूत गोष्टी डोक्यात ठेवायला हव्यात, असं मला वाटतं. त्यातली मुख्य म्हणजे चित्रपटाची लांबी. लिखाण करताना भरपूर 'सीन्स' लिहिले जातात, त्यांचं शूटिंगही होतं आणि मग साडेतीन-चार तासांचा कच्चा चित्रपट तयार होतो. संकलनाच्या वेळी तो कापून दोन तासांवर आणताना नाकी नऊ येतात. मेहनतही वाया जाते. पूर्वीच्या काळी पावणे-तीन किंवा तीन तासांचे चित्रपटही चालायचे. हल्ली चित्रपटांची जास्तीत जास्त लांबी दोन ते सव्वादोन तास असावी लागते. अशा वेळी जास्त शूटिंग झालेल्या चित्रपटाची काटछाट करताना मूळ कथेवर अन्याय होतो, मेहनत आणि पैसाही वाया जातो. त्यामुळे चित्रपटाच्या लिखाणातच पटकथेत साठ ते सत्तर दरम्यानच सीन्सच असावेत. लिखाणात एवढी मर्यादा घातली, तर दिग्दर्शकालाही चित्रपटाला हवी तशी 'ट्रीटमेंट' द्यायला वाव मिळतो. नाहीतर ही ट्रीटमेंट लांबी कमी करण्याच्या नादात नाहीशी होते.

चित्रीकरणाबद्दलची एक गंमत मी तुम्हाला सांगू इच्छितो, जी कदाचित तुम्हाला माहीत नसेल. 'शूटिंग' आणि 'शॉट' हे शब्द कुठून आले असतील? चित्रपटांची सुरुवात झाली, त्यावेळी वापरल्या जाणाऱ्या कॅमेऱ्यातून 'फाटऽ फाटऽऽ फाट...' अशा प्रकारचा बंदुकीतून गोळी मारताना होणाऱ्या आवाजासारखा आवाज निघायचा. त्यावरूनच चित्रीकरणासाठी 'शूटिंग' आणि एका छोट्या भागासाठी 'शॉट' या संकल्पना निर्माण झाल्या.

■ **चित्रपटाला व्यावसायिक यश मिळण्याचं नेमकं गणित काय आहे?**

माझ्या मते कुठलाही चित्रपट 'फ्लॉप' नसतो. त्याचं 'बजेट' फ्लॉप होतं. बजेट मर्यादित ठेवणं, हे आपल्या हातात असतं. एका चांगल्या फिल्ममेकरकडे ५० रुपये खर्च करून १०० रुपये खर्च केल्याचा फील प्रेक्षकांना देण्याची हातोटी असते. तोच खरा मेकर. मनोजकुमार, मनमोहन देसाई यांच्याकडून मी हे कौशल्य शिकलो. 'फिल्ममेकिंग' म्हणजे फक्त चांगले चित्रपट बनवणं नव्हे, तर प्रत्येक गोष्टीला न्याय देणं. चित्रपटाचं बजेट, त्याची प्रसिद्धी, वितरण, लोकांपर्यंत तो पोहोचविण्यासाठीचे प्रयत्न, यांचंही ज्ञान दिग्दर्शकाकडे असावं लागतं.

प्रादेशिक चित्रपटांमध्ये तमिळ, तेलगू आणि मल्याळम या भाषिक चित्रपटांचा प्रेक्षकवर्ग अफाट आहे. त्यांच्या मातृभाषेवर त्यांचं प्रेम आहे, म्हणूनच वेळप्रसंगी एकवेळचं जेवण टाळून ते चित्रपटगृहात जाऊन तिकीट काढून चित्रपट पाहतील. दुर्दैवानं महाराष्ट्रातील लोक मातृभाषेवर प्रेम करण्यात त्या तुलनेत कमी पडतात.

■ **कलाकारांकडून चांगलं काम करून घेण्यासाठी दिग्दर्शकाकडे कुठलं कौशल्य असावं लागतं?**

आपल्याला माहीत नसलेली गोष्ट कबूल करणं आणि ती दुसऱ्याला विचारणं, यासाठी धैर्य लागतं. मी कलाकार म्हणून काम करत असताना एखादी न समजलेली गोष्ट दिग्दर्शकाला पुन्हा विचारतो. काही दिग्दर्शक ती दोनदा सांगताना वैतागतात. पण दिग्दर्शकानं असं वैतागून चालत नसतं. कलाकाराला समजेपर्यंत दृश्य समजावून देणं, हे त्याचं कर्तव्यच असतं. मी दिग्दर्शक म्हणून काम करताना माझ्या कलाकारांनी मला एकच गोष्ट दहा वेळा विचारली, तरी मी ती सांगतो. त्याला समजेपर्यंत ती सांगणं, करून दाखवणं, हेच तर दिग्दर्शकाचं काम आहे. त्यात कंटाळा, चिडचिड करून कशी चालेल?

मला कुणाचंही काम आवडलं की, मी तोंड भरून दाद देतो. असे अनेक कलाकार आहेत, ज्यांच्याबरोबर कामाचा योग येत नाही. पण त्यांची चांगली कामगिरी कुठेही बघितली की, भरभरून दाद देता आली पाहिजे. समोरच्या माणसालाही कौतुकाची थाप मिळाली, तर तो अधिक उत्साहाने आणि जोमाने काम करू शकतो.

चित्रपटाच्या पटकथेवरून कलाकाराला त्याच्या भूमिकेचा आवाका समजत असला, तरी अंतिमत: त्याच्या भूमिकेचा प्रभाव किती पडणार, हे दिग्दर्शक आणि संकलकावर अवलंबून असतं. त्यामुळे अभिनय समजणारा दिग्दर्शक असेल, तर कलाकारांची मेहनत फळाला येते. इथे 'कलाकारांचा दिग्दर्शक'(अॅक्टर्स डिरेक्टर) उपयोगाला येतो. मी याच प्रकारचा दिग्दर्शक आहे. माझा चित्रपट प्रेक्षकांना आवडणं, न आवडणं हा भाग वेगळा; पण माझ्या चित्रपटातल्या कोणत्याही कलाकारानं वाईट काम केलंय, असं कुणी म्हणूच शकत नाही. माझी कलाकारांची निवडच तशी असते आणि मी कलाकारांकडून तसं काम करून घेतो. उदाहरण द्यायचं झालं, तर माझ्या चित्रपटातला लक्ष्या हा इतर चित्रपटांपेक्षा वेगळा दिसतो.

■ **एवढ्या मोठ्या कारकिर्दीत निर्मात्याबरोबर कधी वादाचे प्रसंग आले का?**

काम करताना मतभेद आणि वाद होऊ शकतात. परंतु, ते झाले तरी मी कुठल्याही निर्मात्याविरुद्ध कधी खटला भरला नाही. माझ्या मते कुणाविरुद्ध खटला भरणं म्हणजे भांडण करणं. फक्त तिथे आपण प्रत्यक्ष भांडत नाही, तर आपले वकील एकमेकांशी भांडतात. खटला लढणं म्हणजे वकिलांचा खिसा भरणं आहे, बाकी काहीही नाही. कोणत्याही गोष्टीचा तोडगा काढायचा असेल, तर आपण समोरासमोर बसून काढू शकतो. त्यासाठी भांडायची गरज नाही; खटला भरण्याची तर अजिबातच नाही. अनेक निर्मात्यांनी कलाकार म्हणून माझे पैसे बुडवले आहेत, तसंच अनेकांनी पूर्ण पैसे दिलेही आहेत. मग ज्यांनी दिले त्यांना लक्षात ठेवायचं की, ज्यांनी नाही दिले त्यांची आठवण ठेवायची? गेल्या ५० वर्षांत मी कोणत्याही निर्मात्याविरुद्ध कधी संघटनेकडेही गेलो नाही आणि यापुढे जाणार नाही. एखाद्यानं माझ्याबाबतीत खूपच अन्याय केला आणि त्याचा परिणाम माझ्या कुटुंबाला भोगायला लागत असेल, तर मात्र मी नक्की खटला लढेन. कारण माझ्यापेक्षा मी माझ्या कुटुंबाला जास्त महत्त्व देतो.

■ **तुम्ही बनवलेल्या चित्रपटांबद्दल तुम्हाला काय वाटतं?**

माझ्या गाजलेल्या चित्रपटांबरोबरच न चाललेल्या चित्रपटांची आठवणही मी नेहमीच ठेवतो. यशस्वी चित्रपटांचं श्रेय घ्यायला अनेक असतात, पण अयशस्वी चित्रपटांचं श्रेय घेणं महत्त्वाचं असतं. चाललेल्या चित्रपटांपेक्षाही न चाललेल्या चित्रपटांकडून शिकण्यासारखं खूप काही असतं. आपलं एखादं बाळ अधू असेल, तर आपण त्याच्याकडे दुर्लक्ष करतो का? उलट त्याच्याकडे जास्त लक्ष देण्याची गरज असते. त्यामुळे मी माझ्या अयशस्वी चित्रपटांची आठवण कायमच ठेवतो.

■ **तुमच्या हिरॉइन्सबद्दल तुम्ही काय सांगाल?**

मी हिरो म्हणून ज्या हिरॉइन्ससोबत काम करतो, त्यांच्या बाबतीत मी खूपच 'रोमँटिक' होत असतो. यात शारीरिक नाही, तर भावनिक नात्याचा भाग जास्त असतो. मी त्यांच्याबरोबर 'फ्लर्ट'ही करतो. भावनिक जवळीक असेल, तरच ती केमिस्ट्री पडद्यावर चांगल्या प्रकारे दिसू शकते, असं माझं मत आहे. मात्र, यातली 'लक्ष्मणरेषा' पाळणंही महत्त्वाचं असतं. मी ती पाळत गेलो.

विशेष म्हणजे, त्यातल्या सगळ्याच हिरॉइन्स अविवाहित होत्या. माझ्याबरोबर काम केल्यानंतर हिरॉइन्सची लग्नं लवकर ठरतात, असाही एक समज आहे. आणि योगायोगानं तसं घडलंही आहे. 'अष्टविनायक'मधली वंदना पंडित, 'मायबाप'मधली संगीता डोंगरे यांची चित्रपट प्रदर्शित झाल्यानंतर लग्नं झाली. 'नवरी मिळे नवऱ्याला'मध्ये सुप्रियानं माझ्यासोबत काम केलं, चित्रपटाच्या प्रदर्शनानंतर तिचंही (माझ्याशी!) लग्न झालं. 'गंमत जंमत'नंतर

चारुशीला साबळेचं अजित वाच्छानीशी लग्न झालं. 'नवरी मिळे...'मध्ये निवेदितालाही मी प्रथम संधी दिली होती. तिचंही 'बनवाबनवी'नंतर अशोकशी लग्न झालं. 'एकापेक्षा एक'मध्ये निशिगंधा वाडनं काम केलं आणि तिचं लग्न झालं. अगदी अलीकडचं उदाहरण म्हणजे 'आयडियाची कल्पना'मध्ये भार्गवी चिरमुलेनं माझ्यासोबत काम केलं आणि तिचंही लग्न झालं! (आता ज्या हिरॉइन्सना लग्न करून संसार थाटण्याची इच्छा आहे, त्यांनी पुढच्या चित्रपटासाठी माझ्याबरोबर काम करायला हरकत नाही!)

हिंदीतली एक हिरॉइन तर एवढी सटक होती की, एकदा सगळा बाडबिस्तारा घेऊन माझ्या घरीच राहायला आली! मी घरी नव्हतो. पप्पांना हा काय प्रकार आहे, तेच कळेना. पप्पांनी मला शूटिंगच्या ठिकाणी फोन लावला. मला म्हणाले, ''तुझं काही अफेअर आहे का?''

मी म्हटलं, ''नाही हो. माझं काहीच नाहीये. तिचं डोकं फिरलंय, त्याला मी काय करू?'' मग तिच्या घरची मंडळी धावत आली. मोठं रामायण झाल्यानंतर ती कशीबशी घरी गेली.

सुप्रियानं मला एकदा (कदाचित) गंमत म्हणून विचारलं, ''तुमच्या सगळ्या हिरॉइनपैकी तुमच्या मते, सगळ्यात 'सक्सेसफुल हिरॉइन' कोण?''

''तू!'' मी म्हटलं.

''का?''

''कारण तुझ्याशी मी लग्न केलं ना!'' मी सांगितलं. त्यानंतर तिनं मला हा प्रश्न कधीही विचारला नाही.

■ **चित्रपटात रुळल्यानंतर तुम्ही स्वत:साठी काही नियम घालून घेतले होते का?**

निश्चितच. माझ्या स्वभावाचं वैशिष्ट्य म्हणजे मी स्वत:शी बोलतो, त्यापेक्षाही जास्त स्वत:चं विश्लेषण करतो. स्वत:मधून बाहेर पडून मी स्वत:कडे बघू शकतो. आपण सायकल चालवायला, पोहायला नेमकं कोणत्या क्षणी शिकलो, हे जसं सांगता येत नाही, तसंच आत्मपरीक्षण करायला मी नेमकं कधी शिकलो, ते नाही सांगता येणार. ही एक चालू राहणारी प्रक्रिया आहे. जसजसे आपण वयानं मोठे होतो, तशी ती विकसित होत जाते. कदाचित माझ्या स्वभावातच तो नीटनेटकेपणा आहे. मला कुठलीही गोष्ट व्यवस्थितपणे करायला आवडते. त्यामुळेच माझ्या करिअरकडेही मी त्याच शिस्तीनं, नियमितपणे पाहिलं. अर्थात, कलाकार म्हणून काही चित्रपट मनात नसतानाही, परिस्थितीमुळे मला करावे लागले. त्यांचा माझ्या करिअरवर दुष्परिणामही झाला. तरीही, काहीतरी करून दाखवायचं, हा माझा निर्धार होता आणि त्यासाठी माझ्या नीटनेटकेपणाच्या स्वभावाचा मला फायदाच झाला. त्याचबरोबर, आपण लोकांसमोर गेलं पाहिजे, स्वत:चं काम दाखवून दिलं पाहिजे, हेही डोक्यात पक्कं होतं. सगळं घरबसल्या मिळेल, ही भावना मनात ठेवली, तर आयुष्यात काहीच साध्य होत नाही. काहीतरी करून दाखवण्यासाठी हातपाय मारावेच लागतात.

कधीही कुणालाही भेटल्यावर आपलं नाव सांगण्यात कमीपणा वाटून घ्यायचा नाही, हेसुद्धा मी शिकलो. कदाचित समोरचा माणूस असं म्हणेल की, 'तुम्हाला कोण ओळखत नाही किंवा तुम्ही स्वत:हून कशाला स्वत:ची ओळख देता?' तरीही, समोरच्या व्यक्तीला आपण माहीत नसण्याची शक्यताही नाकारता येत नाही. अर्थातच, ओळख करून देण्यात केवळ औपचारिकता नको, तर आत्मविश्वासही असला पाहिजे.

■ **तुमच्या दृष्टीनं यशाची व्याख्या काय आहे?**

आयुष्यात यशस्वी होण्याचा आनंद हा करिअरमध्ये यशस्वी होण्यापेक्षा जास्त असतो. समाधान आणि

यश या दोन वेगवेगळ्या गोष्टी आहेत. यशाचं मोजमाप इतर लोक करतात आणि समाधानाचं आपण स्वत: करत असतो. त्यामुळे आपण केलेलं मोजमाप हे जास्त मोलाचं. मुळात यशासाठी नव्हे, तर चांगलं काम करण्यासाठी स्वत:ला झोकून द्यायचं असतं.

यशाचं दार कसं उघडलं जातं, यावरून एक दंतकथा सांगावीशी वाटते – 'एक माणूस असंच यशाचं दार उघडायला गेला. ते कुलूपबंद होतं. तिथेच शेजारी एक मोठी थाळी होती. त्यात असंख्य किल्ल्या होत्या. त्यानं एक किल्ली घेतली, तिनं दार उघडलं नाही. मग दुसरी, तिसरी, चौथी, असं करत कित्येक किल्ल्या त्यानं लावून बघितल्या. शेवटी कुठेतरी चौऱ्याऐंशी क्रमांकाची किल्ली लागली आणि दार उघडलं गेलं.'

यशाचं दार उघडायला संयम लागतो....

दुसरा माणूस आला, त्यानं नुसता हात फिरवून डोळे मिटून एक किल्ली काढली. ती लावली, दार उघडलं गेलं.

...यशाचं दार उघडायला नशीब लागतं!

तिसरा माणूस आला, त्याला एवढ्या किल्ल्या बघून चक्रावल्यासारखं झालं. त्यानं इकडे-तिकडे बघितलं, खिशातून एक पिन काढली, ती कुलुपाला लावून वाकडी केल्यावर यशाचं दार उघडलं गेलं.

...यशाचं दार उघडायला शक्कल लागते!

चौथा माणूस आला, त्याला या किल्ल्या वगैरे लावून बघण्याच्या फंदात पडायचं नव्हतं. त्यानं धाडकन दाराला धडक मारली, दार उघडलं गेलं.

...यशाचं दार उघडायला शक्ती लागते.

ही झाली इतर क्षेत्रांबाबतची गोष्ट. परंतु कलेच्या क्षेत्रात, यशाचं दार आपल्या बाजूनं उघडलंच जात नाही. ते फक्त समोरच्या बाजूनं उघडतं आणि ते प्रेक्षकच उघडू शकतो. आणि यशाचा मार्ग कायमच खडतर असतो. त्यात दगड, धोंडे, धूर, माती, डांबर, कडे कोसळणं, अशा सगळ्या संकटांचा सामना करावाच लागतो. यशाचा मार्ग 'एक्स्प्रेस वे'सारखा गुळगुळीत आणि मुलायम आहे, असं जर कुणी सांगितलं, तर तो रस्ता चुकीचा आहे, हे नक्की समजावं. हे दगड-धोंडे पार केल्यानंतरच यशापर्यंत जाता येतं. Road to success is always under construction.(यशाचा मार्ग कायम खडतर असतो.)

- **तुम्हाला मिळालेल्या यशाबद्दल तुम्ही समाधानी आहात का?**

माझ्या काही जवळच्या लोकांच्या मते, माझ्यातल्या कलागुणांपैकी १५ ते २० टक्के गुणच लोकांसमोर आले आहेत. ८० टक्के कलागुण अजूनही बाहेर यायचे आहेत. पण माझ्या मते, परमेश्वरानं मला माझ्या क्षमतेपेक्षा जास्त दिलं आहे. देवावर माझी नितांत श्रद्धा आहे. परंतु त्यासाठी देवळात जाऊन रोज पाया पडलं पाहिजे, यावर माझा विश्वास नाही. मी घरात निवांत बसून केवळ मनानं कुठल्याही देवाचं दर्शन घेऊ शकतो. चित्रपटाच्या यशासाठी प्रिंट देवाच्या पायावर घालणं, वगैरे प्रकार मला पटत नाहीत. आपण चांगलं काम केलं असेल, तरच प्रेक्षक ते स्वीकारणार. आपण वाईट काम केल्यावर देवानं तरी आपल्याला मदत का करावी? बुवा, बाबांच्या

भोंदूगिरीवर मात्र माझा अजिबात विश्वास नाही. मी त्यांच्याकडे फिरकतही नाही. परंतु नैसर्गिक शक्तीला मी नक्कीच मानतो. तिलाच परमेश्वर असं नाव आहे.

आपल्यापेक्षा कुणीतरी मोठं आहे, असं समजण्यापेक्षा आपण कुणापेक्षातरी छोटे आहोत, ही भावना जास्त महत्त्वाची आहे असं मला वाटतं.

आपल्यापेक्षा पैशानं गरीब असलेली माणसं, आपल्या हाताखाली काम करणारे सहकारी आणि वयोवृद्ध व्यक्ती या तीनही प्रकारच्या माणसांना आपल्याशी स्पर्धा करता येत नसते. आपण त्यांच्याशी कसं वागतो, त्यावरून कुणाचंही कॅरेक्टर ठरत असतं. वयोवृद्ध माणसांच्या बाबतीत बोलायचं; तर त्यांना पैशांची गरज नसते, कपडेलत्ते, दागदागिने, ब्रँडेड वस्तू वापरण्याची इच्छा नसते. त्यांच्यासाठी सर्वांत अमूल्य असलेली गोष्ट म्हणजे आपण त्यांना दिलेला 'वेळ.' त्यांना जर वेळ दिला, तर त्यातून त्यांना आयुष्यभर पुरणारा आनंद मिळतो. कदाचित, तुम्हाला त्याच-त्याच गोष्टी पुन्हा ऐकायला मिळतील. पण त्याबद्दल कंटाळा न करता त्यांना वेळ द्यायला हवा.

कामाच्या बाबतीतही तीन प्रकारच्या 'कॅटॅगरीज' या जगात आहेत. कोणत्याही व्यावसायिक क्षेत्रात तुम्हाला एक काम मिळतं, त्यासाठीचा मोबदला ठरतो. काही लोक कामासाठी ठरलेले पूर्ण पैसे घेतात, पण काम मनापासून करत नाहीत. म्हणजेच, अपुरं करतात आणि निघून जातात. या वर्गातल्या लोकांसाठी भरपूर स्पर्धा आहे. दुसरी कॅटॅगरी अशा लोकांची, जे पैसे घेतात, काम पूर्ण करतात आणि जातात. त्यांच्यासाठीही स्पर्धा आहे, पण ती कमी आहे. आणि तिसऱ्या कॅटॅगरीतल्या लोकांना काम मिळतं, ते पैसेही घेतात आणि त्या कामात स्वत:चं जास्तीचं काहीतरी देऊन जातात. या प्रकारच्या लोकांना स्पर्धाच नाही. माझ्या मते हाच यशाची गुरुकिल्ली आहे. अर्थात, यश हीसुद्धा खूप 'रिलेटिव्ह टर्म' आहे. आपलं काम लोकांच्या लक्षात आलं, तर ते यश. पहिल्या दोन कॅटॅगरीत ते प्रेक्षकांच्या नजरेत येईलच, हे सांगता येत नाही. परंतु तिसऱ्या कॅटॅगरीत ते लोकांच्या लक्षात येणारच!

या क्षेत्रात मी वेगवेगळ्या भूमिका पार पाडल्या आणि अजूनही पार पाडत आहे. त्यातच गुंतलेला असल्यामुळे मला इतर क्षेत्रांकडे बघायला कधी वेळच मिळाला नाही. आणि महत्त्वाचं म्हणजे, मी माझ्या क्षेत्रात जे काही करतोय, ते तरी अजून परिपूर्ण कुठे आहे? जोपर्यंत मी परिपूर्ण होत नाही तोपर्यंत या गोष्टी सुरूच ठेवणार हा माझा दावा नसून, माझा प्रयत्न आहे. परमेश्वराकडे प्रार्थना आहे की, मी कधीही परिपूर्ण होऊ नये.

आसपासच्या जगात सगळीकडे लोक भौतिक सुखांच्या मागे धावताना दिसतायत. संवेदना, प्रेम हरवत चाललंय की काय, अशी भावना मनात येते. माझ्याकडे पंधरा-वीस एकर जमीन नाही. जमिनी घेणं, फॅक्टरी काढणं, त्यातून पैसे कमावणं हा माझा प्रांत नाही. त्यापेक्षा माझ्याकडे असलेल्या पाचशे चित्रपटांच्या डीव्हीडीज, माझ्या मोबाइलवरची साडेपाचशे गाणी, ही मला माझी संपत्ती वाटते. या संपत्तीचं कुणी मोलही करू शकणार नाही.

हैरत की निगाहों से मुझे देखनेवालों,
शायद कभी तुमने समंदर नहीं देखा।
जिस दिन से चला हूँ, मेरी मंज़िल पे नज़र है,
आँखों नें कभी मील का पत्थर नहीं देखा।

■ **तुम्ही चित्रपटसृष्टीत आला नसता, तर कोण झाला असता, असं वाटतं?**

नक्कीच वकील झालो असतो. मला माझा मुद्दा दुसऱ्याला चांगल्या प्रकारे पटवून देता येतो. वाद घालण्याची मला अजिबात आवड नाही. मी चूक असेन, तर मी वाद घालत बसत नाही. आणि मी बरोबर असेन, तर समोरच्याला माझा मुद्दा पटवून देणारच, त्यात वाद नाही. आयुष्यातले अनुभव आपल्याला पुस्तकांपेक्षा कितीतरी पटीनं जास्त शिकवतात. माझ्या मते पुस्तकात असण्यापेक्षा मस्तकात असणं जास्त महत्त्वाचं. माझ्यावर आलेल्या परिस्थितीनं मला अनेक गोष्टी शिकवल्या आहेत.

■ **चाहत्यांच्या विलक्षण प्रेमाचा अविस्मरणीय असा अनुभव तुम्हाला आला आहे का?**

चाहत्यांच्या अतिप्रेमाचे काही किस्से 'प्रेमाची चपराक' या प्रकरणात मी सांगितले आहेतच. त्याचबरोबर आश्चर्याची गोष्ट म्हणजे, मी केलेल्या काही गोष्टी दीर्घकाळ लोकांच्या स्मरणात राहिल्या. उदा. मॅनहटनमध्ये मी आयत्या वेळी गाणं सादर केलं, तो क्षण! किंवा 'सारेगमप'मध्ये सोनू निगमच्या आग्रहावरून गायलेलं 'लागा चुनरी में दाग' हे गाणं. हल्ली आयुष्याला एवढा वेग आलाय आणि एवढ्या घटना घडतायंत की, लक्षात ठेवणं शक्यच नसतं. तरीही लोकांनी माझ्या या काही गोष्टी लक्षात ठेवल्या, त्याबद्दल मी स्वत:ला भाग्यवान समजतो. हे त्यांचं माझ्यावरचं प्रेमच आहे.

आपण जे काही करू ते लोकांना आवडलं पाहिजे, हे खूप लहानपणापासून माझ्या मनात होतं. माझ्या नशिबानं मी अशा माणसांपैकी एक आहे, ज्यांनी केलेल्या वाईट कामाबद्दल कधीही कौतुक होत नाही. कित्येक लोक असे आहेत की, ज्यांचं वाईट कामही लोकांनी डोक्यावर घेतलंय. अशी चुकीची प्रसिद्धी आणि प्रशंसा अनेकदा घातक ठरते. त्या व्यक्तीच्या प्रगतीसाठी धोकादायक असते. आपण करतोय ते चांगलंच, अशा भ्रमात तो माणूस आयुष्यभर वावरत राहतो. माझ्या बाबतीत सुदैवानं असं कधीच झालं नाही. माझ्याकडून अपेक्षित दर्जाचं काम झालं नाही, तर लोकांनी ते न स्वीकारून मला माझ्या चुकांची जाणीव करून दिली. त्यामुळे आत्मपरीक्षणाची आणि चुका सुधारण्याची संधी मला कायम मिळाली. याबद्दल मी चाहत्यांचा कायमच ऋणी राहीन.

■ **स्टुडिओमध्ये शूटिंग करण्याची परंपरा संपत चालली आहे त्याबद्दल काय वाटतं?**

स्टुडिओमध्ये सेट उभारून काम करण्यात एक वेगळीच मजा असते. तिथे घुमणारा आवाज, पहिल्या दिवशीचा सेटवरचा नव्या रंगाचा वास, तिथे उडणारी धूळ, सेटच्या वर बांधलेल्या फळ्या (तराफे), त्यांच्यावर फिक्स केलेले लाइट्स या सर्व गोष्टींमुळे त्या कलाकाराचं स्टुडिओशी

जवळचं नातं जुळत जातं. 'ज्योती', 'कारदार', 'आशा', 'प्रकाश', 'फेमस', 'गुरू दत्त', 'के. आसिफ', 'मोहन', 'नटराज', 'स्टर्लिंग', 'आर के', 'राजकमल' अशांसह मुंबईतल्या अनेक जुन्या स्टुडिओंमध्येही मी काम केलं आहे. त्यातले अनेक स्टुडिओ आता बंद झाले आहेत. त्याचबरोबर पुण्याच्या 'प्रभात' आणि कोल्हापूरच्या 'शालिनी' स्टुडिओंमधील शूटिंगमध्येही मी भाग घेतला होता. मुंबईत ज्या ठिकाणी मी उत्सुकतेने, अत्यंत आकर्षणापोटी सिनेमे पाहिले, ती थिएटर्स पाडली जाऊन त्या जागी आता आलिशान मॉल्स उभे राहिले आहेत. त्या मॉल्समध्ये मी कधीही खरेदीला जाऊ शकत नाही. मी त्या परिसरात गेलो, तरी चित्रपटगृहांच्या स्मारकावर उभे राहिलेले आधुनिकतेचे ते मनोरे मला अस्वस्थ करतात. अर्थात, मी जरा जास्तच संवेदनशील असल्याचा हा परिणाम आहे. त्याचा बहुतांश वेळा त्रासही होतो.

- **अनेक बाबतीत तुम्ही ट्रेंड सेटर ठरला आहात त्याबद्दल काय सांगता येईल?**

कुणी ठरवून ट्रेंड सेट करू शकत नाही. माझ्या कामाच्या बाबतीत काही गोष्टी ट्रेंड सेटर ठरल्या हे माझं भाग्य. 'नवरी मिळे नवऱ्याला' या चित्रपटापासून ग्रामीण मराठी चित्रपट शहरी झाला. अर्थात, त्याआधी शहरी वळणाचे चित्रपट करण्याचा प्रयत्न झालाच नव्हता, असं अजिबात नाही. पप्पांचा 'अपराध'ही शहरी बाजाचा होता. त्यानंतर व्ही. के. नाईक यांनी केलेला 'गोंधळात गोंधळ'ही असाच शहरी वातावरणाचा चित्रपट होता. परंतु 'नवरी मिळे नवऱ्याला' या चित्रपटानं खऱ्या अर्थानं शहरी चित्रपटांचा ट्रेंड सुरू झाला.

त्याचप्रमाणे टीव्ही क्षेत्रात माझ्या 'तू-तू-मैं-मैं' या मालिकेनं 'सास-बहू' हा नवा ट्रेंड आणला. संपूर्ण 'स्टार प्लस'चा 'जीआरपी' (ग्रॉस रेटिंग पॉइंट्स) जेमतेम एक एवढा होता. कारण त्यांची ती सुरुवात होती. त्या वेळी 'तू-तू-मैं-मैं'ला चारपर्यंत टीआरपी मिळायचा. कधी-कधी तो आठपर्यंतही पोहोचला होता. 'तू-तू-मैं-मैं' हे 'स्टार प्लस'च्या कारकिर्दीतलं पहिलं मोठं यश.

त्यानंतर आम्ही 'स्टार प्लस'साठीच 'रिन एक दो तीन' हा कार्यक्रम सादर केला. गाजलेल्या चित्रपटांची 'पॅरेडी' असं कार्यक्रमाचं स्वरूप होतं. त्यात अनेक स्टार्सच्या डुप्लिकेट्सचा समावेश होता. तो कार्यक्रम लोकप्रिय झाला आणि नंतर इतर चॅनेल्सवरही तसेच कार्यक्रम सुरू झाले. त्यामुळे 'एक दो तीन'ही ट्रेंड सेटर ठरला.

२९ ऑक्टोबर २००६ रोजी 'नवरा माझा नवसाचा' हा चित्रपट 'झी मराठी'वर दाखविण्यात आला, त्या वेळी त्याला १०.४ टीआरपी मिळाला. आत्तापर्यंत कुठल्याही मराठी चित्रपटाला एवढा टीआरपी मिळालेला नाही. १७ ऑगस्ट, २००८ रोजी 'एकापेक्षा एक'च्या सेलिब्रिटी पर्वाची अंतिम फेरी दाखविण्यात आली. तिला १०.६ असा टीआरपी मिळाला. मी आणि श्रिया त्या फेरीत पहिल्यांदा रंगमंचावर एकत्रितपणे नाचलो होतो. त्या विशिष्ट नृत्याच्या वेळी हा टीआरपी ११.५च्याही पुढे गेला होता. आता स्पर्धा एवढी वाढली आहे की, एवढा टीआरपी मिळणं, हे कुठल्याही चॅनेलसाठी स्वप्नच असेल.

- **कलाकार, निर्माता आणि दिग्दर्शक अशा तीनही भूमिका तुम्ही करत आला आहात. त्या निभावून नेताना तुम्ही काय काळजी घेता?**

चित्रपटाच्या निर्मात्याला सर्व कलाकारांनी, तंत्रज्ञांनी आणि युनिटमधल्या सगळ्यांनी महत्त्व दिलं पाहिजे, असं मला वाटतं. बहुतेकदा असं होतं की, चित्रपटाचा करार करताना निर्मात्याकडून पैसे घेऊन झाले की, कलाकार त्याला विसरूनच जातात. 'निर्माता' हा सगळ्या युनिटचा पोशिंदा आहे आणि तो जगला तरच आपण जगणार आहोत, हे प्रत्येकानं लक्षात ठेवलं पाहिजे आणि तसं वागलं पाहिजे. परंतु ही जाणीव नाहीशी होत चालल्याचं

चित्र काही ठिकाणी दिसतं, तेव्हा त्रास होतो. हे इंडस्ट्रीच्या दृष्टीनं धोकादायक लक्षण आहे. निर्मात्यानं गुंतवलेल्या पैशांची योग्य परतफेड करण्याची वृत्तीही कलाकार, दिग्दर्शकांमध्ये असली पाहिजे. त्याचा पैसा काटकसरीनं वापरला पाहिजे. तरच तो पुढचा चित्रपट काढू शकेल. कदाचित आपल्याला घेणार नाही, पण दुसऱ्या चार लोकांना तरी कामं मिळतील, चित्रपटसृष्टी पुढे जाईल.

दुसरी चुकीची अपेक्षा म्हणजे एखाद्या दिग्दर्शकाबरोबर मैत्री झाली, तर पुढच्या चित्रपटांतही त्यानं आपल्यालाच घ्यावं, असा काही कलाकारांचा हट्ट असतो. निर्माते-दिग्दर्शकांनी कोणत्या कलाकाराला घ्यावं, हा त्याचा अधिकार आहे. व्यक्तिरेखेच्या गरजेनुसार कलाकार निवडायचे असतात. कलाकारांच्या गरजेनुसार व्यक्तिरेखा नव्हे. एक छोटंसं उदाहरण द्यायचं झालं, तर 'नदिया के पार'मध्ये अमिताभ बच्चन काम नाही करू शकत, तसंच 'दीवार'मध्ये सचिन पिळगांवकर शोभणार नाही! त्या-त्या व्यक्तिरेखेला साजेसेच कलाकार घेतले गेले, तरच लोकांना आवडतं.

हिंदी चित्रपट दिग्दर्शित करण्याची तुम्हाला इच्छा नाहीये का, असं जेव्हा मला विचारलं जातं, तेव्हा मी सांगतो की, नक्कीच आहे. पण, दुर्दैवानं या उद्योगातल्या काही हिंदी निर्मात्यांसाठी दिग्दर्शकाची गुणवत्ता काय, तर तो कोणत्या स्टारला घेऊन येऊ शकतो, त्याच्या हातात किती हिरो-हिरॉइन आहेत! त्या जर तो कलाकारांना घेऊन येत असेल, तर मग कथा, त्याचं प्रेझेंटेशन, याच्यात निर्माता लक्षही घालत नाही. माझ्या मते, फक्त कलाकारांशी चांगले संबंध असणं, ही दिग्दर्शकाची पात्रता नसावी. जो चांगला चित्रपट तयार करू शकतो, तो खरा दिग्दर्शक!

■ **स्वतःच्या व्यक्तिमत्त्वाकडे तुम्ही कसं पाहता?**

मी जेव्हा स्वतःबद्दल विचार करतो, तेव्हा असं वाटतं की, मी कुटुंबाबरोबर, सहकाऱ्यांबरोबर, युनिटबरोबर असतो, तेव्हा त्या-त्या क्षणाचा पुरेपूर आनंद लुटत असतो.

फक्त प्रेक्षकांनीच नाही, तर माझ्या क्षेत्रातल्या अनेक मंडळींनी माझी गुणवत्ता हेरली, सातत्यानं माझं काम पाहिलं, कौतुक केलं, याबद्दल मी स्वतःला भाग्यवान समजतो.

मजरूह साहेब म्हणतात तसं –

'मैं अकेला ही चला था जानिब-ए-मंज़िल[१] मगर,
लोग साथ आते गए और कारवाँ बनता गया।
(१ : लक्ष्याच्या दिशेनं)

आपण ज्या रस्त्यावरून चालायला सुरुवात करतो, तिथेच पाऊलवाट तयार होते. आयुष्यही असंच आहे. 'हो जाएगा', 'उद्याचा दिवस उजाडायचाय. बघून घेऊ,' असं म्हणून काहीही साध्य होत नाही. 'उद्या' कधीच आपल्या हातात नसतो. जे काही करायचंय ते आज! नशिबानं 'उद्या' उजाडलाच, तर आणखी काहीतरी करू. पण त्यावर अवलंबून राहायचं नाही.

■

सीन
७७

कृतज्ञ

माझ्या आयुष्याचा हा स्क्रीन प्ले वाचताना मी सतत 'मी-मी' करतोय, असं कदाचित तुम्हाला वाटलं असेल. पण हे माझ्या अनुभवांचं आणि माझ्या आयुष्यात आलेल्या व्यक्तींबाबतचं कथन असल्यामुळे त्याची सुरुवात 'मी'पासून होणं अपरिहार्य होतं.

मी माझ्या प्रत्येक कामगिरीत स्वत:ला शंभर टक्के झोकून दिलं असलं तरी त्याचं शंभर टक्के श्रेय मला जात नाही, तर पन्नास टक्केच जातं. उरलेलं पन्नास टक्के श्रेय हे प्रेक्षकांचं, आणि ते श्रेय त्यांना दिलंच पाहिजे असं मला वाटतं. माझी ही भावना माझ्या नंतरही कायम राहावी म्हणून माझ्या पश्चात नेत्रदान आणि माझ्या अवयवांचं दान करण्याची माझी इच्छा आहे.

डॉ. सर्वपल्ली राधाकृष्णन, शिवाजी गणेशन, व्ही. शांताराम यांच्यासारख्या दिग्गजांच्या हस्ते पुरस्कार स्वीकारण्याचं भाग्य मला मिळालं. आयुष्यात दोनदा राष्ट्रीय पुरस्कार मिळाला. ५० वर्षांची कारकिर्द पूर्ण झाल्यानिमित्त महाराष्ट्र सरकारनं मला 'व्ही. शांताराम पुरस्कार' दिला, दूरदर्शननं लतादीदींच्या हस्ते 'चित्ररत्न पुरस्कार' दिला. म.टा. सन्मान २००६ या सोहळ्यात महाराष्ट्र टाइम्स ग्रुपनं मला 'महाराष्ट्राची शान' हा सन्मान देऊन गौरवलं. त्याचबरोबर 'राजा-राणी ट्रॅव्हल्स'च्या सहकार्यानं त्यांनी प्रकाशित केलेल्या विशेष अंकात महाराष्ट्रातील ५० महत्त्वाच्या व्यक्तींमध्ये माझा समावेश करण्यात आला होता. 'पुणे आंतरराष्ट्रीय चित्रपट महोत्सव समिती'नं माझा सत्कार केला, दक्षिण आफ्रिकेतील 'उत्कर्ष मराठी मंडळा'नं माझा सन्मान केला, हे सर्वच पुरस्कार आणि सन्मान माझ्यासाठी महत्त्वाचे आहेत. अखिल भारतीय चित्रपट महामंडळानं 'चित्रभूषण पुरस्कार' देऊन गौरवलं, तो घरच्या मंडळींचा पुरस्कार असल्यामुळे तो माझ्या हृदयाच्या जास्त जवळचा आहे. विशेष म्हणजे माझे सर्व कुटुंबीय, माझ्या अगदी जवळचे असलेले पिळगांवकर परिवारासह अशोक सराफ, निवेदिता, अवधूत गुप्ते,

महाराष्ट्र सरकारचा 'व्ही. शांताराम' पुरस्कार स्वीकारताना

स्वप्नील बांदोडकर, निर्मिती सावंत ही मंडळीही त्या वेळी उपस्थित होती, त्यामुळे माझा आनंद द्विगुणित झाला होता.

'झी गौरव' हा प्रतिष्ठेचा आणि मानाचा पुरस्कार सोहळा दरवर्षी होतो. त्यात 'ब्लॉकबस्टर ऑफ द इअर' असा एक नवा पुरस्कार देण्याची प्रथा त्यांनी सन २०२५ मध्येच सुरू केली. वर्षभरात सर्वाधिक कमाई करणाऱ्या चित्रपटाला हा पुरस्कार मिळणार होता. सन २०२४ मधील ब्लॉकबस्टर म्हणून आमच्या 'नवरा माझा नवसाचा २' चित्रपटाची या पुरस्कारासाठी निवड झाली. स्टेजवर तो स्वीकारण्यासाठी मी माझ्या चित्रपटाच्या सर्व टीमला स्टेजवर निमंत्रित केलं. कारण हे ब्लॉकबस्टर यश माझ्या एकट्यामुळे नाही, तर संपूर्ण टीमच्या मेहनतीमुळे मिळालं आहे, असं मी मानतो. आणि अर्थातच, आमच्या गणपतीबाप्पांचा आशीर्वाद! त्यामुळे बाप्पाही तिथे स्टेजवर आम्हाला आशीर्वाद द्यायला असावेत, असं वाटलं. या चित्रपटात असलेली मूर्तीच स्टेजवर आणण्यासाठी मी आग्रही होतो, तशी ती मूर्ती उपलब्धही झाली. आमच्या टीममधली जी मंडळी उपलब्ध होती, ते सगळे त्या दिवशी स्टेजवर आले आणि आम्ही तो पुरस्कार स्वीकारला. जे लोक येऊ शकले नाहीत, ते मनाने निश्चितच आमच्याबरोबर होते.

भारतरत्न लता मंगेशकर यांच्या स्मृतिप्रीत्यर्थ दिला जाणारा मास्टर दीनानाथ मंगेशकर पुरस्कार एप्रिल २०२५मध्ये मला मिळाला. मास्टर दीनानाथ स्मृती प्रतिष्ठानच्या वतीने हा पुरस्कार दिला जातो. राष्ट्रीय स्वयंसेवक संघाचे सरसंघचालक मोहनजी भागवत यांच्या हस्ते हा पुरस्कार मी स्वीकारला. लतादीदींचा सहवास तर मला लाभलाच, पण त्यांच्या निधनानंतरही या निमित्ताने त्यांचा आशीर्वाद लाभल्याचा आनंद मोठा आहे.

प्रेक्षकांचं भरभरून प्रेम तर मला मिळालंच; पण परमेश्वरानं मला असा एक पुरस्कार दिला आहे की, ज्याची तुलना कुठल्याच सन्मानाशी होऊ शकत नाही. हा सन्मान म्हणजे माझी मुलगी, श्रिया आणि हा सन्मान मला मिळवून देणारी माझी बायको सुप्रिया. 'चित्रभूषण पुरस्कार' मी स्वीकारला, तेव्हा एका क्लिपिंगमध्ये ती म्हणाली, ''त्यांचं काम मी लहानपणापासून पाहत आले आहे, दिग्दर्शक म्हणून त्यांच्या मार्गदर्शनाखाली काम केलं आहे,

त्यांच्याशी संसार थाटून एवढी वर्षं सुखानं राहिले आहे, त्यांच्याबरोबर अनेक चित्रपट केले आहेत, आयुष्य काढलं आहे... त्यांना मी कायम हसतमुखच पाहिलं आहे. हा हसरा चेहरा पाहत पाहतच मी डोळे मिटावेत, अशी इच्छा आहे.''

मी जेव्हा तिच्या या भावना ऐकल्या, तेव्हा मी अंतर्बाह्य हललो. माझ्या तोंडून शब्द फुटत नव्हता. आपल्या पत्नीनं अशी इच्छा व्यक्त करण्यापेक्षा मोठा दुसरा कुठलाही सन्मान मिळेल, असं मला वाटत नाही. दिग्दर्शक म्हणून, कलाकार-गायक-नृत्य कलाकार म्हणून मी यशस्वी आहे, असं लोक म्हणतात. परंतु 'नवरा' म्हणूनही मी यशस्वी आहे, हे मला त्या दिवशी कळलं आणि मी कृतार्थ झालो.

सुप्रियासारखी आयुष्याची जोडीदार मला दिल्याबद्दल परमेश्वराचे हे उपकार मी कधीही विसरू शकत नाही. त्यामुळे माझं हे संपूर्ण आयुष्य आणि हे पुस्तक मी माझ्या सुप्रियाला अर्पण करतो. आणि तुम्हाला (व तिला) हे वचन देतो की, आत्तापर्यंत जसं मी शिकत पुढे जात राहिलो, तसंच आयुष्याच्या यापुढच्या प्रवासातही शिकत राहीन. चित्रपटसृष्टीतलं हे काम तुमच्या आशीर्वादानं पुढे करत राहीन. कळत-नकळत माझ्याकडून कुणी दुखावलं गेलं असेल, तर दिलगिरी व्यक्त करतो!

कळावे,
लोभ असावा,
सदैव आपणा सर्वांचा....

सचिन पिळगांवकर
(माणूस)

ता. क.

हे पुस्तक वाचल्यानंतर माझ्या एका चाहत्यानं मला कळवलं, ''तुमचं पुस्तक अतिशय आवडलं. फक्त शेवट आवडला नाही. तेंडुलकरांचा सचिन रिटायर होऊ शकतो, पिळगांवकरांचा नाही.''

त्यामुळे...

कारकीर्द

- मराठी चित्रपट -

क्र.	वर्ष	नाव	भूमिका
१	१९६३	हा माझा मार्ग एकला	बाल कलाकार
२	१९६३	बायको माहेरी जाते	बाल कलाकार
३	१९६३	पाहू रे किती वाट	बाल कलाकार
४	१९६४	स्वयंवर झाले सीतेचे	बाल कलाकार
६	१९६७	पडछाया	बाल कलाकार
७	१९६७	मधुचंद्र	बाल कलाकार
८	१९६८	अन्नपूर्णा	बाल कलाकार
९	१९६९	नंदिनी	बाल कलाकार
१०	१९७१	अजब तुझे सरकार	बाल कलाकार
११	१९७१	बाजीरावचा बेटा	बाल कलाकार
१२	१९७७	पारध	अभिनेता
१३	१९७७	नाव मोठं लक्षण खोटं	पाहुणे कलाकार
१४	१९७८	अष्टविनायक	अभिनेता
१५	१९८२	मायबाप	अभिनेता, दिग्दर्शक
१६	१९८४	सव्वाशेर	दिग्दर्शक
१७	१९८४	नवरी मिळे नवऱ्याला	अभिनेता, दिग्दर्शक
१८	१९८७	गंमत जंमत	अभिनेता, दिग्दर्शक
१९	१९८८	सगळीकडे बोंबाबोंब	पाहुणे कलाकार
२०	१९८८	माझा पती करोडपती	अभिनेता, लेखक, दिग्दर्शक
२१	१९८८	अशी ही बनवाबनवी	अभिनेता, लेखक, दिग्दर्शक
२२	१९८९	हमाल दे धमाल	पाहुणे कलाकार
२३	१९८९	भुताचा भाऊ	अभिनेता, लेखक, दिग्दर्शक
२४	१९८९	आत्मविश्वास	अभिनेता, लेखक, निर्माता, दिग्दर्शक
२५	१९९०	घनचक्कर	पाहुणे कलाकार
२६	१९९०	एकापेक्षा एक	अभिनेता, लेखक, दिग्दर्शक

२७	१९९०	आमच्यासारखे आम्हीच	अभिनेता, लेखक, दिग्दर्शक
२८	१९९१	आयत्या घरात घरोबा	अभिनेता, लेखक, निर्माता, दिग्दर्शक
२९	१९९३	कुंकू	लेखक, निर्माता
३०	१९९६	माया ममता	पाहुणे कलाकार
३१	२००५	नवरा माझा नवसाचा	अभिनेता, लेखक, निर्माता, दिग्दर्शक
३२	२००६	ही पोरगी कोणाची?	पाहुणे कलाकार
३३	२००७	मन पाखरू पाखरू	अभिनेता
३४	२००८	अदलाबदली	अभिनेता
३५	२००८	गिल्टी	पाहुणे कलाकार
३६	२००८	आम्ही सातपुते	अभिनेता, लेखक, निर्माता, दिग्दर्शक
३७	२००९	झेंडा	पाहुणे कलाकार
३८	२०१०	आयडियाची कल्पना	अभिनेता, लेखक, निर्माता, दिग्दर्शक
३९	२०११	तिचा बाप त्याचा बाप	अभिनेता
४०	२०११	शर्यत	अभिनेता
४१	२०१२	आम्ही चमकते तारे	पाहुणे कलाकार
४२	२०१३	एकुलती एक	अभिनेता, लेखक, निर्माता, दिग्दर्शक
४३	२०१४	सांगतो ऐका	अभिनेता
४४	२०१५	कट्यार काळजात घुसली	अभिनेता
४५	२०१६	सेक्स चॅट विथ पप्पु ॲन्ड पापा	अभिनेता (Web Series)
४६	२०१८	रणांगण	अभिनेता
४७	२०१९	लव्ह यू जिंदगी	अभिनेता
४८	२०१९	सोहळा	अभिनेता
४९	२०१९	अशी ही आशिकी	कथा, पटकथा, संवादलेखन, संगीत आणि दिग्दर्शन

- मराठी नाटक -

१	१९६४	अपराध मीच केला	बाल कलाकार
२	१९६९	म्हैस येता माझ्या घरा	बाल कलाकार
३	१९७३	शिकार	युवा कलाकार

- हिंदी, गुजराती आणि इंग्रजी चित्रपट -

क्र.	वर्ष	चित्रपटाचे नाव	भूमिका
१	१९६६	झिंबो का बेटा	माला (मा. सचिन)
२	१९६७	ज्वेल थीफ	शिशू सिंग (मा. सचिन)
३	१९६७	मंझली दीदी	किशन (मा. सचिन)
४	१९६८	ब्रह्मचारी	उजाला (मा. सचिन)
५	१९६८	दुनिया	(बालपणातील) अमरनाथ आर. शर्मा
६	१९६८	दिल और मुहब्बत	(बालपणातील) राजेश चौधरी (मा. सचिन)
७	१९६९	चंदा और बिजली	चंदा
८	१९६९	वारिस	(बालपणातील) राम कुमार (मा. सचिन)
९	१९७०	प्रेम पुजारी	सुंदर
१०	१९७०	बचपन	राम एस. लाल
११	१९७०	हिम्मत	(बालपणातील) रघु (मा. सचिन)
१२	१९७०	सफर	मृत पेशंटचा मुलगा (मा. सचिन)
१३	१९७१	जाने अनजाने	(बालपणातील) रामू (मा. सचिन)
१४	१९७१	गॅम्बलर	मा. सचिन
१५	१९७१	मेला	(बालपणातील) शक्ती सिंग (मा. सचिन)
१६	१९७१	श्रीकृष्ण लीला	भगवान श्रीकृष्ण
१७	१९७२	बिरबल माय ब्रदर	(इंग्रजी) बिरबल तरुण
१८	१९७२	दास्तान	(बालपणातील) अनिल / (बालपणातील) सुनील (मा. सचिन)
१९	१९७४	रेशम की डोरी	(बालपणातील) अजित (मा. सचिन)
२०	१९७४	निर्माण	
२१	१९७५	शोले	अहमद
२२	१९७५	गीत गाता चल	श्याम
२३	१९७६	रक्षाबंधन	अमर
२४	१९७६	खम्मा मारा विरा	(गुजराती)
२५	१९७६	अर्जुन पंडित	
२६	१९७६	बैराग	(बालपणातील) भोलेनाथ / (बालपणातील) संजय
२७	१९७६	बालिका वधु	अमल
२८	१९७६	जिद	सिर्फ अभिनेता
२९	१९७६	श्याम तेरे कितने नाम	श्याम

३०	१९७७	प्रतिमा और पायल	
३१	१९७७	शिर्डी के साईबाबा	सरजू
३२	१९७८	अॅडवेंचर्स ऑफ अल्लादिन	अल्लादिन
३३	१९७८	कॉलेज गर्ल	
३४	१९७८	त्रिशूल	रवी
३५	१९७८	अखियों के झरोंकों से	अरुण प्रकाश माथुर
३६	१९७८	अंजाम	सुनील
३७	१९७८	आँख का तारा	मख्खन / मोहन
३८	१९७८	मधु मालती	
३९	१९७९	गोपाल कृष्ण	कृष्ण
४०	१९७९	दिल का हिरा	कुंदन शर्मा
४१	१९७९	और कौन?	राज
४२	१९७९	जान-ए-बहार	गोपाल ''गोपी''
४३	१९८०	जाए तो जाए कहाँ	
४४	१९८०	जुदाई	रविकांत एस. 'रवि' वर्मा
४५	१९८०	रक्षाबंधन (डुप्लिकेट)	
४६	१९८१	एक और सुहागन	
४७	१९८१	क्रोधी	राजा
४८	१९८१	स्वीटी	
४९	१९८२	सत्ते पे सत्ता	शनी (सनी)
५०	१९८२	मौत का साया	
५१	१९८२	नदिया के पार	चंदन
५२	१९८३	अवतार	सेवक
५३	१९८४	दिलवर	दिलावर
५४	१९८४	ग्रहस्थी	बबलू
५५	१९८४	प्यार का मंदिर	संजय कुमार
५६	१९८४	श्रावण कुमार	श्रावण कुमार
५७	१९८४	श्रावण कुमार (गुजराती)	श्रावण कुमार
५८	१९८४	ये देश	शशी
५९	१९८४	मोहब्बत का मसीहा	
६०	१९८५	बोलो हे चक्रधारी	भगवान कृष्णा
६१	१९८५	श्रीकृष्ण शरणं मम	(गुजराती) भगवान कृष्णा
६२	१९८५	सूर संगम	कानेश्वर 'कानू'

६३	१९८५	राम तेरे कितने नाम	गोपी चंदन
६४	१९८५	आज का दौर	प्रताप कपूर
६५	१९८५	घरद्वार	केतन
६६	१९८५	पिया मिलन	
६७	१९८५	सांझी	
६८	१९८५	तुलसी	
६९	१९८५	कहाँ गए वो लोग	
७०	१९८६	दुर्गा माँ	शंकर
७१	१९८६	जीवा	गोपाल सिंग
७२	१९८६	माँ बेटी	केतन
७३	१९८६	औरत पैर की जुती नहीं	पाहुणे कलाकार
७४	१९८६	अनार	
७५	१९८७	माशुका	
७६	१९८७	तेरा करम मेरा करम	
७७	१९८८	प्रेम संदेश	
७८	१९८९	पराया घर	
७९	१९८९	अभी तो मै जवान हूँ	
८०	१९८९	द अनाउंसमेंट ऑफ वॉर	
८१	१९९५	ऐसी भी क्या जल्दी है	
८२	१९९८	साजिश	
८३	२००७	राम गोपाल वर्मा की आग	अंबर सिंग
८४	२०११	जाना पहचाना	अरुण प्रकाश माथुर

- हिंदी चित्रपट (लेखक, निर्माता, दिग्दर्शक) -

१	१९९२	प्रेम दीवाने	दिग्दर्शक
२	१९९५	आजमाईश	दिग्दर्शक
३	१९९५	ऐसी भी क्या जल्दी है	निर्माता, दिग्दर्शक
४	१९९५	नाम क्या है	दिग्दर्शक (प्रदर्शित नाही)
५	२०११	जाना पहचाना	लेखक, दिग्दर्शक

- टीव्ही मालिका / रिॲलिटी शो निर्मिती : (सुश्रिया आर्ट्स) -

१	१९९५	तू-तू मैं-मैं	टीव्ही मालिका
२	१९९६	रिन एक दो तीन	टीव्ही मालिका
३	१९९७	हद कर दी	टीव्ही मालिका
४	१९९८	तेरे घरच्या समोर	टीव्ही मालिका (मराठी)
५	१९९८	कुणासाठी कुणीतरी	टीव्ही मालिका (मराठी)
६	२००६	तू तोता मैं मैना	टीव्ही मालिका

- टीव्ही शोज सहभाग (ॲक्टर, सिंगर, डान्सर) -

१	१९९८	मीठी मीठी बातें	टीव्ही मालिका
२	२००५	नच बलिये १ : विनर	
३	२०११	स्टार या रॉकस्टार	
४	२०१३	सावधान इंडिया मुंबई फाइट्स बॅक	

- होस्ट (सिंगिंग, क्विझ आणि रिॲलिटी शोज) -

१	१९९८	पिकनिक अंताक्षरी	टीव्ही सिंगिंग रिॲलिटी शो - होस्ट
२	१९९९	चलती का नाम अंताक्षरी	टीव्ही सिंगिंग रिॲलिटी शो - होस्ट
३	२००६	नच बलिये २	होस्ट
४	२०१४	सुप्रिया सचिन शो	जोडी तुझी माझी चॅट शो - होस्ट

- परीक्षक (कॉमेडी ॲन्ड डान्स शोज) -

१	२००६	स्टार यार कलाकार	चिल्ड्रन ॲक्टिंग, डान्सिंग अँड सिंगिंग शो
२	२००८	छोटे मियाँ	टीव्ही चिल्ड्रन कॉमेडी शो
३	२००८	छोटे मियाँ बडे मियाँ	टीव्ही चिल्ड्रन कॉमेडी शो
४	२००९	छोटे मियाँ	चॅप्टर २
५	२०१२	छोटे मियाँ	चॅप्टर ३
६	२००७ ते २०१३	एकापेक्षा एक	(टीव्ही डान्स रिॲलिटी मराठी शो) निर्माता / परीक्षक ७ सिजन

- अँकर -

१	२०१२	गुरुकिल्ली	रिॲलिटी क्विझ शो (ई. टीव्ही मराठी)

- नॉन फिल्मी मराठी सॉंग अल्बम : सचिनमय -

१	२००३	सचिनमय	स्वत: गायलेली ८ नॉन फिल्मी मराठी गाणी (सागरिका म्युझिक प्रदर्शित)
२	२०२४	राम सिया राम (शेमारू)	गायक, अभिनेता

- विशेष श्रेय / आभार -

१	१९९९	क्योंकि सास भी कभी बहू थी	विशेष आभार - एकता कपूर, बालाजी (११ हिंदी मालिका)
२	२०११	यमला पगला दीवाना	विशेष आभार - सचिन पिळगांवकर

- वेब सिरीज -

१	२०१९ ते २०२३	सिटी ऑफ ड्रीम्स (३सीझन्स)	जगदिश गुरव
२	२०२३	परमनंट रूममेट्स	व्यंकट

- म्युझिक कॉन्सर्ट -

१		ॲन इव्हिनिंग विथ पंचम